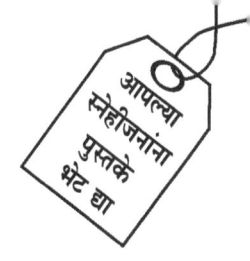

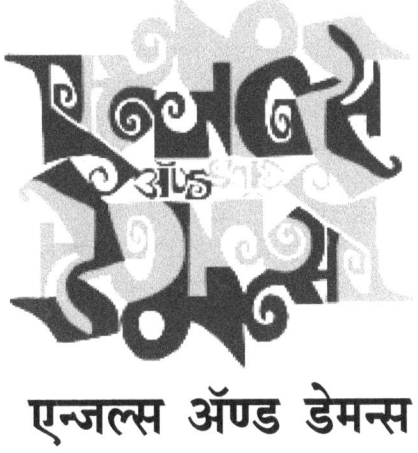

एन्जल्स ॲण्ड डेमन्स

डॅन ब्राऊन

अनुवाद
बाळ भागवत

D9900044

मेहता पब्लिशिंग हाऊस

Please contact us at **Mehta Publishing House,** Pune.

✆ +91 020-24476924 / 24460313

Email : production@mehtapublishinghouse.com

Website : www.mehtapublishinghouse.com

- *या पुस्तकातील लेखकाची मते, घटना, वर्णने ही त्या लेखकाची असून त्याच्याशी प्रकाशक सहमत असतीलच असे नाही.*

ANGELS & DEMONS by DAN BROWN

Copyright © 2000 by Dan Brown

by Arrangement with Sanford J. Greenburger Associates

Translated in Marathi Language by Bal Bhagwat

एन्जल्स ॲण्ड डेमन्स / अनुवादित कादंबरी

TBC

अनुवाद : बाळ भागवत

Email : author@mehtapublishinghouse.com

मराठी अनुवादाचे व प्रकाशनाचे हक्क मेहता पब्लिशिंग हाऊस, पुणे

प्रकाशक : सुनील अनिल मेहता, मेहता पब्लिशिंग हाऊस,
१९४१, सदाशिव पेठ, माडीवाले कॉलनी, पुणे ४११०३०.

मुखपृष्ठ : फाल्गुन ग्राफिक्स

प्रकाशनकाल : ऑगस्ट, २००९ / जुलै, २०११ / पुनर्मुद्रण : मे, २०१९

P Book ISBN 9788184980455

E Book ISBN 9789353172367

E Books available on : play.google.com/store/books
www.amazon.in

ब्लिथ हिच्यासाठी...

विशेष टिपणी

या पुस्तकात उल्लेख केलेली रोममधील चित्रे, वास्तुकला, थडगी, भुयारे आणि त्यांच्या अचूक जागा यांचे सर्व संदर्भ खरेखुरे आहेत. त्या गोष्टी आजही त्या त्या ठिकाणीच बघायला मिळतील.

इल्युमिनाटी ब्रदरहुड ही संघटनाही अस्तित्वात होती.

स्वित्झर्लंडमधील जिनेव्हा येथे 'सर्न' या जगातील सर्वांत मोठ्या संशोधनकेंद्रात प्रतिवस्तूचे – अँन्टिमॅटरचे – काही कण बनवण्यात हल्लीच यश आले आहे. हे वस्तुकणांसारखेच – मॅटर – असतात.

त्यांच्यावरचा विद्युतभार वस्तुकणांच्या विरुद्ध असतो. प्रतिवस्तू हा १०० टक्के ऊर्जा निर्माण करणारा, मानवाला माहीत झालेला सर्वांत मोठा ऊर्जा स्रोत आहे. कोणत्याही तऱ्हेचे प्रदूषण नाही, किरणोत्सर्गही नाही. एका थेंबातून निर्माण होणारी ऊर्जा न्यूयॉर्क शहराची दिवसभराची गरज भागवू शकेल.

पण एक अत्यंत अवघड अशी समस्या आहे.

प्रतिवस्तूचे कण अत्यंत अस्थिर असतात आणि कशाच्याही संपर्कात आले, अगदी हवेच्याही, तर तात्काळ स्फोट अटळ असतो. १ ग्रॅम प्रतिवस्तूमध्ये हिरोशिमावर टाकल्या गेलेल्या २० किलोटन अणुबाँबएवढी ऊर्जा असते.

सर्नमध्ये मोठ्या प्रमाणावर प्रतिवस्तू बनवण्याचे प्रयत्न सध्या चालू आहेत. पण एक प्रश्न उभा राहतोच. जगाचे भले होण्यासाठी या संशोधनाचा उपयोग होईल, का महाभयंकर विनाशकाही अस्त्राच्या निर्मितीसाठी?

रोम शहर

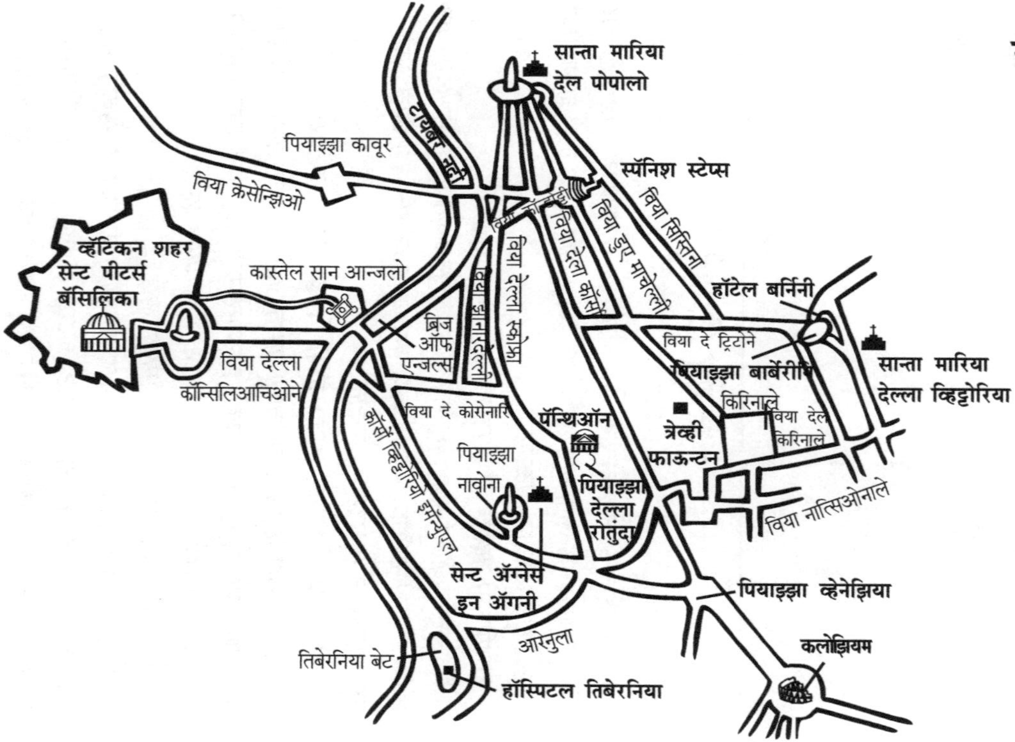

सान्ता मारिया देल्ला विक्टोरिया

पियाज़्ज़ा क्वेरीन्द्रिया

क्वीरीन्द्रियम

सान्ता मारिया देल पोपोलो

स्पैनिश स्टेप्स

विया सिस्तिना

हॉटल बर्नीनि

सान्ता मारिया देल्ला विक्टोरिया

विया डुए मार्चेली

विया डे हूटिंग

पियाज़्ज़ा बार्बेरीनि

विया डेल्ला क्विरीनाले

विया नाज़िओनाले

विया डेल्ला कॉर्सो

ट्रेवी फाउन्टन

पैन्थिऑन

पियाज़्ज़ा देल्ला रोतुन्द

विया डेल्ला स्कोफ़ा

विया ग्नानारदेल्ली

पियाज़्ज़ा नाविना

सेंट ऑग्नेसे इन अग्नेंनी

विया डे कोरोनारि

ब्रिज ऑफ़ एन्जेल्स

पियाज़्ज़ा देल पोपोलो

पियाज़्ज़ा कावूर

विया कोन्सिलिआज़िओने

कास्तेल सान आन्जेलो

विया देल्ला कोन्सिलिआज़िओने

कॉर्सो विट्टोरिओ इम्मेनुएल

आरेनुला

हॉस्पिटल तिबेरनिया

तिबेरनिया बेट

वेटिकन शहर सेंट पीटर्स बेसिलिका

टायबर नदी

साहा

व्हॅटिकन शहर

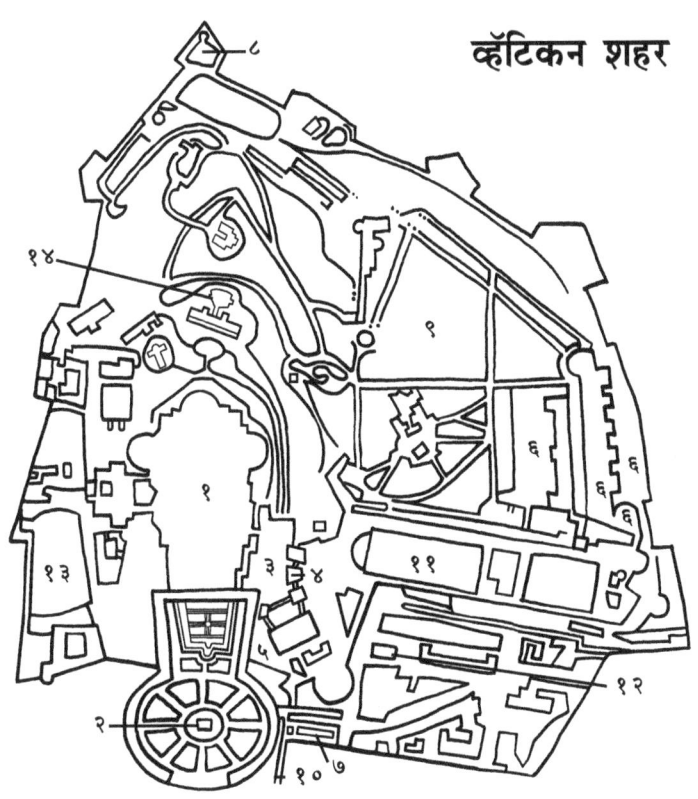

प्रस्तावना

पदार्थविज्ञान शास्त्रज्ञ लिओनार्दो वेत्राला जळणाऱ्या मांसाचा वास आला. त्याच्या स्वत:च्याच मांसाचा. ठाऊक होते त्याला ते. समोर उभ्या असणाऱ्या काळ्या कपड्यातील व्यक्तीकडे भीतीने थरथरत बघतच त्याने विचारले, ''काय हवं आहे तरी काय तुला?''

''पासवर्ड.'' खरखरत्या आवाजात उत्तर आले.

''पण... मला नाही...''

त्या व्यक्तीने हातामधली तापून लाल झालेली वस्तू वेत्राच्या छातीवर दाबून धरली. भाजून जळणाऱ्या मांसाचा चर्र आवाज आला.

वेत्रा वेदना सहन न होऊन ओरडला, ''पण पासवर्डच नाही...'' त्याची शुध्द हरपायला लागली.

त्या माणसाने कठोरपणे बघत म्हटले, ''मला वाटलंच होतं तसं.''

वेत्राने आपले डोके ताळ्यावर ठेवायचा प्रयत्न केला. पण त्याच्या डोळ्यांसमोर अंधारी यायला लागली. त्याला एवढेच समाधान होते, की या हल्लेखोराला जे हवे आहे ते मिळणे शक्य नाही. पुढल्या क्षणी त्या काळ्या कपड्यातल्या व्यक्तीने सुरा काढून वेत्राच्या चेहऱ्यासमोर धरला आणि काळजीपूर्वक एखाद्या सर्जनप्रमाणे...

''देवा आता तूच...'' वेत्रा किंचाळला.

पण आता फार उशीर झाला होता.

१

गिझाच्या पिरॅमिडच्या अगदी वरच्या पायरीवरून एका स्त्रीने हसतच हाक मारली, ''रॉबर्ट! लौकर ये! तरी मला माहीतच होतं की मी एखाद्या तरुण माणसाशीच लग्न करायला हवं होतं.'' काय जादू होती तिच्या हसण्यात.

तिच्याबरोबर राहायचा प्रयत्न करताकरता त्याचे पाय मात्र दगडासारखे जड झाले होते. ''थांब जरा... प्लीज.''

त्याने चढायला सुरुवात केली पण त्याला अस्पष्ट दिसायला लागले. कानात भयंकर आवाज यायला लागले. *तिच्याजवळ पोचायलाच हवे.* त्याने पुन्हा नजर वर केली तर ती नाहीशी झाली होती आणि तिच्या जागी एक घाणेरड्या दातांचा म्हातारा उभा होता. तो ओठ दुमडून तिरस्काराने याच्याकडे बघताना दिसल्यावर त्याने दुःखानेच वाळवंटात दूरवर ऐकू जाईल अशी किंकाळी फोडली.

रॉबर्ट लँग्डन आपल्या भयानक स्वप्नातून खडबडून जागा झाला. त्याच्या बिछान्याशेजारचा फोन खणखणत होता. भांबावल्याप्रमाणे त्याने तो उचलला.

''हॅलो?''

''रॉबर्ट लँग्डन?'' आवाज पुरुषाचा होता.

लँग्डन बिछान्यात उठून बसला. त्याने मनातला गोंधळ दूर करायचा प्रयत्न करत म्हटले, ''हो. मी रॉबर्ट लँग्डनच.'' त्याने घड्याळाकडे नजर टाकली. पहाटेचे पाच वाजून अठरा मिनिटे झाली होती.

''मला तात्काळ तुम्हाला भेटणं आवश्यक आहे.''

''कोण बोलतं आहे?''

''माझे नाव मॅक्सिमिलियन कोहलर. मी डिस्क्रीट पार्टिकल फिजिसिस्ट आहे.''

''काय?'' लँग्डनला सरळ विचार करता येईनासा झाला. ''तुम्ही योग्य त्या लँग्डनलाच फोन केला आहे ना?''

''हार्वर्ड युनिव्हर्सिटीमध्ये रिलिजस आयकॉनॉलॉजिचे प्रोफेसर, सिम्बॉलॉजिवरच्या तीन पुस्तकांचे लेखक... आणि...''

"आता किती वाजले आहेत याची काही कल्पना?"

"दिलगीर आहे मी. तुम्ही बघायलाच हवं असं काहीतरी माझ्याकडे आहे आणि त्याबद्दल फोनवर चर्चा करणं शक्य नाही."

लँग्डनच्या तोंडातून एक रागीट आवाज निघाला. पूर्वी घडले होते असे. रिलिजस सिम्बॉलॉजिवर पुस्तके लिहिण्याचा एक धोका होता. धर्मवेड्या व्यक्तींना नक्की देवानेच दिलेल्या अशी खात्री असणाऱ्या कुठल्या तरी चिन्हाबद्दल खात्री पटवून घ्यायची असायची. गेल्याच महिन्यात ओक्लाहामा इथल्या एका स्ट्रीपरने त्याने विमानाने ताबडतोब येऊन तिच्या बिछान्यावर उमटलेला क्रॉस आपोआप उमटला आहे अशी खात्री पटवली तर तो आजन्म विसरणार नाही असा शरीरसुखाचा अनुभव देण्याचे त्याला वचन दिले होते. बिछान्यावर क्रॉस उमटण्याच्या त्या चमत्काराला तिने 'तुलसा येथील कफन' असे नावही ठेवले होते.

"तुम्हाला माझा फोन नंबर कुठून मिळाला?" भलत्याच वेळेला फोन आला असला तरी सभ्यपणा राखायचा प्रयत्न करत लँग्डनने विचारले.

"वर्ल्डवाईड वेब. तुमच्या पुस्तकांची वेबसाईट."

लँग्डनच्या कपाळावर आठ्या चढल्या. अशक्य! त्याच्या पुस्तकांची माहिती देणाऱ्या कॉम्प्युटरवरच्या कुठल्याही साईटवर त्याच्या घरचा फोन नंबर नव्हता. तो माणूस निश्चित खोटे बोलत होता.

"मला खरंच तुम्हाला तात्काळ भेटण्याची गरज आहे. त्याबद्दल व्यवस्थित पैसेही देईन."

आता मात्र लँग्डनचे डोके फिरले. "सॉरी! पण..."

"ताबडतोब निघालात तर तुम्ही इथे साधारण..."

"कुठेही येणार नाही मी. पाच वाजले आहेत पहाटेचे." लँग्डनने फोन ठेवून लोळण घेतली आणि डोळे मिटून पुन्हा झोपायचा प्रयत्न केला. त्यात काही अर्थ राहिला नव्हता. ते भयानक स्वप्न त्याच्या मनातून जात नव्हते. तो उठला आणि खाली आला.

मॅसॅच्युसेट्समधल्या आपल्या व्हिक्टोरिअन पध्दतीच्या घरात अनवाणी फिरत रॉबर्ट लँग्डन झोप न येण्यावरचा आपला रामबाण उपाय करत होता – नेसलेच्या वाफाळलेल्या ड्रिंकिंग चॉकलेटचे घुटके घेत होता. अंथरलेल्या पौर्वात्य गालिच्यांवर खिडक्यांमधून येणारा चन्द्रप्रकाश चमकत होता. लँग्डनचे दोस्त नेहमी थट्टा करत, की त्याचे घर म्हणजे अॅन्थ्रपॉलॉजी म्यूझियम आहे. जगभरातून जमवलेल्या धार्मिक वस्तू शेल्फ्सवर रचून ठेवलेल्या होत्या. स्पेनमधला सोन्याचा क्रॉस, घानामधला *एक्वाबा,* क्वचितच आढळणारे बोर्निओमधले विणलेले *बॉक्कुस* – तरुण योद्ध्याचे चिरतारुण्याचे प्रतीक, एजियन सायक्लॉडिक मूर्ती.

पितळेच्या मोठ्या पेटीवर बसून घुटके घेताना त्याचे लक्ष खिडकीच्या तावदानावरच्या स्वत:च्याच प्रतिबिंबाकडे गेले. थोडे विकृतच वाटत होते ते आणि पांढरेफटकही – भुताचेच प्रतिबिंब जणू – *म्हातारपणाकडे झुकलेल्या भुताचे प्रतिबिंब,* त्याच्या मनात विचार आला. मनाने तो तरुण असला तरी शरीर नश्वरच आहे याची त्याला एकाएकी क्रूर जाणीव झाली.

त्याला देखणा म्हणता आले नसते. पण सहा फूट उंचीचा चाळिशीतला लँग्डन विद्वान मात्र नक्की वाटायचा. तांबूस केसांमधे रुपेरी झाक दिसायला लागली होती. दुसऱ्याच्या मनाचा ठाव घेणारे निळे डोळे, धीरगंभीर आवाज आणि कॉलेजमधल्या खेळाडूसारखे निष्काळजी हास्य. शाळा-कॉलेजमध्ये तो डायव्हर होता आणि आजही त्याचे शरीर त्याची साक्ष देत होते. युनिव्हर्सिटीच्या पोहण्याच्या तलावात दररोज पन्नास लॅप मारून त्याने आपले शरीर तंदुरुस्त राखले होते.

त्याच्या मित्रांना त्याच्याबद्दल कायम गूढ वाटे. तो दोन वेगवेगळ्या काळात अडकलेला माणूस वाटे. शनिवार, रविवार निळी जीन घालून तो विद्यार्थ्यांबरोबर कॉम्प्युटर ग्राफिक्स किंवा धार्मिक इतिहासाबद्दल चर्चा करताना दिसे. इतर वेळी सुप्रसिध्द आर्ट मॅगेझिन्सना फोटो देत म्युझिअम्सच्या उद्घाटनांच्या वेळी व्याख्याने देताना आढळे.

तसा तो शिस्तीला कडक आणि शिकवतानाही गंभीर भासला, तरी शुध्द, निर्भेळ मजा किंवा टवाळक्या करतानाही तो पुढेच असे. म्हणूनच तो सर्व विद्यार्थ्यांमधे अत्यंत प्रिय होता. कॅम्पसवरचे त्याचे टोपण नाव होते डॉल्फिन – ते त्याच्या स्वभावाला अनुसरून होतेच, पण वॉटर पोलो मॅचेसच्या वेळी तो ज्या तऱ्हेने पाण्यात बुड्या मारून विरोधी टीमला हतबल करत असे, त्या त्याच्या नैपुण्याबद्दलही होते.

तो एकटाच अंधारात बघत बसला असताना त्याच्या घराच्या शांततेचा भंग केला तो फॅक्स मशिनच्या घंटीने. पण तो आधीच इतका थकला होता की त्रास होतो आहे असे त्याला वाटले नाही.

'देवाची माणसे दोन हजार वर्षे त्यांच्या मसीहाची वाट बघत होती. आजही तेवढीच चिकाटी आहे खरी त्यांच्यात,' असा विचार करत तो हातातला कप खाली ठेवून अभ्यासिकेत पोचला. आलेला फॅक्स त्याने ट्रेमधून उचलला आणि त्याच्यावर नजर टाकली.

तत्क्षणी त्याच्या पोटात भयंकर मळमळायला लागले.

कागदावर एका प्रेताचा फोटो होता. अंगावर एकही कपडा नाही. डोके पूर्ण उलटे फिरवलेले. छातीवर जळल्याचे डाग. त्या माणसाच्या छातीवर भाजूनच एक ठसा उमटवला होता. एक शब्द. त्याच्या चांगला ओळखीचा. अत्यंत अविश्वासानेच तो त्या कोरीव अक्षरांकडे बघत बसला.

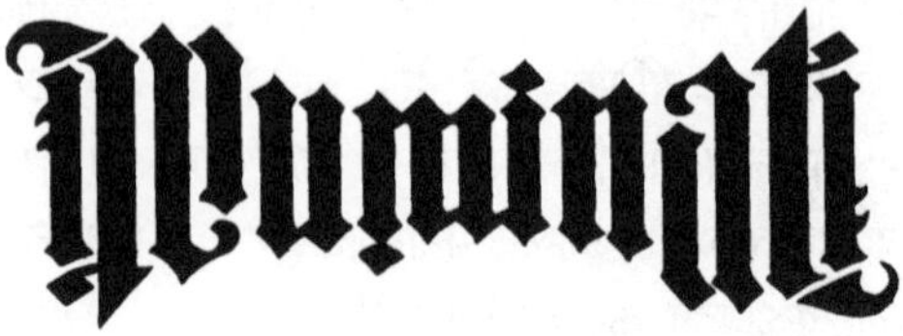

"इल्युमिनाटी," तो पुटपुटला. त्याच्या हृदयाचे ठोके वाढले. *हे अशक्य आहे.*

अगदी हळूहळू फॅक्सचा कागद फिरवून लँग्डनने तो दुसऱ्या बाजूने बघितला. त्याचा श्वास कोंडला. एखाद्या ट्रकने उडवले आहे असे त्याला वाटले. त्याचा आपण काय बघतो आहोत यावर विश्वास बसत नव्हता.

"इल्युमिनाटी," तो पुन्हा कुजबुजला.

त्याला जबरदस्त धक्का बसला. तो खुर्चीमध्ये कोसळलाच. त्याची मती गुंग झाली. फॅक्स मशिनवर चमकणाऱ्या लाल दिव्याकडे लक्ष जायलाही वेळच लागला. ज्याने कोणी फॅक्स पाठवला होता तो अजूनही त्याची वाट बघत होता – त्याला बोलायचे होते.

बराच वेळ त्या लाल दिव्याकडे बघत शेवटी त्याने थरथरत्या हातानेच रिसीव्हर उचलला.

२

"**आ**ता तरी माझ्या बोलण्याकडे लक्ष आहे?" लँग्डनच्या कानावर आवाज पडला.

"यस सर. नक्कीच आहे. काही स्पष्ट बोलणार याबद्दल?"

"मी आधीच तुम्हाला सांगायचा प्रयत्न केला होता." आवाज अगदी रुक्ष-यांत्रिक वाटत होता. "मी फिजिसिस्ट आहे. एक संशोधन संस्था चालवतो. इथे एक खून पडला आहे. तुम्ही फोटो बघितलाच आहे."

"तुम्ही मला कसं शोधलंत?" लँग्डनची नजर त्या फॅक्सवरच्या चित्रावरून हलत नव्हती.

"तेही मी तुम्हाला आधीच सांगितलं आहे. वर्ल्डवाईड वेब. तुमच्या *दि आर्ट ऑफ दि इल्युमिनाटी* या पुस्तकाची वेबसाईट."

लँग्डनने नीट विचार करायचा प्रयत्न केला. सामान्य वाचकांना या पुस्तकाची काहीही माहिती असण्याची शक्यता नसली, तरी ऑन लाईनवर त्या पुस्तकाने बराच वाचकवर्ग गोळा केला होता. तरीही तो माणूस जे सांगत होता त्याला अर्थ नव्हताच.

''त्या पानावर माझ्याशी कसा संपर्क साधायचा ही माहिती नाही. खात्री आहे माझी.''

''वेबवरून हवी ती माहिती काढण्यात माझ्या लॅबमधले लोक तज्ज्ञ आहेत.''

लँग्डनचा संशय फिटत नव्हता. ''वेबबद्दल तुमच्या लॅबमधल्या लोकांना खूपच माहिती दिसते.''

''असणारच. *आम्हीच तर वेबचा शोध लावला आहे.*''

त्या माणसाच्या बोलण्याच्या पध्दतीवरून तरी तो वाटेल ते बडबडत नव्हता, याची लँग्डनला खात्री पटली.

''मला भेटायलाच हवं तुम्हाला.'' तो माणूस आग्रहाने म्हणाला. ''याबाबत फोनवर नाही बोलता येणार. बोस्टनहून माझी लॅब विमानाने तासभर अंतरावरच आहे.''

अभ्यासिकेमधल्या अंधुक प्रकाशात लँग्डन त्या फॅक्सवरचे चित्र बघत होता. फारच परिणामकारक चित्र होते. या शतकातील महत्त्वाचा शोध. त्याच्या दहा वर्षांच्या संशोधनाला पुरावा देणारे एकुलते एक प्रतीक.

''खूप तातडीचं आहे आपण भेटणं.'' तो माणूस पुन्हा म्हणाला.

लँग्डनची नजर त्या प्रतीकावरून ढळत नव्हती. *इल्युमिनाटी!* तो पुन्हापुन्हा तोच शब्द वाचत होता. त्याचे आजपर्यंतचे काम जुनी कागदपत्रे आणि पूर्ण खात्रीच्या नसलेल्या ऐतिहासिक, ऐकीव गोष्टी यावरच आधारलेले होते. जुन्या खडकातील इतिहासपूर्वकालीन वनस्पती किंवा प्राणी यांच्या अवशेषांचा अभ्यास करून ऐतिहासिक सत्य शोधण्याचा दुसरा प्रकार. पण आता त्याच्या डोळ्यांना दिसणारे प्रतीक आजचे होते. अश्मीभूत अवशेषांच्या अभ्यासकाला चक्क जिवंत डायनोसोर समोर दिसल्यावर त्याची जशी अवस्था होईल, तशीच आता लँग्डनची झाली होती.

''तुमच्यासाठी विमानही धाडलं आहे मी.'' टेलिफोनवरच्या माणसाचा पुन्हा आवाज आला. ''वीस मिनिटांत बोस्टनला पोचेल ते.''

लँग्डनचा घसा कोरडा पडला. *फक्त एक तासाचे उड्डाण...*

''तुम्ही येणार हे गृहीत धरून मी वागलो त्याबद्दल दिलगीर आहे. पण तुमची खरंच गरज आहे इथे.''

लँग्डनने पुन्हा फॅक्सवर नजर टाकली. प्राचीन दंतकथा या क्षणी काळ्या-पांढऱ्या रंगात त्याच्यासमोर सत्य स्वरूपात स्पष्ट दिसत होती. घडणारे परिणाम भयानक असणार होते. त्याने खिडकीबाहेर नजर टाकली. खरे तर त्याच्या डोळ्यांना

बाहेरचे काहीही दिसत नव्हते इतका तो स्वत:च्या विचारात गुरफटला होता. भीती आणि जिज्ञासा अशा विचित्र भावनांनी त्याला वेढून टाकले. लँग्डनच्या लक्षात आले की त्याला करण्यासारखी एकच गोष्ट आहे.

"कुठून विमान पकडायचे?" त्याने फोनवरून विचारले.

३

हजारो मैलांवर दोन माणसे एका मध्ययुगीन, दगडी, अंधाऱ्या खोलीत बोलत होती.

काळोखात खुर्चीत बसलेला माणूस म्हणाला, "काम फत्ते?"

"हो. एकदम व्यवस्थित." त्याचा स्वर फारच कठोर होता.

"आणि याला जबाबदार कोण याबद्दल काहीही शंका नसणार?"

"अजिबात नाही."

"उत्कृष्ट! आणि मी सांगितलेली गोष्ट आणलीस?"

खुन्याचे काळेभोर डोळे चमकले. त्याने एक वजनदार इलेक्ट्रॉनिक उपकरण काढून टेबलावर ठेवले.

काळोखात बसलेला माणूस खूष झाला असावा. "खरंच चांगलं काम केलंस."

"ब्रदरहुडसाठी काम करण्याची संधी लाभणं हा मी माझा बहुमान समजतो."

"दुसरा टप्पा लौकरच सुरू होईल. थोडी विश्रांती घे. आज रात्री आपण जग बदलून टाकणार आहोत."

४

रॉबर्ट लँग्डनची साब ९०० एस गाडी कॅलहॅन टनेलमधून भरधाव वेगाने बोस्टन बंदराच्या पूर्व बाजूला लोगन विमानतळाच्या प्रवेशद्वाराजवळ बाहेर पडली. खाणाखुणा बघत त्याने ॲव्हिएशन रोड शोधला. जुन्या ईस्टर्न एअरलाईन्सच्या इमारतीजवळून डावीकडे वळल्यावर तीनएकशे यार्डांवर अंधारात समोरच हॅन्गर दिसला. पार्किंग लॉटमधे गाडी उभी करून तो बाहेर पडला.

निळा फ्लाईट सूट चढवलेला एक माणूस इमारतीमागून पुढे झाला. "रॉबर्ट लँग्डन?" त्याने विचारले. आवाज मित्रत्वाचा असला तरी बोलण्याची ढब लँग्डनला वेगळी वाटली.

"मीच." गाडी बंद करत लँग्डन उद्‌गारला.

"अगदी वेळेत आलात. मी एवढ्यातच उतरलो. या माझ्यामागून."

अवेळी येणारे फोन, गुप्त ठिकाणी अनोळखी लोकांबरोबरच्या भेटी, असल्या गोष्टींची लँग्डनला सवय नव्हती. कशाची अपेक्षा करायची याची जाणीव नसल्याने तो नेहमीच्या पोषाखात होता. चिनोजची पॅन्ट, एक टर्टलनेक स्वेटर आणि ट्वीड जॅकेट. त्याचे विचार मात्र खिशातल्या फॅक्समधल्या प्रतीकाभोवती घोटाळत होते. त्याचा अजूनही विश्वास बसत नव्हता.

त्याची काळजी बहुधा वैमानिकाच्या ध्यानात आली असावी. "विमानाचा त्रास होत नाही ना सर?"

"अजिबात नाही." *प्रश्न आहे प्रेतावर उठवलेल्या खुणेचा.*

हॅन्गर पार करून ते वळले आणि धावपट्टीवर पोचले. धावपट्टीवर उभ्या असलेल्या विमानाकडे बघताच लँग्डन खाडकन उभा राहिला. "आपण *त्या* – त्याच्यातून प्रवास करणार आहोत?" त्याने थक्क होऊन विचारले.

वैमानिक हसला. "आवडलं?"

क्षणभर विमानाकडे रोखून बघत लँग्डन म्हणाला, "आवडलं? ते आहे तरी काय?"

समोरचे विमान इतके अवाढव्य होते, की लँग्डनला स्पेस शटलची आठवण झाली. एका बाजूला रुंद आणि पुढे निमुळते. छे! आपण नक्की स्वप्नातच आहोत. विमानाला पंख असे दिसतच नव्हते. इंधनाच्या टाकीमागे माशांच्या कल्ल्यांसारखे काहीतरी वाटत होते. खिडक्या वगैरेही नाहीत. दोनशे फूट लांबीचा सांगाडाच फक्त.

"पूर्ण इंधन भरलं तर अडीच लाख किलो." आपल्या नवजात अर्भकाबद्दल बोलावे तशा अभिमानाने वैमानिकाने स्पष्टीकरण दिले. "द्रवरूप हायड्रोजनवर चालतं. सांगाडा टायटॅनिअम मेट्रिक्स आणि सिलिकॉन फायबर्सचा बनवलेला आहे. इतर जेट विमानांचा थ्रस्ट आणि वजन यांचं प्रमाण ७:१ असतं. या विमानाचं प्रमाण २०:१ आहे. डायरेक्टरना खरंच तुम्हाला अत्यंत तातडीने भेटायचं असणार, नाही तर हे विमान पाठवलं नसतं त्यांनी."

विमान? एखादी ब्यूक गाडी उडेल आकाशात? "हे... *हे खरोखर उडतं?*"

"अर्थातच!" लँग्डनबरोबर विमानाकडे जाताना वैमानिक उत्तरला. "आता प्रथम बघताना आश्चर्यचकित झाला असलात, तरी पाचएक वर्षांनी अशीच विमानं आढळतील.

अत्यंत वेगवान अशी नागरी वाहतूक. आमच्या लॅबनेच प्रथम घेतलं हे.''

'वेगळीच लॅब दिसते.' लँग्डनच्या मनात विचार आला.

''बोईंग एक्स-३३ चे प्रोटोटाईप आहे. पण अशी इतर डझनभर आहेत – नॅशनल एअरो स्पेस प्लेन, रशियन्सचे स्क्रॅमजेट, ब्रिटिशांचे होटोल. हा भविष्यकाळ आहे समोर. सार्वजनिक उद्योग यात पडायला थोडा वेळ लागेल एवढंच. मग नेहमीच्या जेट विमानांचा उपयोग करणारच नाही कोणी.''

''मला आपलं नेहमीचं जेट विमानच चाललं असतं,'' विमानाकडे बघत लँग्डन पुटपुटला.

शिडीकडे बोट दाखवत वैमानिकाने पुढे चालायची खूण केली. ''सांभाळून, मिस्टर लँग्डन.''

काही मिनिटांतच वैमानिकाने लँग्डनला रिकाम्या केबिनमधे पुढल्या ओळीत बसवून पट्टा बांधला आणि तो विमानाच्या पुढल्या भागात नाहीसा झाला.

केबिन इतर कुठल्याही प्रवासी एअरलायनरसारखी रुंद होती. पण खिडक्या नाहीत. त्यामुळेच लँग्डनला अस्वस्थ वाटत होते. बंद ठिकाणांचे लँग्डनला भय होते. लहानपणी अनुभवलेल्या प्रसंगामुळेही असेल कदाचित, पण भीती कायम राहिली होती. रॅकेट बॉल, स्क्वॅशसारखे खेळही तो टाळायचा. स्वस्त जागा उपलब्ध असताना उंच छताचे व्हिक्टोरिअन पध्दतीचे घरही खरे म्हणजे म्हणूनच त्याने विकत घेतले होते. म्युझिअममधले लांब, रुंद, उंच हॉल आवडत असल्यानेच त्याला कलाक्षेत्राबद्दल आवड निर्माण झाली असावी, असा त्याचा त्यालाच कधी कधी संशय यायचा.

इंजिने सुरू झाली. विमान एकदा थरथरले. लँग्डनने आवंढा गिळला. विमान धावपट्टीवरून पुढे निघाले. म्युझिक सिस्टिम सुरू झाली.

शेजारच्या फोनने दोनदा बीप-बीप आवाज केला. लँग्डनने रिसीव्हर उचलला.

''हॅलो!''

''ठीक आहात ना मिस्टर लँग्डन?''

''मुळीच नाही.''

''शांत व्हा. तासाभरात आपण पोहोचू तिथे.''

''तिथे म्हणजे कुठे?'' आपण कुठे निघालो आहोत याची आपल्याला कल्पनाच नाही हे अचानक लँग्डनच्या लक्षात आले.

''जिनेवा. लॅब जिनेवात आहे.''

''जिनेवा? ठीक आहे. न्यूयॉर्कजवळ. सेनेका लेकजवळ नातेवाईक आहेत माझे. पण तिथे फिजिक्सची लॅब आहे याची कल्पना नव्हती मला.''

वैमानिक हसून म्हणाला, ''मी *जिनेवा, न्यूयॉर्कबद्दल* बोलत नाही मिस्टर

लँग्डन. *जिनेवा, स्वित्झर्लंडबद्दल* बोलतो आहे.''

ध्यानात यायला जरा वेळच लागला लँग्डनच्या. ''स्वित्झर्लंड? पण तू तर म्हणाला होतास लॅब तासभर अंतरावर आहे.''

''तासाभरातच पोहोचू मिस्टर लँग्डन. या विमानाचा वेग माख पंधरा आहे. ध्वनीच्या वेगाच्या पंधरा पट.''

५

गर्दीच्या युरोपिअन रस्त्यावरून खुनी मार्ग काढत होता. काळ्या रंगाच्या आणि सामर्थ्यवान अशा त्या खुन्याच्या हालचाली अत्यंत जलद होत्या.

या कामावर त्याला नेमणाऱ्याचा चेहरा त्याला काळोखात दिसला नसला, तरी त्याच्या सान्निध्यात असणे त्याला बहुमानाचे वाटले होते. *फक्त पंधरा दिवसांपूर्वीच त्यांचा प्रथम संबंध आला होता?* फक्त पंधरा दिवस? टेलिफोनवरच्या त्या संभाषणाचा शब्दन्‌शब्द त्याच्या आठवणीत होता.

''माझे नाव जानस आहे.'' टेलिफोनवरून आवाज आला. ''तसे आपण एकमेकांना फार जवळचे आहोत. आपला शत्रू एकच आहे. मी ऐकलं आहे की तुझं कसब विकाऊ असतं म्हणून?''

''तुम्ही कोणाच्या वतीने बोलत आहात त्याच्यावर ते अवलंबून आहे.''

त्याला उत्तर मिळताच तो म्हणाला, ''तुम्ही विनोद करत नाही ना?''

''आमचे नाव ऐकले आहेस तर!''

''अर्थातच. ब्रदरहुडबद्दल कुणाला ठाऊक नाही?''

''आणि तरी माझ्याबद्दल अविश्वास वाटतो?''

''कारण सर्वांना माहिती आहे की बंधू धुळीला मिळालेले आहेत.''

''मुद्दामच केलेली फसवणूक. ज्याची कुणालाच भीती वाटत नाही तोच सर्वांत घातकी शत्रू असतो.''

तरी त्याच्या मनात संशय होताच. ''ब्रदरहुड खरंच आजही अस्तित्वात आहे?''

''जास्तीच भूमिगत झालेली. पण आमचा सर्वत्र शिरकाव झालेला आहे. आपल्या शत्रूच्या बालेकिल्ल्यात सुध्दा.''

''अशक्य! त्यांच्या जवळपास पोचणंही अशक्य आहे.''

"माझ्या बोलण्यावर अगदी लौकरच विश्वास ठेवशील. ब्रदरहुडच्या सामर्थ्याचा पुरावा देऊ तुला? विश्वासघाताची एकच घटना ते सिध्द करेल."

"काय केलं आहे तुम्ही?"

टेलिफोनवरच्या माणसाने सांगितले.

खुन्याचे डोळे विस्फारले. "अशक्य भासणारी गोष्टच साध्य केली आहे तुम्ही."

दुसऱ्या दिवशी जगभरच्या वर्तमानपत्रांत ठळकपणे तीच बातमी छापली होती. खुन्याचा संपूर्ण विश्वास बसला.

आज पंधरा दिवसांनी त्याचा अढळ विश्वास होता, की *ब्रदरहुड अस्तित्वात होती आणि आज रात्रीच त्यांचे सामर्थ्य दाखवण्यासाठी प्रकट होणार होती.*

रस्त्यातून चालताना त्याच्या डोळ्यांत अत्यंत अशुभ अशी चमक होती. या पृथ्वीवरच्या एका अत्यंत गुप्त आणि घातकी अशा शक्तीने त्याचे कसब विकत घेतले होते – *त्याचे कसब! त्यांनी अत्यंत शहाणपणाचा निर्णय घेतलेला होता.* काहीही माग न ठेवता, अत्यंत गुप्तपणे, धोकादायक अशी कामे करण्याबद्दल त्याची प्रसिध्दी होती. त्याने खून पाडून जानसला हवी ती गोष्ट मिळवून दिली होती. आता ती योग्य ठिकाणी ठेवायची ताकद जानसकडे होती.

योग्य ठिकाण...

कशी काय ती योग्य ठिकाणी ठेवली जाणार होती? अत्यंत कठीण होते. पण त्या माणसाचा आतपर्यंत शिरकाव झालेला होता.

जानस? नक्कीच टोपणनाव. रोमन लोकांच्या दोन तोंडाच्या देवाशी संबंध असणारे? का शनीच्या चंद्राशी? अर्थात कुठेही आणि कसाही संबंध असला किंवा नसला तरी त्याने काय फरक पडणार होता म्हणा. जानसची ताकद अफाट होती हे त्याने नि:संशय सिध्द केले होते.

चालताना आपले स्वर्गस्थ पूर्वज आपल्याकडे प्रेमाने बघत हसत आहेत अशी कल्पना खुन्याच्या मनात येऊन गेली. आज तो त्यांचीच लढाई खेळत होता. अकराव्या शतकापर्यंत त्यांनी ज्या शत्रूशी लढा दिला होता त्याच शत्रूविरुध्द तो आज दोन हात करत होता – शत्रूच्या धर्मयुध्द खेळणाऱ्या सैन्यांनी त्यांच्या जमिनींची धूळधाण उडवली, खून, बलात्कार घडवून आणले, त्यांची देवळे, त्यांचे देव उद्ध्वस्त केले.

त्याच्या पूर्वजांनी संरक्षणासाठी छोटेसे, पण अत्यंत दहशत निर्माण करणारे सैन्य उभारले. 'प्रोटेक्टर्स' या नावाने त्या सैन्याची ख्याती झाली होती – तरबेज अशा त्यांच्या खुन्यांनी सर्वत्र फिरून, शत्रूच्या सदस्यांना शोधत त्यांना कंठस्नान घातले. त्यांचे क्रौर्य आणि त्या नंतर हाशिशच्या अमलाखाली शुध्द हरपेपर्यंत

साजरे केलेले विजयोत्सव या गोष्टी सर्वज्ञात होत्या.

त्यांची कुप्रसिध्दी सर्वत्र पसरल्यावर ते हशिश या अमली द्रव्याच्या आहारी गेलेले किंवा हॅसासिन् म्हणून ओळखले जायला लागले. नंतर जगामधल्या सर्व भाषांमध्ये भयानक मृत्यूंच्या संदर्भात हा शब्द सर्रास वापरात यायला लागला. आजही इंग्लिश भाषेत तो शब्द वापरला जातो. पण खून करण्याचे कसब जसे जास्ती घातक, कपटी बनत गेले तसा हा शब्दही बदलत गेला.

आज त्याचा उच्चार होतो *असॅसिन्* – भाडोत्री मारेकरी!

६

थक्क झालेला लँग्डन विमानातून उतरला तेव्हा फक्त चौसष्ट मिनिटे झाली होती. स्वच्छ सूर्यप्रकाशात आजूबाजूला हिरव्यागार दऱ्या, हिमाच्छादित शिखरे दिसत होती. त्या मोकळ्या वातावरणाने तो उत्साहित झाला.

नक्कीच मी स्वप्नात आहे. कोणत्याही क्षणी जागा होईन.

''स्वित्झर्लंडमधे आपले स्वागत आहे.'' वैमानिक म्हणाला.

लँग्डनने आपले घड्याळ बघितले. सकाळचे ७:०७.

''सहा टाईम झोन पार करून आपण आलो आहोत. इथे नुकताच एक वाजून गेला आहे.''

लँग्डनने घड्याळाची वेळ बदलली.

''कसं वाटतं आहे?'' वैमानिकाने विचारले.

''स्टायरोफोम खाल्ल्यासारखं.'' विमान लागल्याने हैराण झालेला लँग्डन उद्गारला.

''साठ हजार फूट उंचीवरून प्रवास केल्याचा परिणाम. एवढ्या उंचीवर तीस टक्के तरी वजन कमी होते. तरी बरं विशेष मोठा पल्ला नव्हता. टोकिओला गेलो असतो तर विमान पूर्ण उंचीवर नेलं असतं – शंभर मैल तरी. तेव्हा पोटात जे ढवळलं असतं ना...''

नशीबच आपले. विमानाने जमीन सोडताना घेतलेला वेग, क्वचित वरखाली होणे सोडता, ताशी ११००० मैल वेगाने ते येत होते याची जाणीव झालीच नव्हती.

काही तंत्रज्ञ धावतच एक्स-३३ ची देखभाल करण्यासाठी गोळा झाले.

कन्ट्रोल टॉवरमागे उभ्या असलेल्या प्यूगॉट गाडीतून ते दरीबाहेर पडताना १७०
किलोमीटर वेगापर्यंत काटा फिरताना दिसल्यावर लँग्डन बघतच राहिला. ताशी
शंभर मैलांहूनही जास्ती. हा प्राणी आणि वेग यांचे काहीतरी अनोखे मिश्रण होते
खरे.

"लॅब पाच किलोमीटरवर आहे. दोन मिनिटांत पोहोचवतो."

तीन मिनिटांत चालेल की. जिवंत तरी पोचू. लँग्डन सीट बेल्ट शोधत विचार
करत होता.

"रेबा आवडते?" टेप डेकमधे कॅसेट घालत वैमानिकाने विचारले.

'इट इज जस्ट दि फिअर ऑफ बीइंग अलोन...' तिने गायला सुरुवात केली.

'भीती वगैरे काही नाही इथे.' लँग्डनच्या मनात उगीचच विचार आला.
त्याच्या मैत्रिणी त्याला अनेकदा चिडवायच्या की स्त्रीशिवाय घराला शोभा नसते हे
कबूल करायचे नाही म्हणून म्यूझियममधे ठेवण्यासारख्या वस्तूंनी रिकामे घर
भरायचा छंद त्याने लावून घेतला आहे. त्या घरात स्त्री आली तर किती बरे होईल.
लँग्डन त्यांचे बोलणे हसण्यावारी न्यायचा. त्याला आधीच तीन गोष्टींबद्दल किती
प्रेम आहे सांगायचा. सिम्बॉलॉजि, वॉटर पोलो आणि अविवाहितच राहणे. त्यातल्या
शेवटच्या गोष्टीमुळे तर जगभर प्रवास, कधीही, कितीही उशिरापर्यंत झोपा काढणे
आणि एकट्यानेच ब्रॅन्डी पिणे किंवा पुस्तके वाचणे यांचे स्वातंत्र्य तो उपभोगू शकत
होता.

"आमचं छोटं शहरच आहे." वैमानिकाच्या बोलण्याने तो आपल्या दिवास्वप्नातून
जागा झाला. "फक्त लॅब्जच नाहीत; सुपर मार्केट, हॉस्पिटल, सिनेमागृहदेखील
आहेत."

आपल्याच विचारात गढलेल्या लँग्डनने मान डोलावली आणि समोर दिसणाऱ्या
इमारतींवर नजर टाकली.

"आणि आमच्याकडे जगामधलं सर्वांत मोठं यंत्र आहे."

लँग्डनने आजूबाजूला बघितले.

"तिथे दिसणार नाही ते सर." वैमानिक हसत म्हणाला. "जमिनीखाली सहा
मजले तरी खोल आहे."

लँग्डनला आणखी काही विचारायला वेळच मिळाला नाही. वैमानिकाने
अचानक ब्रेक दाबला. सरहद्दीवरच्या एका ठाण्याबाहेर गाडी उभी होती.

लँग्डनने पाट्या वाचल्या. 'सुरक्षित विभाग. थांबा.' तो कुठे आहे ध्यानात
येताच लँग्डन घाबरला. "अरे देवा! मी माझा पासपोर्टही आणलेला नाही."

"गरज नाही त्याची. स्विस सरकारबरोबर आमची वेगळी व्यवस्था आहे."

ड्रायव्हरने सिक्युरिटी गार्डला आपले ओळखपत्र दिल्यावर गार्डने इलेक्ट्रॉनिक

ऑथेन्टिकेशन डिव्हाइसमधून ते सरकवले. हिरवा दिवा लागला.

"प्रवाशाचे नाव?"

"रॉबर्ट लँग्डन."

"कोणाचा पाहुणा?"

"डायरेक्टर."

गार्डने क्षणभर भुवया उंचावल्या. एक कॉम्प्युटर प्रिंटआऊट बघितला. स्क्रीनवर नजर टाकली. "आपले वास्तव्य सुखाचे होवो मिस्टर लँग्डन."

गाडीने पुन्हा वेग घेतला. गोलाकार रोटरीवरून पुढे आल्यावर अत्यंत आधुनिक अशी काच आणि पोलाद यांची चौकोनी इमारत समोर दिसायला लागली. डिझाईन असे की सर्वत्र नजर फिरत होती. आर्किटेक्चर या विषयाचीही त्याला आवड होतीच.

"ग्लास कथीड्रल." ड्रायव्हर म्हणाला.

"चर्च?"

"छे! चर्च ही एकच गोष्ट इथे नाही. इथला धर्म फिजिक्स आहे. आता देवाचं नाव तुम्हाला घ्यायचंच असेल तर घ्या. पण क्वार्क्स आणि मेसॉन्ससारख्या कणांना बदनाम करू नका म्हणजे झालं."

ड्रायव्हरने इमारतीच्या प्रवेशद्वाराजवळ गाडी उभी केली.

क्वार्क्स आणि मेसॉन्स? सरहद्दीवर अडचण नाही? माख पंधरा वेगाने जाणारी विमाने? कोण आहेत तरी कोण हे लोक? उत्तर इमारतीबाहेरच्या दगडी शिलेवर कोरलेल्या अक्षरांमध्ये होते.

(CERN)

Conseil Europeen pour la

Recherche Nucle'aire

"अणु संशोधन?" आपले भाषांतर नक्की बरोबर असणार या खात्रीने त्याने विचारले.

ड्रायव्हरने उत्तर दिले नाही. पुढे वाकून तो कॅसेट प्लेअरशी चाळा करत होता. "डायरेक्टर प्रवेशद्वाराशी भेटतील तुम्हाला."

इमारतीमधून व्हीलचेअरवर बसून एक माणूस बाहेर पडत होता. साठएक वर्षांचा असणार, लँग्डनने अंदाज केला. अत्यंत कृश, डोक्यावर केस नाहीत, चेहरा कठोर. त्याने पांढरा लॅब कोट घातला होता. इतक्या अंतरावरूनही करड्या रंगाचे, दगडासारखे निर्जीव डोळे लक्षात येत होते.

"तेच डायरेक्टर?"

ड्रायव्हरने वर बघितले. त्याला आश्चर्य वाटले असावे. "सैतानाचे नाव

काढायचीच खोटी, की आलेच.'' तो पुटपुटला.

व्हीलचेअरवरचा माणूस झपाट्याने येत होता. गाडी सोडून येणाऱ्या लँग्डनपुढे त्याने आपला हात पुढे केला. ''मिस्टर लँग्डन? आपण फोनवर बोललो आहोत. मी मॅक्सिमिलियन कोहलर.''

७

मॅक्सिमिलियन कोहलर, सर्नचा डायरेक्टर जनरल. इतर लोक त्याच्या मागे त्याला राजाच म्हणत. *कोइनिग!* या मागे आदरापेक्षा, भीतीच जास्ती. त्याच्या व्हीलचेअरवर बसून, ते त्याचे सिंहासनच होते, तो आपल्या राज्यावर जरबेने राज्य करे. तो पांगळा कसा झाला ती एक कथाच होती. त्यामुळेच तो फार कडवट स्वभावाचा बनला होता. पण त्याच्या कडवटपणाबद्दल कोणाची तक्रार नव्हती, की त्याच्या शुद्ध विज्ञानाला वाहून घेण्याच्या प्रवृत्तीबद्दल.

काही थोड्या क्षणांतच लँग्डनला जाणीव झाली, की हा माणूस आपले अंतर राखून वागणारा आहे. मुख्य प्रवेशद्वाराशी तो आपल्या इलेक्ट्रिक व्हीलचेअरवरून इतक्या झपाट्याने निघाला होता, की लँग्डनला त्याच्याबरोबर राहाण्यासाठी जॉगिंग करायची पाळी आली. आणि अशी व्हीलचेअर तर लँग्डनने कधी बघितलीही नव्हती. फोन्स, पेजिंग सिस्टिम, इलेक्ट्रॉनिक साधने, कॉम्प्युटरचा पडदा आणि वेगळा करता येईल असा एक छोटासा व्हिडिओ कॅमेराही व्हीलचेअरवर बसवला होता. किंग कोहलरचे मोबाइल कमान्ड सेन्टर.

दरवाजा उघडून ते एका प्रचंड लॉबीमधे आले.

काचेचा कथीड्रल! लँग्डनने वर बघितले.

निळसर रंगाची झाक असणारे काचेचे छप्पर दुपारच्या उन्हात चमकून आतमधे भूमितीतल्या रेखाकृती टाकत होते. त्यामुळे लॉबीला आगळीच भव्यता प्राप्त झाली होती. पांढऱ्या टाईल्सच्या भिंतींवर आणि संगमरवरी जमिनीवर कोनात सावल्या पडल्या होत्या. स्वच्छ, जंतुविरहित बनवलेल्या हवेचाच वेगळा वास येत होता. काही शास्त्रज्ञ घाईघाईने इकडून तिकडे जा ये करत होते. भव्य लॉबीत त्यांच्या पावलांचा आवाज घुमत होता.

''इकडून या मिस्टर लँग्डन.'' आवाज कॉम्प्युटरवरच्या आवाजासारखा यांत्रिक होता. कठोर पण स्पष्ट. ''प्लीज घाई करा.'' आलेला खोकला दाबत, स्वच्छ

पांढऱ्या रुमालाने तोंड पुसत तो म्हणाला. व्हीलचेअर उडी घेऊनच पुढे निघाल्यासारखी भासली.

मुख्य लॉबीपासून बाजूला निघणारे असंख्य हॉल मागे टाकत ते पुढे निघाले. प्रत्येक हॉलमधे घाईगर्दीने कामे चाललेली होती. ज्यांचे लक्ष कोहलरकडे जाई ते आश्चर्याने वळून लँग्डनकडे बघत. स्वत: डायरेक्टर ज्याला घेऊन जात होता तो माणूस आहे तरी कोण?

काहीतरी संभाषण करायचे म्हणून लँग्डन म्हणाला, "मी 'सर्न' बद्दल आजपर्यंत कधी काही ऐकलेलं नाही हे मात्र मला नाईलाजाने कबूल करावं लागेल."

"आश्चर्य वाटण्यासारखं त्यात काही नाही. शास्त्रीय संशोधनात युरोप आघाडीवर आहे असे बहुतेक अमेरिकन्सना कबूलच नाही. आपला माल खपवायचा मुलूख एवढ्याच दृष्टीने ते आमच्याकडे बघतात. आईनस्टाईन, न्यूटन, गॅलिलिओ कुठल्या देशांमध्ये जन्मलेले होते ते लक्षात घेता विचित्रच गोष्ट आहे खरी म्हणजे."

यावर काय उत्तर द्यायचे न कळल्याने लँग्डनने खिशातला फॅक्स बाहेर काढत म्हटले, "फोटोमधला हा माणूस, त्याच्या..."

कोहलरने त्याला हातानेच गप्प राहाण्याचा इशारा करत म्हटले, "प्लीज, इथे नाही. त्याच्याकडेच घेऊन निघालो आहे मी तुम्हाला." त्याने हात पुढे केला. "मला वाटतं आता तो फॅक्सही मलाच द्या."

लँग्डनने तो त्याच्या हातात ठेवला आणि गप्प राहून कोहलरबरोबर चालायला लागला.

डावीकडे वळून कोहलर पुढे निघाला. रुंद हॉलमधे अनेक ॲवॉर्ड्स आणि प्रशस्तिपत्रे नजरेत भरली आणि सुरुवातीलाच ब्रॉन्झची मोठी पाटी दिसली.

ARS ELECTRONICA AWARD
For Cultural Innovation in the Digital Age
Awarded to Tim Berners Lee and CERN
For the invention of the
WORLD WIDE WEB

कमाल आहे, पाटी वाचतावाचता लँग्डनच्या मनात विचार आला. *हा माणूस खरेच बोलत होता.* लँग्डनला आजपर्यंत वाटत होते की वेब हा अमेरिकनांचाच शोध आहे. अर्थात याबाबतचे त्याचे ज्ञान त्याच्या पुस्तकाची वेबसाईट आणि लूव्ह्र किंवा एल. प्रादो आर्ट गॅलरी यांची माहिती ऑन लाईन शोधण्यापुरतेच होते म्हणा.

पुन्हा एकदा कोहलरला खोकला आला. तोंड पुसून तो म्हणाला, "इथे इन-

हाऊस कॉम्प्युटरवरच्या साईट्सचे नेटवर्क म्हणून वेबची सुरुवात झाली. वेगवेगळ्या खात्यातल्या शास्त्रज्ञांना दररोजच्या घडामोडी कळण्यासाठी त्याचा खूप उपयोग झाला. जगामधल्या बहुतेक सर्वांनी उगीचच समजूत करून घेतली आहे, की वेब हे अमेरिकन तंत्रज्ञान आहे.''

''मग एकदा स्पष्ट सांगत का नाही?'' त्याच्या मागोमाग जाताजाता लँग्डन म्हणाला.

कोहलरने खांदे उडवले. त्याच्या दृष्टीने काही फरक पडत नव्हता. ''साध्या गोष्टीबद्दलचा गैरसमज. सर्न म्हणजे जगामधल्या कॉम्प्युटर्सना जोडणारी संस्था नव्हे. आमचे शास्त्रज्ञ जवळजवळ दररोज चमत्कार घडवून आणतात.''

''चमत्कार?'' कोहलरकडे प्रश्नार्थक मुद्रेने बघत लँग्डनने विचारले. हार्वर्डच्या फेअरचाइल्ड सायन्स बिल्डिंगमध्ये या शब्दाला स्थान नव्हते. देवाधर्माच्या अभ्यासकांनी या शब्दाचा वापर केला तर ते ठीक होते.

''विश्वास बसत नाही? मला वाटत होते तुम्ही रिलिजस सिम्बॉलॉजिस्ट आहात. तुमचा चमत्कारांवर विश्वास असणार.''

''माझे याबाबतीत ठाम असे मत नाही.'' लँग्डन म्हणाला. *सायन्स लॅबमध्ये घडणाऱ्या चमत्कारांबद्दल तर नाहीच.*

''चमत्कार या शब्दाचा वापर एखादे वेळी चुकीचा असेल. मी तुमची भाषा बोलायचा प्रयत्न करत होतो.''

''माझी भाषा? तुमची निराशा करायचं जिवावर येतय सर, पण मी धार्मिक प्रतीकांचा अभ्यासक आहे. प्रीस्ट नाही.''

कोहलर एकाएकी थांबला आणि वळून लँग्डनकडे बघत बसला. त्याची नजर जरा निवळलेली वाटली. ''अर्थातच. माझीच चूक. कॅन्सरच्या लक्षणांचा अभ्यास करण्यासाठी कॅन्सर व्हायला लागतो, असं थोडंच आहे?''

हा दृष्टिकोन वेगळा आहे खरा, लँग्डनच्या मनात विचार आला!

पुढे जाताजाता कोहलरच्या बोलण्यातला ताठरपणा कमी झाल्यासारखा वाटला. ''तुमचं आणि माझं जमेल मिस्टर लँग्डन.''

का कुणास ठाऊक, पण लँग्डनला तशी खात्री वाटली नाही.

घाईघाईने जाताना समोरून दबक्या गडगडाटासारखा आवाज येतो आहे असे वाटायला लागले. प्रत्येक पावलागणिक भिंतींमधूनही त्याचे प्रतिध्वनी उमटायला लागले.

न राहवून लँग्डनने विचारले, ''काय प्रकार आहे?'' ओरडूनच बोलायची पाळी आली. उफाळणाऱ्या ज्वालामुखीजवळ पोहोचत नाही ना आपण?

"फ्री फॉल ट्यूब." कोहलरचा विशिष्ट आवाज मात्र सहज ऐकू आला. यावर आणि कुठलेच भाष्य त्याने केले नाही.

लँग्डननेही विचारले नाही. तो थकला होता. मॅक्सिमिलियन कोहलरला आदरातिथ्याबद्दल ॲवॉर्ड्‌स मिळवण्याची पर्वा नसावी. लँग्डनने आपण इथे नक्की कशासाठी आलो आहोत याची आठवण केली. *इल्युमिनाटी!* या प्रचंड वास्तूत कुठे तरी एक प्रेत होते आणि त्या प्रेताच्या छातीवरचे, डाग देऊन, भाजून उमटवलेले प्रतीक बघायला तो ३००० मैल अंतरावरून विमानाने आला होता.

गडगडाटाने आता कानठळ्या बसायची पाळी आली. लँग्डनला बुटांच्या तळव्यांमधून थरथर जाणवायला लागली. ते वळले. समोर एक गॅलरी होती. वक्राकार भिंतीत पाणबुडीला असतात तशा चार खिडक्या होत्या. त्याने एका खिडकीतून आत नजर टाकली.

प्रोफेसर रॉबर्ट लँग्डनने आयुष्यात अनेक चमत्कारिक गोष्टी बघितल्या होत्या. पण ही फारच विचित्र होती. आपल्याला भास होत नाही ना याची खात्री पटवण्यासाठी त्याने डोळ्यांची उघडझापही केली. तो एका विशाल अशा गोलाकार चेम्बरमधे बघत होता आणि वजनरहित असल्यासारखी तिथे माणसे तरंगत होती. तीन. एकाने त्याला हात करून कोलांटी उडी घेतली.

अरे देवा! मी ओझच्या विश्वात आलो बहुधा.

चेम्बरची जमीन जाळीदार होती. खाली प्रचंड प्रॉपेलर्स फिरत होते.

"फ्री फॉल ट्यूब," त्याच्यासाठी थांबून कोहलर म्हणाला "इन-डोअर स्काय डायव्हिंग. मनावरचा ताण हलका करण्यासाठी हे उभे विन्ड टनेल आहे."

लँग्डन थक्क होऊन बघत होता. एक फारच जाडी स्त्री तरंगत खिडकीपाशी आली. हवेच्या जोरदार प्रवाहांनी दणके खात असतानाही तिने अंगठा वर करून दाखवला. त्याने कसेबसे हसून तीच खूण केली. तो विचार करत होता की ही खूण निर्मितीसामर्थ्याचे प्रतीक असलेल्या मर्दानी पुरुषाच्या लिंगाची प्रतिमा म्हणून प्राचीन काळापासून प्रसिध्द आहे, हे तिला ठाऊक होते की नाही.

या स्त्रीने एक छोटासा पॅराशूट लावल्यासारखे त्याला वाटले. तिच्यावर एखाद्या खेळण्यासारखा तो फुगला होता. "तो कशासाठी?" लँग्डनने विचारले. "एक यार्डही लांब-रुंद नसेल."

"गती अवरोध." कोहलर उद्‌गारला. "तेवढ्याने कमी झालेल्या तिच्या गतीने फॅन उचलू शकतो तिला." त्याने कॉरिडॉरमधे नजर फिरवली. "फक्त एक चौरस यार्डाचा तुकडा खाली पडणाऱ्या गोष्टीचा वेग निदान वीस टक्के तरी कमी करतो."

लँग्डनने काहीही न कळता मान डोलावली.

त्याच्या मनातही आले नव्हते, की त्या रात्री शेकडो मैल दूर असणाऱ्या दुसऱ्याच एका देशात त्याचा जीव कोहलरच्या या एका वाक्याने वाचणार होता.

८

कोहलर आणि लँग्डन सर्नच्या मुख्य कॉम्प्लेक्समागे स्वच्छ स्विस सूर्यप्रकाशात बाहेर पडल्यावर लँग्डनला घरी आल्यासारखे वाटले. दृश्य एखाद्या आयव्ही लीग कॅम्पसप्रमाणे होते.

समोर हिरव्यागार गवताचा गालिचा उतारावरून खालपर्यंत पोचला होता. खाली चौकोनी वसतिगृहे आणि फुटपाथ. आजूबाजूला शुगर मॅपल्सची झाडे. स्कॉलरसारखे वाटणारे अनेक जण हातात पुस्तकांचे गठ्ठे घेऊन आतबाहेर करत होते. कॉलेजसारखेच वातावरण. केस वाढवल्याने हिप्पीसारखे दिसणारे दोघेजण फ्रिस्बी फेकत होते. एका खिडकीतून मालरच्या फोर्थ सिम्फनीचे स्वर घुमत होते.

त्या इमारतींच्या दिशेने व्हीलचेअर वेगाने नेतानेता कोहलर म्हणाला, "या आमच्या राहाण्याच्या जागा. तीन हजार फिजिसिस्ट इथे राहातात. जगामधले अर्धे फिजिसिस्ट फक्त सर्नने सामावून घेतले आहेत. अत्यंत चमकदार बुध्दीची माणसे– जर्मन, जपानी, इटालिअन्स, डच – तू नाव घेशील त्या देशामधून आलेली. आमचे फिजिसिस्ट निदान साठ देश आणि पाचशे विद्यापीठांमधून आले आहेत."

"ते एकमेकांशी बोलतात तरी कसे?" आश्चर्यानेच लँग्डनने विचारले.

"अर्थातच इंग्लिशमध्ये. विज्ञानाची जागतिक भाषा."

गणित हीच विज्ञानाची एकमेव भाषा आहे असे लँग्डनच्या पुन्हा पुन्हा कानावर पडले होते, पण वाद घालण्याइतका आत्ता तो ताजातवाना नव्हता. ते अर्धे खाली उतरले असतील तर 'NO GUT NO GLORY!' लिहिलेला टी शर्ट घालून एक जण जॉगिंग करत गेला.

कोड्यात पडल्याप्रमाणे त्याच्याकडे बघत लँग्डनने विचारले, "GUT?"

"जनरल युनिफाईड थिअरी – जी. यू. टी. – सर्वच गोष्टींचा सिध्दान्त."

"कळले." लँग्डन उगीचच पुटपुटला. त्याला काहीही कळले नव्हते.

"पार्टिकल फिजिक्स म्हणजे काय माहिती आहे मिस्टर लँग्डन?"

"पडणाऱ्या वस्तू वगैरेंसारख्या गोष्टींशी माझा संबंध आला आहे." उंचावरून सूर मारण्याच्या वर्षानुवर्षांच्या अनुभवाने वरून कोणतीही गोष्ट खाली पडताना

गुरुत्वाकर्षणामुळे तिच्या वाढणाऱ्या गतीबद्दल त्याला चांगलाच आदर होता. ''पार्टिकल फिजिक्स म्हणजे अणूंचाच अभ्यास ना?''

कोहलरने नकारार्थी मान डोलावली. ''आमचा ज्यांच्याशी संबंध येतो त्यांच्या तुलनेत अणू म्हणजे एखादी ग्रहमालाच ठरावी. अणूच्या एक हजारांश आकाराच्या त्याच्या न्यूक्लिअसमधे आम्हाला जास्ती रस आहे.'' त्याला पुन्हा ढास लागली. चांगलाच आजारी असावा. ''काळाच्या सुरुवातीपासून माणूस जे प्रश्न विचारतो आहे त्यांची उत्तरे शोधण्याचा प्रयत्न सर्नमधले स्त्री-पुरुष शास्त्रज्ञ करतात. आपण कुठून आलो? कशापासून बनलो?''

''आणि या प्रश्नांची उत्तरे फिजिक्सच्या लॅबमधे मिळतील?''

''तुम्हाला आश्चर्य वाटल्यासारखे दिसते.''

''नक्कीच. प्रश्न धार्मिक वाटतात.''

''मिस्टर लँग्डन, एके काळी प्रत्येक प्रश्न हा धार्मिकच ठरत होता. अगदी काळाच्या सुरुवातीपासून विज्ञानाला ज्या प्रश्नांची उत्तरे देता येत नव्हती, त्यांची उकल करण्यासाठी धर्म आणि श्रध्दा यांचा उपयोग केला गेला आहे. सूर्याचा उदय आणि अस्त यांचा संबंध एके काळी हेलिओज आणि सोनेरी रथाशी जोडला होता. भूकंप आणि पूर म्हणजे पोसिदोनचा राग होता. विज्ञानाने हे सर्व देव खोटे होते हे आजपर्यंत सिध्द केले आहे. सर्व देवांची शेवटी तीच अवस्था होणार आहे. माणूस विचारू शकणाऱ्या बहुतेक सर्व प्रश्नांची उत्तरे विज्ञानाने आजपर्यंत शोधली आहेत. काही प्रश्नच शिल्लक आहेत. कठीण असे. आपण नक्की कुठून आलो? काय करतो आहोत इथे? जीवनाचा अर्थ काय? आणि विश्वाचाही?''

''आणि या प्रश्नांची उत्तरं द्यायचा सर्न प्रयत्न करतं आहे?'' लँग्डनला खरोखरच आश्चर्याचा धक्का बसला.

''प्रयत्न नाही, उत्तरं देत आहे.''

लँग्डन गप्प होऊन विचारात पडला. एक फ्रिस्बी त्यांच्या समोरच येऊन पडली. कोहलरचे लक्षही नव्हते.

आणि कोणी तरी पलीकडून ओरडले. ''प्लीज!''

केस पांढरे पडलेल्या आणि *कॉलेज पॅरिसचा* स्वेट शर्ट घातलेल्या एका माणसाने त्यांच्याकडे बघत हात हलवला. लँग्डनने फ्रिस्बी उचलून फेकली. एका बोटावर ती अडवून, थोडा वेळ फिरवून, ती त्या माणसाने खांद्यावरून आपल्या दोस्ताकडे फेकली. ''आभारी आहे.'' तो लँग्डनकडे वळून म्हणाला.

''अभिनंदन! नोबेल पारितोषिक मिळवणाऱ्या मल्टिवायर प्रपोर्शनल चेम्बरचा संशोधक जॉर्ज शारपाशी खेळलास तू,'' लँग्डनने त्याला गाठल्यावर कोहलर म्हणाला.

लँग्डनने मान डोलावली. *आज माझ्या भाग्याचाच दिवस दिसतोय.*

त्यांच्या नियोजित ठिकाणी पोचायला त्यांना तीन मिनिटे लागली. ॲस्पनच्या झाडांनी वेढलेल्या एका वसतिगृहाजवळ ते पोचले. इतर इमारतींशी तुलना करता श्रीमंती थाटाचेच वाटत होते. समोरच्या कोरीव दगडावर 'बिल्डिंग सी' लिहिले होते.

काय कल्पक नाव तरी शोधून काढले आहे, लँग्डनच्या मनात विचार आला. पण त्याला आवडली ती इमारत. जुन्या पध्दतीची. दणदणीत. पुढली बाजू तांबड्या विटांची, कोरीव कठडे. बाजूला आकारबध्द झुडपांचे कुंपण. दगडी पायवाटेने ते प्रवेशद्वाराजवळ पोचले. दोन संगमरवरी स्तंभांखालून आत शिरले. एका स्तंभावर कोणीतरी चिठ्ठी डकवली होती.

हा स्तंभ आयॉनिक आहे.

लँग्डनने तोंडाने चक् आवाज काढला. "अत्यंत बुध्दिमान फिजिसिस्टही चुका करतात बघून बरं वाटलं." तो स्तंभाकडे बघत म्हणाला.

"काय म्हणायचं आहे तुला?" कोहलरने विचारले.

"ही चिठ्ठी लिहिणाऱ्याने चूक केली आहे. तो स्तंभ आयॉनिक नाही. आयॉनिक स्तंभ हे रुंदीला सारखे असतात. हा वरती टोकदार होत गेला आहे. तो डॉरिक स्तंभ आहे – आयॉनिक स्तंभाचा ग्रीक अवतार. नेहमीची चूक."

कोहलर अजिबात हसला नाही. "त्या लेखकाने विनोदानेच तसे लिहिले आहे मिस्टर लँग्डन. आयॉनिक म्हणजे ज्यामधे आयन्स-विद्युतभारित कण असतात. बहुतेक सर्व वस्तूंमध्ये ते असतातच."

लँग्डनने वळून त्या स्तंभाकडे बघितले. पण तो गप्प बसला.

लिफ्टने सी इमारतीच्या वरच्या मजल्यावर पोचल्यावरही आपण उगीचच मूर्खासारखे बडबडलो असे लँग्डनला वाटत होते. एका मोठ्या कॉरिडॉरमधून ते पुढे निघाले. पारंपरिक कलोनिअल फ्रेंच पध्दतीने सजावट केली होती. लाल रंगाचा दिवाण, चिनी मातीच्या मोठ्या फुलदाण्या, गुंडाळीसारखे शोभिवंत लाकडी नक्षीकाम.

"आमचे वैज्ञानिक आरामात राहिलेले आवडतात आम्हाला."

दिसतेच आहे ते, लँग्डनने विचार केला. "फॅक्समधला माणूस इथे राहात होता तर. तुमचा वरच्या दर्जाचा एक शास्त्रज्ञ?"

"बरोबर. आज सकाळी त्याने माझी भेट चुकवली. फोनवर उत्तर मिळाले नाही. मी त्याला शोधायला वर आलो तेव्हा तो त्याच्या पुढल्या खोलीत मृतावस्थेत आढळला."

आता आपण एक मृत माणूस बघणार आहोत या कल्पनेने लँग्डन चरकला.

लिओनार्दो दा विंचीने त्याचा शरीरशास्त्राचा अभ्यास पुरलेली प्रेते खणून काढून, त्यांची चिरफाड करून केला होता, असे आर्ट क्लासमधल्या प्राध्यापकाने सांगितल्या दिवसापासून मृत माणसे बघायच्या कल्पनेनेच त्याच्या पोटात ढवळायचे.

कोहलर हॉलच्या कोपऱ्यापर्यंत पोचला. तिथे एकच दरवाजा होता. ''पेन्टहाऊस.'' कोहलर म्हणाला. त्याने आपल्या कपाळावरचा घाम टिपला.

ओकच्या भक्कम लाकडी दरवाज्यावर पाटी होती.

लिओनार्दो वेत्रा

''पुढल्या आठवड्यात तो अठ्ठावन्न वर्षांचा झाला असता. अत्यंत प्रगल्भ बुध्दिमत्तेचा शास्त्रज्ञ. त्याच्या मृत्यूने विज्ञान क्षेत्राचे अपरिमित नुकसान झाले आहे.''

कोहलरच्या दगडी चेहऱ्यावरही कुठली तरी भावना उमटल्यासारखे लँग्डनला वाटले. क्षणभरच. पुन्हा त्याचा चेहरा पूर्ववत झाला. खिशात हात घालून, किल्ल्यांचा एक जुडगा काढून कोहलर किल्ली शोधायला लागला.

आणि अचानक लँग्डनच्या लक्षात आले की या इमारतीत पाऊल टाकल्यापासून त्याला एकही माणूस दिसला नव्हता. ''इथला प्रत्येक जण कुठे आहे?'' त्याने विचारले. खुनाच्या जागी प्रवेश करत असताना काहीही हालचाल नाही हे विचित्र होते.

''आपापल्या लॅबमधे,'' कोहलरने उत्तर दिले. त्याला किल्ली मिळाली.

''पोलीस म्हणतो आहे मी. ते गेलेही?''

कुलपात अर्धी किल्ली घातलेली असताना वळून कोहलरने विचारले, ''पोलीस?''

लँग्डनने कोहलरच्या डोळ्याला डोळा देत म्हटले, ''पोलीस! खुनाबद्दलचा फॅक्स तुम्ही मला पाठवलात. पोलिसांनाही बोलावले असणारच.''

''नाही.''

''नाही?''

''परिस्थिती फार गुंतागुंतीची आहे मिस्टर लँग्डन.''

लँग्डनला भीतीने घेरले. ''पण दुसऱ्या कुणाला तरी कळवले असणारच याबद्दल.''

''हो. लिओनार्दोच्या दत्तक मुलीला. ती पण सर्नमधेच फिजिसिस्ट आहे. दोघेही एकाच लॅबमधे काम करतात. ती गेला आठवडा फिल्ड रिसर्चसाठी बाहेर गेली होती. तिला मी कळवले आहे. आता येईलच ती.''

''पण इथे खून झाला...''

''औपचारिक चौकशी होईलच.'' कोहलर दृढ स्वरात म्हणाला. ''पण त्यावेळी

वेत्राच्या लॅबचाही शोध घेतला जाईल. तो आणि त्याची मुलगी त्यांची लॅब खाजगी मानतात. तेव्हा मिस वेत्रा येईपर्यंत थांबायला हवे असे मला वाटते.''

कोहलरने किल्ली फिरवली.

दरवाजा उघडताच आतमधून थंडगार हवेचा झोत बाहेर पडला. लँग्डन चमकला. तो एखाद्या भलत्याच विश्वात बघत असावा. आतमधे पांढऱ्या धुक्याचे लोटच्या लोट उठत होते. फर्निचरभोवती फिरत होते. आतमधले काही नीट दिसत नव्हते.

''अरे देवा! हे ...''

''फ्रेऑन कूलिंग सिस्टिम. मृत शरीर व्यवस्थित जतन व्हावे म्हणून मीच हा फ्लॅट थंडगार बनवला आहे.''

नक्की ओझच्या विश्वातच आहे मी, लँग्डन आपल्या जॅकेटची बटणे लावत विचार करत होता. *आणि माझ्या जादूच्या स्लीपर्सही मी आणलेल्या नाहीत.*

९

जमिनीवर पडलेले प्रेत अत्यंत भयानक अवस्थेत होते. लिओनार्दो वेत्रा नग्न अवस्थेत उताणा पडलेला होता. कातडी निळसर पडायला लागलेली. मानेची मोडलेली हाडे बाहेर आली होती. त्याचे डोके संपूर्ण उलटे फिरवले होते. त्यामुळे जमिनीवर टेकलेला चेहरा दिसत नव्हता. शरीराखाली लघवीचा ओहळ गोठला होता.

लँग्डनच्या पोटात मळमळायला लागलेले असतानाच त्याची दृष्टी मृताच्या छातीवर पडली. फॅक्सवर डझनावारी वेळा त्याने नजर टाकली असली, तरी खरीखुरी अक्षरे नजर ढळू देत नव्हती. भाजल्यामुळे अक्षरे वर उचलल्यासारखी झाली होती. प्रतीक अगदी स्पष्ट नजरेस पडत होते.

आता आपल्याला भरलेली हुडहुडी तो आश्चर्याने जे बघत होता, त्यामुळे भरली होती का खोलीतल्या गारव्यामुळे हे लँग्डनला कळेना.

Illuminati

दुसऱ्या बाजूने जाऊन तोच शब्द वाचताना त्याच्या छातीत धडधडायला लागले.

"मिस्टर लँग्डन?"

लँग्डनच्या कानावर शब्द पडलेच नाहीत. तो आता दुसऱ्याच जगात पोहोचला होता – त्याचे जग – इतिहास, दंतकथा, सत्य यांचा कोलाहल त्याच्या मनात माजला होता. तो भानावर आला. त्याचे डोके काम करायला लागले.

"मिस्टर लँग्डन!" कोहलरचे डोळे अपेक्षेने त्याच्यावरच खिळले होते.

लँग्डनने मान वर केली नाही. त्याचे पूर्ण लक्ष मृताच्या छातीवर केन्द्रित झाले होते. "तुम्हाला याबद्दल किती माहिती आहे?"

"तुमच्या वेबसाईटवर वाचायला वेळ झाला तेवढीच. इल्युमिनाटी म्हणजे ज्ञानी. कुठल्या तरी प्राचीन ब्रदरहुडचे नाव आहे म्हणे."

"पूर्वी कधी हे नाव ऐकले होते?"

"वेत्रा यांच्या छातीवरच प्रथम पाहिले."

"म्हणून तुम्ही वेबवर शोध घेतला?"

"हो."

"आणि शंभर तरी संदर्भ मिळाले असतील."

"हजारो." कोहलरने उत्तर दिले. "पण तुमच्या बाबतीत हार्वर्ड, ऑक्सफर्डचे संबंध, एक प्रथितयश प्रकाशक आणि संबंधित इतर प्रकाशनांची यादीही मिळाली. मी शास्त्रज्ञ आहे. माझ्या दृष्टीने माहिती कुठून, कोणाकडून मिळाली यावर ती किती मौल्यवान आहे ठरते. तुम्ही या बाबतीत अधिकारी व्यक्ती वाटलात."

लँग्डनची नजर अजून मृताच्या छातीवरच खिळलेली होती.

कोहलर काही बोलला नाही. लँग्डनकडे रोखून बघत तोच या सर्व प्रकाराचा उलगडा करेल याची वाट बघत बसला.

लँग्डनने मान वर करत म्हटले, "जरा उबदार अशा खोलीत पुढले बोलू या का?"

"ही खोलीच चांगली आहे." गारठवून टाकणाऱ्या थंडीचा कोहलरवर काहीच परिणाम वाटत नव्हता. "इथेच बोलू."

लँग्डनला थोडा रागच आला. इल्युमिनाटींचा इतिहास साधासुधा नव्हता. *तो सांगून होईपर्यंत गोठून मरायची पाळी यायची.* पुन्हा त्याचे लक्ष छातीवर उमटवलेल्या ब्रॅन्डकडे गेले. तो चरकला.

आधुनिक सिम्बॉलॉजिमध्ये इल्युमिनाटी या निशाणीवर अनंत आख्यायिका होत्या. पण कोणत्याही अभ्यासकाने ती निशाणी स्वत:च्या डोळ्यांनी खरोखर कुठेही बघितली नव्हती. प्राचीन कागदपत्रे त्या निशाणीचे वर्णन *ॲम्बिग्राम* म्हणून

करत – *ॲम्बि* म्हणजे दोन्हीकडून वाचता येतो असा. अशी चिन्हे तशी बरीच आहेत. स्वस्तिक, ज्यूंचा स्टार, यिन यांग, साधा क्रॉस. पण एखादा शब्दच अशा तऱ्हेने बनवता येईल ही अगदी अशक्य बाब वाटत होती. आधुनिक काळातही सिम्बॉलॉजिस्टनी इल्युमिनाटी या शब्दाचा ॲम्बिग्राम बनवण्यासाठी केलेले सर्व प्रयत्न व्यर्थ गेले होते. तेव्हा ती आख्यायिकाच होती अशा निर्णयाला ते आले होते. केवळ कल्पित गोष्ट.

"मग कोण आहेत हे इल्युमिनाटी?" कोहलरने विचारले.

खरंच कोण आहेत हे? लँग्डनने सांगायला सुरुवात केली.

"अगदी ऐतिहासिक काळापासून धर्म आणि विज्ञान यांच्यामधे वितुष्ट आहे." लँग्डनने बोलायला सुरुवात केली. "कोपर्निकसप्रमाणे उघडपणे बोलणाऱ्या शास्त्रज्ञांचा..."

"चर्चने खून पाडला, शास्त्रीय सत्य उघड केले म्हणून. धर्माने कायमच विज्ञानाला विरोध केला आहे." कोहलर मधेच म्हणाला.

"पण सन १५०० च्या आसपास रोममधला एक गट चर्चच्या विरोधात उभा ठाकला. इटलीमधले काही विद्वान फिजिसिस्ट, गणितज्ज्ञ, खगोलशास्त्रज्ञ गुप्तपणे एकत्र भेटून चर्चच्या खोट्या शिकवणुकीबद्दल विचार करायला लागले. चर्च म्हणेल तेच सत्य या धोरणामुळे सर्व जगामधेच ज्ञानाचा लोप होईल अशी त्यांना भीती वाटायला लागली. फक्त शास्त्रीय विचारांची कास धरणाऱ्यांचा त्यांनी एक गट स्थापन केला. विचारपूर्वक अज्ञानाचा अंधार दूर करून ज्ञानाचा प्रकाश पाडणाऱ्या या लोकांनी स्वत:ला इल्युमिनाटी म्हणवून घ्यायला सुरुवात केली. हे युरोपमधले प्रगल्भ बुद्धिमत्तेचे लोक – फक्त शास्त्रीय कसोटीवर उतरणाऱ्या सत्याच्या शोधालाच वाहून घेतलेले – अर्थातच कॅथलिक चर्च हात धुऊनच त्यांच्यामागे लागले. अत्यंत लपूनछपून काम करणारे शास्त्रज्ञच सुखरूप राहू शकत होते. पण शाळा कॉलेजांमधून गुप्तपणे ही माहिती पोहोचत राहिली आणि युरोपमधले विज्ञानाची कास धरणारे सर्वजण इल्युमिनाटी ब्रदरहुडचे सदस्य बनले. शोधण्यास अत्यंत कठीण अशा रोममधल्या एका जागेमध्ये हे शास्त्रज्ञ नेहमी भेटत. त्या अत्यंत गुप्त अशा जागेचे नाव होते *चर्च ऑफ इल्युमिनेशन.* अनेक इल्युमिनाटींना चर्चच्या जुलूमशाहीला विध्वंसक कृत्यांनीच विरोध करायचा होता. पण त्यांच्यामधल्या अत्यंत आदरणीय अशा व्यक्तीने याला विरोध केला. इतिहासामध्ये गाजलेला एक शास्त्रज्ञ."

कोहलरला याचे नाव नक्की कळेल याची लँग्डनला खात्री होती. सूर्यमालेमध्ये पृथ्वी नाही तर सूर्यच केन्द्रस्थानी आहे असे उघडपणे जाहीर करणाऱ्या या अत्यंत

दुर्दैवी अशा खगोलशास्त्रज्ञाला चर्चने अटक करून तुरुंगात डांबले. त्याचे मुंडकेही खरे म्हणजे चर्चकडून उडायचे. त्याचा पुरावा बिनतोड होता, पण देव त्याची स्वत:ची मानवजात त्याच्या विश्वाच्या मध्यवर्ती ठिकाणी ठेवणार नाही असे सुचवणे हाच त्याचा घोर अपराध ठरला.

"त्याचे नाव गॅलिलिओ गॅलिलेई."

"गॅलिलिओ?" कोहलरने विचारले.

"हो. तो इल्युमिनाटी होता पण कट्टर कॅथलिकही. विज्ञान देवाच्या स्थानाला धक्का लावत नसून त्याच्या अस्तित्वाचा पुरावा देत आहे, असं म्हणत त्याने चर्चच्या विज्ञान विरोधाची धारही बोथट करण्याचा प्रयत्न केला. एकदा त्याने लिहिले होते की भ्रमण करणारे ग्रह टेलिस्कोपमधून बघितले तर त्यांच्या वर्तुळाकृती भ्रमणातही त्याला देवाचाच आवाज ऐकू येतो – विज्ञान आणि धर्म शत्रू नसून मित्रच आहेत – दोघेही वेगवेगळ्या भाषेत एकच गोष्ट सांगत आहेत – प्रमाणबद्धता आणि समतोल – स्वर्ग आणि नरक, दिवस आणि रात्र, उष्ण आणि थंड, देव आणि सैतान – प्रकाश आणि काळोख यांचे द्वंद्व. विज्ञान आणि धर्म दोघांनीही देवाच्या प्रमाणबद्ध आणि समतोल विश्वात आनंदाने सहभागी व्हायला पाहिजे अशी त्याची स्वत:ची धारणा होती."

कोहलर आपल्या व्हीलचेअरमध्ये बसून त्याच्याकडे नुसता रोखून बघत होता.

"पण विज्ञान आणि धर्म यांची एकजूट चर्चला नकोच होती."

"अर्थातच." कोहलर मधेच म्हणाला. "देव समजून घेण्यासाठी चर्च हे एकमेव माध्यम आहे हा चर्चचा दावाच मग खोटा ठरला असता. म्हणून चर्चने गॅलिलिओला पाखंडी ठरवून त्याच्यावर खटला भरला आणि अपराधी ठरवून कायम नजरकैदेत ठेवलं. विज्ञानाचा हा इतिहास मलाही ठाऊक आहे मिस्टर लँग्डन. पण हे सर्व कित्येक शतकांपूर्वी घडले आहे. लिओनार्दो वेत्राचा त्याच्याशी काय संबंध?"

लाख मोलाचा प्रश्न, लँग्डनच्या मनात विचार आला. "गॅलिलिओच्या अटकेमुळे इल्युमिनाटींमध्ये गोंधळ उडाला, चुका झाल्या आणि चार इल्युमिनाटी सदस्यांबद्दल चर्चला माहिती मिळाली. त्यांना अटक करून चौकशीच्या नावाखाली त्यांचे हाल करण्यात आले. पण तरीही त्यांनी तोंडातून ब्र काढला नाही."

"त्यांचे हालहाल केले?"

लँग्डनने मान डोलावली. "जिवंतपणी त्या चौघांच्या छातीवर डाग देऊन क्रॉसचे चिन्ह उठवण्यात आले."

कोहलरला धक्का बसला असावा. त्याची भांबावलेली नजर वेत्राच्या प्रेताकडे वळली.

"आणि नंतर त्यांचे क्रूरपणे खून पाडण्यात येऊन प्रेतं रोमच्या रस्त्यांवर फेकून

देण्यात आली. इल्युमिनाटी या संस्थेला मिळण्याचा विचार करणाऱ्यांसाठी ही धोक्याची सूचना होती. इल्युमिनाटींनी मग इटलीमधून पळ काढला. ते भूमिगत झाले. चर्चच्या शुध्दीकरणातून वाचलेल्या मुस्लीम, ज्यू, अलकेमिस्ट्स, गूढवादी, भविष्यवादी यांच्या घोळक्यांमध्ये ते मिसळून गेले. काही काळानंतर त्यांना नवीन सदस्य मिळाले. नवीनच इल्युमिनाटी जन्माला आली. ख्रिश्चन धर्मविरोधी, अत्यंत गुप्तता बाळगणारी, रहस्यमय विधींमध्ये भाग घेणारी आणि सामर्थ्यवान. त्यांनी शपथ घेतली, की एक ना एक दिवस चर्चचा सूड घ्यायचा. त्यांचे सामर्थ्य इतके वाढले की ख्रिश्चन धर्मविरोधी अशी जगामधली सर्वांत धोकादायक संघटना म्हणून चर्च त्यांच्याबद्दल विचार करायला लागले. चर्चने त्यांना *शैतान* म्हणून नाव ठेवले. शैतान म्हणजे शत्रू – देवाचा शत्रू. चर्चचा इस्लाम धर्मालाही कडवा विरोध होता. त्यांची भाषाही त्यांना घाणेरडी वाटायची. तेव्हा मुद्दाम शोधलेले इस्लामिक नाव. शैतान! इंग्लिशमध्ये सतान!''

कोहलरच्या चेहऱ्यावर काळजी उमटली.

लँग्डन गंभीर आवाजात म्हणाला, ''या माणसाच्या छातीवर ही खूण कशी आली ते मला माहीत नाही – का तेही कळत नाही. पण तुम्ही जगामधल्या अत्यंत जुन्या, काळाच्या ओघात हरवून गेलेल्या आणि सैतानी प्रवृत्तीच्या पंथाच्या चिन्हाकडे बघता आहात.''

१०

गल्ली अरुंद होती. हॅसासिन् घाईघाईने चालला होता. ठरलेल्या ठिकाणी पोचताना, जानसने निघतानिघता बोललेल्या शब्दांची त्याला आठवण येत होती. *दुसरा टप्पा लौकरच सुरू होईल. थोडी विश्रांती घे.*

त्याच्या चेहऱ्यावर छद्मी हास्य उमटले. तो रात्रभर जागा होता. झोपेचा विचार त्याच्या मनातही आला नव्हता. झोपेची गरज दुबळ्या माणसांना असते. तो त्याच्या पूर्वजांसारखा योध्दा होता. एकदा लढाईला तोंड लागले म्हणजे झोप म्हणून नाही. आणि या लढाईत तर पहिले रक्त सांडण्याचा मान त्याने मिळवला होता. पुन्हा कामाला लागण्यापूर्वी दोन तास विजयोत्सव साजरा करायला हरकत नव्हती.

झोप? आराम करायचे इतर कितीतरी चांगले मार्ग आहेत.

त्याचे पूर्वज मादक द्रव्यांच्या आधीन व्हायचे. पण त्याला दुसरी गोष्ट आवडायची. त्याला स्वत:च्या शरीराचा अभिमान होता. कमावलेले, पीळदार शरीर. एक प्राणघातक अस्त्र. मादक द्रव्यांच्या अधीन व्हायची त्याची अजिबात तयारी नव्हती. त्यापेक्षाही उत्तेजित करणारी, समाधान देणारी आणि अपायकारक नसणारी सवय त्याला जडली होती.

नुसत्या कल्पनेनेच तो उत्तेजित व्हायला लागला. भराभरा पावले उचलायला लागला. एका साध्या दरवाज्याजवळ पोहोचल्यावर त्याने घंटी दाबली. बाहेर बघण्यासारखी फट उघडली गेली. तपकिरी रंगाच्या दोन डोळ्यांनी त्याचे निरीक्षण करून दरवाजा उघडला.

उत्कृष्ट पोषाखातल्या देखण्या स्त्रीने त्याचे स्वागत केले आणि ती त्याला आतल्या खोलीत घेऊन गेली. खोली सुंदर तऱ्हेने सजवलेली. मन मोहरून टाकणारा सुगंध दरवळत होता. तिने त्याच्या हातात एक फोटो अल्बम ठेवला. ''तुमची निवड ठरली की घंटी वाजवा.'' ती तिथून निघून गेली.

हॅसासिन् हसला.

त्याचे लोक ख्रिसमस साजरा करत नसत. पण फोटो बघताना त्याची होणारी अवस्था लक्षात घेता त्याच्या मनात कल्पना आली, की ख्रिसमसच्या भेटी उघडताना, आत काय आश्चर्यकारक गोष्टी असतील या कल्पनेने ख्रिश्चन मुलांना असाच आनंद होत असणार. अल्बममधला प्रत्येक फोटो त्याने बघितला. स्त्रीसुखाच्या आयुष्यभरातल्या कल्पना समोर साकार झाल्या होत्या.

मरीसा : इटालिअन देवताच. तरुण सोफिया लॉरेन भासणारी.
साचिको : जपानी गेइशा. सडपातळ. तरबेज असणारच.
कानारा : काळी स्त्री. पीळदार शरीराची, अनोखी.

दोन वेळा अल्बम चाळूनच त्याने निवड केली. टेबलावरचे बटण दाबले. त्याचे स्वागत करणारी स्त्री परत आली. त्याने फोटोकडे बोट दाखवले. हसूनच तिने त्याला मागोमाग यायची खूण केली.

पैशाचे व्यवहार झाल्यावर तिने हळू आवाजात एक फोन केला. काही मिनिटे थांबून एका संगमरवरी गोल जिन्यावरून त्याला वर नेले. ''शेवटचा सोनेरी दरवाजा,'' हॉलच्या टोकाकडे बोट दाखवत तिने म्हटले. ''तुमची निवड महागडी आहे.''

असणारच, त्याने मनात विचार केला. *मी दर्दी आहे यातला.*

एखाद्या भुकेलेल्या चित्त्यासारखा हलक्या पावलांनी तो दरवाज्याजवळ पोचला. दरवाजा उघडाच होता. तो आत शिरला. निवड अगदी योग्य होती. त्याच्या सांगण्याप्रमाणेच तयारी होती. बेडवर नग्न, उताणी पडलेली स्त्री. हात वेलवेटच्या

दोरांनी पलंगाला बांधलेले.

तिच्या गोऱ्यापान पोटावरून हात फिरवताना तो विचार करत होता. *काल मी एक हत्या केली आहे. तू त्याची बक्षिसी आहेस.*

११

कोहलरने तोंड पुसत बेचैन होऊन विचारले, ''सैतानी पंथ?''

त्या गारठवून टाकणाऱ्या खोलीत शरीर उबदार ठेवण्यासाठी फेऱ्या घालत लँग्डन म्हणाला, ''इल्युमिनाटी सैतानी होते, पण आधुनिक युगातल्या अर्थाने नव्हे.''

लँग्डनने स्पष्ट केले की आज सैतानी पंथ म्हटला की क्रूर, भयंकर दिसणाऱ्या देवांची पूजा करणारे अनुयायीच डोळ्यांसमोर येतात. ऐतिहासिक काळात ती शिक्षित माणसे होती. पण चर्चच्या विरोधात उभी ठाकलेली, म्हणून सैतानी. त्यांना बदनाम करण्यासाठीच चर्चने काळ्या विद्या, प्राण्यांचे बळी, भयानक विधी यांच्याशी त्यांची सांगड घालून अफवा पसरवल्या. चर्चने पुन्हा पुन्हा ओरडून सांगितलेल्या खोट्या गोष्टी खऱ्या मानून चर्चचे इतर विरोधक खरोखर तसेच वागायला लागले आणि सैतानांचे आधुनिक अवतार जन्माला आले.

कोहलरने त्याला रागानेच अडवले. ''पण तू या प्राचीन कथा का सांगत बसला आहेस? आज इथे ही निशाणी कशी आली ते सांग.''

''सोळाव्या शतकातील एका अज्ञात इल्युमिनाटी आर्टिस्टने गॅलिलिओचे दोन्ही बाजूंनी प्रमाणबद्ध असणाऱ्या गोष्टींवरचे प्रेम लक्षात घेऊन त्याला वाहिलेली आदरांजली आहे ही. एक पवित्र इल्युमिनाटी लोगोच. आपले ध्येय गाठण्यासाठी आवश्यक तितके सामर्थ्य प्राप्त होऊन उघडपणे वावरण्याची तयारी होईपर्यंत ब्रदरहुडने ही निशाणी गुप्तच ठेवायचे ठरवले होते.''

कोहलरने अस्वस्थपणे विचारले, ''या निशाणीचा अर्थ आहे की इल्युमिनाटी ब्रदरहुड आता पुन्हा उघडपणे प्रकट होणार आहे?''

''ते शक्य वाटत नाही. त्यांच्या इतिहासाचा एक भाग मी अजून सांगितलेलाच नाही.''

''मग सांग आता तो.'' कोहलर उद्‌गारला.

आपले हात चोळत इल्युमिनाटींवर आजपर्यंत वाचलेल्या, ऐकलेल्या गोष्टींची

मनात उजळणी करत लँग्डन म्हणाला, ''सर्व आपत्तींना तोंड देऊन इल्युमिनाटींचे अस्तित्व कायम शिल्लक राहिले. रोममधून पळाल्यावर युरोपमध्ये भटकत, पुन्हा एकत्र येण्यासाठी ते सुरक्षित जागा शोधत राहिले. त्यांना दुसऱ्या एका गुप्त संस्थेने आपल्यात सामावून घेतले. बव्हेरियातल्या श्रीमंत शिल्पकार, कारागिरांचा पंथ. ते स्वत:ला फ्रीमेसन्स म्हणवून घेत.''

कोहलरला आश्चर्य वाटले. ''मेसन्स?''

कोहलरला त्यांच्याबद्दल माहिती आहे याचे लँग्डनला नवल वाटले नाही. ब्रदरहुड ऑफ मेसन्स या पंथाचे पन्नास लक्ष सदस्य आज जगभर पसरलेले आहेत. त्यापैकी निम्मे अमेरिकेत आहेत. दहाएक लक्ष युरोपमधे.

''पण ती संघटना सैतानी प्रवृत्तीची नाही.'' कोहलरचा लँग्डनच्या बोलण्यावरचा विश्वास उडत चालला होता.

''अर्थातच नाही. ते त्यांच्या चांगुलपणाचेच बळी ठरले. सन १७०० च्या आसपास पळून आलेल्या इल्युमिनाटी शास्त्रज्ञांना आश्रय दिल्यावर त्यांच्या नकळत इल्युमिनाटी त्यांच्या नावामागेच दडले. त्यांच्यातल्या मोक्याच्या जागा बळकावत या गुप्त संस्थेत इल्युमिनाटींनी आपली अत्यंत गुप्त ब्रदरहुड उभारली आणि मेसॉनिक लॉजेसच्या जगभरातल्या जाळ्याचा उपयोग करत आपला प्रभाव वाढवला. त्यांचा मुख्य उद्देश कॅथलिक धर्माचा पूर्ण नायनाट करणे हा होता. चर्चने अंधश्रध्दांचा जो विळखा घातला होता तो मानवजातीचा प्रमुख शत्रू बनला आहे, अशी ब्रदरहुडची खात्री होती. धार्मिक दंतकथा म्हणजेच पूर्ण सत्य, या शिकवणुकीने विज्ञानाची प्रगती खुंटेल आणि भविष्यकाळात मानवजात अज्ञान आणि धर्मयुध्दे यांच्या चक्रातून बाहेरच येणार नाही अशी त्यांना भीती वाटत होती.''

''जे आजही आपण बघतो आहोत.''

लँग्डन थबकला. बरोबर आहे कोहलरचे म्हणणे. आजही धार्मिक युध्दांच्या बातम्या पहिल्या पानावर झळकत होत्या. *माझा देव तुझ्या देवापेक्षा श्रेष्ठ आहे.* धर्मावरची अढळ अंधश्रद्धा आणि वाढत राहाणारा प्रेतांचा आकडा यांच्यात काहीतरी संबंध होता.

''पुढे बोल.'' कोहलरने सुचवले.

पुन्हा एकदा विचार जुळवत लँग्डनने बोलायला सुरुवात केली. ''युरोपमध्ये सामर्थ्यवान बनल्यावर त्यांनी अमेरिकेकडे लक्ष वळवले. अननुभवी सरकारमधले अनेक नेते मेसन्सच होते. जॉर्ज वॉशिंग्टन, बेन फ्रॅन्कलिन. प्रामाणिक आणि देवभीरू मेसन्स. त्यांना इल्युमिनाटींनी मेसन्सची संघटना किती पोखरली आहे याची जाणीवच नव्हती. इल्युमिनाटींनी बँका, विद्यापीठे, उद्योगधंदे उभारण्यासाठी आर्थिक मदत दिली. त्यांची आकांक्षा होती ती सर्व जगच एकछत्री अमलाखाली

आणायची. धर्मनिरपेक्ष अशी नवीन जागतिक व्यवस्था आणि त्या जगाचा पाया शास्त्रीय ज्ञानाचा असणार होता. त्यांनी आपल्या व्यवस्थेला मुद्दामच ल्यूसिफेरिअन डॉक्ट्रिन नाव दिले. चर्चचा दावा होता ल्यूसिफर म्हणजे सैतान. पण ब्रदरहुडला पक्की खात्री होती की मूळ लॅटिन अर्थच बरोबर आहे – ज्ञानाचा प्रकाश घेऊन येणारा – इल्युमिनेटर.''

कोहलरने एक सुस्कारा सोडला. ''प्लीज, खाली बस लँग्डन.'' तो गंभीरपणे म्हणाला.

लँग्डन थंडगार खुर्चीवर जपूनच टेकला.

कोहलरने आपली व्हीलचेअर जवळ सरकवली. ''तू आत्तापर्यंत मला जे सांगतो आहेस ते मला पूर्ण कळलं आहे असं वाटत नाही. पण मला एक गोष्ट नक्कीच ठाऊक आहे. सर्नमधे लिओनार्दो वेत्रा असणे हा सर्नचा सन्मान होता. तो माझा मित्रही होता. इल्युमिनाटी शोधून काढण्यासाठी तू मला मदत कर.''

लँग्डनला काय उत्तर द्यावे सुचेना. *इल्युमिनाटींना शोधायचे? हा प्राणी विनोद करत नाही ना?* ''ते संपूर्ण अशक्य आहे सर.''

कोहलरच्या कपाळावर आठ्या चढल्या. ''म्हणजे तू...''

''मिस्टर कोहलर,'' आपले बोलणे कोहलरला कितपत कळेल याची लँग्डनला खात्री नव्हती. ''समोर काहीही दिसत असले तरी, इल्युमिनाटींनीच ही निशाणी उमटवली असेल असे नाही. गेल्या पन्नास वर्षांत तर त्यांच्या अस्तित्वाचा पुरावाही नाही. अनेक विद्वानांचेही तेच मत आहे.''

कोहलर प्रथम काहीही बोलला नाही. मग आश्चर्याने आणि रागानेच तो उद्गारला, ''त्यांचे नाव या समोरच्या माणसावर डागलेले दिसत असताना त्यांचे अस्तित्वच राहिलेले नाही असे तू म्हणू तरी कसा शकतोस?''

लँग्डन सकाळपासून स्वत:ला हाच प्रश्न विचारत होता. इल्युमिनाटींचा हा ॲम्बिग्राम दिसणे हे एक महान आश्चर्य होते. जगभरचे सिम्बॉलॉजिस्ट थक्क होणार होते. पण त्याच्यामधला अभ्यासक म्हणत होता, की ही निशाणी अशी स्पष्ट दिसत असली तरी त्याचा अर्थ, इल्युमिनाटी अस्तित्वात आहेत असा नाही. हे प्रतीक त्याच्या मूळ निर्मात्यांचे अस्तित्व सिध्द करत नाही.

''इल्युमिनाटींसारख्या संघटनांचे तत्त्वज्ञान आणि त्यांची प्रतीके त्या संघटना नाहीशा झाल्या तरी मागे राहातातच. हे अनेकदा घडते. नाझींनी स्वस्तिक ही निशाणी हिन्दूंकडून उचलली, ख्रिश्चनांनी त्यांचा क्रॉस इजिप्शियनांकडून घेतला...''

''मग आज सकाळी इल्युमिनाटी हा शब्द संगणकावर टाईप करताच मला आजचे हजारो संदर्भ कसे मिळाले? अनेकांना वाटत असणारच ते अस्तित्वात आहेत म्हणून.''

“सगळीकडे कट-कारस्थाने दिसणाऱ्या लोकांकडून कुठली अपेक्षा धरायची? आजच्या पॉप कल्चरमध्ये अशा बऱ्याच गोष्टींची रेलचेल आहे. सर्व वर्तमानपत्रात भडक मथळे येतात. सर्व पंथांचे तज्ज्ञ म्हणवणारे लोकच इल्युमिनाटी अस्तित्वात आहेत आणि आपली नवीन जागतिक व्यवस्था स्थापन करण्याच्या प्रयत्नात आहेत अशा अफवा उठवून पैसे मिळवत आहेत. न्यूयॉर्क टाईम्सने हल्लीच सर ऑर्थर कॉनन डॉयल, ड्यूक ऑफ केन्ट, पीटर्स सेलर्स, आयर्विंग बर्लिन, प्रिन्स फिलिप, लुई आर्मस्ट्रॉंग आणि इतर अनेक उद्योजक, बँकर्स हे मेसन्स आहेत म्हणून म्हटले आहे.”

“सगळीकडे कट-कारस्थानं दिसणाऱ्या लोकांचं मत एखादेवेळी बरोबर असेलही.”

“याचा अर्थ कसा काढला जाईल हे मलाही कळतं आहे. पण याचं दुसरं एक पटण्यासारखं स्पष्टीकरण असू शकेल. हा ब्रॅन्ड दुसऱ्याच कुठल्या तरी संघटनेच्या हाताला लागला असेल आणि तेच आता भलत्याच हेतूने त्याचा वापर करत असतील.”

“कशासाठी? आणि हा खून काय सिध्द करणार आहे?”

योग्य प्रश्न, लॅंग्डनच्या मनात विचार आला. कल्पना करकरून चारशे वर्षांनंतर इल्युमिनाटी ब्रॅन्ड कुठून प्रकट झाला हे त्याच्याही लक्षात येत नव्हते. “मी एवढंच म्हणू शकतो. इल्युमिनाटी जर आज कार्यरत असतील आणि ते तसे नाहीत याची मला पूर्ण खात्री आहे, तरी लिओनार्दो वेत्राच्या खुनात त्यांचा हात असण्याची शक्यता नाही.”

“नाही?”

“नक्की नाही. ख्रिश्चनांचा नायनाट व्हावा अशी इल्युमिनाटींची इच्छा असेलही. पण राजकीय आणि आर्थिक ताकदच ते पणाला लावतील. ते दहशतवादी नाहीत. सर्वच शास्त्रज्ञांना ते अपार मान देत आले आहेत. लिओनार्दो वेत्रासारख्या शास्त्रज्ञाच्या खुनाशी त्यांचा संबंध असणार नाही.”

कोहलरचे थंड डोळे त्याच्यावर रोखलेले राहिले. “लिआनार्दो वेत्रा हा साधासुधा शास्त्रज्ञ नव्हता हे सांगायला विसरलो मी बहुधा.”

लॅंग्डनने मनावर ताबा ठेवत म्हटले, “माझी खात्री आहे की लिओनार्दो वेत्रा बऱ्याच क्षेत्रात अत्यंत बुध्दिमान होता, पण मी...”

अचानक कोहलरने आपली व्हीलचेअर वळवली आणि तो बाहेर पडला. धुक्यामधून हॉलच्या दुसऱ्या कोपऱ्यात नाहीसा व्हायला लागला.

अरे देवा असे मनात म्हणत वैतागूनच लॅंग्डन त्याच्या मागोमाग निघाला. हॉलच्या टोकाला कोहलर उभा राहिला.

एका सरकत्या दरवाज्याकडे बोट दाखवत तो म्हणाला, “ही लिओनार्दोची अभ्यासिका. तू ती बघितलीस तर अनेक गोष्टींबद्दलचा तुझा दृष्टिकोन बदलेलही.”

कोहलरने जोर लावून दरवाजा उघडला.

लँग्डनने खोलीत नुसते वाकून बघितले आणि त्याच्या शरीरावर शहारे आले.

१२

दुसऱ्या एका देशात एक तरुण सिक्युरिटी गार्ड समोरच्या व्हिडिओ मॉनिटर्सकडे बघत होता. मोठ्या कॉम्प्लेक्समधली शेकडो वायरलेस व्हिडिओ कॅमेऱ्यांमधली दृश्ये पुढे सरकत होती.

सजवलेले ऑफिस.

खाजगी ऑफिस.

प्रचंड आकाराचे किचन.

त्याची कामाची पाळी संपत आली होती. पण त्याच्या नजरेतून काही निसटत नव्हते. ही ड्यूटी म्हणजे एक सन्मान होता. कधीतरी त्याच्या कष्टांचे चीज नक्की होणार होते.

आणि एकाएकी समोरच्या दृश्याने तो चमकला. कन्ट्रोल पॅनेलचे बटण त्याने इतक्या झटकन दाबले की तो स्वतःच चकित झाला. ते चित्र पुढे न सरकता स्थिर झाले.

त्याने ओणवे होऊन ते नीट बघितले. कॅमेरा नं. ८६ हे चित्र पाठवत होते आणि तो कॅमेरा हॉलवेवर असायला हवा होता. समोरचे चित्र नक्कीच हॉलवेचे *नव्हते.*

१३

''कुठली जागा आहे ही?'' लँग्डनने गोंधळूनच विचारले. पण खोली तरी निदान उबदार होती. तरीही आत पाऊल टाकताना त्याला भीती वाटली खरी. कोहलर अक्षर न बोलता त्याच्या मागोमाग आत शिरला. सर्वत्र नजर फिरवत असतानाही आपण नक्की काय बघतो आहोत याचा लँग्डनला उलगडा होत

नव्हता. सगळीकडे वेगवेगळ्याच वस्तू दिसत होत्या. समोरच्या भिंतीवर प्रचंड असा लाकडी क्रॉस होता – स्पॅनिश, चौदावे शतक. लँग्डनने वर्गीकरण करून टाकले. त्यावर छतावरून सोडलेली धातूची ग्रहमाला. डावीकडे व्हर्जिन मेरीचे तैलचित्र. शेजारी लॅमिनेट केलेले पिरिऑडिक टेबल ऑफ एलिमेन्ट्स. बाजूच्या भिंतीवर पितळेचे दोन क्रॉस. त्यांच्यामधे आल्बर्ट आईनस्टाईन यांचे पोस्टर आणि त्यांचे सुप्रसिध्द वचन. **GOD DOES NOT PLAY DICE WITH THE UNIVERSE.**

आश्चर्याने थक्क होऊन लँग्डन पुढे सरकला. वेत्राच्या डेस्कवर नील्स बोरच्या अणूची प्लॅस्टिकची प्रतिकृती होती. मायकल अॅन्जलोच्या मोझेसची छोटी प्रतिकृती. चामड्याच्या वेष्टणातले बायबल.

निवडक गोष्टींचा संग्राहक? हवा उबदार असली तरी या सर्व गोष्टी बघताना लँग्डनच्या शरीरातून एक थंडगार शिरशिरी येऊन गेली. दोन वेगवेगळ्या तत्त्वज्ञानांचा संघर्ष तो बघत नव्हता ना? दोन विरोधी शक्तींचा संघर्ष? त्याने स्टॅन्डवरच्या पुस्तकांवर नजर फिरवली.

The God Particle
The Tao of Physics
God : The Evidence.

एका पुस्तकाच्या बाजूच्या लाकडी ठोकळ्यावर वाक्य कोरले होते.

TRUE SCIENCE DISCOVERS GOD
WAITING BEHIND EVERY DOOR
–POPE PIUS XII

''लिओनार्दो वेत्रा कॅथलिक प्रीस्ट होता.'' कोहलर म्हणाला.

''प्रीस्ट?'' वळून लँग्डनने विचारले. ''तुम्ही तर म्हणाला होता की तो फिजिसिस्ट होता.''

''तो दोन्ही होता. शास्त्र आणि धर्म या दोन्ही क्षेत्रात वावरणारी माणसं इतिहासात काही कमी होऊन गेली नाहीत. लिओनार्दो वेत्रा त्यातलाच एक. त्याचे मत होते की पदार्थविज्ञान शास्त्र म्हणजे देवाचे नैसर्गिक नियम आहेत. आपल्या भोवतालच्या सर्व व्यवस्थेमध्ये त्याचीच प्रचिती दिसते. विज्ञानाच्या माध्यमातून देवाचे अस्तित्व सिध्द करून दाखवता येईल अशी त्याला आशा होती. तो

स्वत:ला थिओ-फिजिसिस्ट म्हणवत असे.''

थिओ-फिजिसिस्ट? अशक्य असा विरोधाभास?

''पार्टिकल फिजिक्सच्या क्षेत्रात धक्कादायक असे शोध हल्ली लागले आहेत.'' कोहलर म्हणाला. ''परंपरागत धार्मिक विचारांवर परिणाम घडवून आणणारे शोध. आणि त्यातल्या अनेक शोधांचा जनक आहे लिओनार्दो वेत्रा.''

या खोलीत आपण नक्की काय बघत आहोत या विचारात गुंतलेल्या लँग्डनने सर्नच्या डायरेक्टरवर नजर रोखली. अध्यात्म आणि शास्त्र? धर्माचा अभ्यास करण्यात लँग्डनने आपले आयुष्य वेचले होते आणि पुन्हापुन्हा एकच गोष्ट त्याच्या लक्षात आली होती. पहिल्या दिवसापासून धर्म आणि विज्ञान यांचे नाते तेल आणि पाण्यासारखे होते – कधीही एकमेकात न मिसळणाऱ्या गोष्टी – कट्टर शत्रूच!

''वेत्रा पार्टिकल फिजिक्सच्या एका विलक्षण टप्प्यावर पोचला होता. विज्ञान आणि धर्म अकल्पित तऱ्हेने एकमेकांना पूरक ठरत आहेत असे दाखवणाऱ्या टप्प्याशी. या क्षेत्राला त्याने नाव दिले होते *न्यू फिजिक्स.*'' कोहलरने शेल्फवरून एक पुस्तक काढून लँग्डनच्या हातात ठेवले.

God, Miracles and The New Physics – लेखक लिओनार्दो वेत्रा.

''छोटं क्षेत्र. पण अनेक जुन्या प्रश्नांची नवीच उत्तरं देणारं – विश्वाचा जन्म आणि आपल्या सर्वांना जखडून ठेवणारी ताकद – लिओनार्दोचा ठाम विश्वास होता की त्याच्या संशोधनामुळे लाखो लोक धर्माकडे वळतील. गेल्या वर्षी त्याने आपल्या सर्वांना जोडणाऱ्या ऊर्जा स्त्रोताचा शोध लावला – आपण सर्वजण एकमेकांशी निगडित आहोत – तुझ्या शरीरातले परमाणू माझ्या शरीरातल्या परमाणूंशी एकत्र गुंफले आहेत – आणि आपल्या सर्वांच्या शरीरात एकाच तऱ्हेची ऊर्जा खेळत आहे हे त्याने दाखवून दिलं.''

लँग्डनच्या मनात पार गोंधळ उडायला लागला. *आणि देवाची ताकद आपल्या सर्वांना एकत्र आणेल.* ''पार्टिकल्सचा एकमेकांशी संबंध आहे हे मिस्टर वेत्रा यांनी पुराव्याने दाखवून दिले होते?''

''अगदी पुराव्यावर आधारित सत्य. धर्मापेक्षा न्यू फिजिक्सच आपल्याला देवासमीप घेऊन जाईल असे हल्लीच्या सायन्टिफिक अमेरिकनमधल्या एका लेखात म्हटले आहे.''

लँग्डन नकळत स्वत:च विचारात पडला. इल्युमिनाटी धर्मविरोधक होते. फक्त बुध्दिप्रामाण्यावर निश्चित अशक्य भासणाऱ्या गोष्टींवर विचार करायला तरी काय हरकत आहे? इल्युमिनाटी आजही लपून आपले कार्य करतच असतील, तर लिओनार्दो वेत्राचा धार्मिक संदेश आम जनतेसमोर येऊच नये म्हणून ते लिओनार्दोचा खून पाडतील? लँग्डनने विचारही झटकून टाकला. *मूर्खपणा आहे सर्व. इल्युमिनाटी*

म्हणजे केवळ प्राचीन इतिहास. सर्व अभ्यासकांना माहीत आहे हे.

"शास्त्रीय जगतातही वेत्राला अनेक शत्रू होते." कोहलर बोलतच होता. "अनेकजण त्याचा तिरस्कार करायचे. इथे सर्नमध्येही. धार्मिक तत्त्वांचा पाठपुरावा करण्यासाठी अर्नॅलिटिकल फिजिक्स वापरणे म्हणजे विज्ञानाशी प्रतारणाच."

"पण आज शास्त्रज्ञांना चर्चपासून स्वत:चे रक्षण करावे लागत नाही ना?"

कोहलर तुच्छतेने म्हणाला, "आज क्रूसवर ठोकून चर्च शास्त्रज्ञांना जाळत नसेल, पण शास्त्रज्ञांवरची त्यांची पकड ढिली पडली आहे असे समजायचे कारण नाही. तुमच्याच देशामधल्या अर्ध्या शाळा मानवाच्या उत्क्रांतीबद्दल का शिकवत नाहीत याचा विचार करा जरा. ख्रिस्तीयन कोएलिशन हा शास्त्राच्या प्रगतीच्या विरुध्द असणारा अत्यंत प्रभावी पक्ष तरी का आहे? विज्ञान आणि धर्म यांच्यामधली लढाई कधीच थांबलेली नाही. स्वरूप बदलले. स्थळ बदलले. युध्दभूमीवरून बोर्डरूममधे."

बरोबर होते कोहलरचे म्हणणे. गेल्या आठवड्यामधेच हार्वर्ड स्कूल ऑफ डिव्हिनिटीने जीवशास्त्राच्या इमारतीवर मोर्चा नेला होता. का? ग्रॅज्युएट प्रोग्रॅममधे जीवशास्त्राच्या प्रयोगांना विरोध करण्यासाठी. सुप्रसिध्द पक्षीविद्यातज्ज्ञ आणि जीवशास्त्र विभागाचा चेअरमन रिचर्ड आरोनिअनने आपल्या कार्यालयाच्या खिडकीबाहेर मोठा फलक लावून आपल्या अभ्यासक्रमाचे समर्थन केले होते. एक 'ख्रिश्चन' मासा दाखवला होता. त्याला चार छोटे पाय. आफ्रिकन लन्गफिश उत्क्रांतीनंतर जमिनीवर कसा आला हे दर्शविण्यासाठी. चित्राखाली जीझस शब्दाऐवजी डार्विन हा शब्द लिहिला होता.

बीप-बीप असा खणखणीत आवाज आल्यावर व्हीलचेअरवरच्या इलेक्ट्रॉनिक सुविधांवर वाकून कोहलरने बीपर बाहेर काढला. आलेला सन्देश वाचला.

"लिओनार्दोची मुलगी आता हेलिपॅडवर पोहोचतेच आहे. तिथे भेटू या तिला. पण तिच्या पित्याला तिने या अवस्थेत बघू नये अशी माझी इच्छा आहे."

लँग्डनला पटले. कोणत्याही मुलीला असा धक्का पोहोचता कामा नये.

"ती आणि लिओनार्दो कुठल्या योजनेवर काम करत होते ते तिला विचारतो. एखादेवेळी त्याच्या खुनावर काही प्रकाश पडेलही."

"त्याच्या कामामुळे त्याचा खून पडला असं वाटतं तुम्हाला?"

"शक्य आहे. एका जगावेगळ्या गोष्टीवर त्यांचं काम चाललं आहे असं तो मला म्हणाला होता. बस. तेवढंच. तो त्याबद्दल फारच गुप्तता बाळगत होता. त्याची खाजगी प्रयोगशाळा होती. त्याला इतरांचा संपर्क अजिबात नको होता. मी तसा एकांतवास त्याला दिलाही. त्याच्या कामात विजेचा अमाप वापर होतो आहे कळूनही मी त्याला काही विचारलं नाही." कोहलरने खुर्ची पुन्हा वळवली. "या

फ्लॅटमधून निघण्यापूर्वी एक गोष्ट तुला कळायला हवी.''

काही नको कळायला, असा विचार लँग्डनच्या मनात येऊन गेला.

''वेत्राच्या खुन्याने एक गोष्ट चोरली आहे. माझ्यामागून ये.''

डायरेक्टर पुन्हा एकदा धुक्याने भरलेल्या, थंडीने गारठवून सोडणाऱ्या खोलीत शिरला. कशाची अपेक्षा करायची लँग्डनला कळत नव्हते. वेत्राच्या प्रेताजवळ जाऊनच कोहलरने व्हीलचेअर थांबवली. लँग्डनला जवळ बोलावले. गोठलेल्या लघवीच्या वासाने लँग्डनच्या पोटात ढवळत होते तरी तो जवळ गेला.

''चेहऱ्याकडे बघ त्याच्या.''

चेहऱ्याकडे? काहीतरी चोरले गेले आहे म्हणाला होता ना हा?

गुडघ्यांवर बसून लँग्डनने वेत्राचा चेहरा बघायचा प्रयत्न केला. पण चेहरा उलटा, जमिनीवरच्या गालिचावर टेकला होता. नीट जमत नसतानाही कोहलरने खाली वाकून वेत्राचे केस धरले आणि डोके वळवले. शरीर गोठलेले होते. काड् असा मोठा आवाजच झाला. वेत्राच्या चेहऱ्यावर असहनीय वेदना सहन केल्याच्या खुणा होत्या.

''अरे देवा!'' म्हणतच लँग्डन एक पाऊल मागे सरकला. वेत्राचा चेहरा रक्तबंबाळ झाला होता. एकाच डोळ्याने तो बघत होता. दुसरा डोळा खोबणीत नव्हता.

''डोळा चोरला त्यांनी त्याचा?''

१४

'सी' इमारतीबाहेर पाऊल ठेवताच लँग्डनने वेत्राच्या फ्लॅटपासून लांब पोहोचलो या जाणीवेनेच सुस्कारा सोडला. स्वच्छ सूर्यप्रकाशात डोळ्याविना खोबणीचे मनावर उमटलेले भयंकर चित्रही धूसर व्हायला लागले.

''या बाजूने.'' चढ असणाऱ्या वाटेनेही व्हीलचेअर झपाट्याने जात होती. ''मिस वेत्रा कोणत्याही क्षणी पोहोचेल.''

लँग्डनला पुन्हा भराभरा चालायला लागत होते.

''मग इल्युमिनाटींचेच हे कृत्य असणार याबद्दल अजूनही मनात संशय आहे तुमच्या?''

लँग्डनला काय विचार करायचा समजत नव्हते. वेत्राचा धार्मिक बाबींशी

जडलेला संबंध त्रासदायक ठरत असला, तरी आजवरचे संशोधन, अभ्यास, गोळा केलेले पुरावे यांचा सहज त्याग करणे त्याला जमत नव्हते. आणि तो डोळा...

इच्छा नव्हती तितक्या जोरात लँग्डनच्या तोंडातून शब्द निघून गेले. "मला तरी वाटतं की या खुनाशी इल्युमिनाटींचा संबंध नाही. नाहीसा झालेला डोळाच सांगतो ते."

"काय?"

"निरर्थक चिरफाड." लँग्डन म्हणाला. "इल्युमिनाटींच्या आजपर्यंतच्या इतिहासात बसणारी गोष्ट नाही. धर्मवेडे क्वचित प्रसंगी अशी कृत्ये करत असतीलही. पण इल्युमिनाटी प्रत्येक गोष्ट विचारपूर्वक करतात."

"एखाद्याचा डोळा सर्जनप्रमाणे काढणं ही गोष्ट विचारपूर्वक केलेली नाही असं वाटतं तुम्हाला?"

"त्याने काही साध्य होत नाही. कुठला सन्देश देणार ते या कृत्याने?"

व्हीलचेअर थांबवून कोहलर म्हणाला, "विश्वास ठेवा मिस्टर लँग्डन. त्या नाहीशा झालेल्या डोळ्याने *बरंच काही साध्य होणार आहे.*"

समोरच्या दरीतून हेलिकॉप्टर त्यांच्या दिशेने येत गवतावर रंगवलेल्या हेलिपॅडवर उतरले.

हेलिकॉप्टरच्या गोल गोल फिरणाऱ्या पात्यांप्रमाणे लँग्डनच्या डोक्यामधले विचार फिरत होते. पूर्ण झोप मिळाली तर विचारांचा गोंधळ कमी होईल? त्याचे त्यालाही तसे वाटत नव्हते.

वैमानिक उडी मारून बाहेर पडला. सामान उतरवायला लागला. बरेच होते. डफेल बॅग्ज, वेट बॅग्ज, स्कूबा टॅन्क्स, हाय-टेक डायव्हिंगसाठी आवश्यक अशी साधने.

"मिस वेत्राचेच सामान आहे ना हे?" हेलिकॉप्टरच्या आवाजावर ओरडत लँग्डनने विचारले.

"ती बॅलियारिक समुद्रावर जीवशास्त्रावर संशोधन करत होती." कोहलरलाही ओरडूनच बोलावे लागले.

"तुम्ही ती पदार्थविज्ञान शास्त्रज्ञ आहे म्हणाला होता ना?"

"ती तशीच आहे. बायो एन्टॅगलमेन्ट फिजिसिस्ट. सजीव सृष्टीच्या वेगवेगळ्या घटकांमधल्या परस्परसंबंधाचा ती अभ्यास करते. तिच्या कामाचा तिच्या वडिलांच्या पार्टिकल फिजिक्सच्या कामाशी जवळचा संबंध आहे. ट्युना माशांच्या कळपाचा ॲटॉमिकली सिन्क्रोनाईज्ड कॅमेरे वापरून तिने अभ्यास केल्यावर तिला आढळले, की आईनस्टाईन यांचा एक सिध्दान्त चुकीचा आहे."

लँग्डनने कोहलरकडे रोखून बघितले. तो गंभीरपणेच बोलत होता. *आईनस्टाईन*

आणि ट्युना मासे? एक्स-३३ विमानाने चुकीने त्याला वेगळ्याच ग्रहावर आणून सोडले बहुधा.

हेलिकॉप्टरमधून उतरणारी व्हिट्टोरिया वेत्रा दिसली आणि लँग्डनला वाटले की आजचा दिवस एका मागोमाग एक आश्चर्याचे धक्के देणाराच ठरणार आहे. अर्धी खाकी पॅन्ट, पांढरा स्लीव्हलेस टॉप, काळेभोर केस, सडपातळ आणि आकर्षक. शास्त्रज्ञ शोभणारी नव्हती. इटालिअन वाटत होती. तिला इतक्या लांबून बघतानाही लँग्डनच्या मनात खळबळ उडायला लागली.

लँग्डनची अवस्था लक्षात आल्याप्रमाणे कोहलर म्हणाला, "मिस वेत्रा मनाने अत्यंत कणखर अशा व्यक्तिमत्त्वाची स्त्री आहे. अत्यंत धोकादायक ठिकाणी ती महिनोन्महिने काम करते. शुध्द शाकाहारी. सर्नची हटयोगामधील रेसिडेन्ट गुरू."

हटयोग? एका कॅथलिक प्रीस्टची शास्त्रज्ञ असणारी मुलगी प्राचीन बुध्द धर्माच्या ध्यान आणि चिंतन यासारख्या प्रकारात निष्णात असावी?

ती जवळ येताना लँग्डनचे लक्ष तिच्यावरच खिळले होते. रडत होती बहुधा. डोळ्यांत वेगळ्याच भावना. चाल मात्र जोशपूर्ण. उत्कृष्ट प्रकृती राखली होती.

कोहलर सहानुभूतीपूर्वक दोन शब्द बोलला. तिने आभार मानत प्रश्न टाकला, "याला जबाबदार कोण ते कळले?"

"तेच शोधायचा आमचा प्रयत्न चालू आहे."

लँग्डनकडे वळून तिने हात पुढे केला. "मी व्हिट्टोरिया वेत्रा. तुम्ही इंटरपोलकडून आला आहात ना?"

"रॉबर्ट लँग्डन." दुसरे काय बोलावे त्याला कळेना. तिच्या नजरेनेच तो घायाळ झाला होता.

"मिस्टर लँग्डन अमेरिकन तज्ज्ञ आहेत. या प्रकाराला जबाबदार कोण हे शोधण्यासाठी आपल्याला मदत करणार आहेत."

व्हिट्टोरिया विचारात पडली. "आणि पोलीस?"

कोहलर काही बोलला नाही.

"पपा कुठे आहेत? त्यांना बघायचं आहे मला."

"इतरजण बघत आहेत त्यांच्याकडे." कोहलरच्या धडधडीत खोट्या बोलण्याचे लँग्डनला आश्चर्य वाटले. "तुझ्या पपांचा क्रूरपणे खून झाला आहे. त्यांच्या चांगल्या आठवणीच लक्षात राहिलेल्या बऱ्या."

व्हिट्टोरिया पुन्हा तोंड उघडणार तेवढ्यात लांबून कुणीतरी तिला आवाज दिला. "व्हिट्टोरिया! घरी स्वागत आहे तुझे."

शास्त्रज्ञांचा एक गट जवळून चालला होता. "आईनस्टाईन यांचा आणखी एखादा सिध्दान्त खोटा ठरवलास की नाही?" दुसऱ्या एकाने ओरडून विचारले.

"तुझ्या पपांना अभिमान वाटत असणार तुझा."

तिने त्यांना हात हलवूनच निरोप दिला. ती कोहलरकडे वळली तेव्हा पार गोंधळलेली होती. "इतर *कुणाला अजून माहीतच नाही?"*

"या क्षणाला इतरांना काहीही न कळणे मला श्रेयस्कर वाटले."

"पपांचा खून झाला आहे हे इथे कुणाला सांगितले नाही तुम्ही?" तिच्या स्वरात आश्चर्याबरोबर संतापही होता.

कोहलर कठोरपणे म्हणाला, "तू एक गोष्ट विसरते आहेस मिस वेत्रा. तुझ्या पपांचा खून झाला आहे कळवताच सर्नचीच चौकशी चालू होईल. त्यांच्या लॅबचीही कसून तपासणी होईल. तुझ्या पपांना कामासाठी हवा तो एकांत मी कायमच दिला. तुमच्या सध्याच्या कामाबद्दल त्यांनी फक्त दोन गोष्टी मला सांगितल्या आहेत. एक – पुढल्या दहा वर्षांत लायसन्सिंग कॉन्ट्रॅक्ट्समुळे सर्नला लाखो डॉलर्सची कमाई होईल. आणि दोन – संशोधन आत्ताच जनतेसमोर ठेवण्याइतके सुरक्षित नाही. ते तंत्रज्ञान अजूनही धोकादायकच आहे. या गोष्टी लक्षात घेता परक्या माणसांनी त्याच्या लॅबमध्ये ढवळाढवळ करून त्याचं तंत्रज्ञान चोरावं असं मला वाटत नाही आणि ते धोकादायक असेल आणि कोणाचं मरण ओढवलं तर सर्नवर दोषारोप येईल. लक्षात येतं आहे ना मी काय म्हणतो आहे ते?"

व्हिट्टोरिया न बोलता नुसती टक लावून कोहलरकडे बघत राहिली. पण कोहलरचे तर्कशुध्द बोलणे तिला पटले असावे.

"पोलिसांना खबर देण्यापूर्वी तुम्ही दोघं कशावर काम करत होता हे मला कळायला हवं. तू आम्हाला तुमच्या लॅबमधे ने."

"लॅब महत्त्वाची नाही. आम्ही काय करत होतो ते कुणालाच ठाऊक नाही. त्या प्रयोगाचा पपांच्या खुनाशी संबंध असूच शकत नाही."

कोहलरने एक सुस्कारा सोडला. त्याची प्रकृती खरीच बरी नसावी. "पुरावा वेगळेच दर्शवतो पण."

"पुरावा? कुठला पुरावा?"

खरे म्हणजे लँग्डनलाही तोच प्रश्न पडला होता.

ओठांवरून रुमाल फिरवत कोहलर म्हणाला, "सध्या तरी माझ्या शब्दावर विश्वास ठेव."

पण व्हिट्टोरियाच्या रागीट नजरेवरून स्पष्ट दिसले, की तिचा त्याच्या बोलण्यावर अजिबात विश्वास बसला नव्हता.

१५

व्हिट्टोरिया आणि कोहलरच्या मागोमाग लँग्डन पुन्हा आल्या क्षणापासून तो ज्या मार्गाने गेला होता त्या मार्गाने निघाला. व्हिट्टोरियाच्या चालण्यातही डौल होता – ऑलिम्पिक डायव्हरचे सामर्थ्यही. ती शक्ती नक्कीच योगामुळे तिला प्राप्त झाली असणार. ती एकाग्र चित्ताने, ठरवून, एका लयीत हळूहळू श्वास घेत होती, सोडत होती.

तिच्याशी काहीतरी बोलावे, सहानुभूती दर्शवावी असे लँग्डनला वाटत होते. त्याचे वडील अचानक गेल्यावर त्याच्यावर काय परिणाम झाला होता हे त्याला चांगले आठवत होते. पावसाळी, ढगाळ हवेतला दफनविधीही आठवत होता. त्याच्या बाराव्या वाढदिवसानंतर दोन दिवसांनी ऑफिसमधल्या काळ्या सुटातल्या माणसांनी घर भरले होते. सर्व जणांनी जरा जास्तीच जोराने त्याचा हात दाबून हलवला होता. अति दडपण, हृदयविकाराचा झटका असे काहीतरी शब्द ते पुटपुटत होते. पाणावलेल्या डोळ्यांनी आई विनोद करायचा प्रयत्न करत होती, की स्टॉक मार्केट कसे आहे हे त्यांचा हात नुसता हातात घेतला तरी तिला कळत असे.

"जरा थांबून या गुलाबांचा वास तरी घ्या," असे एकदा त्याची आई त्याच्या बाबांना सांगताना त्याने ऐकले होते. त्या वर्षीच्या ख्रिसमसला लँग्डनने एक छोटा, सुरेखसा असा काचेचा गुलाब बाबांना भेट दिला. लँग्डनने तोपर्यंत बघितलेली अप्रतिम सुंदर गोष्ट. गुलाबावर उन्हाचा कवडसा पडताच भिंतीवर सप्तरंग उधळत. रॉबर्टच्या कपाळाचे चुंबन घेत 'छानच आहे.' असे त्याचे बाबा म्हणाले होते. मग त्यांनी जपून तो शेल्फच्या अशा उंच कोपऱ्यात ठेवला, की जिथे कधीही प्रकाश पडत नसे. काही दिवसांनी स्टुलावर चढून लँग्डनने तो गुलाब खाली काढला आणि दुकानात परत नेऊन दिला. त्याच्या बाबांच्या लक्षातही कधी आले नाही की गुलाब नाहीसा झाला आहे म्हणून.

लिफ्टच्या आवाजाने लँग्डन परत वर्तमानकाळात आला. व्हिट्टोरिया आणि कोहलर आत शिरले तरी तो बाहेरच घुटमळत होता.

"आता काय झालं?" काळजीने नाही, पण फुकट वेळ जातो आहे अशा स्वरात कोहलरने विचारले.

"काही नाही." म्हणत लँग्डन आत शिरला. अगदी नाइलाज असेल तरच तो लिफ्ट वापरायचा. अशा बंद जागांची त्याला भीती होती. मोकळा जिना वापरायची तयारी असे त्याची.

"डॉ. वेत्राची लॅब जमिनीखाली आहे." कोहलर म्हणाला.

आनंद आहे, लँग्डनच्या मनात विचार आला. आत पाऊल टाकताच खालून गार वाऱ्याचा झोत आला. लिफ्टचे दरवाजे बंद झाले आणि ती खाली सरकायला लागली.

"सहा मजले खाली." कोहलर नकळत उद्गारला.

गडद अंधारातून आपण खाली उतरतो आहोत हा विचार मनातून झटकून टाकण्यासाठी लँग्डन उगीचच मजले दाखवणाऱ्या आकड्यांकडे बघत बसला. आश्चर्य म्हणजे आकडे फक्त दोनच मजले दाखवत होते. तळमजला आणि एल.एच.सी.

त्याच्या मनावर पडणारे दडपण इतरांना कळू नये म्हणून लँग्डनने विचारले, "एल.एच.सी. म्हणजे काय?"

"लार्ज हॅड्रॉन कोलायडर, पार्टिकल अॅक्सिलरेटर." कोहलरने उत्तर दिले.

पार्टिकल अॅक्सिलरेटर? कुठे ऐकले होते? केम्ब्रिजला डन्स्टर हाऊसमधे सहकाऱ्यांबरोबर जेवण घेताना बॉब ब्राऊनेल हा त्याचा फिजिसिस्ट मित्र एक दिवस रागातच जेवायला पोहोचला होता.

"हरामखोरांनी प्रकल्पच रद्द केला."

"कुठला?"

"एल.एच.सी."

"आता एल.एच.सी. म्हणजे काय?"

"दि सुपरकन्डक्टिंग सुपर कोलायडर."

कोणीतरी खांदे उडवत म्हटले, "हार्वर्ड तो बांधतो आहे ऐकलं नव्हतं."

"हार्वर्ड नाही. अमेरिका! जगातला सर्वांत ताकदवान पार्टिकल अॅक्सिलरेटर ठरला असता तो. या शतकातला अत्यंत महत्त्वाचा वैज्ञानिक प्रकल्प. दोन बिलियन डॉलर्स खर्च झाल्यावर सिनेटने रद्द केला."

जरा शांत झाल्यावर ब्राऊनेलने सांगितले, की पार्टिकल अॅक्सिलरेटर म्हणजे एक प्रचंड वर्तुळाकृती नळी असते. त्या नळीतून सब-अॅटॉमिक पार्टिकल्स वेगाने फिरवतात. पार्टिकल्स ढकलण्यासाठी नळीमधले लोहचुंबक एकदा चालू करायचे, एकदा बंद करायचे. अफाट वेगाने फिरत नळीमध्ये ते सेकंदाला १८०,००० मैल वेग गाठतात.

"पण हा तर प्रकाशाचा वेग झाला." एक प्राध्यापक उद्गारला.

"अगदी बरोबर. पण दोन विरुध्द बाजूंनी या वेगाने फिरणारे पार्टिकल्स एकमेकांवर आदळले, की ते त्यांच्या नैसर्गिक मूलभूत घटकांमधे फुटतात. हे एकमेकांवर आदळणारे पार्टिकल्स म्हणजे विश्वनिर्मितीचं कोडं उलगडणारे मुख्य घटक आहेत."

हार्वर्डच्या चार्ल्स प्रॅटवर – *रेसिडेंट कवीवर* – या बडबडण्याचा काहीच परिणाम झाला नाही. ''घड्याळं कशी चालतात कळण्यासाठी ती एकमेकांवर आपटून फोडण्याचाच प्रकार की.'' तो म्हणाला.

ब्राऊनेल जेवण टाकूनच रागारागाने बाहेर पडला होता.

आणि सर्नकडे पार्टिकल ॲक्सिलरेटर आहे? लँग्डन लिफ्टमधून खाली जाताना विचार करत होता. *पार्टिकल्स फोडण्यासाठी गोलाकार नळी.* पण ती जमिनीखाली कशासाठी?

लिफ्ट थांबताच लँग्डनला हायसे वाटले. कधी बाहेर पडतो असे झाले होते त्याला. पण दरवाजे उघडले आणि पुन्हा तो चक्रावला. वेगळ्याच जगात पोहोचल्याचा त्याला पुन्हा एकदा भास झाला.

सिमेन्टचा गुळगुळीत असा डाव्या-उजव्या बाजूने जाणारा बोगदा. तो कुठे संपतो आहे कळतच नव्हते. अठरा चाकांची गाडी जाऊ शकेल एवढा तो बोगदा रुंद होता. ते उभे होते तिथे दिव्यांचा भरपूर उजेड होता. बाकी काळाकुट्ट अंधार. ते पृथ्वीच्या पोटात आहेत याची आठवण करून देत दमट वाऱ्याचा झोत आला. आपल्या डोक्यावरच्या दगड-मातीचा भार त्याला जाणवायला लागला. क्षणभर तो पुन्हा नऊ वर्षांचा झाला – गडद अंधारात काढावे लागलेले ते पाच तास – आठवण येताच त्याने घट्ट मुठी वळवून मनावर येणारे सावट दूर सारायचा प्रयत्न केला.

व्हिट्टोरिया न बोलता लिफ्टबाहेर पडली आणि त्यांच्याकडे न बघता सरळ अंधारात चालायला लागली. तिच्या मार्गावरचे दिवे लागायला लागले. परिणाम भीतिदायकच होता. तिची हालचाल बोगद्याला कळते आहे? या बोगद्यालाही स्वतःचा जीव आहे की काय? कोहलर आणि तो तिच्यामागे निघाले. ते पुढे आले की मागचे दिवे आपोआप बंद होत.

''पार्टिकल ॲक्सिलरेटर...'' लँग्डन हळूच म्हणाला. ''या बोगद्यातच कुठे तरी आहे?''

''तो काय.'' डाव्या बाजूने बोगद्याच्या आतल्या बाजूने जाणाऱ्या चकचकीत क्रोमच्या नळीकडे बोट दाखवत कोहलर म्हणाला.

लँग्डनने गोंधळूनच त्या नळीकडे बघितले. ''*तो* ॲक्सिलरेटर आहे?'' त्याच्या मनात तसा काही विचारच आला नव्हता, तीन फूट तरी व्यासाची ती नळी सरळ पुढे बोगद्यातून अंधारात नाहीशी होत होती. ''मला वाटलं होतं की पार्टिकल ॲक्सिलरेटर्स *वर्तुळाकार* असतात म्हणून.''

''सरळ वाटत असला तरी तो वर्तुळाकारच आहे. दृष्टिभ्रम! या बोगद्याचा परिघ प्रचंड असल्यानेच तो तुला सरळ वाटतो आहे. आपल्या पृथ्वीसारखाच.''

“*बोगदा वर्तुळाकृती आहे?*” लँग्डनचा विश्वासच बसेना. “मग तो फारच प्रचंड असला पाहिजे.”

“एल.एच.सी. हे जगामधलं सर्वांत मोठं यंत्र आहे.”

तो सर्नचा ड्रायव्हर असेच काहीतरी म्हणाला होता ना? ‘आमच्याकडे जगामधले सर्वांत मोठे यंत्र आहे. जमिनीखाली सहा मजले तरी खोल आहे.’

“आठ किलोमीटर व्यासाचे आहे आणि सत्तावीस किलोमीटर लांब.”

लँग्डनने चमकूनच मान वळवली. “सत्तावीस किलोमीटर?” त्याने आ वासून डायरेक्टरकडे बघितले आणि सरळ वाटणाऱ्या बोगद्याकडे. “म्हणजे हा बोगदा सत्तावीस किलोमीटर लांब आहे? म्हणजे... सोळा मैलांच्या वर झाला की!”

“आहेच तसा. हा बोगदा फ्रान्सपर्यंत पोहोचून मग पुन्हा इथे येऊन मिळतो. संपूर्ण वेगाने धावणारे पार्टिकल्स एकमेकांवर आदळेपर्यंत एका सेकंदात दहा हजार वेळा तरी त्या नळीमधून फेऱ्या घालतात.”

लँग्डनच्या पायातली शक्ती गेली. “छोटे छोटे पार्टिकल्स फोडण्यासाठी सर्नने लाखो टन माती खणून काढली?”

कोहलरने खांदे उडवले, “सत्य शोधायचं तर कधीकधी पर्वतही हलवायला लागतात.”

१६

सर्नपासून शेकडो मैलांवर वॉकी-टॉकीमधून आवाज आला, “मी हॉलवेमधे पोहोचलो आहे.”

व्हिडिओ स्क्रीन्सवर नजर ठेऊन असणाऱ्या तंत्रज्ञाने आपल्या ट्रान्समीटरवरचे बटण दाबले. “कॅमेरा नं. ८६ हॉलच्या शेवटी असायला हवा.”

बराच वेळ रेडिओवरून काही आवाज न आल्याने थांबलेल्या तंत्रज्ञाला घाम फुटायची पाळी आली. शेवटी त्याच्या कानावर आवाज पडला.

“तो कॅमेरा इथे नाही. तो बसवला होता त्या जागेवरून कुणीतरी काढला आहे.”

“थॅन्क्स. एक सेकंद थांब.”

त्याने पुन्हा व्हिडिओ स्क्रीन्सवर नजर फिरवली. या इमारतींचे मोठे भाग आम जनतेला खुले होते आणि ‘आठवण’ म्हणून टारगट लोकांनी वायरलेस कॅमेरे

पूर्वीही चोरले होते. पण कॅमेरा रेन्जच्या बाहेर जाताच पडद्यावरचे चित्र नाहीसे होत असे. इथे तर स्वच्छ चित्र दिसत होते. तो इथेच कुठेतरी असणार. हलवून ठेवलेला आहे. *पण का? आणि कोणी?*

आणि कॅमेरा चोरला म्हणावे तर सिग्नल कसा मिळतो आहे?

त्याने विचार करत पुन्हा वॉकी-टॉकी उचलला. ''जिन्यांवर काही कपाटे वगैरे आहेत?''

''नाही, का?'' विचारणाऱ्याच्या मनात उडालेला गोंधळ कळत होता.

''जाऊ दे. थॅन्क्स.'' त्याने वॉकी-टॉकी बंद केला. ओठांवरून जीभ फिरवली.

कॅमेरा छोटा होता. शिवाय वायरलेस. तंत्रज्ञाला कळत होते, की या सर्व कडेकोट बंदोबस्त असलेल्या कॉम्प्लेक्समधून कुठूनही तो चित्र पाठवत असेल. अर्ध्या मैलाच्या त्रिज्येत इथे बत्तीस तरी वेगवेगळ्या इमारती होत्या. एकच गोष्ट नक्की होती, तो कुठल्यातरी अंधाऱ्या जागेत होता आणि तशा जागा तरी कमी का होत्या? शेड्स, कपाटे, बेडरूम्स, वॉर्डरूम्स आणि बोगद्यांचे तर जाळेच होते. शोधायला तर कित्येक आठवडे जातील.

पण तो धास्तावला होता तो वेगळ्याच कारणाने. हरवलेला कॅमेरा ज्या गोष्टीवर रोखून ठेवला होता, ते आजपर्यंत त्याने कधी बघितलेही नव्हते असे एक अत्याधुनिक उपकरण वाटत होते. स्थिर ठेवलेले. त्याच्या तळाशी इलेक्ट्रॉनिकचे दिवे उघडझाप करत होते.

अशा धोकादायक परिस्थितींना तोंड देण्यासाठी त्याला खूप शिक्षण मिळाले असले तरीही त्याची छाती धडधडायला लागली. घाबरू नकोस, तो स्वतःला बजावत होता. गडबडून जाऊ नकोस. काहीतरी स्पष्टीकरण असणार याचे. ते उपकरण तरी इतके लहान वाटत होते की, त्यापासून धोका नसावा. पण तरी या कॉम्प्लेक्समधे ते आलेच कसे? काहीतरी गडबड नक्कीच होती.

आणि हे सर्व आजच घडावे?

इथे संरक्षण या गोष्टीला सर्व प्राधान्य होते. गेल्या बारा वर्षांत आज तर ती बाब अत्यंत महत्त्वाची होती. खूप वेळ तो त्या उपकरणाकडे बघत बसला. कुठले तरी वादळ आपल्याच दिशेने घोंघावत निघाले आहे अशी जाणीव त्याला झाली.

त्याने घाम पुसत वरिष्ठ अधिकाऱ्याला फोन लावला.

१७

आपल्या वडिलांना आपण प्रथम कधी भेटलो हे किती मुलांना सांगता येईल? व्हिट्टोरिया सांगू शकत होती. ती आठ वर्षांची होती. फ्लॉरेन्सजवळच्या एका अनाथाश्रमात राहात होती. ज्यांची ओळखच नव्हती अशा पालकांनी तिथे सोडून दिल्यापासून तिथेच तर राहात होती. त्या दिवशी खूप पाऊस पडत होता. नन्सनी दोनदा तिला जेवायला बोलावले तरी आपल्याला ऐकूच आले नाही असे तिने दर्शवले होते. ती अंगावर पडणाऱ्या पावसाच्या थेंबांकडे बघत, पुढला थेंब अंगावर नक्की कुठे पडेल याचा विचार करत अंगणात पडली होती. आली नाहीस तर न्यूमोनिया होईल अशी धमकी देत त्यांनी पुन्हा हाक मारली. निदान निसर्गाबद्दलचे तिचे कुतूहल तरी कमी होईल अशी त्यांना आशा होती.

मला ऐकू येत नाही, ती विचार करत होती.

एक तरुण प्रीस्ट तिला आत नेण्यासाठी येईपर्यंत ती पार भिजली होती. ती त्याला ओळखत नव्हती. नवीनच आला होता. आपल्याला तो बकोट धरून आत खेचत नेणार याची तिला खात्री होती. अजिबात तसे न करता तोही तिच्याशेजारी पावसात भिजायला लागल्यावर खरे म्हणजे ती चक्रावलीच.

"तू फार प्रश्न विचारतेस म्हणतात सर्वजण," तो तरुण म्हणाला.

"प्रश्न वाईट असतात?" तिने विचारले.

तो हसत म्हणाला, "अरेच्चा! ते खरंच सांगत होते की."

"तुम्ही काय करता आहात इथे?"

"तू करते आहेस तेच – विचार करतो आहे, की पावसाचे थेंब का पडतात?"

"मी तो विचार करत नव्हते. माहिती आहे मला."

आश्चर्याने थक्क झाल्यासारखा तो उद्गारला, "माहिती आहे?"

"सिस्टर फ्रान्सिस्का म्हणते की आपली पापं धुऊन काढण्यासाठी पडणारे देवदूतांचे अश्रू आहेत ते."

"हे उत्तर आहे तर!"

"अजिबात नाही. पावसाचे थेंब खाली पडतात कारण *सर्व गोष्टी खालीच पडतात.* फक्त हे थेंब नाही."

प्रिस्टने डोके खाजवले. तो गोंधळल्यासारखा दिसला, "तू म्हणतेस तेच बरोबर वाटतं. *प्रत्येक गोष्ट खालीच पडते.* गुरुत्वाकर्षणाने असणार."

"कशामुळे असणार?"

"तू गुरुत्वाकर्षणाबद्दल ऐकलेलं नाहीस कधी?" तो चकित झाला असावा.

"नाही."

"वाईट झालं. गुरुत्वाकर्षण अनेक प्रश्नांची उत्तरं देतं." तो खांदे उडवत म्हणाला.

"काय आहे गुरुत्वाकर्षण? सांग मला." सावरून बसत ती म्हणाली.

डोळे मिचकावत तो म्हणाला, "जेवताना सांगितलं तर चालेल?"

तो तरुण प्रीस्ट होता लिओनार्दो वेत्रा. विद्यापीठात असताना त्याने भौतिकशास्त्र विषयात अनेक प्रावीण्यपदके मिळवली होती. मग त्याला कुठली साद मिळाली ते कळत नाही. तो रोमन कॅथलिक सेमिनरीमधे आला. तिथल्या एकाकी आणि कठोर नियमांनी जखडलेल्या आयुष्यात या दोन व्यक्तींची गाढ मैत्री जडली. तीच त्याला हसवू शकत असे. त्याने तिला आपल्या पंखांखाली घेतले. इन्द्रधनुष्य, नद्या, प्रकाश, ग्रह, तारे आणि सर्वच सुंदर नैसर्गिक गोष्टींची ओळख देवाच्या आणि विज्ञानाच्या नजरेतून त्याने तिला करून द्यायला सुरुवात केली. उपजत बुद्धिमत्ता आणि त्याबरोबर कायमचे कुतूहल यांच्यामुळे ती त्याची उत्कृष्ट विद्यार्थिनी बनली. आपलीच मुलगी असल्याप्रमाणे तो तिची काळजी घ्यायला लागला.

ती तर खूपच आनंदी बनली. पित्याचे सुख तिला तरी कधी लाभले होते? प्रत्येकजण तिच्या प्रश्नांना धुडकावून लावत असताना लिओनार्दो तासन्‌तास तिला पुस्तके दाखवत बसे. एवढेच नव्हे तर प्रत्येक गोष्टीबद्दल तिची काय कल्पना आहे विचारे. तो कायम तिच्याबरोबर रहावा अशी ती प्रार्थना करायला लागली आणि एक दिवस तिच्या मनातली धास्ती प्रत्यक्षात उतरली. फादर लिओनार्दोने तिला सांगितले, की जिनेवा विद्यापीठात भौतिकशास्त्राचा अभ्यास करण्यासाठी त्याला शिष्यवृत्ती मिळाली आहे आणि तो स्वित्झर्लंडला जाणार आहे.

"भौतिकशास्त्र? मला तर वाटत होतं की तुमचं *देवावर* आत्यंतिक प्रेम आहे."

"आहे. खूपच आहे. म्हणून तर त्याच्या ईश्वरी नियमांचा मला अभ्यास करायचा आहे. ते नियम म्हणजे आपली अजरामर कलाकृती रंगवण्यासाठी देवाने निर्माण केलेला भव्य असा कॅनव्हासचा पडदा आहे."

व्हिट्टोरिया वेडीपिशी झाली. पण फादर लिओनार्दोकडे दुसरी एक बातमी होती. त्याने वरिष्ठांना विचारल्यावर लिओनार्दोने तिला दत्तक घ्यायला त्यांनी अनुमती दिली होती.

"मी तुला दत्तक घेतलं तर तुला ते आवडेल?"

"दत्तक म्हणजे काय?"

फादर लिओनार्दोने सांगितल्यावर ती आनंदाश्रू ढाळत पाच मिनिटे तरी त्याला घट्ट मिठी मारून बसली.

लिओनार्दोने सांगितले की त्याला प्रथम एकट्यानेच पुढे जाऊन त्यांच्या नवीन घराची व्यवस्था करायला लागेल. पण सहा महिन्यांत तिला तो नक्की बोलावेल. व्हिट्टोरियाच्या आयुष्यातला सर्वांत मोठा वाट बघण्याचा काळ. त्याने वचन पाळले. तिच्या नवव्या वाढदिवसाच्या पाच दिवस आधी व्हिट्टोरिया जिनेवाला पोहोचली. दिवसा जिनेवा इन्टरनॅशनल स्कूलमधे शिकायचे, रात्री लिओनार्दोबरोबर.

तीन वर्षांनी तो सर्नमधे आला. कल्पनेतही विचार केला नव्हता अशा अद्भुत सृष्टीत तीही येऊन पोहोचली.

बोगद्यातून जाताना एल.एच.सी.च्या चकचकीत नळीवर आपले प्रतिबिंब बघताना आपले पपा आता नाहीत याची व्हिट्टोरियाला प्रकर्षाने जाणीव झाली. ती नेहमीच भोवतालच्या जगाशी एकरूप होऊन खूप शांत असे. पण या क्षणी कशाचाच अर्थबोध होत नव्हता. गेले तीन तास कसे गेले हे तर कळलेच नव्हते.

बॅलियारिक बेटांवर दहा वाजले असतील, तेव्हा कोहलरचा फोन आला होता. *तुझ्या वडिलांचा खून झाला आहे. ताबडतोब निघून ये.* डाईव्ह बोटीवर भयंकर उष्म्यातसुद्धा या शब्दांनी तिच्या शरीरात हाडापर्यंत गोठवणाऱ्या थंडीची शिरशिरी येऊन गेली. तो ऐकलेल्या बातमीचा परिणाम तर होताच, पण कोहलरने ज्या कोरड्या स्वरात बातमी सांगितली होती त्याचाही.

आता ती घरी पोहोचली होती. *घर? कुठले घर? सर्न?* ती बारा वर्षांची असल्यापासूनचे तिचे हे जग आता तिला परके वाटायला लागले होते. ज्यांनी या जगाचे जादूनगरीत रूपांतर केले होते ते पपाच आता या जगात नव्हते.

खोल श्वास घे, तिने स्वत:ला बजावले. पण मनाला शांतता लाभत नव्हती. एखाद्या वावटळीसारखे मनात प्रश्न भिरभिरत होते. कोणी तिच्या पपांना मारले? आणि का? हा अमेरिकन 'स्पेशालिस्ट' कोण? आणि प्रथम लॅब बघण्याचा कोहलर इतका का आग्रह धरत होता?

ते आता ज्या प्रयोगात दंगले होते त्याच्याशी या खुनाचा संबंध असल्याचा पुरावा आहे, असे कोहलर म्हणत होता. *पुरावा? आम्ही कशावर काम करत आहोत हेच कुणाला ठाऊक नव्हते आणि कुणाला कळले तरी ते त्यांना का ठार मारतील?*

एल.एच.सी. च्या बोगद्यातून लॅबच्या दिशेने पावले टाकताना तिच्या लक्षात आले, की पपांनी देदिप्यमान यश संपादन केले होते आणि ते सांगायला ते स्वत: नव्हते. तिने या क्षणाची फार वेगळी कल्पना उराशी बाळगली होती. पपा सर्नच्या वरिष्ठ शास्त्रज्ञांना लॅबमधे बोलावतील, आपला शोध दाखवतील आणि त्यांचे आश्चर्याचे धक्के बसलेले चेहरे बघतील. नंतर पित्याच्या अभिमानानेच सांगतील की, प्रथम व्हिट्टोरियाला सुचलेल्या कल्पनेनेच त्यांना या प्रयोगामधे यश मिळायला

मदत झाली आहे – त्यांच्या मुलीचाही या यशात तेवढाच सहभाग आहे. व्हिट्टोरियाच्या गळ्याशी आवंढा आला. हा क्षण मी आणि पपांनी एकत्र अनुभवायचा होता. आता ती एकटीच इथे होती. सहकारी नाहीत. आनंदाने फुललेले चेहरे नाहीत. एक परका अमेरिकन आणि मॅक्सिमिलियन कोहलर.

मॅक्सिमिलियन कोहलर! सम्राट मॅक्सिमिलियन!

लहान असतानाही तिला तो कधी आवडला नव्हता. त्याची सुप्त अशी प्रगल्भ बुद्धिमत्ता लक्षात यायला लागल्यावर, ती त्याच्याबद्दल आदर बाळगायला लागली असली, तरी त्याचे वागणे तिला नेहमीच भावनाशून्य, अमानवी वाटे. लिओनार्दोच्या अगदी उलट. कोहलर शास्त्राचा वेध घ्यायचा त्याच्या तर्कशुद्ध नियमांमुळे तर लिओनार्दो कुतूहलाने आणि आश्चर्याने. पण नवलाची गोष्ट म्हणजे या दोन परस्पर विरोधी व्यक्तिमत्त्वाच्या शास्त्रज्ञांना एकमेकांबद्दल अपार आदर होता. अलौकिक बुद्धिमत्ता लाभलेली एक व्यक्ती दुसऱ्या तशाच व्यक्तीचा कोणत्याही इतर गोष्टींचा विचार न करता स्वीकार करते, असे कोण म्हणाले होते पूर्वी?

अलौकिक बुद्धिमत्ता लाभलेली व्यक्ती – पपा – आज जिवंत नाहीत.

लिओनार्दो वेत्राच्या लॅबकडे नेणारा मार्ग निर्जंतुक, पांढऱ्या स्वच्छ टाईल्सनी बनवलेला होता. जमिनीखालच्या कुठल्या तरी वेड्यांच्या इस्पितळाच्या प्रवेशद्वाराकडे जातो आहोत असा काहीतरी विचित्र विचार लँग्डनच्या मनात तरळून गेला. हॉलवेच्या दोन्ही बाजूंना डझनावारी काळ्या-पांढऱ्या रंगामधल्या चित्रांच्या फ्रेम्स होत्या. अशा चित्रांचा अभ्यास करण्यात त्याने आयुष्य घालवले होते, तरी ही चित्रे त्याला संपूर्णत: अपरिचित वाटत होती. वाटेल तसे मारलेले फराटे, चक्राकार वर्तुळे यांच्या चित्रांच्या त्या निगेटिव्हज वाटत होत्या. *मॉडर्न आर्ट?* जॅक्सन पोलॉकची ॲम्फेटामाईन्सवरची चित्रकृती?

''स्कॅटर प्लॉट्स,'' लँग्डन त्या चित्रांकडे लक्ष देऊन बघताना दिसल्यावर व्हिट्टोरिया म्हणाली. ''पार्टिकल्स आदळल्यावर काय घडतं ते दर्शवणारी संगणकाच्या साहाय्याने बनविलेली चित्रं. तो झेड पार्टिकल.'' एका अस्पष्ट रेषेकडे बोट दाखवत तिने सांगितले. दिसलाही नव्हता तो त्याला. ''पाच वर्षांपूर्वी पपांनी शोधला. शुद्ध ऊर्जा. वस्तुमानच नाही. निसर्गामधला नवनिर्मितीचा सर्वांत छोटा घटक. वस्तुमान म्हणजे दुसरे काही नसून बंदिस्त ऊर्जा असते.'' लँग्डनने कान टवकारले. फोटोमधल्या अस्पष्ट रेषेकडे बघताना त्याच्या मनात सहज विचार आला की, हार्वर्डमधल्या फिजिक्स डिपार्टमेंटमधल्या सहकाऱ्यांना त्याने जर सांगितले, की गेला शनिवार-रविवार त्याने लार्ज हॅड्रॉन कोलायडरमधे झेड पार्टिकल्सचे कौतुक करण्यात घालवला होता, तर काय वाटेल त्यांना?

लॅबच्या पोलादी दरवाज्यासमोर ते पोहोचताच कोहलर म्हणाला, ''व्हिट्टोरिया!

आज सकाळी मी तुझ्या पपांना बघण्यासाठी इथे आलो होतो.''

व्हिट्टोरिया रागावलेली वाटली.

''मला आश्चर्य वाटलं, की सर्नची नेहमीची की-पॅड सिक्युरिटी बदलून त्याने दुसरीच काहीतरी सिक्युरिटी सिस्टिम बसवली आहे.''

''त्याबद्दल मीच तुमची क्षमा मागते. आम्ही दोघं सोडून दुसऱ्या कुणालाही आत प्रवेश करता येऊ नये अशी त्यांची इच्छा होती. पपा किती गुप्तता बाळगत असत माहिती आहे तुम्हाला.''

''ठीक आहे. उघड दरवाजा.''

व्हिट्टोरिया बराच वेळ स्थिर उभी राहिली आणि नंतर मोठा श्वास घेऊन भिंतीकडे वळली. तिथे टेलिस्कोपसारखे लेन्स असलेले एक यांत्रिक उपकरण होते. तिने काळजीपूर्वक आपला डोळा लेन्सला लावला आणि तिथले बटण दाबले. त्या उपकरणातून खट् आवाज आला. प्रकाशाची एक तिरीप बाहेर येऊन तिच्या बुबुळावर वरखाली फिरली.

''रेटिना स्कॅन.'' ती म्हणाली ''चूक होणंच शक्य नाही. फक्त दोन रेटिना पॅटर्नसाठीच बनवलेली संरक्षक व्यवस्था. मी आणि पपा.''

आणि रॉबर्ट लँग्डनच्या डोक्यात प्रकाश पडला. लिओनार्दो वेत्राचे प्रेत भीषण अवस्थेत का होते याचा उलगडा झाला. रक्ताळलेला चेहरा – रोखून बघणारा एकच तांबूस डोळा – दुसऱ्या डोळ्याच्या जागी डोळा नसलेली खोबण – भीषण सत्य स्पष्ट दिसत असताना त्याचा स्वीकार होईना. त्याचे लक्ष स्कॅनरखालच्या पांढऱ्या टाईल्सच्या जमिनीकडे गेले. अस्पष्ट लाल रंगाचे ठिपके दिसत होते. वाळलेले रक्त.

सुदैवाने व्हिट्टोरियाचे लक्ष तिकडे गेले नव्हते.

पोलादी दरवाजा बाजूला सरकला आणि ती आत शिरली.

कोहलर रोखून त्याच्याकडे बघत होता. त्याची कठोर दृष्टीच बोलत होती. *सांगितले होते तुला. त्या नाहीशा झालेल्या डोळ्याने बरेच काही साध्य होणार आहे.*

१८

स्त्रीचे हात बांधलेले होते. घासूनघासून मनगटे काळीनिळी पडली होती. महोगनीच्या लाकडासारखी लालसर तपकिरी रंगाची त्वचा असलेला हॅसासिन् तिच्या शेजारी आपले बक्षीस – ती नग्न स्त्री – न्याहाळत बसला होता. ती आता

बेशुद्धीचे सोंग करत होती, की पुढला छळ थांबवण्याचा प्रयत्न करत होती हे त्याला माहीत नव्हते. त्याची पर्वाही नव्हती म्हणा त्याला. समाधानाने तो उठला.

त्याच्या देशात स्त्रिया या मालकी हक्काच्या वस्तूंसारख्या होत्या. सुख देणे एवढेच काम. गरज संपली की गुराढोरांसारखी विकून टाकायची. त्यांनाही त्यांची योग्यता ठाऊक असायची. युरोपमध्ये त्या स्वातंत्र्याच्या शक्तीचा जो आव आणायच्या त्यामुळे त्याची करमणूक तर व्हायचीच, पण वासनाही उफाळून यायची. त्यांची प्रतिकारशक्ती नाहीशी होईपर्यंत उपभोग घेतला की मगच त्याचे समाधान व्हायचे.

पण आता त्याच्या मनात दुसऱ्याच इच्छेने घर केले होते. काल त्याने खून केला होता. जीव घेऊन तुकडे उडवले होते. ती नशा हेरॉईन या मादक द्रव्यासारखी होती. त्याने तात्पुरते समाधान वाटायचे. मग पुन्हा दुसऱ्या कुणाचा तरी जीव घ्यायची प्रबळ इच्छा व्हायची.

त्याने शेजारच्या स्त्रीवर नजर फिरवली. तिच्या गळ्यावरून हात फिरवला. तिचे आयुष्य आपण क्षणात संपवू शकतो या जाणीवेनेच तो उत्तेजित झाला. आणि त्याने काय फरक पडणार होता? त्याच्या इच्छेप्रमाणे समाधान देणे कामच होते तिचे. बाकी किंमत शून्य. त्याने आपल्या बोटांनी तिच्या गळ्याभोवती विळखाही घातला. मग इच्छा मारून तो उठला. नकोच. फारच महत्त्वाचे काम होते त्याला.

जानस आणि त्याच्या अधिपत्याखालील प्राचीन ब्रदरहुड यांच्या सामर्थ्याची त्याला कल्पनाच करता येत नव्हती. त्यांनी त्यांच्या कामासाठी त्याची निवड करून त्याचा बहुमान केला होता. त्याचे कसब आणि त्याची घृणा त्यांना कशी कळली? त्याला ते कळत नव्हते. पण त्यांचे हात दूरवर पोहोचत होते हे नक्की.

आणि आता तर त्यांनी त्याचा अत्युच्च सन्मान केला होता. तो त्यांचा असॅसिन् आणि त्यांचा दूत बनला होता. सत्याचा दूत!

११

वेत्राची लॅब दूरच्या भविष्यकाळातली वाटणारी होती.

पांढरी स्वच्छ. सर्व बाजूंना संगणक आणि अत्याधुनिक इलेक्ट्रॉनिक उपकरणे. एखाद्या ऑपरेशन थिएटरसारखीच भासत होती. अशी कुठली रहस्ये या लॅबमध्ये दडवलेली होती, की प्रवेश मिळवण्यासाठी कोणाचा डोळा काढला जावा?

आत शिरताना कोहलर अस्वस्थ दिसत होता. त्याची नजर सर्वत्र भिरभिरत

होती. आत नक्की कुणी प्रवेश केला नव्हता ना? लॅबमधे कोणीही नव्हते. पपांच्या अनुपस्थितीत व्हिट्टोरियाला लॅबही परकी वाटायला लागली असावी. ती जड पावलांनी हळूहळू चालत होती.

लँग्डनची नजर लॅबच्या मधल्या भागावर गेली. तिथे स्टोनहेंजची प्रतिकृती असावी असे डझनभर तरी चकचकीत छोटे पोलादी खांब उभे होते. तीनएक फूट उंचीचे. म्यूझियम्समध्ये मौल्यवान हिरे-माणके ठेवण्यासाठी व्यवस्था असते तसे. प्रत्येक खांबावर एक पारदर्शक कुपी होती, टेनिस बॉलच्या आकाराची. सर्व कुप्या रिकाम्या दिसत होत्या.

कोहलर कोड्यात पडल्याप्रमाणे त्या कुप्यांकडे बघत होता. पण तात्पुरते त्यांच्याकडे दुर्लक्ष करायचे ठरवल्याप्रमाणे तो व्हिट्टोरियाकडे वळला. ''काही चोरीला गेलं आहे?''

''चोरी? चोरी कशी होणार? रेटिना स्कॅनमुळे फक्त आम्ही दोघंच आत येऊ शकतो.'' व्हिट्टोरियाचा विश्वास बसणेच शक्य नव्हते.

''तरी पण बघ सगळीकडे.''

एक सुस्कारा सोडून तिने सर्वत्र नजर फिरवली. ''सर्व काही पपा नेहमी ठेवायचे तसेच वाटते आहे. आखीव अस्ताव्यस्तपणा.''

कोहलरचे समाधान झाले नसावे असे लँग्डनला वाटले. व्हिट्टोरियाशी किती बोलावे किंवा तिला कोणती गोष्ट करायला भाग पाडावे याचा विचार बाजूला सारून कोहलरने आपली व्हीलचेअर मधे आणली. रहस्यमय रिकाम्या कुप्यांवर नजर टाकली.

''गुप्तता, रहस्यं या गोष्टी यापुढे आपल्याला परवडण्यासारख्या नाहीत.''

व्हिट्टोरियाने मान डोलावली. पण लॅबमधे असल्यानेच की काय तिच्या मनात आठवणींचा कल्लोळ उडाला असावा.

तिला मिनिटभर वेळ तरी दे, लँग्डन मनात पुटपुटला.

व्हिट्टोरियाने डोळे मिटले. मोठा श्वास घेतला, सोडला. पुन्हा–पुन्हा–पुन्हा.

लँग्डन एकदम काळजीत पडला. *ती ठीक आहे ना?* त्याने कोहलरकडे बघितले. त्याचा चेहरा शांत होता. त्याने हा प्रकार पूर्वीही बघितला असावा. दहाएक सेकंदांनी तिने डोळे उघडले.

आणि लँग्डनचा विश्वास बसेना. तिच्यात जादूसारखा फरक पडला. खांदे खाली आले. डोळे स्निग्ध बनले. तिच्या शरीरातल्या प्रत्येक स्नायूने जसा काही परिस्थितीतला बदल मान्य केला होता. ती शांत बनली. स्वत:चे दु:ख, संताप तिने खूप खोलवर कुठेतरी गाडून टाकला असावा.

''कुठे सुरुवात करावी ते...''

"अगदी सुरुवातीपासून. काय होता लिओनार्दोचा प्रयोग?"

"विज्ञान आणि धर्म एकमेकांना पूरक अशी क्षेत्रं आहेत हे सिद्ध करून दाखवायची आशा त्यांनी नेहमी बाळगली होती. एकाच सत्याकडे नेणारे दोन भिन्न मार्ग." आपण पुढे बोलणार आहोत त्यावर इतरांचा विश्वास बसेल की नाही याची शंका यावी तशी ती क्षणभर घुटमळली. "अगदी अलीकडे त्यांना ते सिद्ध करायची दिशा लक्षात आली होती."

कोहलर गप्प होता.

"विज्ञान आणि धर्म यांचा इतिहासकाळापासून जो संघर्ष चालू आहे तो थांबवण्यासाठी त्यांनी एका वेगळ्याच प्रयोगाची आखणी केली."

आता यांच्यात संघर्ष काय कमी होते? कुठल्या संघर्षाबद्दल ही बोलत होती? लँग्डन मनात विचार करत होता.

"जेनसिस! (GENESIS)! उत्पत्ती! या विश्वाची निर्मिती कशी झाली याबद्दलच्या विचारांचा संघर्ष."

ओ! तो सुप्रसिद्ध वाद!

"बायबलप्रमाणे अर्थातच देवाने या विश्वाची निर्मिती केली. देव म्हणाला प्रकाश होऊ दे. आणि आपण पाहतो ती प्रत्येक गोष्ट अफाट पोकळीतून निर्माण झाली. पण दुर्दैवाने भौतिकशास्त्राचा मूलभूत नियम आहे की शून्यातून कशाचीही निर्मिती होऊ शकत नाही."

धर्म आणि विज्ञान यांची याबाबतची मते पार टोकाची होती. देव शून्यातून काही निर्माण करतो ही कल्पनाच भौतिकशास्त्राच्या सर्व नियमांच्या विरुद्ध होती. म्हणूनच शास्त्रज्ञांचा दावा होता, की वैज्ञानिक दृष्टिकोनातून 'उत्पत्ती' हा भाग हास्यास्पद होता.

"मिस्टर लँग्डन, बिग बँग – महास्फोट सिद्धान्त तुम्हाला माहीत असणारच."

"थोडा फार." विश्वाच्या निर्मितीचे वैज्ञानिकदृष्ट्या स्वीकारलेले मॉडेल म्हणजे महास्फोट सिद्धान्त एवढेच त्याला माहीत होते. म्हणजे त्याला त्याबद्दल खूप कळत होते असा भाग नव्हता. पण सिद्धान्ताप्रमाणे एकाच बिन्दुवत जागेत केन्द्रित झालेल्या ऊर्जेचा प्रलयंकारी स्फोट झाला आणि बाहेरच्या बाजूला प्रसरण होत या विश्वाची निर्मिती झाली असा काहीतरी तो प्रकार होता.

"१९२७ मधे जेव्हा कॅथलिक चर्चने प्रथम महास्फोट सिद्धान्त सुचवला..."

लँग्डन चमकला, "काय? ही कॅथलिक चर्चची कल्पना होती?"

त्याच्या प्रश्नाचे व्हिट्टोरियाला आश्चर्य वाटल्याचे दिसले. "अर्थातच. जॉर्ज लेमायत्रे या कॅथलिक धर्मगुरूनेच तो सिद्धान्त प्रथम मांडला."

"पण मला तर..." लँग्डन थबकला. "महास्फोट सिद्धान्त हार्वर्डचा खगोलशास्त्रज्ञ एडविन हबल याने सुचवला होता ना?"

कोहलर नेहमीच्या मुद्यावरच संतापला. ''पुन्हा तेच, अमेरिकन्सचा शास्त्रीय उद्धटपणा. हबलने १९२९ मधे म्हणजे दोन वर्षांनी त्याचा सिद्धान्त छापलेला आहे.''

लँग्डनच्या कपाळावर आठ्या चढल्या. *हबल टेलिस्कोप म्हणतात त्याला सर!* मी *कधी लेमायत्रे टेलिस्कोपबद्दल ऐकल्याचे आठवत नाही.*

''कोहलर यांचं म्हणणं बरोबर आहे.'' व्हिट्टोरिया म्हणाली. ''मूळ कल्पना लेमायत्रेचीच. हबलने वैज्ञानिक दृष्टिकोनातून महास्फोट शक्य आहे असा पुरावा गोळा केला.''

हार्वर्ड ॲस्ट्रॉनॉमी डिपार्टमेंटमधले हबलचे कट्टर पाठीराखे त्यांच्या व्याख्यानात लेमायत्रेचे नाव कधीतरी घेतात का असा विचार लँग्डनच्या मनात येऊन गेला.

''लेमायत्रेने प्रथम महास्फोट सिद्धान्त सुचवल्यावर वैज्ञानिकांनी टर उडवली. मुळातच काही नसताना कोणत्याही वस्तूची निर्मिती शक्य नाही असे विज्ञान सांगत होते. पण शास्त्रीय पुराव्यांनी महास्फोट सिद्धान्त अगदी अचूक आहे असे हबलने सिद्ध केल्यावर सर्व जगालाच धक्का बसला आणि चर्चने बायबल शास्त्रीयदृष्ट्या अचूक आहे असे जाहीर करून टाकले. ईश्वरी सत्य!''

लँग्डन कान देऊन ऐकायला लागला.

''अर्थात आपले संशोधन वापरून चर्चने धर्माचा प्रसार करावा ही गोष्ट वैज्ञानिकांना पसंत नव्हती. त्यांनी धर्माचा आभास निर्माण करणारी प्रत्येक गोष्ट बाजूला सारून महास्फोट सिद्धान्ताचे गणितच बनवले आणि तो सिद्धान्त आपलाच आहे असे सांगून टाकले. पण दुर्दैवाने त्यांच्या समीकरणात असलेल्या एकाच उणिवेवर चर्च नेहमी बोट ठेवते.''

''सिंग्युलॅरिटी – बिंदुवतता.'' त्याचे सर्व आयुष्य दुःखी व्हायला जसे काही तेच कारण आहे अशा थाटात कोहलरच्या तोंडातून शब्द आला.

''बरोबर, सिंग्युलॅरिटीच.'' व्हिट्टोरियाही म्हणाली. ''निर्मितीचा नेमका क्षण, टाईम झिरो.'' तिने लँग्डनकडे बघत पुढे बोलणे सुरू केले. ''आजही विज्ञानाला तो क्षण कळत नाही. विश्वाच्या सुरुवातीच्या काळाबद्दल सर्व समीकरणे मांडता येतात. पण काळात मागे जाताजाता टाईम झिरोजवळ पोहोचायला लागलो की गणितच बारगळतं.''

''अगदी बरोबर.'' कोहलरने री ओढली. ''आणि चर्च या उणिवेवर बोट ठेवत विश्वनिर्मिती हा देवाचा चमत्कार मानतं.'' तो व्हिट्टोरियाकडे वळला. ''पण आता तू मुद्याचं बोल.''

व्हिट्टोरियाच्या चेहऱ्यावर ती दूर कुठेतरी आहे असे भाव पसरले. ''महास्फोटामध्ये देवाचा हात होता यावर पपांचा विश्वास होता. विज्ञानाला त्या अद्वितीय क्षणाची

आतापर्यंत कल्पना करता येत नसली, तरी एक दिवस ती नक्की करता येईल. अशीही त्यांची खात्री होती. मी कधी संशयात असले की तो कागद पपा माझ्या चेहऱ्यासमोर नाचवायचे.'' तिने दुःखी चेहऱ्यानेच लिओनार्दो वेत्रा जिथे काम करायचा तिथे चिकटवलेल्या कागदाकडे बोट दाखवले.

SCIENCE AND RELIGION ARE NOT AT ODDS.
SCIENCE IS SIMPLY TOO YOUNG TO UNDERSTAND.

''माझ्या पपांना विज्ञान अशा उच्च पातळीवर आणून ठेवायचं होतं, की जिथे ईश्वर ही संकल्पना विज्ञानाला मान्य होईल.'' तिचा चेहरा आता खिन्न पडत चालला होता. ''कोणत्याही शास्त्रज्ञाने मनातही विचार आणला नसेल, अशा गोष्टीमागे पपा लागले होते. अर्थात तशा गोष्टीमागे लागण्याचं तंत्रज्ञानही पूर्वी कुणाकडे नव्हतंच म्हणा.'' पुढले शब्द कसे बोलावेत या विचाराने ती जरा थांबली. ''उत्पत्ती शक्य आहे हे सिद्ध करू शकणाऱ्या एका प्रयोगाची पपांनी आखणी केली.''

उत्पत्तीचा पुरावा? आता प्रकाश होऊ दे? शून्यातूनच नवीन निर्मिती? लँग्डन आश्चर्याने विचारात पडला.

कोहलर गोठवून टाकणाऱ्या नजरेने बघत उद्गारला, ''काय?''

''माझ्या पपांनी विश्व निर्माण केलं आहे – शून्यातूनच.''

कोहरलरने पुन्हा चमकून विचारले, ''काय?''

''दुसऱ्या चांगल्या शब्दात सांगायचं तर महास्फोट पुन्हा निर्माण केला आहे.''

कोहलर व्हीलचेअरवरून उडी मारायच्या बेतात होता. लँग्डन काहीही कळण्यापलीकडे गेला होता. *विश्वाची निर्मिती? महास्फोटाची पुनर्निर्मिती?*

''अर्थात फार छोट्या प्रमाणातच म्हणा.'' व्हिट्टोरियाच्या तोंडातून आता भरभर शब्द बाहेर पडायला लागले. ''आणि कार्यपद्धतीही फारच सोपी. ॲक्सिलरेटर ट्यूबमधे त्यांनी अत्यंत बारीक जाडीचे दोन पार्टिकल्सचे किरण विरुद्ध बाजूंनी वेगामधे सोडले. प्रचंड वेगाने त्यांची टक्कर झाल्यावर ते आपापसात गुंतून एका अग्राएवढ्या बिंदूत त्यांची सर्व ऊर्जा एकवटली. ऊर्जेची प्रचंड घनता त्यांनी याप्रकारे हस्तगत केली.'' तिने भराभर युनिट्सचे आकडे फेकायला सुरुवात केल्यावर डायरेक्टर कोहलरचे डोळे विस्फारायला लागले.

लँग्डनही समजून घ्यायच्या प्रयत्नात होता. *विश्वनिर्मिती जिथून झाली असा समज आहे तशा अग्राएवढ्या ठिकाणी लिओनार्दो वेत्रा प्रचंड ऊर्जा साठवायच्या प्रयत्नात यशस्वी झाला होता तर!*

''आणि परिणाम म्हणजे चमत्कारच होता या प्रयोगाचा पेपर छापल्यावर

आधुनिक भौतिकशास्त्राचा पायाच डळमळेल.'' आता व्हिट्टोरिया प्रत्येक क्षणाचा आस्वाद घ्यावा तशी सावकाश बोलत होती. आपली बातमी म्हणजे काय बॉम्बगोळा ठरणार आहे, याची तिला पूर्ण जाणीव होती. ''आणि कल्पना नसताना, अनपेक्षितपणे, ॲक्सिलरेटर ट्यूबच्या या अग्राएवढ्या बिंदूभोवती वस्तूचे कण (Particles of matter) दिसायला लागले. कुठून आले माहीत नाही.''

कोहलर विस्फारलेल्या डोळ्यांनी बघतच राहिला.

''वस्तूचे कण–मॅटर–शून्यातूनच निर्माण झालेले! एका अत्यंत छोट्या अशा विश्वाची निर्मिती! शून्यातून काहीतरी निर्माण करता येतं हे तर त्यांनी सिद्ध केलंच होतं, पण ऊर्जेच्या एका प्रचंड स्त्रोताचं अस्तित्व मान्य झालं तर महास्फोट आणि उत्पत्ती यांचं स्पष्टीकरणही ते देऊ शकत होते.''

''म्हणजे देवाचे?'' कोहलरने स्पष्टच विचारले.

''देव, बुद्ध, दि फोर्स, यावे, सिंग्युलॅरिटी. युनिसिटी पॉईंट – काय हवं ते नाव द्या त्याला – अर्थ एकच – विज्ञान आणि धर्म एकच सत्य सांगतात. शुद्ध ऊर्जा हाच निर्मितीचा पिता आहे.''

बऱ्याच वेळाने कोहलर बोलला, ते सुद्धा अगदी हळू आवाजात. ''व्हिट्टोरिया, माझा गोंधळ उडाला आहे. मुळात काहीही नसताना तुझ्या पपांनी वस्तूचे कण निर्माण केले, असंच तू सांगते आहेस ना?''

व्हिट्टोरियाने कुप्यांकडे बोट दाखवले. ''हो आणि तो पुरावा आहे. त्या कुप्यांमधे त्यांनी निर्माण केलेल्या कणांचे नमुने आहेत.''

काहीतरी धोका आहे असे आतला आवाज सांगत असताना एखादे जनावर कुठल्याही संशयास्पद गोष्टीभोवती जसे सावध राहूनच फेरी मारेल, तशाच काळजीने कोहलर त्या कुप्यांच्या दिशेने निघाला. ''माझ्या नजरेतून काहीतरी निसटले असावे. या कुप्यांमधे तुझ्या पपांनीच *निर्माण केलेले* वस्तूचे कण आहेत यावर कोणी कसा विश्वास ठेवायचा? ते कण कुठूनही आले असतील.''

''खरं तर तेच शक्य नाही.'' व्हिट्टोरिया आत्मविश्वासाने म्हणाली. ''या कणांसारखे कण या पृथ्वीवर कुठेही अस्तित्वात नाहीत – ते अद्वितीय आहेत. मग तरी ते *निर्माणच केले गेले* असणार ना?''

कोहलर थोडा रागावलाच असावा. ''अशा तऱ्हेचे कण म्हणजे काय व्हिट्टोरिया? *फक्त एकाच तऱ्हेचे* कण...'' आणि तो खाडकन बोलायचा थांबला.

विजयी मुद्रेनेच व्हिट्टोरिया म्हणाली, ''त्याच्यावर तुम्हीच व्याख्यानं दिली आहेत डायरेक्टर. विश्वामध्ये *दोन* तऱ्हेच्या वस्तू आहेत. शास्त्रीय सत्य.'' ती लँग्डनकडे वळली. ''उत्पत्तीबद्दल बायबल काय सांगते? देवाने काय निर्माण केले?''

याचा कुठे काय संबंध येतो हे न कळल्यानेच लँग्डन चाचरत म्हणाला,

''देवाने उजेड आणि अंधार, स्वर्ग आणि नरक...''

''बरोबर. त्याने प्रत्येक गोष्ट एकमेकांच्या विरुद्ध निर्माण केली. प्रमाणबद्धता आणि समतोल. विज्ञानही तेच म्हणतं डायरेक्टर. महास्फोटाने विश्वात परस्परविरोधी गोष्टी निर्माण केल्या आणि पपांनी प्रयोग केला, तेव्हाही दोन विरुद्ध तऱ्हेचे कण निर्माण झाले.''

''*वस्तूकण* धरून.'' कोहलर स्वत:शीच पुटपुटला.

व्हिट्टोरियाने मान डोलावली. ''पपांच्या प्रयोगानंतरही तसेच दोन तऱ्हेचे कण निर्माण झाले.''

आता याचा अर्थ काय असा लँग्डनच्या मनात विचार आला. *लिओनार्दो वेत्राने वस्तुकणांच्या विरुद्ध काहीतरी निर्माण केले होते की काय?*

कोहलर कठोरपणे उद्गारला, ''तू ज्याकडे बोट दाखवते आहेस ती गोष्ट विश्वात दुसरीकडे कुठेतरी अस्तित्वात असेलही. पृथ्वीवर नक्कीच नाही. आपल्या आकाशगंगेतही बहुधा नाही.''

''म्हणूनच तर मी म्हणते आहे की या कुपीमधली गोष्ट *निर्माण केलेलीच* असू शकते.''

''व्हिट्टोरिया! या कुपीत खरोखरच त्याचे नमुने आहेत असं सुचवते आहेस की काय तू?''

''अर्थातच.'' कुप्यांवर अभिमानाने नजर टाकत व्हिट्टोरिया उद्गारली. ''तुम्ही जगामधल्या पहिल्या *प्रतिवस्तूच्या* – अँन्टिमॅटरच्या – नमुन्याकडे बघता आहात.''

२०

दु*सरा टप्पा,* काळ्याकुट्ट बोगद्यामधून जाताना हॅसासिन् विचार करत होता. हातातली मशाल दुसऱ्यांवर परिणाम करण्यासाठी होती. माहीत होते त्याला ते. दहशत! दहशत हा मित्र होता त्याचा. युद्धामध्ये *इतर कुठल्याही शस्त्रापेक्षा दहशतच कुणालाही पार गर्भगळित करते.*

त्याच्या वेषांतराचे कौतुक करायला कुठे आरसा नव्हता. पण त्याच्या उडणाऱ्या झग्याची सावली दिसली, की त्याला पटे, की नाव ठेवायला जागाच नव्हती. आजूबाजूच्या वातावरणाशी तद्रूप होणे हा योजनेचाच एक भाग होता – कटाचा दुष्टपणाच. त्याच्या स्वप्नात कधी आले नव्हते, की तो अशा तऱ्हेची भूमिका

साकार करेल.

दोन आठवड्यांपूर्वी बोगद्यापलीकडच्या बाजूला असलेले काम त्याला अशक्य वाटले असते. आत्मघातकीपणाचे. हातात शस्त्र न घेता सिंहाच्या गुहेत पाऊल टाकायचा प्रकार. पण जानसने 'अशक्य' शब्दाची व्याख्याच बदलून टाकली होती.

जानसने गेल्या दोन आठवड्यांत त्याला अनेक गुप्त रहस्ये सांगितली होती. या बोगद्याचे अस्तित्व हे त्यातलेच एक. प्राचीन असला तरी आजही वापरण्यासारखा.

शत्रूच्या गोटात शिरताना त्याच्या मनात विचार आला की, जानसने खात्री दिल्याप्रमाणे सर्व सोपेच असेल ना? आतमधला माणूस सर्व व्यवस्था करेल ना?

आतला माणूस! आश्चर्यच!

बोगदा संपतासंपता तो मनाशीच आकडे मोजत होता. एक-दोन-तीन-चार.

२१

''**प्र**तिवस्तूबद्दल तुम्ही ऐकल्यासारखे दिसते मिस्टर लँग्डन?'' व्हिट्टोरिया त्याच्या चेहऱ्यावर लक्ष ठेवून होती.

लँग्डनने वर बघितले. एकाएकी त्याला काय बोलावे ते कळेना. ''हो. म्हणजे... काहीतरी.''

तिच्या ओठांवर हसू उमटून गेले, ''*स्टार ट्रेक* बघता?''

लँग्डनचा चेहरा लाल पडला. ''माझ्या विद्यार्थ्यांना तो प्रोग्रॅम आवडतो...'' आणि त्याला एकदम आठवण झाली. ''*यु.एस.एस. एन्टरप्राईज* प्रतिवस्तूचाच इंधन म्हणून वापर करते ना?''

''चांगल्या काल्पनिक कथांना चांगला शास्त्रीय पाया असतोच.''

''म्हणजे प्रतिवस्तू *सत्य गोष्ट आहे* तर!''

''नैसर्गिक सत्य. प्रत्येक गोष्टीला विरोधी गोष्ट असतेच. जसे प्रोटॉन्सना इलेक्ट्रॉन्स, अप क्वार्क्सना डाऊन क्वार्क्स. अगदी अति सूक्ष्मकणांच्या पातळीपर्यंत समतोल आणि प्रमाणबद्धता हे विश्वाचे नियमच आहेत.''

गॅलिलिओच्या ड्युएॅलिटीवरच्या विश्वासाची लँग्डनला आठवण झाली.

''१९१८ पासून शास्त्रज्ञांना माहीत आहे की महास्फोटामध्ये *दोन तऱ्हेच्या* 'वस्तूंची' निर्मिती झाली. एक आपण पृथ्वीवर बघतो तसे खडक, झाडे, माणसे बनवणारी 'वस्तू'. दुसरी त्याच्या बरोबर उलट. सर्व बाबतीत वस्तूशी जुळणारी पण

कणांचा विद्युतभार विरुद्ध असणारी. प्रतिवस्तू!''

कोहलरचा आवाज फुटत नसावा. तो कसाबसा म्हणाला, ''पण प्रतिवस्तू *साठवायची* म्हटली तर अनंत तांत्रिक अडचणी आहेत. त्यांचा विद्युतभार नष्ट होऊ शकेल – न्यूट्रलायझेशन.''

''प्रतिवस्तूच्या पॉझिट्रॉन्सचा नाश होण्यापूर्वी त्यांना ॲक्सिलरेटरमधून बाहेर काढण्यासाठी पपांनी रिव्हर्स पोलॅरिटी व्हॅक्युम बनवला.''

''पण व्हॅक्युम *सर्वच वस्तूकण* खेचून घेणार नाही का? वस्तू आणि प्रतिवस्तू यांचे कण वेगळे कसे काढणार?'' कोहलरने संशय व्यक्त केला.

''त्यासाठी त्यांनी चुंबकीय क्षेत्राचा वापर केला. वस्तूकण उजवीकडे खेचले गेले तर प्रतिवस्तूकण डावीकडे. त्यांचे चुंबकीय ध्रुव विरुद्ध आहेत.''

या क्षणी कोहलरचे संशय हळूहळू फिटायला लागले असावेत. चकित होऊन व्हिट्टोरियाकडे बघत असतानाच त्याला खोकल्याची प्रचंड उबळ आली. ''कमाल आहे.'' ओठ पुसत तो म्हणाला. ''तरी...'' त्याच्या मनातले तर्कशास्त्र अजूनही विरोध करत असावे. ''व्हॅक्युमने काम होईलही, पण या कुप्या तर *वस्तूंच्याच* आहेत ना? त्यांच्यात प्रतिवस्तू कशी साठवणार? प्रतिवस्तूशी संबंध येता क्षणी...''

''पण हा नमुना कुपीला स्पर्श करतच नाही.'' व्हिट्टोरियाला हा प्रश्न अपेक्षित असावा. ''प्रतिवस्तूचे कण कुपीला स्पर्श न करता आतमधे तरंगत आहेत. या कुप्यांना प्रतिवस्तू सापळे म्हणता येईल – ॲन्टिमॅटर ट्रॅप्स. ते कुपीच्या मध्यावर अडकल्यासारखे तरंगतात. तळाशी किंवा बाजूला त्यांचा अजिबात स्पर्श होत नाही.''

''तरंगतात? *पण कसे?*''

''एकमेकांना छेद देणाऱ्या दोन चुंबकीय क्षेत्रांमुळे. बघाच तुम्ही.''

खोलीमधे आत जाऊन व्हिट्टोरियाने एक इलेक्ट्रॉनिकचे उपकरण आणले. व्यंगचित्रांमधल्या रे-गन्सचीच लँग्डनला आठवण झाली. तोफेसारखी नळी, नळीच्या वर समोर बघण्यासाठी भिंग आणि खालच्या बाजूला इलेक्ट्रॉनिक्सचे भेंडोळे. एका कुपीवर ती नळी रोखून व्हिट्टोरियाने भिंग फिरवले, काही बटणेही फिरवली आणि बाजूला सरकून कोहलरला भिंगातून नजर टाकायला सांगितले.

''*दिसण्याइतकी* प्रतिवस्तू तुम्ही गोळा केली आहे?'' कोहलर पार बावचळल्यासारखा वाटला.

''पाच हजार नॅनोग्राम्स. लक्षावधी पॉझिट्रॉन्स असणारा प्लास्मा.''

''लाखो? पण *कुठेही,* कधीही *थोडेफारच* पार्टिकल्स शोधले गेले आहेत.''

''क्झेनॉन. क्झेनॉनच्या फवाऱ्यामधून पपांनी पार्टिकल बीम ॲक्सिलरेट केला होता. इलेक्ट्रॉन्स वेगळे पडले. पूर्ण पद्धत पपांनी गुप्तच ठेवली होती. पण त्याच

वेळी रॉ इलेक्ट्रॉन्सही आत घुसवले वगैरेही होते.''

सर्व संभाषण लँग्डनच्या डोक्यावरून जात होते. ते अजूनही नक्की इंग्लिश भाषेतच बोलत आहेत ना, असाही संशय त्याच्या मनात निर्माण व्हायला लागला.

कोहलरच्या कपाळावर मात्र आठ्या चढल्या होत्या. त्याने एक खोल श्वास घेतला. पुढल्या क्षणी तो व्हीलचेअरमधे कोसळल्यासारखा बसला. ''तांत्रिक दृष्ट्या खूपच... कण...''

''बरोबर.'' व्हिट्टोरियाने मान डोलावली. ''*खूपच.*''

कोहलरने वळून कुपीकडे बघितले. गोंधळलेल्या स्थितीत खुर्चीमध्येच उंच होऊन भिंगाला डोळा लावला. काहीही न बोलता बराच वेळ बघत राहिला. तो परत बसला तेव्हा त्याच्या कपाळावर घर्मबिंदू चमकत होते. आठ्या नाहीशा झाल्या होत्या. कुजबुजल्यासारखा तो म्हणाला, ''अरे देवा! तुम्ही खरेच प्रतिवस्तू बनवली की.''

''*पपांनी* बनवली.''

''बोलायला शब्दच सापडत नाहीत आता मला.''

व्हिट्टोरियाने लँग्डनकडे वळून विचारले, ''बघणार तुम्हीही?''

नक्की कशाची अपेक्षा करायची हे कळत नसतानाही लँग्डन पुढे सरकला. दोन फुटांवरूनही त्या कुपीत काही दिसत नव्हते. आत जे काही होते ते सूक्ष्म स्वरूपातच असणार. त्याने भिंगाला डोळा लावला. दिसायला थोडा वेळच लागला.

आणि त्याच्या नजरेत ती वस्तू आली.

कुपीच्या तळाला काहीतरी दिसेल अशी त्याची कल्पना होती. पण जे काही होते ते मध्यावर तरंगत होते. पाण्यासारखा थेंब जादूनेच तरंगत होता. तो थेंब अवकाशातच कोसळत होता अशी काहीतरी भावना होत होती. त्या थेंबावर छोट्या छोट्या लाटाही येत होत्या. शून्य गुरुत्वाकर्षणातल्या पाण्याच्या थेंबाची एक व्हिडिओ फिल्म त्याने बघितली होती. त्या फिल्मचीच त्याला आठवण झाली. तो थेंब अगदी सूक्ष्म आहे हे त्याला कळत होते. पण अधांतरी तो वळवळत होता खरेच.

''तरंगतो आहे तो,'' तो म्हणाला.

''तेच ठीक आहे. प्रतिवस्तू फार अस्थिर असते. प्रतिवस्तू हे वस्तूचेच प्रतिबिंब. वस्तूशी संबंध येताच दोघांचाही संपूर्ण विनाश होतो. वस्तूशी संबंध येऊ न देणे हेच एक मोठे आव्हान होते. कारण या पृथ्वीतलावरची प्रत्येक गोष्ट वस्तूची बनलेली आहे. हवेशी देखील संपर्क न येता ते नमुने साठवायला लागतात.''

लँग्डन थक्क झाला होता. *पोकळीत काम करायचे हे बोलणे किती सोपे असते.*

"आणि हे सापळे," एका ट्रॅपच्या तळाशी बोट फिरवत कोहलर आश्चर्याने मधेच म्हणाला. "तुझ्या पपांनीच डिझाइन केले?"

"खरे तर मी केले."

कोहलरने मान वर केली.

"पपांनी प्रतिवस्तूचे पहिले कण निर्माण केल्यावर ते साठवायचे कसे हे त्यांच्या लक्षात येईना. तेव्हा मीच ही कल्पना सुचवली. हवाबंद नॅनो कॉम्पोझिट आवरणे. दोन बाजूंना विरुद्ध इलेक्ट्रोमॅग्नेट्स." व्हिट्टोरिया सहज स्वरात उद्गारली.

"पपांच्या अलौकिक बुद्धिमत्तेचा वारसा आला आहे तुझ्याकडे."

"तसं काही नाही. ही कल्पना मी निसर्गाकडून उचलली. पोर्तुगीज मॅन ऑफ वॉर्स हे जेलीफिश मासे पकडायचे तर त्यांच्या लांब, वळवळणाऱ्या अवयवांच्या स्पर्शाने माशांच्या अंगात विष घुसवतात. ते मासे खाडकन तिथल्या तिथेच तरंगायला लागतात. मी अशाच तऱ्हेने विचार केला. परस्परविरोधी चुंबकीय क्षेत्रे कुपीच्या मध्यभागी एकमेकांना छेद देतात आणि प्रतिवस्तूचे कण मधल्या पोकळीत तरंगत ठेवतात."

लँग्डनने पुन्हा त्या कुपीकडे नजर वळवली. निर्वात पोकळीत कशालाही स्पर्श न करणारी प्रतिवस्तू! कोहलरचे बोलणे खरे होते. हा असा विचार सुचायला अलौकिक बुद्धिमत्ताच हवी.

"मॅग्नेट्सना कुठून शक्ती मिळते?"

"मॅग्नेट्सखालच्या उभ्या छोट्या स्तंभांतून. कुप्या डॉकिंग पोर्ट्समधे स्क्रू करून बसवल्या आहेत आणि तिथून त्या सारख्या चार्ज होत राहतात. मॅग्नेट्सचे काम कधीच थांबत नाही."

"आणि चुंबकीय क्षेत्र नष्ट पावले तर?"

"जे घडायला हवे तेच घडेल. प्रतिवस्तू न तरंगता तळावर आदळेल. मग संपूर्ण विनाशच – ॲनायहिलेशन!"

लँग्डन या शब्दानेच चरकला. त्याला तो शब्दही आवडला नाही.

व्हिट्टोरियाच्या चेहऱ्यावर काळजी नव्हती. "वस्तू आणि प्रतिवस्तू यांचा संपर्क आलाच तर दोघांचाही संपूर्ण विनाश घडतो. त्या क्रियेला ॲनायहिलेशन असाच शब्द शास्त्रज्ञ वापरतात. निसर्गामधील सर्वांत साधी प्रक्रिया, वस्तूचा एक कण आणि प्रतिवस्तूचा एक कण यांच्या संपर्कातून दोन नवीनच कण निर्माण होतात – फोटॉन्स – फोटॉन म्हणजे प्रकाशाचा एक छोटासा लोट."

लँग्डनने फोटॉन्सबद्दल वाचले होते. अगदी शुद्ध स्वरूपातील ऊर्जा. कॅप्टन कर्कने फोटॉन टॉर्पेडोज क्लिंगॉन्सविरुद्ध वापरले होते ते हेच का, असा प्रश्न विचारायचे मात्र त्याने टाळले. "मग प्रतिवस्तूचा विनाश झाला तर छोटासा प्रकाश

लोट आपण बघू तर.''

व्हिट्टोरियाने खांदे उडवले. ''छोटा लोट म्हणजे किती छोटा हे प्रत्येकाच्या व्याख्येवर अवलंबून आहे. मी दाखवतेच तुम्हाला.'' तिने कुपीला हात घालून स्क्रू काढायला सुरुवात करताच कोहलर जबरदस्त घाबरला आणि तिचे हात झटकत म्हणाला, ''व्हिट्टोरिया! डोकं फिरलं की काय तुझं?''

२२

आश्चर्याची गोष्ट म्हणजे कोहलर ताडकन उठून त्या क्षणाला चक्क आपल्या काटकुळ्या पायांवर लडखडत उभा राहिला होता. त्याचा चेहरा भीतीने पांढराफटक पडला होता. ''व्हिट्टोरिया! ट्रॅप काढू नकोस तो.''

डायरेक्टर इतका का घाबरला आहे याचा विचार करत लॅंग्डन त्याच्याचकडे बघत राहिला.

''पाचशे नॅनोग्रॅम्स! चुंबकीय क्षेत्रातून तो बाहेर काढलास तर...''

''डायरेक्टर! शांत व्हा डायरेक्टर! धोका नाही त्यात. हेच टाळण्यासाठी एक फेल-सेफ आहे – सुरक्षिततेची आपोआप कार्यान्वित होणारी पर्यायी सोय आहे – रिचार्जरपासून कुपी हलवली तर एका बॅकअप बॅटरीची सोय आहे. कुपी तिथून हलवली, तरी तिथला नमुना तरंगतच राहील.''

खात्री पटत नव्हती, तरी कोहलर हळूच पुन्हा खुर्चीत बसला.

''बॅटरीज आपोआप सुरू होतात. रिचार्जरपासून ट्रॅप हलवला तरी चोवीस तास त्या काम करतात.'' लॅंग्डनच्या मनात उडालेला गोंधळ तिच्या लक्षात येऊन ती त्याच्याकडे वळली. ''प्रतिवस्तू फार विचित्र आणि चमत्कारिक गोष्ट आहे मिस्टर लॅंग्डन आणि त्यामुळेच भयंकर धोकादायकही. वाळूच्या एका कणाएवढ्या म्हणजे दहा मिलिग्रॅमच्या सॅम्पलमधे साधारण दोनशे मेट्रिक टन रॉकेट इंधनाएवढी ऊर्जा असते.''

लॅंग्डनचे डोके पुन्हा गरगरायला लागले.

''उद्याच्या इंधनाचा स्त्रोत आहे हा. अणुशक्तीपेक्षा हजारपट ताकदवान. शंभर टक्के कार्यक्षम, उत्सर्जन नाही, प्रदूषण नाही. इतर निरुपयोगी गोष्टी तयार होत नाहीत. काही ग्रॅम्समधे एखाद्या मोठ्या शहराची आठवडाभराची वीज निर्माण होईल.''

ग्रॅम्स? लँग्डनचे पाऊल जरा मागेच सरकले.

"काळजी नको." व्हिट्टोरियाने दिलासा दिला. "*हे* नमुने *एक दशलक्षांश* ग्रॅमपेक्षा जास्ती नाहीत. तशी भीती नाही." तिने कुपी स्क्रूसारखी फिरवून वर उचलली.

कोहलर चरकला होता, पण गप्प बसला. ट्रॅप बाजूला घेताच बीप आवाज करत ट्रॅपच्या पायाशी लाल अक्षरात आकडे चमकायला लागले. चोवीस तास मागे नेणारे.

२४ : ०० : ००

२३ : ५९ : ५९

२३ : ५९ : ५८

टाईम बॉम्बची टिक् टिक् सुरू झाली आहे अशीच लँग्डनची समजूत झाली.

"बॅटरी चोवीस तास चालेल. ट्रॅप पुन्हा लावला की रिचार्ज सुरू होईल. सुरक्षितता म्हणून पाहिलेली सोय. कुपी दुसरीकडे हलवताही येते."

कोहलर दचकला. "ही तुम्ही लॅबबाहेर हलवता?"

"अर्थातच नाही. पण त्यामुळे अभ्यास करायला सोपं जातं."

व्हिट्टोरिया त्यांना घेऊन खोलीच्या दुसऱ्या टोकाला गेली आणि तिने तिथला पडदा बाजूला सरकवला. एक मोठी काचेची खिडकी होती. पलीकडे मोठा हॉल. जमीन, भिंती, छत सर्व पोलादी पट्ट्यांनी बनवले होते. एकदा एका तेलवाहू जहाजावरून लँग्डन पापुआ न्यू गिनी बेटावर गेला होता. त्या जहाजाच्या टॅन्कची लँग्डनला आठवण झाली.

"तो ॲनायहिलेशन टॅन्क आहे."

"तुम्ही ती क्रिया पाहिली आहे?" कोहलरने मान वर करून विचारले.

"अगदी छोट्या नमुन्यातून प्रचंड ऊर्जा निर्माण होते याचंच पपांना आकर्षण होतं. महास्फोटाची त्यांना फारच भुरळ पडली होती." खिडकीखालचा एक ड्रॉवर उघडत व्हिट्टोरिया म्हणाली. तिने ट्रॅप ड्रॉवरमध्ये ठेवला आणि आतली एक पट्टी खेचली. ट्रॅप काचेच्या पलीकडे पोचला. हळूहळू पुढे जात पोलादी जमिनीच्या मध्यावर जाऊन थांबला.

"वस्तू आणि प्रतिवस्तू संपर्कात आल्याने घडणारे ॲनायहिलेशन तुम्ही प्रथमच बघणार आहात." ती हसायचा प्रयत्न करत असली तरी चेहरा गंभीर होता.

लँग्डनने हॉलच्या मध्यभागी असलेल्या ट्रॅपकडे बघितले. कोहलरची शंकाकुल नजरही तिथेच वळली.

"सर्वसाधारणपणे बॅटरी संपेपर्यंत चोवीस तास वाट बघावी लागते. पण या

चेम्बरच्या जमिनीखाली मॅग्नेट्स बसवले आहेत. त्यामुळे ट्रॅप टाळून ते प्रतिवस्तू बाहेर काढू शकतात आणि वस्तू आणि प्रतिवस्तू एकमेकांच्या संपर्कात येतात तेव्हा...''

''विनाश.'' कोहलर पुटपुटला.

''एक महत्त्वाची गोष्ट. प्रतिवस्तूतून शुध्द स्वरूपात ऊर्जा निर्माण होते. शंभर टक्के फोटॉन्समधे परिवर्तन. तेव्हा साध्या डोळ्यांनी नमुन्याकडे बघू नका. काळजी घ्या.''

लँग्डनला काळजी वाटत होतीच, पण तरीही ती जरा नाटकीच बोलते आहे असे त्याला वाटले. *त्या कुपीकडे साध्या डोळ्यांनी बघू नका म्हणे.* तो नमुना तीस यार्ड तरी लांब होता. रंगीत छटा असलेल्या मजबूत फ्लेक्सिग्लासच्या जाड भिंतींआड होता. कुपीमधला नमुना डोळ्यांनी दिसत नव्हता. मायक्रोस्कोपमधून बघावा लागत होता. *डोळ्यांना सांभाळा? त्या एवढ्या छोट्या नमुन्यामधून ऊर्जा तरी किती बाहेर पडणार?*

व्हिट्टोरियाने बटण दाबले.

तत्क्षणी लँग्डनला काही दिसेनासे झाले. कुपीमध्ये क्षणभर एक अत्यंत प्रखर प्रकाशबिंदू चमकला आणि प्रकाशाची शॉकवेव्ह बाहेरच्या बाजूला पसरली. तिने समोरच्या भिंतीवर दणका दिला. सबंध व्हॉल्ट हादरला. तो मागे फेकला गेला. प्रखर प्रकाशाने त्याचे डोळे दिपले. नंतर ती लाट पुन्हा परतली. एका बिंदूतच जशी काही कोसळली आणि नाहीशी झाली. लँग्डनने दुखऱ्या डोळ्यांची उघडझाप केली. हळूहळू त्याला पुन्हा नीट दिसायला लागले. कुपीचा मागमूसही राहिला नव्हता. तिची बहुधा वाफच झाली असावी.

''अरे देवा!'' नकळतच त्याच्या तोंडातून शब्द उमटले.

''अगदी हेच शब्द माझ्या पपांनी उच्चारले होते.'' व्हिट्टोरिया दुःखद आवाजात म्हणाली.

२३

बघितलेल्या चमत्काराने स्तिमित होऊन कोहलर ॲनायहिलेशन चेम्बरमधे बघत होता. त्याहूनही थक्क झालेला लँग्डन तसाच बघत कोहलरच्या शेजारी उभा होता.

"मला पपांना बघायचं आहे." व्हिट्टोरिया अचानक म्हणाली. "मी तुम्हाला लॅब दाखवली आहे. आता मला पपांना बघायचं आहे."

कोहलर हळूच वळला. तिचे बोलणे त्याच्या कानांवर पडलेच नसावे. "इतका काळ का थांबला होता तुम्ही? या शोधाबद्दल तात्काळ कळवलं कसं नाही मला?"

व्हिट्टोरिया त्याच्याकडे बघत राहिली. *किती कारणे हवीत तुम्हाला?*

"ती चर्चा नंतर करू डायरेक्टर. या क्षणी मला पपांना बघायचे आहे."

"या तंत्रज्ञानाचा परिणाम लक्षात येतो आहे तुझ्या?"

"अर्थातच," व्हिट्टोरिया तडकून म्हणाली. "पैसा! सर्नला अमाप पैसा मिळणार आहे. आता मला..."

"म्हणून सर्व गुप्त ठेवलंत?" कोहलर मुद्दामच तिरकस बोलून तिला डिवचत होता. "भीती वाटली तुम्हाला, की मी आणि बोर्ड या तंत्रज्ञानाचं लायसन्स इतरांना देऊ?"

इच्छा नसताना व्हिट्टोरिया वादात खेचली जात होती. "लायसन्स द्यायलाच हवीत. प्रतिवस्तूचं तंत्रज्ञान अत्यंत महत्त्वाचं आहे. तितकंच धोकादायकही. विचार करून सर्व पध्दती सुरक्षित बनवण्यासाठी वेळ हवा होता आम्हाला."

"म्हणजे डायरेक्टर बोर्ड पैशाच्या लालसेने इतर गोष्टींचा विचार करतीलच यावर विश्वास नव्हता तुमचा."

त्याच्या बेपर्वाईच्या बोलण्यानेच व्हिट्टोरिया चमकली. "पपा इतर गोष्टीही लक्षात घेत होते. प्रतिवस्तूचा शोध त्यांना योग्य तऱ्हेने जगापुढे मांडायचा होता. त्यासाठी वेळ लागणार होता."

"म्हणजे?"

"काय वाटतं तुम्हाला? शून्यातूनच ऊर्जा! उत्पत्ती हा भाग सत्यावरच आधारित आहे याचा पुरावा आहे हा."

"अफाट धंद्याच्या नादात त्यांच्या शोधाचे धर्मावर होणारे परिणाम तुझ्या पपांना नजरेआड करायचे नव्हते तर."

"तसं म्हटलं तरी चालेल."

“आणि तुझं काय मत होतं?”

आश्चर्याची बाब म्हणजे व्हिट्टोरियाचे विचार थोडे वेगळे होते. नवीन ऊर्जेचा स्त्रोत निर्माण करायचा, तर व्यावसायिकदृष्ट्या तो किफायतशीर ठरणे नक्कीच आवश्यक होते. या तंत्रज्ञानाच्या आवाक्याची कल्पना करणे सहज शक्य नसले, तरी योग्य वेळ यायच्या आधीच प्रसिध्दी दिली तर अणुशक्ती आणि सौरशक्ती यांच्याप्रमाणेच राजकारण आणि कुप्रसिध्दीमुळे हे आश्चर्यकारक तंत्रज्ञान बदनाम ठरण्याची शक्यता होती. अणुशक्ती निर्माण करताना अपघात झाले होते. सौरशक्तीचा कार्यक्षम वापर करण्याआधी लोकांनी पैसा गमावला होता.

“विज्ञान आणि धर्म यांची सांगड घालण्याचा उच्च हेतू वगैरे मी बाळगला नव्हता.” व्हिट्टोरिया सरळपणे म्हणाली.

“पर्यावरण.” कोहलर खात्रीपूर्वक म्हणाला.

“अमर्यादित ऊर्जा. प्रदूषण नाही. उत्सर्जन नाही. प्रतिवस्तूच्या तंत्रज्ञानाने आपली पृथ्वी वाचेल.”

“किंवा तिचा विनाशही होईल. ही शक्ती कोण, कशासाठी वापरणार यावर अवलंबून आहे सर्व.” कोहलरच्या बोलण्याने प्रथमच व्हिट्टोरियाला आपल्या शरीरातून एक थंडगार शिरशिरी गेल्यासारखे वाटले. “दुसऱ्या कुणाकुणाला याबद्दल माहिती आहे?”

“कुणालाच नाही. मी प्रथमच सांगितलं तुम्हाला.”

“मग तुझ्या वडिलांची हत्या का व्हावी?”

व्हिट्टोरियाने थोड्या रागानेच म्हटले, “कल्पना नाही. सर्नमधेही त्यांना शत्रू होते आणि ते माहीत आहे तुम्हाला. पण तरीही याच्याशी त्यांच्या खुनाचा संबंध नसावा. पूर्ण तयारी होईपर्यंत आणखी काही महिने तरी सर्व गुप्त ठेवायची आम्ही शपथ घेतली होती.”

“आणि तुझ्या वडिलांनी ती पाळली अशी पक्की खात्री आहे तुझी?”

व्हिट्टोरियाचे डोके फिरायला लागले. “याहूनही कठीण शब्द पाळले आहेत त्यांनी.”

“आणि *तूही* कुणाशी बोलली नव्हतीस?”

“अर्थातच नाही.”

पुढले शब्द नीट जुळवून बोलण्यासाठीच जणू कोहलर थांबला आणि मग हळूच म्हणाला, “समजा *कुणाला तरी हा शोध कळला* आणि त्यांनी लॅबमध्येही प्रवेश मिळवला तर ते नक्की कशाच्या मागे असतील? तुझ्या वडिलांनी स्वत:च्या टिपणं, कार्यपध्दतीचे कागदपत्रं वगैरे सर्व काही इथेच ठेवलं आहे?”

“डायरेक्टर मी खूप धीर धरला आहे. आता मला *माझ्या प्रश्नांची उत्तरं* हवी

आहेत. तुम्ही इथे कोण घुसलं असेल याबद्दल बोलता आहात. तुम्ही रेटिना स्कॅन पाहिला आहे. पपा गुप्तता आणि संरक्षण याबद्दल खूप दक्षता बाळगत होते.''

''मी निरर्थक बोलतो आहे अशी तुझी ठाम समजूत झाली असली, तरी मला सांग, इथून कुठली गोष्ट हलवली गेली आहे का?''

रागानेच लॅबवर नजर फिरवत व्हिट्टोरिया म्हणाली, ''काही कल्पना येत नाही. प्रतिवस्तूचे सर्व नमुने दिसत आहेत. कोणी आल्यासारखे वाटत नाही. इथे वर तरी सर्व जागच्या जागी वाटतंय.''

''इथे *वर?*'' कोहलर आश्चर्याने म्हणाला.

व्हिट्टोरियाने ते शब्द उत्स्फूर्तपणे उच्चारले होते. ''हो. या वरच्या लॅबमधे तरी.''

''म्हणजे तुम्ही खालची लॅबही वापरत होता?''

''हो. साठवणुकीसाठी.''

कोहलर व्हीलचेअर सरकवत, खोकत तिच्याजवळ पोचला. ''तुम्ही हॅझ-मॅट चेम्बरचा काय साठवायला उपयोग करत होता?''

''प्रतिवस्तू!'' व्हिट्टोरियाने संतापूनच उत्तर दिले. आता *हॅझ-मॅट चेम्बरमधे काय साठवतात? हॅझर्डस मटेरिअल. धोकादायक पदार्थच!*

''*इतर नमुने?* आणि हे तू मला आता सांगते आहेस?''

''मला सांगायची संधी मिळेल तर सांगणार ना मी!'' तिचा स्वत:च्या मनावरचा ताबा उडत चालला होता.

''ते नमुने जागेवर आहेत की नाही ते बघायला हवं. आत्ताच्या आत्ता.''

''नमुना! एकवचनी. कोणीही तिथे...''

''एकच नमुना? मग इथे का नाही तो?''

''सावधगिरी बाळगायची म्हणूनच पपांनी तो खालच्या लॅबमध्ये ठेवला. मोठा नमुना आहे तो.''

घाबरूनच कोहलर आणि लँग्डन यांनी एकमेकांकडे बघितले. व्हिट्टोरियाच्या नजरेतून ती गोष्ट सुटली नाही.

''तुम्ही पाचशे नॅनोग्रॅमपेक्षा मोठा नमुना बनवला होता?''

''आवश्यकच होतं. नवीन इंधनांच्या बाबतीत कोणती गोष्ट किती वापरायची आणि त्यातून किती शक्ती निर्माण होऊ शकेल, किती पैसा ओतल्यावर किती पैसा मिळेल यावरच सर्व अवलंबून असतं ना? एक बॅरल तेल काढण्यासाठी ऑईल-रिग वापरण्यात काय फायदा? पण थोडा अधिक खर्च करून लाखो बॅरल तेल काढता आलं, तर धंदा भरभराटीला आलाच पाहिजे. प्रतिवस्तूचा छोटा नमुना मिळवण्यासाठी सोळा मैलांचे इलेक्ट्रोमॅग्नेट्स वापरण्यात खर्च होणारी शक्ती मिळवलेल्या नमुन्यातून उपलब्ध होणाऱ्या शक्तीपेक्षा खूपच जास्ती होती. प्रतिवस्तूचं

तंत्रज्ञान फायदेशीर ठरेल, कार्यक्षमतेनं वापरण्यासारखं आहे हे सिध्द करायचं, तर मोठे नमुने आवश्यक होते.''

खरे तर व्हिट्टोरियाच्या पपांची मोठा नमुना बनवण्याची तितकीशी तयारी नव्हती. पण व्हिट्टोरियाच त्यांच्या मागे लागली. प्रतिवस्तूकडे इतरांचे गंभीरपणे लक्ष वेधायचे तर त्या दोघांना काही गोष्टी सिध्द करून दाखवाव्या लागल्या असत्या. फायदेशीर ठरेल इतकी निर्मिती आणि तीही कमीत कमी पैसे घालून. शेवटी इच्छा नसतानाही व्हिट्टोरियाच्या आग्रहाला बळी पडून त्यांनी एक नमुना बनवला. तिच्या पपांनी फक्त एक अट घातली. तो हॅझ-मॅटमध्ये ठेवायचा. जमिनीखाली ग्रॅनाईटमधून खोदून काढलेली एक गुहेसारखी पोकळी होती. तो नमुना तिथे ठेवला आहे हे गुप्त ठेवायचे. त्या दोघांशिवाय इतरांना तिथे प्रवेश करणे अशक्य करायचे.

''व्हिट्टोरिया!'' कोहलर गंभीर स्वरात म्हणाला. ''तू आणि तुझ्या वडिलांनी किती मोठा नमुना बनवला होता?''

उत्तर दिल्यावर कोहलरही दचकल्याशिवाय राहाणार नाही याची तिला खात्री होती. तिच्या डोळ्यांसमोर हॅझ-मॅटमध्ये ठेवलेला नमुना दिसायला लागला. अविश्वसनीय दृश्य. ट्रॅपमध्ये ठेवलेला असूनही नुसत्या डोळ्यांनी दिसू शकणारा. मायक्रोस्कोपमधून बघावा न लागणारा.

व्हिट्टोरियाने एक मोठा श्वास घेऊनच उत्तर दिले. ''जवळजवळ पाव ग्रॅम.'' कोहलरचा चेहरा पांढराफटक पडला. ''काय?'' त्याला खोकल्याची उबळ आली. ''पाव ग्रॅम? म्हणजे जवळजवळ... पाच किलोटन!''

किलोटन. व्हिट्टोरियाला या शब्दाचीही घृणा आली. ती आणि तिच्या पपांनी हा शब्द कधीही वापरला नसता. किलोटन म्हणजे एक हजार मेट्रिक टन टी.एन.टी. विध्वंसक शक्तीच्या अस्त्रांसाठी वापरली जाणारी संज्ञा. ते दोघे नेहमी ऊर्जेसंबंधीची परिमाणे वापरत. इलेक्ट्रॉन व्होल्ट्स, ज्यूल्स, ऊर्जा निर्मितीच्या संज्ञा.

''या प्रमाणातली प्रतिवस्तू अर्धा मैल त्रिज्येमध्ये संपूर्ण विनाश करेल.'' कोहलर उद्‌गारला.

''एकाच वेळी वापरली तर.'' व्हिट्टोरिया उत्तरली. ''ते कुणीच करणार नाही.''

''ज्याला कल्पनाच करता येणार नाही तो करेल, किंवा तुमचा वीज पुरवठा बंद पडला तर.'' कोहलर लिफ्टच्या दिशेने निघतानिघता बडबडत होता.

''म्हणून तर आम्ही हॅझ-मॅटमधे ठेवला आहे तो.''

''तिथेही संरक्षणाची व्यवस्था आहे?''

''दुसरा रेटिना स्कॅन.''

''खाली. ताबडतोब.'' एवढे दोनच शब्द कोहलरने उच्चारले.

लिफ्ट दाणकन उतरली.

जमिनीखाली आणखी पंचाहत्तर फूट खाली. कोहलर आणि लँग्डन फार धास्तावलेले आहेत याची व्हिट्टोरियाला खात्री पटत होती. कोहलरच्या नेहमीच भावनारहित दिसणाऱ्या चेहऱ्यावर भीती उमटली होती. *माहिती आहे मला का ती,* व्हिट्टोरिया विचार करत होती. *हा नमुना आहेच तसा मोठा आणि आम्ही योग्य ती काळजी...*

लिफ्टचा दरवाजा उघडताच अपुरा प्रकाश असलेल्या एका कॉरिडॉरमधून व्हिट्टोरिया निघाली. कॉरिडॉरच्या शेवटी एक पोलादी दरवाजा होता. *हॅझ-मॅट.* रेटिना स्कॅनचे वर होते तसेच उपकरण होते. ती सवयीनेच डोळा लेन्सवर टेकवायला लागली.

आणि खाडकन मागे सरकली. काहीतरी गडबड वाटत होती. नेहमी चकचकीत असणाऱ्या भिंगावर कसले तरी शिंतोडे... *रक्ताचे थेंब* तर नाहीत ना? गोंधळूनच तिने दोघांकडे बघितले. त्यांचे चेहरे पांढरेफटक पडले होते. ती उभी होती तिथेच जमिनीकडे ते बघत होते.

व्हिट्टोरियाची नजर आपोआप खाली वळत असताना लँग्डन अचानक ओरडला. ''नको.'' आणि त्याने तिला धरण्यासाठी हात पुढे केला. पण उशीरच झाला होता.

जमिनीवरच्या वस्तूवर तिची नजर खिळली. कधीही न बघितलेली, तरीही खूप ओळखीची वाटणारी.

पुढल्या क्षणाला तिला उलगडा झाला.

त्या भीषण वस्तूपासून ती मागे झाली. जमिनीवर कचऱ्यासारखी फेकून दिलेली ती वस्तू म्हणजे खोबणीतून उचकटून काढलेला डोळा होता. तांबूस रंगाची ती छटा तिने कुठेही ओळखली असती.

२४

कमांडर खांद्यावरून वाकून मॉनिटर्सकडे बघत असताना सिक्युरिटीवरच्या तंत्रज्ञाने श्वासही रोखून धरला. मिनिटभर तरी वेळ गेला.

कमांडर शिस्तीने वागणारा माणूस होता. जगातल्या सर्वोत्कृष्ट सिक्युरिटीचा कमांडर. आधी बोलून आणि मग विचार करून काही कोणी कमांडर बनत नाही.

पण तो विचार तरी कसला करतो आहे?

मॉनिटरवर एखाद्या कुपीसारखी वस्तू दिसत होती. पारदर्शक अशी कुपी. ते तर सरळच होते, पण मग...

स्पेशल इफेक्ट वापरल्याप्रमाणे कुपीच्या आतल्या भागात अधांतरीच एखाद्या धातूच्या रसाचा थेंब तरंगल्यासारखा वाटत होता. डिजिटल आकड्यांचा एल.ई.डी. उघडझाप करताना तो थेंब दिसायचा, अदृश्य व्हायचा, दिसायचा, अदृश्य व्हायचा. त्याच्या अंगावर काटा उभा राहिला.

कमांडरच्या सूचनेप्रमाणे भिंग फिरवल्यावर कमांडरने पुन्हा डोळा लावला. काहीतरी दिसायला लागले. एल.ई.डी. शेजारची अक्षरे. चार मोठी अक्षरे.

"हलू नकोस इथून." कमांडरने आज्ञा दिली. "बोलूही नकोस काही. मी बघतो काय करायचं ते."

२५

हॅझ-मॅट! जमिनीखाली पन्नास मीटर.

व्हिट्टोरिया धडपडून रेटिना-स्कॅनवर कोलमडत असतानाच तो अमेरिकन धावत जवळ येऊन सांभाळतो आहे याची तिला जाणीव झाली. तिच्या पायाशी असलेला डोळा तिच्याचकडे बघत होता. तिचा श्वास कोंडला. *त्यांनी डोळा काढला पपांचा!* तिचे जगच उलटेपालटे झाले. कोहलर मागून बडबडत येत होता. तिने स्वप्नात असल्याप्रमाणे रेटिना-स्कॅनला डोळा लावला. बीप आवाज येऊन दरवाजा बाजूला सरकला.

पपांचा डोळा बघतो आहे या दडपणाखाली असतानाच, आत काय दिसणार आहे याच्या भीतीने तिने आत नजर फिरवली आणि दु:खद स्वप्नाचा दुसरा अंक सुरू झाला. मुद्दाम उंच बनवलेल्या प्लॅटफॉर्मवरची जागा रिकामी होती.

कुपी नाहीशी झाली होती. ती चोरण्यासाठी त्यांनी तिच्या पपांचा डोळाच काढला होता. या सर्वांची संगती लावण्याचा तिचा प्रयत्न थिटा पडत होता. सर्व उलटेच झाले होते. प्रतिवस्तू वापरण्यास सुरक्षित आहे आणि ऊर्जा बनवण्याचा दुसरा पर्याय उपलब्ध आहे असे सिध्द करण्यासाठी ठेवलेला नमुना चोरला गेला होता. *हा नमुना अस्तित्वात आहे हे कुणालाच ठाऊक नव्हते.* पण सत्य समोर दिसत होते. कुणाला तरी कळले होते. पण कुणाला, याचा तिला अंदाज करता येत नव्हता. सर्नमधली प्रत्येक गोष्ट ज्याला ठाऊक असते अशी सर्वांची खात्री

असे, त्या कोहलरलाही या प्रयोगाबद्दल नक्कीच कल्पना नव्हती.

प्रगल्भ बुध्दिमत्तेमुळेच तिच्या पपांचा खून पडला होता.

आणि दुःखाबरोबर आता दुसरी भेदक भावना मनात घर करायला लागली. अपराधाची टोचणी! पपांना पटत नसताना व्हिट्टोरियाने त्यांच्या मागे लागून, हा नमुना निर्माण करणे आवश्यक आहे अशी त्यांची खात्री पटवली होती आणि याच नमुन्यासाठी आता त्यांचा खून पडला होता. अपराध! अक्षम्य अपराध घडला होता तिच्याकडून.

पाव ग्रॅम...

कुठलेही तंत्रज्ञान – आग, बंदुकीची दारू, कम्बश्चन इंजिन – चुकीच्या हातात पडले तर अत्यंत प्राणघातक अस्त्र होते. मागे न घेता येणारे अस्त्र. सर्नच्या रिचार्जिंग प्लॅटफॉर्मवरून हलवल्या क्षणापासून घड्याळाचे आकडे मागे फिरायला लागलेच होते.

आणि वेळ संपताच...

प्रखर प्रकाश – गडगडाटासारखा आवाज – राखरांगोळी.

चकचकाट आणि प्रचंड रिकामा खड्डा.

पपांची प्रगल्भ बुध्दिमत्ता अशी विध्वंसक साधन म्हणून वापरली जाणार, या विचाराचे विष तिच्या रक्तात भिनायला लागले. दहशतवाद्यांकडे याहून सामर्थ्यशाली अस्त्र असूच शकत नव्हते. धातूचे भाग नाहीत तेव्हा मेटल डिटेक्टर्स शोधू शकत नाहीत, रसायने नाहीत म्हणून तरबेज कुत्रेही निरुपयोगी आणि कुपी सापडली तरी काढण्यासारखा फ्यूज नाही. वेळ संपत चालली होती.

दुसरे काय करायचे ते सुचेना म्हणून लँग्डनने आपला रुमाल काढून जमिनीवरच्या लिओनार्दो वेत्राच्या डोळ्यावर टाकला. व्हिट्टोरिया दरवाज्यात उभी होती. दुःख आणि जबरदस्त भीती यांनी काळवंडली होती. लँग्डन नकळतच पुन्हा तिच्याजवळ सरकत असताना कोहलरने त्याला अडवले.

"मिस्टर लँग्डन?" कोहलरचा चेहरा कठोर दिसत होता. त्याने लँग्डनला खूण केली. त्यांचे बोलणे व्हिट्टोरियाला ऐकू जाणार नाही एवढा तो दूर सरकला. लँग्डन निरुपाय असल्याप्रमाणेच त्याच्या मागोमाग आला. "तू तज्ज्ञ आहेस. प्रतिवस्तू चोरून हे हरामखोर इल्युमिनाटी नक्की काय करतील ते सांग."

वेड लावण्यासारख्या घटना आजूबाजूला घडत असतानाही लँग्डन त्या क्षणाला नीट विचार करायला लागला. त्याची पहिली प्रतिक्रिया अगदी तर्कशुध्द होती. कोहलर या क्षणीही अशक्य अशी गोष्ट गृहीत धरत होता. "इल्युमिनाटी अस्तित्वात नाहीत याबद्दल मला अजिबात शंका नाही. हा गुन्हा कोणीही केला असेल. वेत्राच्या या प्रयोगाची माहिती सर्नमधल्या दुसऱ्या कोणत्या तरी माणसालाच कळली असेल आणि

तो प्रयोग सुरू राहाणे अत्यंत धोकादायक आहे असे त्याला वाटले असेल.''

कोहलर या उत्तराने थक्कच झाला. ''सदसद्‌विवेकबुध्दी असणाऱ्या माणसाने केलेला खून? मूर्खासारखा बरळतो आहेस तू. लिओनार्दोला ठार करणाऱ्या माणसांना एकच गोष्ट हवी होती. प्रतिवस्तूचा नमुना! आणि तो कसा आणि कुठे वापरायचा आहे हे त्यांनी नक्की ठरवले आहे.''

''दहशतवाद?''

''निश्चित.''

''पण इल्युमिनाटी दहशतवादी नाहीत.''

''ते लिओनार्दो वेत्राला सांग.''

लँग्डनला यातले सत्यही पटले. लिओनार्दोच्या छातीवर इल्युमिनाटी ब्रॅन्ड उठवला होता. कुठून आला तो? दुसऱ्याकडे संशयाचे बोट रोखले जावे म्हणून वापरला गेला होता? असे म्हणावे तर खूप कठीण गोष्ट होती ती. छे! दुसरे काहीतरी स्पष्टीकरण असायला हवे.

पुन्हा एकदा लँग्डन अशक्य भासणाऱ्या विचाराकडे वळला. *आजही इल्युमिनाटी कार्यरत असतील आणि त्यांनीच प्रतिवस्तूची कुपी चोरली असेल तर त्यामागे काय हेतू असेल? आणि त्यांचे लक्ष्य काय असेल?* बुद्धीने तात्काळ दिलेले उत्तर त्याने तितक्याच झपाट्याने झटकून टाकले. इल्युमिनाटींना उघड शत्रू होता हे सत्य होते, पण त्या शत्रूविरुध्द दहशतवादी हल्ला? अशक्य! त्यांच्या एकूण प्रवृत्तीशी ते विसंगत होते. इल्युमिनाटींनी खून पाडले नव्हते असे नाही. ठरावीक माणसांना वेचून मारले होते. पण एकाच वेळी सरसकट कत्तल? क्षणभर लँग्डनचे विचार थबकले. प्रतिवस्तू – अमोघ शास्त्रीय संशोधन – त्यांनी सर्व गोष्टींची राखरांगोळी करायला वापरले तर...

छे! त्याने तो विचारही झटकून टाकला.

''दुसरं तर्कशुध्द स्पष्टीकरणही असू शकेल.'' तो एकाएकी म्हणाला. कोहलर न बोलता बघत बसला.

इल्युमिनाटींनी आर्थिक नाड्या आवळून मोठी ताकद प्राप्त केली होती. त्यांच्या ताब्यात बँका होत्या, सोन्याचे साठे होते. इल्युमिनाटी डायमंड म्हणून ओळखला जाणारा जगातला सर्वांत मोठा असा मौल्यवान हिरा त्यांच्याकडे आहे अशीही अफवा होती.

''पैसा! पैसा मिळवण्यासाठीच प्रतिवस्तूची चोरी केली असणार.''

''पैशासाठी? आणि प्रतिवस्तूचा एक थेंब कुठे विकणार?'' अविश्वासानेच कोहलरने विचारले.

''नमुना नव्हे, तंत्रज्ञान. प्रतिवस्तू बनवण्याचे तंत्रज्ञान ही सोन्याची खाण ठरेल.

त्यावर संशोधन आणि विकास करण्यासाठीच ते चोरले असणार.''

''औद्योगिक हेरगिरी? पण त्या कुपीच्या बॅटरीज चोवीस तासांत संपणार आहेत. काही कळायच्या आत ते संशोधकच मरतील.''

''त्या आधी ते बॅटरीज रिचार्ज करतील. सर्नमध्ये आहे तसाच रिचार्जिंग प्लॅटफॉर्म बनवतील.''

''चोवीस तासांत? तसा रिचार्जर बनवायला *कित्येक महिने* लागतील.''

''बरोबर आहे त्यांचं.'' व्हिट्टोरियाच्या तोंडातून कसेबसे शब्द बाहेर आले.

दोघेही वळले. ती थरथरत्या पावलांनी त्यांच्याजवळ पोहोचत होती. ''त्यांचं बरोबर आहे. फक्त इन्टरफेससाठीच कित्येक आठवडे उलटून जातील. फ्लक्स फिल्टर्स, सर्वो कॉईल्स, पॉवर कन्डिशनिंग अलॉईज ही सर्व ऊर्जेच्या विशिष्ट ग्रेडचा विचार करून बनवावी लागतात. चोवीस तासांत रिचार्जर बनविण्याचा प्रश्नच उद्‌भवत नाही.''

लँग्डनला तिचा मुद्दा पटवून घ्यावाच लागला. प्रतिवस्तूचा सापळा ही गोष्ट भिंतीवर असलेल्या सॉकेटमधे प्लग करण्याइतकी सोपी गोष्ट नव्हती. एकदा सर्नमधून हलवल्यावर कुपी चोवीस तासांत विनाशच घडवणार होती.

तेव्हा एकच पर्याय शिल्लक राहात होता. अत्यंत धोकादायक.

''आपल्याला इन्टरपोलला कळवायला हवं.'' व्हिट्टोरियाला स्वत:लाच आपला आवाज खूप दुरून येतो आहे असा भास झाला. ''ताबडतोब योग्य त्या यंत्रणांना कळवायला हवं.''

''अजिबात नाही.'' कोहलरने नकारार्थी मान हलवत म्हटले.

''नाही? काय म्हणता आहात तुम्ही?'' व्हिट्टोरिया दचकलीच होती.

''तू आणि तुझ्या पपांनी मला बिकट परिस्थितीत टाकले आहे.''

''डायरेक्टर, आपल्याला मदतीची गरज आहे. काही वाईट घडण्याआधी तो ट्रॅप शोधायलाच हवा. जबाबदारी आहे ती आपली.''

''विचार करणं ही आपली जबाबदारी आहे.'' कोहलरचा आवाज कठोर बनला. ''सर्नवर या गोष्टीचे फार गंभीर परिणाम होण्याची शक्यता आहे.''

''तुम्हाला *सर्नच्या लौकिकाची काळजी आहे?* एखाद्या शहरावर ती कुपी काय भयंकर परिणाम करेल याची काही कल्पना आहे तुम्हाला? अर्धा मैलाच्या त्रिज्येत स्फोटाने हाहाकार माजेल. नऊ सिटी ब्लॉक्स.''

''हा विचार तुम्ही नमुना निर्माण करण्यापूर्वीच करायला हवा होता.''

''पण आम्ही सर्व काळजी घेतली होती.'' कोहलरचे बोलणे ऐकून कुणीतरी पोटात सुरा खुपसल्यासारखे वाटले होते तिला.

''अर्थातच ती अपुरी ठरली.''

"प्रतिवस्तूबद्दल माहितीही नव्हती कुणाला." या बोलण्यालाही काही अर्थ नव्हता हे तिलाच पटले. कुणाला तरी कळले होते. शोधून काढले होते कुणीतरी.

तिने कुणाला सांगितले नव्हते. पपांनी तिला विश्वासात न घेता कुणाला सांगितले असेल? पण त्यांनीच तर दोघांनी गुप्ततेची शपथ घ्यावी असे सुचविले होते. कोणी नजर ठेवली होती? सेलफोन? ती प्रवासात असताना काही वेळा ते दोघे बोलले होते यावर. का ई-मेल? पण ते तेव्हाही काळजी घेत असत. सर्नची सुरक्षा व्यवस्था? त्यांच्या नकळत त्यांच्यावर पाळत ठेवली गेली होती? अर्थात हे सर्व विचार आता निरर्थक होते. जे घडले ते घडले. *पपा जिवंत नाहीत.*

या विचारानेच सावरून तिने खिशातला सेलफोन बाहेर काढला.

कोहलर खोकत खोकतच व्हीलचेअरवरून घाईघाईने जवळ येऊन रागातच म्हणाला, "कुणाला फोन करते आहेस?"

"सर्नचा स्विच बोर्ड. ते इन्टरपोलचा नंबर आपल्याला जोडून देतील."

"विचार कर जरा." खाडकन तिच्यासमोर व्हीलचेअर थांबवत तो म्हणाला. "ती कुपी या क्षणी जगात कुठेही असेल. जगामधली कुठलीही इन्टलिजन्स एजन्सी ती वेळेत शोधून काढू शकणार नाही."

"मग काय *हात जोडून बसायचं* आपण?" इतक्या खराब प्रकृतीच्या डायरेक्टरशी वाद घालताना तिला वाईट वाटत होते. पण ज्याला आपण ओळखत होतो तो डायरेक्टर हाच आहे याच्यावरचा तिचा विश्वास उडत चालला होता.

"आपण *बुध्दी वापरायला हवी.* ज्या यंत्रणा नाहीतरी मदत करू शकणार नाहीत, त्यांना या प्रकरणात ओढून सर्नच्या कीर्तीला कलंक लागेल असा धोका पत्करण्यात अर्थ नाही. अजून तरी नाही. पूर्ण विचार केल्याशिवाय नक्कीच नाही."

कोहलरचे बोलणे तिला पटत होते, पण फक्त तर्कशुध्द विचार केला तर. नैतिक जबाबदारीचे काय? काळजीपूर्वक केलेले शास्त्रीय संशोधन, त्याची जबाबदारी आणि माणसाचा उपजत चांगुलपणा या गोष्टी पपांनी नेहमी त्यांच्या विचारात आधारभूत मानल्या होत्या, तिचाही तसाच विश्वास होता. तिने सेलफोन हातात घेतला.

"तू फोन करू शकणार नाहीस."

"थांबवायचा प्रयत्न तर करून बघा."

आणि पुढल्या क्षणी तो असे का म्हणाला हे तिच्या ध्यानात आले. ते खूप खोलवर जमिनीखाली होते. डायल टोनसुध्दा येत नव्हता.

ती रागानेच लिफ्टच्या दिशेने निघाली.

२६

हॅसासिन् दगडी भुयार संपले तिथे उभा होता. त्याच्या मशालीचा प्रकाश अजूनही चांगला प्रखर होता. धूर, शेवाळ आणि कुबट हवेचा वास येत होता. बाकी पूर्ण शांतता. समोरचा भला थोरला लोखंडी दरवाजा तेवढाच जुना असावा. गंजलेला पण तरीही दणदणीत. तो पूर्ण विश्वासाने शांतपणे उभा होता.

वेळ झालीच होती.

आतून कुणीतरी दरवाजा उघडेल अशी जानसने खात्री दिली होती. या विश्वासघाताचे त्याला आश्चर्य वाटत होते. हाती घेतलेले काम तडीस नेण्यासाठी रात्रभर तिथे उभे राहायची त्याची तयारी होती. पण तशी गरज नक्की पडणार नाही याची त्याचे मन ग्वाही देत होते. अत्यंत कठोर आणि निग्रही लोकांसाठी तो काम करत होता.

सांगितलेल्या वेळेलाच आतल्या बाजूने किल्ल्या कुलपात घातल्याचे आवाज यायला लागले. घासल्याचे आवाज. एक एक करत तीन बोल्ट्स सरकवल्याचे आवाज. कित्येक शतकांत दरवाजा उघडला गेला नसल्याची जाणीव झाली.

ठरल्याप्रमाणे तो शांतपणे पाच मिनिटे थांबला. नंतरच त्याने दरवाजा ढकलला. ढकलताच तो पूर्णपणे उघडला.

२७

हॅझ-मॅटची लिफ्ट वर चढताचढता कोहलर म्हणाला, "व्हिट्टोरिया, मी तुला फोन करू देणार नाही." त्याला श्वास घेतानाही त्रास होत होता.

तिला आता ही जागा ओळखीची वाटत नव्हती. कधी वर पोहोचतो असे झाले होते. दुःख गिळून एकच गोष्ट करायला हवी. तोपर्यंत ती काहीही ऐकणार नव्हती. *फोन करायला हवा.*

रॉबर्ट लँग्डन इतका वेळ तिच्याजवळ शांतपणे उभा होता. हा प्राणी कोण आहे याचा विचार करणे तिने सोडून दिले होते. *तज्ज्ञ?* कोहलरने करून दिलेल्या या ओळखीला काही अर्थ तरी होता का? *तुझ्या पपांचा खुनी शोधायला मिस्टर*

लँग्डन मदत करू शकतील. आतापर्यंत काय मदत झाली होती त्याची? त्याचा दयाळूपणा, वागण्यातली कणव खरी असावी. पण तो नक्की काहीतरी लपवत होता. कोहलरसुध्दा.

"सर्नचा डायरेक्टर म्हणून विज्ञानाच्या भवितव्याबद्दल माझ्याही काही जबाबदाऱ्या आहेत. या प्रकाराला आंतरराष्ट्रीय घटना म्हणून प्रसिध्दी मिळाली आणि सर्नला परिणाम भोगावे लागले..."

"विज्ञानाचे भवितव्य? प्रतिवस्तू सर्नमधूनच आली होती हेच नाकबूल करून आपली जबाबदारी झटकणार तुम्ही? आपल्यामुळे किती जणांचे प्राण धोक्यात आले आहेत..."

"*आपल्यामुळे* नाही. *तुझ्यामुळे* ! आणि तुझ्या पपांमुळे!"

व्हिट्टोरियाचीच नजर बाजूला वळली.

"आणि प्राण धोक्यात आले म्हणायचे, तर या सर्वांचा संबंध प्राणांशीच आहे. प्रतिवस्तूच्या तंत्रज्ञानाचा या ग्रहावरच्या जीवसृष्टीशी जवळचा संबंध आहे. सर्न आर्थिकदृष्ट्या धुळीला मिळाले, संस्थेला काळिमा लागला तर सर्वांचा विनाश अटळ आहे. मानवाचे भवितव्य, उद्याचे प्रश्न आज सोडवण्यासाठी झटणारे तुझ्यासारखे, तुझ्या वडिलांसारखे शास्त्रज्ञ आणि सर्नसारख्या संस्था यांच्या हातातच आहे."

विज्ञान म्हणजे देवच याबाबत कोहलरची व्याख्याने अनेकदा ऐकली होती तिने. निरर्थक बडबड. जे प्रश्न सोडवण्यासाठी विज्ञानाचा उपयोग केला जात होता, त्यातले अर्धे प्रश्न तरी विज्ञानानेच निर्माण केले होते. विज्ञानाची 'प्रगती'च या पृथ्वीला घातक ठरत होती.

"कुठल्याही शास्त्रीय संशोधनात धोका असतोच," कोहलर बोलतच होता. "आणि नेहमीच होता. अंतराळ योजना, जननशास्त्रामधले संशोधन, औषधे – सर्वांत चुका होतात. पण काहीही झाले तरी *संशोधन थांबता कामा नये. सर्वांचे भवितव्य त्यावर अवलंबून आहे.*"

इतक्या अलिप्तपणे नैतिक जबाबदारीचा विचार करण्याची कोहलरची क्षमता बघूनच व्हिट्टोरिया थक्क झाली. 'आतला आवाज' काय सांगतो याचा विचार त्याची बुध्दी करूच शकत नव्हती? "पृथ्वीच्या भवितव्यासाठी सर्नशिवाय पर्याय नाही? नैतिक जबाबदारीचा कुठे काही संबंध येतच नाही डायरेक्टर?"

"*नैतिकतेच्या गप्पा माझ्याशी मारू नकोस.* तो नमुना तयार केलात तेव्हाच तुम्ही जबाबदारीची रेषा ओलांडली, सर्नचे भवितव्य धोक्यात आणले. मी फक्त इथे काम करणाऱ्या तीन हजार शास्त्रज्ञांचाच विचार करत नाही, तुझ्या पपांच्या कीर्तीचाही. त्यांचा विचार कर. सर्वसंहारक अस्त्राचा निर्माता म्हणूनच फक्त तुझे

पपा भविष्यकाळात ओळखले जावेत, एवढीच योग्यता होती त्यांची?"

हा घाव मात्र व्हिट्टोरियाच्या वर्मी लागला. *सर्व माझाच दोष. मीच त्यांची हा नमुना बनवावा म्हणून समजूत घातली होती.*

लिफ्टचा दरवाजा उघडला तरी कोहलर बोलतच होता. लिफ्टबाहेर पडताच तिने पुन्हा फोन हातात घेतला.

डायल टोन नाहीच. ती पाय आपटत दरवाजाच्या दिशेने वळली.

"थांब व्हिट्टोरिया." तिच्या मागोमाग व्हीलचेअरवरून येताना त्याचा आवाज दमेकऱ्यासारखा यायला लागला. "जरा हळू व्हिट्टोरिया. बोलायला हवं आपण."

"बडबड खूप झाली आता."

"तुझ्या पपांचा विचार कर. त्यांनी काय केलं असतं?"

ती न बोलता चालत राहिली.

"व्हिट्टोरिया, मी तुझ्याशी पूर्ण प्रामाणिकपणे नाही वागलो."

आपली चाल मंदावल्यासारखे तिला वाटले.

"मी काय विचारात होतो कळत नाही, पण मला तुझीच काळजी होती. तुझी नेमकी काय इच्छा आहे? आपण या परिस्थितीत एकत्र काम करायला हवं."

ती थांबली, पण मागे वळली नाही. "मला प्रतिवस्तूचा नमुना शोधायचा आहे. आणि पपांचा खून कोणी केला तेही." एवढे बोलून ती गप्प बसली.

"तुझ्या वडिलांचा खून कोणी केला ते माहीत आहे आम्हाला."

आता मात्र व्हिट्टोरिया वळली. "काय?"

"तुला कसं सांगावं ते कळत नाही. खूप कठीण..."

"तुम्हाला *माहीत आहे* पपांना कुणी ठार केले ते?"

"कल्पना तरी आहे. खुनी काहीतरी मागे सोडून गेला आहे. त्याचमुळे तर मी मिस्टर लँग्डनना बोलावले. ज्या गटाने या खुनाची जबाबदारी स्वीकारली आहे त्या गटाची त्यांना पूर्ण माहिती आहे."

"गट? दहशतवादी गट?"

"व्हिट्टोरिया, त्यांनी पाव ग्रॅम प्रतिवस्तू चोरली आहे."

तिने दूर उभे असलेल्या रॉबर्ट लँग्डनकडे बघितले आणि अनेक गोष्टी तिच्या लक्षात यायला लागल्या. *म्हणून ही सर्व गुप्तता.* आपल्या आधीच कसे लक्षात आले नाही याचे तिला आश्चर्य वाटले. कोहलरने योग्य त्या यंत्रणेला आधीच कळवले होते तर. उघडच होते. रॉबर्ट लँग्डन अमेरिकन होता. तीव्र बुध्दीचा वाटत होताच. गुळगुळीत दाढी केलेली. लक्षात न राहण्यासारखे कपडे. त्यांचाच माणूस. दुसरा कोण असणार?

ती आशेनेच त्याला म्हणाली, "मिस्टर लँग्डन, पपांना कुणी मारले ते सांगा

आणि तुमची एजन्सी प्रतिवस्तू शोधू शकेल की नाही तेही सांगा.''

''माझी एजन्सी?'' लँग्डन गोंधळला.

''तुम्ही अमेरिकन इन्टलिजन्स एजन्सीमधूनच आलात ना?''

''खरं तर नाही.''

''मिस्टर लँग्डन हार्वर्ड विद्यापीठात कलेच्या इतिहासाचे प्राध्यापक आहेत.''

आपल्या अंगावर कोणीतरी बर्फाचे पाणी ओतले आहे असे वाटले तिला. ''कला शिक्षक?''

''कल्ट सिम्बॉलॉजिमधले तज्ज्ञ. व्हिट्टोरिया, आमची समजूत आहे की एका अघोरी पंथाकडून तुझ्या पपांची हत्या झाली आहे.'' कोहलरने स्पष्ट केले.

शब्द ऐकले तरी त्यांचा अर्थ तिला लागेना. *अघोरी पंथ?*

''ते स्वत:ला इल्युमिनाटी म्हणवतात.''

व्हिट्टोरियाने कोहलरकडे बघितले. नंतर लँग्डनकडे. कसले विचित्र विनोद सुचत आहेत यांना? ''इल्युमिनाटी? *बव्हेरिअन* इल्युमिनाटींसारखे?''

आता थक्क व्हायची पाळी कोहलरची होती. ''तू *ऐकलं आहेस त्यांच्याबद्दल?''*

निराशेनेच तिच्या डोळ्यांत अश्रू जमा व्हायला लागले. *बव्हेरिअन इल्युमिनाटी. नवीन जागतिक व्यवस्था.* स्टीव्ह जॅक्सन कॉम्प्युटर गेम्स. इथे अर्धे तंत्रज्ञ संगणकावर तोच खेळ खेळत असतात. ''इन्टरनेट.'' तिच्या तोंडातून शब्द उमटेनात. ''पण मला कळत नाही की...''

आता कोहलरने चक्रावून लँग्डनकडे बघितले.

लँग्डनने मान डोलावली. ''खूप प्रसिध्द खेळ. प्राचीन ब्रदरहुड जगभर सत्ता काबीज करते वगैरे. थोडा ऐतिहासिकही. हो, पण युरोपमधे तो पोचला असेल असं वाटलं नव्हतं.''

व्हिट्टोरियाला काही कळेनासे झाले होते. ''तुम्ही काय बडबडता आहात? इल्युमिनाटी? तो खेळ आहे संगणकावरचा.''

''व्हिट्टोरिया! तुझ्या पपांच्या मृत्यूची जबाबदारी इल्युमिनाटी या संघटनेने स्वीकारली आहे.''

आपले अश्रू आवरण्याचा आटोकाट प्रयत्न करत तिने काय चालले आहे ते समजून घ्यायचा प्रयत्न केला. पण समजून घ्यायचा ती जितका प्रयत्न करत होती तितका तिच्या मनात जास्तीच गोंधळ उडत होता. तिच्या पपांचा खून झाला होता, सर्नची सुरक्षा व्यवस्था कोलमडली होती, ज्या बॉम्बच्या निर्मितीला *ती जबाबदार होती* तो जगात कुठेतरी टिक् टिक् करत, न थांबता स्फोटाच्या वेळेकडे निघाला होता. आणि एका काल्पनिक अघोरी पंथाच्या शोधासाठी डायरेक्टर कला शिक्षकाची मदत घेत होते.

तिला फार एकाकी वाटायला लागले. ती जायला वळत असताना कोहलरने तिला अडवले. खिशातून चुरगळलेला एक फॅक्स पेपर काढून तिच्या हातात ठेवला. त्यावरचे चित्र बघताच तिच्या छातीत धस्स झाले. पायांमधली शक्ती गेली.

"त्यांनी डागले त्याला. त्याच्या छातीवर डागले." कोहलर म्हणाला.

२८

पार घाबरून गेलेली सेक्रेटरी सिल्वी बॉदलोक डायरेक्टरच्या रिकाम्या केबिनबाहेर फेऱ्या घालत होती. *गेले तरी कुठे डायरेक्टर? काय करू मी?*

काय विलक्षण दिवस होता. अर्थात मॅक्सिमिलियन कोहलरसाठी काम करायचे तर कुठलाही दिवस चमत्कारिक ठरायचा म्हणा. पण आज त्यांनी कमालच केली होती.

"माझ्यासाठी लिओनार्दो वेत्राला शोध." ती सकाळी येताक्षणी तिला आज्ञा मिळाली.

फोन, ई-मेल, पेजिंग सर्व उपाय थकले. कोहलर बहुधा रागावून स्वत:च त्याला शोधायला निघाला होता. काही तासांनी तो परत आला तेव्हा त्याची प्रकृती बिघडलेली वाटत होती. अर्थात प्रकृती चांगली आहे, असा कधी तो वाटलाच नव्हता. पण दररोजच्यापेक्षा आज तो खालावल्यासारखा दिसत होता. त्याने आपल्या केबिनमध्ये स्वत:ला बंद करून घेतले. मोडेमवर, फोनवर, फॅक्सवर तो बोलतो आहे ते कळत होते. नंतर आपल्या व्हीलचेअरवरून तो जो निघून गेला तो अजून परतलाच नव्हता.

नेहमीचेच नाटक म्हणून तिने प्रथम दुर्लक्ष केले. पण त्याची इन्जेक्शन्सची वेळ त्याने चुकविल्यावर ती खरी काळजीत पडली. प्रकृतीकडे त्याचे दुर्लक्ष झाले तर नंतरचे परिणाम फार वाईट असत. त्याला धाप लागे, ढास लागे आणि हॉस्पिटलमधल्या लोकांची धावपळ उडे. याला खरोखर मरायचीच इच्छा आहे असे कधीकधी तिला वाटायचे.

त्याला पेज करून इन्जेक्शन्सची आठवण करून द्यावी, हा मनात आलेला विचार तिने झटकून टाकला. मानी कोहलरला दुसऱ्याची दया अजिबात नको असे. गेल्याच आठवड्यात भेटायला आलेल्या एका शास्त्रज्ञाने त्याच्या प्रकृतीबद्दल चिंता व्यक्त करताच कोहलरने संतापून हातातला क्लिपबोर्ड त्या शास्त्रज्ञाच्या डोक्यावर हाणला होता. त्याचे डोके फिरले की तो फार चपळ बनायचा.

पण या क्षणी डायरेक्टरच्या प्रकृतीची काळजी ती विसरली होती. सर्नच्या स्विचबोर्डवरून पाच मिनिटांपूर्वी फोन आला होता. अत्यंत महत्त्वाचा फोन होता म्हणे आणि कोहलर केबिनमधे नव्हता. तिने तसेच उत्तर दिले.

सर्नच्या ऑपरेटरने फोन कुणाचा आहे ते सांगितले.

सिल्वी हसतच म्हणाली, "काय थट्टा चालवली नाहीस ना?" नंतरचे उत्तर ऐकताच तिच्या चेहऱ्यावरचे भाव पालटले. तिचा तिच्या कानांवर विश्वास बसेना. "आणि कॉलर आय.डी. प्रमाणे फोन... ठीक आहे. त्यांना थांबायला सांग जरा. मी ताबडतोब डायरेक्टरना शोधते. हो, हो! अगदी लौकर."

पण सिल्वीला ते सापडत नव्हते. तीन वेळा सेलवर फोन करून एकच संदेश मिळत होता. मोबाईलधारक रेन्जबाहेर आहे.

रेन्जबाहेर? किती लांब जाणार तो?

बीपरवर दोनदा फोन करून झाला. उत्तर नाही. असा कधी वागायचा नाही तो. व्हीलचेअरवरच्या संगणकावर ई-मेल केली. उपयोग नाही. तो जसा काही या पृथ्वीतलावरून नाहीसाच झाला होता.

आता करू तरी काय मी? ती विचारात पडली होती.

सर्नचा सर्व कॉम्प्लेक्स स्वत: शोधायचा? ते शक्यच नव्हते. एक पर्याय होता. पण डायरेक्टर संतापलेच असते. तरीही फोन अशा माणसाकडून होता, की जो डायरेक्टरनी ताबडतोब घ्यायलाच हवा होता. तो माणूस वाट बघायला तयार नव्हता आणि डायरेक्टर उपलब्ध नाहीत असे ऐकण्याच्या मन:स्थितीतही नव्हता.

स्वत:च्या धारिष्ट्याबद्दल आश्चर्य करतच सिल्वीने निर्णय घेतला. ती त्याच्या केबिनमधे शिरली. त्याच्या डेस्कमागच्या एका धातूच्या पेटीवरचे आवरण तिने काढले. कन्ट्रोल्सवर नजर टाकली, बटण दाबले आणि एक मोठा श्वास घेऊन मायक्रोफोन उचलला.

२९

मुख्य लिफ्टपाशी आपण कधी पोहोचलो हे देखील लिफ्ट वर चढताना व्हिट्टोरियाला आठवत नव्हते. मागे असणाऱ्या कोहलरला श्वास घेताना त्रास होत होता. लँगडनच्या नजरेत तिच्याकडे बघताना काळजी होती. तिच्या हातातला फॅक्स खेचून त्याने तो आपल्या खिशात कोंबला होता. पण त्यावरचे चित्र तिच्या

नजरेसमोरून आताही हलत नव्हते.

पपा! ती मनानेच त्यांच्याजवळ पोहोचायचा प्रयत्न करत होती. पण मनावर काळोखी दाटली होती. क्षणभर, फक्त क्षणभर, आपल्या स्मृतीच्या गाभ्यातून ती त्यांच्याजवळ पोहोचली. ती नऊ वर्षांची होती. फुलांनी बहरलेल्या स्विस टेकड्यांवरून खाली गडगडत येत होती. वरती आकाश गरागरा फिरत होते.

पपा! पपा!!

लिओनार्दो वेत्रा जवळच हसत उभा होता. ''काय म्हणते माझी परी?''

हसत-खिदळत त्यांना बिलगून खडक, झाडे, अणू सर्व सर्व कसे 'वस्तू' पासूनच बनले आहेत हे तिने सांगितले.

''तुला स्वत:ला कळलं हे?''

''हुशार आहे ना मी?''

''माझी छोटी लाडकी आईनस्टाईनच.''

''मला नाही त्यांचे केस आवडत. मी चित्र बघितलं आहे त्यांचं.''

''पण डोकं काय तल्लख आहे. त्यांनी काय सिध्द केलं ते मी सांगितलं होतं तुला.''

तिने घाबरूनच मान हलवली. ''नाही पपा. *तुम्ही वचन दिलं होतं.*''

''E = MC^2 - - - E = MC^2'' त्यांनी गुदगुल्या करत म्हटले.

''गणित नको, मी सांगितलं होतं तुम्हाला. मला गणित आवडत नाही.''

''बरं झालं तू गणिताचा इतका द्वेष करतेस ते. कारण *मुलींना गणित शिकायची परवानगीच नाही मुळी.*''

''परवानगी *नाही?*'' व्हिट्टोरियाने खाडकन थांबून विचारले.

''नाही. सर्वांना ठाऊक आहे. मुलींनी आपलं बाहुल्यांशी खेळावं. मुलं गणित शिकतील. छोट्या मुलींबरोबर गणिताबद्दल बोलायचीही मला परवानगी नाही.''

''पण ते चूक आहे.''

''नियम म्हणजे नियम. लहान मुलींनी गणित शिकायचं नाही.''

''पण बाहुल्यांबरोबर सारखं खेळायचा खूप कंटाळा येतो.'' नुसत्या कल्पनेनेच ती दचकली.

''सॉरी,'' तिचे वडील म्हणाले. ''मी तुला गणिताबद्दल सांगू शकेन, पण मला पकडलं तर...'' त्यांनी चिंताग्रस्त नजरेने आजूबाजूच्या टेकड्यांवर नजर टाकली.

त्यांच्याबरोबरच इकडेतिकडे बघत ती कुजबुजली, ''हळूच सांगा मला.''

लिफ्टच्या हालचालीने व्हिट्टोरिया दचकली. तिने डोळे उघडले. पपा नाहीसे झाले होते.

आणि सत्य परिस्थितीची जाणीव तिला गारठवून गेली. तिने लँग्डनकडे बघितले. त्याच्या नजरेतल्या खऱ्याखुऱ्या काळजीने तो तिला देवदूतच वाटला.

घणाचे घाव बसावेत तसे एकाच विचाराचे पडसाद मनावर उमटायला लागले.

प्रतिवस्तू कुठे आहे?

भीतिदायक उत्तर क्षणातच मिळणार होते.

३०

***मॅ**क्सिमिलियन कोहलर! ताबडतोब ऑफिसमध्ये फोन करा.*

लिफ्टचे दरवाजे उघडताच सूर्यप्रकाशानेच लँग्डनचे डोळे दिपले. इन्टरकॉमवरच्या सूचनेचे स्वर विरतात तोपर्यंत कोहलरच्या व्हीलचेअरवरचे प्रत्येक इलेक्ट्रॉनिक उपकरण बीप् बीप् आवाज करायला लागले, खणखणायला लागले. पेजर, फोन, ई-मेल. कोहलरने गोंधळूनच उघडझाप करणाऱ्या त्यांच्या दिव्यांकडे नजर टाकली. डायरेक्टर बाहेर पडला होता आणि सर्व उपकरणांच्या रेन्जच्या आवाक्यात आला होता.

डायरेक्टर कोहलर! कृपा करून ताबडतोब ऑफिसला फोन करा.

आपल्या नावाचा इन्टरकॉमवरचा पुकारा ऐकून तो भांबावल्यासारखा वाटला. क्षणभर त्याच्या चेहऱ्यावर राग दिसला. ताबडतोब काळजीही उमटली. तिघेही क्षणभर स्तब्ध उभे राहिले. तिघांनाही जणू काही कुठल्या तरी संकटाची चाहूल लागली होती.

कोहलरने व्हीलचेअरच्या हातावरचा सेलफोन उचलला. एक्स्टेन्शन नंबर दाबला. पुन्हा तो भयंकर खोकायला लागला. व्हिट्टोरिया आणि लँग्डन न बोलता उभे होते.

''मीच बोलतो आहे. डायरेक्टर कोहलर. काय? खाली होतो मी. रेन्जबाहेर.'' पुढले शब्द फोनवरून कानांवर पडताच त्याचे डोळे विस्फारले, ''कोण? जोडून दे ताबडतोब.'' क्षणभर शांतता. ''हॅलो! मॅक्सिमिलियन कोहलर. सर्नचा डायरेक्टर. कुणाबरोबर बोलतो आहे मी?''

तो ऐकत असताना व्हिट्टोरिया आणि लँग्डन गप्प बसून त्याच्याकडे बघत होते.

''या बाबतीत फोनवर बोलणं योग्य नाही. मी येतो तिथे ताबडतोब. चाळीस मिनिटांत लिओनार्दो दा विंची विमानतळावर भेटतो.'' त्याला पुन्हा खोकल्याची उबळ आली. श्वास घेता येईना. कसाबसा तो पुढे उद्‌गारला, ''कुपी नक्की कुठे

आहे याचा शोध घ्या. येतोच आहे मी.'' त्याने फोन बंद केला.

व्हिट्टोरिया धावतच त्याच्याजवळ पोहोचली. कोहलरच्या तोंडातून शब्द फुटेना. व्हिट्टोरियाने आपल्या सेलफोनवरून हॉस्पिटलला फोन केला. वादळाच्या मध्यबिंदूपासून थोडे लांबवर असलेल्या जहाजासारखी लँग्डनची अवस्था झाली. वादळापासून दूर पण हेलकावे खाणारे.

चाळीस मिनिटांत लिओनार्दो दा विंची विमानतळावर भेटतो. कोहलरचे शब्द त्याच्या कानात घुमत होते.

मनावर सकाळपासून आलेले मळभ एका क्षणात दूर झाले. त्याच्या डोळ्यांसमोर स्वच्छ चित्र दिसायला लागले. शंका-कुशंका, गोंधळ यांच्या मनाभोवती फिरणाऱ्या वावटळीतून जशी काही एक झडप उघडली. एका रहस्याचा उलगडा होण्याचा मार्गच जसा काही खुला झाला. *ॲम्बिग्राम. खून झालेला शास्त्रज्ञ-प्रीस्ट. प्रतिवस्तू आणि आता लक्ष्य.* लिओनार्दो दा विंची विमानतळ. एकच अर्थ होऊ शकत होता. त्याचा विश्वास बसायला लागला.

पाच किलोटन! आता प्रकाश होऊ दे.

पांढऱ्या कोटातले दोन पॅरा-मेडिक्स धावत आले. कोहलरशेजारी गुडघ्यांवर बसून त्यांनी कोहलरच्या चेहऱ्यावर ऑक्सिजन मास्क चढवला. हॉलमधले शास्त्रज्ञ धावपळ थांबवून बाजूला उभे राहिले.

कोहलरने दोन वेळा मोठा श्वास घेतला आणि मुखवटा बाजूला करून लँग्डन आणि व्हिट्टोरियाकडे बघत धापा टाकतच उद्‌गारला, ''रोम!''

''रोम? प्रतिवस्तूची कुपी रोममध्ये आहे? कुणाचा फोन होता?'' व्हिट्टोरियाने प्रश्नांची सरबत्ती केली.

कोहलरचा चेहरा वाकडातिकडा होत होता. डोळ्यांतून पाणी वाहत होते. ''स्विस...'' त्याचे शब्द पुन्हा घशात अडकले. पॅरामेडिक्सनी घाईघाईने ऑक्सिजन मास्क त्याच्या तोंडावर बसवला. त्याला ते घेऊन जाण्याच्या तयारीत असताना त्याने लँग्डनचा दंड पकडला.

लँग्डनच्या लक्षात येत होते. त्याने मान डोलावली.

''जा...'' तो मास्कआडून कुजबुजला. ''फोन कर.'' पॅरामेडिक्सनी त्याची व्हीलचेअर ढकलायला सुरुवात केली.

तो जाताना व्हिट्टोरिया जमिनीला खिळून त्याच्याकडे बघत होती. मग लँग्डनकडे वळून ती म्हणाली, ''रोम? पण तो *काहीतरी स्विस...* म्हणत होता. म्हणजे काय?''

तिच्या खांद्यावर हात ठेवत लँग्डन कुजबुजला, ''स्विस गार्ड्स. व्हॅटिकनचे रक्षणकर्ते.''

३१

एक्स-३३ विमानाने आकाशात उड्डाण केले आणि ते रोमच्या दिशेने वळले. लँग्डन गप्प होता. गेल्या पंधरा मिनिटांत काय झाले ते त्याला धड सांगता आले नसते. त्याने व्हिट्टोरियाला इल्युमिनाटी आणि व्हॅटिकन यांच्यामधल्या शत्रुत्वाबद्दल सांगितले. परिस्थितीचे गांभीर्य आता कुठे तिच्या ध्यानात यायला लागले.

आणि मी इथे काय करतो आहे? लँग्डन स्वत:शीच विचार करत होता. *संधी होती तेव्हाच खरे तर घरचा रस्ता पकडायला हवा होता.* पण मनोमन त्याला पटत होते की तशी संधी त्याला मिळालीच नव्हती.

बोस्टनला परत जा असे त्याचे सूज्ञ मन किंचाळून सांगत होते. पण अभ्यासकाचे आश्चर्य त्याला स्वस्थ बसू देणार नव्हते. इल्युमिनाटींचे अस्तित्व कधीच संपले आहे अशी त्याची पूर्ण खात्री होती. पण जाणूनबुजून केलेली ती सर्व जगाचीच फसवणूक होती? पुरावा – पुरावा कुठे आहे? आणि सदसद्विवेकबुद्धी शिल्लक होतीच ना? आजारी कोहलर, एकाकी व्हिट्टोरिया. आपले इल्युमिनाटींबद्दलचे ज्ञान कुठल्याही तऱ्हेने त्यांना मदत करू शकणार असेल तर या ठिकाणीच असणे ही त्याची नैतिक जबाबदारी होती.

आणि त्याला कबूल करायला लाज वाटत असली, तरी दुसराही एक विचार मनात डोकावला होता. प्रतिवस्तू कुठे आहे कळताच त्याच्या मनात व्हॅटिकनमधल्या सर्वांनाच किती धोका आहे या विचाराबरोबरच दुसरीही काळजी निर्माण झाली होती,

कलाकृती!

जगातल्या सर्वांत मोठ्या आर्ट कलेक्शनखाली या क्षणाला एक टाईम-बॉम्ब टिक् टिक् करत होता. व्हॅटिकन म्यूझियममधल्या १४०७ खोल्यांमध्ये मायकल ॲन्जलो, दा विंची, बर्निनी, बॉतिचेली यांच्या ६०,००० अमूल्य कलाकृतींचा खजिना होता. सर्व कलाकृती आवश्यक तर बाहेर काढता येतील? अशक्य! कित्येक शिल्पांचे वजन टनावारी होते आणि सिस्टीन चॅपेल, सेन्ट पीटर्स बॅसिलिका, व्हॅटिकन म्यूझियमकडे नेणारा मायकल ॲन्जलोचा वर्तुळाकृती जिना अशा वस्तूंचे काय? अलौकिक बुद्धिमत्ता लाभलेल्या मनस्वी कलाकारांनी केलेल्या निर्मिती!

आणि कुपी उडायला नक्की किती वेळ शिल्लक आहे?

"आल्याबद्दल धन्यवाद," व्हिट्टोरियाचे अत्यंत शांत आवाजातले उद्गार कानावर आले.

दिवास्वप्नातून जागे होऊन त्याने नजर वर केली. अत्यंत शांतपणे व्हिट्टोरिया

समोर बसली होती. केबिनमधल्या फ्लुरोसन्ट प्रकाशातही आकर्षक वाटत होती. पित्यावरील मुलीच्या प्रेमाने न्याय मिळवण्याची आणि सूड घ्यायची इच्छा यांची ठिणगी हृदयात पडली असली तरी खोल श्वास घेत शांत बसली होती.

कपडे बदलायलासुद्धा तिला वेळ झाला नव्हता. ती अजूनही शॉर्ट पॅन्ट आणि स्लीव्हलेस टॉपमधेच होती. थंडीने तिचे पाय गारठले असावेत. नकळतच लँग्डनने आपले जॅकेट काढून तिच्या हातात ठेवले.

''अमेरिकन स्त्रीदाक्षिण्य?'' पण डोळ्यांत आभाराची भावना होती.

जोरदार हवेमुळे विमान वरखाली व्हायला लागले आणि लँग्डनच्या मनाची शांतता ढळली. त्या खिडक्या नसलेल्या बंद केबिनमधे तो घुसमटायला लागला. आपण कुठल्या तरी मोकळ्या शेतात आहोत अशी त्याने मनाची कल्पना करून दिली. हा विचारही चमत्कारिकच होता. ते जेव्हा घडले तेव्हा तो मोकळ्या शेतातच होता. *मन दडपून टाकणारा काळाकुट्ट अंधार.* त्याने आठवणही दाबून टाकली. *प्राचीन इतिहास.*

व्हिट्टोरिया त्याच्याकडे बघत होती. ''देवावर विश्वास आहे तुमचा मिस्टर लँग्डन?''

या प्रश्नाने तो आश्चर्यात पडला. उत्सुकतेने, सरळ मनाने विचारलेला प्रश्न. *विश्वास आहे माझा देवावर?* या प्रवासात कुठल्या तरी साध्यासुध्या विषयावर बोलता येईल अशी त्याची अपेक्षा होती.

एक धार्मिक कोडे, लँग्डनच्या मनात विचार आला. *माझे मित्र म्हणतात तसे मला.* अनेक वर्षे अनेक धर्मांचा अभ्यास करूनही तो धार्मिक नव्हता. श्रद्धेची शक्ती, चर्चचा दानशूरपणा, धर्मामुळे लोकांना मिळणारी ताकद या गोष्टींबद्दल त्याला आदर होता. पण त्याच्या अभ्यासू मनाला बुद्धीमुळे निर्माण होणारा अविश्वास हाच एक अडथळा ठरत होता. ''मला विश्वास ठेवायची इच्छा आहे.'' तो नकळत पुटपुटला.

व्हिट्टोरियाने त्याच सरळपणे विचारले, ''मग का नाही विश्वास ठेवत?'' त्याच्या उत्तरावर कुठलीच प्रतिक्रिया नाही की वाद नाही. ''इतकं सोपं नाही ते. अगदी निष्कपट मनाने देवावर संपूर्ण विश्वास ठेवायलाच फार मोठी श्रद्धा लागते. सर्व चमत्कार, पवित्र अशा कल्पना आणि घटनांमागे देवाचा हात आहे हे सहज बुद्धीने स्वीकारायला लागतं आणि मग वागायचे नियम असतातच. बायबल, कुराण, बुद्धाचे पवित्र लिखाण... सर्व एकाच तऱ्हेचे नियम सांगतात आणि शिक्षाही. नेमून दिलेल्या मार्गाने चाललो नाही तर मी नरकातच जाणार. कोणताही देव अशा तऱ्हेने राज्यकारभार चालवेल असं वाटत नाही मला.''

''इतक्या उघडपणे प्रश्नांची उत्तरे टाळायला तुम्ही तुमच्या विद्यार्थ्यांना शिकवत

नसाल अशी आशा आहे माझी.''

''काय?'' त्याला असे काही ऐकावे लागेल असे वाटलेच नव्हते.

''मिस्टर लँग्डन, *माणूस देवाबद्दल जे सांगतो* त्यावर तुमचा विश्वास आहे का असे मी विचारलेले नाही. मी *तुमचा देवावर विश्वास आहे का* विचारते आहे. फरक आहे दोन गोष्टींत. धार्मिक ग्रंथ म्हणजे गोष्टी आहेत – आख्यायिका – इतिहास – अर्थ समजून घेण्याची मानवाची स्वत:ची गरज. धार्मिक ग्रंथवाङ्मयाबद्दल मी तुमचे मत विचारले नाही. मी विचारले *तुमचा देवावर विश्वास आहे का?* उघड्या आकाशाखाली चांदण्या बघताना तुम्हाला ईश्वराचे अस्तित्व जाणवते का? देवाने आपल्या हातांनी निर्माण केलेल्या सृष्टीकडे बघतो आहोत असं वाटतं का?''

लँग्डन खराच विचारात पडला.

''सॉरी, मी नसत्या चौकशा करते आहे.''

''तसं नाही, पण...''

''तुम्ही तुमच्या वर्गामध्ये श्रद्धेबद्दल चर्चा नक्कीच करत असणार.''

''कायमच.''

''आणि चर्चा चालू राहण्यासाठी नक्कीच मधे मधे बोलत असणार. डेव्हिल्स ॲडव्होकेट!''

लँग्डनच्या चेहऱ्यावर हसू दिसले. ''तुम्ही पण नक्कीच शिक्षक असणार.''

''नाही. पण मी अद्वितीय शिक्षकाकडून धडे घेतले आहेत. माझे वडील मोबिअस स्ट्रिपच्या कुठल्याही बाजूने युक्तिवाद करायला तयार असत.''

लँग्डन मनापासून मोठ्याने हसला. मोबिअस स्ट्रिप – तांत्रिकदृष्ट्या *एकच बाजू* असलेला पीळ घातलेला एक कागद. श्री.एम.सी. ईश्वर यांच्या कलाकृतींमधे लँग्डनने प्रथम तसा कागद बघितला होता.

''मी तुम्हाला एक प्रश्न विचारू मिस वेत्रा?''

''व्हिट्टोरिया म्हणा. मिस वेत्रा म्हटले की वय झाल्यासारखं वाटतं.''

स्वत:च्या वयाची जाणीव झाल्यानेच की काय, त्याने एक सुस्कारा टाकला. ''व्हिट्टोरिया, मी रॉबर्ट.''

''तुला काहीतरी विचारायचं होतं.''

''तू शास्त्रज्ञ आहेस आणि एका प्रीस्टची मुलगीही. तुला काय वाटतं धर्माबद्दल?''

''धर्म एखाद्या भाषेसारखा आहे किंवा पोषाखासारखा. आपण ज्या तऱ्हेने लहानाचे मोठे झालो त्याच तऱ्हेच्या गोष्टी करण्याकडे आपला कल असतो. पण शेवटी आपण एकच गोष्ट सांगत असतो. आयुष्याला काहीतरी अर्थ आहे. आपल्याला निर्माण करणाऱ्या शक्तीबद्दल आपण कृतज्ञ आहोत.''

लँग्डनने कुतूहलाने विचारले, ''म्हणजे ख्रिश्चन किंवा मुस्लीम असणे हे केवळ जन्मावरच अवलंबून आहे?''

''स्पष्टच आहे. जगभर पसरलेल्या धर्मांवर नजर टाक जरा.''

''तेव्हा श्रद्धेचा भाग विशेष नाहीच.''

''उलट श्रद्धा हीच सर्वत्र दिसणारी एकमेव गोष्ट आहे. ती समजून घेण्याच्या आपल्या पद्धती फक्त वेगळ्या आहेत. काही जीझसची प्रार्थना करतात, काही मक्केची वारी करतात तर काहीजण सब-ॲटॉमिक पार्टिकल्सचा अभ्यास करतात. शेवटी आपल्यापैकी प्रत्येकजण आपल्यापेक्षा फार उच्च पातळीवर असणाऱ्या सत्याचाच शोध घेत असतो.''

आपले विद्यार्थी त्यांची मते इतक्या स्वच्छपणे मांडू शकले असते तर, असा विचार लँग्डनच्या मनात येऊन गेला. विद्यार्थी कशाला, तो स्वत:सुद्धा. ''आणि देव? तुझा विश्वास आहे देवावर?'' त्याने विचारले.

व्हिट्टोरिया बराच वेळ गप्प होती. ''विज्ञान मला सांगतं की देव असलाच पाहिजे, मन सांगतं की मी देवाला कधीच समजू शकणार नाही आणि हृदय म्हणतं की तेच बहुधा योग्य आहे.''

काय मुद्देसूद उत्तर आहे. ''म्हणजे तुझा विश्वास आहे की देव आहे, पण तू त्याला कधीच समजू शकणार नाहीस.''

''तिला! मूळचे अमेरिकन्स बरोबर बोलत असतात.''

''भूमाता.''

''*गेया.* हा ग्रह एक परिपूर्ण जीव आहे. आपण सर्व वेगवेगळी कामं करणाऱ्या पेशी आहोत. पण तरीही एकमेकांना मदत करत ग्रहाला मदत करणाऱ्या.''

तिच्याकडे बघताना लँग्डनच्या मनात आजपर्यंत क्वचितच निर्माण झालेल्या भावना घर करायला लागल्या. तिच्या स्वच्छ डोळ्यांत अत्यंत आकर्षकता होती – आवाजातही तसाच निर्मळपणा. त्याला तिच्याबद्दल ओढ वाटायला लागली.

''मिस्टर लँग्डन, आणखी एक प्रश्न विचारू?''

''रॉबर्ट – रॉबर्ट म्हण.'' *मिस्टर लँग्डन म्हटले की खऱ्या वयाची जाणीव व्हायला लागते. मी आहेच वयस्कर.*

''रॉबर्ट, विचारण्याचा राग येणार नसला, तर इल्युमिनाटींशी कसा संबंध आला तुझा?''

''खरं तर पैशांमुळे.'' विचार करत तो उत्तरला.

तिचा चेहरा पडला. ''पैसा? म्हणजे सल्लामसलत?''

आपल्या उत्तराचा निघणारा अर्थ ध्यानात येताच तो हसला. ''नाही. नोटांमुळे येतो तसा.'' त्याने खिशात हात घालून पैसे बाहेर काढले. त्यातली डॉलरची एक

नोट उचलली. ''अमेरिकन नोटांवर इल्युमिनाटींचं चिन्ह असतं हे कळल्यावर माझं त्या पंथाबद्दलचं कुतूहल चाळवलं.''

तो गंभीरपणे बोलतो आहे का चेष्टेने हे तिला कळेना.

तिच्या हातात नोट देत तो म्हणाला, ''मागची बाजू बघ. डावीकडचं सील.''

तिने नोट उचलून बघितली. ''पिरॅमिड?''

''पिरॅमिड! अमेरिकन इतिहासाशी पिरॅमिडचा थोडा तरी संबंध आहे?''

तिने खांदे उडवले.

''बरोबर, काहीही नाही.''

ती विचारात पडली. ''मग तुमच्या सीलच्या मध्यभागी पिरॅमिड का?''

''पिरॅमिड हे एक गूढ चिन्ह आहे. वरती एका बिंदूत पोहोचणारा, ज्ञानाच्या परमोच्च स्त्रोताकडे नेणारा. पिरॅमिडवरती काय दाखवलं आहे?''

''एक त्रिकोण. आतमध्ये डोळा.''

''त्रिनाक्रिया म्हणतात त्या चिन्हाला. असं चिन्ह दुसरीकडे कधी बघितलं आहेस?''

''खरं तर हो, पण खात्री...''

''जगभर मेसॉनिक लॉजेसवर झळकत असतं ते.''

''मेसॉनिक चिन्ह?''

''नाही. खरं तर इल्युमिनाटी. ते त्यांच्या चिन्हाला त्यांचा शायनिंग डेल्टा म्हणतात. ज्ञानाच्या प्रकाशाने बदल घडवून आणण्याचं, सर्वत्र शिरकाव करण्याचं आणि नजर ठेवण्याचं कसब डोळा दर्शवतो. चमकणारा त्रिकोण ज्ञानाचा प्रकाश दाखवतो. आणि त्रिकोण हे एक ग्रीक अक्षरही आहे. डेल्टा. गणितातलं...''

''बदल दाखविणारं चिन्ह.''

''मी एका शास्त्रज्ञाबरोबर बोलतो आहे हे विसरलोच होतो.''

''तेव्हा अमेरिकेचं हे सील म्हणजे अज्ञान दूर करणारा बदल दाखवतं.''

''काही जण नवीन जागतिक व्यवस्था म्हणतात त्याला.''

व्हिट्टोरियाने चमकून पुन्हा नोटेकडे बघितले. ''पिरॅमिडच्या खाली काहीतरी... नोवुस... ओरदो...''

''नोवुस ओरदो सेक्लोरूम,'' लँग्डन म्हणाला, ''नवीन धर्मनिरपेक्ष व्यवस्था.''

''धर्माचा संबंध नाही?''

''बरोबर. इल्युमिनाटींचं ध्येय तर स्वच्छ मांडलं आहे, पण त्या शेजारी छापलेलं शब्द अगदी विरोधी अर्थाचे आहेत. इन गॉड वुई ट्रस्ट, आमचा देवावर विश्वास आहे.''

''पण जगामधल्या आर्थिकदृष्ट्या सर्वांत ताकदवान अशा चलनी नोटांवर ही सर्व चिन्हं कशी आली?''

“बहुतेक सर्व अभ्यासकांना वाटतं उपाध्यक्ष हेन्री वॉलेस यांच्यामुळे. ते वरच्या दर्जाचे मेसन होते. निश्चितपणे त्यांचा इल्युमिनाटींशी संबंध होता. आता ते त्यांचे सदस्य होते, की सहजच त्यांच्या प्रभावाखाली आले हे माहीत नाही. पण त्यांनीच अध्यक्षांना या सीलबाबत भरीस घातले.”

“पण अध्यक्ष कसे काय कबूल झाले?”

“अध्यक्ष होते फ्रॅन्कलिन डी. रूझवेल्ट. वॉलेसने त्यांना सांगितले की *नोवुस ओरदो सेक्लोरूम* म्हणजे *नवीन व्यवस्था.*”

“आणि ट्रेझरीला छापायला देण्यापूर्वी *दुसऱ्या कुणाला* चिन्ह दाखवावं असं रूझवेल्टना वाटलं नाही?” व्हिट्टोरियाच्या स्वरात अविश्वास होता.

“गरजच वाटली नाही त्यांना. दोघांमधले संबंध भावाभावांसारखे होते.”

“भाऊ भाऊ?”

“इतिहासाची पुस्तकं चाळ जरा.” लँग्डन हळूच हसत म्हणाला, “फ्रॅन्कलिन रूझवेल्टही प्रसिद्ध असे मेसन होते.”

३२

एक्स-३३ लिओनार्दो दा विंची विमानतळावर उतरत असताना लँग्डन श्वास रोखून बसला होता. समोर सर्व गोष्टींचा विचार करत व्हिट्टोरिया डोळे मिटून बसली होती. विमान उतरले आणि एका खाजगी हँगरजवळ पोहोचले.

“सॉरी, थोडा उशीरच झाला. पण लोकवस्तीच्या भागात आवाजाचे नियम पाळावे लागतात.” कॉकपिटमधून बाहेर पडतापडता वैमानिकाने दिलगिरी व्यक्त केली.

उशीर? लँग्डनने घड्याळाकडे नजर टाकली. फक्त सदोतीस मिनिटांत ते पोहोचले होते.

बाहेरचा दरवाजा उघडता उघडता वैमानिकाने विचारले, “काय चालले आहे ते कोणी सांगेल का मला?”

दोघांनीही गप्प राहणेच पसंत केले.

“ठीक. ठीक.” हातपाय ताणत तो म्हणाला. “मी आपला एअर कन्डिशन्ड कॉकपिटमधे बसतो. मी आणि संगीत.”

दुपार झाली होती. बाहेर ऊन तळपत होते. व्हिट्टोरियाने एकदा वर बघत जोरजोराने श्वास घेतला. सूर्य किरणांपासून जणू तिला गूढ शक्ती प्राप्त होत होती. लँग्डनने आपले जॅकेट खांद्यावर टाकले.

भूमध्य समुद्र. लँग्डनला घामच यायला लागला.

डोळे मिटूनच व्हिट्टोरिया म्हणाली, ''कार्टून्स! मला वाटलं तू आता मोठा झाला आहेस.''

''काय?''

''घड्याळ तुझं. विमानात लक्षात आलं.''

लँग्डन गोंधळला. अर्थात ही पहिलीच वेळ नव्हती. त्याच्या आईवडिलांनी ते घड्याळ त्याला लहानपणी भेट दिले होते. मिकी दोन हात लांब करून वेळ दाखवत होता. घड्याळ वॉटरप्रूफ होते. अंधारात चमकायचे. पोहताना आणि कॉलेजच्या अंधाऱ्या पायवाटांवरून फिरतानाही उपयोगी पडायचे. त्याचे विद्यार्थी त्याच्या या 'फॅशन'बद्दल चौकशी करायला लागले की तो म्हणे, की हृदयाने कायम चिरतरुण राहण्याची आठवण कधीही विसरू नये म्हणून तो मिकी असलेले घड्याळ वापरतो. अगदी खरे सांगायचे, तर त्याच्याकडे दुसरे घड्याळच नव्हते.

''सहा वाजले.''

''मला वाटतं आपल्याला घेऊन जाणारं वाहन आलं आहे.'' व्हिट्टोरिया डोळे न उघडता म्हणाली.

दुरून एक हेलिकॉप्टर उडत येत होते. ॲन्डीज पर्वतराजीवरून नाझकाची चित्रे बघतानाच फक्त लँग्डन एकदा हेलिकॉप्टरमध्ये बसला होता. तो अनुभव त्याला अजिबात आवडला नव्हता. सकाळपासून अवकाश विमानानेच प्रवास झाल्यावर आता निदान व्हॅटिकन गाडी पाठवेल असे त्याला वाटले होते.

पण तसे घडायचे नव्हते.

त्यांच्यासमोर क्षणभर तरंगून ते खाली उतरले. पांढरा रंग, बाजूंवर व्हॅटिकनचे ध्वजचिन्ह – दोन स्केलिटन कीज, शिल्ड, पोपचा मुकुट. व्हॅटिकनची परंपरागत निशाणी. त्याला हे प्रतीक चांगले ठाऊक होते. *'होलि सी'* किंवा *'होलि सीट.'* सीट म्हणजे सेन्ट पीटर्सचे प्राचीन सिंहासनच.

व्हॅटिकनच्या मालकीचे असे काही हेलिकॉप्टर – *होलि चॉपर* – आहे हे तो विसरूनच गेला होता. पोपना विमानतळावरून आणायला, पोहोचवायला, गॅन्डेल्फो इथल्या राजवाड्यात जायला, यायला वगैरे याचा वापर होत असे. तरीही मोटार असती तर लँग्डन खूष झाला असता.

वैमानिकाने बाहेर उडी घेतली आणि तो यांच्या दिशेने यायला निघाला.

आणि आता व्हिट्टोरियाने धास्तावल्यासारखे विचारले, ''तो आपला वैमानिक आहे?''

लँग्डनलाही चिंता वाटत असावी. ''याच्याबरोबर आकाशात उड्डाण करावे की न करावे? प्रश्न आहे खराच.''

शेक्सपिअरच्या नाटकातल्या नटाप्रमाणे त्याचा पोषाख उठून दिसत होता. घट्ट आणि फुगीर असा अंगरखा. त्यावर गडद निळ्या आणि सोनेरी उभ्या पट्ट्या. पॅन्ट आणि बुटांवर, घोट्याभोवती गुंडाळलेले कापडही तसेच. काळे, टाचा नसलेले बूट. स्लीपर्सच वाटत होते आणि डोक्यावर काळी फेल्ट बिरेट.

''परंपरागत स्विस गार्ड्सचा युनिफॉर्म.'' लँग्डनने स्पष्टीकरण दिले, ''मायकल ॲन्जलोने डिझाइन केलेला.'' तो जवळ येताना मात्र त्यालाही तो युनिफॉर्म बघवेना. मायकल ॲन्जलोचा एक फसलेला प्रयोग असावा.

तो एखाद्या अमेरिकन मरीनप्रमाणे ताठपणे त्यांच्याजवळ पोहोचला आणि लँग्डनची खात्री पटली की फक्त पोषाखच विचित्र होता. स्विस गार्ड बनणे अत्यंत कठीण असते. अत्यंत मानाचेही. त्यासाठी खडतर तपश्चर्या करावी लागते. अर्ज करणारा माणूस स्वित्झर्लंडच्या चार कॅथलिक परगण्यांपैका एकातला, एकोणीस आणि तीस वर्षे वयामधला, कमीत कमी साडेपाच फूट उंचीचा, अविवाहित आणि स्विस सैन्याने प्रशिक्षण दिलेला पुरुषच असावा लागतो. जगामधले अत्यंत निष्ठावान आणि घातक असे संरक्षक पथक. जगातल्या इतर अनेक सरकारांना हेवा वाटेल असे.

''तुम्ही सर्नमधून आलात?'' आवाजातही पोलादी धार.

''यस सर.'' लँग्डन उत्तरला.

एक्स-३३ विमानाकडे चक्रावल्यासारखे बघत तो म्हणाला, ''लौकर पोहोचलात.'' मग व्हिट्टोरियाकडे वळून त्याने विचारले, ''मॅडम, तुमच्याकडे दुसरा कुठला पोषाख आहे?''

ती बावचळल्यासारखी झाली. ''काय?''

''व्हॅटिकन शहरात शॉर्ट पॅन्ट्सना परवानगी नाही.'' तिच्या पायांकडे बोट दाखवत तो बोलल्यावर लँग्डनची नजरही तिकडे वळली. विसरलाच होता तो, की तुम्ही पुरुष असाल किंवा स्त्री, पण गुडघ्यांखालचे पाय दिसण्यावरही व्हॅटिकन शहरात पूर्ण बंदी होती. देवाच्या शहराचे पावित्र्य राखायचे म्हणून केलेला नियम.

''घाईत निघाले. दुसरा पोषाख नाही माझ्याकडे.''

गार्डने मान डोलावली. पण त्याची नापसंती लपून राहिली नाही. लँग्डनकडे वळून त्याने विचारले, ''काही शस्त्रे वगैरे?''

शस्त्रे? दुसरी अंडरवेअरसुद्धा नाही माझ्याकडे. लँग्डनने नकारार्थी मान डोलावली.

लँग्डनच्या शेजारी बसून पद्धतशीरपणे त्याने त्याच्या शरीरावरून हात दाबत तपासणी केली. पायमोज्यांकडेही रोखून बघितले. *दुसऱ्यावर फारच विश्वास ठेवणारा प्राणी दिसतो,* लँग्डनच्या मनात विचार आला. लँग्डनकडे नक्कीच काही शस्त्र नाही अशी खात्री पटल्यावर तो व्हिट्टोरियाकडे वळला. तिच्या पायांवरून त्याची नजर वर सरकायला लागताच ती रागाने डोळे वटारून म्हणाली, "तसा विचारही मनात आणू नकोस."

त्याने आपली करारी नजर तिच्यावर रोखली. ती थोडीही घाबरली नाही की तिने नजर वळवली नाही. पॅन्टचा एक थोडासा फुगीर भाग त्याच्या नजरेतून निसटला नाही. "ते काय आहे?"

व्हिट्टोरियाने आपला अत्यंत चपटा सेलफोन बाहेर काढला. गार्डने बटण दाबले, डायल टोन ऐकला आणि तो फोनच आहे अशी खात्री पटल्यावर परत केला. व्हिट्टोरियाने तो खिशात टाकला.

"प्लीज, वळून उभ्या राहा."

हात लांब धरून तिने स्वत:भोवती एक फेरी मात्र मारली. गार्डची शोधक नजर तिच्यावरून फिरली. लँग्डनची मात्र तोपर्यंत खात्री पटली होती, की शॉर्ट्स आणि ब्लाऊजमधे जिथे फुगवटे हवे होते, तिथेच ते आहेत. गार्डचेही तेच मत झाले असावे.

"आभारी आहे. चला."

व्हिट्टोरिया वरच्या फिरणाऱ्या पात्यांकडे न बघता सराईतपणे हेलिकॉप्टरमध्ये चढली. लँग्डन क्षणभर थांबला. "गाडी घेऊन नाही जाता येणार?" वैमानिकाच्या सीटमध्ये बसणाऱ्या स्विस गार्डकडे बघत त्याने ओरडूनच विचारले.

गार्डने उत्तर द्यायचीही तसदी घेतली नाही.

रोममधल्या ड्रायव्हर्सचे वेड्यासारख्या गाड्या हाकणे लक्षात आल्यावर लँग्डनला वाटले हेलिकॉप्टरच एखादेवेळी सुरक्षित असेल. धीर करून, हेलिकॉप्टरच्या फिरणाऱ्या पात्यांकडे नजर ठेवून, लँग्डन सावधगिरीने चढला.

गार्डने इंजिन सुरू करताच व्हिट्टोरियाने विचारले, "कुपीचा शोध लागला?"

त्याने मागे वळत गोंधळून विचारले, "कुपी? कसली कुपी?"

"तुम्ही त्याचबद्दल फोन केला होता ना सर्नला?"

खांदे उडवत तो म्हणाला, "तुम्ही कशाबद्दल बोलता आहात ते मला कळत नाही. आमची आज फार धावपळ चालू आहे. माझ्या कमांडरने तुम्हाला घेऊन यायची आज्ञा दिली आहे. तेवढंच ठाऊक आहे मला."

व्हिट्टोरिया दचकूनच लँग्डनकडे वळली.

"पट्टे लावून घ्या."

मोठा आवाज करत हेलिकॉप्टर वर उडाले आणि रोमच्या दिशेने वळले.

रोम! – दि *कापुत मुंडी* – जगाची *राजधानी*. जिथे सीझरने राज्य केले होते. सेन्ट पीटर्सला क्रूसवर चढवले होते. आधुनिक सुसंस्कृत जगाची जिथे सुरुवात झाली होती. आणि त्याच शहरात कुठे तरी टिक्‌टिक् करणारा टाईम बॉम्ब!

३३

आकाशातून रोम शहराकडे बघितले की वेगवेगळ्या इमारतींशेजारून, कोसळलेल्या जुन्या अवशेषांजवळून, कारंज्यांभोवतालून जाणारा एक गुंतागुंतीचा चक्रव्यूह नजरेत भरतो. शहराभोवती प्रदूषण फार. कायमच धुरासारखे आवरण. खूप उंचीवरून जाणाऱ्या हेलिकॉप्टरमधून लँग्डन मोपेड्स, टुरिस्ट बसेस, छोट्या फियाट वगैरे गाड्या शहरातल्या वळणांवरून सर्व दिशांनी सुसाट वेगाने धावताना बघत होता. त्याला होपी इन्डियन्सच्या शब्दांची आठवण झाली. *कसलेच नियंत्रण न राहिलेले आयुष्य.*

व्हिट्टोरिया गप्प होती.

हेलिकॉप्टर झपाट्यानेच वळले आणि लँग्डनच्या पोटात खड्डा पडला. त्याने दूर नजर टाकली. रोमन कलोझिअमचे अवशेष नजरेत भरले. इतिहासामधल्या एका अद्‌भुत विसंगतीचे प्रतीक. सुसंस्कृत मानवी संस्कृतीचे चिन्ह म्हणून आज गौरविल्या जाणाऱ्या या वास्तूत शतकानुशतके अत्यंत क्रूर आणि रक्तरंजित घटना घडलेल्या होत्या. कैद्यांचे फाडून तुकडे उडवणारे भुकेलेले सिंह, मरण येईपर्यंत लढणारे गुलाम, दूरदूरच्या देशांतून पळवून आणलेल्या सौंदर्यवान युवतींवर केलेले सामूहिक अत्याचार, मुंडकी उडवण्याचे खेळ, पुरुषांना नपुंसक बनवण्यासाठी केलेले त्यांचे लैंगिक खच्चीकरण, एक ना अनेक गोष्टी. आणि याच आराखड्याचा उपयोग हार्वर्ड सोल्जर्स फिल्डसाठी – फुटबॉलच्या स्टेडियमसाठी – ब्ल्यू प्रिंट म्हणून केला होता. फॉल सीझनमधे जुन्या परंपरांना उजाळा देत हार्वर्ड आणि येलचे पाठीराखे तसेच डोकी फिरल्यासारखे, रक्ताला चटावल्यासारखे आरडाओरडा करत.

मग लँग्डनची दृष्टी रोमन फोरमवर पडली – ख्रिस्तपूर्व काळामधले रोमचे हृदय. एखाद्या दफनभूमीतल्या थडग्यांवरचे दगड कोसळावेत तशीच तिथल्या स्तंभांची अवस्था होती. डावीकडे टायबर नदी. सध्या तरी खोल पाणी असावे. जोरदार पाऊस पडल्याने मातकट तांबूस रंगाचा प्रवाह खळाळत वाहत होता.

“समोर बघा,” वैमानिकाने उंचावर हेलिकॉप्टर चढवत म्हटले. धुक्यामधून प्रचंड घुमट नजरेत यायला लागला. सेन्ट पीटर्स बॅसिलिका!

“ही वास्तू मात्र मायकल अॅन्जलोने अप्रतिम बांधली आहे.” लँग्डन व्हिट्टोरियाला म्हणाला.

लँग्डनने उंचावरून हे दृश्य कधीच पाहिले नव्हते. दुपारच्या उन्हात संगमरवरी दगड अग्निसारखा चमकून उठत होता. या अफाट वास्तूची लांबी सहा फुटबॉलच्या मैदानांएवढी होती आणि रुंदी दोन मैदानांइतकी. आजूबाजूला संत, हुतात्मे, देवदूत यांचे १४० पुतळे. बॅसिलिकाच्या अंतर्भागात साठ हजार लोक प्रार्थना करू शकतील एवढी जागा होती. व्हॅटिकनच्या लोकसंख्येपेक्षा शंभरपटीहून जास्ती. व्हॅटिकन – जगामधला सर्वांत लहान देश!

आश्चर्य म्हणजे या प्रचंड वास्तूपुढेही त्यासमोरचा चौक डोळ्यांत भरत होता. सेन्ट पीटर्स स्क्वेअर म्हणजे रोममधल्या दाटीवाटीत असलेला ग्रॅनाईटचा भव्य असा क्लासिकल सेन्ट्रल पार्कच म्हणायला हवा. बॅसिलिकासमोर ओव्हल कॉमनभोवती २८४ स्तंभ लहानलहान बनणाऱ्या चार वर्तुळांमधे उभे होते. शिल्पशास्त्रातल्या या अद्‌भुत नमुन्यामुळे चौकाच्या भव्यतेत मोठीच भर पडली होती.

सेन्ट पीटर्सच आज इथे आला तर काय वाटेल त्याला, लँग्डनच्या मनात सहजच विचार आला. याच जागेवर क्रूसवर उलटे ठोकून ठेवल्याने त्याचा भीषण मृत्यू ओढवला होता. आज अत्यंत पवित्र अशा थडग्यामध्ये तो चिरविश्रांती घेत होता. बॅसिलिकाच्या मधल्या घुमटाखाली. जमिनीखाली निदान पाच मजले खोलवर.

“व्हॅटिकन शहर,” वैमानिक म्हणाला. या शहरात तुमचे स्वागत आहे वगैरे शब्दांचा वापर त्याला वर्ज्य असावा.

व्हॅटिकन – गूढ, रहस्यमय, अत्यंत शक्तिमान असे आध्यात्मिक केन्द्र. लँग्डनची नजर या शहराचे संरक्षण करण्यासाठी बांधलेल्या दगडी तटबंदीकडे गेले.

“खाली बघ.” अचानक त्याचा दंड पकडत व्हिट्टोरिया उद्‌गारली. ती दाखवत असलेल्या दिशेकडे त्याने नजर टाकली. त्यांच्या खालीच असलेल्या सेन्ट पीटर्स चौकात पार्किंग लॉटमध्ये उभे असल्यासारखे डझनभर तरी ट्रेलर ट्रेक्स उभे होते. प्रत्येक ट्रकवरती मोठ्या सॅटेलाईट डिशेस. त्यांच्यावरची नावेही तशीच ओळखीची.

TELEVISOR EUROPEA

VIDEO ITALIA

BBC

UNITED PRESS INTERNATIONAL

अरे देवा! प्रतिवस्तूबद्दलची माहिती इथे आधीच पसरलेली आहे की काय? लँग्डन गोंधळून विचार करत होता.

व्हिट्टोरियाच्या पोटातही गोळा आला. "वार्ताहर का इथे? काय चाललं आहे?"

चमत्कारिक नजरेने तिच्याकडे बघत वैमानिकाने विचारले, "काय चाललं आहे ते माहीत नाही तुम्हाला?"

"नाही."

"*इल कॉनक्लाव्ह.* गुप्त बैठक तासाभरात कुलूप लावून सुरू होईल. सर्व जग वाट बघतं आहे."

इल कॉनक्लाव्ह!

गुप्त बैठक. कानांवर पडलेले शब्द काही काळ तसेच राहिले आणि त्याला आठवले. *इल कॉनक्लाव्ह. व्हॅटिकन कॉनक्लाव्ह.* कसा पार विसरला तो? बातम्यांमधे सारखे येते आहे.

बारा वर्षांच्या कारकिर्दीत अफाट लोकप्रियता लाभलेले विद्यमान पोप पंधरा दिवसांपूर्वी झोपेतच हार्ट अटॅक येऊन मरण पावले होते. अनपेक्षित आणि संशयास्पद मृत्यू असे अनेकांचे मत होते. पवित्र परंपरांप्रमाणे पोप यांच्या मृत्यूनंतर पंधरा दिवसांनी व्हॅटिकनने गुप्त बैठक बोलावली होती. जगामधल्या ख्रिश्चन धर्माच्या साम्राज्यातले १६५ कार्डिनल्स नवीन पोपची निवड करण्यासाठी व्हॅटिकनमधे गोळा झाले होते.

या ग्रहावरचा प्रत्येक कार्डिनल आज इथे आहे तर! हेलिकॉप्टर बॅसिलिकावरून जाताना लँग्डन विचार करत होता. व्हॅटिकनचे विस्तीर्ण शहर समोर दिसत होते. *रोमन कॅथलिक चर्चची उच्चपदस्थ आणि ताकदवान अशी संपूर्ण यंत्रणा आज एका टाईमबॉम्बवर बसली होती.*

३४

कार्डिनल मेस्तातीने सिस्टीन चॅपेलच्या सुबक छताकडे नजर टाकली. शांतपणे विचार करायला काही अवधी मिळावा एवढीच त्याची इच्छा होती. रंगीत चित्रे असणाऱ्या भिंतींवरून, जगातल्या कानाकोपऱ्यातून आलेल्या कार्डिनल्सचे आवाज घुमत होते. चॅपेलमधल्या मेणबत्त्यांच्या प्रकाशात कार्डिनल्स अनेक भाषांमध्ये

उत्साहाने बडबडत होते, कुजबुजत होते, एकमेकांचा सल्ला विचारत होते. अर्थात इंग्लिश, इटालिअन आणि स्पॅनिश भाषाच प्रामुख्याने कानावर पडत होत्या.

रंगीत काचांमधून पडणाऱ्या तिरप्या प्रकाश किरणांमुळे फाकलेला स्वर्गीय प्रकाशच नेहमी या चॅपेलमध्ये दिसत असे. पण आज नाही. रीतीप्रमाणे चॅपेलच्या सर्व खिडक्या काळ्या मखमली पडद्यांनी झाकून टाकल्या होत्या. गुप्तता या एकमेव कारणामुळे. त्यामुळे आतली कोणतीही व्यक्ती बाहेरच्या जगाशी कुठल्याही तऱ्हेने संपर्क साधू शकत नसे. चॅपेलमध्ये दाट काळोख पसरला होता. ज्याला स्पर्श करेल त्याला पवित्र करेल असा वेगळाच प्रकाश. जरा भेसूर दिसत असले तरीही सर्वच जण संतांसारखे वाटत होते.

आजच्या पवित्र घटनेवर मी लक्ष द्यायचे आहे, मेस्ताती विचार करत होता. *केवढा बहुमान हा.* ऐंशी वर्षांच्या वरचे कार्डिनल पोप म्हणून निवडून येऊ शकत नसत आणि या बैठकीलाही उपस्थित राहात नसत. एकोणऐंशी वर्षांचा मेस्ताती सर्वांत वृध्द कार्डिनल होता आणि पोपच्या निवडीवर देखरेख ठेवणार होता.

परंपरेप्रमाणे गुप्त बैठकीच्या नियोजित वेळेच्या दोन तास आधीच कार्डिनल्स त्यांच्या इतर कार्डिनल मित्रांना भेटण्यासाठी आणि चर्चा करण्यासाठी हजर होत. संध्याकाळी सात वाजता मृत पोपचा चेम्बर्लेन येई, सुरुवातीची प्रार्थना देई आणि निघून जाई. नंतर स्विस गार्ड्स कार्डिनल्सना आत ठेवून सिस्टीन चॅपेलचे सर्व दरवाजे बंद करत. मगच जगामधल्या सर्वांत प्राचीन आणि अत्यंत गुप्त अशा राजकीय रूढींना सुरुवात होई. पुढला पोप कोण असेल हे ठरवेपर्यंत कार्डिनल्सची सिस्टीन चॅपेलमधून सुटका होत नसे.

कॉनक्लाव्ह! नावातही गुप्तता. 'कॉन क्लाव्ह'चा शब्दश: अर्थ आहे किल्ली लावून बंद करणे. एकदा दारे बंद झाली की बाहेरच्या जगाशी कार्डिनल्सना काडीमात्र संबंध ठेवता येत नाही. फोन नाहीत, निरोप नाहीत, दरवाज्यांमधून कुजबूज नाही. चॅपेल ही एक पोकळी बने. बाहेरच्या जगात घडणाऱ्या गोष्टींचा कुठलाही परिणाम या बैठकीवर होत नसे. या वातावरणामुळे कार्डिनल्सना फक्त देवाचेच स्मरण राहील ही कल्पना – *सोलुम डुम प्राओ ओकुलिस – फक्त देवाच्याच नजरेखाली.*

बाहेर बातमीसाठी प्रसिध्दीमाध्यमे खोळंबली होती. कुठला कार्डिनल जगामधल्या अब्जावधी कॅथलिक्सचा पुढला पोप बनेल याची ती चर्चा करत होती. या निवडीत राजकीय हालचाली आणि स्पर्धा अगदी जीवघेणी असे. या पवित्र भिंतींआड अनेक शतकांच्या कालावधीत हाणामाऱ्या झाल्या आहेत, विषप्रयोग झाला आहे. एवढेच काय, खूनही पडला आहे. *प्राचीन इतिहास,* मेस्ताती विचार करत होता. *आजची बैठक कमीत कमी वेळात, आनंदात, एकमताने निर्णय घेणारी ठरेल.*

निदान कल्पना तरी अशी होती.

पण आता नवीनच भानगड उद्‌भवली होती. रहस्यमयपणे चार कार्डिनल्स चॅपेलमधे हजरच नव्हते. व्हॅटिकन शहराबाहेर जाणाऱ्या सर्व रस्त्यांवर पहारे होते. हे कार्डिनल्स जास्ती लांब जाऊच शकत नव्हते. पण तासाभरात पहिल्या प्रार्थनेची वेळ झाली असती. तो फारच अस्वस्थ झाला होता. हे चौघेजण *साधेसुधे* कार्डिनल्स नव्हते.

निवडक चार जण होते.

बैठकीवर बारकाईने नजर ठेवायची जबाबदारी त्याची होती. मेस्तातीने स्विस गार्डना कार्डिनल्सच्या गैरहजेरीबद्दल सूचना पाठवली होती. पण त्यांच्याकडून नंतर काहीच कळले नव्हते. आतापर्यंत त्यांची गैरहजेरी इतर कार्डिनल्सच्या ध्यानात आली होती. ते कोड्यात पडले होते. काळजीने कुजबूज सुरू झाली होती. सर्व कार्डिनल्समधले हे चौघे तरी वेळेवर हजर राहायला हवे होते. ही संध्याकाळ फार काळजीची ठरणार अशी मेस्तातीला भीती वाटायला लागली.

त्याला कसली कल्पनाच नव्हती.

३५

ध्वनी प्रदूषण आणि सुरक्षितता यांचा विचार करून व्हॅटिकनचे हेलिपॅड सेन्ट पीटर्स बॅसिलिकापासून जास्तीत जास्त लांबच ठेवले होते.

वैमानिकाने खाली उतरून लँग्डन आणि व्हिट्टोरिया यांच्यासाठी दरवाजा उघडला. लँग्डन खाली येऊन व्हिट्टोरियाला हात द्यायला वळेपर्यंत तिने सराईतपणे खाली उडी मारलीही होती. तिचे शरीर आणि मन एकाच विचारावर केन्द्रित झाले असावे. भयानक प्रकार घडायच्या आधीच प्रतिवस्तूच्या कुपीचा शोध लावणे.

कॉकपिटच्या खिडकीवर ताडपत्री सरकवून वैमानिक त्यांना जवळच उभ्या असलेल्या इलेक्ट्रिक गोल्फ कार्टकडे घेऊन गेला. रणगाड्यांचा हल्लाही थोपवता येईल अशा तऱ्हेने बांधलेल्या पश्चिम सरहद्दीजवळच्या कॉंक्रीटच्या भिंतीच्या बाजूने ते आवाज न करता निघाले. प्रत्येक पन्नास मीटर अंतरावर एक स्विस गार्ड उभा होता. गोल्फ कार्ट वळून व्हिया देल्ला ओसेरवातोरियावरून निघाली. दिशादर्शक फलक लावले होते.

PALAZZO GOVERNATORATO
COLLEGIO ETHIOPIANA
BASILICA SAN PIETRO
CAPELLA SISTINA

रादियो वातिकाना असे लिहिलेल्या एका बसक्या इमारतीशेजारून ते वेगाने निघाले. जगात सर्वत्र ऐकला जाणारा आणि देवाची शिकवण जगाच्या कानाकोपऱ्यातल्या लक्षावधी माणसांपर्यंत पोहोचवणारा रेडिओ प्रोग्रॅम इथून प्रसारित होतो हे लक्षात येताच त्याला आश्चर्य वाटले.

"लक्ष द्या," वैमानिक म्हणाला आणि त्याने धाडकन रोटरीवरून वळण घेतले. रोटरीवरून वळताच लँग्डनचे लक्ष समोर खिळले. *ज्यारदिनी वतिकाऽनी.* व्हॅटिकन शहराचा केन्द्रबिंदू. समोर सेन्ट पीटर्स बॅसिलिकाची मागची बाजू. या बाजूने बॅसिलिका कोणी कधी बघत नसेल. उजवीकडे पॅलेस ऑफ दि ट्रिब्युनल. व्हर्सायच्या सुबक आणि कलाकुसरीच्या राजवाड्यांशी स्पर्धा करणारे पोपचे निवासस्थान. मनात दबदबा निर्माण करणारी, व्हॅटिकन शहराचा कारभार बघणारी *गोवेरनातो रातो* इमारत मागे पडली. पुढे डावीकडे प्रचंड चौकोनी आकाराचे व्हॅटिकन म्यूझियम. या ट्रीपमध्ये ते बघण्याइतका वेळ मिळणार नव्हता.

पण सर्व रस्ते, बागा मोकळ्या. कुठे माणूस म्हणून नाही. "सर्वजण गेले तरी कुठे?" व्हिट्टोरियाने चौकशी केली.

हल्लीच्या काळाशी विसंगत असे लष्करी घड्याळ काढून बघत गार्ड उत्तरला "कार्डिनल सिस्टीन चॅपेलमध्ये जमा झाले आहेत. तासाभरात गुप्त बैठक सुरू होईल."

लँग्डनने मान डोलावली. या गुप्त बैठकीपूर्वी दोन तास आधी सर्व कार्डिनल्स एकमेकांना भेटण्यासाठी, विचारविनिमय करण्यासाठी चॅपेलमध्ये पोचत असत, असे काहीतरी त्याला आठवत होते. बैठकीच्या आधीच्या या भेटींनी जुन्या मैत्रींना उजाळा मिळत असे आणि निवडणुकीच्या वेळी गरमागरमी होत नसे. "पण बाकीचे सर्व? रहिवासी? नोकरवर्ग?"

"सुरक्षितता आणि गुप्तता लक्षात घेऊन बैठक संपेपर्यंत शहरात मज्जाव असतो त्यांना."

"आणि ती कधी संपते?"

वैमानिकाने खांदे उडवले. "देवालाच ठाऊक."

पण आज तरी तो खरेच बोलत होता.

सेन्ट पीटर्स बॅसिलिकामागच्या बागेत इलेक्ट्रिक कार्ट थांबवून गार्डने त्यांना

संगमरवरी चौकात नेले. तो पार करून ते बॅसिलिकाच्या मागच्या भिंतीजवळ पोचले. तिथून *व्हिया बेहवेदेरे* ओलांडून दाटीवाटीने उभ्या असलेल्या इमारतींजवळ आले. कलाशाखेच्या अभ्यासाने मिळालेल्या इटालिअन भाषेच्या कामचलाऊ बळावर लँग्डनला नावे वाचता आली. व्हॅटिकन प्रिन्टिंग ऑफिस, टॅपिस्ट्री रिस्टोरेशन लॅब, पोस्ट ऑफिस मॅनेजमेंट, चर्च ऑफ सेन्ट ॲन. एक छोटा चौक आणि ते त्यांच्या इच्छित स्थळी पोचले.

स्विस गार्ड्सचे कार्यालय म्हणजे एक दगडी बसकी इमारत होती – प्रवेशद्वाराच्या दोन्ही बाजूंना दगडी पुतळ्यांसारखे दोन गार्ड्स उभे होते.

आता लँग्डनला त्यांच्यामध्ये हसण्यासारखे काही वाटले नाही. त्यांनीही उभ्या गडद निळ्या आणि सोनेरी पट्ट्या असलेले युनिफॉर्म घातले होते आणि परंपरागत लांब व्हॅटिकन तलवारी धरल्या होत्या. तलवारी? आठ आठ फूट लांबीचे भाले होते ते आणि पुढे कोयत्यासारखे टोक. पंधराव्या शतकात ख्रिश्चन क्रूसेडर्सचे रक्षण करताना अशाच तलवारींनी कितीतरी मुस्लिमांची डोकी उडवली होती म्हणे.

लँग्डन आणि व्हिट्टोरिया जवळ येताच त्यांनी भाले तिरके धरून त्यांचा मार्ग अडवला. एकाने गोंधळून वैमानिकाकडे बघितले आणि व्हिट्टोरियाच्या शॉर्ट पॅन्टकडे लक्ष वेधले.

वैमानिकाने त्याचे बोलणे उडवून लावले. ''कमांडरनेच भेटायला बोलावलं आहे त्यांना.''

गार्ड्स कपाळावर आठ्या चढवून बघत बसले आणि मग नाइलाजानेच त्यांनी आत शिरायची परवानगी दिली.

आतमध्ये हवा थंड होती. सिक्युरिटी ऑफिस लँग्डनच्या कल्पनेशी अगदीच न जुळणारे. उत्कृष्ट कलाकुसरीने सुशोभित केलेले. भिंतींवरची चित्रे तर कुठल्याही म्यूझियमने अभिमानाने आपल्या प्रमुख गॅलरीत ठेवली असती.

वैमानिकाने खाली जाणाऱ्या पायऱ्यांकडे बोट दाखवले.

लँग्डन आणि व्हिट्टोरिया संगमरवरी पायऱ्यांवरून, आजूबाजूच्या शिल्पाकृती बघत खाली उतरले. प्रत्येक पुतळ्यावर एक वेगळ्या रंगाचे पान दिसत होते.

ते सुप्रसिध्द खच्चीकरण, लँग्डनने विचार केला.

कलांना पुन्हा प्रोत्साहन मिळण्याच्या काळात १८५७ मधे भयानक प्रकार घडला होता. नग्न पुरुषांची अगदी तंतोतंत शिल्पे बनवल्यामुळे व्हॅटिकनमध्ये वैषयिक लालसा उफाळून येईल, या कल्पनेने नवव्या पोप पायसने व्हॅटिकन शहरातल्या प्रत्येक पुतळ्याचे लिंग फोडून काढले. मायकल ॲन्जलो, ब्रामान्ते,

बर्निनी या सर्वांची शिल्पे या प्रकाराला बळी पडली. नंतर प्लास्टरची पाने वापरून ही मोडतोड झाकायचा प्रयत्न झाला. या भानगडीत शेकडो पुतळ्यांचे खच्चीकरण झाले होते. पुरुषांच्या या जननेंद्रियांनी भरलेला एखादा मोठा पेटारा कुठेतरी लपवलेला नसेल ना याचे लँग्डन नेहमी आश्चर्य करत असे.

"इकडे," गार्ड म्हणाला.

पायऱ्या उतरल्यावर एक पोलादी दरवाजा दिसला. गार्डने कोड टाईप करताच दरवाजा बाजूला सरकला. लँग्डन आणि व्हिट्टोरिया दरवाज्यातून आत शिरले.

आतमध्ये संपूर्ण गोंधळ होता.

३६

स्विस गार्डचे ऑफिस.

दरवाज्यात उभे राहून लँग्डनने आत नजर फिरवली. वेगवेगळ्या शतकांमधल्या गोष्टींची रेलचेल वाटत होती. पुस्तकांनी भरलेली, जुन्या पध्दतीची कलाकुसर केलेली बुकशेल्फ्स, पौर्वात्य रग अंथरलेले, रंगीबेरंगी पडदे आणि याबरोबर... अत्याधुनिक इलेक्ट्रॉनिक साधने, संगणक, फॅक्स मशीन्स, व्हॅटिकनचे इलेक्ट्रॉनिक नकाशे आणि सी.एन.एन. चॅनेल चालू असलेले टेलिव्हिजन्स. भपकेदार युनिफॉर्म्स घातलेले गार्ड्स संगणकांवर कामे करत होते आणि ज्या हेडफोन्सवरून ते ऐकत होते ते तर भविष्यकालीन वाटत होते.

"इथेच थांबा." गार्डने सांगितले.

तो खोली ओलांडून गर्द निळ्या लष्करी पोषाखातल्या अत्यंत उंच आणि दणकट माणसाजवळ पोहोचला. तो इतका ताठ उभा राहून सेलफोनवर बोलत होता की मागे वाकल्यासारखा वाटत होता. गार्डने काही सांगताच त्याने लँग्डन आणि व्हिट्टोरियाच्या दिशेने एक नजर टाकली. एकदा त्यांची दखल घेतल्यासारखी मान डोलावली आणि तो पुन्हा फोनवर बोलायला लागला.

"कमांडर ऑलिव्हेट्टी येतीलच इतक्यात." गार्ड त्यांच्याजवळ येऊन म्हणाला.

"आभारी आहे."

गार्ड मागे वळून पुन्हा जिना चढायला लागला.

लँग्डनची नजर कमांडर ऑलिव्हेट्टीवरच स्थिर झाली. हा एका देशाच्या सैन्यदलाचा कमांडर-इन-चीफ होता. व्हिट्टोरिया आणि लँग्डन त्याची वाट बघत

इटालिअन भाषेत मोठ्याने आज्ञा देणाऱ्या गार्ड्सकडे बघत बसले.

"कोन्तिन्युआ *आ सेरकारे.*" एक जण फोनमध्ये ओरडत होता.

"*हा प्रोवाऽ तो अल मुसेओ?*" दुसऱ्याने विचारले.

जारीने कसला तरी शोध चालू आहे हे कळण्यासाठी भाषा कळण्याची आवश्यकता नव्हती. जे काही चालले होते ते चांगलेच होते. पण अर्थातच अजून प्रतिवस्तूच्या कुपीचा शोध लागलेला दिसत नव्हता.

"तू ठीक आहेस ना?" लँग्डनने व्हिट्टोरियाला विचारले.

तिने खांदे उडवले. ती थकलेली दिसत होती.

फोन बंद करून कमांडर जवळ येतायेता प्रत्येक पावलाला जास्तीच उंच वाटायला लागला. लँग्डन स्वत:ही उंच होता आणि मान वर करून दुसऱ्या कुणाच्या चेहऱ्याकडे बघायची वेळ त्याच्यावर क्वचितच यायची. पण कमांडर ऑलिव्हेट्टीकडे बघताना तसेच करणे भाग पडले. त्याने त्याच्या आयुष्यात अनेक वादळांना यशस्वीपणे तोंड दिलेले असावे. अत्यंत धडधाकट आणि पोलादी पुरुष. काळेभोर केस लष्करी पध्दतीने कापलेले, डोळे भेदक, कर्तव्यात कसूर होणेच शक्य नाही अशी खात्री पटवणारी नजर. वर्षानुवर्षे योग्य ते शिक्षण घेतल्याचाच परिणाम. कानामागे इअरपीस दडलेला. स्विस गार्डपेक्षा अमेरिकन सीक्रेट सर्व्हिस एजन्टच शोभला असता.

आश्चर्य म्हणजे त्याचा आवाज इतका मृदू होता की कुजबुजल्यासारखाच वाटला. ते त्यामुळेच दचकले. "गुड आफ्टरनून. मी कमांडर ऑलिव्हेट्टी. स्विस गार्डचा *कोमन्दान्ते प्रिन्सिपाऽले.* मीच तुमच्या डायरेक्टरना फोन केला होता."

"आम्हाला भेटायला वेळ काढल्याबद्दल आभारी आहोत." व्हिट्टोरिया वर बघत म्हणाली.

काही उत्तर न देता मागून यायची खूण करत इलेक्ट्रॉनिक्सच्या जंजाळातून जात त्याने एक दरवाजा उघडला आणि त्यांना आत बोलावले.

अंधारी खोली. व्हिडिओ मॉनिटर्सवर कॉम्प्लेक्सची काळी पांढरी चित्रे सरकत होती. एक तरुण गार्ड काळजीपूर्वक मॉनिटर्सवर लक्ष ठेवून होता.

त्याला रजा देऊन ऑलिव्हेट्टीने एका पडद्याकडे बोट दाखवले. "व्हॅटिकन शहरात कुठे तरी लपवलेला व्हिडिओ कॅमेरा हे चित्र पाठवतो आहे. काय सांगू शकता याबद्दल?"

चित्र बघताच लँग्डन आणि व्हिट्टोरिया दोघेही चमकले. शंकाच नाही. सर्नच्या प्रतिवस्तूचीच कुपी. धातूसारखा चमकणारा थेंब हवेतच तरंगत होता. एल.ई.डी. डिजिटल क्लॉक. कुपीच्या शेजारी मात्र पूर्ण अंधार. प्रतिवस्तूची कुपी एखाद्या काळोख्या खोलीत, कपाटात, ठेवलेली असावी. मॉनिटरवरच्या कोपऱ्यात शब्द

चमकत होते– कॅमेरा नं. ८६–थेट प्रक्षेपण.

कुपीवरच्या घड्याळाकडे नजर टाकत व्हिट्टोरिया लँग्डनला म्हणाली, ''सहा तासच वेळ आहे जेमतेम.''

लँग्डनने आपल्या घड्याळात बघितले. ''म्हणजे आपल्याला...'' त्याच्या पोटात गोळा उठला होता.

''मध्यरात्रीपर्यंत.'' त्याच्याकडे रोखून बघत व्हिट्टोरिया म्हणाली.

मध्यरात्र – ज्याने कोणी कुपी चोरली होती, त्याने *बरोबर वेळ साधली होती.* आपण ग्राऊन्ड झिरोवर आता उभे आहोत या कल्पनेनेच त्याच्या मनावर एक प्रकारचे सावट आले.

ऑलिव्हेट्टीच्या कुजबुजण्यात राग होता. ''ही वस्तू तुमच्या संस्थेमधली आहे?''

''यस सर. आमच्या लॅबमधून चोरलेली. अत्यंत ज्वालाग्राही असा प्रतिवस्तू नावाचा विस्फोटक पदार्थ.'' व्हिट्टोरिया मान डोलावत म्हणाली.

''सर्व ज्वालाग्राही पदार्थांची माहिती आहे मला मिस वेत्रा, पण प्रतिवस्तूबद्दल ऐकलेलं नाही मी.''

''नवीन तंत्रज्ञान आहे. ताबडतोब ही कुपी शोधायला हवी, नाहीतर व्हॅटिकन शहरातल्या लोकांना तरी बाहेर काढायला हवं.''

ऑलिव्हेट्टीने हळूच डोळे मिटून घेतले. उघडले. पुन्हा व्हिट्टोरियाकडे बघितले. एखादेवेळी ऐकलेले शब्द बदलतील अशी आशा वाटत होती त्याला.

''शहर खाली करायचं? आज इथे काय चाललं आहे याची काही कल्पना आहे?''

''नक्की आहे. तुमच्या सर्व कार्डिनल्सचा जीव धोक्यात आहे. आपल्याला फक्त सहा तास वेळ आहे. कुपी शोधण्यात काही प्रगती केली आहे?''

''आम्ही ती शोधायला सुरुवातही केलेली नाही.''

व्हिट्टोरिया चरकली. ''काय? पण तुमचे गार्ड्स शोध चालू असल्याबद्दल बोलताना स्पष्ट ऐकलं आम्ही.''

''शोध चालू आहे, पण तुमच्या कुपीचा नाही. ते दुसऱ्याच कशाच्या तरी शोधात आहेत आणि त्याच्याशी तुमचा संबंध नाही.''

व्हिट्टोरियाचा आवाजही फुटल्यासारखा आला. ''म्हणजे तुम्ही या कुपीचा शोध घ्यायला सुरुवातही केलेली नाही?''

ऑलिव्हेट्टी दगडी चेहऱ्याने म्हणाला, ''मिस वेत्राच नाव ना आपले? आता मी काय सांगतो ते नीट ऐका. फोनवर तुमच्या डायरेक्टरनी मी ती कुपी तात्काळ शोधायला हवी, या व्यतिरिक्त कुठलीही माहिती द्यायला नकार दिला. आम्ही

अत्यंत महत्त्वाच्या कामात गुंतलेलो आहोत आणि काहीतरी स्पष्ट माहिती मिळाल्याशिवाय या कुपीच्या शोधासाठी माणसे पुरवणे मला जमणार नाही.''

''या क्षणाला एकच गोष्ट अगदी स्पष्ट आहे सर. सहा तासांत ही कुपी हा कॉम्प्लेक्स पार होत्याचा नव्हता करून टाकणार आहे.''

ऑलिव्हेट्टी निश्चल उभा राहून थंडपणे म्हणाला, ''मिस वेत्रा, काही गोष्टी तुम्हालाही माहीत हव्यात.'' लहान मुलाची समजूत घालावी तसा त्याचा स्वर होता. ''व्हॅटिकन शहर प्राचीन असलं, तरी या शहराच्या खाजगी काय किंवा सार्वजनिक काय, प्रत्येक प्रवेशद्वारावर जगामधली अत्याधुनिक सेन्सिंग उपकरणं बसवली आहेत. ज्वालाग्राही पदार्थाचं उपकरण आत आणण्याचा कुणी प्रयत्न केला, तर ते तात्काळ लक्षात येईल. आमच्याकडे रेडिओॲक्टिव्ह आयसोटोप स्कॅनर्स आहेत. ज्वालाग्राही केमिकल्सचा थोडा अंशही अमेरिकन डी.इ.ए.नी बनवलेली ओल्फॅक्टरी फिल्टर्स शोधून काढतील. अत्युत्तम मेटल डिटेक्टर्स आणि एक्स-रे स्कॅनर्स आहेतच.''

''यादी छाप टाकणारी असेलही,'' ऑलिव्हेट्टीसारख्याच थंड स्वरात व्हिट्टोरिया म्हणाली, ''पण दुर्दैवाने प्रतिवस्तू रेडिओॲक्टिव्ह नाही. केमिकल सिग्नेचर? अगदी शुध्द हायड्रोजन. कुपी प्लॅस्टिकची. तुमच्या कुठल्याही उपकरणाने तिचा शोध लागणार नाही.''

''पण कुठून तरी ऊर्जा मिळते ना?'' उघडझाप करणाऱ्या एल.इ.डी. कडे बोट दाखवत तो म्हणाला. ''निकेल कॅडमियमचा दुर्लक्ष करण्याइतका छोटा अंश असला तरी...''

''बॅटरीज प्लॅस्टिकच्या आहेत.''

ऑलिव्हेट्टीचा स्वत:वरचा ताबा सुटायची चिन्हे दिसायला लागली. ''प्लॅस्टिक बॅटरीज?''

''पॉलिमर जेल इलेक्ट्रोलाईट आणि टेफलॉन.''

''सिन्योरीना, व्हॅटिकनला दर महिन्याला डझनावारी बॉम्बच्या धमक्या मिळत असतात. आधुनिक स्फोटकांबद्दल स्विस गार्ड्सना मीच शिक्षण देतो. तुम्ही वर्णन करता आहात तितका स्फोटक पदार्थ या जगात असेल यावर माझा विश्वास नाही. अर्थात न्यूक्लिअर वॉरहेड सोडून. त्यालाही इंधनाचा बेसबॉलच्या बॉलएवढा गाभा आवश्यक आहे.''

व्हिट्टोरिया त्याच्यावर नजर रोखून म्हणाली, ''निसर्गाच्या अनेक गूढ गोष्टी आजही उघडकीला आलेल्या नाहीत.''

तिच्याजवळ वाकून तो म्हणाला, ''तुम्ही नक्की कोण आहात विचारू? सर्नमधे काय करता?''

“मी सर्नच्या संशोधकांमधली खूप वरिष्ठ सदस्य आहे. आणि या संकटकाळात व्हॅटिकनच्या संपर्कात राहाण्यासाठी माझी निवड झाली आहे.”

“माझे बोलणे तुम्हाला एखादेवेळी उद्धटपणाचे वाटेल मिस वेत्रा, पण हे संकट जर इतकं भयानक असेल तर तुमच्याऐवजी तुमचे डायरेक्टरच कसे नाही आले? आणि व्हॅटिकनमधे शॉर्ट पॅन्टमधे पाऊल ठेवण्याचा धीर तरी कसा झाला तुम्हाला?”

या वेळी हा प्राणी ड्रेस कोडचा विचार तरी कसा करू शकतो असे लँग्डनच्या मनात येत असतानाच त्याला आठवण झाली. दगडी जननेंद्रियांमुळे जर व्हॅटिकनच्या रहिवाशांच्या वैषयिक भावना उफाळून येत असतील, तर शॉर्ट पॅन्टमधल्या वेत्रामुळे राष्ट्रीय आणीबाणीच जाहीर करायची पाळी यायची.

आता इथेच दुसरा बॉम्ब फुटायच्या आधी परिस्थिती नियंत्रणाखाली आणावी म्हणून लँग्डनने आपले तोंड उघडले. “कमांडर ऑलिव्हेट्टी, मी रॉबर्ट लँग्डन. मी धर्मशास्त्रांवरचा अमेरिकन प्राध्यापक आहे आणि माझा सर्नशी अजिबात संबंध नाही. मी प्रतिवस्तूच्या स्फोटक शक्तीचे प्रात्यक्षिक पाहिले आहे आणि मिस वेत्रा जे सांगत आहेत त्याच्याशी मी पूर्ण सहमत आहे. तुमची गुप्त बैठक उधळण्याच्या हेतूनेच धर्मद्वेष्ट्या पंथाने प्रतिवस्तूची कुपी व्हॅटिकनमध्ये ठेवली असण्याची शक्यता आहे.”

ऑलिव्हेट्टीची नजर आता लँग्डनकडे वळली. “शॉर्ट पॅन्ट घातलेली एक स्त्री मला सांगते आहे की, एका थेंबाएवढी गोष्ट व्हॅटिकन शहर उद्ध्वस्त करणार आहे आणि एक अमेरिकन प्राध्यापक सांगतो आहे, की कुठलातरी धर्मद्वेष्टा पंथ आम्हाला लक्ष्य बनवतो आहे. मी नक्की काय करावे अशी अपेक्षा आहे तुमची?”

“कुपीचा शोध लावा.” व्हिट्टोरिया म्हणाली. “ताबडतोब.”

“अशक्य! व्हॅटिकन एक प्रचंड शहर आहे. कुपी कुठेही असू शकेल.”

“तुमच्या कॅमेऱ्यांवर जी.पी.एस. लोकेटर्स नसतात?”

“कॅमेऱ्यांची सहसा चोरी होत नाही. हा कॅमेरा शोधण्यात कित्येक दिवस जातील.”

“आपल्याला कित्येक दिवस नाहीत. फक्त सहा तास आहेत.”

“सहा तासांनी काय घडणार आहे मिस वेत्रा?” ऑलिव्हेट्टीचा आवाज एकाएकी चढला. त्याने मॉनिटरकडे बोट दाखवले. “हे आकडे शून्यावर येतील? व्हॅटिकन शहर नाहीसे होईल? माझ्या संरक्षक व्यवस्थेला धोका निर्माण करणारी माणसे मलाही आवडत नाहीत. काहीतरी यंत्रे माझ्या नकळत, गूढ रीतीने या शहरात येतात तेही मला अजिबात पसंत नाही. मला काळजी वाटतेच. ते माझं कर्तव्यच आहे, पण तुम्ही मला जे सांगता आहात ते मला पटत नाही.”

स्वत:ला थांबवू शकण्याआधीच लँग्डन बोलून गेला. ''इल्युमिनाटींबद्दल ऐकले आहे ना तुम्ही?''

कमांडरचा स्वत:वरचा ताबा गेला. संतापलेल्या डोळ्यांनी हल्ला चढवण्याच्या तयारीत असलेल्या शार्कप्रमाणे तो म्हणाला, ''मी तुम्हाला गंभीरपणे ताकीद देतो आहे. भलत्या गोष्टींसाठी वेळ नाही मला.''

''म्हणजे ऐकले आहे तुम्ही इल्युमिनाटींबद्दल.''

अत्यंत खुनशी नजरेने ऑलिव्हेट्टी म्हणाला, ''कॅथलिक चर्चच्या रक्षणाची मी शपथ घेतली आहे. अर्थातच मी इल्युमिनाटींबद्दल ऐकले आहे. कित्येक वर्षं लोटली आहेत ते नामशेष होऊन.''

खिशात हात घालून लँग्डनने लिओनार्दो वेत्राच्या छातीवर उमटवलेल्या ब्रॅन्डचे चित्र असलेला फॅक्स बाहेर काढून ऑलिव्हेट्टीच्या हातात ठेवला.

''मी इल्युमिनाटींवरचा तज्ज्ञ आहे.'' ऑलिव्हेट्टी चित्र निरखून बघत असताना लँग्डन म्हणाला. ''इल्युमिनाटी अस्तित्वात आहेत हे मान्य करणं मलाही कठीण वाटतं. पण याच्या छातीवर डाग देऊन उमटवलेला ठसा आणि व्हॅटिकन शहराबद्दलचा त्यांचा द्वेष लक्षात घेता माझं मत पालटायला लागलं आहे.''

''संगणकाच्या सहाय्याने केलेली फसवणूक आहे केवळ.'' ऑलिव्हेट्टी लँग्डनला फॅक्स परत देत म्हणाला.

थक्क होऊनच लँग्डनने ऑलिव्हेट्टीकडे बघितले. ''फसवणूक? अक्षरांची प्रमाणबध्दता बघा. सर्व लोकांमध्ये तुम्हालाच खरोखर त्याची सत्यता...''

''सत्यता? तीच नाही तुमच्याकडे. सर्नचे शास्त्रज्ञ व्हॅटिकनच्या राजनीतिबद्दल किती वर्षं टीका करत आहेत, ते मिस वेत्राने सांगितलेलं दिसत नाही तुम्हाला. या विश्वाच्या निर्मितीबद्दलचे सिध्दान्त मागे घेण्यासाठी, गॅलिलिओ आणि कोपर्निकस यांच्याबद्दल माफी मागण्यासाठी, अनैतिक धोकादायक संशोधन बंद करण्याबद्दलची टीका थांबवण्यासाठी म्हणून ते कायम आम्हाला गळ घालत असतात. अत्याधुनिक सर्वसंहारक अस्त्र घेऊन चारशे वर्षांपूर्वीचा अघोरी पंथ पुन्हा डोके वर काढतो आहे किंवा लबाडी करून सर्नमधला कुणीतरी पवित्र अशी बैठक बंद पाडायला निघाला आहे यातल्या कुठल्या गोष्टीवर तुमचा तरी विश्वास बसेल?''

अत्यंत रागाने व्हिट्टोरिया म्हणाली, ''तो फोटो – पपांचा आहे माझ्या – त्यांचा खून झाला आहे. तुम्हाला मी काय विनोद करते आहे असं वाटतं की काय?''

''मला एकच गोष्ट कळते मिस वेत्रा, मला पटतील अशी काहीतरी उत्तरं मिळेपर्यंत मी तुमच्या त्या प्रतिवस्तूबाबत कुठलीही धोक्याची सूचना देणार नाही. शांत मनाने महत्त्वाच्या धार्मिक बाबी पार पडाव्यात म्हणून सावध राहणे, शहाणपणाने वागणे हीच माझी कर्तव्ये आहेत. आणि आज तर नक्कीच आहेत.''

''मग निदान बैठक तरी पुढे ढकला.'' लँग्डन म्हणाला.

या सूचनेनेच ऑलिव्हेट्टी दचकला. ''काय उद्धटपणा आहे हा! ही गुप्त बैठक म्हणजे काय पाऊस पडला म्हणून थांबवायचा अमेरिकन बेसबॉलचा खेळ वाटतो तुम्हाला? ही अत्यंत पवित्र घटना आहे. या बैठकीचे नियम कठोर आहेत. परंपरागत कार्यपध्दती आहे. जगामधले अब्जावधी कॅथलिक त्यांच्या नवीन नेत्याची वाट बघत आहेत. बाहेर जगामधले वार्ताहर आणि प्रसार माध्यमे यांनी गर्दी केली आहे ते सोडा. या गुप्त बैठकीचे ठरलेले शिष्टाचारही अत्यंत पवित्र आहेत. त्यात बदल होणे कालत्रयीही शक्य नाही. ११७९ पासून एकदा बैठक बोलावल्यावर भूकंप, दुष्काळ, प्लेग यासारख्या भीषण संकटांमुळेही त्यात कोणताही बदल केलेला नाही. एका शास्त्रज्ञाच्या खुनामुळे आणि देवालाच ठाऊक असलेल्या कुठल्या तरी थेंबामुळे ती बैठक रद्द होईल ही कल्पनाही मनातून काढून टाका. शक्यच नाही ते.''

''मग या सर्व गोष्टी ज्याच्या हातात आहेत त्या माणसाला भेटायचं आहे मला.'' व्हिट्टोरियाने सांगितले.

''मीच आहे तो.''ऑलिव्हेट्टी रागाने म्हणाला.

''नाही, मी *चर्चमधल्या* कुणाबद्दल तरी बोलते आहे.''

ऑलिव्हेट्टीच्या कपाळावरच्या शिराही उडायला लागल्या. ''क्लर्जीपैकी कोणीही नाही. स्विस गार्ड्स सोडले तर या क्षणाला व्हॅटिकनमध्ये फक्त कार्डिनल्स हजर आहेत आणि ते सर्व सिस्टीन चॅपेलमध्ये आहेत.''

''चेम्बरलेन कुठे आहे?'' लँग्डनने भलताच प्रश्न विचारला असावा.

''कोण?''

''स्वर्गीय *पोपचे खाजगी सचिव.*'' लँग्डन आत्मविश्वासाने म्हणाला. मनात मात्र तो प्रार्थना करत होता की त्याची आठवण पक्की ठरावी म्हणून. पोपच्या निधनानंतर आणि नवीन पोप गादीवर येईपर्यंतच्या मधल्या काळात व्हॅटिकनमधल्या त्याच्या अधिकारांबद्दल ज्या काही विलक्षण प्रथा आहेत त्याबद्दल त्याने काहीतरी वाचल्याचे त्याला आठवत होते. पोपच्या खाजगी सचिवाच्या – चेम्बरलेनच्या – हातात तात्पुरती सर्व सत्ता जात असे. कार्डिनल्स नवीन पोपची निवड करेपर्यंत बैठकीवर तोच लक्ष ठेवत असे. ''या क्षणी सर्व अधिकार चेम्बरलेनकडे आहेत याबद्दल खात्री आहे माझी.''

''*इल कामेरलेंगो?*'' ऑलिव्हेट्टीच्या कपाळावर आठ्या चढल्या. ''तो प्रीस्ट आहे इथला. पोपचा नोकरच खरा म्हणजे.''

''पण तो इथे आहे आणि तुम्ही त्यालाच जबाबदार आहात.''

''मिस्टर लँग्डन, गुप्त बैठकीच्या कालावधीत पोपचे सर्वाधिकार कामेरलेंगोकडे

जातात हे सत्य आहे, व्हॅटिकनचा नियमच आहे तसा. पण त्याचं एकच कारण आहे. पोप म्हणून निवड होण्यासाठी तो स्वत: अपात्र असल्यानेच पोपची निवडणूक नि:पक्षपातीपणाने होईल अशी खात्री असते. तुमचा अध्यक्ष मेला तर त्याक्षणी ओव्हल ऑफिसमधे त्याच्या एखाद्या मदतनीसाने बसावे तसाच हा प्रकार. तो तरुण आहे, व्हॅटिकनची सुरक्षितता किंवा तसाच विचार केला तर इतर कशाबद्दलही त्याला विशेष काही कळत नाही. या क्षणी सर्व काही माझ्याच हातात आहे.''

''आम्हाला त्याच्याकडे घेऊन चल.'' व्हिट्टोरिया म्हणाली.

''अशक्य! चाळीस मिनिटांत गुप्त बैठकीला सुरुवात होणार आहे. कामेरलेंगो पोपच्या कार्यालयात त्या तयारीलाच लागला आहे. सुरक्षिततेच्या संदर्भात तुम्ही त्यांना भेटण्याची मला अजिबात आवश्यकता दिसत नाही.''

व्हिट्टोरिया तोंड उघडणार एवढ्यात दारावर टकटक झाली. ऑलिव्हेट्टीने दार उघडले. बाहेर एक गार्ड उभा होता. त्याने आपल्या घड्याळाकडे बोट दाखवले.

ऑलिव्हेट्टीने स्वत:च्या घड्याळाकडे बघत मान डोलावली. या दोघांचे आता काय करायचे अशा थाटात त्यांच्याकडे वळून तो म्हणाला, ''माझ्या मागोमाग या.'' सिक्युरिटी सेन्टरमधून त्याने मागच्या बाजूने त्यांना एका छोट्या रिकाम्या खोलीत नेले. ''माझे कार्यालय.'' भरलेले टेबल, फाईल कॅबिनेट, घडीच्या खुर्च्या, वॉटर कूलर. ''मी दहा मिनिटांत परत येतो. आता पुढे काय करणार आहात याबाबत विचार करत वेळ सत्कारणी लावा तुमचा.''

''तुम्ही असे आम्हाला इथे सोडून जाऊ शकत नाही.'' गर्रकन वळून व्हिट्टोरिया उद्गारली. ''ती कुपी...''

''मला यासाठी वेळ नाही.'' ऑलिव्हेट्टी धुमसतच म्हणाला. ''खरं म्हणजे बैठक संपेपर्यंत तुम्हाला अडकवायची माझी इच्छा आहे. मग वेळच वेळ आहे मला.''

''सिन्योर,'' गार्डने घाई केली. ''सर्व चॅपेलची तपासणी करायची आहे.''

ऑलिव्हेट्टीने मान डोलावली आणि तो निघाला.

''तपासणी? चॅपेलची?''

''बग्ज, इलेक्ट्रॉनिक उपकरणं कुठे चोरून दडवलेली नाहीत ना त्याचा शोध घेणार आहोत आम्ही. ती दक्षता घ्यावी लागते मिस वेत्रा.'' त्याची नजर तिच्या उघड्या पायांवर फिरली. ''अर्थात तुम्हाला काही समजेल अशी अपेक्षा नाही म्हणा मला.''

त्याने आपटूनच दरवाजा बंद केला. एक किल्ली काढून कुलपाच्या भोकात घातली आणि फिरवली. धाडकन कडी लागली.

''मूर्खा! तू आम्हाला बंद करून जाऊ शकत नाहीस.''

ऑलिव्हेट्टी गार्डला काहीतरी सांगताना लँग्डनने दरवाज्याच्या काचेतून बघितले. तो निघून जाताच गार्ड त्यांच्याकडे तोंड करून, दोन हातांची घडी घालून, उभा राहिला. कंबरेला भले मोठे पिस्तूल होते.

''छान!'' लँग्डन स्वत:शीच पुटपुटला.''फारच *छान!*''

३७

व्हिट्टोरिया जळफळत गार्डकडे बघत होती. गार्डही तसाच रोखून बघत होता. त्याचा पोषाख कसाही वाटला तरी नजर भीतिदायकच होती.

ह्या असल्या चट्टेरीपट्टेरी लेंगा चढवलेल्या गार्डने आपल्याला अडकवून ठेवावे? व्हिट्टोरियाचे डोके फिरले.

लँग्डन गप्प होता. आता याने आपली हार्वर्डची बुध्दी जरा वापरली आणि सुटका कशी करून घ्यायची याचा विचार केला तर बरे होईल, असे व्हिट्टोरियाला वाटत होते. पण त्याच्या चेहऱ्याकडे बघताच तिच्या ध्यानात आले की भलतीसलती आशा बाळगण्यात काही अर्थ नाही. त्याला जबर धक्का बसल्यासारखे दिसत होते. तो कसला विचार करणार? क्षणभर त्याला या भानगडीत अडकवल्याची तिला खंतच वाटली.

तिच्या मनात पहिला विचार डोकावला तो सेलफोन काढून कोहलरला फोन करण्याचा. पण त्यात अर्थ नव्हता. गार्डने आत येऊन तो काढून घेतला असता. आजपर्यंतचा अनुभव लक्षात घेता कोहलर अजून तरी काही करण्याच्या परीस्थितीत असेल असे तिला वाटत नव्हते. त्याच्या बोलण्याचा काही उपयोग होईल याचीही तिला खात्री नव्हती. ऑलिव्हेट्टी या क्षणी तरी कोणाचे काहीही ऐकून घ्यायच्या मन:स्थितीतच नव्हता.

आठव...! तिने स्वत:ला बजावले.

बुध्दिस्ट तत्त्वज्ञांची युक्ती! अशक्य भासणाऱ्या परिस्थितीवर उपाय शोधण्यासाठी मनाला सांगण्याऐवजी व्हिट्टोरियाने ती फक्त लक्षात ठेवायला आपल्या मनाला सांगितले. उत्तर नक्की आहे अशी मनाची धारणा करून दिली, की ते आहे याची मनाला खात्री वाटते. निराशेचे झापड दूर होते. शास्त्रातल्या ज्या अडचणींवर मार्गच नाही असे सर्वजण म्हणत असत, त्यांच्यावर तिने अशीच मात केली होती.

पण आज जमेना ते तिला. मग दुसरे काय करू?

व्हॅटिकनमधला दुसरा कुणीतरी शोधायला हवा, की जो आपली धोक्याची सूचना गंभीरपणे घेईल. पण कोण? कामेरलेंगो? या एकाच दरवाज्याच्या काचेच्या खोक्यात बसून कसे जमणार ते?

साधने! साधने असतात कुठेतरी. आसपास नजर टाक.

तिने सर्व अवयव शिथील केले. शांतपणे डोळे मिटले. तीन वेळा दीर्घ श्वास घेतला आणि सोडला. तिच्या हृदयातली धडधड कमी झाली. मनामधली भीतीही कमी झाली. *आता मोकळे सोड मनाला. काय आहे या क्षणी माझ्याकडे?*

एकदा शांत झाल्यावर वेत्राच्या मनाची ताकद जबरदस्त होती. थोड्या सेकंदातच तिला वाटायला लागले, की आपण अडकलो आहोत हीच गोष्ट मार्ग दाखवेल.

"फोन करते मी." ती अचानक उद्‌गारली.

"कोहलरला फोन कर असे सुचवणारच होतो मी."

"कोहलरला नाही. दुसऱ्या कुणाला तरी."

"कोण?"

"कामेरलेंगो."

लँग्डनला काही कळेना. तो नुसता बघत राहिला.

"ऑलिव्हेट्टी म्हणाला होता की कामेरलेंगो पोपच्या ऑफिसात आहे."

"पोपचा खाजगी नंबर आहे तुझ्याकडे?" लँग्डनने विचारले.

"पण मी माझा फोन वापरणारच नाही." ऑलिव्हेट्टीच्या डेस्कवरच्या हायटेक यंत्रणेकडे तिने बोट दाखवले. त्याच्यावर अनेक बटणे दिसत होती. "सिक्युरिटी प्रमुखाला पोपशी तात्काळ संपर्क साधण्यासाठी डायरेक्ट लाईन असायलाच हवी."

"सहा फुटांवर एक वेटलिफ्टर उभा आहे. पिस्तूल आहे त्याच्याकडे."

"आणि आपल्याला कुलूप लावून आत अडकवले आहे."

"ते तर मी विसरूच शकत नाही."

"तसं नाही. कुलूप लावून त्याला बाहेर अडकवलं आहे म्हणते आहे मी. हे ऑलिव्हेट्टीचं ऑफिस आहे. दुसऱ्या कुणाकडे चावी नसणार त्याची."

लँग्डनने काचेमधून गार्डकडे बघितले. "काच फारच तकलादू वाटते. आणि पिस्तूल खूप मोठं आहे."

"काय करेल तो? फोन केला म्हणून गोळी घालेल?"

"ते मी कसं सांगू? चमत्कारिकच जागा आहे आणि एकूण परिस्थिती बघता..."

"फोन तरी करायला हवा, नाहीतर पुढले पाच तास आणि अठ्ठेचाळीस मिनिटे व्हॅटिकनमधल्या या तुरुंगात तरी काढावी लागतील. अगदी पुढल्या खुर्चीत बसून प्रतिवस्तूचा स्फोट बघता येईल."

लँग्डनचा चेहरा पडला. ''पण तू फोन उचलता क्षणी गार्ड ऑलिव्हेट्टीला बोलवेल. शिवाय वीस तरी बटणं आहेत त्यावर. प्रत्येक बटणावर फोन कुठे जोडला जाईल लिहिलेलंही नाही. तू काय सर्व बटणं दाबत बसणार?''

''छे! एकच!'' तिने फोनकडे जात म्हटले आणि फोन उचलून पहिले बटण दाबलेही. नंबर एकचे. ''खात्री आहे मला की हा पोपच्या कार्यालयाचाच नंबर असणार म्हणून. तुझ्या खिशातल्या त्या इल्युमिनाटी डॉलरची पैज लावायला तयार आहे मी. स्विस गार्ड कमांडरला सर्वांत जास्ती महत्त्वाची व्यक्ती दुसरी कोण असणार?''

लँग्डनला काही बोलायची संधी मिळायच्या आत गार्डने पिस्तुलाच्या दस्त्यानेच दरवाजा ठोकला आणि फोन खाली ठेवायची खूण केली.

व्हिट्टोरियाने चक्क डोळा मारताच तो संतापला.

''तुझी कल्पना बरोबर असेल अशी आशा आहे मला. या प्राण्याचा भरवसा नाही.'' लँग्डन दरवाज्यापासून दूर होत म्हणाला.

''अरे देवा! रेकॉर्डिंग?''

''रेकॉर्डिंग? पोपकडे आन्सरिंग मशीन आहे?''

''ते पोपचं कार्यालय नव्हतं.'' फोन ठेवत ती म्हणाली. ''व्हॅटिकन कॉमिसारीतून आठवड्याचा जेवणाचा मेनू कळत होता.''

बाहेरच्या गार्डकडे बघत लँग्डन कसाबसा हसला. तो रागाने बघत वॉकी-टॉकीवरून ऑलिव्हेट्टीशीच संपर्क साधत असावा.

३८

व्हॅटिकनचा स्विच बोर्ड व्हॅटिकन पोस्ट ऑफिसमागच्या उफीसिओ दि कोम्युनिकात्सिओनेमध्ये आहे. तशी छोटी खोली. दिवसाला दोनएक हजार तरी फोन येतात. बहुतेक सर्व ऑटोमॅटिक रेकॉर्डिंग इन्फर्मेशन सिस्टिमवर जातात.

कामावर असलेला एकुलता एक ऑपरेटर चहाचे घोट घेत होता. आजच्या रात्री व्हॅटिकन शहरात येण्याची परवानगी असलेल्या मूठभर लोकांमधला तो एक होता. हा एक मोठाच सन्मान वाटत होता त्याला. त्याच्या दरवाज्यात घुटमळणाऱ्या स्विस गार्डमुळे पूर्ण समाधान लाभत नसले तरीही. *बाथरूममधे जायचे तरी बरोबर गार्ड? गुप्त धार्मिक बैठकीच्या नावाखाली माणसाला काय काय सहन करायला लागावे.*

नशीब एवढेच की आज फोन कमी होते. का दुर्दैव म्हणायचे, त्याच्या मनात विचार आला. व्हॅटिकनमधल्या घटनांबद्दल गेली काही वर्षे बाहेरच्या जगाला काही रस वाटेनासा झाला असावा. प्रसिद्धी माध्यमांचे फोन कमी येत. चक्रम माणसांचे फोनसुद्धा कमी झाले होते. व्हॅटिकन प्रेस ऑफिसला आशा होती, की निदान आजच्या बैठकीबद्दल जगामधे खूप कुतूहल असेल म्हणून. पण सेन्ट पीटर्स चौकात गर्दी करून उभ्या असलेल्या व्हॅन्स या नेहमीच्याच इटालिअन आणि युरोपिअन प्रेसच्या होत्या. जगभर प्रसारित होणाऱ्या नेटवर्क्सच्या तुरळकच वाटत होत्या.

आजची रात्र खरोखर किती मोठी ठरेल? छे! मध्यरात्रीपर्यंत निर्णय लागावा. हल्लीच्या काळात बैठक सुरू व्हायच्या आधीच पोप कोण बनणार हे ठरल्यासारखे असे. जास्ती पाठिंबा कुणाला आहे माहीत असे. तीन-चार तासांची बैठक ही केवळ औपचारिक बाब होती. कधी कधी शेवटच्या क्षणी गडबड व्हायची, विरोध व्हायचा आणि पहाटेपर्यंत किंवा त्यानंतरही बैठक चालू राहायची. १८३१ मधली बैठक तर चोपन्न दिवस चालली होती. पण आज रात्री नाही. ही बैठक फारच औपचारिक ठरणार अशी वदंता तरी होती.

फोनच्या आवाजाने त्याची समाधी भंग पावली. चमकणाऱ्या लाल दिव्याकडे बघत त्याने डोके खाजवले. *चमत्कारिकच आहे,* त्याच्या मनात विचार आला. *झिरो लाईन? व्हॅटिकनच्या आतमधला कोण आज ऑपरेटरला माहिती विचारत होता? आतमध्ये येणार तरी कोण आज?*

"हे व्हॅटिकन शहर आहे," तो फोन उचलत म्हणाला. शब्द सवयीनेच बाहेर आले.

फोनवर भराभर कोणीतरी इटालिअन बोलत होते. स्विस गार्ड्स सारखीच बोलण्याची ढब – इटालिअन उत्कृष्ट, पण त्यावर फ्रेन्को-स्विस छाया. पण स्विस गार्ड नक्कीच नाही.

स्त्रीचा आवाज कानांवर पडताच तो इतका खाडकन उभा राहिला होता. की कपमधला चहा सांडणारच होता. त्याने स्विचबोर्डवर नजर टाकली. चूक नव्हती. *व्हॅटिकनमधलेच एक्स्टेन्शन. काहीतरी गडबड असणार. व्हॅटिकन शहरात स्त्री? आजच्या रात्री?*

ती भराभरा बोलत होती. त्याने इथे अनेक वर्षे घालवली होती. वेडगळ स्त्रीचा वगैरे फोन वाटत नव्हता. ती घाईघाईने बोलत असली तरी शांत आणि कार्यक्षम वाटत होती. तिची विनंती ऐकून तो पार चक्रावून गेला.

"इल कामेरलेंगो?" कुठून फोन आला आहे हा विचार त्याच्या डोक्यात चालू होताच. "पण त्यांना फोन जोडून देणे... ते पोपच्या कार्यालयात आहेत. ते ठाऊक

आहे मला – तुम्ही कोण पण? आणि तुम्हाला त्यांना धोक्याची सूचना द्यायची आहे?'' ऐकता ऐकता तो गळपटायला लागला. *सर्वजण धोक्यात आहेत? कशापासून? कुठून बोलता आहात तुम्ही?* ''मी स्विस गार्डना... कुठून?''

त्याला धक्का बसला. पण त्याचा निर्णय झाला होता. ''क्षणभर थांबा.'' ती पुढे काही बोलायच्या आत तो म्हणाला. त्याने दुसऱ्या डायरेक्ट लाईनवरून कमांडर ऑलिव्हेट्टीच्या कार्यालयात फोन केला. ती स्त्री तिथे असणेच शक्य...

घंटी वाजताक्षणी फोन उचलला गेला. त्याच स्त्रीचा आवाज कानांवर पडला. ''आता लाईन जोडून देता की नाही?'' ती ओरडली.

स्विस गार्ड सिक्युरिटीचा दरवाजा उघडला जाताच एखाद्या रॉकेटसारखा ऑलिव्हेट्टी आत घुसला. सेन्टरजवळ पोचतानाच वॉकी-टॉकीवरून गार्डने सांगितलेली माहिती खरी होती हे त्याच्या ध्यानात आले.

काय हिंमत आहे पण या पोरीची!

रागानेच त्याने कुलपात चावी घातली आणि दरवाजा खेचतच विचारले, ''काय चालवलं आहेस तू?''

त्याच्याकडे दुर्लक्ष करून व्हिट्टोरिया बोलतच राहिली.

''हो आणि धोक्याची सूचना...''

तिच्या हातातला फोन खेचून घेऊन, कानाला लावत, त्याने उद्धटपणे कोण बोलते आहे असे विचारले.

पुढल्या क्षणी त्याचा कठोर चेहराही विरघळल्यासारखा झाला. ''हो कामेरलेंगो... इथेच आहे ती... नक्कीच, पण...'' पुढले बोलणे फक्त ऐकत राहून तो शेवटी म्हणाला, ''यस सर. मी त्यांना आणतो तुमच्याकडे.''

३१

अपोस्टोलिक पॅलेस म्हणजे व्हॅटिकन शहरातील सिस्टीन चॅपेलजवळच्या अनेक इमारतींचे एक संकुल आहे. सेन्ट पीटर्सचा भव्य चौक इथून नजरेत येतो. इथे पोपचे निवासस्थान आहे आणि कार्यालयही.

कमांडर ऑलिव्हेट्टी त्यांना एका अत्यंत सुशोभित कॉरिडॉरमधून घेऊन निघाला होता. व्हिट्टोरिया आणि लँग्डन न बोलता त्याच्या मागोमाग चालले होते. ऑलिव्हेट्टीच्या मानेवरच्या शिरा संतापाने थरथरत होत्या. तीन वेळा पायऱ्या चढल्यावर ते मंद

प्रकाश असलेल्या एका हॉलमध्ये पोचले.

भिंतीवर नजर टाकताच लँग्डनचे डोळे फिरले. काय सुबक कलाकृती होत्या! आत्ताच तयार करून मांडून ठेवले आहेत वाटणारे अर्धपुतळे, वेलबुट्टीदार रंगीबेरंगी पडदे, दगडावर केलेली कोरीव कामे. लाखो डॉलर्स किंमत असेल यांची. मधे एक अॅलबास्टरचे कारंजे होते. डावीकडे वळून ऑलिव्हेट्टी एका दरवाज्यासमोर उभा राहिला. इतका मोठा दरवाजा लँग्डनने आयुष्यात कधी बघितला नव्हता.

''लुफीसिओ देल पापा.'' व्हिट्टोरियाकडे अत्यंत खत्रुडपणे बघत ऑलिव्हेट्टीने म्हटले. तिच्यावर काहीच परिणाम दिसला नाही. तिने पुढे होऊन मोठ्याने दरवाजा ठोकला.

पोपचे कार्यालय, लँग्डनच्या मनात विचार आला. त्याचा विश्वास बसत नव्हता की जगामधल्या एका मोठ्या धर्माच्या अत्यंत पवित्र अशा खोलीबाहेर तो या क्षणी उभा होता.

''या आत,'' आतून आवाज आला.

दरवाजा उघडताच प्रखर प्रकाशानेच लँग्डनचे डोळे दिपले. हळूहळू समोरची व्यक्ती लक्षात यायला लागली.

कार्यालय? बॉलरूमसारखी विशाल जागा होती ती. चारी बाजूंनी भिंतींपर्यंत लाल संगमरवरी दगडांची जमीन. भिंतींवर चमकदार रंगांमधली चित्रे. एक प्रचंड झुंबर. त्या पलीकडे तशाच मोठमोठ्या खिडक्या. खिडक्यांमधून स्वच्छ सूर्यप्रकाशात चमकणारा सेन्ट पीटर्स चौक.

काय दृश्य दिसते या खोलीतून!

हॉलच्या पलीकडे एका कोरीव टेबलावर एक माणूस भराभर लिहीत बसला होता. ''या,'' तो पुन्हा म्हणाला. त्याने हातामधले पेन खाली ठेवले आणि पुढे यायची खूण केली.

ऑलिव्हेट्टी खाड खाड पावले टाकत पुढे झाला. ''सिन्योर,'' आवाजात दिलगिरी. ''मला तिच्या...''

त्या माणसाने त्याचे बोलणे थांबवत आपल्या दोन्ही पाहुण्यांवर नजर फिरवली.

व्हॅटिकनमध्ये वृद्ध, दुर्बल धर्मगुरूच फिरताना आढळतील अशी एक समजून लँग्डनच्या मनात होती. कामेरलेंगो त्याच्या मनातल्या प्रतिमेला धक्का देणारा ठरला. हातात जपमाळ नाही की गळ्यात माळा नाहीत. मोठा भारी झगा घातलेला नाही. काळ्या रंगाच्या सैलसर झग्यातला, तिशीतला दणकट तरुण होता तो. व्हॅटिकनच्या मापदंडाप्रमाणे पोरगाच ठरावा. देखणा, तपकिरी दाट केस आणि चमकदार हिरवे डोळे. पण जवळ पोचताच लँग्डनला जाणवला तो त्याच्या डोळ्यांतला थकवा. गेले पंधरा दिवस त्याला खूप कठीण गेले असावेत.

“मी कार्लो व्हेन्त्रेस्का,” तो अस्खलित इंग्लिशमध्ये म्हणाला. “मृत पोपचा कामेरलेंगो.” आवाज मृदू. बोलणे साधे सरळ. बोलण्यात थोडीशी इटालिअन ढब.

व्हिट्टोरिया वेत्राने हात पुढे करत म्हटले, “व्हिट्टोरिया वेत्रा. आम्हाला भेटल्याबद्दल आभार.”

कामेरलेंगोने तिचा हात हातात घेऊन हलवताच ऑलिव्हेट्टीच्या चेहऱ्यावरची नसही उडायला लागली.

“रॉबर्ट लँग्डन.” व्हिट्टोरियाने ओळख करून दिली. “हार्वर्ड विद्यापीठात धर्मशास्त्रांवरचा इतिहासकार.”

“*पाद्रे.*” आपल्या उत्कृष्ट इटालिअन ढबीत बोलायचा प्रयत्न करत लँग्डनने मान झुकवत हात पुढे केला.

त्याला धरून सरळ उभे करत कामेरलेंगो म्हणाला, “पोपच्या पवित्र कार्यालयामधे असलो तरी मी तेवढा पवित्र नाही. मी एक साधासुधा प्रीस्ट आहे – चेम्बरलेन – गरजेच्या काळात काम बघतो आहे एवढंच.”

लँग्डन सरळ उभा राहिला.

“कृपा करून बसून घ्या सर्वांनी.” त्यानेच आपल्या टेबलाभोवती खुर्च्या सरकवल्या. लँग्डन आणि व्हिट्टोरिया बसले. ऑलिव्हेट्टीची बसायची इच्छा दिसली नाही.

आपल्या जागी बसून कामेरलेंगोने हातांची घडी घातली आणि सर्वांवर नजर फिरवली.

“सिन्योर... *हिचा पोषाख*... माझीच चूक.” ऑलिव्हेट्टी म्हणाला.

“तिच्या *पोषाखाची काळजी नाही मला.*” तो खरेच खूप थकला असावा. “पण गुप्त बैठक सुरू होण्यापूर्वी फक्त अर्धा तास आधी व्हॅटिकनचा ऑपरेटर मला जेव्हा फोन करून सांगतो की *तुमच्या खाजगी कार्यालयातून* एक स्त्री मला एका गंभीर धोक्याची जाणीव करून देण्यासाठी बोलू इच्छिते, तेव्हा *मला विचार करावाच लागतो.* कारण तुम्ही ती माहिती मला आधी दिलेली नाही.”

इन्स्पेक्शन चालू असल्यासारखा ऑलिव्हेट्टी ताठ उभा असतो.

कामेरलेंगोच्या सान्निध्यात लँग्डनला आपल्या मनावर त्याची मोहिनी पडल्यासारखी वाटायला लागली. तो तरुण होता, थकलेलाही असेल, पण दंतकथेतल्या नायकासारखे त्याच्याकडे काहीतरी दैवी सामर्थ्य असावे आणि एक प्रकारचे तेजही.

“सिन्योर,” ऑलिव्हेट्टीचा आवाज खालच्या पट्टीत असला तरी त्याचे मत बदलले नव्हते. “सुरक्षिततेच्या संदर्भात आपण काळजी करू नये. आपल्यावर दुसऱ्या अनेक जबाबदाऱ्या आहेत.”

“त्या दुसऱ्या जबाबदाऱ्यांची मला पूर्ण जाणीव आहे. शिवाय या गुप्त बैठकीला हजर असणाऱ्या प्रत्येकाचे इथले वास्तव्य सुखाचे आणि सुरक्षित

असण्याची जबाबदारीही माझीच आहे. नक्की काय चाललं आहे इथे?''

''परिस्थिती माझ्या पूर्ण नियंत्रणाखाली आहे.''

''वाटत नाही तसं मला.''

''फादर!'' चुरगळलेला फॅक्स काढून लँग्डनने तो कामेरलेंगोच्या हातात ठेवला. ऑलिव्हेट्टीने अडथळा आणायचा प्रयत्न करत म्हटले, ''फादर, तुम्ही नसत्या गोष्टींचा विचार...''

ऑलिव्हेट्टीकडे पूर्ण दुर्लक्ष करत कामेरलेंगोने फॅक्स हातात घेतला. लिओनार्दो वेत्राचा फोटो बघताच तो दचकला. ''हा काय प्रकार आहे?''

''माझे पपा, शास्त्रज्ञ – आणि प्रीस्टसुद्धा. काल रात्री खून झाला त्यांचा.'' बोलता बोलता तिचा आवाज थरथरायला लागला.

कामेरलेंगोचा चेहरा ताबडतोब बदलला. त्याने व्हिट्टोरियाकडे बघत म्हटले, ''मुली, मला खरंच दु:ख होतं आहे.'' त्याने स्वत:वर क्रॉसची खूण करत फॅक्समधल्या माणसाच्या छातीवरचं चिन्ह निरखून बघायला सुरुवात केली. ''कोणी – कोणी – आणि हा भाजून दिलेला डाग –''

''*इल्युमिनाटी*. असं लिहिलं तरी आहे.'' लँग्डन म्हणाला. ''तुम्हाला नाव माहीत असणारच.''

त्याच्या चेहऱ्यावर वेगळेच भाव उमटले. ''मी नाव ऐकलं आहे. नक्कीच. पण...''

''इल्युमिनाटींनी लिओनार्दो वेत्राचा खून केला, कारण त्याने शोधलेलं नवीन तंत्रज्ञान त्यांना चोरायचं होतं.''

''सिन्योर,'' ऑलिव्हेट्टी मधेच म्हणाला, ''हा मूर्खपणा आहे. इल्युमिनाटी? फसवणुकीचं मोठं षड्यंत्र आहे हे.''

ऑलिव्हेट्टीच्या बोलण्यावर विचार करत काही काळ कामेरलेंगो गप्प बसला. नंतर त्याने लँग्डनवर अशी काही नजर रोखली की आपल्या अंगातली सर्व ताकद निघून जाते आहे असा लँग्डनला भास झाला. ''मिस्टर लँग्डन, मी माझं आयुष्य कॅथलिक चर्चसाठी घालवलं आहे. इल्युमिनाटी आणि डाग उठवण्याच्या त्यांच्या आख्यायिकांबद्दलही मला माहिती आहे. पण मी आजच्या काळात वावरणारा माणूस आहे हे विसरू नका. ख्रिश्चनांना अनेक खरेखुरे शत्रू आहेत. उगीचच गाडलेल्या भुतांना उकरून काढायचा कुणी प्रयत्न केला...''

''हे प्रतीक खरंखुरं आहे.'' लँग्डनने कामेरलेंगोच्या हातातला फॅक्स फिरवून त्याच्यासमोर धरला.

कामेरलेंगोने प्रतीकाची प्रमाणबद्धता लक्षात घेतली आणि तो गप्प राहिला.

''अत्याधुनिक संगणकांनाही असा प्रमाणबद्ध ॲम्बिग्राम बनवण्यात यश आलेले

नव्हते,'' लँग्डन पुढे म्हणाला.

कामेरलेंगोने हाताची घडी घातली आणि बराच वेळ तो शांत बसला. ''इल्युमिनाटी नामशेष झाले आहेत. खूप काळापूर्वी. हे ऐतिहासिक सत्य आहे.''

''काल मी तुमच्याशी सहमत झालोही असतो.''

''काल?''

''आजच्या या घटनांच्या मालिकेपूर्वी. आज मला वाटतं आहे की त्यांनी पुन्हा डोकं वर काढलं आहे. प्राचीन काळातली शपथ पूर्ण करण्यासाठी.''

''माझा इतिहास थोडा कच्चा असावा. कोणती प्राचीन शपथ?''

लँग्डनने एक खोल श्वास घेत उत्तर दिले. ''व्हॅटिकन शहराचा पूर्ण विनाश.''

''व्हॅटिकन शहराचा नाश?'' कामेरलेंगो घाबरलेला नाही, तर गोंधळलेला वाटला. ''पण ते अशक्य आहे.''

व्हिट्टोरियाने नकारार्थी मान हलवली. ''आमच्याकडे दुसरी वाईट बातमीही आहे.''

४०

व्हिट्टोरियाकडून आश्चर्यानेच ऑलिव्हेट्टीकडे नजर टाकत कामेरलेंगोने विचारले, ''हे खरं आहे सर्व?''

''सिन्योर,'' ऑलिव्हेट्टीने खात्री पटवायचा प्रयत्न केला. ''काहीतरी उपकरण आमच्या सिक्युरिटी मॉनिटरवर दिसतं आहे हे सत्य आहे, पण मिस वेत्रा म्हणते त्याप्रमाणे त्या साधनात एवढी विध्वंसक शक्ती असेल याबद्दल...''

''म्हणजे ती वस्तू बघू शकता तुम्ही?''

''हो, वायरलेस कॅमेरा नंबर ८६ वर.''

''मग ती काढली का नाही?'' कामेरलेंगोने रागानेच विचारले.

''तेच कठीण आहे.'' ऑलिव्हेट्टीने ताठ उभे राहून परिस्थिती समजावली.

कामेरलेंगो ऐकत होता. व्हिट्टोरियाच्या लक्षात आले की त्याची काळजी वाढत होती. ''खात्री आहे की हे उपकरण शहरातच आहे? कोणीतरी कॅमेरा बाहेर नेऊन तिथून ते चित्र पाठवत नाही?''

''आपल्या बाहेरच्या भिंतींवर इलेक्ट्रॉनिक संरक्षक कवच आहे. हा सिग्नल फक्त व्हॅटिकन शहरामधूनच येऊ शकतो, नाहीतर तो आपल्याला मिळालाच नसता.''

''मग तो कॅमेरा शोधण्याचे सर्वतोपरी प्रयत्न तुम्ही करत असालच.''

''नाही सिन्योर. त्यासाठी शेकडो तास घालवावे लागतील. या क्षणी इतर महत्त्वाच्या गोष्टींवर आमचे लक्ष लागले आहे आणि मिस वेत्रा सांगते आहे तो थेंब इतका लहान आहे, की तिच्या म्हणण्याइतकी विध्वंसक शक्ती त्यात असेल असं वाटत नाही.''

आता मात्र व्हिट्टोरियाने या क्षणापर्यंत मनावर ठेवलेला ताबा उडाला. ''मी इतक्या वेळा सांगितले त्यातला एक शब्द तरी तुझ्या कानात शिरला आहे का? तो थेंब व्हॅटिकन शहर भुईसपाट करू शकतो.''

''मॅडम, स्फोटक पदार्थांचा माझा अनुभव खूप दांडगा आहे.'' तो कठोर स्वरात उद्गारला.

''सर्व जुनाट आणि कालबाह्य.'' ती तशाच आवाजात ताडकन म्हणाली. ''माझ्या पोषाखावर, जो तुमच्या डोळ्यात खुपतो आहे, त्यावर जाऊ नका. जगामधल्या अत्यंत प्रगत अशा सब-अ‍ॅटॉमिक संशोधन संस्थेमधे मी वरिष्ठ शास्त्रज्ञ आहे. प्रतिवस्तूच्या ट्रॅपचे डिझाइन मी स्वत: बनवलेले आहे. नाहीतर व्हॅटिकन शहर या क्षणीच अस्तित्वात राहिले नसते. पुन्हा सांगते की सहा तासांत कुपी शोधली नाही तर पुढल्या शतकातसुद्धा स्विस गार्ड्सना संरक्षण करण्यासारखे काही शिल्लक नसेल. म्हणजे जमिनीत पडलेला एक खोल खड्डा सोडून.''

ऑलिव्हेट्टीच्या डोळ्यांत संताप मावत नव्हता. कामेरलेंगोकडे वळून तो म्हणाला, ''माझी सदसद्विवेकबुद्धी मला सांगते आहे की हा तमाशा बस्स झाला आता. इल्युमिनाटी? एक थेंब, की जो आपला सर्वनाश करेल?''

''थांब.'' कामेरलेंगो हळू आवाजात बोलला होता तरी त्या शब्दाचे प्रतिध्वनी उमटल्यासारखे वाटले. मग शांतता पसरली. तो हळूच म्हणाला, ''धोकादायक असेल किंवा नसेल, इल्युमिनाटी अस्तित्वात असतील किंवा नसतील, पण ती जी वस्तू आहे ती व्हॅटिकन शहरात असायलाच नको होती, आजच्या बैठकीच्या दिवशी तर नक्कीच नाही. माझी इच्छा आहे की ती शोधून इथून हलवायला हवी. ताबडतोब ते काम सुरू करा.''

पण ऑलिव्हेट्टीचे मतही स्पष्ट होते. ''सिन्योर, सर्व गार्ड्स शोधत बसले तरी या सर्व इमारतींमध्ये ती वस्तू शोधायला कित्येक दिवस लागतील. मिस वेत्राशी बोलल्यानंतर मी अ‍ॅडव्हान्स्ड बॅलिस्टिक गाईडमध्ये एका गार्डला शोध घ्यायला सांगितले होते. त्याला प्रतिवस्तूचा उल्लेख कुठेही सापडला नाही.''

गाढव आहेस तू, व्हिट्टोरिया मनात धुमसत होती. *बॅलिस्टिक गाईड? एन्सायक्लोपीडिआ – ज्ञानकोश – का नाही बघितला?*

ऑलिव्हेट्टीचे बोलणे चालूच होते. ''सिन्योर, नुसत्या डोळ्यांनी व्हॅटिकनमध्ये

शोध घ्यावा अशी जर तुमची सूचना असेल तर मला विरोध करावा लागेल.''

''कमांडर,'' आता संतापाने बोलायची पाळी कामेरलेंगोची होती. ''तुम्ही माझ्याशी बोलता तेव्हा या कार्यालयाशी बोलत असता याचा विसर पडलेला दिसतो तुम्हाला. माझ्या हुद्याचे तुम्हाला महत्त्व वाटत नाही ते मला ठाऊक आहे. पण तरीही कायद्याप्रमाणे आता मीच प्रमुख आहे. माझी चूक होत नसेल तर सर्व कार्डिनल्स सिस्टीन चॅपेलमध्ये सुरक्षित आहेत. आता बैठक संपेपर्यंत तुमच्यावरची जबाबदारी निश्चितच थोडी कमी झाली आहे. बरोबर? मग त्या उपकरणाचा शोध घ्यायला तुमची नाराजी का, हे माझ्या लक्षात येत नाही. मला सर्व गोष्टींची जाणीव नसती तर मी म्हटले असते, की तुम्ही जाणूनबुजून या बैठकीला धोका निर्माण करता आहात म्हणून.''

ऑलिव्हेट्टीच्या चेहऱ्यावर तुच्छता दिसली. ''हे बोलायचा धीर कसा होतो तुम्हाला? तुमच्या पोपची मी बारा वर्षं सेवा केली आहे. त्याच्या आधीच्या पोपची चौदा वर्षं. स्विस गार्ड १४३८ सालापासून...''

ऑलिव्हेट्टीच्या पट्ट्यावरच्या वॉकी-टॉकीतून आवाज आला, ''कमांडर?''

त्याने तो खेचून हातात घेतला आणि ट्रान्समीट बटण दाबले. ''मी खूप कामात आहे आत्ता.''

''सॉरी सर. आपल्याला बॉम्बची धमकी मिळाली आहे हे तुम्हाला कळवायलाच हवे म्हणून फोन केला सर.''

''मग शोध तो फोन कुठून आला आहे ते आणि नेहमीप्रमाणे रिपोर्ट लिहून दे मला.'' ऑलिव्हेट्टीला या क्षणी कुणाचे काही ऐकायचे नव्हते.

''ते केले आम्ही सर...'' गार्ड थांबला. ''मी तुम्हाला त्रास दिलाही नसता, पण तुम्ही मला ज्या पदार्थाचा शोध घ्यायला सांगितला होता त्याबद्दल तो काहीतरी बोलत होता. *प्रतिवस्तू!*''

सर्वजण धक्का बसून एकमेकांकडे बघत बसले.

''कशाबद्दल बोलला तो?'' ऑलिव्हेट्टीने अडखळतच विचारले.

''प्रतिवस्तूबद्दल सर. त्याच्या फोन कॉलचा तपास करता करता आम्ही प्रतिवस्तूचाही इतरत्र शोध घेतला. जी माहिती मिळाली ती... ती... फारच धोकादायक ठरणारी वाटते.''

''मगाशी मला वाटते तू म्हणाला होतास की बॅलिस्टिक गाईडमध्ये त्या पदार्थाचा काही उल्लेख नाही म्हणून.''

''मी ऑन-लाईन शोध केला सर.''

अलेलुईया. व्हिट्टोरियाने मनातल्या मनात देवाची प्रार्थना केली. आभार मानले.

''तो पदार्थ जबरदस्त स्फोटक दिसतो. ती माहिती अचूक आहे यावर विश्वास ठेवणंही कठीण वाटतं. पण इथे स्पष्ट म्हटलं आहे की एक पौंड प्रतिवस्तूची

विध्वंसक शक्ती एखाद्या एक पौंडी अणुबॉम्बपेक्षा शंभरपट असते.''

एखादा डोंगर कोसळावा तसा ऑलिव्हेट्टी कोसळला. कामेरलेंगोच्या चेहऱ्यावर उमटलेली भीतीची छाया दिसताच आपले बोलणे खरे ठरल्याबद्दलची व्हिट्टोरियाची आनंदाची भावनाही क्षणात विरली.

''फोन कुठून आला त्याचा पत्ता लागला?''

''नाही. खरे तर शक्यच दिसत नाही पत्ता लावणे. रोममधून असावा.''

''काही मागण्या?'' ऑलिव्हेट्टीने थंडपणे विचारले.

''नाही. प्रतिवस्तू याच कॉम्प्लेक्समध्ये लपवलेली आहे अशी धोक्याची सूचना फक्त दिली. मला काही माहिती नाही याचंच त्याला आश्चर्य वाटत होतं. मी बघितली आहे का विचारत होता. तुम्ही माझ्याकडे चौकशी केली होती म्हणून तुम्हाला कळवायचं ठरवलं सर.''

''योग्यच केलंस. मी मिनिटभरात येतो. त्याचा पुन्हा फोन आला तर कळव.''

वॉकी-टॉकीवर थोडा वेळ आवाज नव्हता. ''तो अजूनही फोनवर आहे सर.''

विजेचा धक्का बसावा तसा ऑलिव्हेट्टीचा चेहरा पडला. ''अजून लाईनवर आहे?''

''हो सर. आम्ही दहा मिनिटं शोध घ्यायचा प्रयत्न करूनही उपयोग झालेला नाही. आपण काहीही करू शकत नाही याबद्दल त्याची इतकी खात्री आहे, की कामरलेंगोशी बोलल्याशिवाय तो फोन खाली ठेवायला तयार नाही.''

''जोडून दे म्हणावं फोन. ताबडतोब.'' कामेरलेंगोने आज्ञा दिली.

ऑलिव्हेट्टी वळला. ''नाही फादर. वाटाघाटी करायला त्याबाबतचे प्रशिक्षण घेतलेल्या स्विस गार्डचाच जास्ती उपयोग होईल.''

''ताबडतोब.''

ऑलिव्हेट्टीने तशी आज्ञा दिली.

क्षणभराने कामेरलेंगो व्हेन्त्रेस्काच्या टेबलावरचा फोन खणखणायला लागला. कामेरलेंगोने स्पीकर फोनचे बटण दाबले. ''तू कोण आहेस असं वाटतं तुला?''

४१

कामेरलेंगोच्या स्पीकरफोनवरून उत्तरादाखल आलेला आवाज अत्यंत कठोर आणि उद्धट होता. खोलीतल्या प्रत्येकाचे कान फोनकडे लागले होते.

बोलण्याची ढब? *बहुतेक मध्यपूर्व.* लँग्डन विचार करत होता.

"मी एका प्राचीन ब्रदरहुडचा दूत आहे." नक्कीच परदेशी आवाज. "त्या ब्रदरहुडविरुद्ध आपण अनेक गुन्हे शतकानुशतके करत आला आहात. मी इल्युमिनाटींचा दूत आहे."

लँग्डनचे उरलेसुरले संशय फिटले. सकाळी अॅम्बिग्राम बघताक्षणी भीती, कुतूहल वगैरे भावनांचा कल्लोळ त्याच्या मनात उठला होता. आता पुन्हा त्याची तीच परिस्थिती झाली.

"काय पाहिजे तुला?"

"मी शास्त्रज्ञांच्या वतीने बोलतो आहे. ते देखील तुमच्याप्रमाणेच प्रश्नांची उत्तरे शोधत आहेत. मानवाचे भवितव्य, त्याचे कर्तव्य, त्याचा निर्माता."

"तू कोणीही असलास तरी..."

"गप्प बसा. तुम्ही ऐकून घेतले तरच ठीक होईल. सत्याच्या शोधावर गेली दोन हजार वर्षं फक्त तुमच्या चर्चचाच जणू काही मालकी हक्क होता. खोटेपणा आणि जगाच्या अंताची भाकितं यांचा वापर करून तुम्ही तुमच्या सर्व विरोधकांचा काटा काढलात. गरजेप्रमाणे सत्याचा धडधडीत विपर्यासही केलात. ज्या कुणाच्या शोधांचा तुमच्या राजकारणात उपयोग नव्हता त्यांचे तुम्ही खून पाडले. सर्व जगामधले बुध्दिवादी लोक मग तुमच्याविरुध्द उठले, तर तुम्हाला का आश्चर्य वाटावं?"

"ज्ञानी लोक त्यांचं म्हणणे पुढे रेटण्यासाठी धमक्या देत नाहीत."

"धमक्या?" फोनवरून हसण्याचा आवाज घुमला. "धमक्या कशासाठी? आमच्या काही मागण्याच नाहीत. व्हॅटिकनचा सर्वनाश हेच आमचं एकमेव उद्दिष्ट आहे. या क्षणाची वाट बघत आम्ही चारशे वर्षं थांबलो आहोत. आज मध्यरात्री व्हॅटिकनचा नाश होईल आणि तुम्ही काहीही करू शकणार नाही."

ऑलिव्हेट्टी ताड्ताड् पावले टाकत स्पीकर फोनजवळ पोहोचला. "या शहरात प्रवेशही अशक्य आहे. स्फोटके ठेवणे सोडाच."

"स्विस गार्डची अडाणी निष्ठा? का त्यांच्या अधिकाऱ्याची? गेली कित्येक शतकं इल्युमिनाटींनी जगामधल्या सर्व संघटनांमधे गुप्तपणे शिरकाव करून घेतला आहे. तुला तरी माहीत असणार हे. यातून व्हॅटिकन सुटलं असेल असं वाटतं तुला?"

जीझस! लँग्डनच्या मनात विचार आला. *त्यांचा माणूस आहे आत कोणीतरी.* अर्थात यात नवीन काय होते? दुसऱ्या संघटनांमध्ये चोरून शिरकाव ही तर त्यांची एक ताकद होती. मेसन्स, बँकिंग नेटवर्क्स, शासकीय संघटना या सर्वांमध्ये त्यांनी शिरकाव करून घेतला होता. इल्युमिनाटींनी इंग्लिश पार्लमेंटमध्ये जितकी माणसे घुसवली आहेत, तितक्या प्रमाणात इंग्लिश हेरांनी नाझी संघटना पोखरली असती,

तर महिन्याभरात युध्द संपले असते, असे विन्स्टन चर्चिल यांनी एकदा वार्ताहरांना सांगितले होते.

"मोठ्या बाता फक्त. तुमचं सामर्थ्य नाही तेवढं." ऑलिव्हेट्टी तडकून म्हणाला.

"का? स्विस गार्ड्स सावध असतात म्हणून? प्रत्येक कानाकोपरा तपासत असतात म्हणून? पण स्विस गार्ड्सबद्दलच काय म्हणशील? ती काय माणसं नाहीत? पाण्यावर कुठला तरी माणूस चालला होता या भाकड कथेवर विश्वास ठेवून ते त्यांचा जीव धोक्यात घालतील? खरंच वाटतं तुला तसं? स्वत:लाच विचार, ती कुपी व्हॅटिकनमधे कशी आली असेल किंवा तुमच्या चार मौल्यवान चिजा आज दुपारपासून कशा नाहीशा झाल्या आहेत."

"आमच्या मौल्यवान चिजा? काय म्हणायचं आहे तुला?"

"एक, दोन, तीन आणि चार. नाहीशा झाल्या आहेत ते कळलेलं नाही अजून?"

"तू कशाबद्दल..." कोणीतरी अचानक पोटात ठोसा लगावल्याप्रमाणे ऑलिव्हेट्टीचे डोळे विस्फारले.

"डोक्यात प्रकाश पडला तर शेवटी!" फोनवरून आवाज आला. "नावं वाचून दाखवू त्यांची?"

क्षणाक्षणाला कामेरलेंगो जास्ती जास्ती गोंधळात पडत चालला होता. "काय चाललं आहे काय?"

टेलिफोनवरून हसण्याचा आवाज आला. "तुमच्या अधिकाऱ्याने अजून सांगितलं नाही तुम्हाला? किती बेजबाबदार वागणं! काय अहंकार! पण त्यात आश्चर्य काय म्हणा? तुम्हाला सत्य सांगणं किती लाजिरवाणी गोष्ट ठरणार आहे. त्याने ज्यांच्या रक्षणाची शपथ घेतली होती ते चार कार्डिनल्स बेपत्ता..."

"कुठून मिळाली ही माहिती तुला?" ऑलिव्हेट्टीचा राग अनावर झाला होता.

"कामेरलेंगो, विचार तुझ्या कमांडरला की *सर्व कार्डिनल्स* सिस्टीन चॅपेलमध्ये हजर आहेत का म्हणून?" अत्यंत आसुरी वृत्तीने फोनवरून विचारणा झाली.

कामेरलेंगोची नजर ऑलिव्हेट्टीकडे वळली. हिरव्या डोळ्यांमध्ये उत्तराची अपेक्षा होती.

"सिन्योर," कामेरलेंगोच्या कानात ऑलिव्हेट्टी कुजबुजला. "चार कार्डिनल्स अजून सिस्टीन चॅपेलमध्ये पोचलेले नाहीत हे खरं, पण घाबरायचं कारण दिसत नाही. प्रत्येक जण आज सकाळी त्यांच्या राहण्याच्या जागी पोचला आहे. तेव्हा ते व्हॅटिकनमधे नक्की सुरक्षित आहेत. काही तासांपूर्वी तुम्ही स्वत: त्यांच्याबरोबर चहा घेतला होता. इकडेतिकडे मजेत फिरताना त्यांना बहुधा वेळेचं भान राहिलं नसावं. शोध करतो आहोत आम्ही त्यांचा."

कामेरलेंगोचा आवाज चढला. "मजेत फिरत असतील? चॅपेलमधे एक तासापूर्वी असायला हवे होते ते."

लँग्डनने आश्चर्याने व्हिट्टोरियाकडे बघितले. *हरवलेले कार्डिनल्स? त्यांचाच शोध चालू होता तर खाली!*

फोनवरून पुन्हा आवाज आला, "आमचा आकडा अचूक आहे ना? पॅरिसचा कार्डिनल लेमास, बार्सिलोनाचा कार्डिनल गिदेरा, फ्रॅन्कफर्टचा कार्डिनल ऐबनेर..."

प्रत्येक नाव ऐकताना ऑलिव्हेट्टी खचत चालला.

शेवटचे नाव उच्चारण्यापूर्वी फोनवरचा माणूस बोलायचा थांबला. ते नाव सांगण्यात त्याला विशेष खुषी असावी. "आणि इटलीचा कार्डिनल बाग्गिया."

कामेरलेंगो खुर्चीत कोसळला. *इ प्रेफरीती! चार खास कार्डिनल्स. बाग्गिया तर पोपचा वारसदार बनण्याची जास्त शक्यता होती.* हे घडलेच कसे?

नवीन पोपच्या निवडीबद्दल लँग्डनने खूप वाचले होते. तेव्हा कामेरलेंगोची तगमग त्याला कळू शकत होती. तसा ऐंशी वर्षांच्या आतला कुठलाही कार्डिनल पोप बनू शकत असला, तरी निवडणूक अत्यंत पक्षपाती आणि तशीच फार अटीतटीची असे. दोन तृतीयांश मताधिक्य मिळवायला सर्वांचा आदर मिळवणाऱ्या व्यक्तीची गरज असे. जे निवडून येण्याची शक्यता असे अशांना *प्रेफरीती* म्हणत. आणि तेच चौघे गायब होते.

"तू काय करणार आहेस त्यांचं?" प्रश्न विचारताना कामेरलेंगोच्या कपाळावर घर्मबिंदू गोळा व्हायला लागले होते.

"काय करणार वाटतं तुला? मी हॅसासिन्चा वंशज आहे."

लँग्डनच्या अंगावर काटा आला. हॅसासिन् हे नाव त्याला बरोबर ठाऊक होते. चर्चने शेकडो वर्षांच्या काळात फार घातकी शत्रू निर्माण केले होते – हॅसासिन्, नाईट्स टेम्पलर – व्हॅटिकन ज्यांच्या हात धुऊन पाठी लागले होते किंवा ज्यांचा त्यांनी विश्वासघात केला होता अशी सैन्येच.

"कार्डिनल्सना सोडून दे." कामेरलेंगो म्हणाला. "देवाचे शहर धुळीला मिळवण्याची धमकी पुरेशी नाही का?"

"त्या चार कार्डिनल्सना विसर तू. ते गेल्यातच जमा आहेत. पण त्यांचे मरण मात्र लाखो जणांच्या चिरकाल स्मृतीत राहील. प्रसिध्दी माध्यमांच्या प्रकाशझोतात एक एक करून ते सुप्रसिध्द हुतात्मे बनतील. मध्यरात्रीपर्यंत सर्वांचे लक्ष फक्त इल्युमिनाटींवर खिळलेले असेल. जग बघत नसेल तर ते बदलायचे कशाला? सर्वांच्या नजरेसमोर खून पाडण्यात डोक्यात भिनणारी वेगळीच भीषणता असते. तुम्हीच ते पूर्वी सिध्द केले आहे. इनक्विझिशन, नाईट्स टेम्पलरचे क्रूर हाल, क्रूसेडस आणि अर्थातच *ला पुरगा.*"

कामेरलेंगो काहीच बोलला नाही.

"*ला पुरगा* आठवत नाही? कसं आठवणार? फार लहान आहेस तू आणि प्रीस्ट्सचा इतिहास मुळात कच्चाच असतो. शक्य आहे की त्यांची त्यांनाच लाज वाटत असते."

"*ला पुरगा!*" लँग्डनच्या तोंडातून अभावितपणे शब्द निसटून गेले. "सोळाशे अडुसष्ट. चर्चने चार इल्युमिनाटी शास्त्रज्ञांवर क्रॉसचे डाग उमटवले. त्यांची पापं धुण्यासाठी."

"कोण बोलतं आहे?" आवाजात काळजी अजिबात नव्हती, पण उत्सुकता नक्कीच होती. "दुसरं कोण आहे तिथे?"

लँग्डन गळपटला. "माझं नाव महत्त्वाचं नाही." आवाज थरथरू नये असा त्याचा प्रयत्न होता. एका जिवंत इल्युमिनाटीशी तो बोलत होता – जॉर्ज वॉशिंग्टनशी बोलायचाच प्रकार. "तुमच्या ब्रदरहुडच्या इतिहासाचा एक अभ्यासक आहे मी."

"उत्कृष्ट! आमच्याविरुध्द केलेले गुन्हे माहीत असणारं आजही कोणी जिवंत आहेत याचा आनंद होतो आहे मला."

"आमच्यासारख्या बहुतेकांना वाटतं तुम्ही नामशेष झाला आहात म्हणून."

"ही समजूत करून देण्यासाठी ब्रदरहुडने मुद्दामच खूप कष्ट घेतले आहेत. *ला पुरगाबद्दल* आणखी काय माहिती आहे?"

बोलावे की न बोलावे? *आणखी काय माहिती आहे मला? सगळी परिस्थिती वेडेपणाची आहे हेच माहिती आहे मला.* "त्यांना डाग दिल्यानंतर त्यांचे खून करून प्रेते रोममधल्या सार्वजनिक ठिकाणी फेकून दिली होती. इतर शास्त्रज्ञांनी इल्युमिनाटींना मिळू नये म्हणून धोक्याची सूचना."

"बरोबर. म्हणून आम्हीही तेच करणार आहोत. *जशास तसे.* आमच्या खून झालेल्या भावांचा सूड म्हणा. तुमचे चारही कार्डिनल्स मरणार आहेत. आठ वाजल्यापासून प्रत्येक तासाला एक याप्रमाणे. मध्यरात्रीपर्यंत सर्व जग भयचकित होऊन जाईल."

लँग्डन फोनजवळ पोचला. "तुम्ही खरोखरच कार्डिनल्सना *डाग उमटवून* मग ठार करणार आहात?"

"इतिहासाची पुनरावृत्ती. बरोबर? अर्थात आम्ही चर्चपेक्षा धाडसीपणाने आणि सफाईने हे करू. चर्चप्रमाणे लपूनछपून त्यांना ठार करणार नाही आणि भित्र्याप्रमाणे कोणी बघत नसतानी त्यांची प्रेतं फेकणार नाही."

"काय म्हणतो आहेस तू?" लँग्डनने चमकून विचारले. "*उघडउघड* सर्वांच्या देखत त्यांच्यावर डाग उमटवून ठार करणार आहात तुम्ही?"

"छान! छान! अर्थात तुम्ही कुठल्या जागा सार्वजनिक समजता त्याच्यावर

अवलंबून आहे ते. हल्ली चर्चमध्ये कुणी जात नाही असं दिसतं मला.''

''तुम्ही *चर्चेसमध्ये* ठार करणार आहात त्यांना?'' लँग्डनचा स्वतःच्या कानांवर विश्वास बसेना.

''यात दयाळूपणाचाच भाग जास्ती आहे. देव त्यांच्या आत्म्यांना मग लौकर स्वर्गात पाठवू शकेल. योग्यच वाटतं मला. अर्थात प्रसिध्दी माध्यमांनाही धमाल वाटेल याची खात्री आहे मला.''

''तू बनवाबनवी करतो आहेस.'' आत्तापर्यंत ऑलिव्हेट्टी पूर्ण सावरला होता. ''चर्चमध्ये खून पाडून पळून जाता येईल या कल्पनेत अर्थ नाही.''

''बनवाबनवी? तुझ्या स्विस गार्ड्समधे भुतांसारखं घुसून आम्ही तुमच्या ताब्यातून चार कार्डिनल्सचं अपहरण केलं, तुमच्या परमपवित्र शहरात अत्यंत विनाशकारी स्फोटक अस्त्र ठेऊन दिलं आणि तरी बनवाबनवीच वाटते तुला? आता खून पडायला लागले आणि बळी सापडायला लागले, की सर्व प्रसारमाध्यमं घोंघावत जमा होतील. मध्यरात्रीपर्यंत इल्युमिनाटींचं ध्येय जगाला माहीत होईल.''

''आणि आम्ही प्रत्येक चर्चवर पहारा बसवला तर?''

फोन करणारा माणूस मोठ्याने हसला. ''तुमच्या धर्मप्रसारामुळेच तुम्हाला ते करता येणार नाही. हल्लीहल्ली चर्चेसची मोजदाद केली होतीस? रोममधे चारशेच्या वर रोमन कॅथलिक चर्चेस आहेत. कथीड्रल्स, चॅपेल्स, ॲबीज, मॉनेस्ट्रीज, कॉन्व्हेन्ट्स...''

ऑलिव्हेट्टीचा चेहरा दगडी बनला होता.

''नव्वद मिनिटांमधे सर्व सुरू होईल.'' शेवटचे शब्द बोलल्यासारखा फोनवर आवाज आला. ''तासाला एक प्रमाणे मृत्यूची मालिका. जायला हवं मला आता.''

लँग्डन म्हणाला, ''थांब जरा. या कार्डिनल्सवर कुठले ब्रॅन्ड वापरणार ते सांग मला.''

खुन्याला गंमत वाटली असावी. ''कुठल्या ब्रॅन्ड्सचा वापर होणार ते तुला नक्की माहिती आहे, असं मला तरी वाटतं. का संशय वाटतो तुला? लौकरच दिसणार आहेत म्हणा. जुन्या आख्यायिका खऱ्याच आहेत याचा पुरावा.''

तो माणूस काय बडबडतो आहे हे लँग्डनला स्पष्टपणे कळत होते. त्याला डोके हलके झाल्यासारखे वाटायला लागले. लिओनार्दो वेत्राच्या छातीवरचा ठसा डोळ्यांसमोर आला. इल्युमिनाटींबद्दलच्या दंतकथा पाच ब्रॅन्ड्सबद्दल सांगत होत्या. *चार ब्रॅन्ड राहिले होते आणि कार्डिनल्सही चारच.*

कामेरलेंगो म्हणाला, ''आज मध्यरात्रीपर्यंत नवीन पोप गादीवर आणण्याची शपथ देवानेच मला घातली आहे.''

"अरे कामेरलेंगो, जगाला नवीन पोपची आवश्यकता नाही. मध्यरात्रीनंतर तो कशावर राज्य करणार? मातीच्या ढिगाऱ्यांवर? काही शिल्लकच राहाणार नाही. कॅथलिक चर्च संपल्यातच जमा आहे. पृथ्वीवरचं अस्तित्वच संपणार आहे तुमचं."

एकदम शांतता पसरली.

कामेरलेंगोच्या चेहऱ्यावर दु:ख दाटून आले. "चूक होते आहे तुझी. चर्च म्हणजे फक्त दगड आणि सिमेंट, काँक्रीट नाही. *श्रद्धेची* दोन हजार वर्षं अशी श्रद्धास्थानांचा नाश करून सहज पुसली जात नाहीत. *कोणत्याही श्रद्धेची.* व्हॅटिकन शहर असले किंवा नसले तरीही कॅथलिक चर्च चालूच राहील."

"खोटेपणा आहे हा! उदात्त असला तरी खोटेपणाच. सत्य आपल्या दोघांनाही माहीत आहे. मला सांग की व्हॅटिकन शहर एखाद्या किल्ल्यासारखं का आहे?"

"देवाचे भक्तही धोकादायक जगात वावरतात हल्ली."

"खरंच तू फार *तरुण* आहेस. व्हॅटिकन शहर हा एक भक्कम किल्ला आहे, कारण कॅथलिक चर्चची अर्धी संपत्ती या भिंतींआड आहे. अप्रतिम चित्रं, शिल्पं, अगणित जडजवाहीर– ज्यांची खरी किंमत कधी सांगितलेलीच नाही, ग्रंथवाङ्मय– ज्याची किंमत करताच येत नाही. सोनं आणि स्थावर मालमत्तेची करारपत्रं ही तर व्हॅटिकन बँकेच्या व्हॉल्ट्समधेच आहेत. आतल्या बातमीप्रमाणे व्हॅटिकन शहराची किंमत साडेअठ्ठेचाळीस बिलियन डॉलर्स तरी आहे आणि उद्या या सर्वांची राखरांगोळी होणार आहे. तुमचं दिवाळं वाजणार आहे. धर्मगुरुसुद्धा पैशांशिवाय नाही काम करू शकत."

ऑलिव्हेट्टी आणि कामेरलेंगो यांना हा दणका निश्चितच जाणवला. कॅथलिक चर्चकडे एवढी अमाप संपत्ती आहे याचे आश्चर्य करायचे, का इल्युमिनाटींना इतकी अचूक माहिती आहे याचे, अशा भ्रमात लँग्डन सापडला.

कामेरलेंगोने एक मोठा नि:श्वास सोडला. "हे चर्च फक्त संपत्तीवर उभे राहिलेले नाही. ते श्रद्धेवर टिकाव धरून आहे."

"खोटं तरी किती बोलशील? गेल्या वर्षी जगभर १८३ मिलियन डॉलर्स वाटलेत तुम्ही. चर्चमधे लोकच येत नाहीत. चर्चमध्ये येणाऱ्या लोकांमधे गेल्या दशकात सेहेचाळीस टक्के घट झाली आहे. देणग्या गेल्या सात वर्षांत निम्म्यावर आल्या आहेत. तुमच्या सेमिनरिजमधे शिकायला येणाऱ्यांची संख्या रोडावली आहे. तू कबूल करत नसलास तरी चर्च मृतप्राय बनते आहे. निदान मरण तरी भव्य दिव्य असेल, अशी संधी आहे समज."

ऑलिव्हेट्टीची खुमखुमी संपली होती. त्याच्या नजरेसमोर भीषण सत्य दिसत

होते. त्याला या संकटातून बाहेर पडण्याचा मार्ग हवा होता. कुठलाही मार्ग. त्याने पाऊल पुढे टाकले. ''अर्धं सोनं तुमच्या मदतीसाठी मिळालं तर?''

''मला वाटतं तू आपल्या दोघांचाही अपमान करू नयेस.''

''पण आमच्याकडे खरंच पैसे आहेत.''

''तसे ते आमच्याकडेही आहेत. तुम्हाला कल्पनाच करता येणार नाहीत एवढे.''

प्राचीन बव्हेरिअन स्टोन मेसन्स, रॉथचाईल्ड्स, बिल्डेरबर्गर्स, इल्युमिनाटी हिरा... लँग्डनच्या मनासमोर इल्युमिनाटींची संपत्ती दिसायला लागली.

कामेरलेंगोने विषय बदलला. त्याने याचनेच्या स्वरातच विनंती केली. ''*इ प्रेफरीती!* ते कार्डिनल्स वृद्ध आहेत. सोडून दे त्यांना.''

''अत्यंत पवित्र असे बळी आहेत ते! तुझा विश्वास आहे ना, की ते खरंच पवित्र आहेत? मरताना ही कोकरं केकाटतील? *विज्ञानाच्या पवित्र वेदींवर चढवले जाणारे अगदी शुद्ध आणि निष्कलंक बळी.*''

कामेरलेंगो बराच वेळ काही बोलला नाही. ''त्यांना मृत्यूची भीती वाटणार नाही. ती श्रद्धेवर जगणारी माणसं आहेत.''

फोनवर तुच्छतेने हसल्याचा आवाज आला, ''लिओनार्दो वेत्राही श्रद्धा बाळगणाऱ्यांपैकी एक होता. मी त्याच्या डोळ्यांमधे काल रात्री भीती उमटलेली पाहिली होती. मी त्याची भीती कायमची घालवली आहे.''

इतका वेळ शांत बसलेली व्हिट्टोरिया खवळून उठली. ''खुनी माणसा – माझे वडील होते ते.''

''तुझे वडील? काय म्हणतेस तू? वेत्राला मुलगी आहे? मग ऐक तर. मरताना तुझे वडील एखाद्या पोरासारखे रडत होते. कीव आली मला. करुणास्पद मृत्यू.''

त्याच्या शब्दांनी व्हिट्टोरिया मागच्या मागे कोलमडली, पण स्वत:ला सावरत, फोनकडे बघत ती म्हणाली, ''शपथ घेते मी, की आजची रात्र संपेपर्यंत मी तुला शोधून काढेन,'' तिच्या आवाजाला वेगळीच धार आली. ''आणि जेव्हा शोधेन तेव्हा...''

अत्यंत हलकटपणे हसून फोनवरचा माणूस म्हणाला, ''बरीच मस्ती दिसते. मला आवडलीस तू. ही रात्र संपायच्या आधी एखादेवेळी मीच तुला शोधेन आणि तू माझ्या तावडीत आलीस ना...''

या शब्दांचे धारदार प्रतिध्वनी उमटत असतानाच त्याने फोन बंद केला.

४२

कार्डिनल मेस्तातीला आपल्या काळ्या कपड्यांत घाम फुटायला लागला. सिस्टीन चॅपेल एखाद्या वाफेच्या स्नानगृहासारखा भासायला लागला होता, हेच फक्त त्याचे कारण नव्हते. बैठक फक्त वीस मिनिटांत सुरू होणार होती आणि चार कार्डिनल्सबद्दल काही कळले नव्हते. गोंधळलेले इतर कार्डिनल्स प्रथम आपापसात कुजबुजत होते. आता त्यांची काळजी वाढून गडबडच सुरू झाली.

मेस्तातीला हे चार जण आहेत तरी कुठे याची कल्पनाच करता येईना. *कामेरलेंगोबरोबर?* चार प्रेफरीतींबरोबर परंपरेप्रमाणे त्याने चहा घेतला होता हे खरे. पण त्या गोष्टीला कित्येक तास उलटून गेले होते. *ते आजारी झाले होते? काही नको ते खाल्ले होते त्यांनी?* शक्य नाही. मृत्यू ओढवायची वेळ आली असती तरी आजची बैठक त्यांच्यापैकी कुणीही चुकवली नसती. सुप्रीम पॉन्टिफ बनण्याची संधी मिळणे हीच शक्यता आधी कमी असते आणि आयुष्यात एकदा मिळणारी ही संधी कुणीही दवडणे शक्य नव्हते. मतदानाच्या वेळी कार्डिनलना सिस्टीन चॅपेलमधे हजर असणे व्हॅटिकनच्या कायद्याप्रमाणे अनिवार्य होते. नाहीतर कार्डिनल निवडीला अपात्र ठरे.

चार जण *प्रेफरीती* असले तरी पुढला पोप कोण असेल याबद्दल बहुतेक कार्डिनल्सच्या मनात शंका नव्हती. गेले पंधरा दिवस फॅक्सच्या संदेशांचा आणि फोन्सचा पाऊस पडला होता. प्रथेप्रमाणे *प्रेफरीती* म्हणून चार नावे निवडली होती. पोप बनण्याची शक्यता असलेले चार जण. पोप होण्यासाठी जरुरी असलेल्या अलिखित गोष्टी त्यांच्याकडे होत्या.

इटालिअन, स्पॅनिश आणि इंग्लिश भाषांवर प्रभुत्व.

इतरांना न कळलेली अशीसुद्धा कुठली लफडी नाहीत.

वय पासष्ट आणि ऐंशी दरम्यान.

आणि नेहमीप्रमाणे चारपैकी एकाला निवडण्याचे कॉलेज ऑफ कार्डिनल्सने ठरवले होते. आजच्या रात्री ते नाव होते मिलानचा कार्डिनल आल्डो बाग्गिया. अत्यंत निष्कलंक चारित्र्य आणि सेवेचा काळ, सर्व भाषांचे अस्खलित ज्ञान आणि धर्माची शिकवण अगदी थोडक्या आणि साध्या शब्दांत लोकांपर्यंत पोहोचवण्याचे कसब, यामुळे तोच निवडून येणार याबद्दल कुणालाच शंका नव्हती.

पण मग आहे कुठे तो? मेस्ताती आश्चर्य करत होता.

या बैठकीची सूत्रे सांभाळण्याची मोठी जबाबदारी त्याच्यावर सोपवली असल्याने

तो धास्तावला होता. आठवड्यापूर्वी कॉलेज ऑफ कार्डिनल्सने एकमताने *दि ग्रेट इलेक्टर* म्हणून त्याची निवड केली होती – बैठकीचा इन्टर्नल मास्टर ऑफ सेरिमनिज. कामेरलेंगो चर्चमधला वरिष्ठ हुद्यावरचा अधिकारी असला तरी तो साधा प्रीस्ट होता. निवडणुकीच्या गुंतागुंतीची त्याला कल्पना नव्हती. म्हणूनच सिस्टीन चॅपेलमधे राहून निवडणूक व्यवस्थितपणे पार पाडण्यासाठी एका कार्डिनलची – मेस्तातीची नेमणूक झाली होती.

कार्डिनल्स नेहमी म्हणत, की 'दि ग्रेट इलेक्टर' म्हणून नेमणूक होणे ही फार क्रूर थट्टा आहे. अशी निवड झाली, की तो कार्डिनल पोप बनण्यासाठी आपोआप *अपात्र ठरे*. बैठकीआधी कित्येक दिवस *उनिवेरर्सि दॉमिनीची ग्रेगिस* या ग्रंथाची पारायणे करावी लागत. गूढ आणि रहस्यमय अशा निवडणुकीच्या आचारपद्धती समजावून घ्याव्या लागत. नाहीतर निवडणुकीचे सूत्रसंचालन अशक्य असे.

मेस्तातीला स्वत:ला मात्र याबद्दल राग नव्हता. त्याला कळत होते, की त्या पदावर झालेली त्याची निवडणूक अगदी तर्कशुद्ध होती. तो सर्वांत वयोवृद्ध कार्डिनल तर होताच, पण पूर्वीच्या पोपच्या विश्वासातला होता. आजही त्याचे वय पोप म्हणून त्याच्या निवडीच्या आड आले नसते. पोपचे आयुष्य तसे खडतर आणि काटेकोर असे. एकोणऐंशी वर्षांनंतर कॉलेज कुणाच्या प्रकृतीवर जास्ती भरवसा ठेवत नसे. पोपला आठवड्याचे सातही दिवस, दिवसाला चौदा चौदा तास काम करावे लागे. दमछाक इतकी होई, की सहा-सात वर्षांत पोप मृत्युमुखी पडायचा. पोप म्हणून निवड होणे हा स्वर्गाला लौकरात लौकर पोचायचा मार्ग असतो, असाही विनोद केला जात असे.

मेस्तातीची तरुणपणीच पोप म्हणून निवड होऊ शकली असती. पण पोप पुराणमतवादीच असायला हवा असा अट्टाहास असे आणि मेस्ताती फारच उदारमतवादी होता. शक्य नव्हते ते.

मजा म्हणजे एकदा मागचा पोप निवड झाल्यानंतर उदारमतवादीच निघाला. आधुनिक जग चर्चपासून दूर चालले आहे याची जाणीव झाल्यानेच त्याने विज्ञानाबद्दलचा चर्चचा कर्मठ दृष्टिकोन बाजूला ठेवला, निवडक शास्त्रीय संशोधनांना आर्थिक साहाय्यही केले. ती राजकीय आत्महत्याच ठरली. वार्धक्यामुळे त्याला म्हातारचळ लागला आहे अशी पुराणमतवादी कॅथलिक्सनी आवई उठवली. फक्त विज्ञानाची कास धरणाऱ्या शास्त्रज्ञांनी, चर्च नको त्या ठिकाणी आपला प्रभाव पाडायचा प्रयत्न करत आहे म्हणून आरडाओरडा केला.

"आहेत तरी कुठे ते?"

मेस्ताती वळला.

एक कार्डिनल चिंतातूर होऊन त्याच्या खांद्यावर हात ठेवत विचारत होता.

"तुम्हाला माहीत आहे ना ते कुठे आहेत ते?"

"शक्य आहे की ते अजून कामेरलेंगोबरोबरच आहेत." चेहरा सरळ ठेवायचा प्रयत्न करत मेस्ताती उत्तरला.

"या वेळी? ते परंपरेला धरून नाही." कार्डिनलचा विश्वास बसत नव्हता. "का कामेरलेंगोलाच वेळेचे भान राहिले नाही?"

मेस्तातीला ते तर शक्यच वाटत नव्हते. पण तो गप्प राहिला. बहुतेक सर्व कार्डिनल्सना कामेरलेंगोची अजिबात पर्वा नाही हे त्याला ठाऊक होते. इतक्या तरुण वयात तो पोपच्या विश्वासाला पात्र ठरला होता यामुळेच अनेकांना त्याच्याबद्दल द्वेष वाटत होता, हेवा वाटत होता. मेस्तातीचे मत अगदी उलट होते. कामेरलेंगोबद्दल त्याला आदर होता. चेम्बरलेन म्हणून पोपने त्याची निवड केल्यावर त्याने मनातल्या मनात पोपचे कौतुकच केले होते. कामेरलेंगोच्या मनात त्याला नेहमी अपार श्रद्धा दिसली होती. फालतू राजकारणापेक्षा चर्च आणि श्रद्धा त्याला महत्त्वाची वाटे हे मेस्तातीने बघितले होते. किती कार्डिनल्सबद्दल असे म्हणता आले असते? कामेरलेंगो खरोखरच देवमाणूस होता.

त्याच्या कारकिर्दीत कामेरलेंगोच्या अढळ श्रद्धेबद्दल अनेक आख्यायिका पसरल्या होत्या. बहुतेक जणांना वाटे की त्याचे कारण त्याच्या बालपणीच्या एका चमत्कारिक घटनेत दडले आहे. अशी घटना, की जी कोणत्याही माणसाच्या हृदयावर कोरली गेली असती. मेस्तातीला नेहमी वाटायचे, की आपल्याही आयुष्यात असाच एखादा चमत्कार घडला असता तर आपलीही श्रद्धा अशीच अविचल आणि अढळ राहिली असती.

पण चर्चच्या दुर्दैवाने कामेरलेंगो नंतरही कधी पोप बनू शकला नसता. पोप बनायचे तर राजकीय महत्त्वाकांक्षाही असायला हवी. ती कामेरलेंगोकडे कधी नव्हतीच. पोपने अनेकदा त्याला उच्चपदी बसवायची इच्छा प्रकट केली होती, पण प्रत्येक वेळी कामेरलेंगोने नकार दिला होता. मला साधासुधा माणूस म्हणूनच चर्चची सेवा करायची आहे हे त्याचे उत्तर होते.

"मग पुढे काय?" थांबलेल्या कार्डिनलने पुन्हा विचारले.

मेस्तातीने मान वर करत विचारले, "काय?"

"त्यांना उशीर झाला आहे. काय करायचे आपण?"

"काय करणार? थांबू या आणि ते येतील असा विश्वास बाळगू या."

कार्डिनलला हे उत्तर अजिबात पसंत नव्हते. पण तो मागे वळला. अंधाऱ्या चॅपेलमधे नाहीसा झाला.

मेस्तातीने कपाळ दाबत मनावरचे मळभ दूर करायचा प्रयत्न केला. *खरंच, करायचे तरी काय?* त्याची नजर अल्टारवरून – उच्च आणि पवित्र व्यासपीठावरून

– मायकल ॲन्जलोच्या सुप्रसिद्ध 'दि लास्ट जजमेंट' या चित्रावर पडली. पण हे चित्र बघून त्याची काळजी दूर होणे शक्य नव्हते. भयानक चित्र होते. पन्नास फूट उंचीच्या चित्रात जीझस ख्राईस्ट मानवजातीचे पापी आणि पुण्यवान असे दोन भाग करत पापी माणसांना नरकात फेकून देत होता. जळणारी शरीरे, लोंबणारी कातडी. मायकल ॲन्जलोचा एक स्पर्धकही गाढवाचे कान लावून नरकात बसला होता. गी दि मोपसाने या चित्राबद्दल एकदा म्हटले होते की, अज्ञानी कोळसा कामगाराने जत्रेतल्या कुस्तीच्या मैदानाचे चित्र काढावे तसे चित्र आहे हे.

कार्डिनल मेस्तातीला ते तंतोतंत पटत होते.

४३

पोपच्या बुलेट-प्रुफ खिडकीजवळ उभा राहून लँग्डन सेन्ट पीटर्स चौकामधल्या प्रसार माध्यमांच्या ट्रेलर्सकडे बघत होता. फोनवरचे संभाषण झाल्यापासून त्याची मन:स्थिती पार बिघडली होती.

इतिहासाच्या खोल गर्तेतून इल्युमिनाटी नागाप्रमाणे फडा काढून वर आले होते आणि आपल्या जुन्या शत्रूंना त्यांनी विळखा घातला होता. मागण्या नाहीत, वाटाघाटी नाहीत, फक्त सूड. सैतानी साधेपणा. चारशे वर्षे खदखदत असलेली बदल्याची भावना. शेकडो वर्षे छळ सोसल्यावर विज्ञानानेच गळा पकडला होता.

कामेरलेंगो शून्य नजरेने फोनकडे बघत होता. शांततेचा भंग प्रथम ऑलिव्हेट्टीने केला. "कार्लो," तो म्हणाला. कामेरलेंगोच्या नावाचा उपयोग एखाद्या थकलेल्या मित्राप्रमाणे, अधिकाऱ्याप्रमाणे नाही. "सव्वीस वर्षं पोपच्या आणि इथल्या प्रत्येक गोष्टीच्या संरक्षणासाठी मी माझं आयुष्य वेचलं. आज रात्री माझी मानखंडना झाल्यासारखं वाटतंय."

"तू आणि मी दोघेही वेगवेगळ्या मार्गाने देवाचीच सेवा करत आहोत आणि ही सेवा फक्त मानच मिळवून देते."

"या घटना– कसं झालं हे? ही परिस्थिती–" ऑलिव्हेट्टीला बोलणे सुचेना.

"आपल्याला करण्यासारखी फक्त एकच गोष्ट आहे हे ध्यानात येतंय ना तुझ्या? कॉलेज ऑफ कार्डिनल्सची सुरक्षितता ही माझी जबाबदारी आहे."

"ती माझीच जबाबदारी होती सिन्योर."

"तर मग तुझ्या माणसांना त्यांना ताबडतोब हलवायला सांग."

''सिन्योर?''

''स्फोटकांचा शोध, अपहृत कार्डिनल्स आणि त्यांच्या अपहरणकर्त्यांचा शोध ही कामं नंतर. प्रथम कार्डिनल्सना सुरक्षित स्थळी पोहोचवायला हवं. त्यांचा जीव सर्वांत महत्त्वाचा. हे चर्च त्यांच्यावरच उभं आहे.''

''मग बैठक रद्द करावी अशी सूचना आहे तुमची?''

''दुसरा पर्याय आहे?''

''नवीन पोप निवडण्याची जबाबदारीही तुमचीच आहे ना?''

चेम्बरलेनने उसासा टाकत बाहेर पसरलेल्या रोम शहरावर नजर फिरवली. ''हिज होलिनेस पोपनी मला एकदा म्हटलं होतं, की दोन परस्परविरोधी विश्वात पोपची कुतरओढ होत असते. खरंखुरं जग आणि ईश्वराचं विश्व – अस्तित्वातल्या खऱ्याखुऱ्या जगाकडे दुर्लक्ष करणारा पोप ब्रह्मज्ञानही कधी मिळवू शकणार नाही, असा धोक्याचा इशाराही त्यांनी चर्चला दिला होता.'' वयाच्या मानाने कामेरलेंगोचा आवाज पार थकलेला वाटत होता. ''ते सत्य आज आपल्यासमोर उभं आहे. परंपरा आणि अहंकार यांना आज थारा नाही.''

ऑलिव्हेट्टी या बोलण्याने प्रभावित झाला. ''तुम्ही थोर आहात सिन्योर.''

कामेरलेंगोला त्याचे बोलणे ऐकूच गेले नसावे. तो खिडकीतून दूर नजर लावून बसला होता.

''मी स्पष्टच बोलतो सिन्योर. हेच माझं खरं जग आहे. तिथल्या घाणीत मी दररोज डुबक्या घेत असतो, कारण मगच इतरांना शुद्ध जीवनाचा शोध घेता येईल. या अशा प्रसंगांना तोंड देण्याचे शिक्षण तर आम्ही कायमच घेत असतो. आताच्या परिस्थितीबद्दल एक सल्ला देऊ? तुमचा हेतू या क्षणी उदात्त असला तरी त्यामुळे अनर्थ ओढवेल.''

कामेरलेंगो वळला.

ऑलिव्हेट्टीने सुस्कारा सोडत म्हटले, ''या क्षणी कॉलेज ऑफ कार्डिनल्सना सिस्टीन चॅपेलमधून बाहेर काढण्याइतकी वाईट गोष्ट दुसरी नाही.''

कामेरलेंगो रागावला नाही. त्याला काय करावे समजत नव्हते. ''तुझी काय सूचना आहे?''

''कार्डिनल्सना काहीही सांगू नका. सिस्टीन चॅपेल बंद करून बैठक सुरू करा. इतर पर्यायांचा विचार करण्यासाठी त्यामुळे आपल्याला अवधी मिळेल.''

''सबंध कॉलेज ऑफ कार्डिनल्स एका टाईम बॉम्बवरती कुलूप लावून बंद करायचं?'' कामेरलेंगोला तो विचारही सहन होत नव्हता.

''निदान आत्ता तरी. गरज पडली तर आपण त्यांना बाहेर काढू शकतो.''

कामेरलेंगोने नकारार्थी मान हलवली. ''बैठक सुरू *होण्यापूर्वी* ती पुढे ढकलली

तरी ते चौकशीचं कारण ठरेल. पण एकदा सिस्टीन चॅपेल कुलूप लावून सील केला की कुठलाही अडथळा आणता येणार नाही. बैठकीच्या परंपरागत नियमांनुसार...''

''तुम्ही *सत्य परिस्थितीचा* विचार करा सिन्योर. आज तिलाच तोंड द्यायचं आहे.'' आता एखाद्या फिल्ड-ऑफिसरप्रमाणे ऑलिव्हेट्टी आत्मविश्वासाने बोलायला लागला. ''संरक्षणाशिवाय एकशे पासष्ट कार्डिनल्सना रोमच्या रस्त्यांवरून नेणं बेपर्वाईचं ठरेल. काही वृद्ध अशा कार्डिनल्सच्या मनात गोंधळ आणि भीती निर्माण झाली तर... या महिन्यात हृदयविकाराच्या झटक्याने घडलेला एक मृत्यूच खूप झाला.''

हृदयविकाराचा एक झटका. हार्वर्ड कॉमन्समधे विद्यार्थ्यांबरोबर जेवताना वाचलेल्या मथळ्यांची आठवण कमांडरच्या शब्दांनीच लँग्डनच्या मनात चाळवली. *पोपना हृदयविकाराचा झटका, झोपेतच मृत्यू.*

''शिवाय सिस्टीन चॅपेल म्हणजे एक संरक्षित किल्ला आहे. आम्ही उघडउघड बोलत नसलो तरी फक्त क्षेपणास्त्रांनी हल्ला झाला तरच चॅपेलला खिंडार पडू शकेल. इतर कुठल्याही शस्त्रांचा परिणाम त्यावर होणार नाही. आज दुपारीच त्याचा इंचन्इंच भाग आम्ही तपासला आहे. प्रतिवस्तूची कुपी नक्की सिस्टीन चॅपेलमध्ये नाही. त्या चॅपेलएवढी सुरक्षित जागा या क्षणी दुसरी नाही. नाईलाज झाला तर त्यांना हलवण्याचं बघता येईल.''

लँग्डनला कोहलरचीच आठवण झाली. तसेच कठोर, स्पष्ट, तर्कशुद्ध विचार.

''कमांडर,'' व्हिट्टोरियाच्या आवाजात काळजी होती. ''इतर काही गोष्टीही विचारात घ्यायला हव्यात. इतक्या प्रमाणात प्रतिवस्तू पूर्वी कोणी निर्माण केलेली नाही. स्फोटाची तीव्रता आणि व्याप्ती यांचा मी फक्त अंदाजच बांधू शकते. आजूबाजूच्या रोमच्या काही भागाला नक्की धोका आहे. ती कुपी इथल्या कुठल्या मध्यवर्ती इमारतीत किंवा जमिनीखाली असेल तर या भिंतींबाहेर स्फोटाचा परिणाम विशेष होणारही नाही. पण कुपी व्हॅटिकनच्या संरक्षक भिंतींजवळ किंवा *याच इमारतीत* असली तर...'' तिने आपली भेदरलेली नजर सेन्ट पीटर्स चौकामधल्या गर्दीवर रोखली.

''व्हॅटिकन बाहेरच्या जगाला निर्माण होणारा धोकाही मी विचारात घेतो आहे. तीही जबाबदारी तशी माझीच आहे. पण त्यामुळेही इथल्या परिस्थितीचं गांभीर्य कमी होत नाहीच. दोन दशकं व्हॅटिकनच्या संरक्षणाची जबाबदारी मी उचलली आहे. या अस्त्राचा स्फोट मी होऊ देणार नाही.''

कामेरलेंगो व्हेन्त्रेस्काने मान वर केली. ''तू ते *शोधू शकशील* असं वाटतं तुला?''

"मी माझ्या शोधपथकाच्या तज्ज्ञांशी बोलतो. व्हॅटिकन शहराची वीज तोडायची हा एक पर्याय आहे. मग इतर कशाचा अडथळा न येता कुपीच्या चुंबकीय क्षेत्राचा शोध घेता येईल."

व्हिट्टोरियाला क्षणभर आश्चर्य वाटले. "तुम्ही *व्हॅटिकनची वीज तोडणार?*"

"शक्य असेल तर. ते शक्य आहे की नाही ते ही या क्षणी मला माहीत नाही. पण हा एक पर्याय मी विचारात घेतो आहे."

"कार्डिनल्स तरी विचारात पडतील मग."

ऑलिव्हेट्टीने मान हलवली, "अजिबात नाही. बैठक मेणबत्त्यांच्या प्रकाशातच पार पडते. त्यांना कळणारच नाही. सिस्टीन चॅपेल एकदा सील झाला की सरहद्दीवरचे थोडे पहारेकरी सोडून इतर जण शोधाला उपलब्ध होतील. शंभरएक गार्ड्स पाच तासांत खूप मोठ्या भागात शोध घेऊ शकतात."

"*चारच तास.* मला ती कुपी परत सर्नला न्यावी लागेल. बॅटरीज रिचार्ज केल्या नाहीत तर स्फोट अटळ आहे."

"इथे रिचार्ज नाही करता येणार?"

व्हिट्टोरियाने नकारार्थी मान हलवली.

"चार तास म्हणजेही तसा बराच वेळ आहे. घाबरून काहीच होणार नाही. सिन्योर, तुम्हाला दहा मिनिटं आहेत. चॅपेलवर जा. बैठक सील करा. माझ्या माणसांना त्यांच्या कामासाठी वेळ मिळू दे. निर्णायक क्षणी योग्य ते ठरवू."

ऑलिव्हेट्टीचा निर्णायक क्षण कुठला असणार असा विचार लँग्डनच्या मनात येऊन गेला.

कामेरलेंगोच्या चेहऱ्यावर चिंता होती. "पण कॉलेज ऑफ कार्डिनल्स *प्रेफरीती* बद्दल – निदान बाग्गियाबद्दल चौकशी करणारच."

"मग त्यांना काहीही सांगून पटवा. चहाच्या वेळी खायला दिलं आणि गडबड झाली, असं सांगा हवं तर."

"सिस्टीन चॅपेलच्या अल्टारवर उभं राहून कार्डिनल्सशी खोटं बोलायचं?" कामेरलेंगोने रागानेच विचारले.

"त्यांच्याच सुरक्षिततेसाठी आहे हे. शांतता राखा म्हणजे झालं." ऑलिव्हेट्टी दरवाज्याच्या दिशेने निघाला. "काम सुरू करायचं तर निघायलाच हवं मला."

"कमांडर, त्या चार कार्डिनल्सच्या बाबतीत आपण अशी पाठ फिरवून कसं चालेल?"

दरवाज्यात थांबून ऑलिव्हेट्टी म्हणाला, "बाग्गिया आणि इतर कार्डिनल्सबद्दल या क्षणी आपण काहीही करू शकत नाही. त्यांचा विचार सोडायलाच हवा, इतर सर्वांच्या भल्यासाठी."

"म्हणजे *त्यांना वाऱ्यावरच सोडून द्यायचं.* बरोबर?"

ऑलिव्हेट्टीचा स्वर कठोर बनला. "कुठलाही – त्यांना शोधायचा अगदी कुठलाही मार्ग असेल, तर मी त्यांच्यासाठी माझे प्राण पणाला लावेन, पण..." त्याची दृष्टी खिडकीबाहेर उतरत्या उन्हात चमकणाऱ्या असंख्य रोमन घरांच्या छपरांवर फिरली. "पन्नास लक्ष लोकवस्तीचं शहर शोधणं अशक्य आहे. तेवढा वेळच नाही. मला खरंच वाईट वाटतं."

अचानक व्हिट्टोरिया उद्‌गारली, "पण *खुन्यालाच पकडलं तर?* त्याला बोलतं करता येणार नाही?"

"सैनिक संत नाही बनू शकत मिस वेत्रा. त्या खुन्याला पकडण्याबाबत तुमच्या स्वत:च्या भावना मी जाणू शकतो."

"वैयक्तिक भावना सोडा. त्याला प्रतिवस्तूची कुपी कुठे आहे ठाऊक आहे. आणि ते चार कार्डिनल्सही. काहीही करून त्याचा शोध लावता आला तर..."

"आपोआप त्यांना हवं तेच आपण करू. इल्युमिनाटींना आशा आहे की व्हॅटिकनच्या संरक्षणासाठी असलेले सैनिक काढून घेऊन आपण त्यांना शेकडो चर्चेसभोवती ठेवू. वेळ घालवू आणि शक्तीही, की जी आपण शोधासाठी घालवायला हवी. सर्वांत वाईट म्हणजे व्हॅटिकन बँकेला आपण संरक्षण देऊ शकणार नाही आणि बाकीच्या कार्डिनल्सनाही."

कुणालाही यावर उत्तर सुचले नाही.

"रोमन पोलीस?" कामेरलेंगोने विचारले."त्यांची मदत मागू शकत नाही आपण?"

"दुसरी चूक ठरेल ती. *काराबिनिएरिना* आपल्याबद्दल काय वाटतं माहिती आहे तुम्हाला. थोडीफार मदत देतील – तीही मनापासून नाहीच – आणि आपल्यावरच्या संकटाचा जगभर डंका पिटतील. आपल्या शत्रूंना हेच हवं आहे. प्रसार माध्यमांशी बोलणं लौकरच भाग पडणार आहे म्हणा."

प्रसिद्धी माध्यमांच्या प्रकाशझोतात एक एक करून ते सुप्रसिद्ध हुतात्मे बनतील, लँग्डनला त्या खुन्याचे शब्द आठवत होते. *आठ वाजल्यापासून प्रत्येक तासाला एक याप्रमाणे. प्रसिद्धी माध्यमांनाही धमाल वाटेल.*

कामेरलेंगो पुन्हा रागानेच म्हणाला, "कमांडर, या नाहीशा झालेल्या कार्डिनल्सबद्दल काहीही न करणं सदसद्‌विवेकबुद्धीला पटत नाही."

ऑलिव्हेट्टीने कामेरलेंगोच्या डोळ्याला डोळा भिडवत म्हटले, "सेन्ट फ्रान्सिसची प्रार्थना आठवते?"

अत्यंत दु:खद अंत:करणाने कामेरलेंगो ती एकच ओळ म्हणाला, "देवा, ज्या गोष्टी मी बदलू शकत नाही त्यांचा स्वीकार करण्याची मला शक्ती दे."

"विश्वास ठेवा माझ्यावर, ही एक तशीच गोष्ट आहे." एवढे बोलून ऑलिव्हेट्टी नाहीसा झाला.

४४

बी.बी.सी. – ब्रिटिश ब्रॉडकास्ट कॉर्पोरेशन – चे मुख्य कार्यालय लंडनमध्ये पिकॅडिली सर्कसजवळ आहे. स्विच बोर्डवरचा फोन वाजताच ज्युनिअर कन्टेन्ट एडिटरने तो उचलला.

"बी.बी.सी." आपली डनहिल सिगरेट विझवत ती म्हणाली.

लाईनवरचा आवाज खरखरीत होता. बोलण्यात मध्यपूर्वेची ढब वाटत होती. "तुमच्या नेटवर्कला खास वाटेल अशी बातमी आहे."

तिने कागद, पेन घेतले.

"कशाबद्दल?"

"पोपची निवडणूक."

तिच्या कपाळावर आठ्या चढल्या. बी.बी.सी.ने आदल्याच दिवशी प्रसारित केलेल्या छोट्या बातमीलाही मिळालेला प्रतिसाद नगण्य होता. व्हॅटिकन शहराबद्दल जनतेला काही वाटेनासे झाले होते.

"काही विशेष?"

"रोममधे आता या निवडणुकीसाठी तुमचा टी.व्ही. रिपोर्टर आहे ना?"

"असणारच."

"मला त्याच्याशी बोलायचे आहे."

"सॉरी. नक्की कशाबद्दल ते कळल्याशिवाय त्यांचा नंबर मी..."

"गुप्त बैठकीला धोका आहे, एवढंच मी सांगू शकतो."

एडिटरने लिहायला सुरुवात केली. "नाव काय तुमचं?"

"ते महत्त्वाचं नाही."

एडिटरला आश्चर्य वाटले नाही. "काही पुरावा?"

"आहे."

"तुमची माहिती घ्यायला मला आनंदच वाटेल. आमच्या वार्ताहरांचे फोननंबर देणं आमच्या धोरणात बसत नाही. तसंच काही..."

"ठीक आहे. मी दुसऱ्या नेटवर्कला फोन करेन. आपण दिलेल्या वेळेबद्दल

आभार. गुड बा...''

''एक सेकंद थांबाल?'' तिने घाईघाईने विचारले.

चक्रम माणसांचे फोन ओळखणे हे शास्त्र पूर्णत्वाला पोचले नसले, तरी फोनवरच्या माणसाने बी.बी.सी.च्या दोन टेस्ट पार केल्या होत्या. त्याने स्वत:चे नाव सांगायला नकार दिला होता आणि तो फोन बंद करायला निघाला होता. येनकेन प्रकारेण स्वत:च्या प्रसिद्धीची अपेक्षा धरणारी माणसे अशी वागली नसती.

वार्ताहर कायम एकाच भीतीखाली वावरत असतात. मोठी घटना हातामधून निसटणे. तेव्हा चुकूनमाकून विकृत मनोवृत्तीच्या माणसांचे फोन जोडून दिले गेले, तर ते दुर्लक्ष करतात. त्यांचा पाच मिनिटे वेळ घालवणे क्षम्य होते, पण हातामधली मोठ्या मथळ्याची बातमी निसटू दिली तर तो अक्षम्य गुन्हा होता.

तिने संगणकावर 'व्हॅटिकन शहर' हे शब्द टाईप करताच वार्ताहराचे नाव दिसले. ती स्वत:शीच हसली. लंडनच्या कुठल्या तरी भिकार नियतकालिकातून हल्लीच तो बी.बी.सी मधे आला होता. म्हणूनच पोपच्या निवडीसारख्या कमी महत्त्वाच्या ठिकाणी त्याची रवानगी झाली होती. अगदी खालच्या पायरीपासून सुरुवात.

दहा सेकंदांच्या लाईव्ह स्पॉटसाठी रात्रभर थांबून कंटाळला असणार बिचारा. त्याला बरेच वाटेल वेगळ्या फोनने.

नाव न सांगितलेल्या टेलिफोनवरच्या माणसाला तिने नंबर दिला.

४५

अस्वस्थपणे पोपच्या ऑफिसात फेऱ्या घालणारी व्हिट्टोरिया कामेरलेंगोला म्हणाली, ''इलेक्ट्रॉनिक इन्टरफिअरन्स नाहीसा झाला, तरी स्विसगार्ड्स त्या कुपीच्या डोक्यावरती असले तरच त्यांना सिग्नल मिळेल. तो सुद्धा कुपी तशीच

ठेवली असली तर. एखाद्या धातूच्या पेटीत बंद करून ती कुपी पुरून ठेवली असली तर? किंवा धातूच्या व्हेन्टिलेटिंग डक्टमध्ये? त्यांना शोध लावता येईल असं वाटत नाही मला आणि स्विसगार्ड्समधे इल्युमिनाटींनी खरोखरच शिरकाव करून घेतला असला तर? कशी खात्री देणार की शोध व्यवस्थित घेतला जाईल म्हणून?''

कामेरलेंगोच्या अंगातली शक्ती पार नाहीशी झाली असावी. थकलेल्या आवाजात त्याने विचारले, ''तुम्हाला काय सुचवायचं आहे मिस वेत्रा?''

आता सरळ आहे ते. ''सर, मला सुचवायचं आहे की तुम्ही *ताबडतोब* खबरदारीचे इतर उपाय योजायला सुरुवात करा. आपण मनापासून प्रार्थना करू या की कमांडरचा शोध यशस्वी ठरेल. पण जरा खिडकीतून बाहेर नजर टाका. ते लोक दिसतात? प्लाझा पलीकडल्या इमारती? प्रसिद्धी माध्यमांच्या व्हॅन्स? टूरिस्ट्स? स्फोटाच्या क्षेत्रामधेच सापडतील ते. तुम्ही आत्ताच...''

कामेरलेंगोने फक्त मान डोलावली. तिच्या बोलण्याकडे त्याचे किती लक्ष होते तेही तिला कळेना.

व्हिट्टोरिया निराश होत होती. खूप वेळ आहे अशी ऑलिव्हेट्टीने सर्वांची समजूत करून दिली होती. पण व्हिट्टोरियाला कळत होते की व्हॅटिकनवर ओढवलेल्या बिकट प्रसंगाची बातमी फुटली तर सबंध चौक हा हा म्हणता भरून जाईल. स्विस पार्लमेंटबाहेर तिने एकदा तो अनुभव घेतला होता. ओलीस म्हणून पळवलेल्या लोकांच्या बाबतीत बॉम्बचा धोका असतानाही हजारो लोकांनी पार्लमेंटबाहेर गर्दी केली होती. पोलिसांनी धोक्याचे इशारे देऊनही उपयोग झाला नव्हता. कुठे दुःखद आपत्ती कोसळणार असली की लोकांना तिथेच हजर राहायचे असते.

''सिन्योर, माझ्या पपांचा खुनी बाहेर कुठेतरी फिरतो आहे. माझ्या शरीरातला रक्ताचा प्रत्येक थेंब सांगतो आहे की पळ इथून आणि शोध घे त्याचा. पण मी तुमच्या कार्यालयात उभी आहे – कारण तुमच्याबद्दल माझी काहीतरी जबाबदारी आहे. तुमच्याबद्दल आणि इतरांबद्दलही. अनेक जीव धोक्यात आहेत. ऐकता आहात ना तुम्ही?''

कामेरलेंगोने उत्तर दिले नाही.

व्हिट्टोरियाला स्वतःच्या छातीमधली धडधड जाणवत होती. *त्या फोनवरच्या माणसाला स्विस गार्ड्स का शोधू शकत नाहीत? इल्युमिनाटींचा खुनी ही चावी आहे सर्व गोष्टींची. प्रतिवस्तू कुठे आहे हे त्याला ठाऊक आहे, कार्डिनल्स कुठे आहेत ते देखील! खुन्याला पकडले तर सर्व प्रश्न सुटतील.*

आपले डोके बहुधा फिरायला लागले आहे असे व्हिट्टोरियाला वाटले. अनाथालया-मधल्या बालपणाच्या काळातल्या दुःखद स्मृती चाळवायला लागल्या. कशाने लढत

द्यायची कळत नसल्याने ती निराश झाली. चूक आहे हे. *साधने असतातच.* नेहमीच असतात. ती संशोधक आहे ना? प्रश्न सोडवते ना? मग या प्रश्नाला उत्तरच नाही हे कसे शक्य आहे? *कुठली माहिती लागेल तुला?* दीर्घ श्वास घे, हळूहळू सोड, तिने मनाला बजावले. आयुष्यात प्रथमच ते जमेना. ती घुसमटायला लागली.

लँग्डनचेही डोके ठणकत होते. बुद्धी काम करत नव्हती. तो व्हिट्टोरिया आणि कामेरलेंगोकडे बघत होता खरा, पण त्याच्या नजरेसमोर भलतीच भीषण दृश्ये तरळत होती. भयानक स्फोट, वार्ताहर, कॅमेरे, छातीवर डाग उमटवलेली चार माणसे.

शैतान – ल्यूसिफर – अज्ञानाचा *अंध:कार दूर करून प्रकाश आणणारा – सतान.*

त्याने कष्टानेच ती चित्रे बाजूला सारली. *मुद्दाम निर्माण केलेली दहशत. योजनाबद्ध गोंधळ.* रोमन चिन्हांचा अभ्यास करताना त्याने एकदा रॅडक्लिफ सेमिनारमध्ये भाग घेतला होता. त्यानंतर दहशतवाद्यांकडे बघण्याची त्याची दृष्टीच बदलून गेली.

"दहशतवाद्यांचे एकच उद्दिष्ट असते. कुठले?" प्राध्यापकाने विचारले होते.

"निरपराध लोकांचे बळी घ्यायचे." एका विद्यार्थ्याने हळूच म्हटले.

"चूक. ती केवळ अनुषंगाने घडणारी गोष्ट आहे."

"स्वत:ची ताकद दाखवायची."

"नाही."

"दहशतच निर्माण करायची."

"अगदी बरोबर. दहशतवादाचे उद्दिष्ट असते भीती आणि दहशत निर्माण करायची. मग प्रस्थापित सरकारवरचा विश्वास ढळतो. शत्रूची राज्यव्यवस्था पोखरली जाते, लोकांमध्ये अस्वस्थता निर्माण होते. लिहून घ्या. दहशतवाद म्हणजे संतापाचा उद्रेक नाही. ते राजकीय शस्त्र आहे. सरकार कणखर आहे ही खात्री नाहीशी झाली की जनतेची श्रद्धा नाहीशी होते."

श्रद्धा नाहीशी होते.

हे सर्व काय श्रद्धेसंबंधी आहे? चिरफाड केलेल्या कुत्र्यांसारखी कार्डिनल्सची प्रेते फेकली गेली, तर जगामधल्या ख्रिश्चनांची काय प्रतिक्रिया असेल? एखाद्या प्रीस्टची श्रद्धा त्याचे पापी सैतानापासून रक्षण करत नसेल, तर इतरांनी कसली आशा बाळगायची?

लँग्डनला डोक्यात कोणी घणाचे घाव घालत आहेत असे वाटायला लागले. वेगवेगळे आवाज गोंधळ निर्माण करायला लागले.

श्रद्धा तुमचे संरक्षण करत नाही, औषधे आणि एअरबॅग्ज या वस्तू तुमची काळजी घेऊ शकतात. देव तुमचा पाठीराखा नसतो. तुमची बुद्धी तुम्हाला वाचवू शकते. अज्ञान, पूर्वग्रह नष्ट व्हायला हवेत. सरळ आणि स्पष्ट परिणाम दिसतील त्याच ठिकाणी श्रद्धा ठेवायला हवी. पाण्यावर कुणी चालून आज किती वर्षे झाली? आधुनिक चमत्कार विज्ञानाचे आहेत – संगणक, व्हॅक्सिन्स, *अंतराळ स्थानके* – आणि *विश्वनिर्मितीसारखे ईश्वरी चमत्कारसुद्धा. शून्यातून पदार्थाची निर्मिती* – लॅबमधे. *देव हवा कशाला? नाही, विज्ञान हाच देव आहे.*

खुनी माणसाच्या शब्दांचे पडसाद लँग्डनच्या मनावर उमटायला लागले - *मध्यरात्र – तासाला एक याप्रमाणे मृत्यूची मालिका – विज्ञानाच्या वेदींवर बळी जाणारे शुद्ध आणि निष्कलंक जीव.*

बंदुकीच्या गोळीच्या आवाजाने गर्दी पांगावी तसे आवाज नाहीसे झाले.

रॉबर्ट लँग्डन ताडकन उभा राहिला. इतक्या झटक्यात, की त्याची खुर्ची उलटून मागे कोसळली.

व्हिट्टोरिया आणि कामेरलेंगो दचकले.

''माझ्या समोर होते सर्व, पण लक्षात नाही आले.''

''काय लक्षात नाही आले?'' व्हिट्टोरियाने विचारले.

लँग्डन प्रीस्टकडे वळला, ''फादर, गेली तीन वर्षं मी पुन्हापुन्हा या कार्यालयाला विनंती करतो आहे, की व्हॅटिकनचे जुने रेकॉर्ड बघायची मला परवानगी द्या. सात वेळा ती विनंती नाकारली गेली.''

''सॉरी मिस्टर लँग्डन, पण या तक्रारीसाठी ही वेळ योग्य आहे असं वाटत नाही मला.''

''मला ताबडतोब तुमच्या आर्काइव्ह्ज् मधे प्रवेश हवा आहे. बेपत्ता असलेले चार कार्डिनल्स – मला वाटतं की त्यांना कुठे ठार करण्यात येणार आहे, ते मी शोधून काढू शकेन.''

व्हिट्टोरिया बघतच बसली. नक्की त्याच्या बोलण्याचा चुकीचा अर्थ लावत होती ती.

कामेरलेंगोला त्याचे बोलणे दुष्टबुद्धीचे वाटत होते. भलत्याच वेळेला सुचलेला विनोद. ''ही माहिती आमच्याच रेकॉर्ड्समध्ये आहे यावर मी विश्वास ठेवावा असे म्हणणे आहे तुझे?''

''मी ती योग्य वेळेत शोधेन याची शाश्वती नाही. पण तुम्ही मला प्रवेश दिला तर...''

''मिस्टर लँग्डन, चार मिनिटांत मला सिस्टीन चॅपेलमध्ये पोचायचे आहे. आर्काइव्ह्ज् व्हॅटिकनच्या दुसऱ्या टोकाला आहेत.''

''तू गंभीरपणे बोलतो आहेस ना?'' लँग्डनच्या डोळ्यांचा ठाव घेत व्हिट्टोरियाने विचारले. त्याची उत्सुकता तिला जाणवत होती.

''विनोद करायची वेळ नाही ही.'' लँग्डन उत्तरला.

''फादर,'' कामेरलेंगोकडे वळत व्हिट्टोरिया उद्‌गारली, ''हे खून कुठे पडणार आहेत कळायची थोडीशी जरी शक्यता असली तर त्या जागी आपण गार्ड्स...''

''पण आर्काइव्ह्ज्? त्यांच्यावरून कसा जागांचा शोध लागणार?'' कामेरलेंगोचा विश्वास बसत नव्हता.

''स्पष्टीकरण देण्यात खूप वेळ जाईल. तेवढा वेळ आपल्याकडे नाही. पण माझी कल्पना बरोबर असली तर आपण हॅसासिन्‌ला पकडू शकू.''

कामेरलेंगोची विश्वास ठेवायची खूप इच्छा होती, पण त्याला ते जमत नव्हते. ''ख्रिश्चन धर्माचे अत्यंत प्राचीन असे हस्तलिखित ग्रंथही तिथे आहेत. इतके मौल्यवान की मलाही बघायची परवानगी नाही.''

''कल्पना आहे मला.''

''क्यूरेटर आणि बोर्ड ऑफ व्हॅटिकन लायब्ररिअन्स यांच्या लेखी परवानगीनेच फक्त प्रवेश मिळू शकतो.''

''किंवा पोपची परवानगी. माझी विनंती अमान्य करणाऱ्या प्रत्येक पत्रात क्यूरेटरने तसे स्पष्ट म्हटले आहे.''

कामेरलेंगोने मान डोलावली.

''मला उद्धटपणा करायचा नाही, पण माझी चूक होत नसेल तर पोपची आज्ञा मला वाटतं याच कार्यालयातून निघते आणि आज तो अधिकार तुमच्या हातात आहे. परिस्थितीचा विचार करता...''

कामेरलेंगोने आपल्या झग्यातून घड्याळ काढून बघितले. ''मिस्टर लँग्डन, चर्चच्या रक्षणासाठी आज अक्षरश: माझे प्राणही अर्पण करायची माझी तयारी आहे.''

लँग्डनने त्याच्या डोळ्यांत बघितले. हा पूर्ण खरे बोलतो आहे याबद्दल त्याची खात्री पटली.

''तुझी खात्री आहे, ते कागदपत्र इथेच आहेत? आणि त्यामुळे आपल्याला चार चर्चेसचा पत्ता लावायला मदत होईल?'' कामेरलेंगोने विचारले.

''तशी खात्री नसती तर प्रवेश देण्यासाठी मी पुन्हापुन्हा विनंती केली नसती. शिक्षकाच्या पगारात मजा म्हणून इटलीला येणं शक्यच नाही. तो कागद एक प्राचीन...''

कामेरलेंगो लँग्डनचे बोलणे मधेच तोडत म्हणाला, ''जास्ती तपशील या क्षणी माझ्या मनात गोंधळ निर्माण करेल. गुप्त आर्काइव्ह्ज् कुठे आहेत माहीत आहे?''

''सान्ता ॲना गेटमागे.'' लँग्डन उत्साहाने म्हणाला.

"कमाल आहे. बहुतेक सर्व स्कॉलर्सना वाटतं, की सेन्ट पीटर्सच्या सिंहासनामागे आत शिरायला गुप्त दरवाजा आहे."

"नाही. ते *आरकिविओ देल्ला रेवेरेन्दा दि फ्राब्रीका दि सान पिएत्रो* – गैरसमज केवळ."

"प्रवेश घेणाऱ्या प्रत्येकाबरोबर नेहमी एक लायब्ररीतला साहाय्यक असतो. आज सर्व साहाय्यक निघून गेले आहेत. तुझी विनंती म्हणजे कुठेही जाण्याचा परवानाच ठरू शकतो. आमचे कार्डिनल्ससुद्धा एकटे आत जाऊ शकत नाहीत."

"मी तुमचा खजिना अत्यंत आदराने आणि काळजीपूर्वक हाताळेन. मी तिथे येऊन गेलो हे लायब्रेरिअनना सुद्धा कळणार नाही."

वरती सेन्ट पीटर्सच्या घंटेचे टोले पडायला लागले. खिशातले घड्याळ पुन्हा बघत कामेरलेंगो म्हणाला, "जायलाच पाहिजे मला आता." त्याने क्षणभर लँग्डनकडे अगदी गंभीरपणे रोखून बघितले. "आर्काइव्ह्ज्जवळ तुम्हाला एक स्विस गार्ड भेटेल. मी तुमच्यावर विश्वास टाकतो आहे मिस्टर लँग्डन. जा आता."

लँग्डनच्या तोंडातून शब्द फुटेना.

प्रीस्टने पुढे होऊन लँग्डनच्या खांद्यावर हात दाबला. तसा ताकदवान होता की. आणि वेगळाच भासायला लागला होता – शांत, धीरगंभीर. "तुला जे हवे आहे ते शोध. पण लौकर."

४६

बॉरगिया कोर्टयार्डच्या दुसऱ्या टोकाला व्हॅटिकनची गुप्त आर्काइव्ह्ज् आहेत. वीस हजारांहून जास्ती पुस्तकांचे खंड तिथे आहेत. लिओनार्दो दा विंचीच्या, हरवलेल्या आहेत अशी कल्पना असलेल्या डायऱ्या आणि पवित्र बायबलचे अप्रकाशित खंडही तिथे आहेत अशी समजूत आहे.

लँग्डन झपाट्याने निर्मनुष्य अशा विया देल्ला फॉन्दामेन्तावरून आर्काइव्ह्ज्च्या दिशेने निघाला. तिथे खरेच आपल्याला प्रवेश मिळणार आहे यावर त्याचे मन या क्षणीही विश्वास ठेवायला तयार नव्हते. व्हिट्टोरिया सहजपणे त्याच्याबरोबर चालत होती. बदामासारखा सुगंध येणारे तिचे केस वाऱ्यावर भुरुभुरु उडत होते. लँग्डनच्या नाकात तो वास जाताच त्याचे विचार भरकटायला लागले. त्याने कष्टानेच मनावर ताबा ठेवला.

"आपण नक्की काय शोधणार आहोत ते सांगणार आहेस मला?" व्हिट्टोरियाने विचारले.

"गॅलिलिओ नावाच्या माणसाने लिहिलेले एक छोटेसे पुस्तक."

"गॅलिलिओ!" ती आश्चर्यचकित झाली. "काय आहे त्याच्यात?"

"त्यामधे *इल सेगनो* असावे असा अंदाज आहे."

"कसली तरी खूण?"

"सांकेतिक खूण, चिन्ह, माग काढता येईल असे काहीतरी. भाषांतरावर अवलंबून राहील."

"कशाचे चिन्ह?"

"गुप्त ठिकाणाचे. गॅलिलिओच्या इल्युमिनाटींना व्हॅटिकनपासून दडून राहाणे आवश्यक होते. त्यांनी भेटण्यासाठी रोममधेच एक अति गुप्त ठिकाण बनवले. त्यांनी त्या जागेला नाव दिले चर्च ऑफ इल्युमिनेशन."

"सैतानाच्या गुहेला चर्च नाव देणे धाडसाचेच म्हणायला हवे."

"गॅलिलिओचे इल्युमिनाटी सैतानी प्रवृत्तीचे नव्हते," नकारार्थी मान हलवत लँग्डन म्हणाला. "ते ज्ञानाची कास धरणारे शास्त्रज्ञ होते. जिथे गुप्तपणे आणि सुरक्षितपणे भेटून व्हॅटिकनने बंदी घातलेल्या विषयांवर चर्चा करता येईल अशी ती जागा होती. अशी जागा अस्तित्वात होती हे सर्वमान्य असले, तरी आजपावेतो तिचा पत्ता लागलेला नाही."

"इल्युमिनाटी आपली रहस्ये दडवण्यात तरबेज होते तर."

"वादच नाही. ब्रदरहुडबाहेर त्यांनी ती जागा कुठे आहे याबद्दल चकार शब्द उच्चारला नाही. या गुप्ततेमुळेच त्यांचे रक्षण झाले खरे, पण नवीन सदस्य घेताना प्रश्नही निर्माण झाले."

"जाहिरात नाही तर वाढ नाही." व्हिट्टोरियाची चाल आणि बुद्धी दोन्ही तेज होती.

"अगदी बरोबर. गॅलिलिओच्या ब्रदरहुडबद्दल १६३० पासून चर्चा व्हायला लागली आणि जगातले शास्त्रज्ञ इल्युमिनाटींचे सदस्य बनण्यासाठी गुप्तपणे रोमच्या वाऱ्या करायला लागले. गॅलिलिओच्या टेलिस्कोपमधून बघायची संधीही त्यांना हवी होती, त्याच्या कल्पना ऐकायच्या होत्या. पण इल्युमिनाटींच्या गुप्ततेमुळे रोममधे पोहोचूनही भीती न बाळगता नक्की कुणाशी बोललं तर चालेल, हे शास्त्रज्ञांना कळायचं नाही आणि कुठे जायचं तेही समजायचं नाही. इल्युमिनाटींना नवीन रक्त हवं होतं हे खरं, पण आपली गुप्त जागा उघड करण्याचा धोका पत्करायचीही त्यांची तयारी नव्हती."

व्हिट्टोरियाच्या कपाळावर आठ्या चढल्या. "ज्याला उत्तर नाही अशी समस्या."

"बरोबर. कॅच-२२ म्हणतात तशी परिस्थिती."

"मग त्यांनी काय केले?"

"ते बुद्धिमान शास्त्रज्ञ होते. त्यांनी डोकं चालवलं. अत्यंत हुशारीने मार्ग शोधला. इल्युमिनाटींनी अत्यंत चातुर्याने एक नकाशा बनवला की जो शास्त्रज्ञांना वाट दाखवेल. योग्य जागी पोहोचवेल."

"नकाशा?" संशयानेच तिची चाल मंदावली. "बेपर्वाई झाली ही. चुकीच्या हातात तो नकाशा पडला तर..."

"पडूच शकला नसता. त्याच्या कॉपीज नव्हत्या. कागदावर उतरवायचा नकाशाच नव्हता तो. शहरामधून खुणा शोधत जायचा तो महाप्रचंड नकाशा होता."

व्हिट्टोरिया जास्तीच हळू चालायला लागली. "फुटपाथवरचे दिशादर्शक बाण?"

"थोडाफार तोच प्रकार. पण अत्यंत कावेबाजपणा वापरलेला. शहरात उघड्यावर लपवून ठेवलेल्या खुणांच्या सहाय्याने बनवलेला नकाशा. एक खूण दुसऱ्या खुणेकडे जाण्याचा मार्ग दाखवे, मग पुढली, असं करत इल्युमिनाटींच्या गुप्त जागी पोहोचता येई."

"खजिना शोधायचा प्रकार वाटतो हा."

"तसंच म्हणता येईल. इल्युमिनाटींनी त्यांच्या खुणांना नाव दिले होते 'पाथ ऑफ इल्युमिनेशन.' ब्रदरहुडला मिळण्याची ज्यांना इच्छा असेल त्यांना शेवटपर्यंत तो मार्ग शोधणे भाग होते. एक प्रकारची कसोटी परीक्षाच होती ती."

"पण व्हॅटिकनला इल्युमिनाटींना शोधायचे तर त्यांनाही तसाच शोध घेता आला नसता का?"

"नाही. तसा लपवलेला मार्ग. एक कोडं. अशा तऱ्हेने रचना केलेली, की काही जणांनाच त्या खुणा बघून, त्यांचा अर्थ समजून, इल्युमिनाटी चर्च कुठे दडलेलं आहे कळलं असतं. त्यांचा प्रवेश देण्याचाच समारंभ. त्यात सुरक्षितता होती आणि मुख्य म्हणजे फक्त लायकी असणारे प्रगल्भ बुद्धिमत्तेचेच शास्त्रज्ञ त्यांच्या दारापर्यंत पोहोचले असते."

"काही अर्थ दिसत नाही तुझ्या बोलण्यात. इ. स. १६०० मध्ये चर्चमधले धर्मगुरू ही जगामधली खूप शिकलेली अशी माणसं होती. या खुणा जर सार्वजनिक ठिकाणी होत्या, तर धर्मगुरूंपैकी अनेक जणांना त्यांचा अर्थ लावून नक्कीच इल्युमिनाटींच्या गुप्त जागेचा शोध लावता आला असता."

"आला असता की. पण अशा काही खुणा आहेत ही तरी माहिती त्यांना हवी ना! तशी माहिती त्यांना नव्हती. इल्युमिनाटींनी त्या खुणा अशा तऱ्हेने तयार केल्या होत्या, की व्हॅटिकनच्या धर्मगुरूंना त्या वेगळ्या कुठल्या खुणा आहेत असा संशय

येण्याचेच कारण नव्हते. सिम्बॉलॉजिमध्ये फसवाफसवीचा वापर केला होता. डिससिम्युलेशन.''

''कॅमफ्लाज – शत्रूला संशय येणार नाही अशा युक्त्या-प्रयुक्त्या.''

''अरे! तुला तो शब्द बरोबर माहिती आहे की.''

''निसर्गाची स्वसंरक्षणाची सर्वोत्कृष्ट क्लृप्ती. समुद्र गवतात उभा तरंगणारा ट्रम्पेट मासा शोधायचा प्रयत्न करून बघ एकदा.''

''इल्युमिनाटींनी अगदी तेच तंत्र वापरलं. प्राचीन रोममधे खपून जातील अशा खुणा त्यांनी वापरल्या. ॲम्बिग्राम्स किंवा शास्त्रीय चिन्हांचा वापर वर्ज्य होता. त्यांचा वेगळेपणा तात्काळ लक्षात आला असता. त्यांनी एका इल्युमिनाटी आर्टिस्टला बोलावले – इल्युमिनाटी हा ॲम्बिग्राम बनवणारा अनामिक आणि असामान्य बुद्धिमत्तेचा आर्टिस्ट – त्यांनी त्याला चार शिल्पाकृती बनवायला सांगितल्या.''

''इल्युमिनाटी शिल्पाकृती?''

''हो. त्यासाठी त्यांनी दोन अटी घातल्या. एक म्हणजे रोममधल्या इतर शिल्पाकृतींहून त्या वेगळ्या भासता कामा नयेत. त्या इल्युमिनाटी शिल्पाकृती आहेत असा संशयही व्हॅटिकनला येता कामा नये.''

''धार्मिक कलाकृती?''

आता उत्साहात आलेला लँग्डन भराभर बोलायला लागला. ''आणि दुसरी अट म्हणजे चारही शिल्पाकृती कुठल्यातरी विषयाला धरून हव्यात. प्रत्येक शिल्प म्हणजे शास्त्राच्या चार मूलद्रव्यांपैकी एका मूलद्रव्याला कल्पकतेने वाहिलेली आदरांजली असायला हवी.''

''शास्त्राची चार मूलद्रव्यं?'' व्हिट्टोरियाने विचारले. ''मूलद्रव्यं तर शंभराहून जास्ती आहेत.''

''१६०० मध्ये नव्हती. त्यावेळी समज होता की सर्व विश्व फक्त चार मूलद्रव्यांचं बनलेलं आहे. पृथ्वी – वायू – अग्नी – जल.''

लँग्डनला माहिती होते की, पूर्वीचा क्रॉससुद्धा चार मूलद्रव्यांचे सर्वज्ञात प्रतीक आहे – क्रॉसचे चार हात पृथ्वी, वायू, अग्नी आणि जल दाखवतात. त्याशिवाय हीच चार मूलद्रव्ये दर्शवणारी इतिहासकाळात डझनावारी प्रतीके आहेत. पायथॅगोरिअन कालचक्रे, चिनी होन्ग फान, राशीचक्राचे चार सारखे भाग वगैरे. मुस्लीमदेखील ही पवित्र मानतात. त्यांनी दिलेली नावे आहेत चौकोन, ढग, विजा, लाटा. पण या सर्वांच्या आधुनिक उपयोगाचीच लँग्डनला धास्ती वाटत होती. मेसन्समध्ये प्रवेशाच्या चार रहस्यमय पायऱ्या होत्या – पृथ्वी, वायू, अग्नी, जल.

व्हिट्टोरिया जरा कोड्यात पडली. ''या इल्युमिनाटी आर्टिस्टने चार अशा शिल्पाकृती बनवल्या, की बघताना त्या धार्मिक कलाकृती वाटल्या तरी त्या

खरोखर चार मूलद्रव्यांचा सन्मान करणाऱ्या होत्या?''

विया सेन्तिनेलमधून आर्काइव्ह्ज्च्या दिशेने वळत लँग्डन म्हणाला, ''अगदी बरोबर. रोममधल्या धार्मिक कलाकृतींच्या सागरामध्ये या शिल्पाकृती सहजपणे सामावून गेल्या. या शिल्पाकृती चार विवक्षित चर्चेसना निनावी देणगीदाखल देऊन आणि आपले राजकीय वजन वापरून इल्युमिनाटींनी त्या शिल्पाकृतींची त्यांना हव्या त्या चर्चेसमधे स्थापना केली. प्रत्येक शिल्पाकृती म्हणजे अर्थातच एक मार्गदर्शक चिन्ह होते – पुढल्या चर्चची दिशा दाखवणारे – धार्मिक बुरख्याआडची प्रत्येक शिल्पाकृती म्हणजे एक मार्गदर्शक खूण होती, जिथे पुढली दिशा सापडे. इल्युमिनाटींमध्ये प्रवेश हवासा वाटणाऱ्या इच्छुकाने पहिले चर्च आणि पृथ्वीची खूण शोधली, तर तो वायू, नंतर अग्नी आणि शेवटी जल यांच्या खुणांचा शोध घेत चर्च ऑफ इल्युमिनेशनला पोहोचू शकत असे.''

खरे सांगायचे तर व्हिट्टोरिया जास्ती, जास्ती गोंधळायला लागली होती. ''आणि या सगळ्यांचा संबंध इल्युमिनाटी खुन्याला पकडण्याशी आहे?''

''अर्थातच.'' लँग्डन हसत म्हणाला. ''इल्युमिनाटींनी या चार चर्चेसना खास नाव दिले होते. *विज्ञानाच्या पवित्र वेदी.*''

''त्याला काहीच अर्थ...'' ती एकदम थांबली. ''*ल अल्तारे दि सिएन्झा!* त्या इल्युमिनाटी खुन्याने धोक्याची उघडउघड सूचना दिली आहे, की हे कार्डिनल्स विज्ञानाच्या पवित्र वेदींवर बळी दिले जाणार आहेत म्हणून.''

''चार कार्डिनल्स, चार चर्चेस, विज्ञानाच्या चार पवित्र वेदी.''

व्हिट्टोरियाला धक्का बसला. ''तू म्हणतो आहेस की ज्या चार चर्चेसमधे कार्डिनल्सचे बळी जाणार आहेत ती प्राचीन पाथ ऑफ इल्युमिनेशनशी संबंधित चार चर्चेस आहेत?''

''माझा तरी विश्वास आहे तसा.''

''पण खुन्याने एवढा तरी सुगावा का लागू दिला आपल्याला?''

''का नको? या शिल्पाकृतींची माहितीसुद्धा फारच कमी इतिहासकारांना आहे. त्यातल्या फारच थोड्या जणांना त्यांच्या अस्तित्वाबद्दल खात्री आहे. ती कुठे आहेत या रहस्याचा चारशे वर्षं जर उलगडा झालेला नाही, तर ते रहस्य आणखी पाच तास सुरक्षित राहील अशी खात्री आहे इल्युमिनाटींना. आणि आता त्यांना त्यांच्या पाथ ऑफ इल्युमिनेशनची गरजच नाही. त्यांची गूढ आणि गुप्त जागाही नाहीशी झाली असेल. आधुनिक युगात बँकांच्या बोर्डरूम्स, इटिंग क्लब्ज, खाजगी गोल्फ कोर्सेस सारख्या ठिकाणी ते भेटू शकतात. आज ते त्यांची रहस्यं समारंभाने उलगडून दाखवणार आहेत. तो क्षण त्यांचा, फक्त त्यांचा असणार आहे.''

तो बोलून दाखवत नसला तरी लँग्डनच्या मनात वेगळीच भीती होती. चार

ब्रॅन्ड्स. खुन्याने शपथ घेतली होती की प्रत्येक कार्डिनलला वेगळ्याच ब्रॅन्डने डाग दिला जाईल. *जुन्या आख्यायिका खऱ्याच आहेत याचा पुरावा,* असे तो म्हणाला होता. चार ॲम्बिग्रॅमॅटिक ब्रॅन्ड्सच्या आख्यायिका इल्युमिनाटींएवढ्याच जुन्या होत्या. पृथ्वी – वायू – अग्नी – जल – चार शब्द – ॲम्बिग्राम्स. इल्युमिनाटी शब्दाप्रमाणेच. प्रत्येक कार्डिनल विज्ञानाच्या एका प्राचीन मूलद्रव्याच्या नावाने डागला जाणार होता. हे चारही ब्रॅन्ड्स इंग्लिश भाषेत आहेत, इटालिअन नाही, ही अफवा इतिहासकारांमधला एक चर्चेचा मुद्दा होता. नेहमीची भाषा सोडून इल्युमिनाटी उगीचच भलत्याच भाषेकडे का वळले? अशक्य! इल्युमिनाटी कुठलीही गोष्ट काहीतरी कारण असल्याशिवाय करत नसत.

लँग्डन विटांनी बनवलेल्या पायवाटेवरून आर्काइव्ह्ज्‌कडे वळला. काहीतरी भयानक प्रतिमा त्याच्या डोळ्यांसमोर नाचत होत्या. त्यांच्या कारस्थानाची व्याप्ती आणि त्यातला सरळसरळ कपटीपणा यांचा त्याला हळूहळू उलगडा होत होता. नाईलाज होता तितका काळ ब्रदरहुडने गप्प राहायचे ठरवून त्या काळात त्यांचा प्रभाव आणि सामर्थ्य जबरदस्त वाढवले होते. आता न भीता डोके वर काढून उघडउघड त्यांच्या उद्दिष्टासाठी लढा द्यायची त्यांची तयारी झाली होती. इल्युमिनाटी आता लपूनछपून राहणार नव्हते. त्यांची ताकद दाखवत जुन्या आख्यायिका खऱ्या करून दाखवणार होते. जगामध्ये अभूतपूर्व अशी प्रसिद्धी मिळवून देणारे अफाट धाडस ते आज रात्री करणार होते.

घाईघाईने आर्काइव्ह्ज्‌च्या दर्शनी दरवाज्याकडे येणाऱ्या स्विस गार्डकडे व्हिट्टोरियाने त्याचे लक्ष वेधले. यांना बघताच तो खाडकन उभा राहिला. त्याचा बहुधा विश्वास बसेना की या दोघांना त्याला आतमध्ये पोहोचवायचे आहे. त्याने पाठ फिरवून आपला वॉकी-टॉकी काढला. त्याला मिळालेल्या आज्ञेवर त्याचा विश्वास बसला नव्हता. तो घाईघाईने काहीतरी बोलत होता. दुसऱ्या बाजूने येणारा रागीट आवाज काय बडबडत होता हे लँग्डनला कळले नाही, पण त्या बोलण्याचा अर्थ स्पष्ट असावा. गार्डने वॉकी-टॉकी परत ठेऊन त्यांच्यावर नाखुषीनेच नजर फिरवली.

त्यांना आर्काइव्ह्ज्‌मध्ये घेऊन जाताना तो एक अक्षर बोलला नाही. चार पोलादी दरवाजे, दोन पास की वापरून उघडलेले दरवाजे पार करून पुढे खाली उतरणाऱ्या पायऱ्यांनी ते एका प्रशस्त जागी पोचले. दोन कॉम्बिनेशन की पॅड्स, हाय-टेक इलेक्ट्रॉनिक गेट्स आणि ते एका ओकच्या लाकडी दरवाज्याजवळ आले. गार्ड थांबला, त्यांच्यावर नजर टाकत स्वत:शीच पुटपुटला. एका धातूच्या पेटीजवळ जाऊन त्याने कोड दाबताच त्यांच्या पुढ्यातल्या दरवाजाच्या कड्या सरकल्या.

पहिल्या प्रथमच तो त्यांच्याशी बोलला. "आर्काइव्ह्ज् आत आहेत. तुम्हाला

इथपर्यंत सोडायच्या आज्ञा आहेत मला.''

"तू निघालास?'' व्हिट्टोरियाने विचारले.

"स्विस गार्ड्सना गुप्त आर्काइव्ह्ज्‌मधे प्रवेश नसतो. केवळ कामेरलेंगोकडूनच आमच्या कमांडरला आज्ञा मिळाल्याने तुम्ही इथे पोहोचला आहात.''

"पण आम्ही बाहेर कसे पडणार?''

"सर्व सुरक्षा एकाच दिशेने आहे. आत जाताना. परत येताना तुम्हाला काहीच त्रास पडणार नाही.'' तो वळला आणि निघून गेला.

व्हिट्टोरिया काहीतरी पुटपुटली पण ते लँग्डनला ऐकू आले नाही. आत काय काय गूढ गोष्टी असतील या विचारात तो गढला होता.

४७

वेळ फार कमी आहे कळत असूनही कामेरलेंगो कार्लो व्हेन्त्रेस्का हळूहळूच पावले टाकत होता. प्रार्थना म्हणायच्या आधी त्याला जरा नीट विचार करायला अवधी हवा होता. काय विचित्र घडत होते. धावपळीच्या आणि जबाबदारीच्या गेल्या पंधरा दिवसांची त्याला आठवण येत होती.

त्याने आपली पवित्र कर्तव्ये पार पाडण्यात थोडीही कसर ठेवली नव्हती.

व्हॅटिकनच्या परंपरेप्रमाणे त्याने स्वत: पोपच्या मानेच्या धमनीवर बोटे ठेऊन श्वासोच्छ्वास बघून पोप मरण पावले आहेत याची खात्री करून घेतली होती. तीन वेळा पोपचे नाव घेतले होते. कायद्याप्रमाणे शवचिकित्सा होत नसे. मग त्याने पोपची बेडरूम सील करून त्याची फिशरमन अंगठी नष्ट केली होती. सील्स बनवण्यासाठी वापरात येणाऱ्या साच्याचे तुकडे उडवले होते, दफनाची योग्य व्यवस्था करायच्या आज्ञा देऊन गुप्त बैठक बोलावण्यासाठी तयारी सुरू केली होती.

गुप्त बैठक. शेवटचा अडथळा. ख्रिश्चन धर्मामधली सर्वांत जुनी परंपरा. हल्ली या बैठकीचा निर्णय काय लागणार याची कल्पना आधीच यायला लागल्यापासून ही परंपरा कालबाह्य मानून तिच्यावर खूप टीका व्हायला लागली होती. गुप्त बैठकीला निवडीपेक्षा विडंबनाचे स्वरूप यायला लागले होते. या मतांना काहीही किंमत नाही, बैठकीचा अर्थच कुणाच्या ध्यानात येत नाही असे कामेरलेंगोचे स्पष्ट मत होते. गुप्त बैठक म्हणजे निवडणूक नव्हती. प्राचीन, रहस्यमय, सत्तांतराची

काळापलीकडली रूढी होती. अत्यंत गुप्तता – घड्या घातलेले कागद – जुन्या रसायनांचे मिश्रण – धुराचे सन्देश.

तेराव्या ग्रेगरीच्या गॅलरीतून पुढे येताना कार्डिनल मेस्ताती किती घाबरला असेल या विचारात तो होता. चार निवडक कार्डिनल्स – *प्रेफरीती* – गायब आहेत, हे त्याला कळले असणारच. ते हजर नसतील तर मतदान रात्रभरही चालू राहील. ग्रेट इलेक्टर म्हणून मेस्तातीची केलेली नेमणूक योग्यच होती. चांगला माणूस होता. विचार करणारा, अत्यंत स्पष्टवक्ता. आज अशाच नेत्याची बैठकीला गरज होती.

रॉयल स्टेअरकेसवर उभा असताना आपण आयुष्याच्या एका उभ्या कड्यावर उभे आहोत असा त्याला भास झाला. सिस्टीन चॅपेलमधली गडबड त्याच्या कानांवर पोहोचत होती. एकशे पासष्ट चिंतातूर कार्डिनल्सच्या बडबडीचा गलका.

नाही, एकशे एकसष्ट कार्डिनल्स, त्याने दुरुस्ती केली.

क्षणभर कामेरलेंगो खाली नरकात कोसळायला लागला. किंचाळणारी माणसे, वेढून टाकणाऱ्या ज्वाळांची धग, आकाशातून होणारा रक्ताचा आणि दगडांचा वर्षाव.

मग शांतता.

मुलगा जागा झाला तेव्हा स्वर्गातच होता. सर्वत्र पांढरा रंग. डोळे दिपवणारा अगदी शुद्ध प्रकाश. आता दहा वर्षांच्या मुलाला स्वर्ग काय कळणार, असे काही जण म्हणतीलही. पण कार्लो व्हेन्त्रेस्काला स्वर्गाचा अर्थ बरोबर कळत होता. तो आता स्वर्गातच होता. दुसरीकडे कुठे असणार? पृथ्वीवरच्या दहा वर्षांच्या छोट्या आयुष्यातही देवाची भव्य दिव्यता त्याला जाणवली होती. घनगंभीर पाईप ऑर्गन्स, उंचच उंच घुमट, उच्च आवाजातल्या प्रार्थना, रंगीबेरंगी काचा, चमकदार ब्रॉन्झ आणि सोने. कार्लोची आई दररोज त्याला चर्चमध्ये प्रार्थनेला आणायची. चर्च हेच कार्लोचे घर होते.

"अगदी प्रत्येक दिवशी कशाला प्रार्थनेला यायचे?" कार्लो आईला विचारायचा. त्याला आवडेच म्हणा ते.

"कारण मी देवाला तसे वचन दिले आहे आणि देवाला दिलेल्या वचनाइतके पवित्र वचन दुसरे नाही. देवाला दिलेले वचन कधी मोडू नकोस."

त्याने आईला तसे वचन दिले. जगामध्ये त्याचे आईवर जितके प्रेम होते तेवढे कुणावरच नव्हते. ती पवित्र देवता होती. कधीतरी तो तिला *मारिया बेनेदेत्ता* म्हणे– पवित्र मेरीमाता – तिला अजिबात आवडायचे नाही ते. तिच्याबरोबर तोही गुडघ्यांवर प्रार्थनेला बसायचा. काय छान वास यायचा तिच्या अंगाला. ती जपमाळेचे मणी ओढत पुटपुटत असे, ते ऐकायलाही आवडायचे त्याला. *माते मेरी,* आम्हा

पाप्यांसाठी प्रार्थना कर – आता आणि आमच्या मृत्युसमयीसुद्धा.

"माझे वडील कुठे आहेत?" आपले वडील आपल्या जन्मापूर्वीच मरण पावले आहेत हे माहिती असूनही तो विचारे.

"देवच आता पिता आहे तुझा." ती नेहमी हेच उत्तर देई. "तू चर्चचा पुत्र आहेस."

कार्लोला खूप आवडायचे हे बोलणे.

"कधी भीती वाटली तर लक्षात ठेव, की देव आता तुझा पिता आहे. त्याचे तुझ्यावर लक्ष आहे आणि तो कायम तुझे रक्षण करेल. त्याने तुझ्यासाठी मोठ्या योजना आखल्या आहेत कार्लो." बरोबर होते तिचे. हल्ली त्याला आपल्या रक्तातच देव भिनलेला आहे वाटायला लागले होते.

रक्त...

आकाशातून पडणारा रक्ताचा पाऊस.

शांतता. नंतर स्वर्ग.

त्याचा स्वर्ग? डोळे दिपवणारे पांढरे दिवे बंद झाले. कार्लोला कळले की त्याचा स्वर्ग म्हणजे पालेर्मो बाहेरच्या सान्ता क्लारा हॉस्पिटलमधला अतिदक्षता विभाग आहे. सुट्टीवर असताना तो आणि त्याची आई ज्या चॅपेलमध्ये प्रार्थना करत होते त्यावर दहशतवाद्यांनी बॉम्बहल्ला केला होता. चॅपेल उद्ध्वस्त झाला. त्याच्या आईसकट सदोतीस माणसे मृत्युमुखी पडली. फक्त कार्लोच वाचला होता. *सेन्ट फ्रॅन्सिसचा चमत्कार* असेच याबाबत वर्तमानपत्रे म्हणत होती. स्फोटापूर्वी काही क्षण आधी, तसे काही कारण नसताना, आईला सोडून सेन्ट फ्रॅन्सिसची कथा सांगणारा पडदा बघण्यासाठी तो बाजूला गेला होता.

देवानेच मला तिथे बोलावले, त्याने ठरवून टाकले. माझा जीव वाचवण्याची इच्छा होती त्याची.

कार्लोच्या शरीरात वेदना पसरल्या होत्या. तरीही गुडघ्यांवर बसून एक क्षण त्याच्या दिशेने मुका घेतल्यासारखे दाखवणारी आई त्याला दिसत होती. दुसऱ्या क्षणी प्रचंड गडगडाट होऊन तिचे तुकडेतुकडे उडाले. रक्ताचा पाऊस! त्याच्या आईच्या रक्ताचा पाऊस! पवित्र मारिया!

देवाचे तुझ्यावर लक्ष आहे आणि तो कायम तुझे रक्षण करेल, त्याच्या आईने सांगितले होते.

पण आत्ता देव कुठे आहे?

आईच्या श्रद्धेचे मूर्त स्वरूप म्हणूनच की काय एक धर्मगुरू हॉस्पिटलमधे आला. साधासुधा धर्मगुरू नाही. बिशप! त्याने कार्लोजवळ बसून प्रार्थना केली. सेन्ट फ्रॅन्सिसचा चमत्कार! तो बरा झाल्यावर ज्या ठिकाणी बिशपची नेमणूक होती

त्या कथीड्रलच्या एका मॉनेस्ट्रीमधे त्याने कार्लोच्या राहाण्याची सोय केली. इतर मॉंक्सबरोबर तो राहायला आणि शिक्षण घ्यायला लागला. आपल्या नवीन रक्षणकर्त्यासाठी तो अल्टार बॉयसुध्दा बनला. बिशपने त्याने पब्लिक स्कूलला जावे असे सुचवले. कार्लो तयार झाला नाही. तो मॉनेस्ट्रीमधेच खूप सुखी होता. आता तो खरोखर देवाच्या घरीच राहात होता.

प्रत्येक रात्री तो आईसाठी प्रार्थना करे.

देवाने माझा जीव वाचवण्याचे काहीतरी कारण असणार, तो विचार करे. *काय असेल बरं ते?*

सोळावे वर्ष संपल्यावर इटालिअन कायद्याप्रमाणे त्याला दोन वर्षे रिझर्व्हजमधे लष्करी शिक्षण घेणे क्रमप्राप्त होते. त्याने रोमन कॅथलिक सेमिनरीमधे प्रवेश घेतला तर लष्करी शिक्षण टाळता येईल असे बिशपने त्याला सांगितले. तिथे तो प्रवेश घेईलच, पण त्या आधी त्याला जगामधल्या वाईट गोष्टी समजून घ्यायच्या आहेत असे त्याने बिशपला सांगितले.

बिशपच्या काही लक्षात येईना.

त्याचे आयुष्य पाप आणि दुराचार यांना तोंड देत चर्चमधे घालवायचे असेल तर त्या गोष्टी नीट समजणे आवश्यक आहे असे कार्लोने सांगितले. त्या सैतानी गोष्टींचे ज्ञान मिळवायला सैन्यापेक्षा चांगली जागा कुठली असणार? तिथे बंदुका आणि बॉम्ब वापरतात. *बॉम्बनेच तर त्याच्या आईचा बळी घेतला होता.*

त्याने विचार बदलावा म्हणून बिशपने खूप गळ घातली. पण तो आपल्या निर्णयाला चिकटून राहिला.

''मग सांभाळून राहा माझ्या मुला. आणि लक्षात ठेव की तू परत येण्याची चर्च वाट बघते आहे.''

त्याचे दोन वर्षांचे सैनिकी शिक्षण हा एक भीषण अनुभव होता. कार्लोचे तारुण्य स्वत:शी शांतपणे विचार करण्यात गेले होते. सैन्यात कुठली शांतता आणि विचार करायला वेळ? सगळीकडे भयानक आवाज आणि कोलाहल. तशीच प्रचंड यंत्रे. शांतता कधीच नाही. आठवड्यातून एकदा सैनिक बरॅक्समधे प्रार्थनेला जात. पण कार्लोला आपल्या सहकारी सैनिकांपैकी कुणामधेही देवाचा अंश दिसला नाही. सर्वजण बावरलेले. देवाकडे लक्ष लागणार कसे?

सैन्यातल्या आयुष्याची त्याला घृणा आली. त्याला घरीच परतायचे होते. पण स्वत:हून आल्यावर दोन वर्षे पुरी करायचीच असा त्याचा निश्चय होता. तो बंदूक हातात धरायला तयार नव्हता, म्हणून सैन्याने त्याला वैद्यकीय हेलिकॉप्टर चालवायला शिकवले. कार्लोला त्याचाही आवाज आणि वास सहन होत नसे. पण निदान तो उंच आकाशात असे. स्वर्गातल्या आईच्या जवळ. वैमानिकाच्या शिक्षणात पॅराशूटने

उड्या मारायच्या शिक्षणाचा समावेश आहे कळल्यावर त्याच्या मनात धडकीच भरली. पण शिकण्याशिवाय पर्याय नव्हता.

देव माझे रक्षण करेल, त्याने स्वतःला बजावले.

पण पॅराशूटच्या साहाय्याने मारलेली पहिली उडी त्याला आयुष्यातला वेगळाच आनंद देऊन गेली. देवाबरोबरच उडण्याचा अनुभव. त्याला पॅराशूटने उड्या मारण्याचे वेड लागले. शांतता – तरंगत राहाणे – जमिनीच्या दिशेने येताना पांढऱ्या ढगांमध्ये दिसणारा आईचा चेहरा. *देवाने तुझ्यासाठी मोठ्या योजना आखल्या आहेत कार्लो.* सैन्यामधून परतल्यावर त्याने सेमिनरीमधे प्रवेश घेतला.

या गोष्टीला तेवीस वर्षे उलटली होती.

आता रॉयल स्टेअरकेस उतरताना कार्लो व्हेन्त्रेस्का त्याला आज या ठिकाणी आणून सोडणाऱ्या घटनाक्रमांचा विचार करत होता. *त्यांचा अर्थ समजून घ्यायचा प्रयत्न करत होता.*

सर्व भीती सोडून दे. आजची रात्र देवावर सोपव.

सिस्टीन चॅपेलचे ब्रॉन्झचे मोठे दरवाजे दिसायला लागले. चार स्विस गार्ड्स रक्षणासाठी सज्ज होते. त्यांनी दरवाजा उघडून दिला. आतमधल्या प्रत्येकाची नजर दरवाजाकडे वळली. कामेरलेंगोने काळ्या झग्यातल्या आणि लाल कंबरपट्ट्यातल्या कार्डिनल्सवर नजर फिरवली. देवाने त्याच्यासाठी काय योजून ठेवले होते ते त्याला बरोबर कळले. देवाने चर्चचे भवितव्यच त्याच्या हातात सोपवले होते.

कामेरलेंगोने शरीरावरती क्रॉसची खूण केली आणि आत पाऊल टाकले.

४८

बी.बी.सी. नेटवर्क व्हॅनमध्ये गुन्थार ग्लिक घामाने निथळत होता. त्याने ही कामगिरी त्याच्यावर सोपवणाऱ्या एडिटरला मनात खूप शिव्या घातल्या. ग्लिकच्या पहिल्या महिन्यातल्या कामाचे कौतुक झाले होते. हिकमती, कावेबाज, विश्वासू, आणि आज तो व्हॅटिकन शहरात 'पोप-वॉच' वर होता.

स्वतःची समजूत घालत होता की बी.बी.सी.चा वार्ताहर म्हटले, की बातमी विश्वसनीय ठरते. हे काही ब्रिटिश टॅटलरमधे खोट्यानाट्या गोष्टी भरत केलेले काम नव्हे. पण तरीही असा वेळ काढत बातम्या द्यायची कल्पनाही त्याला असह्य होत होती.

त्याला नेमून दिलेले काम साधे सरळ होते. अगदी अपमानास्पद वाटावे इतके

साधे. म्हातारे कार्डिनल्स एक म्हातारा पोप निवडेपर्यंत थांबायचे आणि व्हॅटिकन मागे ठेवून पंधरा सेकंद थेट प्रक्षेपण करत बातमी द्यायची.

उत्कृष्ट कल्पना!

असल्या कामासाठी आजही बी.बी.सी. कुणाला पाठवत असेल, असे त्याच्या मनातही आले नव्हते. आज रात्री अमेरिकन नेटवर्क्स दिसतात का इथे? नाहीच दिसणार. मोठी नेटवर्क्स पध्दतशीर काम करत. सी.एन.एन. चॅनेल बघायचा. सारांश काढायचा. निळ्या पडद्यापुढे आपले 'थेट प्रक्षेपण' करायचे. मधे मधे व्हिडिओ फिल्म्स वापरून सत्याचा आभास निर्माण करायचा. एम.एस.एन.बी.सी. तर वारा आणि पावसाची यंत्रे वापरायचे. बघणाऱ्यांना तरी हल्ली 'सत्य' कुठे हवे असते? त्यांना फक्त करमणूक हवी असते.

पुढल्या काचेतून बघताबघता मिनिटामिनिटाला त्याची मन:स्थिती उदास बनायला लागली. व्हॅटिकन शहर बघताना त्याला सारखे वाटत होते, की माणसे मनापासून काम करतात तेव्हा काय काय अफाट निर्मिती करू शकतात.

''आणि मी काय मिळवले आत्तापर्यंतच्या आयुष्यात?'' तो नकळत स्वत:शी मोठ्याने बोलत आश्चर्य व्यक्त करत होता. ''काहीच नाही.''

''मग सोडून दे सर्व.'' मागे बसलेली स्त्री म्हणाली.

तो उडालाच. आपण एकटे नाही हे तो जवळजवळ विसरलाच होता. त्याने मागे वळून किनिता माक्रीकडे बघितले. ती तिचा चष्मा साफ करत होती. ती बरेचदा तेच करत असे. स्वत:ला आफ्रिकन अमेरिकन म्हणवायची. तशी वजनदारच. पण फार हुशार. आणि ते दुसऱ्यालाही विसरू द्यायची नाही कधी. वेगळीच. पण आवडायची ग्लिकला.

''काय बिघडले गुन्थ?''

''काय करतो आहोत आपण इथे?''

ती चष्मा पुसतच राहिली. ''एका अत्यंत खळबळजनक घटनेचे आपण साक्षीदार आहोत.''

''अंधाऱ्या खोलीत कोंडलेले म्हातारे खळबळजनक?''

''तू नरकातच जाणार आहेस हे माहिती आहे ना तुला?''

''मी पोहोचलेलोच आहे तिथे.''

''बोल माझ्याशी.'' आईचीच आठवण झाली गुन्थारला.

''माझा स्वत:चा असा ठसा उमटवायचा आहे मला.''

''तू ब्रिटिश टॅटलरसाठी लिहित होतास म्हणे.''

''गाजेल असे काही नाही.''

''कमाल आहे. मी तर ऐकले होते की परग्रहावरील कुणाशी तरी असलेले

राणीचे गुप्त लफडे तू उघडकीस आणले होतेस म्हणून.''

''आभारी आहे.''

''आज तू इतिहास घडवणार आहेस. प्रथमच पंधरा सेकंद टी.व्ही.वर दिसणार आहेस.''

त्याने कण्हायचेच बाकी ठेवले होते. वृत्त निवेदकाचे शब्द आत्ताच त्याच्या कानावर पडायला लागले. 'थॅन्क्स गुन्थार. चांगली बातमी कळवलीस.' आणि मग डोळे फिरवून तो हवामानाकडे वळणार. ''मी ॲन्कर – वृत्त निवेदक म्हणून काम शोधायला हवे होते.''

''काहीही अनुभव नसताना? आणि ही अशी दाढी राखून? विसर ते.'' ती जोराने हसत म्हणाली.

हनुवटीवरच्या लाल दाढीतून हात फिरवत तो म्हणाला, ''दाढीमुळे मी हुशार वाटतो पण.''

व्हॅनमधला सेल फोन वाजला. ''एडिटोरिअल असणार,'' तो आशेने म्हणाला. ''आतापर्यंतची माहिती हवी असणार त्यांना.''

''या कामगिरीवरची? तू स्वप्नातच का राहात नाहीस?''

आपल्या उत्कृष्ट, वृत्त निवेदकाच्या आवाजात तो फोनमधे बोलला. ''गुन्थार ग्लिक, बी.बी.सी., लाईव्ह इन व्हॅटिकन सिटी.''

फोनवर असणाऱ्या माणसाच्या आवाजात अरेबिक ढब होती. ''लक्ष देऊन ऐक. मी तुझे आयुष्य बहुधा बदलून टाकणार आहे.''

४१

गुप्त आर्काइव्ह्ज्च्या अगदी आतल्या खोलीत नेणाऱ्या दरवाजासमोर लँग्डन आणि व्हिट्टोरिया दोघेच उभे होते. संगमरवरी जमिनीवर सर्व भिंतीपर्यंत कार्पेट्स पसरलेली. छतावरून वायरलेस सिक्युरिटी कॅमेरे रोखलेले. दरवाजाच्या कमानीवर ब्रॉन्झची पाटी.

ARCHIVIO VATICANO

Curatore, Padre Jaqui Tomaso

फादर जाकी तोमासो. ओळखीचे नाव. भेटीची परवानगी पुन्हा पुन्हा नाकारणाऱ्या

पत्रांवरचे नाव. *प्रिय मिस्टर लॅंग्डन, तुमची विनंती मान्य करता येत नाही याचे मला दुःख होते, पण...*

दुःख म्हणे. जाकी तोमासो क्युरेटर बनल्यापासून त्याने कॅथलिक नसलेल्या कुठल्याही अमेरिकन अभ्यासकाला गुप्त व्हॅटिकन आर्काइव्ह्ज्मधे पाय ठेवायची परवानगी दिली नव्हती. *इल ग्वारदिआनो,* इतिहासकारांनी त्याचे नाव ठेवले होते. या धरतीवरचा सर्वांत खत्रुड लायब्ररिअन.

दरवाजा उघडून आत पाऊल ठेवताच लष्करी पोषाख, हेल्मेट, हातात बझूका घेतलेली फादर तोमासोची मूर्ती आत उभी असेल अशी उगीचच लॅंग्डनची अपेक्षा होती. पण आत कोणीही नव्हते.

संपूर्ण शांतता. डोळ्यांना त्रास होणार नाही असा प्रकाश.

आरकीविओ वातिकानो. त्याच्या आयुष्यातले एक स्वप्न.

त्या पवित्र चेम्बरवर नजर फिरवताना त्याला स्वत:बद्दलच आश्चर्य वाटले. कल्पनाविश्वात या चेम्बरची काय दृश्ये तरळायची त्याच्या डोळ्यांसमोर. पार फसवी होती ती. धुळीने भरलेल्या बुकशेल्फ्सवर फाटकेतुटके खंड नुसते रचून ठेवले असतील आणि मेणबत्त्यांच्या आणि रंगीत काचांच्या प्रकाशात प्रीस्ट्सचे यादी करण्याचे काम चालले असेल, प्राचीन गुंडाळ्यांचा मॉंक अभ्यास करत असतील...

असले काहीही नव्हते.

खोली एखाद्या अंधाऱ्या एअरलाइन हॅन्गारसारखी वाटत होती. त्यात डझनभर रॅकेट-बॉल कोर्ट्स बांधलेली. अर्थात काचेच्या तशा बंद खोल्या त्याच्या ओळखीच्या होत्या. उष्ण आणि दमट हवा यांच्यामुळे चर्मपत्रे आणि त्यासारख्या प्राचीन कागदांवर अत्यंत वाईट परिणाम होत असल्याने, प्राचीन कागद सुरक्षित राहावेत म्हणून अशा हवाबंद व्हॉल्ट्सची गरज भासे. असे व्हॉल्ट दमटपणा आणि हवेमधली नैसर्गिक ॲसिड्स बाहेर ठेवत. अशा व्हॉल्ट्समध्ये तो अनेकदा गेलेला होता. पण प्रत्येक वेळी आत शिरल्यावर तो अस्वस्थ व्हायचा. तिथला प्राणवायूचा पुरवठा रेफरन्स लायब्ररिअन मर्यादित करतात म्हणूनही असेल.

व्हॉल्ट्स अंधारे होते. प्रत्येक शेल्फवरच्या घुमटातून थोडासा प्रकाश खाली पडत होता. भुताटकीच्या खोलीतच आल्यासारखे त्याला वाटले. पण प्रत्येक अंधाऱ्या जागेत खंडच्या खंड खच्चून भरलेले दिसत होते. असा संग्रह दुसरीकडे कुठेही असणे शक्य नव्हते.

व्हिट्टोरियाही चकित झाली. त्या पारदर्शक व्हॉल्ट्सकडे बघत त्याच्या शेजारी उभी राहिली.

वेळ कमी होता. अंधाऱ्या खोलीत लायब्ररीतल्या पुस्तकांच्या यादीचा कॅटलॉग

शोधण्याचा लँग्डनने प्रयत्नही केला नाही. संगणकाची वेगवेगळी टर्मिनल्स दिसत होती. ''बायब्लिऑन असावे त्यांच्याकडे. कॉम्प्युटराइज्ड इन्डेक्स.''

''लौकर काम होईल.'' व्हिट्टोरिया आशेने म्हणाली.

पण त्याला तसा आनंद झालेला दिसला नाही. तसे नसणार असे मात्र त्याला वाटत होते. टर्मिनलजवळ जाऊन त्याने टाईप करायला सुरुवात केली. त्याला वाटणारी भीती खरी ठरली. ''जुनीच पध्दत जास्ती उपयोगात आली असती.''

''का?''

''खऱ्या पुस्तकांना पासवर्ड्सचे संरक्षण लागत नाही. पदार्थविज्ञान शास्त्रज्ञ हे जन्मजात हॅकर्स असतील असे वाटत नाही मला.''

व्हिट्टोरियाने कबुली दिली. ''शिंपल्यांशिवाय काही उघडता येत नाही मला.''

दीर्घ श्वास घेऊन लँग्डनने व्हॉल्ट्सवर नजर फिरवली. सर्वांत जवळच्या व्हॉल्टपाशी जाऊन त्याने आत बघितले. नेहमीचीच पुस्तकांची शेल्फ्स, भूर्जपत्रे जपून ठेवण्यासाठी बॉक्सेस, रेफरन्सेस वाचण्यासाठी टेबल्स, प्रत्येक शेल्फशेजारी त्यात काय ठेवले आहे लिहिलेल्या ठिकाणी छोटा दिवा. त्याने चालत वाचायला सुरुवात केली.

पिएत्रो लेरेमीता – ले क्रोचिआते – उरबानो – लेवाँ.

''लेबल्स आहेत. पण लेखकांच्या नावांच्या आद्याक्षरांच्या क्रमाने वाटत नाहीत.'' त्याला आश्चर्य वाटले नाही. प्राचीन आर्काइव्ह्ज्मध्ये ही पध्दत बहुधा कधीच वापरली जायची नाही, कारण कित्येक कागदपत्रांचे, पुस्तकांचे लेखक कोण हेच माहीत नसायचे. नावांप्रमाणे ठेवावी म्हटले तर कित्येकांवर नावेही नसायची. तेव्हा काळानुसार कॅटलॉग बनायचा. पण इथे तो क्रमही वापरलेला दिसत नव्हता.

वेळ निघून चालला होता. ''व्हॅटिकनने स्वत:चीच कुठली तरी पध्दत वापरलेली दिसते.''

''कमाल आहे.''

त्याने पुन्हा लेबल्सवर नजर टाकली. ''पुस्तके वेगवेगळ्या शतकांमधली असली तरी विषयानुसार कॅटलॉगिंग असावे.''

''विषयाप्रमाणे?'' व्हिट्टोरियाला अजिबात आवडले नाही. ''त्याला काय अर्थ आहे?''

खरे तर... लँग्डनने जरा विचार केला. *हीच मी बघितलेल्या पध्दतींमधली उत्कृष्ट पध्दत असावी.* कोणत्याही आर्टिस्टच्या कलाकृतींचा अभ्यास करताना त्याचा काळ लक्षात न घेता त्याची पध्दत आणि त्याचा विषय यावरती लक्ष द्या असे तो नेहमी आपल्या विद्यार्थ्यांना सांगत असे. नाही तर तारखांच्या जंजाळात

त्याच्या एखाद्या कलाकृतीमध्ये ते अडकून बसायचे. याच तत्त्वावर व्हॅटिकनची आर्काइव्ह्ज् काम करत असावीत. त्याला खात्रीच पटायला लागली. ''या व्हॉल्टमधे सर्व काही क्रूसेडसच्या शतकांमधले आहे. हाच विषय आहे त्यांचा. सर्व काही इथे आहे. ऐतिहासिक घटना, पत्रे, आधुनिक विवेचन. त्या विषयावर खोल अभ्यास करायला प्रोत्साहन मिळाल्याशिवाय राहाणार नाही.''

''पण काही पुस्तकांमधे अनेक विषयांना हात घातला असेल.''

''म्हणून क्रॉसमार्किंगही आहे.'' कागदपत्रांमधल्या रंगीत प्लॅस्टिक मार्कर्सकडे बोट दाखवत तो म्हणाला. ''दुसऱ्या कुठल्या विषयांवरच्या कागदपत्रांमधे हाच विषयही थोडाफार असला तरी तो संदर्भ दाखविण्यासाठीच हे मार्कर आहेत.''

''ठीक आहे प्रोफेसर.'' व्हिट्टोरियाने चर्चा बंद केली. त्या सर्व प्रचंड व्हॉल्ट्सवर नजर फिरवत तिने विचारले. ''मग गॅलिलिओचे काहीतरी शोधतो आहे त्याचे नाव काय?''

लँग्डन मनापासून हसला. तो या खोलीत पोहोचला आहे यावरच खरं तर त्याचा अजूनही विश्वास बसत नव्हता. *इथेच आहे ते. या अंधाऱ्या व्हॉल्ट्समधे. आपण शोधायचीच वाट बघत.*

प्रत्येक व्हॉल्टचा इन्डिकेटर टॅब बघत तो मधल्या छोट्या वाटेने पुढे निघाला. ''मी पाथ ऑफ इल्युमिनेशनबद्दल सांगितलं ते आठवतंय? कसोटी परीक्षा घेऊनच कसे ते नवीन शास्त्रज्ञांना सदस्यत्व देत ते?''

''खजिन्याचा मार्ग.''

''एकदा खुणा ठेवल्यावर शास्त्रज्ञांना गुप्त ठिकाणी पोहोचण्यासाठी नकाशा आहे ते कसं कळवायचं हाच त्यांच्यापुढे मोठा यक्षप्रश्न होता.''

''बरोबर. नाही तर असा काही शोध घ्यायचा आहे हेच कुणाला कळलं नसतं.''

''आणि असा काही मार्ग आहे हे माहीत असलं तरी तो कुठून सुरू होतो हे शास्त्रज्ञांना कसं कळणार? रोम एक प्रचंड शहर आहे.''

तो पुढल्या वाटेकडे वळला. ''पंधरा वर्षांपूर्वी मी आणि सॉरबोन इथल्या काही इतिहासकारांना काही इल्युमिनाटी पत्रं सापडली. त्यांच्यात *सेगनोबद्दल* काहीतरी होते.''

''चिन्हं, मार्ग आणि तो कुठून सुरू होतो याबद्दलची माहिती?''

''हो. आणि त्यानंतर माझ्यासकट इतरही इल्युमिनाटी अभ्यासकांना या खुणांबद्दल इतरत्र संदर्भ सापडले आहेत. अशा मार्गदर्शक खुणा नक्की आहेत आणि गॅलिलिओने व्हॅटिकनच्या नकळत ती माहिती पुरवली हे आता सर्वमान्य आहे.''

''ते कसं शक्य झालं पण?''

"नक्की माहीत नाही. पण ती माहिती छापून प्रसिध्द केली असण्याची शक्यता आहे. त्याने अनेक वर्षांच्या काळात बरीच पुस्तकं आणि पत्रं प्रसिध्द केली होती."

"आणि ती व्हॅटिकनने बघितलीच असणार."

"खरं आहे. पण खुणांची माहिती पसरली होतीच."

"पण कुणाला ती कधी सापडली नाही?"

"नाही. आणि मेसोनिक डायरीज, प्राचीन शास्त्रीय जर्नल्स, इल्युमिनाटी पत्रं यांच्यामधे सूचक उल्लेख झाला, तेव्हा तो एका आकड्याने केलेला आहे."

"६६६?"

"खरे तर ५०३." लँग्डन हसून म्हणाला.

"का?"

"ते आमच्यापैकी कुणालाच कळत नाही. मी तर त्या आकड्याने भारूनच गेलो. त्या आकड्याचा अर्थ लावण्याचा खूप प्रयत्नही केला. न्यूमरॉलॉजी, नकाशावरचे संदर्भ, अक्षांश." लँग्डन मधल्या वाटेच्या शेवटी पोहोचला. वळून त्याने पुढल्या ओळीतले टॅब्ज बघायला सुरुवात केली. "अनेक वर्षं एकच गोष्ट लक्षात येत राहिली. आकडा पाचाने सुरू होतो. इल्युमिनाटींबाबत महत्त्वाचा आकडा."

"मला वाटायला लागलं आहे की हल्ली हल्लीच तुला त्याचा उलगडा झाला आहे आणि म्हणूनच आपण इथे पोहोचलो आहोत."

"बरोबर." नकळत स्वत:च्या कामाबद्दल तो थोड्या अभिमानानेच म्हणाला. "अगदी क्वचित घडणारी गोष्ट. गॅलिलिओने Dialogo – *दियालोगो* – नावाचं पुस्तक लिहिलं आहे. माहिती आहे काही त्याबद्दल?"

"अर्थातच. शास्त्रज्ञांमधले बेस्टसेलरच."

हा शब्द लँग्डनने नक्कीच वापरला नसता. पण ती काय बोलते आहे हे त्याच्या बरोबर ध्यानात आले. १६३० मधे कोपर्निकसच्या सिध्दान्तावर आधारित सूर्यमालेच्या हेलिओसेन्ट्रिक मॉडेलला पाठिंबा देणारे पुस्तक प्रसिध्द करण्याची गॅलिलिओला इच्छा झाली. पण चर्चच्या जिओसेन्ट्रिक मॉडेलला पाठिंबा देणाऱ्या पुराव्यांचा त्याच्या पुस्तकात समावेश करेपर्यंत चर्चने त्याचे पुस्तक प्रसिध्द करायला मनाई केली. चर्चचे जिओसेन्ट्रिक मॉडेल निखालस चुकीचे आहे याची गॅलिलिओला खात्री होती, पण चर्चची मागणी ठोकरणे शक्य नव्हते. शेवटी त्याला चर्चच्या इच्छेप्रमाणे पुस्तक प्रसिध्द करणे भाग पडले. तरीही *दियालोगो* या पुस्तकावर चर्चची वक्रदृष्टी वळलीच आणि व्हॅटिकनने गॅलिलिओला नजरकैदेत ठेवले."

"कोणत्याही चांगल्या गोष्टीबद्दल शिक्षा झाल्याशिवाय राहात नाही."

लँग्डनला हसू आले. "अगदी खरं आहे. पण गॅलिलिओची चिकाटी दांडगी

होती. नजरकैदेत असतानाच त्याने गुप्तपणे, त्यामानाने अप्रसिध्द राहिलेले दुसरे एक हस्तलिखित लिहिले. स्कॉलर्स अनेकदा नावात घोटाळा करतात. त्या हस्तलिखित पुस्तकाचे नाव होते Discorsi – *दिसकोरसि.*''

व्हिट्टोरियाने मान डोलावली. ''ऐकलं आहे त्याबद्दल – Discourses on Tides – भरती ओहोटीबद्दलचा प्रबंध.''

ग्रहांचे भ्रमण आणि त्यांचा भरती ओहोटीवरचा परिणाम याबद्दलच्या तशा अप्रसिध्द असलेल्या गॅलिलिओच्या पुस्तकाबद्दल व्हिट्टोरियाला माहिती आहे असे दिसताच लँग्डन आश्चर्यानेच क्षणभर बोलायचे थांबून नुसता बघत राहिला.

''अरे रॉबर्ट,'' ती म्हणाली. ''जिचे वडील गॅलिलिओचे भक्तच होते, अशा इटालिअन मरीन फिजिसिस्टशी बोलतो आहेस तू.''

लँग्डन जोराने हसला. पण ते काही *दिसकोरसि* शोधत नव्हते. लँग्डनने सांगितले की नजरकैदेत असताना एवढे एकच पुस्तक काही गॅलिलिओने लिहिले नव्हते. इतिहासकारांना वाटत होते की तसेच एक *Diagramma della Verita* – दियाग्रामा – नावाचे छोटे पुस्तकही त्याने लिहिले होते.

''Diagramma della Verita – *दियाग्रामा* देल्ला वेरीता – 'Diagram of Truth – सत्याचा आराखडा.''

''त्याबद्दल नाही कधी ऐकलं.'' व्हिट्टोरियाने कबुली दिली.

''त्यात आश्चर्य नाही. दियाग्रामा हे गॅलिलिओने अत्यंत गुप्तपणे लिहिलेले पुस्तक – ज्या काही शास्त्रीय सिध्दान्तांवर त्याचा पूर्ण विश्वास होता, पण ज्यांच्याबद्दल तो कुणाशी बोलू शकत नव्हता, अशा सिध्दान्तांवरचा तो प्रबंध होता म्हणे. त्याच्या इतर काही हस्तलिखितांप्रमाणेच *दियाग्रामा* या पुस्तकाचे हस्तलिखितही त्याच्या एका मित्राने रोमबाहेर नेले आणि गाजावाजा न करता हॉलंडमधे प्रसिध्द केले. युरोपमधल्या भूमिगत शास्त्रज्ञांमध्ये ते खूपच गाजले. मग व्हॅटिकनला त्याचा सुगावा लागला आणि त्यांनी त्याच्या प्रती जाळायची मोहीम हाती घेतली.''

व्हिट्टोरियाची जिज्ञासा आता जागृत व्हायला लागली. ''आणि तुला वाटते की दियाग्रामा मध्ये चर्च ऑफ इल्युमिनेशनपर्यंत पोहोचण्यासाठी मार्गदर्शक खुणा आहेत?''

''याच पुस्तकाद्वारे त्याने माहिती बाहेर पाठवली याबद्दल माझी तरी खात्री आहे.'' व्हॉल्ट्सच्या तिसऱ्या ओळीत शिरून त्याने टॅब्ज बघायला सुरुवात केली. ''या पुस्तकाच्या प्रतीचा शोध अनेक वर्षं चालू आहे. पण व्हॅटिकनची त्या पुस्तकाच्या प्रती जाळण्याची मोहीम आणि ते पुस्तक सुरक्षित राहण्याची क्षमता लक्षात घेता ते पुस्तक बहुधा जगाच्या पाठीवरून नाहीसंच झालं आहे.''

''सुरक्षित राहण्याची क्षमता?''

"टिकाऊपणा. कुठल्याही पुस्तकाच्या बांधणीवरून, वापरलेल्या कागदावर अवलंबून, आर्काइव्हिस्ट्स एक ते दहा क्रमांक देतात. *दियाग्रामा* एका तऱ्हेच्या लव्हाळ्याच्या पपाईरसवर छापले होते. टिशू पेपरसारखा कागद. शंभर वर्षांपेक्षा जास्ती टिकणं कठीणच."

"पण याहून चांगल्या तऱ्हेने का छापले नाही?"

"त्याचे पाठीराखे भानगडीत अडकू नयेत म्हणून गॅलिलिओचीच सूचना. कोणताही शास्त्रज्ञ या पुस्तकाच्या प्रतीसह पकडला गेलाच तर पाण्यात टाकताच पुस्तक विरघळायचे. पुरावा नष्ट व्हायचा. अठरावे शतक उलटेपर्यंत या पुस्तकाची केवळ एकच प्रत शिल्लक होती अशी कल्पना आहे."

"एक?" तिने इकडेतिकडे बघितले. "आणि ती इथे आहे?"

"गॅलिलिओच्या मृत्यूनंतर व्हॅटिकनने ती नेदर्लंडमधून जप्त केली. त्या पुस्तकात काय असेल याचा अंदाज बांधल्यापासून मी कित्येक वर्षं ती बघायची परवानगी विचारतो आहे."

लँग्डनच्या मनात काय आहे हे कळताच व्हिट्टोरियानेही शेजारच्या ओळीतल्या व्हॉल्ट्सवर नजर टाकायला स्वतःहून सुरुवात केली.

"थँक्स." आता दुप्पट टॅब्ज बघितले जात आहेत हे लक्षात येताच लँग्डन म्हणाला. "विज्ञान, वैज्ञानिक, गॅलिलिओ यांच्याबद्दल कुठल्याही टॅबवर उल्लेख आहे का बघ. दिसताच लक्षात येईल."

"ओ.के. पण अजूनही तू मला सांगितलेले नाहीस की *दियाग्रामा* मधेच काहीतरी सुगावा लागेल असे तुला का वाटते आहे. इल्युमिनाटींच्या पत्रातल्या नंबराशी काही संबंध आहे त्याचा? ५०३?"

"हो. जरा वेळ लागला, पण माझ्या लक्षात येतंय, की ५०३ हे साधं कोड आहे. त्याचा रोख *दियाग्रामा* कडेच आहे."

अचानक अर्थ लक्षात येण्याचा तो प्रसंग त्याला आठवला. दोन वर्षांपूर्वीचा १६ ऑगस्ट. मित्राच्या मुलाच्या लग्नासाठी तो सरोवराच्या काठावर उभा होता. बॅगपाईप्सचा आवाज येत होता. सरोवरामधून एका पडावावरून लग्नाची वरात येत होती. आगळाच प्रवेश. फुले आणि माळा यांनी पडाव सजवलेला होता. पडावाच्या पुढल्या भागावर रोमन आकडे रंगवले होते; DCII

कोड्यात पडून त्याने मुलीच्या पित्याला सहजच विचारले, "६०२ हे नाव का दिलं?"

"६०२?"

लँग्डनने बोट दाखवले. "*DCII* हा ६०२ साठीचा रोमन आकडा आहे."

तो जोराने हसला. "छे! छे! रोमन आकड्यांचा काही संबंध नाही. नाव आहे.

डिक आणि कॉनी II.''

डिक आणि कॉनी ही लग्न होणाऱ्या जोडप्याची नावे होती. अर्थात त्यांच्या सन्मानार्थ पडावाला ते नाव दिले होते. ''आणि *DCI* ला काय झाले?''

वधूपित्याने तोंड वाकडे केले. ''काल जेवणाच्या रिहर्सलमधे बुडाले ते.''

लँग्डन हसला. ''सॉरी!'' त्याने पुन्हा पडावाकडे बघितले. *DCII* म्हणजे *QEII* ची छोटी प्रतिकृतीच की. आणि पुढल्या क्षणी त्याला धक्का बसला.

लँग्डन व्हिट्टोरियाकडे वळला. ''मी म्हटल्याप्रमाणे ५०३ हा कोड नंबर आहे. इल्युमिनाटींची युक्ती. रोमन आकड्यांमधे ५०३ म्हणजे...''

''*DCIII*.''

''कमाल आहे. तू इल्युमिनाटी नाहीस ना?''

आता ती जोराने हसली. ''माझ्या कामात पेलॅजिक या मोठ्या कालखंडातील गाळाच्या खडकांचे वेगवेगळे आडवे पट्टे नक्की कुठल्या काळातले आहेत हे दर्शवण्यासाठी मी रोमन आकड्यांचा वापर करते.''

असशील, असशील! आपण सगळेच रोमन आकडे वापरत असू.

''मग काय आहे *DCIII* चा अर्थ?'' व्हिट्टोरियाने विचारले.

''*DI, DII, DIII* खूप जुने शॉर्टफॉर्म्स आहेत. गॅलिलिओच्या ज्या तीन पुस्तकांबाबत नेहमी घोटाळा होई, तो टाळावा म्हणून शास्त्रज्ञांनी ते वापरले होते.''

''*दियालोगो – दिसकोरसि – दियाग्रामा.*''

''डी-वन, डी-टु, डी-थ्री. अगदी शास्त्रशुध्द नावं. आणि वादग्रस्त. ५०३ म्हणजे डी-थ्री. त्याचे तिसरे पुस्तक. *दियाग्रामा.*''

व्हिट्टोरियाची खात्री पटत नसावी. ''पण तरी एका गोष्टीचा नीट अर्थ लागत नाहीच. *सेगनो* हे चिन्ह. मार्गदर्शक खूण किंवा बुध्दिवंतांचीसुध्दा कसोटी बघणारा मार्ग – पाथ ऑफ इल्युमिनेशन – याची सरळसरळ जाहिरातच जर गॅलिलिओच्या *दियाग्रामा* मध्ये होती तर सर्व प्रती जप्त करत असताना व्हॅटिकनच्या कसं काय काहीच लक्षात आलं नाही?''

''बघूनही त्यांना त्यात विशेष काही दिसलं नसेल. इल्युमिनाटी आपल्या खुणा उघड्यावर लपवत असत. हे चिन्हही तसंच ठेवलं असेल. सर्वांना दिसेल अशा ठिकाणी. त्याचा शोध घ्यायचा ज्यांचा विचार नसेल त्यांना अदृश्यच, किंवा ज्यांना अर्थच कळत नव्हता त्यांनाही. ऐतिहासिक कागदपत्रांप्रमाणे ते चिन्ह इल्युमिनाटी जिला *लिंग्वा पूरा* म्हणत त्या भाषेत होतं.''

''शुध्द भाषा?''

''हो.''

''गणित?''

“माझी तीच कल्पना आहे. गॅलिलिओ शास्त्रज्ञ होता. तो शास्त्रज्ञांसाठी लिहीत होता. तेव्हा गणित ही तर्कशुध्द भाषा वापरून त्याने मार्गदर्शक खूण लपवली असणार. पुस्तकाचं नावही *दियाग्रामा* आहे. तेव्हा गणिताच्या आकृत्यासुध्दा त्या कोड्याचा भाग असतील.”

“म्हणजे गॅलिलिओने काहीतरी गणिती कोडं बनवलं की जे धर्मगुरूंना कळलं नाही.”

“तुझी खात्री पटत नाही बहुधा.” पुढे चालत लँग्डन म्हणाला.

“कारण तुझी स्वत:चीही पटलेली नाही. डी-थ्रीबद्दल इतकी खात्री होती तर तू तसं प्रसिध्द का केलं नाहीस? मग व्हॅटिकन आर्काइव्ह्ज्मधे ज्यांना प्रवेश मिळू शकत होता, अशा कोणीतरी कधीच इथे येऊन *दियाग्रामाचा* शोध घेतला असता.”

“पण मला तसं प्रसिध्द करायचं नव्हतं. ही माहिती शोधण्यासाठी मी खूप कष्ट घेतले...” तो एकदम गप्प बसला.

“आणि तुला कीर्ती आणि प्रतिष्ठा हवी होती.”

लँग्डनचा चेहरा एकदम लाल झाला.

“हे बघ, एवढा गोंधळू नकोस. तू एका शास्त्रज्ञाशी बोलतो आहेस. प्रसिध्द करा नाही तर नष्ट व्हा. सर्नमधे आम्ही सिध्द करा नाही तर गप्प बसा म्हणतो.”

“मीच प्रथम शोध लावावा हे तर मला हवं होतंच, पण मला दुसरी भीतीही होती. नको त्या माणसांना माहिती कळली तर *दियाग्रामा* नाहीसंच व्हायचं.”

“नको ती माणसं म्हणजे व्हॅटिकनच ना?”

“त्यात त्यांची चूक आहे असं मला वाटत नाही. पण चर्चने नेहमीच इल्युमिनाटींच्या धोक्याला कमी लेखलं आहे. १९०० च्या आसपास तर चर्चने इल्युमिनाटी म्हणजे फाजील कल्पनाशक्तीचा एक आविष्कार आहे असं जाहीर केलं. धर्मगुरूंना वाटत होतं आणि ते तसं बरोबरही होतं, की ख्रिश्चनांचा द्वेष करणाऱ्या एका ताकदवान संघटनेने त्यांच्या बँका, राजकारण, विद्यापीठं यांच्यात शिरकाव करून घेतलेला आहे हे जगातल्या ख्रिश्चनांना न कळलेलंच बरं.” *वर्तमानकाळ रॉबर्ट,* त्याने स्वत:लाच आठवण करून दिली. *ख्रिश्चनांचा जबरदस्त द्वेष करणारी आणि त्यांच्या बँका, विद्यापीठात शिरकाव करून घेतलेली एक ताकदवान संघटना आजही अस्तित्वात आहे.*

“अशा धोकादायक संघटनेबद्दल कुठला पुरावा असता तर तो व्हॅटिकनने दाबून टाकला असता असं वाटतं तुला?”

“तशीच शक्यता आहे. खरा किंवा काल्पनिक धोका निर्माण झाला तरी चर्चच्या सामर्थ्यावरची श्रध्दा डळमळली असती.”

“शेवटचा प्रश्न.” व्हिट्टोरियाने लँग्डनकडे तो जणू काही दुसऱ्याच कुठल्या

तरी ग्रहावरून आलेला माणूस आहे अशा तऱ्हेने नजर टाकली. "तू हे सर्व *गंभीरपणे* बोलतो आहेस?"

लँग्डन थबकला. "म्हणजे काय?"

"आजचं संकट टाळण्याची हीच योजना आहे तुझ्याकडे?"

ती त्याची कीव करून बोलत होती की जबरदस्त घाबरली होती हे त्याला कळेना.

"*दियाग्रामा* शोधण्याबद्दल बोलते आहेस तू?"

"नाही. *दियाग्रामा* शोधणं, चारशे वर्षांपूर्वीच्या खुणा शोधणं, काहीतरी गणिती कोडं सोडवणं आणि इतिहासामधल्या अत्यंत प्रगल्भ बुध्दिमत्तेच्या शास्त्रज्ञांनाच फक्त शोधता आलेला मार्ग शोधणं... हे सर्व तू पुढल्या चार तासांत करणार आहेस?"

लँग्डनने खांदे उडवले. "दुसरा कुठला मार्ग असलाच तर तसा प्रयत्न करायला हरकत नाही माझी."

५०

आर्काइव्ह व्हॉल्ट ९ बाहेर उभे राहून लँग्डन आतील लेबल्स वाचत होता.

ब्राहे – क्लाविअस – कोपर्निकस – केपलर – न्यूटन.

तो गोंधळला. त्याने पुन्हा नावे वाचली. *सर्व शास्त्रज्ञ आहेत इथे, पण गॅलिलिओ कुठे आहे?*

"मला योग्य तो विषय सापडल्यासारखा वाटतो. पण त्यात गॅलिलिओ सापडत नाही." तो पुढल्या व्हॉल्टशेजारी लेबल वाचत असलेल्या व्हिट्टोरियाला म्हणाला.

"आहे, आहे, इथे आहे तो. हा सर्व व्हॉल्टच त्याचा वाटतो. पण वाचायला चष्माच लागेल."

लँग्डन तिच्याजवळ गेला. तिचे बोलणे योग्य दिसत होते. व्हॉल्ट १० मधल्या प्रत्येक टॅबवर एकच नाव होते.

इल प्रोचेसो गलिलेआनो

लँग्डनने हळूच शीळ घातली. गॅलिलिओला स्वत:चा व्हॉल्ट का हे अचानक त्याच्या ध्यानात आले. "गॅलिलिओचे प्रकरण – व्हॅटिकनच्या इतिहासातला

अत्यंत खर्चिक आणि कोर्टामध्ये दीर्घकाळ रेंगाळलेला खटला. चौदा वर्षं आणि सहाशे मिलियन लिरा. सर्व इथेच आहे.''

''पण कायदेशीर कागदपत्रं खूप वाटत नाहीत?''

''अनेक शतकं उलटूनही वकिलांमध्ये विशेष फरक पडलेला दिसत नाही.''

''आणि शार्क्समधेही.''

व्हॉल्टच्या बाजूचे मोठे पिवळे बटण त्याने दाबताच वरचे दिवे लागले. लाल दिवे आणि पुस्तकांनी भरलेली उंचच उंच शेल्फ्स.

तो प्रकाश बघताच व्हिट्टोरिया चपापली. ''आपण टॅनिंग वगैरे करत नाहीये ना?''

''भूर्जपत्रं, चर्मपत्रं, पपाइरस यांच्यावर लिहिलेलं अंधुक होत जातं. वाचायला असाच प्रकाश लागतो.''

''वेडच लागायचं या विचित्र प्रकाशाने.''

किंवा त्याहून वाईट काहीतरी, लँग्डनच्या मनात विचार आला.

''एक धोक्याची सूचना. आतमध्ये थोडीशी पोकळीच असते. प्राणवायू कमी असतो. श्वास घेताना त्रास झाल्यासारखे वाटेल.''

''वृध्द कार्डिनल्स जगतात ना यातही?''

खरे आहे, आपले सुदैव असेल तर...

व्हॉल्टमध्ये शिरायला एकच फिरता इलेक्ट्रॉनिक दरवाजा होता.

''मी आत शिरल्यावर बटण दाब आणि आत शिर. आतमधे फक्त आठ टक्के आर्द्रता असते. घसा कोरडा पडतो काही वेळा.''

हवाबंद अशा सील्ड आर्काइव्हमधे शिरले की शरीराला पहिल्या काही सेकंदात धक्कादायक बदल जाणवतो. एका क्षणात समुद्रसपाटीपासून वीस हजार फूट उंचीवर पोहोचल्यासारखा फरक पडतो. डोके हलके होते. पोटात मळमळते.

आत शिरताक्षणी लँग्डनला जाणवले की आतली हवा अपेक्षेपेक्षा जास्तीच विरळ आहे. त्यांच्या आर्काइव्ह्ज्‌ची व्हॅटिकन जास्तीच काळजी घेत असावे. त्याने व्हॉल्टमधे नजर फिरवली. भिंती पारदर्शक असल्या तरी तो नेहमीसारखा अस्वस्थ बनला. *मी एका पेटाऱ्यात आहे. रक्तासारख्या लाल पेटाऱ्यात.*

दरवाज्याचा आवाज आला. व्हिट्टोरिया आत शिरली होती. आत पाऊल ठेवताच तिच्या डोळ्यांमधून पाण्याच्या धारा लागल्या. श्वास घेणे कठीण व्हायला लागले.

''जरा मिनिटभर कळ काढ. डोकं हलकं वाटायला लागलं तर वाकून उभी राहा.''

''मला वाटतं... स्कूबा डायव्हिंग – मिक्श्चर चुकीचे...'' थांबून थांबून ती म्हणाली.

लँग्डन तिच्यासाठी थांबला. ती धडधाकट होती. सरावेल मिनिटभरात.

"ठीक आहेस आता?"

तिने मान डोलावली.

"तुमच्या त्या अंतराळयानातून मी नव्हता का प्रवास केला? फिट्ट्टफाट."

ती हसली.

त्याने बाजूच्या खोक्यातून पांढरे हातमोजे काढले. "बोटांवरचे ॲसिड. तूही घाल. त्याशिवाय कागदपत्रांना हात लावता येणार नाही."

"किती वेळ आहे आपल्याला?"

"आता सात वाजून गेले आहेत," लँग्डन आपल्या मिकी-माऊसच्या घड्याळात बघत म्हणाला.

"म्हणजे आपल्याला तासाभरात हवं ते शोधायला हवं."

"खरं तर तेवढा वेळ नाही." त्याने वरती बोट दाखवले. "व्हॉल्टमधे कुणी असेल तर क्यूरेटर रिऑक्सिजनरेशन सिस्टिम चालू करतो. आज इथे कुणी नाही. वीस मिनिटंच आहेत आपल्याला."

व्हिट्टोरियाचा चेहरा पांढरा पडला.

"सिध्द करा नाहीतर गुदमरून मरा मिस वेत्रा. मिकी टिक् टिक् करतो आहे."

५१

बी.बी.सी. चा वार्ताहर गुन्थार ग्लिक सेलफोन हातात धरून निदान दहा सेकंद तसाच थांबला.

किनिता माक्रीने मागून विचारले, "काय झालं? कुणाचा फोन होता?"

आपल्यासाठी नसलेली नाताळची भेट आपल्या हातात आलेली आहे कळल्यावर एखाद्या मुलाला जसे वाटेल तसा त्याचा चेहरा झाला होता. "टीप मिळाली आहे. व्हॅटिकनमधे काहीतरी गडबड आहे."

"गुप्त बैठक म्हणतात त्याला. काय पण टीप मिळाली आहे!"

"नाही. दुसरंच काही." *विचारही करता येणार नाही असे.* फोनवरचा माणूस सांगत होता ते खरे असेल ना? ते खरे असावे अशी तो मनात प्रार्थना करत होता हे लक्षात येताच त्याची त्यालाच लाज वाटली.

"चार कार्डिनल्सना पळवून नेलं आहे आणि वेगवेगळ्या चर्चेसमधे त्यांची

हत्या करण्यात येणार आहे, असं मी सांगितलं तर काय म्हणशील?''

''मी म्हणेन ऑफिसमधला चमत्कारिक विनोदबुध्दीचा कोणीतरी तुझे पाय ओढतो आहे.''

''आणि पहिला खून नक्की कुठे पडणार आहे ती जागाही आपल्याला कळवणार आहे म्हटलं तर?''

''आत्ता नक्की कोण बोललं तुझ्याशी?''

''त्याने नाव नाही सांगितलं.''

माक्रीचा विश्वास बसणे शक्यच नव्हते. पण ब्रिटिश टॅटलरमधे दहा वर्षे काम केल्याने त्याचा अनेक चक्रम आणि लबाड माणसांशी संबंध आला होता. फोनवरचा माणूस वेडा वाटला नव्हता किंवा खोटे बोलणाराही. त्याचे बोलणे स्पष्ट आणि मुद्याला धरून होते. *मी आठ वाजण्यापूर्वी तुला फोन करेन,* तो माणूस म्हणाला होता. *आणि पहिला खून कुठे पडणार आहे ते सांगेन. तू काढशील ते फोटो तुला जगप्रसिध्द बनवतील.* तो आपल्याला ही माहिती का देतो आहे विचारल्यावर त्याच्या मध्यपूर्वेतल्या बोलण्याच्या ढबीप्रमाणेच त्याचा आवाजही खुनशी बनला होता. *प्रसिध्दी माध्यमे अराजकाचा उजवा हात असतात.*

''आणि दुसरेही काहीतरी सांगितले त्याने.'' ग्लिक म्हणाला.

''काय? एल्विस प्रीस्लेची पोप म्हणून निवड झाली आहे असे?''

''जरा बी.बी.सी.च्या डेटाबेसला फोन लाव.'' ग्लिकचे विचारचक्र सुरू झाले होते. ''या लोकांबद्दल आपण पूर्वी दुसऱ्या काही गोष्टी लिहिल्या आहेत का बघू.''

''कोण लोक?''

''आधी फोन तर लावशील?''

तिने एक निःश्वास टाकला. ''एक मिनिट फक्त.''

''माझ्याकडे कॅमेरामन आहे याबद्दलही त्याला खात्री हवी होती.''

''व्हिडिओग्राफर!''

''आणि आपण थेट प्रक्षेपण करू शकू याबद्दलही.''

''वन पॉईंट फाइव्ह थ्री सेवन मेगाहर्ट्झ. कशाबद्दल आहे हे?'' बीप आवाज आला. कनेक्शन लागले होते. ''कुणाबद्दल माहिती हवी आहे?''

ग्लिकने सांगितले.

माक्रीने वळून त्याच्याकडे रोखून बघितले. ''तू चेष्टाच करतो आहेस अशी आशा करते मी.''

५२

व्हॉल्ट १० मधील मांडणी लँग्डनच्या अपेक्षेप्रमाणे नव्हती. *दियाग्रामा* चे हस्तलिखित गॅलिलिओच्या इतर पुस्तकांबरोबर नव्हते. संगणकाशिवाय परिस्थिती कठीण वाटत होती.

"*दियाग्रामा* इथेच आहे अशी खात्री आहे तुझी?"

"नक्कीच. दोन ठिकाणी नाव आहे. *उफीसिओ देल्ला प्रोपोगान्दा देल्ला फेदे.'*

"ठीक आहे. ठीक आहे. तुझी खात्री असली की झालं." ती डावीकडे वळली, तो उजवीकडे.

काय पुस्तके होती! पुस्तकांचा तो खजिना न बघताच पुढे जाणे जिवावर येत होते. ***The Assayer, The Starry Messenger, The Sunspot Letters, Letter to the Grand Duchess Christina, Apologia pro Galileo,*** नावे संपतच नव्हती.

शेवटी व्हॉल्टच्या मागच्या बाजूने व्हिट्टोरियाने विचारले, "*दियाग्रामा देल्ला वेरीता?*"

लँग्डन धावतच तिच्याजवळ पोहोचला. "कुठे? कुठे?"

तिने बोट दाखवले. ते आधी का नाही मिळाले हे कळले त्याला. हस्तलिखित पुस्तकासारखे शेल्फवर नव्हतेच. एका फाईलमधे आडवे ठेवलेले होते. फोलिओ बिन – बाईंड न केलेले कागदपत्र जिथे जपून ठेवतात – समोर लेबलही होते. संशयाला जागाच नव्हती.

दियाग्रामा देल्ला वेरीता
गॅलिलिओ गॅलिलेई, १६३९

लँग्डन गुडघ्यांवर बसला. "मस्त काम केलेस. मला बाहेर काढायला मदत कर जरा."

दोघांनी तो धातूचा ट्रे बाहेर ओढताच चाकांवरून तो पुढे सरकला.

"कुलूप नाही?" तिने आश्चर्यानेच विचारले.

"कधीच नाही. कागदपत्रं कधी कधी घाईघाईने बाहेर काढायला लागतात. आग लागली, पूर आला..."

"उघड, उघड आता."

लँग्डनला सांगायची आवश्यकता नव्हतीच. आयुष्यातले त्याचे एक स्वप्न पुरे होत होते. व्हॉल्टमधली हवा जास्ती विरळ बनत होती. त्याला वेळ दवडायचा नव्हता. त्याने लॅच सरकवले. खाली एक काळे, डक क्लॉथचे सपाट पाकीट होते. कागदपत्रे खराब होऊ नयेत म्हणून असे पाकीट आवश्यक असे. त्याने दोन्ही हातांनी पाकीट हळूच उचलले.

"मला खजिन्याची पेटी असेल वाटलं होतं, अशी उशी नाही."

पाकीट हळुवारपणे हातात धरून तो व्हॉल्टच्या मध्यभागी असलेल्या, वरती काच बसवलेल्या, एक्झॅमिनेशन टेबलाजवळ पोहोचला. कागदपत्र जास्ती लांब हलवायला लागू नयेत म्हणून ही व्यवस्था असली तरी दुसरा हेतू असेच. आजूबाजूच्या उंचच उंच स्टॅक्समुळे दुसरे कोणी असलेच तरी वाकून बघू शकत नसे. आयुष्य बदलवून टाकणारे शोध अशा व्हॉल्ट्समधे लागले आहेत. अभ्यासकांना त्यांचे प्रतिस्पर्धी वाकून बघतील ही नुसती कल्पनादेखील असह्य होते.

लँग्डनने शेजारच्या ट्रेमधला छोटा, टोकाला सपाट चकत्या बसवलेला चिमटा उचलला. थरथरत्या हातांनी चिमटा आत घातला. तो इतका उत्तेजित झाला होता, की तो जागा होईल आणि केंब्रिजमधे टेस्ट पेपर तपासत असेल अशी त्याला भीती वाटत होती.

"शांत हो, शांत हो. कागद आहेत ते. प्लुटोनियम नाही." व्हिट्टोरिया म्हणाली.

कागद घट्ट पकडून धरून त्याने पाकीटच हळूहळू बाहेर खेचले. काचेखालचा दिवा लावला.

"छोटे छोटे कागद दिसतात." तिच्या आवाजात भक्तिभाव दिसला.

होते खरे तसेच कागद. वरच्या कागदावर पुस्तकाचे नाव, तारीख, गॅलिलिओचे नाव लिहिले होते. गॅलिलिओच्या स्वत:च्या हस्ताक्षरात!

आणि लँग्डन आपला थकवा विसरला, तो व्हॉल्ट विसरला, आपण कोणत्या परिस्थितीत इथपर्यंत पोहोचलो आहोत हे देखील विसरला. तो नुसता बघत बसला. इतिहासाशी जवळीक साधली गेली की त्याची अशीच मन:स्थिती व्हायची. भानच हरपायचे.

पिवळा पपाइरस. प्राचीनपणाबद्दल आणि खरेपणाबद्दल शंकेला जागा नव्हती. इतक्या काळानंतर लेखन थोडेफार अस्पष्ट झालेले. पण उत्कृष्ट अवस्थेत.

व्हिट्टोरियाजवळ स्टेनलेस स्टीलच्या आर्काइव्हल साधनांचा ट्रे होता. त्याने बोथट पट्टी मागितली. कागदावरून बोटे फिरवली. पट्टी वरच्या कागदाखाली सरकवली.

पहिले पान लॉन्गहॅन्डमध्ये लिहिलेले होते. बारीक, जुन्या पध्दतीची अक्षरे वाचता येणे शक्य नव्हते. पण आकृत्या नाहीत, आकडे नाहीत, निबंध वाटत होता.

''हेलिओसेन्ट्रिसिटी.'' व्हिट्टोरियाने मथळ्याचे भाषांतर केले. कागदावर नजर फिरवली. ''जिओसेन्ट्रिक मॉडेल चुकीचे आहे असे गॅलिलिओ स्पष्ट म्हणतो आहे. प्राचीन इटालिअन. भाषांतराबद्दल खात्री नाही.''

''लक्ष देऊ नकोस. गणिते हवीत. शुध्द भाषा.'' पुढल्या कागदावरही निबंधच वाटत होता. आकडे नाहीत. आकृत्याही नाहीत. लँग्डनला हातमोजांमधे घाम फुटायला लागला.

''ग्रहांचे परिभ्रमण.'' व्हिट्टोरियाने भाषांतर केले.

इतर कुठलाही दिवस असता तर लँग्डन आनंदाने वाचत बसला असता. चमत्कार असा की आज अत्यंत शक्तिमान टेलिस्कोपमधून ग्रहांचे परिभ्रमण बघताना गॅलिलिओने वर्तवलेल्या शक्यता तंतोतंत खऱ्या ठरत आहेत.

''रिट्रोग्रेड मोशन, लंबवर्तुळाकार कक्षा किंवा कशाबद्दल तरी तो बोलतो आहे.''

लंबवर्तुळाकार कक्षेतले भ्रमण — ग्रहांची परिभ्रमणे लंबवर्तुळाकार कक्षेत असतात या त्याच्या मतामुळेच तर गॅलिलिओवर कायदेशीर बडगा बसायला सुरुवात झाली होती. वर्तुळाच्या परिपूर्णतेचे व्हॅटिकनला कौतुक होते आणि म्हणूनच ग्रह वर्तुळाकार कक्षेतच फिरत असणार असा व्हॅटिकनचा दावा होता. गॅलिलिओच्या इल्युमिनाटींना दोन फोकल पॉईंट्स असलेल्या लंबवर्तुळाकार कक्षाही तशाच परिपूर्ण वाटत. आजही मेसॉनिक ट्रेसिंग बोर्ड्समधे ती दिसतात.

''पुढला कागद.''

लँग्डनने कागद उलटला.

''चन्द्राच्या कला आणि भरती ओहोटी – आकडे, आकृत्या नाहीत.''

लँग्डनने पान उलटले. तो पाने उलटतच राहिला. काही नाही, काही नाही, कुठे काही नाही.

''माझी समजूत होती की हा प्राणी गणितज्ज्ञ होता म्हणून. हे तर सर्व लेखच वाटतात.''

पुढ्यातले कागद कमी व्हायला लागले, तशी लँग्डनची आशा कमी व्हायला लागली. आपल्या फुप्फुसातली हवा कमी होते आहे असेही त्याला वाटायला लागले.

''यात काहीही दिसत नाही. आकडेमोड नाही. काही तारखा. नेहमीचे आकडे. खुणा वगैरे काहीच नाही.''

शेवटचे पान. लँग्डनने नि:श्वास टाकला. तो ही लेखच.

''छोटेसे पुस्तक.'' व्हिट्टोरिया म्हणाली.

लँग्डनने मान डोलावली.

"मेरदा. आम्ही रोममध्ये म्हणतो तसे."

बरोबर आहे तिचे. काचेवरचे प्रतिबिंब आपल्याला वेडावते आहे असे त्याला वाटायला लागले. सकाळी समुद्राकडे उघडणाऱ्या खिडकीवर पडलेल्या प्रतिबिंबासारखे. वृध्दत्वाकडे झुकणाऱ्या भुतासारखे. "काही तरी असायलाच हवे पण." त्याचा आवाज निराशेनेच घोगरा झाला. "खात्री आहे माझी. *सेगनो* इथेच कुठेतरी असायला हवा."

"डी-थ्री बद्दल चूक नाही ना झाली तुझी?"

लँग्डन चमकून तिच्याकडे बघायला लागला.

"ठीक आहे. डी-थ्री बरोबर आहे. पण खूण गणितातलीच का असावी?"

"लिंग्वा *पूरा* म्हणजे दुसरी कुठली भाषा असणार?"

"चित्रं?"

"पण पुस्तकात चित्रं नाहीत, आकृत्या नाहीत."

"मला एवढंच माहीत आहे, की *लिंग्वा पूरा* ही इटालिअन सोडून दुसरी कुठली तरी भाषा आहे. गणिताची भाषा मला तर्कशुध्द वाटली."

"मान्य आहे मला."

लँग्डनची इतक्या सहजतेने पराभव स्वीकारायची तयारी नव्हती. "आकडे लॉन्गहॅन्डमधे लिहिलेले हवेत. गणितेही समीकरणात नसतील तर शब्दांत."

"पण इतकी पाने वाचायला वेळ लागेल."

"आणि तोच आपल्याकडे नाही. कामे वाटून घेऊ." त्याने सर्व कागद उलटून होते तसे रचले. "आकडे ओळखण्याइतकी इटालिअन मला येते."

त्याने चपटी पट्टी वापरून कागदांच्या गठ्ठ्याचे दोन भाग पाडले. अर्धा डझन कागद व्हिट्टोरियापुढे सरकवले. "याच्यातच मिळायला हवे कुठेतरी. खात्री आहे माझी."

तिने हाताने पान उलटले.

"हाताने नाही. पट्टी! पट्टी!!"

"पण मी हातमोजे घातले आहेत. किती खराब होणार कागद?"

"तरी वापर."

"मला वाटते आहे तसेच तुलाही वाटते आहे?"

"मनावर ताण पडल्यासारखे?"

"तसे नाही. श्वास घ्यायला त्रास होतो आहे."

लँग्डनलाही नक्कीच तसे वाटायला लागले होते. कल्पनेपेक्षा झपाट्याने हवा विरळ होत होती. घाई करायला पाहिजे. पूर्वीही त्याने अशी कामे केली होती. पण अशी काही मिनिटांत नाही. शब्द न बोलता त्याने मान खाली घालून आपल्या

समोरच्या कागदावरच्या लिखाणाचे भाषांतर करायला सुरुवात केली.

"दाखव *स्वत:ला. दाखव लौकर.*"

५३

रोममधे कुठेतरी एक काळी आकृती जमिनीखालच्या एका दगडी भुयारामधून खाली उतरत होती. त्या प्राचीन भुयारात फक्त मशालींचा उजेड होता. त्यामुळे हवा अत्यंत गरम होती आणि कोंदटही. घाबरलेली माणसे हाका मारत होती आणि त्याचे प्रतिध्वनी बंद भुयारामधे उमटत होते.

वळणावरून पुढे होताच ते त्याच्या नजरेस पडले. त्यांना जसे सोडले होते तशाच अवस्थेत. चार भेदरलेली वृध्द माणसे. एका दगडी खोलीत, गंजलेल्या लोखंडी गजांआड बंद केलेली.

"काय हवं आहे तुला आमच्याकडून?" एकाने फ्रेन्च भाषेत विचारले.

"जाऊ दे आम्हाला." दुसरा जर्मन भाषेत म्हणाला.

"आम्ही कोण आहोत याची कल्पना आहे तुला?" इंग्रजी भाषेतला प्रश्न पण स्पॅनिश ढबीत विचारला गेलेला.

"गप्प बसा." तो कठोर आवाजात खेकसला.

चौथा कैदी इटालिअन होता. शांत, विचारी. त्याने आपल्या जेलरच्या डोळ्यांत खोलवर बघितले. त्याची खात्री पटली की त्याने नरकातच डोकावून बघितले आहे. *आता देवच आम्हाला मदत करो.*

खुन्याने घड्याळ बघितले. कैद्यांवर नजर फिरवली.

"मग? पहिले कोण येणार?" त्याने विचारले.

५४

आर्काइव्ह व्हॉल्ट १० मध्ये लँग्डन मनाशी इटालिअन आकडे बोलत होता. मिलि, सेन्टि, ऊनो – दुअे – त्रे – चिन्क्वांता. *आकडा, आकडा पाहिजे. कुठला*

तरी, कुठलाही.

पान चाळून संपल्यावर त्याने ते उलटले. पट्टीने पान पलटणे तसे कठीणच. काही मिनिटांनी त्याच्या लक्षात आले की पट्टी बाजूला ठेवून तो हातानेच पाने उलटायला लागला आहे. ऑक्सिजनची कमतरता हालचाली मंदावत होती.

त्याला हाताने पान उलटताना पाहून व्हिट्टोरिया म्हणाली, ''कधीच करायला हवे होते असे.'' तिनेही तेच करायला सुरुवात केली.

''काही मिळते आहे का?''

तिने नकारार्थी मान हलवली. ''फक्त गणिताशी संबंध असणारे काही नाही. मी वरवरच... पण यातून हाताला काही लागत नाही.''

दोघांनी पुन्हा काम सुरू केले. जुनाट भाषा, बारीक अक्षरे. त्यात लँग्डनची इटालिअन भाषा एवढी चांगली नव्हती. व्हिट्टोरियासमोरचे कागद संपले. ती निराश दिसत होती. तिने पुन्हा पहिल्यापासून कागद बघायला सुरुवात केली.

लँग्डनने शेवटचा कागद उलटला आणि मनात शिवी हासडली. व्हिट्टोरियाकडे बघितले. ती कपाळावर आठ्या चढवून एका कागदाकडे बघत होती.

''काय झाले?''

''तुझ्या कुठल्या कागदावर खाली काही लिहिले आहे? फूट नोट?'' तिने मान वर न करता विचारले.

''लक्षात तरी आले नाही. का?''

''या कागदावर खाली काहीतरी लिहिल्यासारखे वाटते. घडीमुळे नीट दिसत नाही.''

लँग्डनने बघायचा प्रयत्न केला. पण वरच्या उजव्या कोपऱ्यात लिहिलेल्या पाच या आकड्याशिवाय त्याला काही दिसेना. एक क्षणभर तो थबकला. योगायोग? पाचवा फोलिओ – पाच – पायथॅगोरस – पेन्टाग्राम – इल्युमिनाटी. इल्युमिनाटींनी पाचवा कागद त्यांच्या खुणेसाठी निवडला नसेल ना? आजूबाजूच्या लाल धुक्यातून त्याला आशेचा किरण दिसायला लागला. ''फूट नोट गणितातली आहे?''

''नाही. एकच ओळ आहे. अगदी बारीक अक्षरात लिहिलेली. जवळजवळ दिसतही नाही.''

पुन्हा निराशा. ''पण गणित हवे — *लिंग्वा पूरा.*''

''माहिती आहे मला.'' ती बोलायचे की नाही अशा विचारात पडली. ''पण तरी तुला हे ऐकावंसं वाटेल.'' तिच्या आवाजात मात्र थोडी खळबळ वाटली त्याला.

''बोल.''

''उजळली वाट प्रकाशाची, ही खूणच पवित्र कसोटीची.''

"काय?" लँग्डनला अशा शब्दांची अपेक्षा नव्हती.

"उजळली वाट प्रकाशाची, ही खूणच पवित्र कसोटीची." व्हिट्टोरियाने पुन्हा ती ओळ वाचली.

"प्रकाशाची वाट?" लँग्डन जरा ताठ झाला.

"लिहिलेले तरी तसेच आहे."

डोक्यात शब्द घुसताच लँग्डनची मरगळ दूर झाली. *उजळली वाट प्रकाशाची, ही खूणच पवित्र कसोटीची.* त्यांना या शब्दांची कशी मदत होणार हे त्याला कळत नव्हते. पण पाथ ऑफ इल्युमिनेशनकडे – बुध्दिवंतांचीही कसोटी बघणाऱ्या मार्गाकडे नेणारा हा अगदी सरळसरळ संदर्भ होता. विचारांची चक्रे डोक्यात सुरू होत होती, तरी इंधन चांगले नव्हते बहुधा. "तुला भाषांतराची खात्री आहे ना?"

व्हिट्टोरिया घुटमळली. त्याच्याकडे चमत्कारिक नजरेने बघत म्हणाली, "हे इटालिअन भाषेचे भाषांतर नाही. ओळ इंग्लिशमधे लिहिलेली आहे."

या चेम्बरमध्ये आपल्या कानांवर परिणाम झाला आहे की काय? "इंग्लिश?"

व्हिट्टारियाने कागद त्याच्यासमोर सरकवला. त्याने अगदी बारीक अक्षरात लिहिलेली ओळ कष्टानेच वाचली. *उजळली वाट प्रकाशाची, ही खूणच पवित्र कसोटीची.* "इटालिअन पुस्तकात इंग्लिश कुठून आले?"

व्हिट्टारियाने खांदे उडवले. "लिंग्वा *पूरा* म्हणजे इंग्लिश भाषाच नसेल ना? शास्त्राची आंतरराष्ट्रीय भाषा. सर्नमधे आम्ही सर्वजण तीच भाषा बोलतो."

"पण आपण १६०० सालामधला विचार करतो आहोत. इटलीत कोणी इंग्लिश बोलत नव्हते. अगदी..." आपण कुठले शब्द बोलणार होतो हे ध्यानात येताच तो खाडकन थांबला. *'अगदी धर्मगुरूसुध्दा.'* लँग्डनमधला अभ्यासक जागा झाला. "१६०० मधे इंग्लिश ही एकच भाषा अशी होती, की जी व्हॅटिकनने आपलीशी केली नव्हती. इटालिअन, जर्मन, लॅटिन, स्पॅनिश व फ्रेन्चसुध्दा बोलली जाई. पण व्हॅटिकनला इंग्लिश पूर्णत: परकीय होती. चॉसर आणि शेक्सपिअरसारख्या धर्मभ्रष्टांनी अपवित्र बनवलेली भाषा असेच व्हॅटिकनचे इंग्लिश भाषेबद्दलचे मत होते." त्याला एकदम ब्रॅन्ड्स आठवले. पृथ्वी – वायू – अग्नी – जल. हे इल्युमिनाटी ब्रॅन्ड्स इंग्लिश भाषेत असावेत असा जो समज होता, त्याचा खरा अर्थ क्षणात लँग्डनच्या ध्यानात आला.

"फक्त इंग्लिश भाषेवर व्हॅटिकनचे नियंत्रण नव्हते आणि म्हणून गॅलिलिओ तिला *ला लिंग्वा पूरा* मानत होता असे सुचवतो आहेस तू?"

"हो. किंवा खूण इंग्लिश भाषेत ठेवून ती कमीत कमी जणांना वाचता येईल अशी तरी तो काळजी घेत होता."

"पण ही ओळ म्हणजे खूण तरी आहे का? *उजळली वाट प्रकाशाची, ही*

खूणच पवित्र कसोटीची. छे! काही अर्थ नाही त्यात.''

बरोबर आहे तिचे. या ओळीची काही मदत होत नव्हती. पण मनाशी ती बडबडताना त्याला दुसरेच काहीतरी जाणवले. *हे विचित्र नक्कीच आहे. पण खरे असेल?*

''इथून बाहेर पडू या आता.'' व्हिट्टोरियाचा घोगरा आवाज आला.

लँग्डनचे तिच्या बोलण्याकडे लक्षच नव्हते. *उजळली वाट प्रकाशाची, ही खूणच पवित्र कसोटीची.*

तेवढ्यात व्हिट्टोरिया तो कागद फिरवायला लागली आणि म्हणाली, ''फक्त एकच ओळ नाही. कागदाच्या वरती खालती आणि डाव्या उजव्या बाजूंनाही एक एक ओळ लिहिलेली आहे. कविता वाटते.''

''चार ओळी?'' लँग्डनने उत्सुकतेने विचारले. *गॅलिलिओ कवी होता?* ''बघू मला.''

व्हिट्टोरिया कागद फिरवतच राहिली. ''अगदी कागदाच्या कडांवर लिहिल्यामुळे त्या ओळी मला आधी दिसल्या नव्हत्या आणि त्या गॅलिलिओने लिहिलेल्या नाहीत.''

''काय?''

''कवितेवर जॉन मिल्टनने सही केली आहे.''

''जॉन मिल्टन?'' पॅराडाईज लॉस्ट लिहिणारा गॅलिलिओचा समकालीन कवी. कानाकोपऱ्यात कट कारस्थाने दिसणाऱ्या लोकांनी बनवलेल्या इल्युमिनाटींच्या यादीमधे संशयित म्हणून अगदी वर टाकलेले नाव. गॅलिलिओच्या इल्युमिनाटींमधे जॉन मिल्टनचा समावेश होता ही आख्यायिका खरी आहे असे लँग्डनला वाटे. १६३८ मध्ये त्याने उघडउघड *'बुध्दिमान माणसांना भेटण्यासाठी'* रोमची वारी केली होती. नजरकैदेत असलेल्या गॅलिलिओच्या भेटी घेतल्या होत्या. आनीबाले गत्तीचे सुप्रसिध्द पेन्टिंग *'गॅलिलिओ आणि मिल्टन'* आजही फ्लॉरेन्सच्या म्यूझियममध्ये लावलेले आहे.

''मिल्टन गॅलिलिओला ओळखत होता ना?'' फोलिओ शेवटी लँग्डनच्या हातात देत व्हिट्टोरियाने विचारले. ''त्याच्या विनंतीवरून त्याने ही कविता लिहिली असेल?''

चार वेळा गोल गोल कागद फिरवून लँग्डनने चारी ओळी वाचल्या. व्हिट्टोरियाने वाचलेली ओळ खरी तर तिसरी होती. पुन्हा एकदा वाचत त्याने म्हटले, ''तू शोधलास मार्ग मिस वेत्रा.'' त्याच्या मनात संशयच नव्हता.

''मग जाऊ या ना आता बाहेर?''

''कागद पेन्सिल दे. कविता लिहून घेतो.''

''तुमचा मिकी टिक् टिक् करतो आहे प्रोफेसर. विसरा ते.'' कागद उचलून

तिने बाहेरचा रस्ता धरला.

"तू तो कागद घेऊन बाहेर जाऊ शकत..."

पण व्हिट्टोरिया तोपर्यंत बाहेर पडली होती.

५५

व्हॅटिकनच्या गुप्त आर्काइव्ह्ज्‌बाहेर दोघेही धावतच पोचले. कधी एकदा मोकळ्या हवेत श्वास घेतो असे त्यांना झाले होते. लँग्डनच्या डोळ्यांसमोर नाचायला लागलेले ठिपके नाहीसे झाले. अत्यंत गुप्त आणि खाजगी अशा व्हॉल्टमधून एक मौल्यवान अवशेष बाहेर काढण्यात आपला सहभाग आहे ही टोचणी मात्र लँग्डनला असह्य होत होती. *मी तुझ्यावर संपूर्ण विश्वास टाकतो आहे,* कामेरलेंगो म्हणाला होता.

व्हिट्टोरिया कागद हातात धरून जॉगिंग करतच विया बॉरगिया पार करून ऑलिव्हेट्टीच्या ऑफिसकडे निघाली. "लौकर." ती म्हणाली.

"त्या पपाइरसवर जर पाणी उडाले तर..."

"शांत हो जरा. अर्थ लावला की आपण फोलिओ ५ परत ठेवून देऊ."

तिच्याबरोबर राहाण्यासाठी त्याला धावायलाच लागत होते. केलेल्या गुन्ह्याबरोबर हा कागद नंतर किती विलक्षण परिणाम घडवून आणू शकेल या कल्पनेने तो थक्क होत होता. *जॉन मिल्टन इल्युमिनाटस होता – त्याने गॅलिलिओसाठी फोलिओ ५ मधे प्रसिध्द करण्यासाठी कविता लिहिली होती – व्हॅटिकनच्या नजरेपासून* दूर.

"या लिखाणाचा उलगडा तुला होणार आहे ना? का उगीचच डोकं खाजवतो आहोत आपण?" त्याच्या हातात कागद ठेवत तिने विचारले.

काळजीपूर्वक कागद हाताळत त्याने तो सरळ आपल्या ट्वीड जॅकेटमध्ये ठेवून दिला. सूर्यप्रकाशापासून आणि हवेतल्या आर्द्रतेपासून दूर. "मी आधीच अर्थ लावला आहे त्याचा."

ब्रेक लावल्यासारखी व्हिट्टोरिया खाडकन उभी राहिली. "काय*?*"

लँग्डन पुढे धावतच राहिला.

व्हिट्टोरिया त्याच्याजवळ पोहोचली. "एकदाच तर तू वाचलास तो. मला वाटलं होतं कठीण काम असणार म्हणून."

तिचे बरोबर होते. पण एकदा वाचूनच आपण अर्थ लावला आहे याची त्याला खात्री होती. एकच पॅरा आणि विज्ञानाची पहिली पवित्र वेदी स्वच्छ दिसायला

लागली होती. पण इतक्या सहज अर्थ कळल्यानेच तो बेचैन होता. त्याचे वडील न्यू इंग्लंडमधले प्रचलित सुभाषित नेहमी सांगत. *ते खूप कठीण नसेल तर चूक झाली असणार तुझी.* सुभाषित चुकीचे असावे अशी तो प्रार्थना करत होता. ''मी नक्की अर्थ लावला आहे. पहिला खून कुठे पडणार ते ठाऊक आहे मला. ताबडतोब ऑलिव्हेट्टीला धोक्याची सूचना द्यायला हवी.''

''कसं शक्य आहे ते? पुन्हा बघू दे मला.'' तिने क्षणात त्याला चकवून त्याच्या जॅकेटमधे हात घालून कागद बाहेरही काढला.

''काळजी घे. तू...''

व्हिट्टोरियाने लक्ष दिले नाही. मार्जिनमधल्या ओळी मोठ्याने, चालण्याच्या तालातच, वाचायला लागली. मोठ्या आवाजात त्या ओळी ऐकू आल्यावर आपण गॅलिलिओच्या काळामध्ये पोहोचल्यासारखा त्याला भास झाला – तो जसा काही गॅलिलिओचा समकालीन होता, प्रथमच चाललेले त्या कवितेचे वाचन ऐकत होता, माहीत होते की ती एक परीक्षा होती, नकाशा होता, विज्ञानाच्या चार पवित्र वेदी शोधण्याच्या खुणा होत्या. एखाद्या गाण्याप्रमाणे व्हिट्टोरिया एका लयीत कविता म्हणत होती.

सान्तीच्या पार्थिव कबरीसवे, सैतानाचे द्वार
चौफेर रोमच्या उभी मुक्याने, गूढतत्त्वं ही चार
उजळली वाट प्रकाशाची, ही खूणच पवित्र कसोटीची
तुज मार्ग दाविती नीट, ही किमया देवदूतांची

दोन वेळेला वाचून व्हिट्टोरिया थांबली. जणू तिला त्या प्राचीन कवितेच्या ध्वनीचे पडसाद उमटत राहू द्यायचे होते.

'सान्तीच्या पार्थिव कबरीसवे' लॅंग्डन स्वत:शीच पुटपुटला. या ठिकाणी तरी अर्थ सरळ होता. पाथ ऑफ इल्युमिनेशन सान्तीच्या कबरीपासून सुरू होत होता. मग रोम पार करून पुढे जाण्यासाठी खुणा सोडलेल्या होत्या.

सान्तीच्या पार्थिव कबरीसवे, सैतानाचे द्वार
चौफेर रोमच्या उभी मुक्याने, गूढतत्त्वं ही चार

गूढ अशी मूलद्रव्ये, अगदी साधा अर्थ. *पृथ्वी, वायू, अग्नी* आणि *जल.* विज्ञानाच्या चार पवित्र वेदी. धार्मिक शिल्पे म्हणून लपवलेल्या इल्युमिनाटींच्या चार शिल्पाकृती.

''पहिली खूण म्हणजे सान्तीची कबर वाटते.'' व्हिट्टोरिया उद्‌गारली.

''सांगितलं होतं तुला, की खूप कठीण नाही.'' लॅंग्डन हसत म्हणाला.

''पण सान्ती कोण? आणि त्याची कबर कुठे आहे?''

सान्तीबद्दल खूप कमी लोकांना माहिती आहे याचे लॅंग्डनला नेहमीच आश्चर्य वाटे. सर्व कलांना पुन्हा प्रोत्साहन मिळायला लागले होते त्या काळातला अत्यंत

सुप्रसिध्द कलाकार. त्याचे पहिले नावच जगप्रसिध्द आहे. असामान्य बुध्दिमत्ता लाभलेला मुलगा, केवळ पंचविसाव्या वर्षीच पोप दुसरा ज्यूलिअस याच्यासाठी कामे करत होता. वयाच्या अवघ्या अडोतिसाव्या वर्षी मरण पावला तेव्हा मागे अगणित कलाकृती सोडून गेला. फक्त पहिल्या नावाने प्रसिध्द होण्याचे भाग्य फार थोड्यांना लाभते – नेपोलिअन, गॅलिलिओ, जीझस आणि अर्थातच हल्लीच्या हार्वर्डच्या विद्यार्थ्यांच्या वसतीगृहातून ऐकू येणारी नवीन भक्तिस्थानांची नावे – स्टिंग, मॅडोना, ज्युवेल, प्रिन्स.

"सान्ती हे कलेच्या पुनरुज्जीवनाच्या काळातील एका बड्या कलाकाराचे, रॅफेएलचे शेवटचे नाव आहे."

"रॅफेएल? *तो रॅफेएल?*" व्हिट्टोरियाने आश्चर्याने विचारले.

"तोच! आणि त्याच्यासारखा फक्त तोच!" स्विस गार्डच्या ऑफिसच्या रोखाने निघत लँग्डन म्हणाला.

"तेव्हा मार्ग रॅफेएलच्या कबरीपासून सुरू होतो तर."

"अगदी पटणारी गोष्ट. मोठे चित्रकार, शिल्पकार यांना इल्युमिनाटी आपले सन्माननीय बंधू समजत. त्यांना मानवंदना म्हणून इल्युमिनाटींनी आपल्या मार्गाची आखणी रॅफेएलच्या कबरीपासून सुरू केली असेलही." धार्मिक चित्रे काढणाऱ्या इतर अनेक चित्रकारांप्रमाणे रॅफेएलही नास्तिक होता असा अनेकांचा संशय होता हे लँग्डनला ठाऊक होते.

व्हिट्टोरियाने कागद लँग्डनच्या जॅकेटच्या खिशात सरकवला. "कुठे पुरले आहे त्याला?"

लँग्डनने एक मोठा श्वास घेत म्हटले, "विश्वास ठेव किंवा ठेवू नकोस, रॅफेएलचे पॅन्थिऑनमध्ये दफन केले आहे."

पॅन्थिऑन? व्हिट्टोरियाचा विश्वास बसला नाहीच.

तिथे पहिली खूण कशी असेल असे लँग्डनच्याही मनात येत होते. विज्ञानाची पहिली पवित्र वेदी आजूबाजूच्या, शांत अशा, आडबाजूच्या कुठल्या तरी चर्चमध्ये असणार अशी त्याची समजूत होती. अगदी सोळाशे सालातही मधे विवर असलेली प्रचंड घुमटाची पॅन्थिऑन ही रोममधली सुप्रसिध्द वास्तू होती.

"पण पॅन्थिऑन *चर्च* तरी आहे का?"

"रोममधले सर्वांत जुने कॅथलिक चर्च."

"पण पहिल्या कार्डिनलची हत्या पॅन्थिऑनमध्ये होईल असे वाटते तुला? काय गर्दी असते टूरिस्ट्सची त्या ठिकाणी!"

लँग्डनने खांदे उडवले. "इल्युमिनाटींनी सांगितले आहे की ती घटना सर्व जगाच्या डोळ्यांसमोर घडेल. पॅन्थिऑनमध्ये कार्डिनलची हत्या केली गेली तर काय

सनसनाटी बातमी ठरेल.''

''पण पॅन्थिऑनसारख्या ठिकाणी खून पाडून खुनी इतरांच्या नकळत पळणार तरी कसा? अशक्य आहे ते.''

''व्हॅटिकनमधून चार कार्डिनल्सना पळवून नेण्याइतकेच अशक्य? कवितेचा अर्थ स्वच्छ आहे.''

''आणि तुझी *खात्री* आहे की रॅफेएलचे दफन पॅन्थिऑनमधेच झालं आहे?''

''त्याची कबर मी अनेकदा बघितली आहे.''

''किती वाजले आहेत?'' व्हिट्टोरियाच्या स्वरात काळजी होती.

''साडेसात.''

''पॅन्थिऑन किती दूर आहे?''

''एखादा मैल. वेळ आहे आपल्याला.''

''सान्तीची *धरतीची कबर* म्हणजे नक्की काय?''

''पॅन्थिऑनसारखी जागा रोममधे दुसरी नाही. पान्थेइझम हा तिथला मूळचा धर्म. सर्व देवांची पूजा. भूमातेसारख्या देवांच्या प्रतिमांची पूजा.''

पॅन्थिऑनच्या मुख्य चेम्बरची मोजमापे भूमातेच्या – गेयाच्या – आकाराचीच आहेत, हे जेव्हा तो आर्किटेक्चरचा विद्यार्थी असताना त्याला कळले होते, तेव्हा लँग्डन थक्क झाला होता. पृथ्वीचा प्रचंड असा गोल अगदी बरोबर त्या इमारतीत बसला असता, इतकी मापे अचूक होती.

व्हिट्टोरियाची खात्री पटत चालली असावी. ''आणि सैतानी विवर? *सान्तीच्या पार्थिव कबरीसवे, सैतानाचे द्वार?''*

या बाबतीत मात्र लँग्डनची पूर्ण खात्री नव्हती. ''पॅन्थिऑनच्या छतामधले सुप्रसिध्द *गोलाकार विवर* असावे असा माझा अंदाज आहे.''

''पण *चर्च* आहे ते.'' त्याच्या वेगाने सहज चालत व्हिट्टोरिया उद्गारली. ''*सैतानी विवर* नाव का पडले?''

लँग्डन खरे तर स्वत:शी तोच विचार करत होता. त्याने हे नाव पूर्वी ऐकले नव्हते. पण सहाव्या शतकातला एक प्रसिध्द टीकाकार पॅन्थिऑनबद्दल म्हणाला होता ते शब्द त्याला आजही योग्य वाटले. आदरणीय बीड यांनी एकदा लिहिले होते की चौथा बोनीफेस याने हे चर्च देवाला अर्पण केले, तेव्हा पळ काढू पाहाणाऱ्या पिशाच्चांनी छतामध्ये हे भोक पाडले होते.

''आणि रॅफेएल या प्रसिध्द नावाऐवजी सान्ती हे नाव इल्युमिनाटींनी का वापरले?''

''तू फार प्रश्न विचारतेस बुवा.''

''माझे पपा असंच म्हणायचे.''

“सान्ती हे नाव वापरले तर फक्त हुशार माणसांनाच त्याचा रॅफेएल या नावाशी संदर्भ जोडता आला असता.”

“मला पटत नाही हे. तो जिवंत असताना तरी त्याचं खरं, पूर्ण नाव सर्वांनाच ठाऊक असणार.”

“आश्चर्य म्हणजे तसं नव्हतं. पहिल्या नावाने ओळखलं जाणं हा एक खास मान होता. रॅफेएलने तसंच केलं होतं. आजचे पॉपस्टार्स जसं स्वत:चं शेवटचं नाव वापरतच नाहीत तोच प्रकार. मॅडोनाचं उदाहरण घे. तिचं शेवटचं नाव चिचोने आहे हे किती जणांना ठाऊक असेल?”

व्हिट्टोरिया हसली. “तुला तिचं शेवटचं नाव माहिती आहे?”

भलतेच उदाहरण दिले बहुधा. आता वयात येणाऱ्या दहा हजार तरुण-तरुणींबरोबर आयुष्य काढताना त्याला काय काय ज्ञान प्राप्त झाले असेल याचा त्यालाही विचार करता आला नसता.

शेवटच्या गेटमधून स्विस गार्ड्सच्या ऑफिसकडे वळताना मागून अचानक करड्या आवाजात आज्ञा आली.

“थांबा!”

ते वळले तर त्यांच्यावर रोखलेली रायफलच त्यांना दिसली.

व्हिट्टोरियाने मागेच उडी मारली.

“हलू सुध्दा नका.” गार्डने रायफलचा घोडा खेचल्याचा आवाज आला.

मोकळ्या जागेपलीकडून धारदार स्वर आले. “गार्ड! जाऊ दे त्यांना.” सिक्युरिटी सेन्टरमधून ऑलिव्हेट्टी बाहेर पडला होता.

गार्ड चमकला. “हे श्रीमान आणि श्रीमती...”

“आत हो.” ऑलिव्हेट्टी गार्डवर घसरला.

“सिन्योर! हे जाऊ शकत नाहीत...”

“ताबडतोब. कॅप्टर रॉचर दोन मिनिटांत कॉर्प्सला नव्या आज्ञा देणार आहे. शोध चालू करायचा आहे.”

गोंधळूनच गार्ड सिक्युरिटी सेन्टरमधे शिरला. ताडताड पावले टाकत ऑलिव्हेट्टी लँग्डनजवळ पोचला. “आमच्या अत्यंत गुप्त अशा आर्काइव्ह्ज्मधे प्रवेश? स्पष्टीकरण हवं आहे मला.”

“आमच्याकडे चांगली बातमी आहे.”

ऑलिव्हेट्टीचे डोळे बारीक झाले. “तेवढी चांगली असेल तरच ठीक होईल.”

५६

धावपट्टीवरून फायटर जेट्स निघावीत, तशा कोणत्याही खुणा नसलेल्या चार अल्फा रोमिओ गाड्या, बारा साध्या वेशातल्या स्विस गार्ड्ससह, विया दे कोरोनारिवरून सुसाट वेगाने निघाल्या. त्यांच्याकडे सेमि-ऑटोमॅटिक रायफल्स, नर्व्ह गॅस कॅनिस्टर्स, लॉन्ग रेन्ज स्टेनगन्स होत्या. तीन शार्प-शूटर्सकडे लेझर सायटेड रायफल्सही होत्या.

पुढल्या गाडीच्या पॅसेन्जर सीटमधे बसलेला ऑलिव्हेट्टी मागे बसलेल्या लँग्डन आणि व्हिट्टोरियाकडे वळून संतापाने म्हणाला, "मी तुम्हाला स्पष्टीकरण मागितलं होतं आणि मला हे – हे मिळतं आहे?"

छोट्या गाडीत लँग्डन अस्वस्थ झाला होता. "मला तुमची चिंता कळते पण..."

ऑलिव्हेट्टीचा आवाज कधी चढायचा नाही, पण आवाजाची धारच त्याचा संताप लक्षात आणून देत होती. "नाही. अजिबात कळलेली नाही! गुप्त बैठक सुरू होत असताना उत्कृष्ट अशी माझी डझनभर माणसं मी व्हॅटिकनमधून हलवली आहेत. आणि पॅन्थिऑनभोवती दबा धरून बसायचं; ते का, तर पूर्वी कधीही न भेटलेल्या एका अमेरिकन माणसाने चारशे वर्षांपूर्वीच्या कवितेचा म्हणे अर्थ लावला आहे म्हणून. प्रतिवस्तू या अस्त्राचा शोध तर मला माझ्या कनिष्ठ अधिकाऱ्यांवर सोपवावा लागला आहे."

खिशातून फोलिओ-५ काढून तो ऑलिव्हेट्टीच्या चेहऱ्यासमोर नाचवावा अशी निर्माण होणारी इच्छा दाबून लँग्डन म्हणाला, "मला एवढंच कळतं आहे की आम्हाला मिळालेल्या माहितीचा संबंध रॅफेएलच्या कबरीशी आहे आणि ती पॅन्थिऑनमधे आहे."

गाडी चालवणारा ऑफिसर म्हणाला, "खरं आहे कमांडर. मी आणि माझी पत्नी..."

"तू फक्त गाडी चालव." ऑलिव्हेट्टी खेकसला आणि पुन्हा लँग्डनकडे वळला. "इतक्या गर्दीच्या ठिकाणी खून पाडून खुनी पळणार तरी कसा?"

"ते मलाही माहीत नाही. पण इल्युमिनाटी नक्कीच घातकी माणसं आहेत. त्यांनी सर्नमधे प्रवेश मिळवला होता. व्हॅटिकनमधे पहिला खून कुठे पडणार आहे हे आपल्याला सुदैवानेच कळलं आहे. पॅन्थिऑन या ठिकाणी त्याला पकडायची तुम्हाला एकच संधी आहे."

“तुम्ही गोंधळ करता आहात. एक संधी? मला वाटलं होतं की तुम्ही एक मार्ग वगैरे आहे म्हणाला होतात. खुणा असलेला. पॅन्थिऑन ही योग्य जागा असेल तर इतर खुणा मिळतीलच. मग चार वेळा संधी नको त्याला पकडायची?”

“मला तशीच आशा होती. तशा संधी मिळाल्याही असत्या – शंभर एक वर्षांपूर्वी.”

पॅन्थिऑन ही विज्ञानाची पहिली पवित्र वेदी आहे हे ध्यानात आलेला क्षण सुखाचा आणि दु:खाचाही होता. जे कोणी इतिहासाचा मागोवा घ्यायचा प्रयत्न करतात त्यांच्याशी इतिहास फार क्रूर खेळ खेळतो. मुळात इतक्या वर्षांनंतर सर्व शिल्पे असतानाही बुध्दिवंतांच्या बुद्धीचाही कस बघणारा पाथ ऑफ इल्युमिनेशन शोधणे मुष्कीलीचेच काम होते. त्याच्या मनाचा एक कोपरा सांगत होता, की तो शोधून ते इल्युमिनाटींच्या अत्यंत गुप्त अशा ठिकाणी पोहोचतीलही. पण दुर्दैवाने ते आता अशक्य दिसत होते. “कारण पॅन्थिऑनमधले सर्व पुतळे व्हॅटिकनने १८०० मधे हलवून त्यांचा नाश केला आहे.”

व्हिट्टोरियाला धक्काच बसला. “का?”

“कारण ते ऑलिम्पिअन देवांचे पुतळे होते. याचा अर्थ दुर्दैवाने पहिली खूणच नाहीशी झाली असणार आणि त्या बरोबर पुढल्या...”

“इतर खुणा आणि पाथ ऑफ इल्युमिनेशन शोधायला दुसरा काहीच मार्ग नाही?”

“एकच संधी. पॅन्थिऑन! त्यानंतर मार्ग दिसेनासाच झाला आहे.”

दोघांकडे काही काळ रोखून बघत ऑलिव्हेट्टीने गार्डला गाडी थांबवायला सांगितले.

त्याने गाडी बाजूला घेऊन थांबवताच मागून येणाऱ्या तिन्ही गाड्याही धडाधड मागे येऊन उभ्या राहिल्या.

“काय चाललं आहे तुमचं?” व्हिट्टोरियाने विचारले.

“माझं कामच.” मग लँग्डनकडे वळून अत्यंत कठोर आवाजात ऑलिव्हेट्टी म्हणाला. “तुम्ही जेव्हा येतायेता सर्व समजवाल म्हणालात तेव्हा पॅन्थिऑनला आपण नक्की का जातो आहोत याची स्पष्ट कल्पना मला येईल, असं मला वाटलं, होतं. अत्यंत महत्त्वाची कामं टाकून मी निघालो आहे. तुमचे ते पवित्र बळींचे सिध्दान्त आणि जुनी कविता वगैरेंवर माझा विश्वास नाही. मी ही मोहीम इथल्या इथे आवरती घेतो आहे.” त्याने वॉकी-टॉकी बाहेर काढून बटण दाबले.

व्हिट्टोरियाने वाकूनच त्याचा दंड पकडला. “तुम्ही असे करून चालणार नाही.”

अत्यंत जळजळीत नजरेने तिच्याकडे बघत तो म्हणाला, "पॅन्थिऑनला कधी गेला आहात मिस वेत्रा?"

"नाही. पण..."

"मग सांगतो ते ऐका. पॅन्थिऑन म्हणजे एक मोठी खोली आहे. दगड आणि सिमेंट काँक्रीट यांनी बनवलेली वर्तुळाकृती खोली. एकच प्रवेशद्वार, तेही अरुंद असे. खिडक्या नाहीत. ख्रिश्चन विरोधी दहशतवादी, जिप्सी टूरिस्ट किंवा इतर कोणीही कोणत्याही तऱ्हेने नासधूस करू नये म्हणून चार रोमन पोलीस कायम पहाऱ्यावर असतात."

"मग?"

"मग तुम्ही म्हणता आहात तसा खून होणार कसा?" पॅन्थिऑनमधे कोणीही कार्डिनलचा खून कसा करू शकेल हे सांगू शकाल? कार्डिनलला धरून, गार्डना टाळून, त्याला प्रथम आत तरी कसं घेऊन जाता येईल? नंतर ठार करून पळून जाणं सोडाच. कसं साध्य होईल हे मिस्टर लँग्डन?"

ती छोटी गाडी आकसून अंगावर येते आहे असे काहीतरी लँग्डनला वाटायला लागले. *मला कशी कल्पना येणार? मी खुनी थोडाच आहे? तो हे कसे करणार मला ठाऊक नाही. फक्त एवढेच माहीत...*

"मी सांगते कसं शक्य आहे ते." व्हिट्टोरिया शांतपणे म्हणाली. "हेलिकॉप्टरमधून आणून वरच्या विवरामधून, किंचाळणाऱ्या, डाग दिलेल्या कार्डिनलला फेकून देतील. तो खालच्या संगमरवरी फरशीवर आदळून मरेल."

गाडीतल्या सगळ्यांची नजर तिच्याकडे वळली. लँग्डनला काही विचार सुचेना. *विकृत कल्पनाशक्ती असेलही, पण काय पटकन कल्पना सुचली आहे.*

"शक्य आहे थोडंसं. पण..." ऑलिव्हेट्टी कुरकुरत म्हणाला.

"किंवा खुनी कार्डिनलला ड्रग्ज देईल, एखाद्या म्हाताऱ्या प्रवाशाप्रमाणे व्हीलचेअरमधून पॅन्थिऑनच्या आत नेईल, पटकन त्याचा गळा चिरून बाहेर पडेल आणि चालता होईल."

ऑलिव्हेट्टी स्वत:ला सावरून विचार करायला लागला.

वाईट कल्पना नाही, लँग्डनच्या मनात विचार आला.

"किंवा खुनी..."

"बस. ऐकलं मी." ऑलिव्हेट्टीने एकदा दीर्घ श्वास घेतला. गाडीच्या खिडकीवर टक् टक् झाली आणि सर्व दचकले. मागच्या गाडीमधला सैनिक होता. ऑलिव्हेट्टीने काच खाली केली.

"सर्व ठीक आहे ना कमांडर? सात चाळीस झाले आहेत. जागा पकडायच्या

तर थोडा वेळ हवा.''

ऑलिव्हेट्टीने मान डोलावली. काही क्षण बोलला नाही. एकदा समोरच्या आरशातून लँग्डनकडे बघितले. मग नाईलाजाने गार्डकडे वळून तो म्हणाला, ''पियाइझा देल्ला रोतुंदा, विया देल्ली ऑरफानि, पियाइझा सान इगन्झिओ आणि सान उत्साशियो वरून वेगवेगळ्या गाड्या. दोन ब्लॉक्सहून जवळ कोणतीही नाही. गाड्या थांबवून माझ्या आज्ञेची वाट पाहा. तीन मिनिटे.''

''हो सर.'' सैनिक निघून गेला.

लँग्डनने व्हिट्टोरियाकडे वळून मान डोलावली. ती हसली. त्या क्षणाला दोघांमधे एक आकर्षण निर्माण झाल्यासारखे त्याला तरी वाटले.

कमांडरने लँग्डनच्या नजरेला नजर देत म्हटले, ''मिस्टर लँग्डन, काही उलटंसुलटं होणार नाही अशी आशा आहे.''

लँग्डन कसानुसा हसला. *कसे शक्य आहे ते?*

५७

मॅक्सिमिलियन कोहलरने डोळे उघडले. औषधोपचारांनी त्याचा श्वास आता नियमित होत होता. सर्नच्या हॉस्पिटलमधल्या खाजगी खोलीत तो पडला होता. शेजारी व्हीलचेअर होती.

त्याची नजर खोलीभर फिरली, स्वतःवरही. अंगावर कागदी झगा. बेडशेजारी त्याचे कपडे नीट घड्या करून ठेवलेले. बाहेर एक नर्स नेहमीची राऊंड घेत असावी. त्याने मिनिटभर कानोसा घेतला. आवाज न करता उठून बसला. आपले कपडे जवळ ओढले, जीव नसलेल्या पायांशी झगडत अंगावर चढवले आणि तो कसाबसा व्हीलचेअरमधे बसला.

येणारा खोकला दाबत त्याने मोटारचा आवाज येऊ नये म्हणून हातांनी चालवतच व्हीलचेअर दरवाज्यापर्यंत नेली. दोन्ही बाजूंना नजर टाकली. कोणी नाही. हॉल रिकामा होता.

कसलाही आवाज न करता तो हॉस्पिटलबाहेर पडला.

५८

सात सेहेचाळीस – सात सेहेचाळीस आणि तीस सेकंद. "...मार्क!" वॉकी-टॉकीमधून बोलतानाही ऑलिव्हेट्टीचा आवाज कुजबुजल्यासारखा येत होता.

अल्फा रोमिओच्या मागच्या सीटमधे लँग्डन बसला होता. शेजारी व्हिट्टोरिया. तिचे लक्ष ऑलिव्हेट्टीवर होते. पॅन्थिऑनपासून तीन ब्लॉक्स दूर गाडी उभी होती. गाडीचे इंजिन चालूच होते.

कुठे व कसे लक्ष ठेवायचे सांगत तो शेवटी म्हणाला, "लक्ष्यावर प्राधान्य. शक्यतो जिवंतच. बरोबरच्या कुणाची काळजी नको. जा."

जीझस, लँग्डनच्या मनात विचार आला. *कार्डिनलच्या जिवाची जास्ती काळजी नको* हे अत्यंत स्पष्टपणे ऑलिव्हेट्टीने सांगितले होते.

व्हिट्टोरिया दचकली. रागावलीही.

"*आत* कोणीच जाणार नाही कमांडर?"

"आत?"

"पॅन्थिऑनच्या आत. जिथे सर्व घडणार आहे."

"जर स्विसगार्डच इल्युमिनाटींनी पोखरले असतील तर माझी माणसं त्यांना माहीत असणार. तुझ्या सहकाऱ्याने खुन्याला पकडण्याची ही *एकच संधी आहे असं आधीच सांगितलं आहे.* आत माणसं पाठवून मला कुणाला घाबरवून सोडायचं नाही."

"पण खुनी *आधीच आत पोहोचला असेल* तर?"

ऑलिव्हेट्टीने घड्याळ बघितले. "खुन्याने वेळ स्पष्ट सांगितलेली आहे. आठ वाजता. पंधरा मिनिटे आहेत."

"कार्डिनलला आठ वाजता *ठार करणार* म्हणाला आहे तो. पण त्या आधीच कोणत्याही तऱ्हेने तो त्याला आत घेऊन गेला असेल. कार्डिनलचा खून करून तो बाहेर पडला तर तुझी माणसं ओळखणार कशी त्याला? आत कोणी नाही याची आधी खात्री करून घ्यायला हवी."

"या क्षणी फार धोकादायक आहे ते."

"आत जाणारा ओळखता येण्यासारखा नसेल तर?"

"वेषांतर करून? वेळ लागेल."

"मी *माझ्याबद्दल* म्हणते आहे."

लँग्डन तिच्याकडे बघतच बसला.

ऑलिव्हेट्टीने नकारार्थी मान हलवली. "अजिबात नाही."

"त्याने माझ्या पपांचा खून पाडला आहे."

"म्हणून तर म्हणतो आहे मी. तो तुलाही ओळखत असणार."

"तू फोनवर त्याचं बोलणं ऐकलं आहेस. लिओनार्दो वेत्राला मुलगी आहे याची देखील त्याला कल्पना नव्हती. तेव्हा मी कशी दिसते हे त्याला माहीत असणंच शक्य नाही. मी एखाद्या टूरिस्टप्रमाणे आत जाईन. काही संशयास्पद वाटलं तर बाहेर चौकात येऊन तुझ्या माणसांना खूण करेन."

"सॉरी. मी परवानगी देणार नाही."

"कमान्डन्ट?" रिसीव्हरमधून आवाज आला. "नॉर्थ पॉईन्टला वेगळीच स्थिती आहे. मधल्या कारंज्यामुळे पॅन्थिऑनचे प्रवेशद्वार दिसत नाही. चौकात आलो तर सर्वांच्या नजरेत येऊ. काय करू?"

व्हिट्टोरियाची सहनशक्ती संपली. "बस झालं हे. मी जाते." दरवाजा उघडून ती बाहेर पडली.

ऑलिव्हेट्टी वॉकी-टॉकी टाकूनच बाहेर पडला आणि तिच्यासमोर जाऊन रस्ता अडवून उभा राहिला.

लँग्डनही बाहेर पडला. *काय चालवले आहे हिने?*

"तुम्ही म्हणता ते बरोबर असले मिस वेत्रा, तरी सामान्य नागरिकांना मी मधे पडू देणार नाही."

"तुमच्या मधे येते आहे? तुम्हाला तरी कुठे माहिती आहे की नक्की काय होणार आहे? मी मदतच करते आहे तुम्हाला."

"कोणी पॅन्थिऑनमधे असेल तर मला ते हवंच आहे. पण..."

"पण? पण काय?" व्हिट्टोरियाला कारण स्पष्ट दिसत होते. "मी स्त्री आहे म्हणून?"

ऑलिव्हेट्टी गप्प बसला.

"आम्हाला आमचं काम करू द्या."

"मलाही मदत करू द्या मग."

"फार धोका आहे. तुमच्याशी संपर्कही साधता येणार नाही. तुम्हाला वॉकी-टॉकी घेऊन जाण्याची परवानगीही देऊ शकत नाही. ताबडतोब लक्षात येईल ते."

तिने आपल्या खिशातून सेलफोन काढला. "कितीतरी टूरिस्ट सेलफोन बाळगतात."

व्हिट्टोरियाने फोन काढून नक्कल केली. "हाय हनी! मी आता पॅन्थिऑनमधे आहे. तू बघायला हवीस ही जागा." फोन बंद करून ती ऑलिव्हेट्टीकडे बघत बसली. "कुणाला कळणार आहे? काही धोकाबिका नाही." ऑलिव्हेट्टीच्या पट्ट्यावरच्या सेलफोनकडे बोट दाखवत तिने विचारले, "काय नंबर आहे तुमचा?"

ऑलिव्हेट्टीने उत्तर दिले नाही.

ड्रायव्हर सर्व बघत होता. त्याच्या मनातही विचारचक्रे चालू असावीत. त्याने गाडीतून उतरून कमांडरला बाजूला नेले. दहा सेकंद ते कुजबुजत होते. ऑलिव्हेट्टी परत येऊन म्हणाला, "हा नंबर घाला प्रोग्रॅममधे." त्याने नंबर सांगायला सुरुवात केली.

व्हिट्टोरियाने नंबर प्रोग्रॅम केला.

"आता फोन करा."

व्हिट्टोरियाने ऑटो-डायल प्रेस करताच ऑलिव्हेट्टीच्या पट्ट्यावरचा फोन वाजायला लागला. तो काढून तो म्हणाला, "जा मिस वेत्रा. आत जाऊन इकडेतिकडे बघा. बाहेर येऊन मला फोन करा."

तिने फोन बंद केला. "थॅन्क यू सर."

अनपेक्षितपणे तिच्या रक्षणाची जबाबदारी खरी म्हणजे आपल्यावरच आहे असे वाटून लँग्डन म्हणाला, "एक मिनिट थांबा. तिला एकटीलाच पाठवता आहात पॅन्थिऑनमधे?"

व्हिट्टोरिया चिडली. "रॉबर्ट! मी ठीक राहीन."

स्विस गार्ड पुन्हा ऑलिव्हेट्टीच्या कानाला लागला.

"खूप धोका आहे." लँग्डन व्हिट्टोरियाला म्हणाला.

"बरोबर आहे त्याचं. माझी उत्कृष्ट माणसंही कधी एकटी काम करत नाहीत. तुम्ही दोघं आत गेलात तर ते स्वाभाविकच वाटेल असं माझा लेफ्टनंटही म्हणतो आहे."

आम्ही दोघेही? खरे तर तिच्याऐवजी...

"तुम्ही दोघं दिसलात तर रजेवर असलेल्या पतीपत्नींसारखे वाटेल. तुम्हीही एकमेकांवर लक्ष ठेऊ शकाल. मलाही ती गोष्ट बरी वाटेल."

व्हिट्टोरियाने खांदे उडवले. "पण लौकर जायला हवे आता."

ऑलिव्हेट्टीने समोर बोट दाखविले. "पहिला रस्ता आहे विया देल्ली ऑरफानि. डावीकडे वळलात की सरळ पॅन्थिऑनमधेच पोहोचाल. जास्तीत जास्त दोन मिनिटं पुरतील. माझ्या माणसांशी संपर्क राखत मी इथेच असेन. तुमच्या फोनचीही वाट बघतो. स्वसंरक्षणासाठी काहीतरी देतो." त्याने आपले पिस्तूल काढले. "दोघांपैकी कुणाला पिस्तूल वापरायची माहिती आहे?"

लँग्डनच्या हृदयाचा ठोकाच चुकला. *पिस्तूल? आम्हाला पिस्तुलाची गरज नाही.*

व्हिट्टोरियाने हात पुढे केला.

"छान! लपवून ठेव."

तिने आपल्या शॉर्ट्सवर नजर टाकली. लँग्डनकडे बघितले.

अजिबात नाही, असे त्याच्या मनात येईपर्यंत तिने त्याचे जाकीट उघडून

पिस्तूल त्याच्या खिशात सरकवलेही होते. एखादा दगड खिशात पडावा तसे वाटले त्याला. नशीब की *दियाग्रामाचा* कागद दुसऱ्या खिशात होता.

लँग्डनचा हात पकडून ती निघाली.

ड्रायव्हर मागून बोलला,

"हातात हात घालणं जास्ती योग्य आहे. लक्षात ठेवा की तुम्ही टूरिस्ट आहात. नवीनच लग्न झालेलं आहे तुमचं. हातात हात घालाल तर..."

कोपऱ्यावरून वळताना लँग्डनला खात्री होती की, व्हिट्टोरियाच्या चेहऱ्यावर त्याला स्मितरेषा उमटलेली दिसली होती.

५१

स्विस गार्ड्सची 'स्टेजिंग रूम' कोरपो दि विगिलान्झा बरॅक्सजवळ आहे. व्हॅटिकनचे सार्वजनिक समारंभ आणि पोपचे दर्शन, उपस्थिती, यावेळच्या संरक्षण व्यवस्था त्या ठिकाणी ठरवतात. आज मात्र तिथे वेगळेच काम चालू होते.

स्विस गार्डमधला दुसऱ्या क्रमांकाचा अधिकारी कॅप्टन एलायस रॉचर टास्क फोर्ससमोर उभा होता. परंपरागत निळ्या पोषाखावर त्याने लाल बिरेट घातली होती. रुंद छातीचा दणकट माणूस. आवाज अत्यंत मृदू. त्याचे डोळे मात्र रात्री भटकणाऱ्या श्वापदांसारखे होते. त्याची माणसे त्याला ओर्सो म्हणत – ग्रिझली बेअर. 'विषारी सर्पाच्या सावलीत फिरणारे ग्रिझली' असेही म्हणत. ऑलिव्हेट्टी अर्थातच विषारी सर्प म्हणून ओळखला जाई. रॉचरही काही कमी घातकी नव्हता. पण तो येताना निदान नजरेला दिसायचा तरी.

सर्व ताठ उभे होते. आत्ताच दिलेल्या माहितीमुळे सर्वांचे एकत्रित ब्लडप्रेशर मात्र हजारएक पॉईंट्स तरी वाढले होते.

नवीन लेफ्टनंट शारत्राँ अगदी मागे होता. इतर नव्याण्णव टक्के अर्जांसारखा त्याचाही अर्ज नाकारला गेला असता तर बरे झाले असते, असा विचार त्याच्या मनात येत होता. वीस वर्षांचा शारत्राँ सर्वांत तरुण स्विस गार्ड होता. व्हॅटिकनमधे येऊन त्याला तीनच महिने झाले होते. तिथल्या प्रत्येक गार्डप्रमाणे त्याने स्विस सैन्यात दोन वर्षे काढली होती. दोन वर्षे बर्नमधे ट्रेनिंग घेतले होते. नंतर रोम शहराबाहेरच्या गुप्त बॅरक्समधे घेतलेल्या अत्यंत कठीण परीक्षेतून उत्तीर्ण होऊन तो स्विस गार्ड बनला होता. पण आज ओढवलेल्या संकटाला तोंड देण्यासारखे

प्रशिक्षण मात्र त्याला कधीच मिळाले नव्हते.

प्रथम त्याला आज दिलेली चमत्कारिक माहिती हा शिक्षणाचा भाग वाटला होता. *भविष्यकालीन अस्त्रे? प्राचीन पंथ? पळवलेले कार्डिनल्स?* मग रॉचरने त्या अस्त्राची व्हिडिओ फिल्म दाखवली होती. हे प्रशिक्षण नव्हते.

"मॅग्नेटिक इन्टरफिअरन्स नाहीसा व्हावा म्हणून आपण ठराविक भागातला वीजपुरवठा बंद करणार आहोत. चार चार जणांची पथके शोध घेतील. इन्फ्रा-रेड गॉगल्स, बग स्वीपर्स. काही प्रश्न?"

नव्हते.

"आणि वेळेत सापडले नाही तर?" तोंडातून शब्द निसटून जाताच शारत्राँ पस्तावला. कशासाठी भलतेच बोललो आपण?

ग्रिझलीने एकदा त्याच्याकडे रोखून बघितले. एक सॅल्यूट करून सर्वांना रजा दिली.

६०

पॅन्थिऑनपासून दोन ब्लॉक अंतरावर ओळीने उभ्या असलेल्या टॅक्सींजवळून लँग्डन आणि व्हिट्टोरिया पुढे निघाले. बहुतेक टॅक्सी ड्रायव्हर झोपले होते. प्राचीन स्पेनमधून आलेली दुपारच्या झोपेची सवय. कधीकधी तीच झोप संध्याकाळपर्यंत चाले ती गोष्ट वेगळी.

लँग्डनने मनातल्या प्रश्नांवर लक्ष केन्द्रित करायचा प्रयत्न केला. पण परिस्थिती इतकी विचित्र होती की त्याला सरळ विचार करता येईनासा झाला. फक्त सहा तासांपूर्वी तो केंब्रिजमधे चांगला गाढ झोपला होता. आता दोन कट्टर प्राचीन शत्रूंच्या लढाईत खेचला गेला होता. युरोपमधे होता. त्याच्या जाकिटात चक्क एक सेमि-ऑटोमॅटिक पिस्तूल होते आणि नुकत्याच भेटलेल्या मुलीच्या हातात हात घालून तो फिरत होता.

त्याने व्हिट्टोरियाकडे बघितले. तिचे लक्ष समोर होते. तिची हातावरची पकड स्वतंत्र बुद्धीच्या करारी स्त्रीची होती. त्याची उपस्थिती तर तिने मनापासून स्वीकारली होती. एकदा निर्णय घेतल्यावर घुटमळणे नाही. लँग्डनला तिच्याबद्दल ओढ वाटायला लागली आणि ते लक्षात येताच त्याने स्वत:लाच सत्य लक्षात घ्यायचा सल्ला दिला.

त्याच्या मनाची अस्वस्थता तिच्या लक्षात आली असावी. ''काळजी करू नकोस. नवीन लग्न झाल्यासारखं वाटायला नको का?''

''मी कुठे काळजी करतो आहे?''

''फक्त माझा हात घट्ट धरून चिरडतो आहेस.''

लँग्डनचा चेहरा पडला. त्याने आपली पकड ढिली केली.

''डोळ्यांमधून श्वास घे.''

''काय?''

''म्हणजे स्नायू ढिले पडतात. प्राणायाम म्हणतात त्याला.''

''पिरान्हा?''

''मासा नाही. प्राणायाम. बरं जाऊ दे.''

ते वळून पियाझ्झा देल्ला रोतुंदा वर आले. समोर पॅन्थिऑन दिसताच लँग्डनवर नेहमीप्रमाणेच त्या वास्तूची छाप पडली. *पॅन्थिऑन! सर्व देवांचे मंदिर, निसर्गाचे भूमातेचे देव.* पण वास्तू बाहेरून एखाद्या खोक्यासारखी वाटत होती. उभे स्तंभ मागचा घुमट झाकून टाकत होते. पण प्रवेशद्वारावर कोरलेली अक्षरे वाचताच आपण योग्य ठिकाणी पोहोचलो आहोत याची त्याला खात्री पटली. *'तिसऱ्या वेळी कॉन्सल बनलेल्या मार्कस आग्रीयापा याने बांधली.'*

नम्रता, विनय वगैरे शब्द अस्तित्वात होते की नाही?

व्हिडिओ कॅमेरे घेतलेले काही टूरिस्ट आजूबाजूला फिरत होते. काही आऊटडोअर कॅफेमधे रोममधल्या सुप्रसिद्ध कॉफीची चव घेत बसले होते. पॅन्थिऑनबाहेर चार रोमन पोलीस, ऑलिव्हेट्टीने सांगितल्याप्रमाणे, ताठ उभे होते.

''सारे कसे शांत शांत वाटते आहे.'' व्हिट्टोरिया म्हणाली.

त्याने मान डोलावली तरी तो बेचैन होता. त्याचा निष्कर्ष बरोबर होता याबद्दल व्हिट्टोरियाची संपूर्ण खात्री असली तरी हा प्रसंग सर्वांच्याच कसोटीचा ठरणार होता. इल्युमिनाटींची कविता डोक्यातून जात नव्हती. *सान्तीच्या पार्थिव कबरीसवे, सैतानाचे द्वार* – हीच जागा. नक्की. सान्तीची कबर. तो अनेकदा इथे आला होता. घुमटातल्या विवराखाली उभा राहिला होता.

''किती वाजले?''

''सात पन्नास. दहा मिनिटं आहेत.''

पॅन्थिऑनमधे शिरणाऱ्या टूरिस्ट्सकडे बघत व्हिट्टोरिया म्हणाली, ''आपली माणसं चांगली असली म्हणजे झालं. त्या घुमटाखाली जर काही घडलं ना, तर आपणच मधल्यामधे सापडू.''

प्रवेशद्वाराकडे पोहोचता पोहोचता त्याच्या खिशातल्या पिस्तुलाचे वजन त्याला जाणवायला लागले. त्या पोलिसांनी झडती घेतली तर? पण त्यांनी त्याच्याकडे

बघितलेही नाही.

"ट्रॅन्क्विलायझर गन सोडून दुसरे काही वापरलं आहेस?" त्याने हळूच व्हिट्टोरियाला विचारले.

"तुझा विश्वास नाही माझ्यावर?"

"विश्वास? मी ओळखतो तरी कुठे तुला?"

"आणि मी आपली समजत होते की आपलं नवीनच लग्न झालं आहे म्हणून!"

६१

पॅन्थिऑनमधली हवा एकाच वेळी थंड होती आणि दमटही. वरच्या प्रचंड छताला काही वजन आहे की नाही? सेन्ट पीटर्सच्या घुमटापेक्षाही याचा विस्तार मोठा होता. इन्जिनिअरिंग आणि कला यांचा सुरेख संगम. छतामधले विवर संध्याकाळच्या सूर्याच्या किरणात चमकत होते.

ते जागेवर पोहोचले होते.

लँग्डनची नजर छताची उतरती कमान, स्तंभांवरच्या भिंतींवरून खाली खाली येत पायाखालच्या पॉलिश केलेल्या संगमरवरी जमिनीवर स्थिरावली. चालणाऱ्या पायांचे, इतरांच्या बोलण्याचे आवाज घुमत होते. इतस्ततः फिरणाऱ्या डझनभर टूरिस्ट्सवर त्याची नजर फिरली. *इथे कुठे आहेस तू?*

"फारच शांत वाटत आहे." व्हिट्टोरियाने अजूनही लँग्डनचा हात सोडला नव्हता.

"रॅफेएलची कबर कुठे आहे?"

आपण नक्की कुठे आहोत याचा अंदाज घेण्यासाठी त्याने एकदा सर्वत्र दृष्टी फिरवली. थडगी, अल्टार, स्तंभ, भिंतींमधले कोनाडे. घुमटाच्या दुसऱ्या बाजूला एक कलाकुसर केलेले थडगे वाटत होते. "तिथे रॅफेएल असावा." त्याने बोट दाखवत म्हटले.

व्हिट्टोरियाने सर्व टूरिस्ट्सवर नजर टाकली. "यातला कुणी कार्डिनलचा खून करायला टपलेला खुनी वाटत नाही."

"इथे लपण्यासारखी एकच जागा आहे. भिंतींमधले कोनाडे. ते बघू आपण."

अवतीभोवती मधे मधे थडगी होती आणि भिंतीत कोरलेले अर्धवर्तुळाकार मोठे कोनाडे. प्रचंड नसले तरी अंधाऱ्या कोपऱ्यात माणूस लपू शकला असता. पूर्वी तिथे ऑलिम्पिअन देवांच्या मूर्ती होत्या. पण पॅन्थिऑनचे चर्चमधे रूपांतर करताना व्हॅटिकनने त्या मूर्ती उद्ध्वस्त केल्या होत्या. विज्ञानाच्या पहिल्या पवित्र वेदीच्या

ठिकाणी उभे असूनही खूण दिसत नाही ही कल्पनाच त्याला असह्य वाटत होती. कुठली मूर्ती असेल ती? कुठल्या दिशेने मार्ग दाखवणारी? इल्युमिनाटींची खूण शोधण्याइतक्या दुसऱ्या कुठल्या आनंदाची कल्पनाही त्याला करवत नव्हती. एकच शिल्पाकृती की जी 'पाथ ऑफ इल्युमिनेशन'कडेच बोट दाखवेल. आणि कोण होता तो अज्ञात शिल्पकार?

"मी डावीकडून जाते. तू उजवीकडून जा. पलीकडल्या बाजूला भेटू."

तो उजवीकडून निघाला आणि पुन्हा त्या खुन्याचे शब्द त्याच्या कानात घुमायला लागले. *आठ वाजता. विज्ञानाच्या पहिल्या वेदीवर पहिला बळी. मग तासाला एक याप्रमाणे मृत्यूची मालिका. आठ, नऊ, दहा, अकरा – मग मध्यरात्र!* लँग्डनने घड्याळ बघितले. ७:५२. आठ मिनिटे.

पहिल्या कोनाड्याकडे वळताना त्याने इटलीच्या पहिल्यावहिल्या कॅथलिक राजाचे थडगे पार केले. दगडी शवपेटी रोममधल्या अनेक शवपेट्यांप्रमाणे वाकडीतिकडी ठेवलेली वाटत होती. अनेक टूरिस्ट त्यामुळे गोंधळात पडलेले दिसत होते. लँग्डन स्पष्टीकरण द्यायच्या फंदात पडला नाही. ख्रिश्चन शवपेट्या कुठेही असल्या तरी पूर्वेकडे तोंड करून ठेवल्या जात असल्यानेच हा प्रकार घडत असे. गेल्याच महिन्यात तर या प्राचीन अंधश्रद्धेबद्दल लँग्डनच्या सिम्बॉलॉजि क्लासमधे चर्चा झाली होती.

पूर्वेकडे तोंड करून असलेल्या थडग्यांबद्दल लँग्डनने स्पष्टीकरण दिल्यावर पहिल्या बाकावरची एक मुलगी पटकन म्हणाली होती, "हे विसंगत वाटते. आपली थडगी उगवत्या सूर्याकडे तोंड करून असावीत असे ख्रिश्चनांना वाटायचे कारणच काय? आपण ख्रिश्चनांबद्दल बोलतो आहोत. सूर्योपासकांबद्दल नव्हे."

"मिस्टर हिट्‌सरोट!" फळ्यासमोर फेऱ्या घालत सफरचंद खात लँग्डन अचानक ओरडला.

शेवटच्या बाकावर डुलक्या काढणारा विद्यार्थी चमकून जागा झाला. "काय? मी?"

लँग्डनने भिंतीवरच्या आर्ट पोस्टरकडे बोट दाखवले.

"देवासमोर गुडघे टेकून बसलेला तो माणूस कोण आहे?"

"असेल कुठला संत वगैरे."

"उत्कृष्ट! पण तो संतच असणार असं वाटायचं कारण?"

"त्याच्याभोवती तेजोमंडळ आहे."

"आणि तो दुसऱ्या कशाची आठवण करून देतो?"

हसतच हिट्‌सरोट म्हणाला, "काहीतरी इजिप्शिअन गोष्टी शिकलो गेल्या टर्मला – सूर्याच्या तबकड्या वगैरे!"

"थँन्क यू हिट्‌सरोट. पुन्हा झोपलास तरी चालेल." लँग्डन परत वर्गाकडे

वळला. "ख्रिश्चनांच्या अनेक प्रतीकांप्रमाणे तेजोमंडळे ही सूर्याची पूजा करणाऱ्या प्राचीन इजिप्शिअन धर्माकडून आली आहेत. ख्रिश्चन धर्मात सूर्यपूजेची अनेक उदाहरणं आहेत."

"काय? मी अनेकदा चर्चमधे जाते. मला कधी सूर्याची पूजा होताना दिसलेली नाही." पहिल्या बाकावरची मुलगी पुन्हा म्हणाली.

"खरं की काय? पंचवीस डिसेंबरला कुठला दिवस साजरा करतेस?"

"ख्रिसमस. जीझस ख्राईस्टचा जन्म."

"आणि बायबलप्रमाणे ख्रिस्ताचा जन्म मार्चमधे झाला होता. मग डिसेंबरमधे तो दिवस आपण कशासाठी साजरा करतो आहोत?"

सर्व गप्प बसले.

लँग्डन हसला. "कारण पंचवीस डिसेंबर हा प्राचीन मूर्तिपूजकांचा सुट्टीचा दिवस आहे – *सोल इन्विक्तुस* – अजिंक्य सूर्य – हिवाळ्यामधल्या सर्वांत लहान दिवसानंतर सूर्य परत येण्याची वर्षातली उत्कृष्ट वेळ – दिवस पुन्हा मोठे व्हायला लागतात."

लँग्डनने सफरचंदाचा आणखी एक तुकडा मोडला.

"दुसऱ्या धर्मावर विजय मिळवणारा धर्म त्या धर्मातल्या सणांच्या सुट्ट्या अनेकदा स्वीकारतो. त्यामुळे धर्मबदल जाचक वाटत नाही. नवीन श्रद्धास्थानांवर विश्वास बसायची सवय होते. त्याच पवित्र तारखा मानायच्या, त्याच पवित्र स्थानांमधे प्रार्थना करायच्या, तशीच चिन्हे, प्रतीके वापरायची – फक्त पहिल्या देवाऐवजी नवीन देवाची स्थापना करायची."

पहिल्या बाकावरची मुलगी रागानेच म्हणाली, "म्हणजे ख्रिश्चन धर्म काय वेगळ्या पॅकिंगमधला सूर्योपासकांचा धर्मच समजायचा की काय?"

"अजिबात नाही. ख्रिश्चनांनी सूर्याची उपासना करणाऱ्यांकडूनच फक्त काही उचलले आहे असे नाही. कुणाला संत म्हणून स्वीकारण्याची रूढी प्राचीन युफेरेरस यांच्या 'देव बनवणे' या प्रथेपासून घेतली आहे. ॲझटेकमधेही होलि कम्युनिअन — ख्रिस्ताच्या भोजनोत्सवासारखी परंपरा होती. आपल्या पापांसाठी जीझस ख्राईस्टने मरण पत्करणे ही कल्पनासुद्धा फक्त ख्रिश्चनांची नाही. आपल्या लोकांच्या पापाचे प्रायश्चित्त म्हणून एखाद्या तरुणाने मृत्यूला कवटाळणे ही केत्झल–कोएत्लमधली अत्यंत पौराणिक परंपरा होती."

"मग ख्रिश्चन धर्मामधे स्वतःची अशी एक तरी मूळ कल्पना आहे की नाही?" ती मुलगी फारच खवळली असावी.

"संघटित अशा कुठल्याही धर्मामधे नवीन असं फार थोडं असतं. काहीही नसताना कुठल्याच धर्माचा उदय होत नसतो. ते एकमेकांच्या आधारानेच वाढतात. आधुनिक धर्म म्हणजे ईश्वर जाणण्याच्या माणसाच्या ओढीचा एक ऐतिहासिक

रेकॉर्ड आहे.''

''एक मिनिट जरा.'' हिट्सरोट आता चांगला जागा असावा. ''फक्त ख्रिश्चनांमधेच असलेली एक गोष्ट मला माहिती आहे. आपल्या देवाची प्रतिकृती. ख्रिश्चन कलाकृतींमधे त्यांचा देव कधी बहिरी ससाण्याच्या रूपातला सूर्य नसतो, ॲझटेक नसतो किंवा काहीतरी विचित्र दिसणारा नसतो. देव नेहमी पांढरी दाढी राखलेला साधासुधा म्हातारा माणूस असतो. तेव्हा आपल्या देवाची प्रतिमा ही फक्त आपलीच आहे.''

''पहिल्यावहिल्या ख्रिश्चनांनी आपले परंपरागत रोमन देव, ग्रीक देव, सूर्य देव, इतर मूर्ती – काहीही – यांचा त्याग केला तेव्हा त्यांनी चर्चला विचारलं की त्यांचा नवीन देव दिसतो तरी कसा. अत्यंत शहाणपणाने चर्चने अत्यंत ताकदवान, भीती निर्माण करणारा आणि इतिहासकाळात सर्वांना माहिती असलेला असा चेहरा शोधला.''

''लांब पांढरी दाढी असणारा म्हातारा माणूस?'' हिट्सरोटच्या आवाजातच संशय होता.

भिंतीवर टांगलेल्या वेगवेगळ्या धर्मातल्या प्राचीन देवांच्या चित्रांकडे लँग्डनने बोट दाखवले. सर्वांत वरती एका देवाचे चित्र होते. म्हातारा माणूस. लांबलचक पांढरी दाढी. प्राचीन ग्रीकांचा देवदेवेश्वर. झ्यूस! ''ओळखीचा वाटतो?''

आणि त्याच क्षणी क्लास संपला.

''गुड इव्हिनिंग,'' या साध्यासाध्या शब्दांनीही लँग्डन उडालाच. पुन्हा मनाने पॅन्थिऑनमधे परतला. निळा कोट, छातीवर क्रॉस असा एक म्हातारा माणूस मागे उभा होता.

''इंग्लिश, बरोबर?''

लँग्डन अजूनही गोंधळलेलाच होता. ''खरं तर अमेरिकन.''

तो माणूस एकदम कावराबावरा झाला. ''सॉरी... इतका चांगला पोषाख... सॉरी...''

''मी तुम्हाला काही मदत करू शकतो?'' लँग्डनने विचारले. पण त्याची छाती धडधडत होती.

''छे! छे! मला वाटत होतं की मीच तुम्हाला मदत करू शकेन. मी इथला गाईड आहे.'' त्याने अभिमानानेच त्याला शहराने दिलेला बॅज दाखवला. ''तुमची रोमची सफर जास्ती चित्तवेधक बनवणं हे कामच आहे माझं.''

जास्ती चित्तवेधक? रोमची ही भेट आधीच नको इतकी चित्तवेधक बनत होती.

''निरनिराळ्या संस्कृतींमधे रस असणारे विद्वान दिसता आपण. या अद्‌भुत वास्तूचा इतिहास मी सांगू शकतो तुम्हाला.''

"आभारी आहे. पण मी स्वत:च कलेचा इतिहासकार आहे आणि..."

म्हाताऱ्याचे डोळे चमकले. "उत्कृष्ट! मग तर माझी माहिती आवडेलच तुम्हाला."

"पण मी..."

"मार्कस आग्रीयापाने इ. स. पूर्व २७ व्या वर्षी पॅन्थिऑन बांधला." पाठ केलेली गोष्ट त्याने अस्खलितपणे बोलायलाही सुरुवात केली.

"हो. आणि सन ११९ मधे हेड्रियनने तो पुन्हा बांधला." लँग्डनने त्याला अडवले.

"१९६० मधे न्यू ऑर्लिन्स इथे सुपरडोम बांधला जाईपर्यंत या घुमटासारखा दुसरा घुमट नव्हता."

अरे देवा! हा माणूस तर थांबायलाच तयार नाही.

"पाचव्या शतकातल्या एका ज्ञानी माणसाने पॅन्थिऑनला *सैतानाचे वसतिस्थानच* म्हटले आणि धोक्याची सूचना दिली की छतामधले विवर म्हणजे पिशाच्चांचे प्रवेशद्वारच आहे."

लँग्डनला व्हिट्टोरियाने व्यक्त केलेली शक्यता आठवली आणि त्याची नजर अभावितपणे वर छताकडे गेली – छातीवर डाग उमटवलेला कार्डिनल छतामधल्या विवरामधून कोसळून संगमरवरी जमिनीवर थाडकन आपटतो आहे, असे भयंकर चित्र त्याच्या डोळ्यांसमोरून तरळून गेले. *ही मात्र प्रसिद्धी माध्यमांची उड्या पडणारी घटना ठरेल.* लँग्डनची नजर वार्ताहरांच्या शोधात पॅन्थिऑनभर फिरली. कुणी दिसत नव्हते. त्याने मन शांत ठेवायचा प्रयत्न केला. काय चमत्कारिक कल्पना येतात मनात. अशा तऱ्हेने हत्या शक्य तरी आहे का?

पुढे बघत लँग्डन निघाला. मागोमाग गाईड. तो काही त्याची पाठ सोडायला तयार नव्हता.

पपांच्या मृत्यूची बातमी कानांवर पडल्यापासून आठ तासांनी प्रथमच व्हिट्टोरिया एकटी होती. सत्य परिस्थितीची तिला जाणीव होती. अचानक आणि अत्यंत क्रूरपणाने तिच्या पपांचा खून झाला होता आणि तेवढीच वाईट असणारी गोष्ट म्हणजे त्यांचे संशोधन दहशतवाद्यांच्या हातात पडले होते. तिच्या, तिच्याच शोधामुळे प्रतिवस्तू हलवता आली होती. व्हॅटिकनमधे कुठेतरी तिची कुपी टिक्‌टिक् करत होती. सत्याचा शोध घेण्याच्या पपांच्या प्रयत्नांना मदत करताकरता ती भयंकर प्रलय घडवून आणणाऱ्या कटामधे ओढली गेली होती.

विचित्र गोष्ट म्हणजे या क्षणाला आपल्या आयुष्यात एकच गोष्ट योग्य घडते आहे असे तिला वाटायला लागले होते. एका अपरिचित व्यक्तीचे सान्निध्य. रॉबर्ट

लँग्डन! त्याच्या डोळ्यांत नुसते बघताच किती आधार वाटत होता तिला. तो इथे आहे याचा आनंदही वाटत होता. तिला धीर येत होता. पित्याच्या खुन्याला पकडण्याची आशा बळावत होती.

वर्तुळाकृती परिघातून शोधक दृष्टीने फिरताना तिच्या मनातल्या सुडाच्या भावनेने रंगवलेल्या भयानक चित्रांनीही तिची पाठ सोडली नव्हती. तिचे सर्व प्राणिमात्रांवर खूप प्रेम असले, तरीही हा खुनी तिला जिवंत नको होता. तिच्या इटालिअन रक्तातून आज वेगळ्याच तऱ्हेचा प्रवाह वाहतो आहे असा तिला भास झाला – सिसिलिअन पूर्वजांचा क्रूर न्याय – सूडाचा प्रवास – हाडवैर म्हणजे काय असते याचा तिला उलगडा होत होता.

बदला घेण्याच्या विचारांनी भारूनच ती रॅफेएलच्या कबरीजवळ पोहोचली. हा वेगळाच प्राणी होता खरा. त्याची शवपेटी प्लेक्सिग्लासमधे ठेवली होती. कोनाड्यात व्यवस्थित सरकवून ठेवली होती. वरती लिहिले होते.

रॅफेएल सान्ती – १४८३-१५२०

वर्णनाचे फक्त एक वाक्य लिहिलेली पट्टी तिने वाचली.

पुन्हा वाचली.

नंतर... पुन्हा एकदा वाचली.

आणि घाबरूनच ''रॉबर्ट! रॉबर्ट!!'' ओरडत ती धावत सुटली.

६२

गाईड बडबड करत मागोमाग फिरत असतानाच लँग्डन शेवटच्या कोनाड्याजवळ पोहोचला. ''तुम्हाला त्या कोनाड्यांचं आश्चर्य वाटतं ना? तुम्हाला माहीत आहे का, की निमुळत्या होत जाणाऱ्या भिंतींमुळेच घुमटाला वजन नाही असा भास निर्माण होतो ते?''

एकही अक्षर कानामधे शिरत नसतानाही लँग्डनने मान डोलावली आणि तेवढ्यात मागून कुणीतरी त्याला धरले. व्हिट्टोरिया! ती धापा टाकत त्याला ओढायला लागली. तिच्या चेहऱ्यावरची भीती बघताच लँग्डनला एकच शंका आली. *प्रेत सापडले आहे तिला.* तो मनापासून चरकला.

''तुमची पत्नी!'' गाईड खुशीत उद्गारला. त्याला दुसरा श्रोता लाभला होता. तिची शॉर्ट पॅन्ट आणि हायकिंग बूट बघून तो पुढे म्हणाला, ''आता तू नक्कीच

अमेरिकन आहेस हे मी सांगू शकतो.''

व्हिट्टोरियाचे डोळे बारीक झाले. ''मी इटालिअन आहे.''

गाईडचे हसू मावळले.

त्याला टाळून ती कुजबुजली, ''रॉबर्ट! गॅलिलिओचा *दियाग्रामा.* बघायलाच हवा.''

''दियाग्रामा?'' गाईडने तो शब्द बरोबर ऐकला आणि तो गर्रकन वळला. ''कमाल आहे. तुम्हाला इतिहास खरंच माहीत आहे. पण दुर्दैवाने ते व्हॅटिकनच्या गुप्त आर्काइव्ह्‌ज्‌मधे असल्याने कुणालाच बघता...''

''तुम्ही आम्हाला जरा बोलू द्या.'' म्हणत लँग्डनने तिला बाजूला नेले. तिच्या चेहऱ्यावरची भीतीची छाया बघूनच तो गांगरला होता. त्याने हळूच खिशातून फोलिओ बाहेर काढला. ''काय चालले आहे?''

''तारीख काय आहे त्यावरची?'' कागद बघत ती म्हणाली.

गाईड पुन्हा जवळ आला. कागदाकडे आ वासून बघत राहिला. ''तो खराखुरा...''

''टूरिस्टची प्रत. पण मला आणि माझ्या पत्नीलाच फक्त बोलायचे आहे.''

गाईड दूर सरकला. पण त्याची नजर त्यांच्या हातामधल्या कागदावरून ढळत नव्हती.

''तारीख – तारीख! कधी प्रसिद्ध केले हे गॅलिलिओने?'' व्हिट्टोरियाने पुन्हा विचारले.

लँग्डनने खालच्या ओळीतल्या रोमन आकड्याकडे बोट दाखवले.

''१६३९?'' व्हिट्टोरिया चपापून म्हणाली.

''हो. काय चुकले?''

भयानक आपत्ती ओढवल्याप्रमाणे व्हिट्टोरियाचे डोळे विस्फारले. ''आपण भयंकर चूक केली आहे रॉबर्ट. तारखा जुळत नाहीत.''

''कुठल्या तारखा जुळत नाहीत?''

''रॅफेएलचे थडगे. १७५९ पर्यंत त्याला इथे पुरले नव्हते. *दियाग्रामा* प्रसिद्ध झाल्यानंतर शंभर वर्षं.''

लँग्डन तिच्याकडे बघत ती काय सांगते आहे ते समजावून घ्यायचा प्रयत्न करत होता. ''रॅफेएल १५२० मधेच मरण पावला. *दियाग्रामा* प्रसिद्ध होण्यापूर्वी कितीतरी वर्षं आधी.''

''पण त्याचे इथे दफन खूप नंतर झाले.''

लँग्डनला काही बोध होईना. ''काय बडबडते आहेस तू?''

''मी वाचले आत्ताच. रॅफेएलची शवपेटी पॅन्थिऑनमधे १७५८ मधे ठेवली. प्रसिद्ध ऐतिहासिक इटालिअन व्यक्तींच्या सन्मानार्थ आखलेल्या कुठल्या तरी

योजनेचा भाग म्हणून.''

तिच्या बोलण्याचा अर्थ लक्षात येताच लँग्डनला त्याच्या पायाखालची जमीन सरकल्यासारखे वाटले.

''ती कविता लिहिली तेव्हा रॅफेएलचे थडगे दुसरीकडेच कुठेतरी होते. त्या वेळी रॅफेएलचा आणि पॅन्थिऑनचा काही संबंधच नव्हता.''

लँग्डन घुसमटायला लागला. ''पण... पण... त्याचा अर्थ...''

''बरोबर. त्याचा अर्थ आपण चुकीच्या ठिकाणी आहोत.''

''अशक्य... मला खात्री...''

व्हिट्टोरियाने धावत जाऊन गाईडला धरले. ''सिन्योर, १६०० मधे रॅफेएलची कबर कुठे होती?''

चक्रावल्यासारखा बघत तो म्हणाला, ''उरबिनो – त्याचे जन्मगाव.''

''अशक्य! इल्युमिनाटींच्या पवित्र वेदी रोममधेच आहेत. खात्री आहे माझी.''

''इल्युमिनाटी?'' गाईडचा श्वास घशात अडकला. त्याचे लक्ष पुन्हा लँग्डनच्या हातातल्या कागदाकडे गेले. ''तुम्ही लोक आहात तरी कोण?''

व्हिट्टोरियाने संभाषणाचा ताबा घेतला. ''आम्ही सान्तीच्या कबरीचा शोध घेतो आहोत. रोममधे. त्याचा अर्थ काय हे सांगू शकतील?''

गाईडला नीट सांगता येईना. ''रोममधे हीच त्याची कबर आहे.''

लँग्डन विचार करायचा प्रयत्न करत होता. पण डोके नीट काम करत नव्हते. १६५५ मधे रॅफेएलची कबर जर रोममधे नव्हती तर कवितेचा संदर्भ कशाशी येतो? *सान्तीच्या पार्थिव कबरीसवे, सैतानाचे द्वार? काय आहे हे? विचार कर! विचार कर!!*

''सान्ती नावाचा दुसरा कुणी कलाकार होता?'' व्हिट्टोरियाने विचारले.

''मला तरी माहीत नाही.'' गाईड खांदे उडवत म्हणाला.

''प्रसिद्ध असा कुणी शास्त्रज्ञ, कवी, खगोलशास्त्रज्ञ होता?''

आता गाईडलाच पळायची घाई झाली होती. ''नाही. एकच सान्ती मला माहीत आहे. रॅफेएल – आर्किटेक्ट रॅफेएल.''

''आर्किटेक्ट? मला तर वाटत होते तो चित्रकार आहे म्हणून.''

''दोन्ही होता तो. ते सर्व तसेच होते. मायकल अॅन्जलो, दा विंची, रॅफेएल.''

गाईडच्या शब्दांमुळे असेल, नाहीतर आजूबाजूच्या कलाकुसरीने नटलेल्या थडग्यांमुळे असेल, पण लँग्डनचे मन ताळ्यावर यायला लागले. कशाने ते महत्त्वाचे नव्हते. *सान्ती आर्किटेक्ट होता.* त्या काळात आर्किटेक्ट दोन गोष्टींसाठीच जगत होते. देवाचा उदो उदो करणारी मोठी चर्चेस बांधायची, नाहीतर उच्च पदस्थांची अप्रतिम थडगी बनवायची. *सान्तीची कबर... शक्य आहे?* त्याच्या

डोळ्यांसमोरून भराभर प्रतिमा सरकायला लागल्या.

दा विंची	—	*मोनालिसा*
मोनेट	—	*वॉटर लिलीज*
मायकल ॲन्जलो	—	*डेव्हिड*
सान्ती	—	*भूमातेची कबर*

"सान्तीने एखादी कबर *डिझाइन* केली होती?" लँग्डनने अचानक विचारले.

व्हिट्टोरिया वळली, "काय?"

"रॅफेएलचे कुठे दफन केले आहे त्याचा संदर्भ नाही हा. त्याने डिझाइन केलेल्या कबरीशी संदर्भ आहे."

"आता तू काय वेगळंच बडबडतो आहेस?"

"अर्थ लावण्यात गफलत झाली होती बहुधा. आपल्याला रॅफेएलची कबर शोधायची नसून रॅफेएलने दुसऱ्या कुणासाठी तरी डिझाइन केलेली कबर शोधायची आहे. त्या काळातल्या अर्ध्या शिल्पाकृतींचा संदर्भ दफनाशी आहे." काहीतरी पुन्हा कळायला लागल्यासारखे लँग्डनच्या चेहऱ्यावर हसू उमटले. "रॅफेएलने शेकडो कबरींचे आराखडे बनवले असतील."

व्हिट्टोरियाच्या चेहऱ्यावर आनंद दिसला नाही. "शेकडो?"

लँग्डनचा चेहरा पडला.

"*भूमातेची* म्हणण्यासारखी एखादी होती प्रोफेसर?"

लँग्डनच्या लक्षात आले की रॅफेएलच्या कलाकृतींबद्दल त्याला फारच थोडी माहिती आहे. मायकल ॲन्जलोच्या कलाकृती असत्या तर तो काही मदत करू शकलाही असता. पण रॅफेएलच्या कामाबद्दल त्याला कधीच विशेष आकर्षण वाटले नव्हते. रॅफेएलच्या एक दोन प्रसिद्ध कबरी त्याला माहीत होत्या एवढेच. पण त्या दिसायला कशा होत्या हे त्याला ठाऊक नव्हते.

लँग्डनकडून काहीच कळायची आशा दिसेना, तेव्हा व्हिट्टोरिया हळूहळू काढता पाय घेणाऱ्या गाईडकडे वळली. तिने त्याचा दंड पकडून त्याला खेचले. "मला रॅफेएलने डिझाइन केलेली – *भूमातेची म्हणण्यासारखी* – कबर कुठे आहे सांग."

गाईडही अस्वस्थ झाला. "रॅफेएलने डिझाइन केलेली कबर? कितीतरी आहेत. कबर नाही तर *चॅपेलही* असू शकतो. आर्किटेक्ट्स कबरींसाठी चॅपेलच डिझाइन करायचे."

लँग्डनला पटले. तो अगदी बरोबर सांगत होता.

"रॅफेएलची कुठली तरी कबर किंवा चॅपेल आहे की ज्याला *भूमातेचा* असा म्हणता येईल?"

"सॉरी. तुम्ही काय म्हणता आहात त्याचा अर्थच मला कळत नाही. मला माहीत असणाऱ्या कशालाही अशी उपमा देता येईल असे वाटत नाही. जाऊ मी आता?"

व्हिट्टोरियाने त्याचा दंड न सोडता हातामधल्या कागदावरची ओळ वाचली. *"सान्तीच्या पार्थिव कबरीसवे, सैतानाचे द्वार* –यावरून काही कळते आहे तुम्हाला?"

"काहीही नाही."

लँग्डनने एकदम मान वर केली. ओळीच्या दुसऱ्या भागाची त्याला आठवणच राहिली नव्हती. "रॅफेएलच्या कुठल्याही चॅपेलच्या छताला असे *विवर* आहे?"

"माझ्या माहितीप्रमाणे पॅन्थिऑन हा तसा एकुलता एकच. पण..."

"पण काय?" व्हिट्टोरिया आणि लँग्डन यांनी एकदमच विचारले.

गाईडची पळ काढायची इच्छा नाहीशी झाली असावी. "सैतानाचे विवर?" तो स्वत:शीच पुटपुटला "म्हणजे *बुको हियावालो...?"*

व्हिट्टोरियाने मान डोलावली. "अक्षरश: तसाच अर्थ."

"आता हे शब्द बऱ्याच काळात ऐकलेले नाहीत. मला वाटते की सैतानी विवर ही एक प्राचीन संज्ञा आहे. चॅपेलमधल्या *कबरीखाली खोदलेली दफनाची भुयारी खोली."*

उच्चपदस्थांना चर्च सन्मानाने एखाद्या चॅपेलमधल्या कलाकुसरीने नटलेल्या कबरीत जागा देत असे. नंतर त्याचे इतर कुटुंबीयही स्वत:लाही चर्चमधेच दफनाची जागा मिळावी या हेतूने आग्रह धरत. आता चर्चकडे पैसा नसेल, सर्व कुटुंबीयांचे दफन करण्याएवढी जागाच नसेल, तर ते पहिल्या कबरीशेजारी सरळ मोठा खड्डा खणून इतरांसाठी जागा करत. पण कधीकधी कथीड्रलमधे भयंकर दुर्गंधी सुटे आणि त्यामुळे ही कल्पना ठीक वाटली होती, तरी मागे पडली. *सैतानी विवर.* यापूर्वी कधी ऐकलेला शब्द नसला, तरी तो योग्य आहे अशी लँग्डनची खात्री पटली.

लँग्डनच्या छातीची धडधड पुन्हा वाढायला लागली. *सान्तीच्या पार्थिव कबरीसवे, सैतानाचे द्वार* – एकच प्रश्न विचारण्यासारखा होता. "रॅफेएलने अशी कुठली कबर डिझाइन केली होती की जिथे असा खड्डा होता?"

"खरे तर... सॉरी... मला एकच आठवते."

फक्त एकच आठवते? तीच तर हवी आहे.

"कुठे?" व्हिट्टोरियाने जवळजवळ ओरडूनच विचारले.

त्यांच्याकडे विचित्र नजर टाकत तो म्हणाला, "किगी चॅपेल. अगोस्तिनो किगी आणि त्याच्या भावाची कबर. कला आणि विज्ञान यांचे श्रीमंत आश्रयदाते."

विज्ञान? लँग्डनची आणि व्हिट्टोरियाची नजरानजर झाली. "कुठे?" व्हिट्टोरियाने पुन्हा विचारले.

तिच्या प्रश्नाकडे दुर्लक्ष करत गाईडने बडबड सुरू केली. "आता त्या कबरीला

भूमातेची म्हणता येईल की नाही माहीत नाही... पण ती... जरा *वेगळी* आहे असे नक्कीच म्हणता येईल.''

''वेगळी? म्हणजे कशी?'' लँग्डनने विचारले.

''आर्किटेक्चरशी विसंगत. रॅफेएल फक्त आर्किटेक्ट होता. दुसऱ्याच कुठल्या तरी शिल्पकाराने आतमधले काम केले आहे. कोणी ते लक्षात नाही.''

अज्ञात इल्युमिनाटी मास्टर? लँग्डन कान देऊन ऐकत होता.

''ज्याने कुणी आतली सजावट केली त्याला काही कळत नव्हते. *अरे देवा! भयानक प्रकार. पिरॅमिडखाली* आपले दफन करून घ्यायला कुणाला आवडेल?''

''पिरॅमिडस? चॅपेलमधे पिरॅमिड्स आहेत?'' लँग्डनचा स्वतःच्या कानांवर विश्वास बसेना.

''तुम्हालाही भयानक कल्पना वाटते ना?''

व्हिट्टोरियाने पुन्हा त्याचा दंड पकडला. ''सिन्योर, हा किगी चॅपेल कुठे आहे?''

''एखाद्या मैलावर. सान्ता मारिया देल पोपोलो चर्चमधे.''

''आभारी आहोत.''

दोघे निघतानिघता गाईड म्हणाला, ''आणखी एक गोष्ट आठवली. काय मूर्ख आहे मी तरी!''

''चूक केली आहेस असे तरी म्हणू नकोस.'' व्हिट्टोरिया खाडकन थांबून म्हणाली.

''चूक नाही. पण या आधीच ही गोष्ट माझ्या लक्षात यायला हवी होती. किगी चॅपेल नेहमीच त्या नावाने ओळखला गेलेला नाही. त्याला कपेल्ला देल्ला तेर्राही म्हणायचे.''

''चॅपेल ऑफ दि अर्थ.'' –भूमातेचा *चॅपेलच* म्हणायचा की. व्हिट्टोरियाने दरवाज्याच्या दिशेने चालायला सुरुवातही केली.

पियाझ्झा देल्ला रोतुंदामधे धावत पोचतापोचता व्हिट्टोरियाने आपला सेलफोन काढून बटण दाबले. ''कमांडर ऑलिव्हेट्टी! ही चुकीची जागा आहे.''

''चुकीची? म्हणजे काय?'' ऑलिव्हेट्टीने गोंधळून विचारले.

''विज्ञानाची पहिली पवित्र वेदी किगी चॅपेलमधे आहे.''

''काय? पण मिस्टर लँग्डन तर...'' ऑलिव्हेट्टी रागावलेला दिसला.

''सान्ता मारिया देल पोपोलो! एक मैलावर. तुमची माणसे ताबडतोब तिकडे पाठवा. आपल्याला फक्त चार मिनिटं आहेत.''

''ते कसे शक्य होणार? त्यांनी *इथे* जागा धरल्या आहेत.''

''ताबडतोब कमांडर.'' तिने फोन बंद केला.

तिच्या मागोमाग लँग्डन पॅन्थिऑनबाहेर पडला. त्याची धक्का बसल्यासारखी अवस्था झाली होती.

त्याचा हात धरून तिने त्याला बाजूला उभ्या असलेल्या टॅक्सींकडे खेचले. बहुतेक टॅक्सींमधे ड्रायव्हर दिसत नव्हते. तिने पहिल्या टॅक्सीच्या टपावर दाणदाण ठोकल्यावर दचकून ओरडतच ड्रायव्हर उठला. व्हिट्टोरियाने मागचा दरवाजा उघडून लँग्डनला आत ढकलले. ''सान्ता मारिया देल पोपोलो.'' तिने आज्ञा दिली. ''*ताबडतोब.*''

घाबरलेल्या ड्रायव्हरने गाडी हाणायला सुरुवात केली.

६३

गुन्थार ग्लिकने किनिता माक्रीकडून संगणकाचा ताबा घेतला होता. ती त्याच्या खांद्यावरून वाकून बघत होती.

''सांगितले होते ना तुला? या लोकांबद्दल फक्त ब्रिटिश टॅटलरनेच लेख लिहिलेले नाहीत.''

माक्री संगणकाच्या पडद्याकडे बघत होती. ग्लिकचे म्हणणे बरोबर होते. गेल्या दहा वर्षांत इल्युमिनाटींबद्दल सहा लेख तरी बी.बी.सी.ने घेतले होते. कमाल आहे. ''कोणत्या चक्रम वार्ताहरांनी या गोष्टी...''

''बी.बी.सी. चक्रम वार्ताहरांना नोकरी देत नाही.''

''तुला नाही का दिली?''

''तुझा का विश्वास बसत नाही हे कळत नाही मला. इल्युमिनाटींबद्दल इतिहासात बरेच काही कागदपत्रं उपलब्ध आहेत. लिहिले गेले आहे.''

''चेटकिणी, अज्ञात उडत्या वस्तू आणि लॉच नेस मॉन्स्टरबद्दल सुद्धा लिहिले गेले आहे.''

''विन्स्टन चर्चिल नाव ऐकले आहेस कधी?''

''वाटते खरे ऐकल्यासारखे.''

''चर्चिलच्या आयुष्यावर हल्लीच बी.बी.सी.ने एक प्रोग्रॅम केला होता. पक्का कॅथलिक. १९२० मधे एक लेख लिहून त्याने इल्युमिनाटींपासून सावध राहाण्याबद्दल जगातल्या ब्रिटिशांना इशारा दिला होता.''

''कोणी छापला होता? *ब्रिटिश टॅटलर?*'' तिला सगळेच संशयास्पद

वाटायला लागले होते.

ग्लिक हसला, "लंडन हेरॉल्ड. ८ फेब्रुवारी १९२०.''

"अशक्य.''

"बघ तर.''

"चर्चिल विकृत मनोवृत्तीचा माणूस असणार.''

"तर मग तो एकटाच नाही. इल्युमिनाटी अमेरिकन बँक्सचा ताबा घेत आहेत असा धोक्याचा इशारा देणारे तीन रेडिओ ब्रॉडकास्ट वुड्रो विल्सनने १९२१ मधे दिले होते. रेडिओ ट्रान्सक्रिप्ट ऐकवू?''

"नको.''

तरी एकदा ऐकवलेच त्याने. "अत्यंत ताकदवान, पाताळयंत्री, सर्वव्यापी अशी संघटना आहे की जिचा धि:कार करायचा असला तरी आवाज श्वासोच्छ्वासापेक्षा खालच्या पट्टीवर ठेवावा लागेल.''

"मी कधी ऐकले नव्हते याबद्दल.''

"शक्य आहे की १९२१ मधे तू लहान मुलगी असशील म्हणून.''

ही कोपरखळी तिने सहज झेलली. दिसणाऱ्या वयाची जाणीव तिला होत होती. त्रेचाळिसाव्या वर्षी डोक्यात पांढरे केस दिसायला लागले होते. पण कलप लावायची तिच्या अभिमानी मनाची तयारी नव्हती. स्वाभिमान हवा आणि समाधानही, तिच्या बाप्टिस्ट आईची शिकवण होती. *तू काळी मुलगी असलीस की काहीही लपवण्यात अर्थ नाही. तसा प्रयत्न करशील, त्या दिवशी आयुष्य संपल्यात जमा होईल. ताठ मानेने राहा. हसत राहा. कोणते रहस्य तुला एवढे हसू आणते याचा विचार इतरांना करू देत.*

"सेसिल ऱ्होड्स माहिती आहे?'' ग्लिकने विचारले.

"ब्रिटिश भांडवलदार?''

"बरोबर. ऱ्होड्स स्कॉलरशिप्स त्यानेच द्यायला सुरुवात केली.''

"आता सांगू नको की...''

"होता. इल्युमिनाटस. बी.बी.सी. १६ नोव्हेंबर १९८४.''

"आपण तसं लिहिलं आहे?''

"अर्थातच आणि त्यासाठीचा फंड कित्येक शतकांपूर्वी जगामधल्या तरुण बुद्धिवंतांना इल्युमिनाटीमधे खेचण्यासाठी उभारला होता.''

"काहीतरी बडबडू नकोस. माझे काका ऱ्होड्स स्कॉलर होते.''

ग्लिकने डोळा मारला. "आणि बिल क्लिन्टनसुद्धा.''

माक्रीचे डोके आता फिरायला लागले. अकारण घबराट निर्माण करणारे, भडक तऱ्हेने लिहिलेले, लेख वाचताना तिच्या तळपायाची आग मस्तकाला पोचे.

पण बी.बी.सी. प्रत्येक बाबतीत काळजीपूर्वक संशोधन केल्याशिवाय आणि खात्री पटवून घेतल्याशिवाय काही छापत नसे हे देखील तिला ठाऊक होते.

"हे आठवेल तुला. बी.बी.सी. ५ मार्च १९९८. पार्लमेंट कमिटीचा प्रमुख क्रिस मुलिन्स याने मेसन्स असणाऱ्या ब्रिटिश पार्लमेंटच्या सर्व सदस्यांनी आपले सदस्यत्व जाहीर करावे अशी मागणी केली होती."

माक्रीला आठवत होते. नंतर पोलीस, न्यायाधीश यांचासुद्धा या फतव्यात समावेश झाला होता. "आणि त्याला काय कारण घडले होते?"

"मेसन्समधल्या गुप्त शाखा राजकीय आणि आर्थिक संघटनांवर काळजी पडावी इतका दबाव आणत होत्या म्हणून."

पार्लमेंटमधले मेसन्स खवळले होते. ते साहजिकही होते. बहुतेक सर्व चॅरिटी आणि नेटवर्किंगसाठी मेसन्स बनलेली निरपराध माणसे होती. ब्रदरहुडच्या जुन्या इतिहासाबद्दल त्यांना काडीमात्र कल्पना नव्हती.

"आणि हे बघ. इल्युमिनाटींचा गॅलिलिओ, फ्रान्सच्या *गेरनेत,* स्पेनच्या *अलुमब्रादोस* एवढेच काय तर कार्ल मार्क्स आणि रशियन क्रांतीशीही संबंध होता."

"इतिहास हा पुन्हा पुन्हा नव्याने लिहायची पाळी येते."

"ठीक आहे. वर्तमानकाळाबद्दल सांगू? *वॉल स्ट्रीट जर्नलमधे* इल्युमिनाटींबद्दल संदर्भ आहे."

हे मात्र आश्चर्यकारक होते.

"अमेरिकेमधला अत्यंत लोकप्रिय इन्टरनेट कॉम्प्युटर गेम कुठला आहे आज?"

"पामेला अॅन्डरसनला शेपटी चिकटवणे."

"जवळपास पोहोचते आहेस. त्याचं नाव आहे *'इल्युमिनाटी : नवीन जागतिक व्यवस्था.'* "

माक्रीने पुन्हा वाकून पडद्याकडे बघितले. *स्टीव्ह जॅक्सनच्या खेळाला अमाप प्रसिद्धी – थोडाफार इतिहासाशी संबंध – बव्हेरियामधील प्राचीन सैतानी पंथ जग काबीज करायला निघतो वगैरे."* – तिने खेळाचे वर्णन वाचले.

"ख्रिश्चनांबद्दल एवढा राग का त्यांना?"

"फक्त ख्रिश्चनांविरुद्ध नाही. सर्वच धर्मांबद्दल. पण आत्ताच आपल्याला आलेल्या फोनप्रमाणे व्हॅटिकनबद्दल तर त्यांच्या मनात भयंकर द्वेष आहे."

"फोनवरचा माणूस. त्याने सांगितल्याप्रमाणेच खरोखर असेल?"

"इल्युमिनाटींचा निरोप्या? चार कार्डिनल्सच्या खुनांची तयारी चालवली आहे? आशा करू हा तसाच आहे म्हणून." ग्लिक हसत म्हणाला.

६४

विया देल्ला स्क्रोफावरून एक मैलाचे अंतर लँग्डन आणि व्हिट्टोरियाच्या टॅक्सीने मिनिटभरातच कापले. पियाझ्झा देल पोपोलोजवळ टॅक्सी थांबली तेव्हा आठ वाजत आले होते. लँग्डनकडे लिरा हे चलन नव्हते. त्याने डॉलर्समधेच ड्रायव्हरला भरपूर बिदागी दिली. दोघांनीही टॅक्सीबाहेर उडी मारली. सुप्रसिद्ध रोझाति कॅफेमधून येणारे हसण्याचे आवाज सोडले तर पियाझ्झामधे शांतता होती.

पॅन्थिऑनबाबतच्या चुकीने लँग्डनला धक्का बसला होता. त्याने चौकावर नजर टाकली. त्याच्या मनाला योग्य जागी पोहोचल्याची जाणीव व्हायला लागली. पियाझ्झा लंबवर्तुळाकृती आकारात होता. मध्यावर इजिप्शियन ओबेलिस्क. पायथ्याशी चौकोनी आणि वरती निमुळता होत जाणारा. रोमच्या साम्राज्याने केलेली ही लूट रोमभर दिसत असे. सिम्बॉलॉजिस्ट या ओबेलिस्कनाही भव्य पिरॅमिड्स म्हणत. आकाशाला भिडणाऱ्या पवित्र पिरॅमिड्सच्या आकाराची प्रतीके.

वर वर बघताना त्याची दृष्टी दुसऱ्याच गोष्टीवर खिळली.

''आपण योग्य जागी पोहोचलो आहोत,'' तो हळूच म्हणाला. त्याने चौका-पलीकडच्या उंच कमानीकडे बोट दाखवले – पवित्र दरवाजा – शतकानुशतके ही वास्तू चौकाकडे लक्ष देत होती. कमानीच्या वरती मध्यावर कोरीव काम होते आणि एक चिन्ह. ''ओळखीचे वाटते?''

व्हिट्टोरियाने त्या प्रचंड कोरीव कामाकडे बघत म्हटले, ''दगडांच्या त्रिकोणाकृती ढिगावर चमकणारा तारा.''

''पिरॅमिडवरचा प्रकाशाचा स्त्रोत.''

व्हिट्टोरियाचे डोळे चमकले. ''अमेरिकेच्या सीलप्रमाणे.''

''एक डॉलरवरचे मेसॉनिक चिन्ह.''

व्हिट्टोरियाने चौकावर, आजूबाजूला नजर टाकली आणि विचारले, ''कुठे आहे ते चर्च?''

सान्ता मारिया देल पोपोलो चर्च पियाझ्झाच्या एका कोपऱ्यात टेकडीच्या पायथ्याशी होते. अकराव्या शतकामधले दगडी बांधकाम, पुढे विशोभित टॉवर. त्यावर परात बांधलेली.

ते धावतच निघाले. तो आश्चर्याने चर्चकडे बघत होता. त्या चर्चच्या आत एवढ्यात खून होणार होता? ऑलिव्हेट्टी लौकर पोहोचावा अशी त्याची इच्छा होती. खिशातल्या पिस्तुलाचे ओझे वाटायला लागले होते.

चर्चच्या पायऱ्यांपाशी बांधकामाचे साहित्य होते आणि पाट्या ठोकलेल्या– *बांधकाम चालू – प्रवेश बंद.* दुरुस्तीसाठी चर्च बंद असेल तर खुन्याला पूर्ण एकांत लाभणार होता. पॅन्थिऑनप्रमाणे काहीही लपूनछपून करायची आवश्यकता नव्हती. एकदा आत पोचले की झाले.

त्या साहित्यातून वाट काढत व्हिट्टोरिया सरळ पुढे निघाली आणि पायऱ्या चढायला लागली.

''व्हिट्टोरिया... तो अजून इथेच असेल तर...''

तिच्या कानावर त्याचा इशारा पडलाच नसावा. ती चर्चच्या एकुलत्या एका लाकडी दरवाज्याशी पोचली. तो घाईघाईने तिच्या मागोमाग पोहोचेपर्यंत तिने हॅन्डल ओढलेही होते. दरवाजा बंदच राहिला.

''दुसरं प्रवेशद्वार असायला हवं.'' व्हिट्टोरिया म्हणाली.

''असणार. पण ऑलिव्हेट्टी पोहोचेलच मिनिटभरात. आत शिरणं धोक्याचं आहे. आपण बाहेरूनच लक्ष...''

व्हिट्टोरिया वळली. तिच्या डोळ्यांत संताप होता.

''*आत* जायला दुसरा मार्ग असेल तर त्याचा अर्थ *बाहेर* पडायलाही दुसरा मार्ग आहे. *तो खुनी गायब झाला तर... मग आपलं काही खरं नाही.''*

तिचे म्हणणे बरोबर आहे एवढे समजण्याइतके इटालिअन त्याला येत होते.

चर्चच्या उजव्या बाजूच्या गल्लीत अंधार होता. दोन्ही बाजूंना उंच भिंती आणि दुर्गंधी. रेस्टरूम्स आणि बार यांचे प्रमाण १ : २० इतके व्यस्त असताना दुसरे काय होणार? तरी दोघेही तिथे घुसले. थोडेसे पुढे जाताच दरवाजा दिसला. धर्मगुरूंचे खाजगी प्रवेशद्वार. पण जवळजवळ बांधल्या गेलेल्या इमारतींनी तो उपयोग कधीच नाहीसा झाला होता.

व्हिट्टोरिया घाईघाईने पुढे झाली. गोंधळून दरवाज्याच्या मुठीकडे बघत बसली. लॅंग्डन मागोमाग पोहोचला. मुठीच्या ठिकाणी कडी होती. ती गोलाकार कडी ओढताच क्लिक् आवाज आला. पण दरवाजा उघडला नाही. त्याने दोन्ही बाजूंनी ती फिरवली तरी काही घडले नाही. व्हिट्टोरिया एकाएकी अस्वस्थ बनली.

गल्लीच्या पुढे बघत व्हिट्टोरियाने विचारले, ''आणि एखादं दार असेल?''

लॅंग्डनला तसे वाटत नव्हते. त्या काळात बांधलेले सर्व कथीड्रल्स हल्ला झाला तर संरक्षण करणे सोपे जावे म्हणून एखाद्या किल्ल्याप्रमाणे बांधत. त्यामुळे आत प्रवेश करायच्या कमीत कमी जागा असत. ''तसा दरवाजा असलाच तर मागच्या बाजूला असेल. आत येण्यासाठी म्हणून काढलेला नसेल, तर वेळ आली तर पळता यावे म्हणून.''

व्हिट्टोरिया त्याचे बोलणे संपायच्या आत पुढे निघालीही होती.

लँग्डन तिच्या मागोमाग गल्लीत आत आत जात होता. दोन्ही बाजूंना उंचच उंच भिंती होत्या. कुठे तरी आठचे टोले पडायला लागले...

लोखंडी गजामागच्या एका रंगीत काचेच्या खिडकीतून आत चर्चमधे डोकावण्याचा प्रयत्न करणाऱ्या लँग्डनला व्हिट्टोरियाने प्रथम हाक मारली ती ऐकूच आली नाही.

"रॉबर्ट!" मोठ्याने कुजबुजल्यासारखी व्हिट्टोरियाने पुन्हा हाक मारली.

लँग्डन वळला. गल्लीच्या टोकाला पोहोचलेली व्हिट्टोरिया चर्चच्या मागे बोट दाखवत त्याला हात हलवून बोलावत होती. मागच्या एका दगडी भिंतीमागे चर्चच्या खाली आत जाणारा एक छोटासा बोगदा दिसत होता.

"प्रवेशद्वार?"

लँग्डनने मान डोलावली. *खरे म्हणजे बाहेर पडायला रस्ता आहे, पण उगीच तांत्रिक बाबींवर चर्चा कशाला?*

गुडघ्यांवर बसून ती वाकून आत बघत म्हणाली, "दरवाजा उघडा आहे का बघू या."

लँग्डन काहीतरी बोलायला तोंड उघडणार एवढ्यात तिने त्याचा हात ओढून खाली खेचले.

"थांब." लँग्डन म्हणाला.

ती नाईलाजाने मागे वळली.

"मी प्रथम आत जातो."

व्हिट्टोरियाला आश्चर्य वाटले. "स्त्री दाक्षिण्य?"

"प्रथम वयस्कर माणूस. मगच सुंदर स्त्री."

"वर स्तुतीही?"

लँग्डन थोडा हसतच पुढे झाला. "पायऱ्यांवर जपून," तिने सूचना दिली.

एक हात भिंतीवर ठेवूनच तो अंधारात हळूहळू आत शिरायला लागला. हाताला खडबडीत आणि टोकदार दगड लागत होते. त्याला देदलसची जुनी आख्यायिका आठवली. मिनोटॉरच्या मागे चक्रव्यूहात शिरताना मुलाने एक हात भिंतीवर धरूनच ठेवला होता. त्याला खात्री होती की तो हात सोडला नाही तर तो निश्चित दुसऱ्या टोकाला पोहोचणार आहे. पुढे जाणारा लँग्डन मात्र दुसऱ्या टोकाला पोहोचायची आपल्याला खरोखरीच इच्छा आहे का या बाबतीत जरा साशंकच होता.

वाट थोडी अरुंद बनली. व्हिट्टोरिया मागेच होती. बोगदा डावीकडे वळला आणि ते एका अर्धवर्तुळाकृती मोकळ्या जागेत आले. आश्चर्य म्हणजे तिथे थोडा प्रकाश वाटत होता. समोर जड लाकडी दरवाजा दिसत होता.

"ओ!" तो एकदम म्हणाला.

"कुलूप आहे?"

"होते."

"होते?" व्हिट्टोरियाने बाजूला येत विचारले.

दरवाज्याला फट होती. बिजागरे उखडण्यासाठी वापरलेला लोखंडी गज अजूनही तिथेच होता. आतून प्रकाशाची तिरीप येत होती. अंधारात व्हिट्टोरियाचा हात त्याच्या छातीवर पडला. "काळजी करू नका प्रोफेसर. मी फक्त पिस्तूल घेते आहे." ती म्हणाली.

त्याच क्षणाला व्हॅटिकन म्यूझियममध्ये स्विस गार्ड्सचा टास्क फोर्स सर्व दिशांनी निघाला होता. म्यूझियम अंधारे होते. गार्ड्सनी इन्फ्रा-रेड गॉगल्स घातले होते. त्यांना सर्वच गोष्टी विचित्र हिरव्या रंगात दिसत होत्या. प्रत्येक गार्डने हेडफोन घातला होता आणि तो ॲन्टिनासारख्या डिटेक्टरला जोडला होता. प्रत्येकजण तो डिटेक्टर आपल्यासमोर एका बाजूने दुसऱ्या बाजूला फिरवत होता. व्हॅटिकनमधे चोरून इलेक्ट्रॉनिक साधने बसवली आहेत का शोधण्यासाठी आठवड्यातून दोन वेळा हा खटाटोप केला जाई. पुतळ्यांमागच्या जागा, कपाटे, फर्निचरखाली सर्व ठिकाणी त्यांचा शोध चालू होता. अगदी थोडे चुंबकीय क्षेत्रसुद्धा कुठे असते तर ॲन्टिनामधून आवाज आला असता.

आज रात्री एकदाही आवाज आला नाही.

६५

सान्ता मारिया देल पोपोलो या चर्चचा अंतर्भाग एखाद्या गुहेसारखा होता. कथीड्रल न वाटता अर्धवट बांधलेले सब-वे स्टेशन वाटत होते. उखडलेली जमीन, पडलेल्या विटा, उकरलेली माती, व्हील बॅरोज आणि या सर्वांमधून आधारासाठी छतापर्यंत बांधलेले खांब. उडणारी धूळ रंगीत काचांमधून येणाऱ्या अंधुक प्रकाशात हळूहळू इकडेतिकडे फिरत होती. दोघांनी उभे राहून सर्वत्र नजर टाकली.

कुठे काही हालचाल नाही. संपूर्ण शांतता.

व्हिट्टोरियाने पिस्तूल दोन्ही हातात धरून समोर रोखले होते. लँग्डनने घड्याळ बघितले. ८ : ०४. *आपले डोके फिरले आहे नक्की. किती धोका आहे इथे येण्यात.*

पण दुसरीकडे त्याला पटत होते की खुनी अजून तिथे असेल तर तो कुठल्याही दरवाज्याने बाहेर पडू शकेल आणि पिस्तूल धरून बाहेर कोणी उभे राहिले तरी ते निरर्थक ठरेल. त्याला आत पकडणे हा एकच मार्ग होता – म्हणजे तो अजूनही आतमधेच असेल तर. पॅन्थिऑनच्या बाबतीत झालेल्या चुकीने त्याला अपराधाची टोचणी लागली होती. ही वेळ स्वत:ची काळजी घ्यायची नव्हती. त्यानेच तर ही परिस्थिती ओढवून आणली होती.

"कुठे आहे तो किगी चॅपेल?" चर्चमधे नजर फिरवत अस्वस्थ असलेली व्हिट्टोरिया कुजबुजली. अशा कथीड्रल्समधे अनेक चॅपेल असत. नॉत्रदामसारख्या प्रचंड कथीड्रलमधे तर डझनावारी चॅपेल्स होते. चॅपेल म्हणजे चर्चच्या भिंतींच्या आतल्या बाजूला असलेल्या अर्धवर्तुळाकृती जागा.

दोन्ही बाजूंना भिंतींमधे अशा चार चार जागा होत्या. आठ चॅपेल. बांधकाम चालू असताना आतमधे धूळ उडू नये म्हणून वरती अर्धवट पारदर्शक पडदे लावलेले होते.

"पडदे लावलेल्या चॅपेल्सपैकी कुठलाही चॅपेल असेल. आत डोकावून बघितल्याशिवाय कळणार नाही. ऑलिव्हेट्टीसाठी..."

"सेकंडरी लेफ्ट ॲप्स कुठली म्हणायची?"

लँग्डन आश्चर्याने तिच्याकडे बघायला लागला. आर्किटेक्ट वापरतात ते शब्द हिला कसे ठाऊक?

व्हिट्टोरियाने त्याच्या मागच्या भिंतीकडे बोट दाखवले. कलाकुसर केलेली एक टाईल दगडामधे बसवलेली होती. बाहेर असलेले चिन्हच इथे आतमधेही कोरलेले होते. चमकणारा तारा आणि त्याखाली पिरॅमिड. पट्टीवर शब्द होते.

अलेक्झांडर किगीचे ध्वजचिन्ह
ज्याची कबर कथीड्रलच्या
सेकंडरी लेफ्ट ॲप्समधे आहे.

किगीच्या ध्वजचिन्हावर पिरॅमिड आणि तारा? हा श्रीमंत आणि दानशूर आश्रयदाता इल्युमिनाटस नव्हता ना? "छान शोध नॅन्सी ड्र्यू!" त्याने मान डोलावत म्हटले.

"काय?"

"जाऊ दे. मी..."

लोखंडाचा एक तुकडा काही यार्डावर कोसळला आणि त्याचा खणण करून झालेला आवाज चर्चमधे इतका घुमला, की व्हिट्टोरियाने आवाजाच्या दिशेने

पिस्तूल रोखले. त्याने तिला एका खांबामागे खेचले. शांतता. ते वाट पाहात होते. एक सळसळ झाली. लँग्डन श्वास रोखून बघत होता. *यायला नको होते आत.* तो आवाज हळूहळू जवळ यायला लागला. खांबामागून काहीतरी पुढे सरकले. कागदात गुंडाळलेले, अर्धवट खाल्लेले सॅन्डविच ओढत एक प्रचंड मोठा उंदीर पुढे झाला.

एक शिवी हासडतच व्हिट्टोरिया दचकून मागे उडाली आणि लँग्डनवर कोलमडली. दोघेही खाली कोसळले. तो उंदीर शांतपणे तिच्या पिस्तुलाच्या नळीकडे बघतबघत निघून गेला.

लँग्डनची छाती धडधडत होती.

व्हिट्टोरियाने पिस्तूल खाली केले. स्वत:च्या मनावर ताबा मिळवला. लँग्डन खांबामागून डोकावला. एका कामगाराचा डबा उंदराने उडवला होता.

लँग्डनने पुन्हा बॅसिलिकावर नजर फिरवली. "तो खुनी अजूनही इथे असेल तर त्याने हे आवाज ऐकले असणार. नक्की ऑलिव्हेट्टी येईपर्यंत थांबायचे नाही तुला?" लँग्डनने कुजबुजत विचारले.

"सेकंडरी लेफ्ट ॲप्स," व्हिट्टोरिया पुन्हा म्हणाली. "कुठे आहे?"

नाईलाजाने वळत लँग्डनने आपण नक्की कुठे आहोत याचा अंदाज घेतला. कथीड्रलची परिभाषा स्टेजच्या परिभाषेसारखीच असते. तो प्रमुख अल्टारसमोर तोंड करून उभा राहिला. स्टेजचा मध्यभाग. खांद्यावरून मागे अंगठा दाखवला. वळून दिशा बघितली. त्यांच्या उजव्या बाजूच्या तिसऱ्या किंवा चौथ्या कोनाड्यात किगी चॅपेल असायला हवा. लँग्डन आणि व्हिट्टोरिया चर्चच्या योग्य बाजूला होते पण विरुद्ध दिशेला. कथीड्रल पार करून पडद्यांनी झाकलेला तिसरा चॅपेल किगी चॅपेल असणार.

"मी पहिला जातो."

"पण पिस्तूल माझ्याकडे आहे." तिच्या डोळ्यांत बघताच तिचे विचारच जणू लँग्डनपर्यंत पोचले. *'पपा मी गमावले आहेत. अति संहारक अस्त्र बनवायला मी मदत केली. त्या खुन्याचे गुडघे फक्त...'*

बोलणे निरर्थक आहे हे स्पष्ट दिसल्यावर तो तिच्याबरोबर निघाला. पडद्याआडचा पहिला चॅपेल पार करताना लँग्डन बेचैन होता. *मी तिसऱ्या पडद्याआड बघतो.*

चर्चच्या जाड भिंतींमुळे बाहेरचा एकही आवाज आत पोहोचत नव्हता. चर्चमधे जीवघेणी शांतता होती. एक एक चॅपेल मागे टाकून जाताना आत वेगळेच भुतांसारखे आकार दिसत होते. कोरलेले संगमरवरी पुतळे असणार, त्याने मनाशी विचार केला.

८ : ०६ झाले होते. आपले काम अगदी वेळेवर करून हे दोघे यायच्या आत खुनी गेला होता, की इथेच होता अजून? ते सेकंडरी लेफ्ट ॲप्स पार करत आले.

अंधार पडत चाललेल्या कथीड्रलमधे भीतिदायक वातावरण होते. एकाएकी त्यांच्या जवळचाच पडदा फडफडला. वाऱ्याच्या झुळकीने? कुठे तरी, कुणी तरी, कुठला तरी दरवाजा उघडला नव्हता ना?

तिसरा चॅपेल जवळ आला. ग्रॅनाईटवर दोनच शब्द कोरले होते.

किगी चॅपेल

एक अक्षर न बोलता ते एक रुंद खांबाजवळ पोहोचले. व्हिट्टोरियाने पिस्तूल रोखून लॅंग्डनला पडदा बाजूला करायची खूण केली.

प्रार्थना करायला हीच चांगली वेळ आहे, त्याच्या मनात विचार आला. तिच्या खांद्यावरून हात पुढे करून त्याने काळजीपूर्वक पडदा दूर करायला सुरुवात केली. इंचभर सरकल्यावर पडद्याचा मोठा आवाज आला. दोघेही दगडासारखे स्थिर झाले. शांतता. क्षणभराने हळूच व्हिट्टोरियाने फटीतून डोकावून बघितले. लॅंग्डनने तिच्या खांद्यावरून आत बघितले. क्षणभर दोघांचा श्वासही ऐकू आला नाही.

आत तरी कोणी नव्हते. व्हिट्टोरियाने पिस्तूल खाली केले. "आपल्याला फार उशीर झाला बहुधा."

लॅंग्डनने आत नजर टाकली आणि तो दुसऱ्याच जगात पोहोचला. तिचे शब्द त्याच्या कानापर्यंत पोहोचेनात. आयुष्यात अशा तऱ्हेचा चॅपेल बघायला मिळेल असे त्याच्या स्वप्नातही कधी आले नव्हते. चेस्टनट मार्बलचा श्वास रोखून बघायला लावणारा हा चॅपेल जणू काही गॅलिलिओ आणि इल्युमिनाटींनी स्वतःच डिझाइन केला होता. भूमातेचा असा म्हणण्यासारखा दुसरा कुठला चॅपेल अस्तित्वात असेल असे त्याला वाटेनासे झाले.

वर घुमटामध्ये तारे चमकत होते आणि सात ग्रह. त्याखाली बारा राशींची चिन्हे – खगोलशास्त्रामधे रुळलेली चिन्हे. या चिन्हांचा पृथ्वी, वायू, अग्नी, जल यांच्याशी सरळसरळ संबंध होता. वर्तुळाचा प्रत्येक चौथा भाग शक्ती, बुद्धी, कळकळ, भावना दाखवणारा. *पृथ्वी म्हणजे शक्ती.* पुढे चार ऋतूंना वाहिलेली मानवंदना, *उन्हाळा, ऑटम, हिवाळा आणि वसंत.* पण या सर्वांवर कडी केली होती ती चॅपेलच्या दोन बाजूंना असलेल्या दहा दहा फूट उंच संगमरवरी पिरॅमिड्सनी. लॅंग्डन थक्क होऊन बघत होता. *शक्य नाही हे. शक्यच नाही!*

"मला कार्डिनल दिसत नाही," व्हिट्टोरिया म्हणाली. "किंवा खुनीही." पडदा सरकवून तिने आत पाऊल टाकले.

लॅंग्डनचे डोळे पिरॅमिड्सवर खिळले होते. *ख्रिश्चन चॅपेलमधे पिरॅमिड्स काय करत आहेत?* पण याहूनही काहीतरी होते तिथे. प्रत्येक पिरॅमिडच्या मध्यावर

लँग्डनने कधी बघितली नव्हती अशी लंबवर्तुळाकृती गोल्ड मेडॅलिअन्स होती. मावळत्या सूर्याच्या प्रकाशात चमकणारी *गॅलिलिओची लंबवर्तुळे? घुमट आणि त्यामधे तारे? पिरॅमिड्स?* मनात विचार करूनही सुचली नसती इतकी इल्युमिनाटी प्रतीके या चॅपेलमधे होती.

''रॉबर्ट!'' फुटक्या आवाजात व्हिट्टोरियाने हाक मारली. ''बघ.''

लँग्डन भानावर आला. खाडकन वळून त्याने व्हिट्टोरिया दाखवत असलेल्या ठिकाणी नजर टाकली.

''अरे देवा!'' करत तो उडालाच.

जमिनीवरच्या संगमरवरावर नक्षीकाम केलेला एक हाडांचा सांगाडा होता. त्यांच्याकडे दात विचकून बघणारा. 'डेथ इन फ्लाईट – मृत्यूचे उड्डाण.' बाहेर बघितलेला पिरॅमिड आणि तारे यांची मृत्तिकापत्रावर कोरलेली प्रतिकृती घेऊन तो सांगाडा उडत होता. पण लँग्डनला बसलेला धक्का त्यामुळे नव्हता. मॅनहोलवरचे झाकण उचलावे तसा एक वर्तुळाकृती संगमरवरी दगड जमिनीतून काढून तो टेकवून ठेवला होता. खाली एक पोकळी दिसत होती.

'सैतानी विवर – दफनाची भुयारी खोली' लँग्डन पुटपुटला. वरती घुमटाकडे बघताबघता त्याचे खाली लक्षच गेले नव्हते. तो काळजीपूर्वक तिथे पोहोचला. खालून, कुजणाऱ्या हाडांतून सुटणारी भयानक दुर्गंधी येत होती. त्याने हाताची बाही नाकावर धरत खाली नजर टाकली. काही दिसत नव्हते. गुडुप अंधार फक्त.

''खाली कोणी असेल असं वाटतं तुला?'' तोंडावर हात धरून व्हिट्टोरियाने विचारले.

''कळायला मार्ग नाही.''

पलीकडल्या बाजूने एक शिडी खाली सोडलेली होती. व्हिट्टोरियाने लँग्डनचे लक्ष तिच्याकडे वेधले. लँग्डनने नकारार्थी मान हलवली.

''बाहेर एखादा फ्लॅश लाईट सापडतो का बघते,'' व्हिट्टोरियाला तो दुर्गंध सहन होत नसल्याने तिने तिथून दूर पळायला कारण शोधले.

''काळजी घे. तो हॅसासिन् खात्रीने...''

पण व्हिट्टोरिया तोपर्यंत गेलीही होती. *एकदा मनात आले की ही ऐकत नाही कुणाला.*

श्वास कोंडून धरून तो पुन्हा आत डोकावला. अंधाराला डोळे सरावल्यावर त्याला काहीतरी आकार दिसायला लागले. तो खड्डा खाली कुठल्या तरी खोलीत पोहोचत असावा. किगीच्या किती वंशजांना या खड्ड्यात ढकलले असेल? त्याने डोळे मिटले. थांबून पुन्हा उघडले. *एक आकृती दिसत होती का खाली? का भास होत आहेत मला?* त्याने पुन्हा एकदा डोळे घट्ट मिटून घेतले. खूप वेळाने उघडले.

त्याचे डोके त्या दुर्गंधीने भणभणायला लागले. अंधारात विचार भरकटायला लागले. *फक्त काही सेकंद आता.* ती दुर्गंधी सारखी नाकात शिरत असल्यामुळे किंवा डोके खाली घालून बराच वेळ बघितल्यानेही असेल, पण लँग्डनच्या पोटात मळमळायला लागले. त्याने पुन्हा डोळे उघडल्यावर त्याला जे दिसायला लागले त्याचा अर्थ त्याला लागेना.

तो निळसर प्रकाशात न्हाऊन निघालेल्या भुयारी खोलीत बघत होता. एक वेगळाच आवाज कानांवर पडत होता. खालच्या खड्ड्यातल्या बाजूंच्या भिंतींवर प्रकाश नाचत असतानाच एक सावली वरती हालली आणि तो धडपडतच उठला.

''सांभाळून!'' कोणीतरी मागून ओरडले.

मान वळवायच्या आतच त्याच्या मानेच्या मागच्या बाजूला वेदना उमटली. वळताच हातातला ब्लो टॉर्च बाजूला घेणारी व्हिट्टोरिया त्याला दिसली. त्याच ज्वाळेचा निळसर प्रकाश चॅपेलमधे पडला होता.

''काय चालवलं आहेस तू?'' आपली मान पकडत तो म्हणाला.

''तुझ्याचसाठी प्रकाश पाडायचा प्रयत्न करत होते. तेवढ्यात तू माझ्यावरच वळलास.''

हातातून नेता येणाऱ्या ब्लो टॉर्चकडे तो रोखून बघत बसला.

''फ्लॅशलाईट्स नाही दिसले. हीच सर्वांत चांगली गोष्ट मिळाली.''

मान चोळत तो म्हणाला, ''तू आलेली ऐकलं नाही मी.''

पुन्हा त्या दुर्गंधीने तोंड वाकडे करत तिने त्याच्या हातात ब्लो टॉर्च दिला. ''आतून येणारा वायू पेट घेणारा नाही ना?''

''निदान आशा करू या तशी.''

हातात टॉर्च घेऊन तो पुन्हा खड्ड्याकडे वळला. जपूनच त्याने आत प्रकाश टाकला. दफनासाठी खणलेली भुयारी खोली वर्तुळाकृती होती. वीसएक फूट व्यासाची. जमीन निदान तीस फूट खाली होती. काळी, खडबडीत, पृथ्वीसारखीच.

आणि लँग्डनला मानवी आकार दिसला.

भीतीने तो मागेच सरकणार होता. मातीच्या जमिनीवर निस्तेज आकृती दिसत होती. ''त्याचे सर्व कपडे काढलेले दिसतात.'' त्याला लिओनार्दो वेत्राच्या मृतदेहाची आठवण झाली.

''कार्डिनल्सपैकी एक?''

लँग्डनला कल्पना नव्हती. पण दुसरे कोण असणार? शरीराची हालचाल नव्हती. पण तरी काहीतरी विचित्र वाटत होते. तो बहुतेक...

''हॅलो!'' लँग्डन ओरडला.

''जिवंत आहे तो?''

खालून आवाज नव्हता. ''तो हलत नाही. पण... छे! अशक्य!''
''काय वाटतंय?'' आता व्हिट्टोरियाही वाकून बघत होती.
''तो उभा आहे असं वाटतं.''
श्वास रोखून धरून नीट बघण्यासाठी व्हिट्टोरियाने वाकून मान खालच्या बाजूला नेली. ''हॅलोऽ'' तिनेही हाक मारली.
आवाजाचा प्रतिध्वनीही उमटला नाही.
तिने शिडीच्या दिशेने पाऊल टाकले. ''मी खाली उतरते.''
लँग्डनने तिचा दंड पकडला. ''नको. धोकादायक आहे ते. मी जातो.''
या वेळेला मात्र ती काही बोलली नाही.

६६

किनिता माक्रीचे डोके फिरले होते. विया टोमाचेल्लीच्या कोपऱ्यावर उभ्या असलेल्या बी.बी.सी. व्हॅनच्या पॅसेंजर सीटवर ती बसली होती. गुन्थार ग्लिक रोमचा नकाशा बघत होता. त्याच्या काही लक्षात येत नव्हते हे उघड दिसत होते. तिला भीती वाटत होती त्याप्रमाणे त्या रहस्यमय माणसाने फोन करून माहिती दिली होती.
''पियाझ्झा देल पोपोलो शोधतो आहोत आपण. तिथे चर्च आहे आणि आतमधे तो सांगतो आहे त्याचा पुरावा आहे.'' ग्लिक बडबडत होता.
आपल्या हातामधली लेन्स स्वच्छ करायचे थांबवून माक्री म्हणाली, ''कार्डिनलचा खून झाल्याचा पुरावा?''
''तो तरी तसं म्हणाला.''
''आणि ऐकलेल्या प्रत्येक गोष्टीवर विश्वास ठेवतोस तू?'' अनेकदा मनात यायचे तेच आताही तिच्या मनात आले. ती प्रमुख असायला हवी. पण व्हिडिओग्राफर्सना चक्रम वार्ताहर सांगतील तसेच काम करावे लागे. फोनवर काही ऐकले म्हणून गुन्थार ग्लिकला काही करायचे असेल, तर साखळीला बांधलेल्या कुत्र्याप्रमाणे तिला त्याच्या मागोमाग जावेच लागणार होते.
ड्रायव्हरच्या सीटमधे बसून तो निश्चयाने नकाशा बघत होता. गुन्थार ग्लिक! काय नाव तरी! नक्की त्याचे ममी-डॅडी वैफल्यग्रस्त झालेले कॉमेडियन असणार. नाही तर कोणी त्याला असे नाव दिले असते? काहीतरी सिद्ध करणे भागच होते

त्याला. पण तरी तसा खरंच चांगला होता तो.

"आपल्याला सेन्ट पीटर्स चौकात जायला नको का?" शांतपणा राखायचा प्रयत्न करत ती म्हणाली. "या रहस्यमय चर्चचा शोध नंतर करता येईल. गुप्त बैठक तासापूर्वी चालू झाली आहे. आपण नसताना कार्डिनल्सनी निर्णय घेतला तर?"

ग्लिकच्या कानावर यातले अक्षर पडले नसावे. "इथे उजवीकडे वळू या. मग पहिला डावा रस्ता," तो नकाशाचा अभ्यास करत म्हणाला. समोरच्या अरुंद रस्त्यावर त्याने गाडी घालायला सुरुवात केली.

"लक्ष दे! लक्ष दे!!" माक्री अचानक ओरडली. ती व्हिडिओ टेक्निशिअन होती. नजर तीक्ष्ण. पण ग्लिकनेही खाडकन ब्रेक दाबले. चार अल्फा रोमिओ गाड्या कुठून तरी भन्नाट वेगाने येऊन, एका मागोमाग एक, चौकातून पुढे जाऊन डावीकडे वळल्या. ग्लिकने त्याच रस्त्याने जायचे ठरवले.

"वेड लागलं आहे त्यांना." माक्री रागाने म्हणाली.

ग्लिकलाही धक्का बसला होता. "बघितलंस?"

"बघितलं. आपला जीवच घेतला असता त्यांनी."

"गाड्या म्हणतो आहे मी." त्याच्या आवाजात वेगळीच उत्सुकता होती.

"एकाच तऱ्हेच्या. भरलेल्या."

"मग?"

"चार एकाच तऱ्हेच्या गाड्या. प्रत्येक गाडीत चार चार माणसं."

"कारपूलिंग?"

"इटलीमधे? अनलेडेड गॅसबद्दलही त्यांनी कधी ऐकलेलं नाही." त्याने ॲक्सिलरेटर दाबला आणि त्यांचा पाठलाग सुरू केला. माक्री सीटवर मागे कोसळली. "काय चालवलं आहेस तू?"

"माझा आतला आवाज सांगतो आहे की या क्षणी त्या चर्चमधे जाणारे फक्त आपण दोघंच नाही."

६७

करकरणाऱ्या शिडीवरून लँग्डन हळूहळू उतरत होता. किगी चॅपेलच्या खाली, खाली. *सैतानाच्या विवरात!* आजच्या दिवसात आणखी किती वेळा अशा

बंद जागांमधे जावे लागणार आहे? प्रत्येक पायरी कुरकुरत होती. कुजणाऱ्या मांसाची तीव्र दुर्गंधी आणि दमट हवा यांच्यामुळे त्याच्यावर घुसमटायची पाळी आली. आणि हा ऑलिव्हेट्टी कुठे आहे? वरून आतल्या बाजूने ब्लो टॉर्च धरून त्या प्रकाशात मार्ग दाखवणारी व्हिट्टोरियाची आकृती त्याला दिसत होती. पण तो खालीखाली पोहोचायला लागल्यावर ब्लो टॉर्चचा प्रकाश मंदावायला लागला. दुर्गंधी वाढायला लागली.

शिडीच्या डझनभर पायऱ्या तो उतरला असेल आणि कुजलेल्या पायरीवरून तो खाली पडत होता. कोसळू नये म्हणून दोन्ही दंडामधे त्याने उभे दोर पकडले. तीन पायऱ्यांनंतर तो पुन्हा पडत होता. शिडीमुळे नव्हे तर घाबरल्यामुळे. भिंतीमधल्या पोकळीमधे त्याला कवट्याच कवट्या दिसल्या होत्या. या पातळीवरच्या भिंती खोदून त्यात कपारी बनवल्या होत्या. त्यात हाडांचे सांगाडे दिसत होते. डोळ्यांच्या रिकाम्या खोबणी, कुजलेल्या फासळ्या. त्या विचित्र प्रकाशात सर्व भयानकच वाटत होते. अशीच एक संध्याकाळ त्याने महिन्यापूर्वीच घालवली होती. एके काळची फॅशन मॉडेल आणि हल्ली टाईम्समधे कला समीक्षक असलेल्या रिबेक्का स्ट्रॉसच्या आमंत्रणावरून तो न्यूयॉर्क म्यूझियम ऑफ आर्किऑलॉजीच्या कॅन्डल लाईट बेनिफिट डिनरसाठी गेला होता. तिने नंतर त्याला दोनदा फोन करूनही त्याने तिला फोन केला नव्हता. अशा खड्ड्यात रिबेक्का स्ट्रॉसने किती वेळ तग धरला असता?

शेवटी त्याचे पाय ओलसर जमिनीला टेकले. तो वळला. नाकासमोर बाही धरून त्याने त्या पांढुरक्या शरीरावर नजर टाकली. अंधारात सर्व अस्पष्ट दिसत होते. पण त्या शरीराची पाठच त्याच्याकडे होती. चेहरा दिसत नव्हता. हालचाल अजिबात नव्हती.

आपण काय बघतो आहोत याचा मात्र त्याला अजूनही उलगडा होत नव्हता. तो नक्की उभा वाटत होता पण... तो त्याच्याजवळ पोहोचला. माणूस इतका छोटा कसा असेल?

"काय चालले आहे?" लाईट हलवत व्हिट्टोरियाने विचारले.

लँग्डनने उत्तर दिले नाही. त्याला सर्व स्वच्छ दिसायला लागले. एक शिरशिरी त्याच्या अंगातून निघून गेली. सर्व खोली आपल्याला विळखा घालते आहे असा भास झाला. एखाद्या पिशाच्चाप्रमाणे तो वृद्ध माणूस जमिनीतून वर आला होता. त्याला कंबरेपर्यंत जमिनीत पुरले होते. अंगावर कपडा नाही. हात मागे लाल कंबरपट्ट्याने बांधलेले. तो इतका मागे कलला होता की म्हणूनच तो उभा आहे असा भास झाला होता. डोळे वरती बघत होते. देवाकडेच मदतीची याचना करत होते.

"तो मेला आहे का?" व्हिट्टोरियाने विचारले.

'आशा आहे तशी. त्याच्याच भल्यासाठी.' अगदी जवळून त्याने डोळ्यांकडे बघितले. रक्ताळलेले निळे डोळे खोबणीतून बाहेर आल्यासारखे वाटत होते. श्वासोच्छ्वास चालू आहे का बघण्यासाठी लँग्डन खाली वाकला आणि दुसऱ्या क्षणी "अरे देवा!" म्हणत ताठ झाला.

"काय?"

त्याचा श्वासच कोंडला होता. "तो मेला आहे आणि आताच त्याचे कारणही कळले." भीषण दृश्य होते. त्याचे तोंड उघडून निदान मूठभर माती तोंडात दाबून कोंबली होती. "तोंडात ठासून माती भरल्याने गुदमरून त्याचा जीव गेला आहे."

"माती? *पृथ्वीमधे* असते तशी?"

तो विसरलाच होता. *ब्रॅन्ड! पृथ्वी* – वायू – अग्नी – जल. प्रत्येक बळीवर या चार मूलद्रव्यांपैकी एकाने डाग देईन अशी धमकी खुन्याने दिली होती. पहिले मूलद्रव्य *पृथ्वी* होते. त्या परिस्थितीतही त्याच्यामधला सिम्बॉलॉजिस्ट ब्रॅन्ड कसा बनवला असेल याचा विचार करत होता. रहस्यमय ॲम्बिग्राम बनवणे कलेमधले आव्हानच होते. *पृथ्वी! कसा बनवला असेल?* तो वळसा घेऊन त्याच्यापुढे गेला. एका क्षणानंतर तो ब्रॅन्ड त्याच्या डोळ्यांसमोर होता. इल्युमिनाटींच्या आख्यायिका त्याच्या मनात येऊन गेल्या. कार्डिनलची छाती डागाने भाजून काळी पडली होती. त्यातून रक्त वाहत होते. *ला लिंग्वा पूरा.*

ब्रॅन्ड निरखून बघत असतानाच सगळी खोली गरागरा फिरते आहे असे त्याला वाटले.

"Earth!" त्याने डोके वळवून उलटच्या बाजूनेही तो ब्रॅन्ड बघितला. "Earth!"

आणि एकाएकी भीतीच्या लाटा त्याच्या मनावर आदळायला लागल्या. त्याला आठवण झाली. *अजून तीन ब्रॅन्ड आहेत.*

६८

सिस्टीन चॅपेलमधे मेणबत्त्यांचा सौम्य असा प्रकाश पसरला असला तरी कार्डिनल मेस्ताती अस्वस्थ होता. गुप्त बैठक अधिकृतपणे सुरू झाली होती. तीही अत्यंत दुर्दैवी परिस्थितीत.

अर्ध्या तासापूर्वी ठरलेल्या वेळी कामेरलेंगो कार्लो व्हेन्त्रेस्काने चॅपेलमधे प्रवेश केला. त्याने अल्टारवर जाऊन प्रार्थना केली आणि नंतर अत्यंत स्पष्टपणे तो म्हणाला, ''आपले चार *प्रेफरीती* हजर नाहीत हे सर्वांना माहीत आहे. पण दिवंगत पोपच्या नावाने मी तुम्हाला विनंती करतो, की विश्वास बाळगा. आपल्या देवाचे स्मरण करून आपले उद्दिष्ट साकार करा.'' आणि तो जायला निघाला.

''पण ते कुठे आहेत?'' एका कार्डिनलने न राहावून विचारले.

कामेरलेंगो क्षणभर थांबला.

''प्रामाणिकपणे बोलायचे तर सांगता येत नाही.''

''कधी परत येतील?''

''प्रामाणिकपणे बोलायचे तर सांगता येत नाही.''

''ते ठीक आहेत ना?''

''प्रामाणिकपणे बोलायचे तर सांगता येत नाही.''

''ते परत येतील ना?''

कामेरलेंगो बराच काळ गप्प होता.

''श्रद्धा असू द्या.''

आणि तो चॅपेलबाहेर पडला.

बाहेरच्या बाजूला दोन वजनदार साखळदंड बांधून सिस्टीन चॅपेलला कुलूप लागले. चार स्विस गार्ड्स पहाऱ्यावर राहिले. आता पोपची निवड होण्यापूर्वी दोनच कारणांनी हे दरवाजे उघडले गेले असते. आतला कुणी एकाएकी मृत्यूच्या दारातच पोहोचला तर किंवा चार *प्रेफरीती परत आले तर*. मेस्ताती प्रार्थना करत होता, की असले तर दुसरे कारणच असू दे. पण त्याच्या पोटात उठलेला भीतीचा गोळा तशी खात्री देत नव्हता.

कामेरलेंगोच्या आवाजात निश्चयीपणा होता. मेस्तातीने मग तसाच निश्चय केला. सुरुवात व्हायलाच हवी. मतदान व्हायलाच हवे. तो तरी दुसरे काय करणार?

पहिल्या मतदानाची सुरुवात होण्यापूर्वी अर्धा तास तयारीत गेला. ज्येष्ठतेप्रमाणे

प्रत्येक कार्डिनल पुढे येऊन रूढीप्रमाणे मतदान करताना अत्यंत शांतपणे मेस्ताती थांबला होता.

आता शेवटच्या कार्डिनलने त्याच्यापुढे अल्टारवर गुडघे टेकले. ''ख्राईस्ट, दि लॉर्ड, या माझ्या सर्वसाक्षी न्यायाधीशापुढे मी माझे मत, देवापुढे, निवडीला पात्र आहे अशालाच देतो आहे.'' त्याच्या आधीच्या प्रत्येक कार्डिनलप्रमाणे शेवटच्या कार्डिनलने मोठ्याने शब्द उच्चारले.

कार्डिनल उभा राहिला. आपली मतपत्रिका सर्वांना दिसेल अशी त्याने उंच धरली. अल्टारवर एका मोठ्या पेल्यावर ठेवलेल्या प्लेटमधे ठेवली. प्लेट उचलली आणि वरून ती मतपत्रिका पेल्यात टाकली. लपवून अनेक मतपत्रिका कोणी पेल्यामधे टाकू नये म्हणून प्लेटचा असा उपयोग होई.

क्रूसपुढे वाकून नमस्कार करून तो आपल्या जागेवर जाऊन बसला.

शेवटची मतपत्रिका पडली होती.

आता मेस्तातीचे काम.

पेल्यावर प्लेट तशीच ठेवून मेस्तातीने पेला हलवून सगळ्या मतपत्रिका एकत्रित केल्या. प्लेट काढली. हाताला येईल ती एक मतपत्रिका उचलली. बरोबर दोन इंच रुंदीच्या मतपत्रिकेची घडी उघडली. सर्वांना ऐकू जाईल अशा आवाजात वाचायला सुरुवात केली.

''ऐलिगो इन सुम्युम्पाँटीफीचेम... सुप्रीम पॉन्टिफ म्हणून मी...'' प्रत्येक मतपत्रिकेवर असणारा एम्बॉस केलेला मजकूर त्याने वाचला आणि मग खाली लिहिलेले नाव वाचले. नाव वाचल्यानंतर *ऐलिगो* शब्दावर भोक पाडून मतपत्रिका दोऱ्यात ओवली. एका लॉगबुकमध्ये काळजीपूर्वक नावाची नोंद केली.

सात मतपत्रिकांबाबत हेच सोपस्कार पार पाडल्यावर त्याला जाणीव झाली, की पहिल्या मतदानात पोपची निवड होण्याची शक्यता नाही. सर्वानुमतीचे नाव दिसत नव्हते. सात मतदानपत्रिकेत सात कार्डिनल्सची नावे आली होती. कुणाचे हस्ताक्षर आहे हे कळू नये म्हणून नावे मोठ्या अक्षरात कशीही लिहिली जात. आज तरी ही खरीच विचित्र गोष्ट होती. उपरोधिकच. कार्डिनल्स स्वतःचीच नावे लिहित होते. मेस्तातीला ठाऊक होते की यात कुणाचाही स्वार्थ नव्हता – भलतीच महत्त्वाकांक्षाही नव्हती. जिंकण्याइतकी मते कोणत्याच कार्डिनलला मिळू नयेत असा प्रयत्न होता.

प्रेफरीती परत येईपर्यंत ते वेळ काढणार होते.

शेवटच्या मतपत्रिकेची लॉगबुकमध्ये नोंद झाली. मतांचा आकडा जुळला. मेस्तातीने मतदान 'अयशस्वी' म्हणून जाहीर केले.

सुईवरच्या दोऱ्याची दोन टोके बांधून सर्व मतपत्रिका त्याने एका चांदीच्या ट्रेवर ठेवल्या. योग्य ती रसायने घालून, ट्रे एका छोट्या चिमणीपाशी ठेवून, मतपत्रिका पेटवून दिल्या. मतपत्रिका जळताना झालेला काळा धूर चिमणीमधून छपराबाहेर पडून चॅपेलबाहेर सर्वांना दिसला. कार्डिनल मेस्तातीने बाहेरच्या जगाला पाठवलेला पहिला संदेश.

एकदा मतदान. पोपची निवड नाही.

६१

दुर्गंधीने श्वास कोंडून कोलमडायची पाळी आली असतानाच लँग्डन शिडी चढून खड्ड्याबाहेर येत होता. त्याच्या कानांवर वेगवेगळे आवाज पडत होते. पण त्याला कशाचाच अर्थबोध होत नव्हता. छातीवर डागून ठसा उमटवलेल्या कार्डिनलची चित्रे डोक्यात भणभणत होती.

पृथ्वी... पृथ्वी...

त्याला दिसेनासे झाले. दोन पायऱ्या राहिलेल्या असताना आपण बेशुध्द पडणार असे त्याला वाटले आणि तो लटपटला. हात वर करून खड्ड्याच्या वर पकडण्याचा त्याने निकराचा प्रयत्न केला. पण हात वरपर्यंत पोहोचलाच नाही. तो पुन्हा अंधाऱ्या खड्ड्यात कोसळणार इतक्यात दंडाखाली वेदना झाल्या आणि घाबरून वाटेल तसे पाय हलवत असताना तो वर खेचला जायला लागला.

काखेत हात घालून दोन स्विस गार्ड्सनी त्याला वर उचलले. त्याचे डोके खड्ड्यावर आले. तो धापा टाकत श्वास घ्यायचा प्रयत्न करत असतानाच त्यांनी त्याला थंडगार संगमरवरी भिंतीशी टेकवून बसवले.

क्षणभर त्याला आपण कुठे आहोत हे कळेना. वरती त्याला चमकणारे तारे, फिरणारे ग्रह दिसायला लागले. अर्धवट धुक्यात वावरणाऱ्या आकृत्या आसपास धावपळ करत होत्या. आरडाओरडाही ऐकू येत होता. त्याने नीट बसायचा प्रयत्न केला. तो एका दगडी पिरॅमिडला टेकलेला होता. ओळखीच्या रागीट आवाजामधले शब्द चॅपेलमधे घुमले आणि त्याला उलगडा व्हायला लागला.

ऑलिव्हेट्टी व्हिट्टोरियावर खेकसत होता. "आधीच का नाही कळलं हे तुम्हाला?"

व्हिट्टोरिया त्याला समजवायचा प्रयत्न करत होती.

तिच्याशी चाललेले बोलणे मधेच तोडून तो आपल्या माणसांकडे वळून आज्ञा

द्यायला लागला. "ते प्रेत आधी इथून बाहेर काढा. सर्व इमारतीचा शोध घ्या."

लँग्डनने बसायचा प्रयत्न केला. किगी चॅपेलमधे स्विस गार्ड्सची गर्दी झाली होती. चॅपेलवरचा प्लॅस्टिकचा पडदा फाडून काढलेला होता. शुध्द हवा नाकात जायला लागली तसा लँग्डन ताळ्यावर यायला लागला. जवळ येणारी व्हिट्टोरिया त्याला दिसली. गुडघे टेकून ती जवळ बसल्यावर तिचा चेहरा त्याला एखाद्या देवतेसारखा वाटला.

एका हातात त्याचा दंड पकडून त्याच्या नाडीचे ठोके बघत तिने विचारले, "ठीक आहेस ना तू?"

"थँन्क्स. ऑलिव्हेट्टीचे डोके फिरलेले दिसते आहे."

"साहजिकच आहे ते. आपण गोंधळ घातला."

"आपण नव्हे. मी – मी."

"मग पुढल्या वेळी तरी चुकीची भरपाई कर."

पुढली वेळ? किती क्रूर क्षण होता. *पुढली वेळच नाही. संधी गमावली आहे आपण.*

व्हिट्टोरियाने लँग्डनचे घड्याळ बघितले. "मिकीच्या म्हणण्याप्रमाणे चाळीस मिनिटं आहेत. तुझी ती बुध्दी चालव आणि पुढली खूण शोधायला मदत कर मला."

"मी सांगितलं होतं तुला, की शिल्पं नाहीशी झाली आहेत. पाथ ऑफ इल्युमिनेशन..." लँग्डन थांबला. व्हिट्टोरिया फक्त हळूच हसली.

लँग्डन धडपडत उभा राहिला. डोके गरगरत असताना आजूबाजूच्या कलाकृती बघायला लागला. *पिरॅमिड्स, तारे, ग्रह, लंबवर्तुळे.* त्याला आठवण झाली. *हीच विज्ञानाची पहिली पवित्र वेदी आहे, पॅन्थिऑन नव्हे.* हा चॅपेल इल्युमिनाटींच्या प्रतीकांनी भरलेला आहे, जगप्रसिध्द पॅन्थिऑन नव्हे. नेहमीच्या गर्दीच्या ठिकाणांपासून दूर लपवलेला किगी चॅपेल हा किगीचा, शास्त्राच्या आश्रयदात्याचा सन्मान होता. पृथ्वीच्या सर्व प्रतीकांनी सजवलेला होता.

भिंतीला धरून तो नीट उभा राहिला. पिरॅमिड्सच्या प्रचंड शिल्पांकडे बघत बसला. व्हिट्टोरियाचे म्हणणे अगदी बरोबर होते. *हा चॅपेल* म्हणजे विज्ञानाची पहिली पवित्र वेदी असेल तर या ठिकाणीच इल्युमिनाटींची पहिली मार्गदर्शक खूण असलेले शिल्प हवे. त्या खुणेच्या अनुरोधाने ते जर विज्ञानाची दुसरी पवित्र वेदी शोधून काढू शकले तर खुन्याला पकडण्याची संधी अजूनही होती.

"इल्युमिनाटींचा अज्ञात शिल्पकार कोण होता ते मला कळलं आहे." व्हिट्टोरिया जवळ येत म्हणाली.

चमकूनच लँग्डनने विचारले, "काय?"

''आपल्याला एकच गोष्ट कळायला हवी. इथलं कुठलं शिल्प...''

''एक मिनिट! इल्युमिनाटींचा अज्ञात शिल्पकार *कळला* आहे तुला?'' ही माहिती शोधण्यासाठी त्याने अनेक वर्षे घालवली होती. पण त्याला नाव कळले नव्हते.

व्हिट्टोरिया हसून म्हणाली, ''बर्निनी!''

तिची नक्कीच चूक होते आहे. बर्निनी हा अज्ञात शिल्पकार असणे अशक्य होते. गियानलोरेन्झो बर्निनी हा दुसरा जगप्रसिध्द शिल्पकार. फक्त मायकल अ‍ॅन्जलोलाच त्याच्यापेक्षा जास्ती प्रसिध्दी मिळाली होती. सन १६०० च्या आसपास दुसऱ्या कुठल्याही आर्टिस्टपेक्षा जास्ती शिल्पे बर्निनीने बनवली होती. पण ते शोध घेत असलेला शिल्पकार अज्ञात होता. त्याचे नाव कुणालाच ठाऊक नव्हते.

व्हिट्टोरियाच्या कपाळावर आठ्या चढल्या. ''या माहितीचे तुला काहीच वाटत नाही?''

''कारण तो बर्निनी असणे शक्य नाही.''

''का? तो गॅलिलिओचा समकालीन होता. उत्कृष्ट शिल्पकार होता.''

''तो सुप्रसिध्द होता. कॅथलिकही होता.''

''बरोबर. गॅलिलिओसारखाच.'' व्हिट्टोरिया म्हणाली.

''नाही. *गॅलिलिओप्रमाणे अजिबात नाही.* गॅलिलिओ म्हणजे चर्चला खुपत राहाणारे कुसळ होते. बर्निनी त्यांचा *लाडका पुत्र* होता. चर्च प्रेम करत होते त्याच्यावर. व्हॅटिकनने इतर कलाकारांच्या कलाकृतींवर देखरेख ठेवण्यासाठी त्याची नेमणूक केली होती. जवळजवळ सर्व आयुष्य त्याने व्हॅटिकन शहरामधेच घालवले.''

''तो इल्युमिनाटी आहे हे लपवायला उत्कृष्ट बतावणी.''

''व्हिट्टोरिया, इल्युमिनाटी त्यांच्या गुप्त आर्टिस्टला *'अज्ञात मास्टर'* म्हणत.''

''कारण *त्यांना तो माहीत नव्हता.* तू मेसन्सच्या गुप्ततेचा विचार कर. फक्त उच्च पदस्थांनाच पूर्ण सत्य ठाऊक असे. गॅलिलिओने इतरांपासून बर्निनीचे नाव गुप्त ठेवले असणार – बर्निनीच्या सुरक्षिततेसाठीच. व्हॅटिकन तर शोधूच शकणार नव्हते.''

लँग्डनची खात्री पटत नव्हती, पण व्हिट्टोरियाचे म्हणणे तर्कशुध्द होते. गुप्त माहिती दडवण्यात इल्युमिनाटी तरबेज होते. त्यांची संघटना कायम रहस्यमय राहाण्याचे तेच मुख्य कारण होते. थोडेजण सोडले तर कुणालाच कशाची पूर्ण माहिती नसायची.

''इल्युमिनाटींशी संबंध होता म्हणूनच तर त्याने या दोन पिरॅमिड्सचे डिझाइन केले होते.'' ती हळूच हसत म्हणाली.

लँग्डनची नजर पिरॅमिड्सवरून फिरली. त्याने नकारार्थी मान हलवली. ''तो

धार्मिक शिल्पे बनवायचा. त्या पिरॅमिड्सचे डिझाइन त्याचे असणे शक्य नाही.''

व्हिट्टोरियाने खांदे उडवले. ''ते तुझ्या मागच्या पाटीला सांग.''

लँग्डनने वळून पाटी बघितली.

किगी चॅपेलची सजावट

रॅफेएल हा आर्किटेक्ट असला तरी

आतली कलाकुसर गियानलोरेन्झो बर्निनीची आहे

त्याने पुन्हा पाटी वाचली तरी त्याची खात्री पटेना. व्हर्जिन मेरी, देवदूत, भविष्यवेत्ते, पोप यांच्या परिपूर्ण कलाकृतींबद्दल बर्निनीचे नाव गाजले होते. मग *पिरॅमिड* कशासाठी कोरत होता तो?

त्या दोन पिरॅमिड्सकडे बघताना तो गोंधळून जात होता. दोन पिरॅमिड्स, दोन लंबवर्तुळाकृती मेडॅलिअन्स – या ख्रिश्चनांच्या धार्मिक कलाकृती असूच शकत नव्हत्या. पिरॅमिड्सवरचे तारे, बारा राशींची चिन्हे. *आतली कलाकुसर गियानलोरेन्झो बर्निनीची आहे.* ते खरे असेल तर व्हिट्टोरियाचा तर्क बरोबर होता. या चॅपेलच्या कलाकुसरीत दुसऱ्या कुणी मदत केलीच नसेल तर हे सर्व बर्निनीचेच काम आहे. इल्युमिनाटींचा अज्ञात मास्टर! एका मागोमाग एक वेगवेगळे विचार लँग्डनच्या मनात यायला लागले.

बर्निनी इल्युमिनाटस होता.

बर्निनीने इल्युमिनाटी ॲम्बिग्राम्स डिझाइन केले होते.

बर्निनीने पाथ ऑफ इल्युमिनेशन आखला होता.

लँग्डनच्या तोंडातून शब्द फुटेना. शक्य आहे की या छोट्या किगी चॅपेलमधे जगप्रसिध्द बर्निनीने असे एक शिल्प बनवून ठेवले होते, की रोममधल्या विज्ञानाच्या दुसऱ्या पवित्र वेदीकडे जाण्याचा मार्ग ते दाखवेल.

''बर्निनी! स्वप्नातही मी ही कल्पना केली नसती.'' तो म्हणाला.

''व्हॅटिकनच्या सुप्रसिध्द आर्टिस्टशिवाय दुसऱ्या कुणालाही त्याच्या शिल्पाकृती रोममधल्या विवक्षित कॅथलिक चॅपेल्समधेच ठेवून पाथ ऑफ इल्युमिनेशनची आखणी करता आली नसती. कोणा अज्ञात कलाकाराला ते शक्यच नव्हतं.''

लँग्डन विचारात पडला. त्याने पुन्हा पिरॅमिड्सकडे नजर टाकली. त्यांच्यापैकीच एक दिशादर्शक नसेल ना? *किंवा दोन्हीही?* ''पिरॅमिड्स वेगवेगळ्या दिशांना आहेत. अगदी एकसारखे आहेत. मला कळत नाही यांच्यापैकी कुठला...''

''मला नाही वाटत आपल्या शोधाशी पिरॅमिड्सचा संबंध असेल म्हणून.''

''पण इथे ही दोनच शिल्पं तर आहेत.''

ऑलिव्हेट्टी आणि त्याचे गार्ड्स सैतानी विवराच्या तोंडाशी उभे होते. त्यांच्या

दिशेने व्हिट्टोरियाने बोट केले. त्याने त्या दिशेने नजर वळवली. प्रथम त्याला काहीच दिसले नाही. मग कुणी तरी हालचाल केली आणि त्याला वर्तुळाकृती कोनाड्याआडचा पांढरा संगमरवरी दगड दिसला. एक दंड, धड, कोरलेले डोके नजरेत आले. मानवी आकाराच्या दोन आकृत्या. पिरॅमिड आणि सैतानी विवर या दोन गोष्टींमधेच तो इतका अडकला होता की या शिल्पाकडे त्याचे लक्षच गेले नव्हते. त्या गर्दीतून वाट काढत तो तिथे पोहोचला. बघताच त्याची खात्री पटली. *बर्निनीचीच कलाकृती.* व्हॅटिकनच पैसे देऊ शकेल अशा पांढऱ्या शुभ्र संगमरवरी दगडांनी बनवलेली. जवळ पोहोचल्यावर आणि ते दोन चेहरे बघितल्यावरच तो चमकला.

"कोण आहेत ते?" मागोमाग येणाऱ्या व्हिट्टोरियाने त्याच्याकडे बघत विचारले.

लँग्डन थक्क होऊन बघत होता. *"हबाक्कुक आणि देवदूत."* त्याचा आवाज जणू काही फुटत नव्हता. शिल्पकलेच्या इतिहासाच्या काही पुस्तकात या कलाकृतीचा उल्लेख झाला होता. तशी प्रसिध्द कलाकृती. पण ती इथे आहे हे तो विसरला होता.

"हबाक्कुक?"

"या पृथ्वीच्या विनाशाबद्दलचे भविष्य वर्तवणारा भविष्यवेत्ता."

"आणि हा मार्ग दाखवणार आपल्याला?" व्हिट्टोरिया बेचैन वाटली.

या क्षणाला त्या गोष्टीची त्याला जेवढी खात्री वाटत होती, तेवढी कधीही, कुठल्याही गोष्टीबद्दल त्याला वाटली नव्हती. शंकाच नको. हीच इल्युमिनाटींची पहिली खूण होती. जे शिल्प सापडेल ते विज्ञानाच्या पुढल्या पवित्र वेदीकडे बोट दाखवेल हे *अक्षरश:* खरे असेल याची कल्पना नसल्यानेच तो थक्क झाला होता. हबाक्कुक आणि देवदूत दोघांनीही आपले हात दूरच्या दिशेने लांब केले होते.

लँग्डन स्वत:शीच हसला. "काहीही लपवाछपवी दिसत नाही."

व्हिट्टोरिया उत्तेजित झाली असली तरी गोंधळली होती. "ते हात लांब करून दाखवत असले तरीही देवदूताने एका दिशेने हात लांब केला आहे तर हबाक्कुकने दुसऱ्याच दिशेने."

खरे होते ते. दोन्ही आकृत्या कुठे लांबवर हात करत असल्या तरी दिशा अगदी विरुध्द होत्या. पण लँग्डनने हा प्रश्न कधीच सोडवला होता. अंगात स्फूर्ती आल्यासारखा तो दरवाज्याच्या दिशेने निघाला.

"कुठे चालला आहेस तू?"

"बाहेर." तो घाईघाईने बाहेर धावला. त्याला आता थांबायलाही सवड नव्हती. "कुठल्या दिशेने कलाकृती बोट दाखवते आहे ते बघायचं आहे."

"पण कुठलं बोट बघणार तू?"

''कविता – कविता. शेवटची ओळ.''

''*तुज मार्ग दाविती नीट, ही किमया देवदूतांची.''* तिने मान वर करून बघितले. एकाएकी तिच्या डोळ्यांत पाणी आले. *कमाल आहे.*

७०

चार अल्फा रोमिओज पाठोपाठ पोहोचलेल्या गुन्थार ग्लिक आणि किनिता माक्री यांनी पियाझ्झा देल पोपोलोच्या दुसऱ्या टोकाला आपली व्हॅन थांबवली. समोर चाललेल्या घटनांचा अर्थ अजूनही माक्रीच्या लक्षात आला नसला, तरी तिने कॅमेरा चालू ठेवला होता.

किनिता आणि ग्लिक यांनी अल्फा रोमिओतून उतरलेल्या अनेक तरुणांनी चर्चला वेढा घातल्याचे बघितले. काही जणांनी आपली शस्त्रेही बाहेर काढली. त्यातल्या त्यात वयाने मोठा वाटणारा एक जण काही जणांना घेऊन चर्चच्या पायऱ्या चढला. त्यांनी गोळ्या झाडूनच दाराची कुलपे तोडली तरी माक्रीच्या कानांवर गोळ्या झाडल्याचे आवाज पडले नव्हते. सायलेन्सर्स बसवले असणार. ते आत शिरले.

किनिताने सूचना केली होती की या सावलीत दडूनच फिल्म घ्यायची. मधे काही अडथळा नव्हता आणि शेवटी पिस्तुले ही पिस्तुलेच. ग्लिकने वाद घातला नाही. आता माणसे चर्चच्या आतबाहेर करत होती, ओरडत होती. एका टीमने आसपास शोध घेताना तिने आपला कॅमेरा त्यांच्यावर रोखून धरला. सगळे साध्या पोषाखात असले तरी त्यांच्या हालचालीत लष्करी शिस्त होती. ''कोण आहेत हे?'' तिने विचारले.

''काय माहीत? सर्व घेते आहेस ना?''

''हो.''

''अजूनही वाटते तुला की पोप-वॉचवर जावे?'' त्याने खुषीत विचारले.

किनिताला काय उत्तर द्यावे सुचले नाही. इथे काहीतरी गडबड होती. पण या क्षेत्रामधे बरीच वर्षे घातल्यानंतर काही वेळा वेगळ्याच घटना घडत आहेत असे वाटले तरी त्याचे अगदी साधे स्पष्टीकरण असू शकते याचाही तिने अनुभव घेतला होता. ''एखादे वेळी बातमी ठरणार नाही ही. त्यांनाही तुझ्यासारखाच फोन आला असेल आणि ते शोध करत असतील.''

ग्लिकने तिचा दंड पकडला. चर्चकडे बोट दाखवले. "तिकडे–तिकडे. फोकस!"

चर्चमधून बाहेर येणाऱ्या माणसावर तिने कॅमेरा रोखला.

"कोण आहे हा प्राणी?"

तिने त्याच्या चेहऱ्यावर कॅमेरा रोखला. "पूर्वी बघितलेला नाही. पण आवडेल भेटायला." त्याचा क्लोज-अप घेताघेता ती उद्‌गारली.

रॉबर्ट लँग्डन धावतच चर्चच्या पायऱ्या उतरून पियाझ्झाच्या मध्यावर पोहोचला. दक्षिण रोममधे वसंतऋतूतला सूर्य इमारतींमागे मावळतीला झुकला होता आणि चौकात इमारतींच्या लांबलचक सावल्या दिसत होत्या.

"बोल बर्निनी! कुठल्या दिशेने तुझा देवदूत बोट दाखवतो आहे?" तो स्वत:शीच मोठ्याने बडबडला.

त्याने मनामधे चर्चचा आतला आराखडा डोळ्यांसमोर आणला. किगी चॅपेल कुठे आहे याचा विचार केला. देवदूताचे शिल्प कुठे याचाही. मावळत्या सूर्याच्या दिशेने वळतवळत तो उभा राहिला. तीच दिशा. वेळ निघून जात होता.

"नैर्ऋत्य." दुकाने आणि इमारतींमुळे काही दिसत नव्हते. त्याच्या कपाळावर आठ्या चढल्या. "पुढली खूण तिकडे कुठेतरी आहे."

डोके खाजवत त्याने रोमच्या कलाकृतींच्या इतिहासाची पानेच्या पाने डोळ्यांसमोर आणली. बर्निनीच्या कलाकृतींची त्याला माहिती असली तरी बर्निनीने इतक्या असंख्य कलाकृती बनवल्या होत्या की, बर्निनीवरच्या तज्ज्ञालाच त्या सर्वांची माहिती असणे शक्य होते. तरी पहिल्या खुणेची *हबाक्कुक ॲन्ड दि एन्जल* ही प्रसिध्द कलाकृती होती. तेव्हा दुसरीही त्याच्या ओळखीचीच असेल अशी त्याला आशा होती.

पृथ्वी – वायू – अग्नी – जल. तो विचार करत होता. *पृथ्वी* सापडली होती. पृथ्वीच्या चॅपेलमधे – हबाक्कुक – पृथ्वीचा विनाश वर्तवणारा भविष्यवेत्ता.

पुढला *वायू.* विचार कर, विचार कर. *बर्निनीच्या कुठल्या शिल्पाचा संबंध वायूशी आहे?* डोळ्यांसमोर काही येईना. पण तरी त्याचा उत्साह कायम होता. बुध्दिवंतांची कसोटी बघणारा तो मार्ग – *पाथ ऑफ इल्युमिनेशन – अस्तित्वात आहे. मी त्या मार्गावरच आहे.*

नैऋत्य दिशेला एखादा मनोरा, कथीड्रलचा टॉवर दिसतो का बघायचा तो प्रयत्न करत होता. काहीही दिसत नव्हते. त्याला नकाशाची गरज होती. त्या दिशेला कुठली चर्चेस आहेत कळले तर एखादेवेळी त्याची स्मृती जागृत होईलही. *वायू,* तो स्वत:ला बजावत होता. *वायू! बर्निनी! शिल्प! वायू! वायू...!! विचार कर.*

वळून तो पुन्हा कथीड्रलच्या पायऱ्या चढायला लागला. बांधकामाच्या परातीखाली

त्याला ऑलिव्हेट्टी आणि व्हिट्टोरिया भेटले.

"नैर्ऋत्य," लँग्डन धापा टाकत म्हणाला. "पुढले चर्च त्या दिशेला आहे."

"यावेळी तरी खात्री आहे तुझी?" ऑलिव्हेट्टीने करड्या आवाजात विचारले.

लँग्डन सापळ्यात अडकला नाही. "नकाशा हवा आहे. रोममधील सर्व चर्चेस दाखवणारा नकाशा." तो म्हणाला.

कमांडरच्या चेहऱ्यावरची रेषाही हलली नाही. त्याने क्षणभर त्याच्याकडे रोखून बघितले.

लँग्डनने घड्याळ बघितले. "आपल्याला फक्त अर्धाच तास आहे."

ऑलिव्हेट्टी चर्चच्या पायऱ्या उतरून कथीड्रलबाहेर उभ्या असलेल्या गाडीकडे गेला. तो नकाशाच आणायला गेला असेल अशी लँग्डन आशा करत होता.

व्हिट्टोरिया मात्र उत्साहाने म्हणाली, "देवदूत नैर्ऋत्य दिशेला बोट दाखवतो आहे तर. त्या दिशेला कुठली चर्चेस आहेत याची थोडीतरी कल्पना?"

"मला त्या इमारतींपलीकडचे काही दिसतच नाही," चौकाकडे वळत लँग्डन म्हणाला. "आणि रोममधल्या चर्चेसबद्दल मला विशेष माहिती..." तो अचानक थांबला.

त्याचा चेहरा बघताच व्हिट्टोरिया उद्‌गारली, "काय?"

लँग्डनने पुन्हा चौकावर नजर टाकली. चर्चच्या पायऱ्या चढल्याने तो थोडा उंचावर आला होता. त्याची खात्री होती की तो योग्य दिशेचाच विचार करत होता. समोरच्या बांधकामाच्या डळमळणाऱ्या परातीकडे त्याने बघितले. ती सहा मजले तरी उंच होती. चर्चच्या वरच्या बाजूच्या गुलाबी खिडक्यांपर्यंत पोहोचत होती. आपल्याला कुठे जायचे ते त्याने क्षणात ठरवले.

चौकापलीकडे किनिता माक्री आणि गुन्थार ग्लिक बी.बी.सी. व्हॅनच्या आतून खिडकीच्या काचांना डोळे लावून बसले होते.

माक्रीने परात चढणाऱ्या माणसावर कॅमेरा रोखला. "मला विचारशील तर त्याचा पोषाख चांगला आहे. स्पायडरमॅन खेळायचा नाही."

"आणि मिसेस स्पायडरमॅन?"

खाली उभ्या असलेल्या देखण्या स्त्रीकडे किनिताने बघितले. "तुला कळून घ्यायला आवडेलच. खात्री आहे माझी."

"एडिटोरिअलला फोन लावू या?"

"इतक्यात नको. गुप्त बैठक सोडून आलो आहोत हे त्यांना कळण्यापूर्वी काही हाताला लागतं का ते बघू या."

"खरंच वाटतं तुला, की कोणीतरी एका थेरड्या कार्डिनलला तिथे ठार मारलं असेल?"

"तू नक्की नरकात जाशील अशा बोलण्याने."
"पण पुलित्झर घेऊनच जाईन."

७१

लँगडन एक एक पायरी वर चढत असताना परात जरी जास्ती डळमळीत वाटत असली तरी रोमचे दर्शन चांगले होत होते. तो वरती चढत राहिला.

अगदी वर पोहोचल्यावर तो शेवटच्या प्लॅटफॉर्मवर चढला आणि अंगावरचे प्लास्टर, धूळ झटकत ताठ उभा राहिला. उंचीची भीती त्याला अजिबात वाटली नाही. उलट थकवा पार पळाल्यासारखा तो उत्साहित झाला.

आणि दिसणारे दृश्य तर अप्रतिम होते. रोमची लाल कौलारू छपरे सूर्याच्या शेवटच्या किरणात चमकत होती. आयुष्यात प्रथमच प्रदूषण आणि ट्रॅफिक जाम यांच्या पलीकडचे रोम दृष्टीस पडत होते. प्राचीन रोम – *चित्ता दि दियो* – देवाचे शहर.

डोळे बारीक करून तो छपरांपलीकडे कुठे मनोरा, घंटा असलेला टॉवर दिसतो का बघत होता. पण क्षितिजापर्यंत दृष्टी पोहोचायला लागली तरी नजरेत काही भरले नाही. *रोममधे शेकडो चर्चेस आहेत,* तो विचार करत होता. *एक तरी चर्च या दिशेला हवे. दिसायलाच हवे.* पण आजही ते उभे असेल तर!

त्याने अगदी हळूहळू नजर फिरवत पुन्हा शोधायचा प्रयत्न केला. त्याला माहीत होते की सर्व चर्चेसना, निदान आडवाटेच्या छोट्या चर्चेसना तरी, मनोरे नसतात. १६०० पासूनच्या रोममधेही खूप फरक पडला होता. त्यावेळी फक्त चर्चेसच्या इमारतीच सर्वांत उंच असू शकत होत्या. तसा कायदाच होता. आता त्याला अपार्टमेन्ट्स, उंच उंच इमारती, टी.व्ही. टॉवर्स दिसायला लागले.

दुसऱ्यांदा त्याची नजर क्षितिजापर्यंत पोहोचली. एकही मनोरा नजरेत आला नाही. रोमच्या अगदी टोकाला मायकल अँन्जलोचा घुमट सूर्य झाकून टाकत होता. सेन्ट पीटर्स बॅसिलिका. व्हॅटिकन शहर. एकदम त्याला कार्डिनल्सची आठवण झाली. ते काय करत असतील? स्विस गार्ड्सना तरी प्रतिवस्तूचा शोध लागला असेल? नसणार लागला... आणि नाहीच लागणार अशी अचानक त्याची खात्री पटली.

पुन्हा मनामधे कवितेच्या ओळी घोळायला लागल्या. *सान्तीच्या पार्थिव कबरीसवे,*

सैतानाचे द्वार. त्यांना सान्तीची कबर सापडली होती. एका वेळेला तो एकाच ओळीचा नीट विचार करायला लागला. *चौफेर रोमच्या उभी मुक्याने, गूढतत्त्वं ही चार* – कोणती होती ही गूढ मूलद्रव्ये? पृथ्वी – वायू – अग्नी आणि जल. *उजळली वाट प्रकाशाची, ही खूणच पवित्र कसोटीची* – पाथ ऑफ इल्युमिनेशन बर्निनीच्या शिल्पांनी बनला होता. *तुज मार्ग दाविती नीट, ही किमया देवदूतांची.*

आणि देवदूत नैर्ऋत्य दिशेला बोट दाखवत होता.

"समोरच्या पायऱ्या!" ग्लिक बी.बी.सी. व्हॅनच्या पुढल्या काचेतून बोट दाखवत ओरडला. "काहीतरी वेगळीच हालचाल सुरू झाली आहे."

माक्रीने प्रवेशद्वारावर कॅमेऱ्याचा रोख वळवला. नक्कीच काहीतरी गडबड चालू होती. लष्करी दिसणाऱ्या माणसाने एक अल्फा रोमिओ गाडी अगदी पायऱ्यांजवळ उभी करून ट्रंक उघडली. कोणाची नजर नाही ना याची खात्री करून घेण्यासाठीच जणू चौफेर नजर फिरवली. क्षणभर त्याची दृष्टी आपल्यावरच रोखली आहे असा माक्रीला भास झाला. पण त्याची नजर फिरतच राहिली. त्याचे समाधान झाले असावे. त्याने वॉकी-टॉकी बाहेर काढला.

तत्क्षणी जशी सैन्याची तुकडीच चर्चबाहेर पडली. एकत्र गोळा झालेली अमेरिकन फुटबॉल टीम पांगावी तसे वरच्या पायरीपासून ते सरळ रेषेत उभे राहिले आणि मानवी भिंतीसारखे खाली यायला लागले. त्यांच्या मागे जवळजवळ दडूनच गेलेले चौघेजण काहीतरी उचलून आणत होते. वजनदार आणि बोजड.

ग्लिक डॅशबोर्डवर वाकून म्हणाला, "ते चर्चमधून काहीतरी चोरत आहेत की काय?"

माक्री टेलिफोटोलेन्समधून निरखून बघत होती. एक फट मिळायला हवी. *एक सेकंद.* ती प्रार्थना करत होती. *एकच फ्रेम हवी मला.* पण सर्व माणसे एकत्र हलत होती. *एक फ्रेम! फक्त एक फ्रेम!* लेन्समधून बघताना माक्रीच्या डोळ्यांची पापणीही हलत नव्हती. हातामधले वजन ट्रंकमधे ठेवण्यासाठी सैनिकांनी उचलले आणि एक क्षण सर्वांत मोठा वाटणारा माणूसच अडखळला. एकच क्षण. माक्रीला तिची फ्रेम मिळाली होती. एखादेवेळी दहाही असतील.

"एडिटोरिअलला फोन लाव." किनिता म्हणाली. "आपल्याला प्रेतच सापडले आहे."

लांब सर्नमधे मॅक्सिमिलियन कोहलर व्हीलचेअरवरून लिओनार्दो वेत्राच्या अभ्यासिकेत पोहोचला. पध्दतशीरपणे त्याने वेत्राच्या फाईल्स चाळायला सुरुवात केली. तो शोधत होता ते काही सापडले नसावे. कोहलर वेत्राच्या बेडरूममधे गेला.

बेडजवळच्या टेबलाच्या वरच्या ड्रॉवरला कुलूप होते. त्याने किचनमधल्या सुरीने तो उघडला.

आणि आतमधे त्याला जे हवे होते ते बरोबर सापडले.

७२

लँगडन खाली उतरला तर व्हिट्टोरिया हजरच होती. "काय सापडले?"

त्याने मान हलवली.

"त्यांनी कार्डिनलला गाडीच्या ट्रन्कमधे ठेवले आहे."

ऑलिव्हेट्टी आणि काही सैनिक एका गाडीच्या पुढल्या भागावर नकाशा उघडून बसले होते.

"ते नैर्ऋत्य दिशेलाच बघत आहेत ना?"

तिने मान डोलावली. "चर्चेस नाहीत. पहिले सेन्ट पीटर्सच."

त्याचेही तेच मत होते.

तो ऑलिव्हेट्टीकडे निघाला. सैनिकांनी वाट करून दिली.

"काही नाही." ऑलिव्हेट्टी म्हणाला. "पण नकाशात प्रत्येक चर्च दाखवलेले नाही. मोठीच फक्त दाखवली आहेत. पन्नासएक तरी असावीत."

"आपण कुठे आहोत?" लँगडनने विचारले.

ऑलिव्हेट्टीने नकाशावर पियाझ्झा देल पोपोलोवर बोट ठेवले. नैर्ऋत्य दिशेला सरळ रेघ मारली. मुख्य चर्चेस काळ्या चौकोनांनी दाखवली होती. रेघ त्यांच्यापासून बरीच दुरून जात होती. दुर्दैव म्हणजे रोमची प्रमुख चर्चेस हीच रोमची जुनी चर्चेस होती – १६०० सालात असणारी.

"मला काही निर्णय ताबडतोब घ्यायचे आहेत." ऑलिव्हेट्टी म्हणाला. "तुला दिशेबद्दल *पूर्ण खात्री आहे ना?"*

लँगडनच्या डोळ्यांसमोर देवदूताचा लांब केलेला हात आला, बोट आले. वेळ निघून जात होता. "यस सर. खात्री आहे."

ऑलिव्हेट्टीने खांदे उडवून आखलेली रेघ बघितली. मार्गेरीता ब्रिज, विया कोला दि रिएन्त्स दुभंगून नंतर पियाझ्झा देल रिसोर्गिमेंतामधून जाणारी. या रेघेवर एकही चर्च नव्हते. ती सरळ सेन्ट पीटर्स चौकाच्या मध्यभागी संपत होती.

"सेन्ट पीटर्स का नाही?" एका सैनिकाने विचारले. त्याच्या डाव्या डोळ्याखाली

जखमेचा व्रण होता. ''तेही चर्च आहे.''

''सार्वजनिक जागा हवी.''

''रेषा सेन्ट पीटर्स *चौकातून* जाते. तो चौक सार्वजनिकच आहे.''

लँग्डनने तो विचार केला होता. ''पण पुतळे नाहीत तिथे.''

''एक दगडी स्तंभ तरी मधे आहे ना?'' व्हिट्टोरिया म्हणाली.

बरोबर होते तिचे. सेन्ट पीटर्स चौकात एक इजिप्शिअन स्तंभ होता खरा. इथेही होता. योगायोग?

''व्हॅटिकनचा स्तंभ बर्निनीचा नाही. कॅलिगुलाने आणलेला आहे. आणि *वायूशीही त्याचा संबंध नाही.* कवितेप्रमाणे विज्ञानाच्या वेदी *रोमभर* पसरलेल्या आहेत. सेन्ट पीटर्स चौक व्हॅटिकनमधे मोडतो. रोममधे नाही.''

''ते तुम्ही कुणाला विचारता यावर अवलंबून आहे.'' एक गार्ड मधेच म्हणाला.

''म्हणजे काय?''

''नेहमीचा वादाचा मुद्दा. बहुतेक सर्व नकाशात सेन्ट पीटर्स चौकाचा समावेश व्हॅटिकन शहरात केलेला आहे. पण तो चौक व्हॅटिकन शहराच्या *भिंतीबाहेर* असल्याने शेकडो वर्षं रोमचे अधिकारी तो भाग रोमचाच मानतात.''

''चेष्टा करतो आहेस तू,'' लँग्डन म्हणाला. त्याने कधी याबद्दल ऐकले नव्हते.

''कमांडर ऑलिव्हेट्टी आणि मिस वेत्रा वायूशी संबंध असलेल्या शिल्पाबद्दल बोलत होते म्हणून केवळ मी हे सांगितलं.'' गार्ड उत्तरला.

लँग्डनचे डोळे विस्फारले. ''आणि सेन्ट पीटर्स चौकामधे तसं शिल्प आहे?''

''शिल्प नाही म्हणता येणार, पण... एखादेवेळी काही संबंधही नसेल.''

''बोल तर.'' ऑलिव्हेट्टीने सुचवले.

''त्या चौकातच माझी ड्यूटी असते आणि त्यामुळे चौकाचा कानाकोपरा मला माहीत आहे.''

''शिल्प! शिल्प!!'' लँग्डनने उतावीळपणे म्हटले. ''कसं आहे ते?'' तो खरंच आश्चर्यात पडला होता. इल्युमिनाटी आपली दुसरी खूण इतक्या धाडसीपणाने खरोखर सेन्ट पीटर्स चर्चच्या बाहेरच ठेवतील?

''पहाऱ्यावर असताना दररोज माझी तिथून फेरी होते. चौकाच्या मध्यावरच आहे. ती रेषा जाते तिथेच. म्हणून तर माझ्या मनात विचार चालू झाले. पण मी आधी म्हटल्याप्रमाणे ते शिल्प नाही. तो... तो एक दगड आहे.''

ऑलिव्हेट्टी चिडला. ''दगड?''

''यस सर. स्तंभाखाली चौकात बसवलेला संगमरवरी दगड. पण तो चौकोनी

नाही. लंबवर्तुळाकृती आहे आणि तो कोरलेला आहे. वाऱ्याच्या फूत्कारांप्रमाणे. *वायू* म्हणता तुम्ही तोच बहुधा.''

लँग्डन त्या तरुण सैनिकाकडे आश्चर्याने बघत राहिला. ''रिलीफ!'' तो एकाएकी उद्गारला.

कोणालाही कसलाच उलगडा झाला नाही. ते लँग्डनकडे बघत बसले.

''रिलीफ म्हणजे शिल्पाकृतीचा दुसरा भाग. *गोलाकार आकृत्या तरी कोरायच्या नाही तर उठावदार आकृत्या.''* वर्षानुवर्षे ही व्याख्या तो फळ्यावर लिहित आला होता. ''रिलीफ्स म्हणजे द्विमितीतल्या शिल्पाकृती. पेनीवर अब्राहम लिंकनचे चित्र असते तशा. बर्निनीच्या किगी चॅपेल्समधली मेडॅलिअन्स तशीच होती.''

''बास्सोरेलिएवो?'' गार्डने विचारले. कला क्षेत्रातील इटालिअन शब्द.

''बरोबर. *बास रिलीफ.* मी तसा विचारच करत नव्हतो. तू ज्या संगमरवरी दगडाबद्दल बोलतो आहेस त्याला *वेस्ट पोनेन्ते* – पश्चिमी वारे म्हणतात किंवा *रेसपिरो दि दियो* म्हणतात.''

''देवाचा श्वास?''

''बरोबर! वायू! मूळ आर्किटेक्टनेच तो दगड कोरून तिथे बसवला आहे.''

व्हिट्टोरिया गोंधळली. ''पण मला वाटत होते की मायकल अँन्जलोने सेन्ट पीटर्सचे डिझाइन बनवले म्हणून.''

''बॅसिलिकाचे डिझाइन मायकल अँन्जलोचे असले तरी *चौकाची* आखणी बर्निनीची आहे.'' त्याच्या स्वरात विजयाची झाक होती.

पियाझ्झा देल पोपोलोवरून अल्फा रोमिओ वेगात निघताना प्रत्येक जण इतक्या घाईत होता, की त्यांच्यामागून निघालेल्या बी.बी.सी.च्या व्हॅनकडे कुणाचेच लक्ष गेले नाही.

७३

गुन्थार ग्लिक पुढे जाणाऱ्या चार अल्फा रोमिओंच्या मागेच होता. इतर वेळी पाठलाग करायचा तर त्याने योग्य ते अंतर राखलेही असते. पण आज ॲक्सिलरेटर दाबून धरूनही तो कसाबसा त्या गाड्या नजरेच्या टप्प्यात ठेवत होता. गाड्या चालवत होते की विमाने?

माक्री मागच्या बाजूला लंडनशी बोलणे थांबवत होती. आजूबाजूच्या वाहतुकीच्या आवाजावर ओरडत तिने विचारले, "चांगली बातमी सांगू की वाईट?"

एडिटोरिअलला फोन करणे म्हणजे भानगडच असायची. "वाईट."

"आपण जागा सोडली म्हणून सर्व वैतागले आहेत."

"आश्चर्यच आहे."

"आणि तुला फोन करणारा प्राणीही खोटारडा असावा."

"अर्थातच. आणि चांगली बातमी?" त्याच्या कपाळावर आठ्या चढल्या.

"आत्ताच आपण घेतलेली फिल्म ते बघणार आहेत."

त्याच्या आठ्या मावळल्या. चेहऱ्यावर हसू उमटले. "पाठवून दे मग."

"आपण थांबल्याशिवाय प्रक्षेपित करता येणार नाही."

"आता थांबणेच शक्य नाही." व्हॅन विया कोला दि रिएत्सेवर पोहोचली आणि पियाझ्झा देल रिसोर्गिमिंतोच्या डाव्या बाजूने निघाली.

मागच्या बाजूला संगणकाची सरकणारी सामुग्री सांभाळत माक्री म्हणाली, "माझा ट्रान्समीटर मोडला तर फिल्म *चालत जाऊन* लंडनला पोहोचवावी लागेल."

"पकडून राहा. मला वाटते की आपण जवळजवळ पोहोचलो आहोत."

"कुठे?"

"जिथून निघालो होतो तिथेच." आता चांगलाच ओळखीचा झालेला समोरचा घुमट बघत तो हसत म्हणाला.

चारी अल्फा रोमिओ सेन्ट पीटर्स चौकाभोवतीच्या वाहतुकीत कुशलपणे मिसळल्या. चौकाच्या आसपास ठराविक ठिकाणी माणसे उतरवत वेगळ्या होऊन उभ्या राहिल्या. टूरिस्ट्स आणि प्रसिध्दी माध्यमांच्या व्हॅन्समधून गार्ड्स घुसले आणि जसे काही नाहीसेच झाले. काही गार्ड्स स्तंभांच्या रांगांमधे शिरले आणि तात्काळ तसेच अदृश्य झाले. समोरच्या विन्डशील्डमधून बघताना लँग्डनच्या लक्षात आले की, सेन्ट पीटर्स चौकाभोवती वेढा बसला आहे.

कमांडरने आधीच रेडिओवर सन्देश पाठवून व्हॅटिकनहून साध्या वेषातले जास्ती गार्ड मागवले होते. ते *पश्चिमी वाऱ्यांच्या* दगडाच्या आसपास पोहोचलेही होते. सेन्ट पीटर्स चौकावर नजर फिरवताना आधीचाच संशय लँग्डनच्या मनात बळावला. *इल्युमिनाटींचा खुनी इथून कसा काय पळून जाणार आहे? या गर्दीतून कार्डिनलला इथे आणून सर्वांच्यादेखत कसा काय ठार मारणार आहे?* मिकी माऊसच्या घड्याळात ८:५४ झाले होते. सहाच मिनिटे.

पुढल्या सीटवरून वळून ऑलिव्हेट्टी लँग्डन आणि व्हिट्टोरियाला म्हणाला, "मला तुम्ही दोघेही बर्निनीच्या त्या विटेवर, दगडावर किंवा जे काय असेल

त्याच्यावरच हवे आहात. मागच्याप्रमाणेच तुम्ही टूरिस्ट आहात. काही वेगळे भासले तर फोन करा.''

लँग्डन काही बोलायच्या आत व्हिट्टोरियाने त्याचा हात पकडून त्याला गाडीतून खाली खेचले.

सेन्ट पीटर्स बॅसिलिकामागून सूर्य अस्ताला जात होता. चौकभर मोठी सावली पसरत होती. पुन्हा काहीतरी अनिष्ट घडणार आहे असे सुचवणारी एक थंडगार शिरशिरी लँग्डनला जाणवली. गर्दीतून जाताना दिसणारा प्रत्येक चेहरा तो निरखून बघत होता. यांच्यापैकीच एखादा खुनी असेल का असा विचार करत होता. व्हिट्टोरियाचा हात उबदार वाटत होता.

जो परिणाम साधण्याची कामगिरी आर्टिस्टवर सोपवली होती तोच परिणाम त्या चौकातून जाताना त्याला जाणवायला लागला. जो कोणी या चौकात पाऊल ठेवेल तो अगदी नम्र बनेल. लँग्डनला तरी या क्षणी आपण फारच नगण्य आहोत असे भासायला लागले होते. आणि त्याला भूकही लागली होती. आत्ताच्या वेळेला भुकेसारख्या गोष्टीचा विचार डोक्यात यावा याचे त्याचे त्यालाच आश्चर्य वाटले.

''ओबेलिस्ककडे?''

लँग्डनने मान डोलावली.

''वाजले किती?'' सहजतेने पण भरभर चालत व्हिट्टोरियाने विचारले.

''पाच मिनिटे.''

ती काही बोलली नाही, पण तिची त्याच्या हातावरची पकड मात्र घट्ट झाली. पिस्तूल अजूनही त्याच्याकडे होते. गरज आहे असे तिला वाटणार नाही अशी त्याला आशा होती. भर चौकात पिस्तूल काढून जागतिक प्रसारमाध्यमांसमोर ती खुन्याच्या गुडघ्यांवर गोळ्या झाडेल अशी कल्पना तो करूच शकत नव्हता. पण इथे जर छातीवर डाग उमटवून एखाद्या कार्डिनलचा खून झाला तर त्यापुढे गोळीबाराच्या घटनेला विशेष महत्त्व राहिले नसते म्हणा.

वायू – विज्ञानाचे *दुसरे मूलद्रव्य.* कसा असेल तो ब्रॅन्ड? आणि खून तरी कुठल्या पध्दतीने होईल? सेन्ट पीटर्स चौक – पायाखाली ग्रॅनाईटचा विस्तीर्ण चौक – उघडे वाळवंटच – आजूबाजूला स्विस गार्ड्सचा वेढा. हॅसासिन्‌ने खरोखरच खून पाडायचा प्रयत्न केला तर तो तिथून कसा निसटणार आहे हे लँग्डनच्या खरोखरीच ध्यानात येत नव्हते.

चौकाच्या मध्यभागी कॅलिगुलाचा ३५० टनी इजिप्शिअन ओबेलिस्क. आकाशात एक्याऐंशी फूट उंचावर पोहोचणारा. वरती मावळत्या सूर्याच्या शेवटच्या किरणांत

चमकणारा एक पोकळ लोखंडी क्रॉस. जीझसला ज्या क्रूसवर चढवले होते त्या क्रूसचे अवशेष त्यात आहेत अशी कल्पना आहे.

ओबेलिस्कच्या दोन बाजूंना कारंजी होती. कलेच्या इतिहासकारांना माहीत आहे की बर्निनीच्या लंबवर्तुळाकृती चौकाच्या बरोबर केन्द्रबिंदूंच्या जागांवरच ही कारंजी आहेत. आजपर्यंत आर्किटेक्चरमधली ही विसंगती त्याच्या ध्यानात आलीच नव्हती. आज अचानक रोममधे लंबवर्तुळे, पिरॅमिड्स, भूमिती यांची रेलचेल वाटायला लागली होती.

ओबेलिस्क जवळ यायला लागला तशी व्हिट्टोरियाची चाल मंदावली. तिने दीर्घ श्वास घ्यायला सुरुवात केली. लँग्डनलाही जणू ती मनावरचा ताण कमी करायला भाग पाडत होती.

ओबेलिस्कभोवती कुठे तरी, जगामधल्या सर्वांत मोठ्या चर्चबाहेर, विज्ञानाची दुसरी पवित्र वेदी निर्भयपणे बनवली होती – बर्निनीचे *पश्चिमी वारे* – सेन्ट पीटर्स चौकामधला लंबवर्तुळाकार दगड.

सेन्ट पीटर्स चौकाभोवतालच्या स्तंभांच्या सावल्यांमधून गुन्थार ग्लिक लक्ष ठेवून होता. इतर कुठल्याही दिवशी ट्वीड जॅकेट घातलेला माणूस आणि खाकी शॉर्ट्समधल्या स्त्रीकडे त्याने ढुंकूनही बघितले नसते. ते टूरिस्टसारखेच फिरत होते. पण आजचा दिवस हा इतर दिवसांसारखा नव्हताच. आजचा दिवस होता फोनवर मिळणाऱ्या सूचनांचा, प्रेतांचा, खुणा नसलेल्या गाड्यांच्या रोमभरच्या पळापळीचा. आणि देवालाच माहीत काय शोधण्यासाठी ट्वीड जॅकेटमधला माणूस बांधकामाच्या डळमळत्या परातीवर चढला होता ते. ग्लिक आज त्यांची पाठ अजिबात सोडणार नव्हता.

त्याने चौकापलीकडे नजर टाकली. बरोबर त्याने सांगितलेल्या ठिकाणीच माक्री होती. त्या दोघांच्या दुसऱ्या बाजूला. कंटाळल्याप्रमाणे ती व्हिडिओ कॅमेरा पकडून असली, तरी ती जास्तीच लक्ष वेधून घेत होती असे ग्लिकला वाटले. चौकाच्या या कोपऱ्यात दुसरा कुणीही वार्ताहर नव्हता. कॅमेऱ्यावर बी.बी.सी. लिहिले असल्याने अनेक टूरिस्ट्सचे आपोआपच माक्रीकडे लक्ष वेधले जात होते.

नग्न कार्डिनलला गाडीच्या ट्रन्कमधे ठेवताना काढलेली टेप व्हॅनमधल्या व्ही.सी.आर. ट्रान्समीटरवर चालू होती. ग्लिकला माहीत होते की या क्षणी त्याच्या डोक्यावरून ती लंडनला पोहोचत होती. काय म्हणेल एडिटोरिअल आता?

साध्या वेषातल्या सैन्याने गराडा घालण्याआधी आपण त्या प्रेताजवळ पोहोचलो असतो तर किती बरे झाले असते. या क्षणाला त्याच सैन्याने सेन्ट पीटर्स चौकाला वेढा घातला होता. काहीतरी मोठी घटना नक्कीच अपेक्षित होती.

प्रसार माध्यमे अराजकाचा उजवा हात असतात, खुनी म्हणाला होता. महत्त्वाची बातमी सर्वप्रथम मिळवण्याची संधी तर आपण गमावलेली नाही ना, असा विचार ग्लिकच्या मनात येत होता. लांबवर उभ्या असलेल्या प्रसार माध्यमांच्या व्हॅन्सकडे त्याने बघितले. मग रहस्यमय टूरिस्ट जोडप्याच्या मागावर असलेल्या माक्रीकडे. आपण या खेळात अजून तरी इतरांच्या पुढेच आहोत असे त्याचा आतला आवाज त्याला सांगत होता.

७४

दहा यार्डांवरून ते शोधत असलेल्या गोष्टीकडे लँग्डनचे लक्ष गेले. इकडेतिकडे फिरणाऱ्या टूरिस्ट्समधून पांढऱ्या शुभ्र संगमरवरी दगडावर लंबवर्तुळात कोरलेले बर्निनीचे *'पश्चिमी वारे'* हे शिल्प त्याला दिसले. व्हिट्टोरियालाही. त्याच्या हातावरची तिची पकड घट्ट झाली.

''शांत राहा. तू काय पिरान्हा करतेस तो कर.''

व्हिट्टोरियाने हाताची पकड ढिली केली.

सर्व इतके नेहमीसारखे वाटत होते की लँग्डन धास्तावला होता. टूरिस्ट भटकत होते. आजूबाजूला नन्स गप्पा मारत होत्या. ओबेलिस्कजवळ एक मुलगी कबुतरांना खाऊ घालत होती.

लँग्डनने घड्याळ बघायचा मोह आवरला. त्याला खात्री होती की वेळ जवळजवळ झाली होती.

लंबवर्तुळाकृती दगडावर ते पोहोचले. सहजच थांबल्यासारखे उभे राहिले. काहीतरी वेगळे लक्षात आलेले टूरिस्ट.

''वेस्ट पोनेन्ते,'' तिने दगडावरचे वर्णन वाचले.

लँग्डनने त्या बास रिलीफकडे बघितले. कलेवरची पुस्तके वाचून किंवा रोमला दिलेल्या असंख्य भेटींमधे या *पश्चिमी वाऱ्यांचे* महत्त्व त्याच्या कधी ध्यानात आले नव्हते.

आत्तापर्यंत तरी नाही.

कोरीवकाम केलेला लंबवर्तुळाकार दगड तीनएक फूट लांब होता. वरती एक साधासुधा चेहरा कोरलेला होता. पश्चिमी वारे एका देवदूताच्या तोंडामधून निघताना दाखवले होते. व्हॅटिकनपासून दूरवर जाणारे वारे. *देवाचा श्वास.* विज्ञानाच्या दुसऱ्या मूलद्रव्याला बर्निनीने वाहिलेली आदरांजली – वायू – स्वर्गीय वाऱ्याची झुळूक.

पण या रिलीफचे महत्त्व तेवढेच नव्हते. बर्निनीने *पाच* वेगवेगळ्या झुळकी देवदूताच्या ओठातून निघताना दाखवल्या होत्या – पाच! दोन बाजूंना चमकते तारे. लँग्डनच्या मनात गॅलिलिओचा विचार आला. *दोन तारे, वाऱ्याच्या पाच झुळका, लंबवर्तुळे, प्रमाणबध्दता.* विचारांनीच त्याचे डोके दुखायला लागले.

व्हिट्टोरियाने तशीच पुढे चालायला सुरुवात केली. "कुणीतरी आपला पाठलाग करतं आहे."

"कुठे?"

बोलण्यापूर्वी व्हिट्टोरिया तीस यार्ड तरी त्याला पुढे घेऊन गेली. लँग्डनला काहीतरी दाखवते आहे अशा थाटात तिने व्हॅटिकनकडे बोट दाखवत म्हटले, "चौकात आल्यापासून एक व्यक्ती आपल्या मागे मागे येते आहे."

खांद्यावरून सहज मागे बघितल्यासारखी ती वळली. "अजूनही आहे. चालत राहा."

"हॅसासिन्?"

"इल्युमिनाटी बी.बी.सी. कॅमेरा घेतलेल्या स्त्रियांना नेमत असतील तरच."

सेन्ट पीटर्सच्या घंटा घणघणायला लागल्या. लँग्डन आणि व्हिट्टोरिया दचकले. वेळ झाली होती. त्यांनी *'पश्चिमी वाऱ्यांच्या'* दिशेने परतायला सुरुवात केली.

घंटानाद सोडला तर चौकात संपूर्ण शांतता होती. टूरिस्ट फिरत होते. एक भटक्या दारुडा ओबेलिस्कला टेकून बसला होता. छोटी मुलगी कबुतरांना खाऊ घालत होती. त्या वार्ताहराला घाबरून पळाला नसेल ना खुनी? *शक्य वाटत नाही,* त्याने ठरवून टाकले. खुन्याचे वचन त्याला आठवत होते. *प्रसिध्दी माध्यमांच्या प्रकाशझोतात एक एक करून ते सुप्रसिध्द हुतात्मे बनतील.*

नवव्या टोल्याचे पडसाद घुमायचे थांबले. एक आगळीच शांतता चौकात पसरली.

आणि... ती छोटी मुलगी किंचाळायला लागली.

७५

त्या किंचाळणाऱ्या मुलीजवळ लँग्डन प्रथम पोहोचला.

ती ओबेलिस्कच्या पायथ्याशी पायऱ्यांवर कलंडलेल्या एका फाटक्यातुटक्या

कपड्यातल्या लुळ्यापांगळ्या दारुड्याकडे बोट दाखवत जमिनीला खिळून उभी होती. त्या माणसाकडे बघवत नव्हते – रोममधल्या अनेक बेघर माणसांपैकी एक असणार. त्याचे पांढरे पडलेले चिकट केस चेहऱ्यावर आले होते. अंगावर एक घाणेरडे कापड गुंडाळलेले होते. किंचाळतच ती मुलगी आजूबाजूच्या गर्दीत नाहीशी झाली.

त्या माणसाजवळ पोहोचताच लँग्डनच्या मनात भीतीने घर केले. त्याला गुंडाळलेल्या कपड्यावर एक काळा डाग पसरताना दिसत होता. वाहणारे रक्त.

आणि मग अनेक गोष्टी एकदमच घडायला लागल्या.

तो म्हातारा धडपडत खाली कोसळला. त्याला सावरायला लँग्डन झेपावला पण त्याला उशीरच झाला. पायऱ्यांवरून गडगडत तो म्हातारा खाली तोंडावरच आपटला आणि त्याची हालचाल थंडावली.

लँग्डन त्याच्याजवळ गुडघ्यांवर बसला. व्हिट्टोरियाही पोहोचली. गर्दी व्हायला लागली.

व्हिट्टोरियाने आपली बोटे मागून त्या म्हाताऱ्याच्या घशाखाली धरली. तिला ठोके पडताना जाणवले. ''उलटा कर त्याला.''

लँग्डनने त्याचे खांदे पकडून त्याला उलटे केले. त्याच्या अंगावरचा फाटका कपडा दूर झाला आणि तो धाडकन उताणा पडला. छातीच्या मध्यावर जळलेले मांस दिसले.

व्हिट्टोरियाने एक आवंढा गिळला आणि ती मागे सरकली.

भीती आणि आत्यंतिक घृणा यांच्या कात्रीत सापडल्याप्रमाणे लँग्डनची हालचाल थांबली. छातीवर डाग देऊन उमटवलेली भीषण खूण तशी साधी होती.

'''AIR' – वायू –'' व्हिट्टोरियाच्या घशातून पुढे शब्द उमटेना. ''हा... तोच आहे.''

अचानक स्विस गार्ड्स पोचले. आज्ञा ओरडत, न दिसणाऱ्या खुन्यामागे धावले.

जवळच एक टूरिस्ट बोलत होता. ''काही मिनिटांपूर्वी एक काळसर माणूस

या गरीब, खोकणाऱ्या, बेघर माणसाला चौकातून चालायला मदत करत होता. त्याच्याबरोबर तोही क्षणभर त्या पायऱ्यांवर बसला. दयाळू माणूस असावा. मग तो नाहीसाच झाला.''

व्हिट्टोरियाने त्याच्या पोटावरचा कपडा फाडून काढला. छातीवरच्या ब्रॅन्डच्या बाजूंना दोन भोके पडल्यासारखी वाटत होती. त्याचे डोके मागे धरून तिने तोंडावाटे कृत्रिम श्वासोच्छ्वास द्यायला सुरुवात केली. नंतर काय होईल याची लँग्डनलाही कल्पना नव्हती. व्हिट्टोरियाने त्या माणसाच्या तोंडात श्वास सोडताच दोन्ही भोकांमधून रक्ताच्या चिळकांड्या लँग्डनच्या चेहऱ्यावर उडाल्या.

भीतीने व्हिट्टोरिया थबकली. ''त्याची फुप्फुसं... भोकं पाडली आहेत त्यांना.''

चेहरा पुसत लँग्डनने त्याच्या छातीवरच्या भोकांकडे बघितले. खळखळतच रक्त बाहेर पडत होते. कार्डिनलची फुप्फुसं नाश पावली होती. तो मेलाच होता.

स्विस गार्ड्स जवळ पोहोचेपर्यंत व्हिट्टोरियाने त्याला झाकून टाकले.

गोंधळून इकडेतिकडे बघणाऱ्या लँग्डनला ती स्त्री दिसली. त्यांच्या मागे मागे असणारी स्त्री. ती जवळच वाकलेली होती. खांद्यावरती बी.बी.सी. कॅमेरा. रोख कार्डिनलच्या दिशेने. फिल्म अजूनही चालू होती. लँग्डनची आणि तिची नजरानजर होताच त्याच्या लक्षात आले, की तिने सर्व फिल्म व्यवस्थित घेतली आहे. दुसऱ्या क्षणी तिने पळ काढला.

७६

किनिता माक्री पळत सुटली. आयुष्यात एखादेवेळीच मिळण्यासारखी बातमी तिच्या हाताला लागली होती. तिला हातातला कॅमेराही खूप जड वाटायला लागला.

ती सेन्ट पीटर्स चौकातून जवळजवळ येणारी गर्दी आजूबाजूला ढकलत नाहीशी होत होती. ती *गोंधळापासून* दूर धाव घेत होती तर बाकीचे *गोंधळाच्या दिशेने* धावत होते. माक्री जास्तीत जास्ती दूर पळण्याच्या प्रयत्नात होती. ट्वीड जॅकेटमधल्या माणसाने तिला बघितले होते. न दिसणारी माणसे आता सर्व बाजूंनी तिच्या पाठलागावर येत आहेत याची तिला जाणीव झाली.

तिने घेतलेल्या फिल्मचा तिला स्वत:लाच धक्का बसला होता. तो कार्डिनल

असणार अशी तिला भीती वाटत होती. ग्लिकशी फोनवर बोलणारा माणूस अचानक चक्रम वाटेनासा झाला.

बी.बी.सी. व्हॅनच्या दिशेने घाईघाईने जाताना लष्करी वाटणारा एक माणूस समोरच्या गर्दीतून तिच्यापुढे आला. त्यांची नजरानजर होताच दोघेही थबकले. क्षणात वॉकी-टॉकी काढून तो काहीतरी बोलला आणि तिच्याचकडे निघाला. माक्रीने उलटे वळून धडधडत्या छातीने गर्दीत धाव घेतली. त्या गर्दीचाच फायदा घेत तिने व्हिडिओ कॅमेऱ्यामधली कॅसेट काढून आपल्या पाठीशी पट्ट्यामधे ठेवली. *त्या कॅसेटला आज सोन्याची किंमत होती. ग्लिक कुठे आहे?*

डाव्या बाजूने दुसरा सैनिक तिच्याकडे यायला निघाला. वेळ फार कमी आहे लक्षात येताच तिने केसमधून दुसरी कॅसेट काढून कॅमेऱ्यात घातली आणि ती प्रार्थना करायला लागली.

व्हॅनपासून तीस एक यार्ड अंतरावर दोन्ही सैनिक तिच्यासमोर येऊन उभे राहिले. ती आता कुठे पळू शकत नव्हती.

''फिल्म,'' एक जण ओरडला. ''ताबडतोब.''

कॅमेऱ्याभोवती घट्ट हात धरून ती म्हणाली, ''अजिबात नाही.''

एकाने आपले जॅकेट बाजूला केले आणि आपले पिस्तूल दाखवले.

''मग घाल गोळ्या.'' आपल्यामधे एवढा धीटपणा कुठून आला याचे तिला स्वत:लाच आश्चर्य वाटत होते.

''फिल्म,'' पहिल्या माणसाने पुन्हा मागणी केली.

ग्लिक आहे तरी कुठे? पाय आपटत ती मोठ्याने ओरडायला लागली. ''मी बी.बी.सी.ची व्हिडिओग्राफर आहे. फ्री प्रेस ॲक्टच्या बाराव्या आर्टिकलप्रमाणे ही फिल्म ब्रिटिश ब्रॉडकास्टिंग कॉर्पोरेशनची मालमत्ता आहे.''

त्या दोघांवर तिच्या ओरडण्याचा काही परिणाम दिसला नाही. पिस्तूलधारी सैनिकाने तिच्या दिशेने पाऊल टाकले. ''मी स्विस गार्डमधे लेफ्टनंट आहे आणि ज्या मालमत्तेवर तू आता उभी आहेस, तिथे तुझी झडती घेण्याचा आणि आवश्यक तर अटक करण्याचाही मला अधिकार आहे.''

आता त्यांच्याभोवती गर्दी जमायला लागली.

''कोणत्याही परिस्थितीत लंडनमधल्या माझ्या एडिटरशी बोलल्याशिवाय या कॅमेऱ्यातली फिल्म मी तुम्हाला देणार नाही.'' तिने ओरडत म्हटले. ''माझी सूचना आहे की...''

गार्डने कॅमेरा खेचूनच तिचा आरडाओरडा थांबवला. दुसऱ्याने तिचा दंड पकडून तिला व्हॅटिकनच्या दिशेने चालवायला सुरुवात केली. 'प्लीज, प्लीज' म्हणत तो गर्दीतून वाट काढायला लागला.

त्यांनी तिची झडती घेऊ नये अशी ती मनातल्या मनात प्रार्थना करत होती. त्या फिल्मची तिला काळजी पडली होती.

आणि एकाएकी गर्दीतल्या कुणीतरी मागून तिच्या कोटाच्या आत हात घातला आणि पट्ट्यामधे घुसवलेली व्हिडिओ फिल्म काढली. ती वळून ओरडणारच होती पण गप्प बसली. ग्लिक डोळा मारून गर्दीत नाहीसा झाला.

७७

रॉबर्ट लँग्डन धडपडतच पोपच्या कार्यालयाबाहेरच्या बाथरूममधे पोहोचला. त्याने चेहऱ्यावरचे आणि ओठांवरचे रक्त पुसले. त्याचे स्वत:चे रक्त नव्हतेच ते. व्हॅटिकन बाहेरच्या चौकात भीषण तऱ्हेने मृत्यू ओढवलेल्या कार्डिनल लेमासचे रक्त होते ते. *विज्ञानाच्या पवित्र वेदीवर चढवलेला अगदी शुद्ध आणि निष्कलंक बळी.* आत्तापर्यंत तरी हॅसासिन्‌ने आपल्या धमक्या खऱ्या करून दाखवल्या होत्या.

आरशात बघताना आपण फारच निर्बळ आहोत असे लँग्डनला वाटायला लागले. त्याचे डोळे ओढलेले दिसत होते. दाढी वाढायला लागलेली. बाथरूम काळ्या संगमरवरी दगडाची होती. सोन्याच्या वस्तू, सुगंधी साबण आणि सुती टॉवेल्स. अत्यंत राजेशाही थाटात सजवलेली.

त्याच्या मनातून तो रक्ताळलेला छातीवरचा ब्रॅन्ड हलत नव्हता. Air – आज सकाळी उठल्यापासून त्याने तीन ॲम्बिग्राम्स बघितले होते – आणि अजून दोन तो नक्की बघणार होता.

बाहेर ऑलिव्हेट्टी, कॅप्टन रॉचर आणि कामेरलेंगो पुढे काय करायचे याचा खल करत असावेत. प्रतिवस्तूचा शोध लागलेला दिसत नव्हता. एक तर गार्ड्सना ती कुपी खरेच कुठे सापडली नव्हती किंवा ऑलिव्हेट्टीच्या अपेक्षेपेक्षाही तो घुसखोर व्हॅटिकनच्या खूप आतवर पोहोचला होता.

झोप नाही, अन्न नाही. पाथ ऑफ इल्युमिनेशनवर चालता चालता तो थकला होता. दोन क्रूर हत्यांनी त्याच्या मनावर फारच जबरदस्त आघात झाले होते आणि भीषण नाटकाचा शेवटचा अंक तर सुरूही झाला नव्हता.

विचार कर. त्याने स्वत:ला बजावले.

७८

लंडनमधल्या बी.बी.सी. टेक्निशिअनने सॅटेलाईट रिसीव्हर युनिटमधून व्हिडिओ कॅसेट काढली आणि ती धावतच कन्ट्रोलरूममधून एडिट-इन-चीफच्या ऑफिसात पोहोचली. तिथल्या व्ही.सी.आर. मधे कॅसेट घालून तिने तो सुरू केला.

टेप चालू असतानाच तिने आत्ताच व्हॅटिकनमधल्या गुन्थार ग्लिकशी झालेल्या संभाषणाबद्दल सांगितले. बी.बी.सी. फोटो आर्काइव्ह्ज्मधून सेन्ट पीटर्स चौकातल्या बळीचीही निश्चित ओळख पटली होती.

एडिटर-इन-चीफ नंतर हातात धरलेली घंटा वाजवतच केबिनबाहेर पडला. एडिटोरिअलमधे चालू असलेली प्रत्येक गोष्ट थांबली.

"पाच मिनिटातं थेट प्रक्षेपण. ऑन-एअर टॅलन्ट तयारीला लागा. मीडिया को-ऑर्डिनेटर्स तुम्ही तुमच्या बाहेरच्या माणसांना गाठा. आपल्याकडे आहे ती बातमी आपण विकत आहोत आणि आपल्याकडे फिल्म आहे."

मार्केट को-ऑर्डिनेटर्सनी आपले रोलोडेक्सेस पकडले.

"फिल्मस्पेक्स!" एक जण ओरडला.

"थर्टी सेकंद ट्रीम."

"काय आहे?"

"खून."

"लायसन्सिंग आणि वापरण्याची किंमत?"

"दहा लाख अमेरिकन डॉलर्स."

चकित होऊन सगळ्यांच्या माना वर झाल्या. "काय?"

"तुम्ही ऐकलं तेच. सी.एन.एन., एम.एस.एन.बी.सी. आणि तीन वजनदार मीडिया. डायल इन प्रिव्ह्यू दाखवू म्हणावं. त्यांना आपल्याबरोबर प्रक्षेपणासाठी पाच मिनिटं वेळ द्या."

"काय झालं तरी काय? प्रधानमंत्र्याची कातडी सोलून काढली की काय कुणी?"

चीफने नकारार्थी मान हलवली. "त्यापेक्षासुद्धा चांगली बातमी."

त्याच वेळेला रोममधे कुठेतरी हॅसासिन् एका खुर्चीत आरामात बसला होता. खोलीभर नजर फिरवत होता. काय आख्यायिका होत्या या खोलीबद्दल. *मी या क्षणी चर्च ऑफ इल्युमिनेशनमधे बसलेलो आहे,* तो विचार करत होता. *इल्युमिनाटींची अति गुप्त जागा.* इतक्या शतकांनंतर ती इथे खरोखर तशीच होती यावर त्याचा

विश्वासच बसत नव्हता.

त्याने पुन्हा त्या बी.बी.सी.च्या वार्ताहराला फोन लावला. वेळ झाली होती. अत्यंत धक्कादायक बातमी अजून जगाला कळलेलीच नव्हती.

७१

व्हिट्टोरिया वेत्रा पाण्याचे घोट घेत स्विस गार्ड्सनी आणलेल्या केकचे तुकडे मोडत होती. तिचे कशातच लक्ष नव्हते. तिला कळत होते की तिने खायला हवे, पण भूकच नव्हती. पोपच्या कार्यालयात गडबड होती. वातावरणही गंभीरच. कॅप्टन रॉचर, कमांडर ऑलिव्हेट्टी आणि अर्धा डझन गार्ड्स सद्य परिस्थितीचा अंदाज घेत पुढे काय करायचे ठरवत होते.

जवळच रॉबर्ट लँग्डन विमनस्कपणे सेन्ट पीटर्स चौकावर नजर लावून बसला होता. तो पार निराश झाला होता. व्हिट्टोरिया त्याच्याजवळ पोहोचली. "काही कल्पना?"

त्याने मान हलवली.

"केक?"

त्याची मन:स्थिती सुधारली. "थँन्क्स." त्याला खरोखर खूप भूक लागली होती.

दोन स्विसगार्ड्सबरोबर कामेरलेंगो व्हेन्त्रेस्का आत येताच शांतता पसरली. अंगातली सर्व ताकदच नष्ट व्हावी तसा तो निस्तेज दिसत होता.

"काय झालं?" त्याने ऑलिव्हेट्टीला विचारले. त्याच्या चेहऱ्यावरून त्याला वाईट बातम्या आधीच सांगितलेल्या दिसत होत्या.

ऑलिव्हेट्टीचे बोलणे ऐकताना एखाद्या युद्धभूमीवरच्या दुर्घटनांचा आढावा ऐकल्याप्रमाणे वाटत होते. सरळ आणि स्पष्ट. "आठ वाजल्यानंतर चर्च ऑफ सान्ता मारिया देल पोपोलो इथे कार्डिनल ऐबनर मृतावस्थेत सापडला. तो गुदमरून मेला होता. त्याच्या छातीवर Earth हा ॲम्बिग्राम उमटवला होता. दहा मिनिटांपूर्वी सेन्ट पीटर्स चौकात कार्डिनल लेमासचा खून झाला. त्याच्या छातीत भोकं पाडली होती. छातीवर Air हा ठसा उमटवला होता. खुनी दोन्ही ठिकाणांहून पळून गेला."

जड पावलांनी कामेरलेंगो पोपच्या डेस्कजवळ जाऊन खुर्चीत बसला आणि त्याने डोके खाली घातले.

"गिदेरा आणि बाग्गिया हे कार्डिनल्स अजून जिवंत आहेत."

कामेरलेंगोने डोके वर केले. दु:खी चेहऱ्याने तो म्हणाला, "आणि यात आपण समाधान मानायचं? कमांडर, दोन कार्डिनल्सचे आधीच खून पडले आहेत आणि उरलेल्या दोघांना तुम्ही शोधू शकला नाहीत, तर तेही जास्ती वेळ जिवंत असणार नाहीत."

"आम्ही त्यांना शोधून काढू. तशी नक्की आशा आहे."

"आशा? आतापर्यंत तरी सर्व प्रयत्न थकले आहेत."

"चूक. दोन लढाया हरलो आहोत, पण युद्ध आपणच जिंकणार आहोत. आजची संध्याकाळ प्रसिद्धी माध्यमांची ठरेल अशी इल्युमिनाटींची योजना होती. अजून तरी आपण ती उधळून लावली आहे. प्रसिद्धी माध्यमांच्या प्रकाशझोतात न सापडता दोन्ही कार्डिनल्सची प्रेतं आपण ताब्यात घेतली आहेत आणि कॅप्टन रॉचरच्या म्हणण्याप्रमाणे प्रतिवस्तूचा शोधही योग्य मार्गाने चालू आहे."

लाल बिरेटमधल्या कॅप्टन रॉचरने पुढे पाऊल टाकले. इतरांपेक्षा हा जरा माणसांमधला वाटतो असा काहीतरी विचार व्हिट्टोरियाच्या मनात येऊन गेला. करारी वाटत होता, पण हेकट नाही. "तुमच्यासाठी तासाभरात ती कुपी हजर करू असं नक्की वाटतं आम्हाला."

"कॅप्टन, मला तरी तुमच्याइतकी आशा वाटत नाही याबद्दल मी दिलगीर आहे. पण व्हॅटिकन शहर शोधण्याइतका वेळ आपल्याकडे नाही अशी माझी समजूत होती."

"*पूर्ण शहर* शोधायचं तर तुमचं म्हणणं बरोबर आहे. पण कुपी टूरिस्ट फिरतात अशा आपल्या व्हाईट झोन्समधेच कुठेतरी ठेवली असावी अशी माझी खात्री आहे. म्यूझिअम्स – बॅसिलिकासारखी ठिकाणे. तिथला वीजपुरवठा आम्ही आधीच बंद केला आहे आणि स्कॅन करून शोध चालू आहे."

"व्हॅटिकन शहराचा *थोडाफार भागच* शोधणार आहात तुम्ही?"

"व्हॅटिकनच्या अंतर्भागात कोणी शिरकाव करू शकेल असं वाटत नाही. सिक्युरिटी कॅमेरा सार्वजनिक ठिकाणामधूनच चोरला गेला होता – एका म्युझियमचा जिना – तेव्हा अशाच कुठल्या तरी सार्वजनिक ठिकाणी ती कुपी ठेवली गेली असणार. तशा जागांवर आम्ही लक्ष केन्द्रित केले आहे."

"पण त्याने चार कार्डिनल्सचं अपहरण केलं आहे. तेव्हा तो आपल्या अपेक्षेपेक्षा खूप आत घुसलेला आहे."

"तसंच काही नाही. कार्डिनल्सनी आजचा बराच वेळ टूरिस्ट्सची गर्दी नसलेल्या म्यूझिअम्स आणि सेन्ट पीटर्स बॅसिलिकामधे घालवला होता. तेव्हा याच ठिकाणांमधून त्यांना पळवून नेलं असण्याची दाट शक्यता आहे."

''पण मग शहराच्या भिंतींबाहेर कसं नेलं त्यांना?''

''ते शोधतो आहोत आम्ही.''

एक दीर्घ श्वास घेऊन कामेरलेंगो उठला आणि ऑलिव्हेट्टीजवळ जाऊन म्हणाला, ''कमांडर, कार्डिनल्सना हलवण्यासाठी तुम्ही नक्की कुठली योजना आखली आहे?''

''तिची आखणी चालू आहे. कुपी शोधण्यात कॅप्टन रॉचर यशस्वी ठरेल अशी खात्री आहे माझी.''

''माझ्या माणसांनी दोन तृतीयांश व्हाईट झोन्सचा शोध आधीच घेतला आहे. सर्वांना आत्मविश्वास आहे.'' रॉचर म्हणाला.

कामेरलेंगोची खात्री पटत नव्हती.

तेवढ्यात एका डोळ्याखाली जखमेची निशाणी असलेला एक गार्ड हातामधे क्लिप-बोर्ड आणि नकाशा घेऊन आत शिरला.

''मिस्टर लँग्डन, *पश्चिमी वाऱ्यांबद्दल* तुम्ही मागितलेली माहिती मिळाली आहे.''

केक गिळूनच लँग्डन त्याच्याजवळ पोहोचला. त्याच्या मागोमाग व्हिट्टोरियाही. इतर जण आपापसात बोलत होते.

गार्डने पोपच्या डेस्कवर नकाशा उघडला. त्याने सेन्ट पीटर्स चौकावर बोट ठेवले. ''आपण इथे आहोत. पश्चिमी वाऱ्यांचा मधला श्वास पूर्व दिशेकडे आहे. व्हॅटिकन शहरापासून दूर, सेन्ट पीटर्स चौकातून, टायबर नदी आणि पुढे जुन्या रोमपर्यंत गार्डने बोट फिरवले. ही रेषा जवळजवळ सर्व रोममधून जाते. आसपास निदान वीस कॅथलिक चर्चेस आहेत.''

''*वीस?*''

''त्याहून जास्तीही असू शकतील.''

''अगदी रेषेवर कुठली चर्चेस आहेत?''

''काही जास्ती जवळ वाटतात एवढेच आणि नकाशावर बघताना थोडीफार चूक होऊ शकते.''

बाहेर चौकाकडे बघताना क्षणभर विचारमग्न होऊन त्याने विचारले, ''*अग्निशी संबंध* आहे कुणाचा? अग्निशी संबंधित बर्निनीची कुठलीही कलाकृती त्यापैकी एखाद्या तरी चर्चमधे आहे?''

गार्डकडे उत्तर नव्हते.

''ओबेलिस्क्स? कुठल्या चर्चेसजवळ ओबेलिस्क्स आहेत?''

गार्डने पुन्हा नकाशा तपासायला सुरुवात केली.

व्हिट्टोरियाला लँग्डनच्या नजरेत आशा दिसत होती. तो कशा तऱ्हेने विचार

करतो आहे हे तिला कळत होते. पहिल्या दोन खुणा तरी ज्या ठिकाणी ओबेलिस्क्स होते अशा पियाझ्झावर किंवा जवळपास होत्या. ओबेलिस्क हाच समान धागा असेल? उंच पोचणारे पिरॅमिड्स इल्युमिनाटींचा मार्ग दाखवत असतील? व्हिट्टोरिया जितका जास्ती विचार करायला लागली तितके तिला ते पटायला लागले. रोममधे चार उंचच उंच पिरॅमिड्स – विज्ञानाच्या चार पवित्र वेदींच्या खुणा.

"मला माहीत आहे की अनेक ओबेलिस्क्स बर्निनीच्या काळात रोममधे उभारले तरी होते किंवा रोममधे हलवले तरी होते. त्यांच्या जागांशी बर्निनीचा नक्की संबंध होता." लँग्डन म्हणाला.

"किंवा अस्तित्वात असलेल्या ओबेलिस्क्सजवळ बर्निनीने खुणा सोडल्या असतील." व्हिट्टोरियाने मत दिले.

"बरोबर आहे."

"सॉरी. या रेषेवर एकही ओबेलिस्क नाही. जवळपास सुद्धा नाही." गार्ड म्हणाला.

लँग्डनने नि:श्वास सोडला. व्हिट्टोरियाही निराश झाली. तिला ही कल्पना पटली होती. पण वाटत होते तेवढे काहीच सोपे नव्हते. पण व्हिट्टोरिया आशा सोडायला तयार नव्हती. "विचार कर रॉबर्ट. बर्निनीच्या कुठल्या तरी शिल्पाचा संबंध *अग्निशी* असायलाच हवा."

"तोच विचार करतो आहे मी. बर्निनीने अफाट निर्मिती केली आहे. शेकडो शिल्पं. पण *पश्चिमी वारे* फक्त एकाच चर्चच्या दिशेने बोट दाखवतील आणि ते मला माहीत असेल या आशेवर मी होतो."

"अग्नी – Fire – या नावावरूनही एखादी शिल्पाकृती आठवत नाही?"

"त्याची *फायरवर्क्स* म्हणून स्केचेस आहेत, शिल्पाकृती नाहीत. ती जर्मनीमध्ये लिपझिगला आहेत."

"तुला पूर्ण खात्री आहे की *श्वासाची* दिशाच मार्ग दाखवणार आहे?"

"तू पण कोरीव दगड पाहिला आहेस व्हिट्टोरिया. डिझाइन प्रमाणबद्ध आहे. पश्चिमी वारे वायूच दर्शवतात. श्वासाच्या दिशेनेच. विचार तर्कशुद्ध आहे."

व्हिट्टोरियाने मान डोलावली. *श्वासाच्या दिशेनेच जाऊ या. पण कुठे?*

ऑलिव्हेट्टी जवळ पोहोचला "काय कळलं मग?"

"खूपच चर्चेस आहेत. दोन डझन तरी. प्रत्येक चर्चभोवती आपण चार चार माणसं..." सैनिकाने बोलायला सुरुवात केली.

"तो विचारच सोड. दोन वेळा खुनी नक्की कुठे असणार हे कळूनही तो निसटला. इकडेतिकडे गार्ड्स ठेवत बसलो तर व्हॅटिकनचं संरक्षण कसं होणार? प्रतिवस्तूचा शोध कोण लावणार?"

"बर्निनीच्या शिल्पाकृतींचं एखादं संदर्भ पुस्तक मिळालं आणि नावं बघता आली, तर एखादं नाव तुला एकदम कशाची तरी आठवण करून देईल." व्हिट्टोरियाने सूचना केली.

"कळत नाही. इल्युमिनाटींसाठीच एखादे शिल्प त्याने बनवले असेल तर ते अप्रसिद्धही असू शकेल. पुस्तकामधे उल्लेखही नसायचा."

व्हिट्टोरियाला पटत नव्हते. "आधीच्या दोन शिल्पाकृती तशा नव्हत्या. माहीत होत्या तुला त्या. संदर्भ पुस्तकात अग्निशी संबंधित नावे शोधायची. एखादी कलाकृती योग्य दिशेला नक्की आढळेल."

एक प्रयत्न करायला हरकत नाही अशा निर्णयावर लँग्डन पोहोचला. तो ऑलिव्हेट्टीकडे वळून म्हणाला, "बर्निनीच्या सर्व कामांची यादी आहे? व्हॅटिकन म्यूझियममधे असेल?"

डोळ्याखाली जखमेची निशाणी असलेला गार्ड म्हणाला, "म्यूझियममधे वीज नाही. रेकॉर्डरूम प्रचंड आहे. तिथल्या स्टाफच्या मदतीविना..."

"तू बर्निनीच्या ज्या शिल्पाकृतीबद्दल बोलतो आहेस ती बर्निनी व्हॅटिकनसाठी काम करत असतानाच बनवली असेल?" लँग्डनकडे वळून ऑलिव्हेट्टीने विचारले.

"नक्कीच. जवळजवळ सर्व आयुष्य त्याने व्हॅटिकनमधेच काढलं आणि गॅलिलिओच्या संघर्षाच्या काळात तो इथेच होता."

"मग दुसरा एक संदर्भ मिळू शकेल."

त्याने हळूहळू गार्डशी बोलायला सुरुवात केली. गार्डला खात्री वाटत नसावी, पण शेवटी त्याने मान डोलावली आणि लँग्डनकडे वळून तो म्हणाला, "या माझ्या बरोबर मिस्टर लँग्डन. सव्वा नऊ वाजले आहेत. घाई करायला हवी."

ते दोघे निघताना व्हिट्टोरिया म्हणाली, "मीही मदत करते."

ऑलिव्हेट्टीने तिचा दंड पकडला. "नाही मिस वेत्रा. मला बोलायचं आहे तुमच्याशी." त्याच्या आवाजात आज्ञाच होती.

तिला घेऊन बाजूला जाताना ऑलिव्हेट्टीचा चेहरा निर्विकार होता. पण तिला जे काही सांगायचे होते ते सांगायची त्याला संधीच मिळाली नाही. त्याच्या वॉकी-टॉकी मधून मोठ्याने आवाज आला, *"कोमन्दांते?"*

खोलीमधले सर्वच जण वळले.

ट्रान्समीटरवरून गंभीर स्वरात शब्द आले, "मला वाटतं तुम्ही टी.व्ही. लावावा."

८०

दोन तासांपूर्वी व्हॅटिकनची गुप्त आर्काइव्ह्ज् सोडताना आपण पुन्हा या ठिकाणी परत येऊ असे लँग्डनच्या स्वप्नातही आले नव्हते. आता स्विस गार्डबरोबर जॉगिंग करत तो पुन्हा तिथेच पोहोचला होता.

पारदर्शक भिंतींच्या खोल्यांमधून गार्ड पुढे निघाला. तो एकटाच असल्यामुळेही असेल एखादेवेळी, पण इथली शांतता असह्य वाटत होती. एका चेम्बरमधे भिंतीशी अनेक छोटे छोटे व्हॉल्ट्स होते. तिथे पोहोचल्यावर गार्ड म्हणाला, ''इथे असावे ते.'' व्हॉल्ट्सवरच्या पट्ट्या वाचत गार्ड लँग्डनला एका व्हॉल्टशी घेऊन गेला. ''इथे. बरोबर कमांडर म्हणाले तिथेच.''

अत्तीवि वातिकानि – लँग्डनने पट्टी बघितली. व्हॅटिकनची मालमत्ता? त्याने यादी वाचली. स्थावर मालमत्ता – पैसा अडका – व्हॅटिकन बँक – प्राचीन वस्तू – यादी मोठी होती.

''कमांडर म्हणाले की व्हॅटिकनमधे असताना बर्निनीने केलेली निर्मिती मालमत्तेखाली दाखवली असणार.''

कमांडरचा आतला आवाज बरोबर सांगत असावा असे लँग्डनलाही पटले. पोपच्या आज्ञेखाली त्या काळी कोणताही कलाकार काम करत असला, की त्याची त्या काळातली प्रत्येक निर्मिती कायद्याप्रमाणे व्हॅटिकनची मालमत्ता असायची. याला पोपचा आश्रय किंवा दानशूरपणापेक्षा सरंजामशाहीचा वास येत असला, तरी उत्कृष्ट कलाकार सुखाने कालक्रमणा करत आणि त्यांची काही तक्रारही नसे. ''*व्हॅटिकन शहराबाहेर* या कलाकृती ठेवल्या असल्या तरी?'' लँग्डनने संशय बोलून दाखवला.

गार्डने जरा विचित्र नजरेनेच लँग्डनकडे बघितले. ''अर्थातच रोममधल्या सर्व कॅथलिक चर्चेसवर पोपचीच मालकी आहे.''

लँग्डनने हातामधली यादी बघितली. *पश्चिमी वाऱ्यातल्या* श्वासाच्या दिशेने जी वीसएक चर्चेस होती त्यांची यादी होती ती. विज्ञानाची तिसरी पवित्र वेदी त्यांच्यापैकीच एक चर्च असायला हवे. ते कोणते ते शोधून काढण्याइतका वेळ मिळेल अशी लँग्डनला आशा होती. इतर कुठली वेळ असती तर लँग्डनने प्रत्येक चर्च स्वत: आनंदाने धुंडाळले असते. आज त्यासाठी त्याला फक्त वीस मिनिटे होती. बर्निनीची *अग्निला* आदरांजली वाहणारी कलाकृती असणारे एकच चर्च!

लँग्डन व्हॉल्टच्या इलेक्ट्रॉनिक फिरत्या दरवाजाकडे वळला. गार्ड मागे आला

नाही, घुटमळला. ''विरळ असली तरी श्वास घेण्यासारखी हवा आहे.'' लँग्डनने खात्री दिली.

''तुम्हाला इथे पोहोचवून ताबडतोब सिक्युरिटी सेन्टरला परत येण्याच्या आज्ञा आहेत मला.''

''तू परत जातो आहेस?''

''हो. आर्काइव्ह्ज्मधे स्विस गार्ड्सना प्रवेश नसतो. मी इथपर्यंत तुम्हाला सोडायला आलो आहे तेही नियमाबाहेरच आहे. कमांडरने त्याची आठवण करून दिली होती मला.''

''नियमाबाहेर?'' *आज रात्री इथे काय चालले आहे याची कल्पना तरी आहे तुला?* ''तुझा कमांडर कुणाच्या बाजूचा आहे?''

गार्डच्या चेहऱ्यावरचे मित्रत्वाचे भाव पालटले. त्याच्या जखमेचा व्रण टिक् टिक् करायला लागला. तो एकाएकी ऑलिव्हेट्टीसारखाच उग्र भासायला लागला.

''सॉरी.'' लँग्डनला आपल्या बोलण्याचा पश्चात्ताप झाला. ''पण मला तुझी मदत झाली असती.''

गार्डचा चेहरा कठोरच राहिला. ''आज्ञा या पाळण्यासाठी असतात. त्यावर चर्चा करायची नसते. ही आमची शिस्त आहे. तुम्ही शोधता आहात ते मिळाले की ताबडतोब कमांडरशी संपर्क साधा.''

''पण तो कुठे असेल?'' लँग्डनने गोंधळून विचारले.

गार्डने आपला वॉकी-टॉकी काढून जवळच्या टेबलावर ठेवला. ''चॅनेल एकवर.'' आणि तो नाहीसा झाला.

८१

पोपच्या डेस्कसमोरच्या कॅबिनेटमधे एक मोठा हिताची टी.व्ही. होता. कॅबिनेटचे दरवाजे आता उघडे होते. सर्वजण टी.व्ही. भोवती गोळा झाले. एका स्त्री वृत्त निवेदिकेचा चेहरा दिसायला लागला.

''एम.एस.एन.बी.सी.न्यूज. मी केली होरान जोन्स. व्हॅटिकनमधून *थेट प्रक्षेपण.''* रात्री दिव्यांच्या प्रकाशात चमकणारे सेन्ट पीटर्स बॅसिलिका दिसत होते.

''थेट प्रक्षेपण?'' रॉचर तडकून म्हणाला. ''स्टॉक फूटेज. बॅसिलिकावर आता *वीज* पुरवठा चालू *नाही.''*

ऑलिव्हेट्टीने शूऽऽ करूनच त्याला गप्प बसवले.

निवेदिकेचा चेहरा गंभीर होता. ''व्हॅटिकनमधे नवीन पोप निवडण्याच्या काळातच संध्याकाळी भयानक परिस्थिती उद्‌भवली आहे. कॉलेज ऑफ कार्डिनल्सच्या दोन सदस्यांची रोममधे क्रूर हत्या झाल्याचे कळले आहे.''

ऑलिव्हेट्टीने पुटपुटत एक शिवी हासडली.

तेवढ्यात धापा टाकत एक गार्ड आत आला. ''कमांडर, सेन्ट्रल स्विचबोर्ड म्हणते आहे की प्रत्येक लाईन खणखणते आहे आणि आपली अधिकृत प्रतिक्रिया...''

टी.व्ही.वरची नजर न ढळवता ऑलिव्हेट्टी म्हणाला, ''फोन बंद करा...''

गार्ड पुन्हा घुटमळला, ''पण कमांडर...''

''जा.''

गार्ड निघाला.

कामेरलेंगो काहीतरी बोलणार होता, पण गप्प राहिला. त्याने एकदा ऑलिव्हेट्टीकडे बराच वेळ रोखून बघितले आणि नजर पुन्हा टी.व्ही.च्या पडद्याकडे वळवली.

आता एम.एस.एन.बी.सी.वर टेप चालू होता. स्विस गार्ड्सनी कार्डिनल ऐबनरचे शव सान्ता मारिया देल पोपोलो बाहेरच्या पायऱ्यांवरून खाली आणले. अल्फा रोमिओमधे ठेवले. शव ट्रंकमधे ठेवण्यापूर्वी क्षणभरच कार्डिनलच्या नग्न शरीराचा क्लोज अप दिसला.

''कोणी घेतली ही फिल्म?'' ऑलिव्हेट्टीने संतापूनच विचारले.

निवेदिका बोलतच होती. ''जर्मनीमधल्या फ्रॅन्कफर्ट येथील कार्डिनल ऐबनरचे हे शव असावे असा अंदाज आहे. चर्चमधून शव बाहेर काढणाऱ्या व्यक्ती व्हॅटिकनचे स्विस गार्ड्स असावेत.''

मनावर खूपच ताण पडतो आहे असे प्रयत्नपूर्वक दाखवत निवेदिका बोलत होती. तिच्या चेहऱ्यावर जवळून कॅमेरा रोखल्यावर ती जास्तीच गंभीर वाटायला लागली. ''या क्षणी प्रेक्षकांसाठी एक सूचना आहे. आम्ही आता दाखवणार आहोत ती चित्रे मनावर खोल परिणाम करणारी आहेत आणि सर्व प्रेक्षकांसाठी ती कदाचित योग्य ठरणार नाहीत.''

प्रेक्षकांच्या मनावर परिणाम होण्याची काय चिंता तरी! पण अपेक्षित परिणाम आपोआप होतोच. कोणीही चॅनेल बदलणे शक्य नव्हते.

''आणि काही प्रेक्षकांना आता दाखवणार आहोत त्या क्लिप्स खूपच धक्कादायक वाटतील.'' निवेदिका पुन्हा म्हणाली.

सेन्ट पीटर्स चौकातल्या गर्दीतून चालणारे एक जोडपे दिसले. व्हिट्टोरियाने ती स्वत: आणि रॉबर्ट यांना तात्काळ ओळखले. पडद्याच्या कोपऱ्यावर अक्षरे उमटली. 'बी.बी.सी.च्या सौजन्याने' घंटेचे टोले ऐकू यायला लागले.

"अरे देवा! अरे देवा!!" व्हिट्टोरिया ओरडली.

कामेरलेंगो गडबडल्यासारखा दिसला. ऑलिव्हेट्टीकडे वळून तो म्हणाला, "मला वाटले तू म्हणाला होतास की टेप जप्त केली आहे म्हणून."

टेलिव्हिजनवर एकाएकी एक छोटी मुलगी किंचाळायला लागली. एका रक्ताळलेल्या, बेघर वाटणाऱ्या माणसाकडे ती बोट दाखवत होती. रॉबर्ट लँग्डन अचानक तिच्या मदतीला पोहोचला आणि फिल्ममधे दिसायला लागला.

पुढले भीषण नाट्य डोळ्यांसमोर उलगडताना पोपच्या कार्यालयातला प्रत्येकजण थक्क होऊन बघत होता. कार्डिनलचे शरीर कोसळले. त्याचा चेहरा जमिनीवर आपटला. व्हिट्टोरिया जवळ पोहोचली. सूचना करायला लागली. रक्त वाहत होते. कृत्रिम श्वासोच्छ्वासाचा अयशस्वी प्रयत्न. छातीवर भाजून उमटवलेला ब्रॅन्ड.

"ही आश्चर्यकारक टेप काही मिनिटांपूर्वीच व्हॅटिकनबाहेर घेतली आहे." निवेदिका बोलतच होती. "आमच्या सूत्रांकडून कळले आहे की फ्रान्समधल्या कार्डिनल लेमास यांचे हे शव आहे. ते या पोषाखात कसे आहेत आणि गुप्त बैठकीला कसे काय हजर नव्हते हे तर रहस्यच आहे. अजूनपर्यंत तरी व्हॅटिकनने याबाबतीत काहीही बोलायचे नाकारले आहे." टेप पुन्हा पहिल्यापासून सुरू झाली.

"बोलायचे नाकारले आहे? काही बोलायला अवसर मिळेल तर ना!" रॉचर रागाने म्हणाला.

निवेदिका बोलतच होती. "हे हल्ले कोणत्या हेतूने झाले हे कळले नसले तरी या हल्ल्यांची जबाबदारी इल्युमिनाटी म्हणवणाऱ्या गटाने घेतली आहे असे कळते."

"काय?" ऑलिव्हेट्टी तडकून उद्गारला.

"इल्युमिनाटी या गटाबद्दल जास्ती माहिती आमची वेबसाईट..."

ऑलिव्हेट्टीने चॅनेल बदलला.

त्या चॅनेलवर हिस्पॅनिक वंशाचा वाटणारा पुरुष बोलत होता – "इल्युमिनाटी नावाचा अघोरी पंथ. काही इतिहासकारांच्या मते..."

डोके फिरल्याप्रमाणे ऑलिव्हेट्टी रिमोटची बटणे दाबत सुटला. प्रत्येक चॅनेलवर ताजी बातमी चालू होती. बहुतेक ठिकाणी इंग्लिश भाषेत.

"– स्विस गार्ड्स आज संध्याकाळी चर्चमधून शव हलवताना – शव कार्डिनल..."

"– बॅसिलिका आणि म्यूझियम्समधला वीज पुरवठा तोडला आहे... तर्क आहे की..."

"या पुन्हा निर्माण झालेल्या धक्कादायक उठावाबद्दल आणि कारस्थानाबद्दल टायलर टिंग्ले यांच्याबरोबर..."

"– आजच आणखी दोन खून पडण्याची अफवा तरी..."

''– पोप बनण्याची शक्यता असणारा कार्डिनल बाग्गिया याचा अपहरण झालेल्या...''

घटना जबरदस्त वेगाने घडत होत्या. व्हिट्टोरिया वळली. बाहेर चौकामधे लोकांचे थवे जमायला सुरुवात झाली. प्रसार माध्यमांच्या व्हॅन्समधून अनेक जण उतरत होते, जागा अडवत होते.

ऑलिव्हेट्टी रिमोट खाली ठेऊन कामेरलेंगोकडे वळला. ''हे कसं घडलं तेच कळत नाही. कॅमेऱ्यामधली टेप आम्ही जप्त केली होती.''

कामेरलेंगो यावर काही बोलूही शकला नाही.

कुणीच काही बोलले नाही. स्विस गार्ड्स ताठ उभे होते.

जेव्हा कामेरलेंगो बोलला तेव्हा त्याच्या स्वरात राग निश्चितच नव्हता. खचून गेल्याप्रमाणे तो म्हणाला, ''माझी कल्पना करून दिली होती त्याप्रमाणे हा पेचप्रसंग आपण काबूत ठेवू शकलेलो नाही.'' त्याने खिडकीतून बाहेरच्या गर्दीवर नजर टाकली. ''मीच लोकांसमोर येण्याची गरज दिसते मला.''

''अजिबात नाही. इल्युमिनाटींना तुम्ही तेच कराल अशी आशा आहे. आपण गप्पच राहायला हवे.''

खिडकीतून बाहेर बोट दाखवत कामेरलेंगो म्हणाला, ''आणि हे लोक? थोड्या काळात हजारो लोक जमतील! मग लाखो!! ही फसवणूक चालू ठेवली तर त्या सर्वांचाच जीव आपण धोक्यात आणू. त्यांना धोक्याची सूचना द्यायला हवी. मग कॉलेज ऑफ कार्डिनल्सनाही बाहेर काढायला हवे.''

''वेळ आहे अजून. कॅप्टन रॉचरला प्रतिवस्तूची कुपी तर शोधू दे.''

कामेरलेंगो वळला, ''तू मलाच आज्ञा द्यायचा प्रयत्न करत नाहीस ना?''

''नाही. सल्ला देतो आहे. बाहेरच्याच लोकांची काळजी असेल तर वायुगळतीसारखं कारण देऊन आपण चौक रिकामा करू शकतो. पण आपलाच कुणीतरी गळा पकडला आहे सांगणं धोकादायक आहे.''

''कमांडर, मी हे एकदाच बोलणार आहे. या ऑफिसच्या व्यासपीठाचा उपयोग कोणतीही खोटी गोष्ट सांगण्यासाठी मी करणार नाही. मी जे काही बोलेन ते फक्त सत्यच असेल.''

''सत्य? सैतानी दहशतवाद्यांनी व्हॅटिकन शहरच उद्ध्वस्त करायची धमकी दिली आहे सांगायचे? आपली परिस्थिती मग जास्तीच बिघडेल.''

कामेरलेंगो त्याच्याकडे रोखून बघत म्हणाला, ''जास्ती बिघडेल? याहून वाईट परिस्थिती ती काय असणार आहे?''

रॉचर अचानक ओरडला आणि त्याने रिमोट हातात घेतला. आवाज मोठा केला. सर्वजण टी.व्ही.कडे वळले.

एम.एस.एन.बी.सी.ची निवेदिका आता मात्र खरी घाबरल्यासारखी वाटत होती. तिच्या शेजारीच मृत पोपचा फोटो दिसत होता. ''बी.बी.सी.कडून आत्ताच नवीन माहिती हातात आली आहे.'' तिने कॅमेऱ्यावरून बाजूला नजर वळवली. या क्षणीसुद्धा ती जे काही सांगणार होती ते नक्की सांगायचे आहे ना, याची तिला बहुधा पुन्हा खात्री करून घ्यावीशी वाटली होती. तिने पुन्हा गंभीरपणे कॅमेऱ्याकडे बघितले, जराशी घुटमळली. ''पंधरा दिवसांपूर्वी मरण पावलेल्या पोपच्या मृत्यूची जबाबदारीही इल्युमिनाटींनी स्वीकारली आहे.''

कामेरलेंगो आ वासून बघत राहिला.

रॉचरच्या हातामधून रिमोट कन्ट्रोल खाली पडला.

व्हिट्टोरियाला आपण काय ऐकले आहे याचा बोध होईना.

''व्हॅटिकनच्या कायद्याप्रमाणे मृत पोपची शवचिकित्सा कधीही केली जात नसल्याने इल्युमिनाटींनी स्वीकारलेल्या खुनाच्या जबाबदारीची शहानिशा करता येत नाही. पण इल्युमिनाटींच्या म्हणण्याप्रमाणे पोपचा मृत्यू व्हॅटिकनने सांगितल्याप्रमाणे *हृदयविकाराच्या झटक्याने झालेला नाही* तर *विषप्रयोगामुळे झाला आहे.*''

खोलीत जीवघेणी शांतता पसरली.

''खोटं! खोटं आहे सर्व!'' ऑलिव्हेट्टी कडाडला.

रॉचरने रिमोट घेऊन पुन्हा चॅनेल्स बदलायला सुरुवात केली. एखाद्या प्लेगसारखी सर्व चॅनेल्सवर बातमी पसरत होती. खळबळजनक मथळे देऊन सर्व चॅनेल्स तीच बातमी देत होते.

व्हॅटिकनमधे खून.

पोपवर विषप्रयोग.

सैतानाचा देवाच्या घरावर घाला.

कामेरलेंगोने मान वळवली. ''आता देवच आपले रक्षण करो.''

चॅनेल्स बदलताना बी.सी.सी. लागून गेले. ''...सान्ता मारिया देल पोपोलो इथे घडणाऱ्या खुनाची कल्पना आधीच...''

''थांब, थांब.'' कामेरलेंगो म्हणाला. ''मागचा चॅनेल.''

रॉचरने चॅनेल बदलला. बी.बी.सी.च्या नेटवर्कवर एक नीटनेटका तरुण दिसला. त्याच्या खांद्यामागे लाल दाढी असणाऱ्या माणसाचा फोटो होता. खाली नाव 'गुन्थार ग्लिक – व्हॅटिकन शहरातून थेट प्रक्षेपण.' तो फोनवर बोलत असावा. संपर्क नीट साधला जात नव्हता. आवाज स्पष्ट येत नव्हता. ''किगी चॅपेलमधून बाहेर काढण्यात येणाऱ्या कार्डिनलची माझ्या व्हिडिओग्राफरने घेतलेली फिल्म.''

''मी प्रेक्षकांना आठवण करून देतो की बी.बी.सी.चा वार्ताहर गुन्थार ग्लिक याने प्रथम ही गोष्ट जगापुढे आणली.'' लंडनमधला वृत्त निवेदक म्हणाला.

"इल्युमिनाटींच्या खुन्याशी त्याचे या आधी दोन वेळेला फोनवर बोलणे झाले आहे. गुन्थार, तू म्हणतोस काही क्षणांपूर्वीच इल्युमिनाटींचा निरोप देण्यासाठी त्याने तुला फोन केला होता म्हणून?"

"बरोबर."

"*इल्युमिनाटीच* पोपच्या मृत्यूला कारणीभूत आहेत असा सन्देश होता?" वृत्त निवेदकाच्या आवाजात आश्चर्य होते.

"हो. पोपचा मृत्यू व्हॅटिकनच्या समजुतीप्रमाणे *हृदयविकाराच्या झटक्याने झालेला नाही.* इल्युमिनाटींनीच त्याच्यावर विषप्रयोग केला असे तो म्हणाला."

पोपच्या कार्यालयात हजर असणारा प्रत्येकजण ठोकळ्यासारखा ऐकत राहिला.

"विषप्रयोग?" वृत्त निवेदकाने विचारले. "पण... पण कसं शक्य आहे ते?"

"त्यांनी फक्त एवढंच सांगितलं की..." कागदाची घडी उघडत असावी तसा आवाज आला, "काहीतरी हेपॅरिन नावाच्या औषधाचा त्यांनी वापर केला."

कामेरलेंगो, ऑलिव्हेट्टी, रॉचर गोंधळून एकमेकांकडे बघत होते.

"हेपॅरिन?" रॉचर उद्गारला. "पण ते... ते तर..."

कामेरलेंगो पांढराफटक पडला. "पोपचं औषध आहे."

व्हिट्टोरियाला धक्का बसला. "पोप हेपॅरिन घेत होते?"

"त्यांना थ्रॉम्बोफ्लेबिटिसचा त्रास होता. दिवसाला एक इन्जेक्शन घ्यावं लागे."

रॉचरला काहीच उलगडा होत नव्हता. "पण हेपॅरिन विष नाही. मग..."

"वाजवीपेक्षा जास्ती प्रमाणात डोस घेतले तर ते प्राणघातक ठरू शकते." व्हिट्टोरियाने स्पष्टीकरण दिले. "हेपॅरिन अत्यंत शक्तिमान ॲन्टि-कोॲग्युलन्ट आहे. ओव्हरडोसमुळे भयंकर अंतर्गत रक्तस्त्राव आणि ब्रेन हेमरेज होऊ शकतो."

"आणि हे तुला कसे काय ठाऊक आहे?" ऑलिव्हेट्टीने संशयाने तिच्याकडे बघत विचारले.

"पकडलेल्या सस्तन सागरी प्राण्यांच्या हालचाली खूपच कमी होतात. तेव्हा त्यांचे रक्त गोठू नये म्हणून मरीन बायॉलॉजिस्ट याच औषधाचा वापर करतात. चुकीचे डोस दिले गेल्याने त्यांचे मृत्यू ओढवले आहेत." क्षणभर थांबून ती म्हणाली. "माणसांना ओव्हरडोस दिला तर हृदयविकाराच्या झटक्यासारखीच लक्षणे दिसतील – म्हणजे शवचिकित्सा झाली नाही तर."

कामेरलेंगो फारच चिंताग्रस्त दिसत होता.

"सिन्योर, प्रसिद्धी मिळवण्यासाठी इल्युमिनाटींनी रचलेले कारस्थान आहे हे. पोपना ओव्हरडोस देणे अशक्य आहे. तशी संधीच नाही कुणाला आणि आपण त्यांचे म्हणणे खोडून तरी कसे काढणार? व्हॅटिकनच्या कायद्याप्रमाणे शवचिकित्सेची परवानगी नाही आणि *शवचिकित्सा करूनही काय कळणार?* त्यांच्या शरीरात

हेपॅरिनचा अंश सापडणारच. पोप दररोज त्या औषधाचे इन्जेक्शन घेत होते.''

''खरं आहे.'' कामेरलेंगोच्या आवाजाला वेगळीच धार होती. ''पण मला दुसरीच काळजी पडली आहे. हिज होलिनेस हेपॅरिन घेत होते हे *बाहेरच्या कुणाला कळलंच कसं?''*

सर्वजण गप्प झाले.

''त्यांचा मृत्यू ओव्हरडोसमुळे झाला असेल तर त्याची चिन्हं शरीरावर आढळतील.'' व्हिट्टोरिया बोलून गेली.

ऑलिव्हेट्टी संतापानेच तिच्याकडे वळला. ''तुम्हाला आधी बोललो ते ऐकू आलं नसेल तर पुन्हा सांगतो. व्हॅटिकनच्या कायद्याप्रमाणे पोपच्या शवचिकित्सेवर बंदी आहे. कोणीतरी काहीतरी बरळतं आहे म्हणून त्यांच्या शरीराची चिरफाड करून आम्ही विटंबना होऊ देणार नाही.''

व्हिट्टोरियाला स्वत:लाच शरम वाटली. ''मी तसं सुचवतही नव्हते,'' तिला खरेच अनादर दाखवायचा नव्हता. ''पोपचं शरीर उकरून काढावं असंही मी म्हणत नव्हते.'' किगीमधे रॉबर्ट काहीतरी म्हणाला होता त्याची तिला आठवण झाली होती. मृत पोप्सच्या सारकॉफेगस किंवा शवपेट्या कधीही पुरून ठेवत नाहीत आणि सीलबंदही करत नाहीत. इजिप्शिअन फेरोंच्या शवपेट्याही आत्मा कायमचा आत अडकू नये म्हणून, कधीही सील करून पुरत नसत. पोपच्या बाबतीत तीच प्रथा आली होती. पण शेकडो पौंड वजनाची झाकणं मात्र शवपेट्यांवर ठेवली जात. *शक्य आहे की* मृत पोपची शवपेटीदेखील...

''*कशा तऱ्हेच्या चिन्हांबद्दल* म्हणत होतीस तू?'' कामेरलेंगोने अचानक प्रश्न टाकला.

व्हिट्टोरियाची छाती धडधडायला लागली. ''ओव्हरडोसमुळे हिरड्यांमधून रक्त वाहून ते गोठेल. तोंडाचा आतला भाग काळा पडेल.'' एका ट्रेनरने चुकून दोन किलर व्हेल्सना हेपॅरिनचा ओव्हरडोस दिला होता. मत्स्यालयामधे त्यांचा नंतर घेतलेला फोटो व्हिट्टोरियाच्या नजरेस आला होता. मृत व्हेल्स टॅन्कमधे तरंगत होते. तोंडे उघडी आणि जिभा काळ्याठिक्कर पडलेल्या.

कामेरलेंगो न बोलता खिडकीकडे वळून बाहेर बघत बसला.

''विषप्रयोगाचा दावा खरा असेल तर...'' रॉचरच्या आवाजात निराशा जाणवत होती.

''खोटं आहे ते. बाहेरचं कोणी पोपपर्यंत पोहोचणंही शक्य नाही.'' ऑलिव्हेट्टी ठासून म्हणाला.

''होलि फादरवर *विषप्रयोग* केला आहे हा दावा *खरा असेल, तर* आपल्या प्रतिवस्तूची कुपी शोधण्याच्या कामावर अत्यंत गंभीर परिणाम होणार आहेत.''

रॉचर म्हणाला. ''याचा अर्थच व्हॅटिकन शहरातही आपल्या कल्पनेपेक्षा त्यांचे हात आतपर्यंत पोहोचले आहेत. आपली संपूर्ण सुरक्षा व्यवस्था धोक्यात आली आहे. एखादे वेळी ज्या विचाराने आपला शोध चालू आहे त्या मार्गाने प्रतिवस्तूची कुपी आपण योग्य वेळेत शोधून काढू शकणारही नाही.''

कॅप्टनकडे जळजळीत नजर रोखून ऑलिव्हेट्टी म्हणाला, ''कॅप्टन, मी सांगतो आता काय घडणार आहे ते.''

अचानक वळून कामेरलेंगो ऑलिव्हेट्टीकडे बघत म्हणाला, ''नाही. *मीच सांगतो* काय घडणार आहे ते. सगळा तमाशा बराच काळ चालला आहे. गुप्त बैठक रद्द करून व्हॅटिकन शहर खाली करायचं की नाही याबद्दल मी वीस मिनिटांत निर्णय घेणार आहे आणि माझा निर्णयच अंतिम असेल. लक्षात आलं?''

ऑलिव्हेट्टीच्या डोळ्यांची उघडझापसुद्धा झाली नाही. आणि त्याने उत्तरही दिले नाही.

कामेरलेंगोच्या अंगात कुठली शक्ती संचारली होती कोण जाणे, पण आपली प्रत्येक आज्ञा नि:संशय पाळली जाणार आहे अशा खात्रीच्या स्वरात तो म्हणाला, ''कॅप्टन रॉचर, व्हाईट झोन्समधला तुमचा शोध पूर्ण झाला की ताबडतोब मला कळवा.''

रॉचरने मान डोलावत अस्वस्थपणे ऑलिव्हेट्टीकडे बघितले.

दोन गार्ड्सना जवळ बोलावत कामेरलेंगो म्हणाला, ''बी.बी.सी.चा वार्ताहर ग्लिक याला ताबडतोब माझ्या कार्यालयात हजर करा. इल्युमिनाटी त्याच्याशी संपर्क ठेवून असतील तर तो आपल्याला मदत करू शकेल. निघा तुम्ही.''

दोन्ही गार्ड्स निघून गेले.

उरलेल्या गार्ड्सकडे वळून कामेरलेंगो म्हणाला, ''आज आणखी कुणाचा जीव गेलेला मला चालणार नाही. दहा वाजेपर्यंत उरलेल्या दोन्ही कार्डिनल्सचा शोध लावून त्या राक्षसी प्रवृत्तीच्या खुन्याला तुम्ही पकडायला हवे. काही शंका?''

''पण सिन्योर,'' ऑलिव्हेट्टीने बोलायचा प्रयत्न केला. ''आम्हाला कल्पनाच नाही की कुठे...''

''मिस्टर लँग्डन त्यावर काम करत आहेत. माझा विश्वास आहे त्यांच्यावर.''

अत्यंत दमदारपणे पावले टाकत कामेरलेंगो दरवाज्याच्या दिशेने निघाला. जाताजाता तीन गार्ड्सकडे बोट दाखवून तो म्हणाला, ''आणि तुम्ही माझ्याबरोबर चला.''

ते गार्ड्स त्याच्या मागोमाग निघाले.

दरवाज्यात थांबून तो व्हिट्टोरियाकडे वळला, ''मिस वेत्रा, तुम्हीही या.''

''कुठे जायचं आहे आपल्याला?'' तिने घुटमळत विचारले.

दरवाज्याबाहेर पाऊल टाकत तो म्हणाला, ''एका जुन्या मित्राची भेट घ्यायला.''

८२

सर्नमधे सेक्रेटरी सिल्वी बॉदलोकला खूप भूक लागली होती. कधी घरी जातो असे झाले होते. कोहलर हॉस्पिटलमधून इतक्या लौकर परत येईल असे तिला वाटले नव्हते. त्याने फोनवरून तिला उशिरापर्यंत थांबायची आज्ञा केली होती. – *आज्ञा, विनंती नाही* – आणि कारण तर सांगितले नव्हतेच.

कोहलरची चक्रम आणि चिडखोर वृत्ती, स्वभावातला विचित्र तऱ्हेवाईकपणा, व्हीलचेअरमधे दडवलेल्या पोर्टेबल व्हिडिओ कॅमेऱ्याने गुप्तपणे आणि सहजपणे तो मीटिंग्जचे करत असलेले चित्रीकरण या सर्व गोष्टींकडे पूर्ण दुर्लक्ष करण्याची तिने मनाला सवय लावून घेतली होती. तिला मनामधे नेहमी आशा वाटे की सर्नमधल्या पिस्तूल रेन्जवर तो एक दिवस स्वत:वरच गोळी झाडून घेईल. पण तो उत्कृष्ट नेमबाज असावा.

आता स्वत:च्या डेस्कजवळ एकटीच बसलेली असताना तिच्या पोटात भुकेने कळा यायला लागल्या. कोहलरने तिला संध्याकाळसाठी काही काम सांगितले नव्हते. तो परतही आला नव्हता. शेवटी तिचा धीर सुटला. कोहलरसाठी चिठ्ठी लिहून ठेवून काहीतरी पोटात ढकलण्यासाठी ती स्टाफ डायनिंग-रूमच्या दिशेने निघाली.

पण ती डायनिंग-रूमपर्यंत पोहोचलीच नाही.

सर्नच्या रिक्रिएशन रूम्सजवळून जाताना तिच्या लक्षात आले की सर्व खोल्यांमधे आज गर्दी आहे. जेवण अर्धवट टाकून सर्वजण टी.व्ही.वरच्या बातम्या बघत बसले आहेत. काहीतरी महत्त्वाची घटना घडत असणार. सिल्वी पहिल्याच खोलीत घुसली. कॉम्प्युटर प्रोग्रॅमर्सनी तिथे गर्दी केली होती. टी.व्ही.वरची बातमी बघताच ती चरकली.

व्हॅटिकनमधे दहशत

ती बातम्या ऐकत होती पण तिचा स्वत:च्या कानांवर विश्वास बसत नव्हता. कोणता तरी प्राचीन पंथ कार्डिनल्सचे खून पाडत होता? त्याने काय सिध्द होणार होते? त्यांचा द्वेष? त्यांची ताकद? का त्यांचे अज्ञान?

आश्चर्य म्हणजे खोलीमधले वातावरण मात्र उदास, दु:खी वाटत नव्हते. दोन तरुण तंत्रज्ञ बिल गेट्सचा फोटो आणि– त्याचा AND THE GEEK SHALL

INHERIT THE EARTH हा सन्देश छापलेले टी शर्ट फडकवत धावत होते.

"इल्युमिनाटी! सांगत होतो हे प्राणी खरे आहेत म्हणून!" त्यांच्यापैकी एकजण ओरडला.

"कमाल आहे! मी तो एक खेळ समजत होतो."

"आणि त्यांनी पोपलाच उडवला. *पोपला!* आश्चर्य आहे."

"पोपला उडवल्यावर किती पॉईंट्स मिळतात?"

ते हसत धावत निघून गेले.

सिल्वी हे सर्व ऐकत जमिनीला खिळून उभी राहिली. तिची मती गुंग झाली. शास्त्रज्ञांमधे काम करणारी ती एक कॅथलिक स्त्री होती. धर्माविरुध्दची खालच्या पट्टीतली बडबड ऐकण्याची तिला सवय होती. पण पोपच्या खुनाचाही आनंद? इतकी कशी ही मंडळी निष्ठुर बनली होती? आणि चर्चबद्दल एवढा द्वेष तरी का?

चर्च ही तिच्या दृष्टीने एक अगदी साधी गोष्ट होती. मैत्री करण्याची, अंतर्मुख बनून विचार करण्याची जागा, लोकांच्या रोखलेल्या नजरा न वळता मोठ्या आवाजात ईश्वराची स्तुती करण्याची जागा. तिच्या आयुष्यातल्या प्रत्येक महत्त्वाच्या टप्प्याचा संबंध चर्चशी होता – लग्न, दफनविधी, बाप्तिस्मा, सणवार. कुठल्याही परतफेडीची चर्चला अपेक्षा नसायची. पैसे दिले तरी स्वेच्छेने. रविवारी चर्चमधे जाणारी तिची मुले इतरांशी दयाळूपणाने वागावे, सर्वांना मदत करावी अशासारख्या कल्पनांनी भारून आनंदाने आणि उत्साहाने घरी परत येत. यात चूक तरी काय होते?

चर्चचे महत्त्व सर्नमधल्या बुध्दिमान समजल्या जाणाऱ्या माणसांना कसे कळत नाही याचे तिला नेहमीच कोडे होते. क्वार्क्स आणि मेसन्स का माणसाला प्रेरणा देतात? ईश्वरावरची श्रध्दा ही माणसाची गरज असते. समीकरणे या श्रध्देची जागा घेऊ शकतील असे वाटत होते की काय त्यांना?

ती पुढे निघाली. सर्वच खोल्यांमधे टी.व्ही.समोर गर्दी होती. काही काळापूर्वीच व्हॅटिकनमधून कोहलरला आलेल्या फोनबद्दल ती विचार करायला लागली. कशाबद्दल असेल? का निव्वळ योगायोग? सर्नच्या संशोधनांवर जहरी टीका करायची असली की आधी असे फोन येत असत. हल्लीहल्लीच आनुवंशिकतेच्या शास्त्रावर होणारे परिणाम लक्षात घेऊन नॅनोटेक्नॉलॉजिबद्दलच्या संशोधनाबद्दल अशीच टीका व्हॅटिकनने केली होती. सर्न असल्या गोष्टींची कधीच पर्वा करत नसे म्हणा. व्हॅटिकनकडून टीका झाली रे झाली, की काही मिनिटांत नवीन संशोधनाचे लायसन्स मिळवण्यासाठी गुंतवणूक करू इच्छिणाऱ्या कंपन्यांचे फोन यायला लागत. 'वाईट प्रसिध्दी अशी गोष्टच नसते' कोहलर नेहमी म्हणायचा.

कोहलर कुठे गायब आहे कोण जाणे, पण त्याला पर्वा असेल या बातमीची?

त्याने ऐकली असेल ही बातमी? असणारच. आपल्या कॅमेऱ्याने व्हिडिओटेप करत वर्षात प्रथमच हसलासुध्दा असेल.

शेवटच्या खोलीवरून पुढे जाताना तिला त्या खोलीत मात्र शांतता दिसली. वातावरणही गंभीर, दु:खाचे आणि चिंतेचे. टी.व्ही. बघत असलेले सर्व शास्त्रज्ञ सर्नमधल्या सर्वांच्याच आदरास प्राप्त ठरलेले असे वृध्द शास्त्रज्ञ होते. सिल्वी आत येऊन बसली तरी कोणाचे तिच्याकडे लक्ष गेले नाही.

सर्नच्या दुसऱ्या भागात, लिओनार्दो वेत्राच्या बर्फासारख्या थंड पडलेल्या अपार्टमेन्टमधे, मॅक्सिमिलियन कोहलरने वेत्राच्या बेडशेजारच्या टेबलाच्या खणामधून काढलेले चामडी वेष्टणातले जर्नल वाचून संपवले होते आणि तो टी.व्ही. बघत होता. काही वेळाने त्याने वेत्राचे जर्नल जागेवर ठेवले आणि टी.व्ही. बंद करून तो अपार्टमेन्टबाहेर पडला.

दूर व्हॅटिकन शहरात कार्डिनल मेस्तातीने दुसऱ्यांदा मतपत्रिकांचा ट्रे सिस्टीन चॅपेलच्या चिमणीजवळ नेला आणि मतपत्रिका जाळल्या. धूर काळा होता.

दुसऱ्यांदा मतदान, पोपची निवड नाही.

८३

सेन्ट पीटर्स बॅसिलिकामधे इतका गुडुप अंधार होता की, व्हिट्टोरियाच्या मनावर त्या अंधाराचेच दडपण यायला लागले. फ्लॅशलाईट्सचा उपयोग होतो आहे असेही वाटेना. कामेरलेंगो सर्वांच्या पुढे चालत होता. त्याच्यामागून जाणाऱ्या स्विस गार्ड्सच्या ती अगदी जवळजवळ राहात होती.

तिची अवस्था लक्षात आल्याप्रमाणे कामेरलेंगोने मागे येऊन हळूच तिच्या खांद्यावर हात ठेवला. जादूचाच स्पर्श जणू. पुढे जे काही करायचे होते त्यासाठी आवश्यक ती मनाची शांतता तिला लाभली.

आणि काय करणार आहोत आपण? सगळा वेडेपणा आहे झाले. पण ती गोष्ट अपवित्र असली, थरकाप उडवणारी असली, तरी ती केल्याशिवाय गत्यंतर नाही याची तिला खात्री होती. कामेरलेंगोला यानंतर जे गंभीर निर्णय घ्यायचे होते त्यासाठी त्याला पूर्ण सत्य कळणे आवश्यक होते. आणि ते व्हॅटिकनखालच्या गुहेत एका शवपेटीखाली झाकलेले होते. काय सापडेल आपल्याला? *इल्युमिनाटींनीच पोपचा खून केला असेल? त्यांची ताकद खरेच इतकी दूर पोहोचत होती? मीच*

प्रथम कुठल्याही पोपची शवचिकित्सा करणार आहे की काय?

रात्रीच्या काळोखात बॅराकुडांबरोबर पोहतानाही जितकी भीती वाटत नसे तितकी या अंधाऱ्या चर्चमधे वाटावी याचेही तिला आश्चर्य वाटत होते. निसर्ग हे तिचे दुसरे जग होते. आवडणारे, कळणारे, तिच्या आयुष्याचा एक अविभाज्य भाग असणारे. तिथे आश्रय घ्यायला तिला काही वाटत नसे. पण माणसे आणि त्यांच्या अंतर्मनातल्या श्रध्दा या गोष्टींचे तिला फार गूढ वाटे. बाहेरच्या प्रसार माध्यमांची गर्दी तिला क्रूर माशांच्या कळपासारखी भासत होती. छातीवर भाजून ब्रॅन्ड्स उमटवलेल्या प्रेतांची फिल्म तिच्या मृत पपांच्या शवाची आठवण करून देत होती. – आणि त्या खुन्याच्या विकट हास्याची – तो खुनी बाहेर कुठेतरी दबा धरून होताच. संतापाची भावना बळावताच तिच्या मनातली भीती नाहीशी व्हायला लागली.

एका प्रचंड, रेडवुडच्या वृक्षाच्या खोडापेक्षाही जाड, अशा खांबाआडून ते पुढे गेले. लांबवर पिवळसर प्रकाश दिसायला लागला. बॅसिलिकाच्या मध्यावरती जमिनीखालून तो प्रकाश येतो आहे असे तिला वाटले. जवळ पोहोचल्यावर आपण काय बघत आहोत हे तिच्या ध्यानात आले. व्हॅटिकनचे सर्वांत पवित्र अवशेष जिथे ठेवले आहेत ते जमिनीखालचे मोठे चेम्बर. त्या ठिकाणी असणाऱ्या खोलगट जागेच्या गेटपाशी पोहोचल्यावर तिने खाली बघितले. एका सोनेरी पेटीभोवती अनेक तेलाचे दिवे तेवत होते.

''सेन्ट पीटर्सच्या अस्थी?'' तिने विचारले. त्याच असणार हे माहीत होते तिला. सेन्ट पीटर्स बॅसिलिकामधे येणाऱ्या प्रत्येकाला या सोनेरी दफनपेटीत काय आहे हे ठाऊक असे.

''खरं तर नाही.'' कामेरलेंगो म्हणाला. ''सर्वांचा चुकीचा ग्रह झालेला आहे. ती अवशेष ठेवण्याची पेटी नाही. कार्डिनल म्हणून नवीन निवड झालेल्यांना पोप जे *कंबरपट्टे* देतात ते या पेटीत ठेवलेले असतात.''

''पण मला वाटत होतं...''

''सगळ्यांनाच तसं वाटतं. गाईडबुक्समधे सेन्ट पीटर्सचं थडगं म्हणून ही जागा दाखवतात. पण त्याची खरी कबर जमिनीखाली आणखी दोन मजले खोलीवर आहे. १९४० च्या सुमाराला व्हॅटिकनने ती खणली होती. तिथे कोणालाच जायची परवानगी नाही.''

व्हिट्टोरियाला धक्काच बसला. याच सोनेरी पेटीच्या दर्शनासाठी हजारो मैल खडतर प्रवास करून यात्रेकरू येतात. सेन्ट पीटर्सच्या सान्निध्यात असल्याची खात्री असे त्यांना. ''व्हॅटिकनने खरं ते सांगायला नको लोकांना?''

''पवित्र वस्तूच्या जवळपास पोहोचल्याची भावनाच बरंच काही साधून जाते.

मग ती कल्पना चुकीची का असेना.''

तर्कशुध्द विचार! व्हिट्टोरिया या शास्त्रज्ञाने तो मान्य केला. प्लॅसीबो इफेक्टबद्दल अनेक घटना तिला माहिती होत्या. आपण एक अद्‌भुत औषध घेतो आहोत या *कल्पनेने* ॲस्पिरीन घेऊन बरे झालेले कॅन्सरचे रुग्ण तिला माहीत होते. *श्रध्दा* म्हणजे आणखी काय असते शेवटी?

''कोणत्याही तऱ्हेचा बदल व्हॅटिकनमधे सहजतेने घडू शकत नाही.'' कामेरलेंगो म्हणाला. ''स्वत:च्या चुकांची कबुली, आधुनिक विचार या व्हॅटिकनच्या दृष्टीने वर्ज्य गोष्टी आहेत. हिज होलिनेस अगदी याच गोष्टीमधे जाणीवपूर्वक बदल घडवून आणण्याचा प्रयत्न करत होते. आधुनिक जगाला सामोरे जात देवाजवळ पोहोचण्याचे नवीन मार्ग शोधत होते.''

व्हिट्टोरियाने मान डोलावली. अंधारच होता म्हणा. ''विज्ञानाप्रमाणे?''

''प्रामाणिकपणे बोलायचे तर विज्ञान असंबध्द वाटते.''

असंबध्द? विज्ञानाबद्दल बोलण्यासाठी अनेक इतर शब्द व्हिट्टोरियाला सुचले असते. पण असंबध्द? आजच्या युगात असंबध्द?

''कोण कसा उपयोग करतो यावर अवलंबून विज्ञान माणसाला निरोगी बनवेल, नाहीतर त्याचा जीव घेईल. मला माणसाच्या अंतर्मनात रस आहे.''

''आणि तुम्हाला कधी मनाने साद दिली?''

''जन्मापूर्वीच.''

व्हिट्टोरिया त्याच्याकडे बघत बसली.

''सॉरी. हा प्रश्न मला नेहमी चमत्कारिक वाटतो. मला म्हणायचं आहे की विचार करायला लागल्याच्या अगदी पहिल्या क्षणापासून मला माहीत होते की मला देवाची सेवा करायची आहे. पण मी तरुणपणी सैन्यात होतो तेव्हा मला त्याची कटाक्षाने जाणीव झाली.''

व्हिट्टोरियाला आश्चर्यच वाटले. ''सैन्यात होता तुम्ही?''

''दोन वर्षं. मी शस्त्र वापरायचं नाकारलं. तेव्हा त्यांनी मला जखमींना हलवण्यासाठी हेलिकॉप्टर चालवायचे शिक्षण दिलं. खरं तर आजही अधूनमधून मी हेलिकॉप्टर उडवतो.''

हा तरुण प्रीस्ट हेलिकॉप्टर उडवतो आहे असे चित्र डोळ्यांसमोर आणायचा प्रयत्न केल्यावर तिला तो अगदी व्यवस्थित कन्ट्रोल्स सांभाळताना दिसला. कमाल आहे. त्याच्याकडे हिंमत होती आणि अपार श्रध्दाही. ''कधी पोपना घेऊन हेलिकॉप्टरमधून गेला आहात?''

''अजिबात नाही. इतका मौल्यवान ठेवा आम्ही तज्ज्ञांवर सोपवतो. पण हिज होलिनेस कधीकधी ते गॅन्डोल्फोला नेण्याची परवानगी देतात.'' थांबून त्याने

तिच्याकडे बघितले. ''मिस वेत्रा, तुम्ही आज केलेल्या मदतीबद्दल मी अत्यंत आभारी आहे आणि तुमच्या पपांबद्दल मला खरंच दु:ख वाटतं.''

''थॅन्क यू.''

''मला माझे वडील तर माहीतच नाहीत. ते माझ्या जन्मापूर्वीच गेले. दहा वर्षांचा होतो तेव्हा आईही गेली.''

अनाथ? व्हिट्टोरियाला त्याच्याबद्दल एकदम आपुलकी वाटली.

''ज्या अपघाताने माझी आई दुरावली त्यामधून मी वाचलो.''

''मग कोणी तुमची काळजी घेतली?''

''देवानेच. त्याने माझ्यासाठी दुसरे वडीलच पाठवले. पालेर्मोहून एक बिशप हॉस्पिटलमधे आला आणि त्याने मला जवळ केले. मला मुळीच आश्चर्य वाटले नाही. लहानपणापासून देवाचे माझ्याकडे लक्ष आहे असे मला जाणवत होते. बिशप हॉस्पिटलमधे पोहोचल्यावर माझी खात्रीच पटली, की देवाची सेवा घडवून घेण्यासाठीच त्याने मला निवडले आहे.''

''देवानेच निवड केली वाटतं तुम्हाला?''

''नि:संशय! त्यावेळी तसं वाटलं होतं आणि आजही तसंच वाटतं.'' त्याच्या आवाजात अहंकाराचा लवलेश नव्हता. होती ती फक्त कृतज्ञताच. ''मी बिशपच्या शिकवणुकीखाली अनेक वर्षं काढली. तो नंतर कार्डिनल बनला. पण त्याला माझा कधीही विसर पडला नाही. मला आठवणारे वडील तेच.'' फ्लॅशलाईटचा प्रकाश त्याच्या चेहऱ्यावर पडला. त्याच्या डोळ्यांमधे फार एकाकीपणा दिसला तिला.

एका उंचच उंच स्तंभाखाली ते पोहोचले आणि त्यांनी आपले फ्लॅशलाईट खालच्या बाजूला धरले. एक जिना खाली गडद अंधारामधे उतरत होता. क्षणभर तिला परत फिरायची प्रबळ इच्छा झाली. पण गार्ड्‌सनी कामेरलेंगोला खाली उतरवायलाही सुरुवात केली होती. नंतर त्यांनी तिलाही मदत केली.

''त्याचे काय झाले?'' आवाज स्थिर ठेवायचा प्रयत्न करत तिने विचारले. ''म्हणजे तुम्हाला जवळ करणाऱ्या कार्डिनलचे.''

''दुसऱ्या ठिकाणी जाण्यासाठी त्याने कॉलेज ऑफ कार्डिनल्स सोडलं. सांगायला दु:ख होतं पण तो आज आपल्यात नाही.''

''मला खरंच वाईट वाटतं. हल्लीच?''

कामेरलेंगोने वळून तिच्याकडे बघितले. त्याच्या चेहऱ्यावर दु:ख दाटले होते. ''बरोबर पंधरा दिवसांपूर्वी. त्यालाच बघायला जातो आहोत आपण.''

८४

आर्काइव्हल व्हॉल्ट्समधले दिवेसुध्दा हवा गरम करत होते. लँग्डनने आधी बघितलेल्या व्हॉल्टपेक्षा हा लहान होता, *म्हणजे हवा कमी आणि अर्थात वेळही कमी.* ऑलिव्हेट्टीला निदान रिसर्क्युलेटिंग फॅन्स सुरू करायला सांगायला हवे होते.

लँग्डनला मालमत्तेचा विभाग ताबडतोब सापडला. चुकायची शक्यताच नव्हती म्हणा. आठ पूर्ण भरलेले स्टॅक्स होते. जगभरामधे कॅथलिक चर्चेसच्या ताब्यात लाखो गोष्टी होत्या.

पहिल्या स्टॅकमध्ये बी-बर्निनी अक्षर कुठे सुरू होत असेल अशा ठिकाणी त्याने अंदाजाने हात घातला. लेजर नसले तर, हा विचार नुसता मनात डोकावताच तो भीतीने थरथरला. त्याच्या लक्षात आले की आद्याक्षरांच्या क्रमानुसार मांडणी केलेली नाही.

त्याने शिडीवरून अगदी वरचे शेल्फ बघायला सुरुवात केल्यावर रेकॉर्ड कशा तऱ्हेने ठेवले आहे हे त्याच्या लक्षात आले. तिथली लेजर्स चांगली जाडजूड होती. कलेच्या पुनरुज्जीवनाच्या काळातल्या मास्टर्सची. मायकल ॲन्जलो, रॅफेएल, दा विंची, बॉतिचेली. लेजर्स प्रत्येक आर्टिस्टच्या मालमत्तेच्या मूल्यावर आधारून रचून ठेवली होती. रॅफेएल आणि मायकल ॲन्जलो यांच्या लेजर्समधे बर्निनीचे नाव असलेले लेजर त्याला आढळले. निदान पाच इंच जाड होते.

तो जड खंड हातात घेऊन उतरल्यावर तो धापाच टाकायला लागला. जमिनीवर उघडून ठेवून त्याने लेजर बघायला सुरुवात केली. एखादा मुलगा कॉमिक्स उघडून वाचतो तसे.

कापडी बांधणीचे लेजर चांगले दणकट होते. इटालिअन भाषेत. हातांनी लिहिलेले. प्रत्येक पानावर बर्निनीच्या एकाच कलाकृतीचे वर्णन, थोडा तपशील, तारीख, ते शिल्प ठेवलेली जागा, त्यासाठी वापरलेल्या सामानाची यादी, किंमत आणि काहीवेळा एखादे रफ स्केचही. आठशे तरी पाने होती. बर्निनीने खरोखर असंख्य कलाकृती बनवल्या होत्या.

कलाशाखेचा नवीन विद्यार्थी असताना लँग्डनला नेहमी एका गोष्टीचे आश्चर्य वाटायचे. त्यांच्या आयुष्यात इतक्या कलाकृती आर्टिस्ट्स निर्माण तरी कशा करतात? मग त्याला कळले की गाजलेले आर्टिस्ट्स स्वत: इतक्या कलाकृतींची निर्मिती क्वचितच करत. त्यांचे स्टुडिओ असत. तिथे त्यांच्या डिझाइन्सवरून तरुण आर्टिस्ट्स कलाकृती तयार करत. आर्टिस्ट स्वत: चिकणमातीची छोट्या आकारातली

कलाकृती बनवत. त्यावरून मोठ्या आकारातली संगमरवरी कलाकृती बनवण्यासाठी इतर माणसे घेत. बर्निनीला स्वत:च त्याची प्रत्येक कलाकृती बनवायची असती तर आजपर्यंत तो तेच काम करताना दिसला असता.

मनावरची कोळिष्टके झटकायचा प्रयत्न करत तो मोठ्याने उद्‌गारला, "इन्डेक्स." त्याने प्रथम पुस्तकाच्या मागच्या पानांवर नजर टाकली. एफ – फायर – अग्नी – अक्षराखालची शीर्षके कुठे आहेत बघावे म्हणून. पण ती सुध्दा एके ठिकाणी नव्हती. *आद्याक्षरांप्रमाणे सर्व लावायला या लोकांचा एवढा विरोध का?* त्याने पुटपुटत दोन शिव्या घातल्या.

सर्व कलाकृतींची माहिती तारीखवार लिहिलेली दिसत होती. त्याने काय मोलाची मदत होणार? आणि ज्या शिल्पाकृतीचा तो शोध घेत होता तिचे शीर्षक एफ या अक्षराने सुरूच होत नसेल तर? हा विचार मनात येताच तो निराश झाला. मागच्या दोन कलाकृती – *हबाक्कुक अ‍ॅन्ड दि एन्जल* आणि *वेस्ट पोनेन्ते* – यांच्या नावात कुठे *पृथ्वी* किंवा *वायूचा* स्पष्ट संदर्भ होता?

कुठले तरी स्केच खाडकन स्मृती चाळवेल या आशेने दोन एक मिनिटे तो नुसतीच पाने उलटत बसला. कधीही कानावर न आलेल्या कलाकृती त्याच्या डोळ्यांसमोरून सरकल्या आणि काही माहीत असलेल्याही – *डॅनिएल अ‍ॅन्ड दि लायन, अपोलो अ‍ॅन्ड डाफ्ने,* अर्धा डझन कारंजी. कारंजी बघताना त्याच्या विचारांनी पुढे धाव घेतली. विज्ञानाची एक पवित्र वेदी म्हणजे कारंजे ही शिल्पाकृती नसेल ना? *जल* या मूलद्रव्याबद्दल आदर दाखवायला दुसरी योग्य कलाकृती कुठली असणार? बर्निनीने डझनभर कारंजी रोममधे उभारली होती. बहुतेक सर्व वेगवेगळ्या चर्चेसच्यासमोर होती.

ते जाऊ दे. *अग्नी* प्रथम. *तुला पहिल्या दोन शिल्पाकृती माहीत होत्या... ही सुध्दा तशीच माहितीतली असणार,* त्याला उत्तेजन देत व्हिट्टोरिया म्हणाली होती. त्याने सूचीमधील ओळखीची नावे बघायला सुरुवात केली. काही ओळखीची वाटली तरी त्यांचा संबंध असेल असे एकदाही वाटले नाही. असा शोध घ्यायचा तर तो पुरा व्हायच्या आधीच तो बेशुध्द पडायची शक्यता त्याला दिसायला लागली. मनाला पटत नव्हते तरी त्याने लेजर व्हॉल्टबाहेर न्यायचे ठरवले. *लेजर तर आहे,* त्याने स्वत:चीच समजूत घातली. *गॅलिलिओच्या स्वत:च्या हस्ताक्षरातला कुठला कागद तर हलवत नाही.* खिशात असलेला गॅलिलिओचा कागदही परत ठेवून द्यायचा आहे, त्याने स्वत:ला बजावले.

घाईघाईने ते लेजर उचलताना त्याला उघडलेल्या पानावर वेगळेच काहीतरी दिसले. सूचीमधे अनेक ठिकाणी काहीतरी खरडले होते तरी या पानावर लिहिलेल्या शब्दांनी तो थबकला.

दि एक्स्टसी ऑफ सेन्ट तेरेसा ही बर्निनीची प्रसिध्द शिल्पाकृती अनावरण केल्यानंतर व्हॅटिकनमधल्या तिच्या मूळ जागेवरून हलवली होती या शब्दांनी तो थबकला होता. या शिल्पाकृतीचा आगळा इतिहास त्याला ठाऊक होता. काही जणांना ती अद्वितीय कलाकृती वाटली, तरी पोप आठवा उरबान याला ती अजिबात आवडली नाही. लैंगिकदृष्ट्या अप्रच्छन्न अशी ही कलाकृती त्याला व्हॅटिकनमधे नको होती आणि त्याने ती शहरातल्या एका कुठल्या तरी अप्रसिध्द चॅपेलमधे हलवली. त्याच्या यादीमधल्या पाच चर्चेसपैकी एका चर्चमधे. त्या पानावर लिहिले होते, की *ती आर्टिस्टच्या सूचनेप्रमाणे हलवली होती.*

आर्टिस्टच्या सूचनेप्रमाणे? स्वत:चीच अद्वितीय कलाकृती कुठल्या तरी कोपऱ्यातल्या चर्चमधे ठेवायची सूचना बर्निनीने केली होती? सर्व आर्टिस्ट्सना आपल्या कलाकृती सहज नजरेत भरतील अशा ठिकाणी ठेवायची इच्छा असे. आडबाजूला कुठेतरी नव्हे.

पण समजा...

आपल्या मनात येणाऱ्या कल्पनेचीच त्याला भीती वाटली. शक्य असेल ते? बर्निनीने मुद्दामच आपली कलाकृती अशी बनवली की ती व्हॅटिकनला नजरेसमोर नकोशी होईल आणि ती दूर कुठेतरी ठेवायचे व्हॅटिकनने ठरवताच त्यानेच ती कुठल्या ठिकाणी ठेवावी अशी सूचना केली होती? *पश्चिमी वारे* या रिलीफच्या श्वासाच्या दिशेने आखलेल्या रेषेवरच्या आडबाजूच्या चर्चमधे?

एकदा डोके चालायला लागल्यावर त्याला त्या शिल्पाकृतीची थोडीफार माहिती आठवली. *अग्निशी* या कलाकृतीचा काही संबंध नव्हता. उघडउघड *अश्लील* शिल्पाकृती. विज्ञानाशी संबंध शून्यच. 'ख्रिश्चन चर्चमधे ठेवण्याच्या लायकीची नसलेली शिल्पाकृती' असे एका इंग्लिश टीकाकाराने *दि एक्स्टसी ऑफ सेन्ट तेरेसा* बद्दल म्हटले होते. लँग्डनला हे मत पटले होते. पाठीवर पडलेली सेन्ट तेरेसा समागमाच्या परमोच्च क्षणाची उत्कटता दाखवत होती. वादातीतपणे व्हॅटिकनमधे न ठेवण्यासारखी कलाकृती.

घाईघाईने त्याने लेजरमधले वर्णन शोधले. तिथले स्केच बघितले. सेन्ट तेरेसा तर खुषीत दिसत होतीच. पण त्या शिल्पामधे असलेल्या दुसऱ्या आकृतीचा त्याला विसरच पडला होता.

एक देवदूत!

आणि आख्यायिकाही आठवली त्याला.

तेरेसा ही एक नन होती. तिने सांगितले की ती झोपली असताना एका देवदूताने तिला परमानंद होईल अशा तऱ्हेने तिची भेट घेतली. त्यानंतर व्हॅटिकनने ती सेन्ट आहे म्हणून जाहीर केले. टीकाकार नंतर म्हणत होते की देवदूत वगैरे सर्व झूट आहे. ती

विषयासक्त बनली होती एवढेच सत्य होते. लेजरच्या खालच्या बाजूला लँग्डनला ओळखीच्या ओळी दिसल्या. सेन्ट तेरेसाचे ते स्वत:चेच शब्द इतके सरळ होते की कल्पना लढवून अर्थ लावत बसण्याची अजिबात आवश्यकता नव्हती.

त्याचा मोठा सोनेरी भाला – अग्निने तप्त झालेला – माझ्यामधे अनेक वेळा घुसला – पार अंतर्भागापर्यंत पोहोचला – अपरिमित असा सुखाचा अनुभव – जो थांबावा असे वाटणेच शक्य नव्हते.

लँग्डन स्वत:शीच हसला. *आता हे शब्द जर स्त्री-पुरुष समागमाबद्दल नसतील तर ते कशाबद्दल आहेत ते माहीत नाही.* आणि लेजरमधल्या शिल्पाकृतीच्या वर्णनाचेही त्याला हसू आले. पॅराग्राफ इटालिअनमधे असला तरी अग्नी हा शब्द अर्धा डझन वेळा तरी आला होता.

देवदूताच्या भाल्याचे टोक *अग्निने* वेढलेले होते.

देवदूताच्या डोक्याभोवती *अग्निच्या* ज्वालांचे किरण होते.

समागमाच्याच उत्कट भावनांच्या *अग्निमधे* होरपळणारी स्त्री.

पुन्हा स्केचवर नजर टाकेपर्यंत लँग्डनला खात्री नव्हती. देवदूताच्या हातामधला भाला मार्ग दाखविण्यासाठीच तर जळत होता – *तुज मार्ग दाविती नीट, ही किमया देवदूतांची.* बर्निनीने विचारपूर्वक देवदूत विशिष्ट तऱ्हेचा दाखवला होता. *सेरफीम* –सेरफीमचा *शब्दश: अर्थ आहे अग्निच्या ज्वाळांनी धगधगणारा.*

कोणत्याही गोष्टीची खात्री पटवण्यासाठी आकाशाकडे नजर लावायची लँग्डनला कधीही गरज भासली नव्हती. पण आता चर्चचे नाव वाचल्यावर त्याला वाटले की कोण जाणे, अजूनही आपली देवावर श्रध्दा बसू शकेल.

चर्चचे नाव होते *सान्ता मारिया देल्ला व्हिक्टोरिया.*

व्हिक्टोरिया! त्याला मनापासून हसू आले. *अगदी योग्य नाव.*

तो घाईघाईने धडपडत उभा राहिला आणि त्याला चक्कर आल्यासारखे वाटले. शिडीकडे बघत त्याने लेजर पुन्हा मूळ जागी ठेवायचा विचार केला आणि सोडून दिला. *फादर जाकी करेल तेवढे काम.* त्याने लेजर बंद करून शेल्फच्या अगदी खालच्या फळीवर नीट ठेवून दिले.

व्हॉल्टबाहेर पडण्यासाठी निघताना दरवाज्यावरच्या चमकत्या इलेक्ट्रॉनिक बटणाकडे त्याचे लक्ष गेले. श्वास घेताना आता त्याला हळूहळू त्रास व्हायला लागला होता. पण तरीही तो उत्साहात होता.

दरवाज्याशी पोहोचेपर्यंत त्याचे नशीब फिरले.

एकाएकी दिव्यांचा प्रकाश मंदावला. बटण निरुपयोगी झाले. नंतर आर्काइव्हल

कॉम्प्लेक्समधे पूर्ण काळोख दाटला. कोणीतरी वीज पुरवठा तोडला होता.

८५

सेन्ट पीटर्स बॅसिलिकाखालीच मृत पोप्सना पुरण्याची जागा आहे – होलि व्हॅटिकन ग्रॉटोज. गोलाकार जिन्याने खाली उतरत व्हिट्टोरिया जमिनीखालच्या गुहेत शिरली. अंधारा बोगदा. तिला सर्नमधल्या प्रचंड हॅड्रॉन कोलायडरचीच आठवण झाली. थंडगार आणि अंधारी जागा. स्विस गार्ड्सच्या फ्लॅशलाईट्सच्या प्रकाशात बोगद्याच्या दोन्ही खबदाडींमधे शवपेट्यांच्या सावल्या नाचायला लागल्यावर ते अवशेष पवित्र वगैरे वाटेनासे झाले.

ती पार गारठून गेली होती. *गारव्यानेच असणार,* तिने स्वत:ची समजूत घातली. पण ते अर्धसत्य आहे हे तिचे तिलाच कळत होते. अंधारातून कोणीतरी त्यांच्यावर लक्ष ठेवत असल्याची भावना बळावत होती. रक्तामांसाचे कुणी नाही, तर अंधारातली भुतेच. प्रत्येक कबरीवर त्या मृत पोपच्या, त्याच्या पूर्ण पोषाखातल्या, छातीवर हात दुमडलेल्या अवस्थेमधल्या, खऱ्याखुऱ्या भासणाऱ्या आकृत्या दिसत होत्या. कबरीमधली शरीरेच संगमरवरी झाकणाला वर ढकलत बाहेर यायचा प्रयत्न करत आहेत असे काहीतरी वाटत होते. फ्लॅशलाईट्सचा हलता प्रकाश पुढे जाताना सर्व पोप्सच्या आकृत्या भिंतींवर वरखाली होत होत्या. सावल्यांचा हा खेळ तसा घाबरवणारा होता.

सर्वजण गप्प राहून चालत होते. मृत पोप्सबद्दलच्या आदरामुळे का अनामिक भीतीमुळे हे व्हिट्टोरियाला सांगता येत नव्हते. दोन्ही भावना निदान तिच्या मनात तरी निर्माण होत होत्या. कामेरलेंगो डोळे बंद करूनच चालला होता. प्रत्येक पाऊल जणू काही त्याला पाठ होते. पोपच्या मृत्यूनंतर ही भीतिदायक वाटचाल त्याने बहुधा अनेकदा केली असणार असा व्हिट्टोरियाला संशय आला. पोपच्या कबरीपुढे मार्गदर्शना-साठी प्रार्थना केली असावी.

मी कार्डिनलच्या देखरेखीखाली अनेक वर्षे काम केले, कामेरलेंगो म्हणाला होता. *तो मला पित्यासमान होता.* कामेरलेंगोने हे शब्द त्याला सैन्यातून 'वाचवणाऱ्या' कार्डिनलबद्दल उच्चारले होते याची व्हिट्टोरियाला आठवण झाली. आता उरलेल्या सर्वच गोष्टींचा उलगडा झाला. तोच कार्डिनल पुढे पोप बनला होता आणि चेम्बरलेन म्हणून त्याने आपल्या छत्राखालील तरुणाला आणले होते.

इतरांच्या मनामधल्या खळबळीची जाणीव व्हिट्टोरियाला नेहमीच आपसूक होई. कामेरलेंगो भेटल्यापासून तिला वाटत होते की त्याचे दु:ख कल्पनातीत आहे, फक्त त्याचे एकट्याचे आहे आणि आता उद्भवलेल्या विचित्र परिस्थितीचा त्याच्याशी संबंध नाही. शांत आणि श्रध्दाळू मुखवट्याखाली स्वत:च्या मनातल्या सैतानांशी झगडणारा माणूस तिला दिसत होता. आज व्हॅटिकनच्या इतिहासातील अत्यंत भीतिदायक अशा संकटाशी तो एकट्याने मुकाबला करत होता. नेमक्या याच वेळी त्याचा गुरू, त्याचा मित्र, त्याच्याबरोबर नव्हता.

गार्ड्सची चाल मंदावली. आताच्या पोपला नक्की कुठे पुरलेले आहे याबद्दल ते साशंक होते. कामेरलेंगो आत्मविश्वासाने चालत पुढे एका संगमरवरी कबरीपाशी थांबला. ती जरा जास्त चमकत होती. वरती पोपची आकृती कोरलेली होती. टेलिव्हिजनवर बघितलेला चेहरा. ती एकदम थरथरली. *काय करतो आहोत आपण?*

''आपल्याला जास्ती वेळ नाही हे मला ठाऊक आहे. तरी मला वाटतं की आपण क्षणभर प्रार्थना करावी.''

स्विस गार्ड्सनी उभ्या उभ्याच डोकी खाली घातली. व्हिट्टोरियाने तेच केले. गुडघे टेकून कामेरलेंगो इटालिअन भाषेत प्रार्थना करत होता. त्याचे शब्द ऐकताना व्हिट्टोरियाला अनावर दु:ख झाले. डोळ्यांतून अश्रू वाहायला लागले. तिने तिचे स्वत:चे आदरणीय पपा गमावले होते. तेच शब्द पपांसाठीही अगदी योग्य होते.

''पितामह, सल्लागार, परममित्र,'' कामेरलेंगोचा आवाज गंभीर होता. ''मी तरुण असताना तुम्ही सांगितले होते की माझ्या हृदयातला आवाज हा देवाचा आहे. वाटचाल कितीही दु:खद असली तरी त्याच आवाजाकडे लक्ष दे असेही तुम्ही म्हणाला होतात. आजही मला तो आवाज ऐकू येतो आहे. अशक्य वाटणारी अवघड कामे करायला सांगतो आहे. मला सामर्थ्य द्या. माझ्यावर कृपा करा. मी जे करणार आहे ते तुमचा ठाम विश्वास असणाऱ्या गोष्टींवर श्रध्दा ठेवूनच करत आहे. आमेन.''

''आमेन.'' गार्ड्स पुटपुटले.

आमेन पपा, व्हिट्टोरियाने डोळे पुसले.

कामेरलेंगो हळूहळू उभा राहिला. कबरीपासून दूर झाला. ''वरचे झाकण बाजूला सरकवा.''

गार्ड्स क्षणभर घुटमळले. ''सिन्योर, कायद्याप्रमाणे आम्ही आपल्या हुकमाचे ताबेदार आहोत.'' त्यांच्यातला एकजण म्हणाला. ''तुमची आज्ञा पाळू.''

त्या तरुणाच्या मनातली घालमेल कामेरलेंगोला समजली. ''आज तुम्हाला या विचित्र परिस्थितीत खेचल्याबद्दल एक दिवस मी तुमची क्षमायाचना करेनच. आज

माझी आज्ञा पाळा. व्हॅटिकनचे कायदे या चर्चच्या रक्षणासाठीच बनलेले आहेत आणि आज मी ते तुम्हाला मोडायला सांगतो आहे, तेही त्याच चर्चच्या रक्षणासाठी.''

गार्डने आज्ञा दिल्यावर तिघा गार्ड्सनी हातामधले फ्लॅशलाईट्स जमिनीवर ठेवले. त्यांच्या सावल्यांनी उंच उड्या मारल्या. जमिनीवरून वर पडणाऱ्या प्रकाशातून ते कबरीजवळ पोहोचले. पाय घट्ट दाबून त्यांनी कबरीवरच्या झाकणावर हात ठेवले. जोर काढून झाकण ढकलले. ते हललेही नाही. खूप वजनदार असू दे, अशी व्हिट्टोरिया प्रार्थना करायला लागली. झाकण सरकल्यावर आत काय दिसेल या अनामिक भीतीचा तिच्या मनावर पगडा बसला.

पुन्हा जोर लावूनही ते हलले नाही दिसल्यावर कामेरलेंगो स्वत: पुढे सरसावला. व्हिट्टोरियाच्या मनातही त्यांना मदत करण्याचा विचार येत असताना झाकण फिरले आणि जमिनीवर घसरले. सर्वजण मागे सरकले.

एका गार्डने जमिनीवरचा फ्लॅशलाईट उचलला आणि आत प्रकाश टाकला. त्याचा थरकाप लक्षात येत होता. त्याने कष्टाने फ्लॅशलाईट स्थिर धरला. इतरजण जवळ आले. अंधारातही ते चरकून दूर झाल्याचे तिला कळले. प्रत्येकाने स्वत:च्या छातीवर क्रॉसचे चिन्ह केले.

कामेरलेंगोही आत बघताना नक्कीच अस्वस्थ होता. नीट काळजीपूर्वक आत बघूनच तो मागे वळला. शव ताठ पडल्याने तोंड घट्ट दाबले गेले असेल आणि हनुवटी फोडावी अशी सूचना करावी लागणार असे व्हिट्टोरियाला मनातून सारखे वाटत होते. त्याची गरज पडणार नव्हती. गाल आत गेले होते. तोंड उघडे पडले होते.

त्याची जीभ काळीकुट्ट दिसत होती. मृत्यूसारखीच!

८६

प्रकाश नाही.

आवाज नाही.

गुप्त आर्काइव्ह्ज्मधे मिट्ट काळोख होता.

भीती! फक्त भीतीनेच, श्वास घ्यायला त्रास पडायला लागलेला असताना, लॅंग्डन फिरत्या दरवाज्याच्या दिशेने निघाला. भिंतीवरचे बटण शोधून त्याने हाताचा तळवा बटणावर दाबून धरला. काहीही झाले नाही. पुन्हा पुन्हा प्रयत्न करूनही

उपयोग झाला नाही.

त्याने ओरडायचा प्रयत्न केला पण घशातून फक्त एक चिरका आवाज बाहेर पडला. तो कसल्या भीषण संकटात सापडला आहे याची एकाएकी त्याला पूर्ण कल्पना आली. हृदयाची धडधड वाढली. ऑक्सिजनचा पुरवठा अपुरा होत होता. पोटात कुणी तरी दणदणीत ठोसा दिल्यासारखी त्याची अवस्था झाली होती.

त्याने जोर काढून दरवाज्याला धक्का दिल्यावर क्षणभर त्याला दरवाजा हलल्या-सारखा वाटला. त्याने पुन्हा धक्का दिला आणि डोळ्यांसमोर तारेच फिरायला लागले. दरवाजाच काय, सगळी खोलीच गरागरा फिरायला लागल्याचा भास झाला. धडपडत बाजूला होताना तो शिडीला अडखळून खाली कोसळला. पुस्तकाच्या शेल्फवर गुडघा आदळून खरचटले. त्याने मनातल्या मनात शिव्या हासडत शिडी शोधली. त्याची अपेक्षा होती, की लोखंडाची किंवा वजनदार लाकडाची तरी असेल, ती अॅल्युमिनिअमची निघाली. तीच हातात धरून त्याने भिंतीच्या दिशेने धाव घेतली. कल्पनेपेक्षा भिंत जवळच होती. शिडी आपटून बाजूला पडली. तो आवाज ऐकताच त्याच्या ध्यानात आले की ही काच फोडायची तर अॅल्युमिनिअमच्या शिडीपेक्षा दणकट अशा कशाची तरी आवश्यकता आहे.

पिस्तूल! पिस्तुलाची आठवण होताच मनात आशा बळावली. त्याने पिस्तुलासाठी खिशात हात घातला. कामेरलेंगोच्या आसपास भरलेली पिस्तुले नकोत असे सांगत पोपच्या ऑफिसात ऑलिव्हेट्टीने ते काढून घेतले होते. त्यावेळी ऑलिव्हेट्टीचे बोलणे त्याला पटलेही होते.

त्याने पुन्हा ओरडायचा प्रयत्न केला. मागच्यापेक्षा कमीच आवाज आला.

वॉकी-टॉकी! तो गार्डने व्हॉल्टबाहेरच्या टेबलावर काढून ठेवला होता. *आता तो मी आत का घेऊन आलो नाही?* पुन्हा डोळ्यांसमोर तारे नाचायला लागल्यावर त्याने मनाला बजावले, विचार कर. *पूर्वीही अडकला होतास तू असाच. याहून कठीण परिस्थितीला तू तोंड दिले होतेस आणि त्यावेळी तर लहान मुलगा होतास तू. विचार कर! विचार कर!!*

तो जमिनीवर आडवा झाला. मन शांत कर. त्यावर प्रथम ताबा मिळव. नाहक ताकद घालवू नकोस. हृदयाची धडधड कमी झाली. रक्तपुरवठा करण्यासाठी आता हृदयाला जोर लावावा लागत नव्हता. *खूप हवा आहे इथे. आता नीट विचार कर.* तो थांबला. एखादेवेळी कोणत्याही क्षणी दिवे लागतीलही. नाही लागले. पण श्वास नीट होत होता. त्याला खूप शांत वाटत होते.

हालचाल कर, नाहीतर... पण कुठे...

मिकी माऊस. ९:३३ वाजले होते. *अग्निसाठी अर्धा तास.* सुटकेची योजना बनवण्याऐवजी मनाने प्रश्न विचारायलाच सुरुवात केली. *वीज पुरवठा कोणी बंद*

केला? रॉचर त्याच्या शोधाचे क्षेत्र वाढवत होता? पण मी इथे आहे हे ऑलिव्हेट्टीने रॉचरला सांगितले असणार! या क्षणी त्याने काय फरक पडणार म्हणा!

मोठा आ वासून त्याने भराभरा श्वास घेतले. डोके ताळ्यावर आले. विचार योग्य दिशेने धावायला लागले.

काचेच्या भिंती – पण खूप जाड काचा.

इथली कुठली पुस्तके जळू न शकणाऱ्या, वजनदार पोलादी कपाटात ठेवली असतील? इतर आर्काइव्ह्ज्मधे अशी कपाटे त्याने पुन्हा पुन्हा बघितली होती. इथे दिसली नव्हती. अंधारात शोध घ्यायचा तर वेळ जाणार आणि सध्याच्या अवस्थेत तो ते उचलू शकला नसता.

टेबल – कागदपत्र वाचण्यासाठी ठेवलेले? छे! ते सुध्दा त्याला उचलता आले नसते. खेचत घेऊन जाणेही जमले नसते. मधले पॅसेज अरुंद होते.

मधले पॅसेज, मधले *पॅसेज अरुंद आहेत.*

काय करायचे ते लँग्डनला कळले. त्याने खाडकन उडी मारली आणि त्याचे डोके गरगरायला लागले. त्याने आधारासाठी लांब केलेला हात पुस्तकांच्या स्टॅन्डला लागला. तो थोडा शांत राहिला. त्याला जे काही करायचे होते त्यासाठी त्याला सर्व ताकद लागणार होती.

त्याने शेल्फवर हात दाबून ते ढकलले. *ते जर कोसळवता आले तर...* पण ते हलले नाही. त्याचे पाय मात्र सरकले.

कुठेतरी चांगला आधार हवा.

त्याने पुन्हा काचेची भिंत शोधली आणि तिच्यावर हात ठेवून तो व्हॉल्टच्या दुसऱ्या दिशेने धावत सुटला. पुढली भिंत अचानक समोर आली आणि तो तिच्यावर आदळला. चांगलाच आदळला. त्याचा खांदा दुखावला. त्याने शेल्फभोवती एकदा फिरून एक पाय मागच्या भिंतीवर टेकवला आणि दुसरा शेल्फच्या बाजूला. तो वर चढायला लागला. अंधारात पुस्तके कोसळायला लागली. त्याला आता त्याची पर्वा नव्हती. जीव वाचवणे या एकाच विचाराने तो प्रत्येक गोष्ट करत होता. अंधारामुळे आपला तोल जातो आहे असे वाटल्यावर त्याने डोळे मिटून घेतले. तो भराभर वर पोहोचला. शेल्फच्या अगदी वर, पाय काचेच्या भिंतीला टेकवून आडवाच झाला.

रॉबर्ट, आता नाही तर कधीच नाही, त्याच्या अंतर्मनाने स्पष्ट सूचना दिली. *तू हार्वर्डच्या जिममधे आहेस समज.*

पायांवर जोर देऊन त्याने छाती आणि दंडाच्या जोराने शेल्फ हलवायचा प्रयत्न केला. काही झाले नाही. त्याने आपली पोज थोडी बदलली. पुन्हा प्रयत्न केल्यावर स्टॅक नक्कीच हलला. पुढल्या वेळी इंचभर पुढे कलला आणि त्या हालचालीचा

फायदा घेत ऑक्सिजनच शिल्लक नाही वाटणारा दीर्घ श्वास घेत त्याने पुन्हा ढकलाढकलीला सुरुवात केली.

एका लयीत हालचाल कर आणि जोर लाव थोडा. मागे पुढे झोका देता देता दुसऱ्याच झोक्याला पुस्तके कोसळायला लागली आणि शेल्फही कोसळले.

जमिनीवर टेकायच्या आत दुसऱ्या शेल्फवर आदळले. लॅंग्डनने आपले सर्व वजन त्यामागे लावले. एक क्षण काही झाले नाही आणि तो घाबरला. दुसरा स्टॅक कलंडला आणि एका मागोमाग एक सर्व स्टॅक्स पुढे कोसळायला लागले. पुस्तके कोसळल्याचे आणि धातूवर धातू घासल्याचे आवाज. पहिला स्टॅक त्याच्यासकट खाली पोचतापोचता त्याला वेगळाच आवाज आला. त्याच आवाजाची तर तो वाट पाहत होता. शेवटचा स्टॅक काचेच्या भिंतीवर आपटला होता. पोलादी स्टॅन्ड काचेवर आदळताच सर्व व्हॉल्ट गदगदा हलला. इतरांच्या वजनाने तो दणक्यात काचेवर आदळला होता.

आणि शांतताच पसरली,

एक सेकंद, दोन...

तो बेशुध्द व्हायला आला असतानाच काचेवर सर्व बाजूंनी पसरत जाणारे, रेघोट्या मारल्यासारखे, आवाज यायला लागले. तोफेच्या गोळ्यासारखा आवाज करत काच फुटली. लॅंग्डनचे शेल्फ आडवे झाले.

खळखळ करत फुटणाऱ्या काचा जमिनीवर पडताना वाळवंटात पाऊस झाल्याप्रमाणे वाटले त्याला. बाहेरची मोकळी हवाही आत घुसली.

तीस सेकंदांनी व्हिट्टोरिया पोपचे शव बघत असताना वॉकी-टॉकीच्या कर्कश इलेक्ट्रॉनिक आवाजाने तिथली शांतता भंग पावली. बोलणारा आवाज धापा टाकल्या-सारखा येत होता. "मी रॉबर्ट लॅंग्डन. कोणी ऐकतं आहे का?"

व्हिट्टोरियाची मान खाडकन वर झाली. *रॉबर्ट!* तो आपल्या जवळ असायला हवा ही भावना मनात इतकी प्रबळ झाली, की तिचा स्वत:वर विश्वास बसेना.

गार्ड्स चक्रावून एकमेकांकडे बघत होते. एकाने आपल्या कंबरेच्या पट्ट्यावरून रेडिओ काढला, "मिस्टर लॅंग्डन? तुम्ही चॅनेल तीनवर आहात. कमांडर चॅनेल एकवर तुमच्या निरोपाची वाट बघत आहेत."

"कमांडर चॅनेल एकवर आहे ते ठाऊक आहे मला. मला त्याच्याशी बोलायचे नाही. मला कामेरलेंगो हवे आहेत. ताबडतोब! कोणी माझ्यासाठी शोधून काढेल त्यांना?"

गुप्त आर्काइव्ह्ज्‌मधे फुटक्या काचांचा जो खच पडला होता तिथे थांबून लॅंग्डन आपला दम निस्तरत होता. त्याच्या हातावरून रक्त ओघळत होते.

"मी कामेरलेंगो व्हेन्त्रेस्का. काय चाललं आहे?" कामेरलेंगो इतक्या ताबडतोब बोलला होता की लँग्डन दचकलाच.

धडधडत्या हृदयाने त्याने बटण दाबत म्हटले, "मला वाटते कोणीतरी आत्ता मलाच ठार मारायचा प्रयत्न केला होता."

दुसऱ्या बाजूला शांतता पसरली.

स्वत:ला शांत ठेवायचा प्रयत्न करत लँग्डन पुढे म्हणाला, "आणि पुढला खून कुठे होणार ते कळलं आहे मला."

आता कामेरलेंगोऐवजी कमांडर ऑलिव्हेट्टीचा आवाज त्याच्या कानांवर आला. "मिस्टर लँग्डन, एक शब्दही पुढे बोलू नका."

८७

लँग्डनच्या, रक्ताचे डाग पडलेल्या घड्याळात ९:४१ वाजले होते. बेलवेदेरेच्या आवारातून धावतच तो स्विस गार्ड सिक्युरिटी सेन्टर बाहेरच्या कारंज्याजवळ पोहोचला. हातावरल्या जखमेतून रक्त येणे थांबले होते. जखमही मोठी वाटत नव्हती. पण हाताला ठणका लागला होता. तो येता क्षणी सर्वांनी त्याच्याभोवती कोंडाळे केले –ऑलिव्हेट्टी, रॉचर, कामेरलेंगो, व्हिट्टोरिया आणि काही गार्ड्स.

व्हिट्टोरिया घाईघाईने त्याच्याजवळ पोहोचून म्हणाली, "रॉबर्ट, बरंच लागलेलं दिसतं तुला."

त्याने काही उत्तर द्यायच्या आधीच ऑलिव्हेट्टी तिथे येऊन म्हणाला, "तुम्ही सुखरूप आहात बघून बरे वाटले मिस्टर लँग्डन. आर्काइव्ह्ज्मधे झालेल्या गोंधळाबद्दल खेद वाटतो मला."

"गोंधळ? तुम्हाला माहीत होते की..."

"माझाच दोष." पुढे पाऊल टाकून बोललेल्या रॉचरच्या आवाजात पश्चात्ताप होता. "मला कल्पना नव्हती तुम्ही आर्काइव्ह्ज्मधे आहात म्हणून. आमच्या व्हाईट झोनचे काही भाग त्या इमारतीत येतात. आम्ही आमच्या शोधाचे क्षेत्र वाढवत होतो. मीच तिथला वीज पुरवठा बंद केला. मला जर माहीत असतं..."

लँग्डनचा हात हातात घेऊन व्हिट्टोरिया म्हणाली, "रॉबर्ट, पोपवर विषप्रयोगच झाला होता. इल्युमिनाटींनी ठार केलं त्याला."

शब्द कानांवर पडले तरी रॉबर्टला बोध झाला नाही. त्याला फक्त व्हिट्टोरियाच्या

उबदार हातांचा सुखद स्पर्श जाणवत होता.

कामेरलेंगोने आपल्या झग्यामधून एक रेशमी रुमाल काढून जखम पुसण्यासाठी लँग्डनच्या हातात ठेवला. तो काही बोलला नाही तरी त्याच्या हिरव्या डोळ्यांत वेगळीच चमक होती.

"रॉबर्ट, तू म्हणालास की पुढल्या कार्डिनलचा खून कुठे होणार हे कळलं आहे तुला." व्हिट्टोरिया म्हणाली.

"बरोबर... तो..."

"थांबा." ऑलिव्हेट्टीने पुन्हा त्याला बोलू दिले नाही. "मी वॉकी-टॉकीवर तुम्ही एक शब्दही बोलू नका सांगितलं होतं त्यालाही तसंच कारण आहे." जवळच असलेल्या स्विस गार्ड्सना त्याने दूर जा असे सुचवले.

ते सिक्युरिटी सेन्टरमधे गेले. राग वगैरे काही नाही. फक्त आज्ञापालन.

उरलेल्यांकडे वळून ऑलिव्हेट्टी म्हणाला, "मी जे बोलतो आहे त्याचं खरं म्हणजे मला खूप दुःख आहे. पण पोपचा खून व्हॅटिकनमधल्या कुणाचा तरी हात असल्याशिवाय होणं शक्य नाही. तेव्हा आपण सर्वांनीच दुसऱ्या कुणावरही विश्वास ठेवता कामा नये. दुसऱ्या कुणामधे गार्ड्सचाही समावेश आहे." बोलतानाही त्याला मनोमन यातना होत असाव्यात.

रॉचर काळजीने म्हणाला, "याचा दुसरा अर्थ..."

"तुझा शोधही व्यवस्थित होतच असेल याची खात्री नाही." ऑलिव्हेट्टी त्याचे बोलणे तोडत म्हणाला. "पण तरीही तो करणे भाग आहे. काम चालू ठेव."

रॉचरच्या मनात यावर काही बोलायचे असावे. पण विचार करून त्याने तोंड बंद ठेवले आणि तो निघून गेला.

कामेरलेंगोने इतक्या वेळात एक शब्द उच्चारला नव्हता. त्याच्यात वेगळाच कणखरपणा निर्माण होत असल्याची लँग्डनला जाणीव झाली. तो आजपर्यंतचे सर्व काही बदलून जाईल अशा वळणावर पोचला होता.

"कमांडर? मी गुप्त बैठक रद्द करणार आहे." यापुढे मी कोणाचेही म्हणणे ऐकणार नाही असेच त्याचा आवाज सांगत होता.

ऑलिव्हेट्टीने ओठांवरून जीभ फिरवली. "मला मान्य नाही ते. आपल्याला अजून दोन तास वीस मिनिटं वेळ आहे."

"म्हणजे खरोखर काहीच वेळ नाही."

"विचार काय आहे तुमचा? एकट्यानेच सर्व कार्डिनल्सना बाहेर हलवणार?"

"देवाने मला जे काही सामर्थ्य दिले आहे ते वापरून मी हे चर्च वाचवणार आहे आणि मी काय पावलं उचलणार आहे त्याच्याशी तुझा संबंध नाही."

"तुम्ही जे काही करणार आहात..." ऑलिव्हेट्टी थांबला. "तुम्हाला अडवण्याचा

मला अधिकार नाही. हेड ऑफ सिक्युरिटी म्हणूनही मी अयशस्वी ठरलेलो आहे. मी तुम्हाला फक्त वीस मिनिटं वेळ द्या अशी विनंती करतो आहे. फक्त वीस मिनिटं... दहा वाजून जाईपर्यंत. मिस्टर लँग्डन यांची माहिती बरोबर असेल तर त्या खुन्याला पकडण्याची मला अजूनही संधी आहे."

तेवढ्यात सिक्युरिटी सेन्टरमधून एक गार्ड बाहेर आला. "आताच कळलं आहे की बी.बी.सी.च्या बातमीदाराला आपण ताब्यात घेतलं आहे."

"तो आणि त्याची कॅमेरामन या दोघांना सिस्टीन चॅपेलबाहेर मला भेटायला आणा."

ऑलिव्हेट्टीचे डोळे विस्फारले. "काय करणार आहात तुम्ही?"

"वीस मिनिटं, कमांडर. मी तुम्हाला फक्त तेवढाच वेळ देणार आहे." एवढे बोलून कामेरलेंगो तिथून निघून गेला.

या वेळी जेव्हा ऑलिव्हेट्टीची अल्फा रोमिओ सुसाट वेगाने व्हॅटिकन शहराबाहेर निघाली तेव्हा खुणा नसलेल्या इतर गाड्या मागून येत नव्हत्या. मागच्या सीटवर व्हिट्टोरिया लँग्डनच्या हाताला बॅन्डेज बांधत होती.

समोर बघत ऑलिव्हेट्टी म्हणाला, "ठीक आहे मिस्टर लँग्डन. कुठे जायचं आहे आपल्याला?"

८८

आता सायरन वाजवत अल्फा रोमिओ निघाली होती, तरी कोणी विशेष लक्ष दिले नाही. ब्रिज पार करून ती जुन्या रोममधे शिरली. सर्व रहदारी उलटी व्हॅटिकनच्या दिशेने जात होती. होलि सी म्हणजे जणू काही रोममधली मनोरंजनाची उत्कृष्ट जागा बनली होती.

मागच्या सीटवर बसलेल्या लँग्डनच्या मनात प्रश्नांचे काहूर उठले होते. या वेळी तरी ते खुन्याला पकडू शकतील? तो त्यांना हवी ती माहिती देईल? का आता खूप उशीर झाला आहे? कामेरलेंगो सेन्ट पीटर्स चौकातल्या गर्दीला कधी सांगणार की ते धोक्यात आहेत? व्हॉल्टमधली घटना तर मनातून जातच नव्हती. *चूक?*

सान्ता मारिया देल्ला व्हिट्टोरिया चर्चच्या दिशेने वेगात जाताना ऑलिव्हेट्टीने एकदाही ब्रेकला स्पर्शसुध्दा केला नाही. इतर कुठल्याही दिवशी जीव टांगणीला

लागल्याप्रमाणे लँग्डन घाबरून, घट्ट पकडून बसला असता. पण या क्षणी दुखणारा हातच फक्त तो कुठे आहे याची त्याला आठवण करून देत होता.

सायरन वाजतच होता. *येतो आहोत आम्ही हे खुन्याला सांगायला आणखी काही करायची आवश्यकता नाही.* पण ते अत्यंत झपाट्याने त्यांना हव्या त्या ठिकाणी पोहोचत होते खरे. जवळ पोहोचताना तो सायरन बंद करेल अशी मात्र लँग्डनची अपेक्षा होती.

आता कुठे त्याला पोपच्या खुनाच्या बातमीचे आश्चर्य वाटावे इतका वेळ मिळाला. अशक्य भासणारी पण तर्कशुध्द गोष्ट होती. गुप्तपणे आत शिरकाव करून घेऊन कुठल्याही ठिकाणची ताकद खच्ची कशी करायची हे तंत्र इल्युमिनाटींना चांगले अवगत होते. आणि आजपर्यंत पोपचे खून पडले नव्हते असे थोडेच होते? विश्वासघाताच्या अनंत बातम्या उठल्या होत्या. पण शवचिकित्सा नसल्याने त्या फक्त अफवाच ठरायच्या. आठवा बोनीफेस या त्याच्या वारसाकडूनच पोपची गादी मिळवण्यासाठी खून झाला, अशी अफवा असणाऱ्या पोप पाचवा सेलिस्टाईन याच्या कबरीचे एक्स-रे घेण्याची परवानगी हल्लीच अभ्यासकांना मिळाली होती. एक्स-रे तरी काही वावगा प्रकार घडलेला आहे का, निदान एखादे हाडबिड मोडले आहे का, शोधून काढतील अशी अपेक्षा होती. सापडले भलतेच. पोपच्या डोक्यात दहा इंच लांबीचा खिळाच ठोकलेला आढळला.

अनेक वर्षांपूर्वी इल्युमिनाटीच्या इतर अभ्यासकांनी पाठवलेली वर्तमानपत्रांची कात्रणे त्याला आठवली. प्रथम कोणीतरी चावटपणा करते आहे अशीच समजूत होऊन तो त्या लेखांच्या खरेखोटेपणाची शहानिशा करण्यासाठी हार्वर्डमधे पोहोचला. आश्चर्य म्हणजे ते खरे होते. वजनदार बातमीपत्रे सुध्दा कधी कधी इल्युमिनाटींबद्दलच्या निराधार विकृत कल्पनांनी कशी वाहवतात याची उदाहरणे म्हणून ती आर्टिकल्स लँग्डन बुलेटिनबोर्डावर लावायला लागला. आता मात्र एकाएकी त्याला प्रसार माध्यमांचे संशय एवढे विकृत वाटेनासे झाले. त्याच्या डोळ्यांसमोर ती आर्टिकल्स स्पष्ट दिसायला लागली.

ब्रिटिश ब्रॉडकास्टिंग कॉर्पोरेशन

जून १४, १९९८

१९७८ मधे मरण पावलेला पोप पहिला जॉन पॉल हा पी-२ मेसॉनिक लॉजच्या कारस्थानाचा बळी होता – त्याने व्हॅटिकन बँकेचा अध्यक्ष अमेरिकन आर्चबिशप पॉल मारसिंकस याला हटवण्याचा निश्चय केला आहे हे लक्षात आल्यावर पी-२ या गुप्त संघटनेने त्याचा खून करण्याचा निर्णय घेतला. मेसॉनिक

लॉज बरोबर या बँकेचे आर्थिक व्यवहार संशयास्पद आहेत असा निष्कर्ष निघाला होता.

दि न्यूयॉर्क टाईम्स
ऑगस्ट २४, १९९८

दिवंगत पोप पहिला जॉन पॉल याने झोपताना, दिवसा घातलेला शर्टच कसा घातला होता? तो फाटला कसा? आणि प्रश्न इथेच संपत नाहीत. कोणत्याही तऱ्हेचे वैद्यकीय संशोधन झाले नाही, कोणत्याही पोपची कधीही शवचिकित्सा झालेली नाही अशा सबबी पुढे करून कार्डिनल विलो याने शवचिकित्सेला परवानगी दिली नाही. रहस्यमय रीतीने त्याच्या बेडशेजारून जॉन पॉलची औषधे, त्याचा चष्मा, स्लीपर्स आणि त्याचे शेवटचे मृत्युपत्र या गोष्टी नाहीशा झाल्या होत्या.

लंडन डेलि मेल
ऑगस्ट २७, १९९८

व्हॅटिकनपर्यंत हात पोहोचलेल्या अत्यंत ताकदवान, निर्दय, बेकायदेशीर मेसॉनिक लॉजचाही या कटकारस्थानात हात आहे...

व्हिट्टोरियाच्या खिशातला सेलफोन वाजला आणि लँग्डन त्याच्या आठवणींमधून बाहेर आला.

आपल्याला आता कोणी फोन केला असेल या विचाराने ती बावरली. काही फुटांवरून लेसरसारखा धारदार आवाज लँग्डनने ओळखला.

''व्हिट्टोरिया? मॅक्सिमिलियन कोहलर. प्रतिवस्तूचा शोध लागला?''

''मॅक्स? ठीक आहेस?''

''बातमी बघितली. सर्न किंवा प्रतिवस्तूचा उल्लेख नव्हता, ही सुध्दा चांगली बातमी आहे. काय चालले आहे?''

''प्रतिवस्तूची कुपी अजून सापडली नाही. परिस्थिती गुंतागुंतीची आहे. रॉबर्ट लँग्डनचा खूप उपयोग होतो आहे. कार्डिनल्सचे खून पाडणाऱ्या माणसाचा आम्हाला माग लागतो आहे. आता आम्ही...''

''मिस वेत्रा, बोलणे खूप झाले आता.''

रागावूनच तिने रिसीव्हरवर हात ठेऊन म्हटले, ''कमांडर, मी सर्नच्या अध्यक्षांशी बोलते आहे. त्यांना हक्क आहे की...''

“इथे येऊन परिस्थिती हाताळायचा हक्क आहे त्यांना. तुमची सेल्युलर लाईन ओपन आहे. बोलणे थांबवा आपले.”

व्हिट्टोरियाने एक दीर्घ श्वास घेत म्हटले, “मॅक्स?”

“तुझ्यासाठी काही माहिती आहे माझ्याकडे. तुझ्या पपांबद्दल आणि प्रतिवस्तूबद्दल. तो कुणाशी बोलला होता याबद्दलही.”

तिचा चेहरा काळवंडला. “त्यांनी तर ते कुणाशीच बोलले नव्हते असे मला सांगितले होते.”

“सॉरी व्हिट्टोरिया. तो नक्कीच कुणाशी तरी बोलला होता. सिक्युरिटी रेकॉर्ड तपासतो, नंतर बोलतो.” फोन बंद झाला.

फोन खिशात ठेवताना तिचा चेहरा पांढराफटक पडला होता.

“ठीक आहेस ना?” लँग्डनच्या आवाजात काळजी होती.

तिने मान डोलावली. पण तिची बोटे मात्र थरथरत होती.

“चर्च पियाझ्झा बार्बेरीनिवर आहे.” ऑलिव्हेट्टी सायरन बंद करत म्हणाला. त्याने घड्याळ बघितले. “नऊ मिनिटे.”

तिसरी खूण कुठे आहे लक्षात येताच आणि चर्च कुठे आहे कळताच लँग्डनची स्मृती चाळवली. *पियाझ्झा बार्बेरीनि!* नाव ओळखीचे वाटत होते. पण कुठल्या संदर्भात? त्याला आठवले. तिथल्या सब-वे स्टॉपवरून वादळ निर्माण झाले होते. पियाझ्झा बार्बेरीनिखाली सब-वे टर्मिनल बांधण्यासाठी खणायला सुरुवात केल्यावर वरचा, चौकाच्या मध्यभागाचा, अनेक टन वजनाचा, ओबेलिस्क कोसळेल अशी कलाप्रेमी इतिहासकारांना भीती वाटायला लागली. योजना आखणाऱ्यांनी ओबेलिस्क हलवून तिथे *ट्रायटन* हे छोटे कारंजे उभारले.

म्हणजे बर्निनीच्या काळात पियाझ्झा बार्बेरीनिमधे ओबेलिस्क होता. लँग्डनच्या मनात तिसऱ्या खुणेच्या जागेबद्दल संशयच राहिला नाही.

पियाझ्झापासून एक ब्लॉक अंतरावर ऑलिव्हेट्टी एका गल्लीत वळला आणि त्याने गाडी थांबवली. शस्त्र सज्ज केले.

“तुम्हा दोघांचे चेहरे टेलिव्हिजनवर दिसले आहेत. तुम्हाला कुणी ओळखावे अशी माझी इच्छा नाही. कुणाच्याही नजरेस न पडता तुम्ही चौकापलीकडून प्रवेशद्वारावर लक्ष ठेवा. मी मागच्या बाजूला जातो.” त्याने आता ओळखीचे झालेले पिस्तूल काढून लँग्डनच्या हातात ठेवले. “गरज भासलीच तर...”

आज दुसऱ्यांदा त्याच्या हातात पिस्तूल पडले होते. त्याने ते जॅकेटच्या खिशात ठेवले. *दियाग्रामाचा* कागद अजूनही त्याच्याकडेच आहे हे लक्षात आले. तो परत ठेवायचा कसा विसरला तो? एखाद्या टूरिस्ट नकाशाप्रमाणे रोमभर

कुणीतरी तो मौल्यवान कागद खिशात घालून फिरतो आहे हे व्हॅटिकन क्यूरेटरच्या लक्षात आले तर तो अतिसंतापानेच कोसळला असता. आणि त्याला फुटलेल्या काचा, कोसळलेली शेल्फ्स, उधळली गेलेली पुस्तके आणि कागदपत्रे यांची आठवण झाली. क्यूरेटरपुढे अनेक समस्या निर्माण झाल्या आहेत खऱ्या. *अर्थातच मध्यरात्रीनंतर आर्काइव्ह्ज् शिल्लक असली तरच...*

गल्लीमागे बोट दाखवत ऑलिव्हेट्टी म्हणाला, ''चौक त्या दिशेला आहे. डोळे उघडे ठेवा. कुणाच्याही नजरेस पडू नका.'' त्याने आपल्या पट्ट्यारच्या फोनवर बोटे आपटली. ''मिस वेत्रा, ऑटो-डायल पुन्हा टेस्ट करू या.''

ऑलिव्हेट्टीने पॅन्थिऑनमधे प्रोग्रॅम केलेला नंबर वेत्राने डायल करताच ऑलिव्हेट्टीचा फोन थरथरायला लागला.

''ठीक आहे. काहीही दिसलं तर कळवा मला.'' कमांडर म्हणाला. ''मी आत जातो. तो खुनी फक्त माझाच आहे.''

त्याच क्षणाला जवळपास दुसरा एक सेलफोन वाजत होता.

हॅसासिन्‌ने उत्तर दिले ''बोला.''

''मी बोलतो आहे. जानस.''

हॅसासिन्‌चा चेहरा हसरा बनला. ''हॅलो मास्टर.''

''तुझे ठिकाण इतरांना कळलेले असण्याची शक्यता आहे. कोणीतरी तुला थांबवायचा प्रयत्न करेल.''

''फार उशीर झाला आहे त्यांना. योजनेप्रमाणे माझी पूर्ण तयारी झाली आहे.''

''तू व्यवस्थित निसटायला हवंस. अजूनही कामं शिल्लक आहेत.''

''माझ्या मार्गात कुणीही आडवा आला तर मी त्याला ठार करेन.''

''तुझ्या मार्गात येणारे हुशार आहेत.''

''तुम्ही त्या अमेरिकन स्कॉलरबद्दल बोलता आहात?''

''तुला माहिती आहे तो?''

''थंड डोक्याचा असेलही, पण बावळट आहे. त्याच्या बरोबरची स्त्री मात्र अगदी वेगळी आहे.'' लिओनार्दो वेत्राच्या मुलीच्या संतापाची आठवण होताच त्याच्या मनात वेगळ्याच भावनांचा कल्लोळ उठला.

फोनवर काही काळ शांतता होती. इतक्या दिवसात प्रथमच इल्युमिनाटी मास्टर थोडा घुटमळला होता. ''गरज पडली तर त्या दोघांचाही काटा काढ.'' शेवटी जानस म्हणाला.

''काम झालं समजा.'' उत्तर देताना हॅसासिन्‌च्या चेहऱ्यावर हसू उमटले होते. *ती स्त्री एखादेवेळी माझे बक्षीस म्हणून राखून ठेवेनही मी.*

८९

सेन्ट पीटर्स चौकामधे युध्दसदृश परिस्थिती उद्‌भवत होती. निरनिराळ्या वाहिन्यांचे ट्रक्स मोक्याच्या जागा पकडण्यासाठी आक्रमकपणे भर वेगात येऊन थांबत होते. युध्दाच्याच तयारीला लागल्याप्रमाणे वार्ताहर हाय-टेक इलेक्ट्रॉनिक साधने उभारत होते. चौकाच्या अवतीभोवती फ्लॅट स्क्रीन डिस्प्लेज उभे करत होते. प्रसारमाध्यमांच्या युध्दातले अद्ययावत अस्त्र. फ्लॅट स्क्रीन डिस्प्लेज म्हणजे प्रचंड आकाराचे, ट्रक्स किंवा सहज उभारता येणाऱ्या उभ्या आडव्या खांबांवरचे, व्हिडिओचे पडदे. त्या त्या नेटवर्कचे कव्हरेज दाखविण्यासाठी केलेली जाहिरातच. आणि प्रत्येक नेटवर्कचा लोगो असतोच. एखाद्या विवक्षित ठिकाणी काही घटना घडत असली आणि तिथे एखाद्या वाहिनीचा पडदा असेल, तर त्यांच्या स्पर्धकांना यांचा लोगो दाखवल्याशिवाय चित्रण दाखवणे शक्य नसते.

लोकांची गर्दीही वाढत होती. सर्व दिशांनी चौकाकडे घोळके येत होते. या अफाट चौकामधेही मोकळी जागा दिसेनाशी व्हायला लागली. मोठाल्या व्हिडिओ स्क्रीन्ससमोर लोक जागा पकडून बातम्या बघत उभे राहात होते.

फक्त शंभर यार्ड अंतरावरच्या सेन्ट पीटर्स बॅसिलिकाच्या रुंद भिंतींआडचे वातावरण गंभीर होते. लेफ्टनंट शारत्राँ आणि तीन गार्ड्स इन्फ्रारेड गॉगल्स लावून बॅसिलिकाच्या मुख्य भागातून सर्व दिशांनी हातामधले डिटेक्टर्स हलवत फिरत होते. व्हॅटिकन शहराच्या सार्वजनिक जागांमधल्या शोधातून अजून तरी हाताला काहीच लागले नव्हते.

बॅसिलिकाच्या मध्यभागाच्या जमिनीखालच्या मोठ्या चेम्बरजवळ येताच वरिष्ठ गार्डने गॉगल्स काढायची आज्ञा दिली. तिथे नव्याण्णव तेलाचे दिवे तेवत असतात. शारत्राँला गॉगल्स काढताच बरे वाटले. जडच असतात ते. खालच्या भागाचा शोध घेण्यासाठी ते उतरले. सोन्यासारखी चमकणारी सुरेख खोली होती. तो इथे कधीच आलेला नव्हता.

इथे आल्यापासून प्रत्येक दिवशी व्हॅटिकनचे एखादे नवीनच गूढ रहस्य त्याला कळत होते. हे दिवे अशीच एक गोष्ट. नव्याण्णव दिवे ही परंपरा आहे. कोणताही दिवा कधीही विझणार नाही याची धर्मगुरू काळजी घेत. काळाच्या अंतापर्यंत ते तेवत राहतील असे म्हटले जाते.

किंवा आज मध्यरात्रीपर्यंत तरी, असा विचार मनात येताच शारत्राँच्या घशाला

कोरड पडली.

शारत्राँने त्या दिव्यांवरून डिटेक्टर फिरवला. अपेक्षेप्रमाणे काही लपवल्याचे चिन्ह नव्हते. त्याला आश्चर्य वाटले नाही. व्हिडिओवरून तरी ती कुपी काळोख्या ठिकाणी लपवली होती.

तो एका ठिकाणी, जमिनीतला खड्डा झाकणाऱ्या, लोखंडी पट्टया असणाऱ्या जाळीशेजारी पोचला. तिथून अरुंद उभ्या पायऱ्या खाली पोहोचत होत्या. खाली काय आहे याबद्दल त्याच्या कानांवर अनेक गोष्टी आल्या होत्या. पण आता खाली उतरायची आवश्यकता नव्हती. रॉचरच्या आज्ञा स्पष्ट होत्या. *सर्वसाधारण लोक जातात त्याच जागा शोधा. व्हाईट झोन्सकडे दुर्लक्ष करा.*

"हा वास कसला?" जाळीपासून दूर होत त्याने विचारले. गोड असा डोक्यात भिनणारा वास येत होता.

"दिव्यातून येणाऱ्या धुराचा."

शारत्राँ चकित झाला. "कलोनसारखा सुगंध येतो आहे. रॉकेलसारखा वास नाही."

"या दिव्यांमधे रॉकेल वापरत नाहीत. एथनॉल, साखर, सुगंधी द्रव्ये आणि ब्यूटेनचे मिक्श्चर वापरतात."

"ब्यूटेन?" शारत्राँने चमकून विचारले.

गार्डने मान डोलावली. "काही सांडू नका. सुगंध चांगला येत असला तरी भडकाही चांगलाच उडू शकतो."

शोध संपवून बॅसिलिकामधून परत येताना वॉकी-टॉकीवरून त्यांना परिस्थिती कळली आणि चांगलाच धक्का बसला.

नवीनच घटना घडल्या होत्या आणि रेडिओवरून त्या सांगता येत नव्हत्या. पण परंपरा मोडून कामेरलेंगोने गुप्त बैठकीच्या चॅपेलमधे प्रवेश करून कार्डिनल्सना काही सांगायचे ठरवले होते. आजपर्यंतच्या इतिहासात अशी घटना घडली नव्हती. पण इतिहासात कधी व्हॅटिकनखाली निओटेरिक न्यूक्लिअर वॉरहेडही ठेवले गेले नव्हते, शारत्राँच्या मनात विचार आला.

पण कामेरलेंगो सर्व निर्णय घेतो आहे याचा त्याला आनंद झाला. व्हॅटिकन शहरामधल्या या व्यक्तीबद्दल त्याला अत्यंत आदर होता. काही गार्डना त्याचे देवावरचे प्रेम म्हणजे कट्टर धर्मवेडाचा प्रकार वाटे. पण देवाच्या तेवढ्याच कट्टर शत्रूंशी लढा द्यायचा तर कामेरलेंगो हा अगदी योग्य माणूस आहे असे त्यांचेही आज मत होते.

गुप्त बैठक भरवण्याच्या तयारीच्या या आठवड्यात स्विस गार्ड्सचा कामेरलेंगोशी बराच संबंध आला होता. त्याच्या हिरव्या डोळ्यांत सर्वांना वेगळीच चमक दिसली

होती. त्याच्या वागण्यात मात्र थोडा चमत्कारिकपणा होता. त्याला छत्राखाली घेणाऱ्या पोपचा मृत्यू आणि ही बैठक याचा परिणाम असे सर्वजण मानत होते.

शारत्राँ व्हॅटिकन शहरात येऊन काही महिने होतात, तर कामेरलेंगो लहान असताना त्याच्या डोळ्यांदेखत बॉम्बने त्याच्या आईचा कसा बळी घेतला होता ही गोष्ट त्याच्या कानांवर पडली होती. *बॉम्ब* – तोही *चर्चमधे* – आणि *आता पुन्हा तीच परिस्थिती उद्‌भवली होती.* दु:ख म्हणजे ज्या दहशतवाद्यांनी बॉम्ब उडवला होता त्यांना कधीच पकडता आले नव्हते. कोणता तरी ख्रिश्चनद्वेष्टा गट असणार. शेवटी सर्वजण ती घटना विसरूनही गेले होते. कामेरलेंगोला अशा उदासीनतेबद्दल मनात कायम राग असला तर त्यात काही चूक नव्हते.

दोनएक महिन्यांपूर्वी एका शांत दुपारी व्हॅटिकन शहरात शारत्राँ आणि कामेरलेंगो समोरासमोर आले होते. हा गार्ड नवीन आहे ओळखून कामेरलेंगोने त्याला आपल्याबरोबर चक्कर मारायला बोलावले. वेगळ्या गप्पा मारत त्याचा बुजरेपणा घालवला.

"फादर, मी तुम्हाला एक चमत्कारिक प्रश्न विचारू?" शारत्राँने विचारले होते.

कामेरलेंगोने हसतच म्हटले, "मी चमत्कारिक उत्तर दिलेलं चालणार असेल तर विचार की."

शारत्राँला मनापासून हसू आले होते. "मी माझी ओळख असणाऱ्या प्रत्येक प्रीस्टला हा प्रश्न विचारला आहे. पण मला काहीही कळलेलं नाही."

"कसली एवढी शंका आहे तुझ्या मनात?"

"*सर्वशक्तिमान, दयाळू* ही गोष्ट मला कळत नाही."

"तू बायबल वाचतोस तर."

"प्रयत्न तरी करतो."

"बायबलमधे परमेश्वराची सर्वशक्तिमान आणि दयाळू अशी प्रतिमा उभी केली आहे त्यामुळे तू गोंधळला आहेस."

"हो."

"त्याचा साधा सरळ अर्थ आहे की परमेश्वर सर्वशक्तिमान आहे *आणि* तो सर्वांचेच भले चिंतीत असतो."

"कल्पना माझ्या लक्षात येते आहे, पण यामधे विसंगती वाटते."

"विसंगती आहे ती दु:खामुळे. आजार, युध्द, उपासमार..."

"अगदी बरोबर." कामेरलेंगोच्या लक्षात येईल याची खात्रीच होती शारत्राँला. "या जगात भयानक गोष्टी घडतात. मानवी समाजाची ही शोकांतिका बघितली की वाटते की परमेश्वर एकाच वेळी सर्वशक्तिमान आणि मानवाचे भले चिंतणारा

असूच शकत नाही याचा तो पुरावा आहे. परमेश्वराचे आपल्यावर *प्रेम असेल* आणि परिस्थिती बदलण्याचे *सामर्थ्यही,* तर हे सर्व दुःख तो टाळू शकेल. नाही का?''

कामेरलेंगोच्या कपाळावर आठ्या चढल्या. ''टाळू शकेल?''

शारत्राँला आपण भलतेच काही तरी बोलून गेलो नाही ना असे वाटले. हा न विचारण्यासारखा असा एखादा धार्मिक प्रश्न होता की काय? ''पण... पण त्याचे आपल्यावर प्रेम असेल आणि आपले रक्षण करण्याचे सामर्थ्यही असेल तर त्याने *तसे करायला हवे.* परमेश्वर एकतर सर्वशक्तिमान आणि कुणाची काळजी न करणारा असेल, नाही तर अत्यंत दयाळू पण काही बदलायची ताकद नसणारा असेल.''

''तुला मुलं आहेत शारत्राँ?''

''नाही सिन्योर.''

''कल्पना कर की तुला आठ वर्षांचा मुलगा आहे. तू त्याच्यावर खूप प्रेम करशील?''

''अर्थात.''

''त्याला अजिबात दुःख पोहोचू नये यासाठी सर्वतोपरी प्रयत्न करशील?''

''नक्कीच.''

''त्याला स्केटबोर्ड खेळू देशील?''

शारत्राँ दचकला. प्रीस्ट असूनही कामेरलेंगो सर्वसामान्य जनतेच्या भावना समजू शकत होता. ''बहुतेक देईन. पण काळजी घे असं सांगेनच.''

''म्हणजे मुलाचा पिता म्हणून तू त्याला थोडा मार्ग दाखवशील, धोक्याची सूचनाही देशील आणि नंतर त्याला त्याच्या चुका करू देशील. बरोबर?''

''त्याच्यामागे धावत सारखी त्याची काळजी करत बसणार नाही हे नक्की. म्हणजे तुमच्या म्हणण्याचा तसाच अर्थ असेल तर.''

''पण तो पडला आणि त्याचा गुडघा खरचटला तर?''

''तर पुढल्या वेळी तो जास्ती काळजीपूर्वक वागेल.''

कामेरलेंगो हसला. ''म्हणजेच मधे पडून मुलाला दुःख पोहोचू नये अशी ताकद तुझ्याकडे असली, तरी तू तुझं प्रेम त्यालाच त्याच्या चुका सुधारायची संधी देऊन दाखवशील ना?''

''अर्थात! तसंच तर शिकतो आपण. मोठं होण्याचा एक भाग आहे हा.''

कामेरलेंगोने मान डोलावली. ''बरोबर.''

१०

चौकाच्या पश्चिमेकडील एका अंधाऱ्या गल्लीमधून लँग्डन आणि व्हिट्टोरिया पियाझ्झा बार्बेरीनिवर लक्ष ठेवून होते. चौकापलीकडे अनेक इमारतींमधून चर्चचा घुमट धुक्यामधून वर यावा तसा अस्पष्ट नजरेस पडत होता. रात्र पडली तसा हवेमधे गारवा आला. चौकामधे माणसांची वर्दळ नाही बघून लँग्डनला आश्चर्य वाटले. उघड्या खिडक्यांमधून टेलिव्हिजन्सचे आवाज ऐकल्यावर सर्व माणसे कुठे गेली आहेत याचा उलगडा झाला.

"–अजून व्हॅटिकनकडून खुलासा नाही – इल्युमिनाटींकडून दोन कार्डिनल्सची हत्या – रोममधे सैतानी प्रवृत्तींचे थैमान – व्यवस्था पोखरली गेली असल्याचा कयास–"

नीरोची आग भडकावी तशी बातमी पसरत होती. रोममधले आणि सर्व जगामधलेच लोक टी.व्ही. च्या पडद्यासमोर खिळून बसले होते. हे थांबवणे आता कुणाच्याच हातात राहिले नव्हते याची लँग्डनला तरी खात्री होती. आधुनिक इमारती आक्रमण करत असल्या तरी पियाझ्झावर नजर फिरवताना चौकाचा लंबवर्तुळाकार आकार त्याच्या स्पष्ट लक्षात आला. एखाद्या प्राचीन नायकाच्या आधुनिक समाधीप्रमाणे एका उंच हॉटेलवर निऑनच्या दिव्यांनी चमकणाऱ्या मोठमोठ्या अक्षरांकडे व्हिट्टोरियाने लँग्डनचे लक्ष वेधले.

हॉटेल बर्निनी

आज ती अक्षरेही रहस्यमय भासत होती. अचानक व्हिट्टोरियाने लँग्डनला मागे अंधारात खेचले. चौकाच्या मध्यभागी बोट दाखवले.

दोन काळ्या कपड्यांमधल्या आकृत्या दिव्याखालून पुढे जात होत्या. काळे झगे. डोक्यावर काळी आच्छादने. कॅथलिक विधवा स्त्रिया वापरतात तसा पोषाख. पण अंधारात त्या नक्की स्त्रियाच आहेत याची खात्री पटत नव्हती. वेदना होत असाव्यात तशी एक स्त्री कशीबशी चालत होती. दुसरी दणकट स्त्री तिला आधार देऊन चालवत होती.

"पिस्तूल दे माझ्याकडे," व्हिट्टोरिया म्हणाली.

"तू एकदम..."

आज दुसऱ्यांदा क्षणार्धात त्याच्या खिशात हात घालून व्हिट्टोरियाने पिस्तूल

काढले. डाव्या बाजूने सावलीमधून वळसा घेत, पावलांचा आवाज न करता, ती त्या दोन स्त्रियांच्या मागे पोहोचण्यासाठी निघाली. व्हिट्टोरिया नाहीशी झाली तरी तो आपला उभाच होता. मग स्वत:शीच पुटपुटत तो घाईघाईने तिच्या मागोमाग निघाला.

त्या दोन स्त्रिया हळूहळू चालत होत्या. अर्ध्या मिनिटात ते त्यांच्यामागे पोहोचले. सहज हात दुमडून घेऊन व्हिट्टोरियाने पिस्तूल दडवले. पण तात्काळ काढताही आले असते. ती भराभर त्यांच्यामागे जात असताना लँग्डनला धावायची पाळी आली आणि त्याच्या पायांनी एक दगड उडवला गेला. त्याचा आवाज येताच व्हिट्टोरियाने त्याच्यावर रागानेच नजर रोखली. पण त्या स्त्रियांचे लक्ष नसावे. त्या आपापसात बोलत होत्या.

तीसएक फूट अंतर राहिले. त्यांचे आवाज कानांवर पडायला लागले. अगदी अस्पष्ट कुजबूज. व्हिट्टोरियाची चाल जलद झाली. हात खाली आले. पिस्तुलाचे टोक दिसायला लागले. वीस फूट. दोन आवाजांमधला एक आवाज जरा वरच्या पट्टीतला होता. रागावलेलाही. एका वृध्द स्त्रीचा आवाज. ते काय बोलत आहेत कळण्यासाठी त्याने कान टवकारले तर दुसरा आवाज मोठ्याने त्याच्या कानावर पडला. व्हिट्टोरियाचा मैत्रीपूर्ण आवाज त्या शांत चौकात फारच दुमदुमला.

"हॅलो, एक्स्क्यूज मी!"

पुढल्या दोघी वळायला लागल्यावर लँग्डन अत्यंत सावधपणे लक्ष ठेवत होता. तो आपोआप थबकला, पण व्हिट्टोरिया वेगातच त्यांच्याकडे निघाली. तिचे पिस्तूल तयारच होते. तिच्या खांद्यांवरून दिव्याखालचा चेहरा त्याच्या नजरेत आला आणि पुढे धाव घेत तो ओरडला, "व्हिट्टोरिया, नको."

पण व्हिट्टोरियाची प्रतिक्रिया त्याच्याहूनही जलद होती. पिस्तूल दिसेनासे झाले. थंडी असल्याप्रमाणे तिने स्वत:भोवती हात घट्ट धरले.

"गुड इव्हिनिंग," व्हिट्टोरिया म्हणाली.

त्या दोन्ही स्त्रिया यांच्याकडे बघत उभ्या राहिल्या. दोन्ही वृध्द. एकीला तर धड उभेही राहाता येत नव्हते. दुसरीच्या मदतीनेच ती उभी होती. दोघींच्याही हातात जपमाळा होत्या. त्या गोंधळलेल्या दिसल्या.

व्हिट्टोरियाही थरथरत होती. पण तिने हळूच हसून विचारले, "सान्ता मारिया देल्ला व्हिट्टोरिया चर्च कुठे आहे सांगाल का प्लीज?"

त्या आल्या होत्या त्या दिशेने दोघींनी एकदमच बोट दाखवले. "तेच."

"थॅन्क यू." व्हिट्टोरियाच्या खांद्यांवर हात ठेऊन तिला मागे खेचत लँग्डन उद्‌गारला. आपण दोन वृध्द स्त्रियांवर झडप घालायच्या तयारीत होतो यावर त्याचा विश्वास बसत नव्हता.

"तुम्ही आत जाऊ शकणार नाही पण," एकीने सांगितले. "आज लौकर बंद झाले ते."

व्हिट्टोरियाला आश्चर्य वाटले. "लौकर बंद केले आहे? का?"

दोघींनी एकदमच बोलायला सुरुवात केली. त्या रागावलेल्या दिसत होत्या. त्या इटालियनमधे जे बडबडत होत्या त्यातले थोडे फार बोलणे लँग्डनला कळत होते. व्हॅटिकन शहरावर संकट कोसळले होते. व्हॅटिकनसाठी प्रार्थना करायला म्हणून त्या पंधरा मिनिटांपूर्वी चर्चमधे गेल्या असताना एका माणसाने येऊन त्यांना सांगितले की चर्च आज लौकर बंद होणार आहे म्हणून.

"तुम्ही ओळखत होता त्या माणसाला?"

नव्हत्या ओळखत. पण रानटीच होता. त्याने सर्वांना बळजबरीनेच बाहेर काढले. तरुण प्रीस्ट आणि जॅनिटरलाही. त्यांनी पोलिसांना बोलावतो म्हटल्यावर मोठ्याने हसत तो म्हणाला होता की येताना कॅमेरे घेऊन यायला सांगा त्यांना.

कॅमेरे?

त्यांनी त्या माणसाला उद्देशून *बार आसबो* असा काहीतरी अपशब्द उच्चारल्या-सारखे त्याला वाटले. आणि त्या निघाल्या.

"रानटी?" त्याने विचारले.

व्हिट्टोरिया गंभीर दिसत होती. "नाही. एक मानहानीकारक शब्द. अरब."

लँग्डनच्या शरीरातून भीतीची एक शिरशिरी उमटून गेली. तो चर्चच्या दिशेने वळला. चर्चच्या रंगीत काचांच्या खिडकीतून त्याला काहीतरी दिसले. त्याचा थरकाप उडाला.

व्हिट्टोरियाच्या ते लक्षात आले नाही. तिने सेलफोन काढून ऑटो डायलवर बोट धरले.

एक अक्षर न बोलता लँग्डनने तिचा दंड पकडून चर्चच्या दिशेने बोट दाखवले. व्हिट्टोरियाने एक आवंढा गिळला. चर्चच्या खिडक्यांमधून आत उफाळलेल्या ज्वाळा दिसत होत्या.

९१

धावतच लँग्डन आणि व्हिट्टोरिया चर्च ऑफ सान्ता मारिया देल्ला व्हिट्टोरियाच्या मुख्य प्रवेशद्वारापाशी पोहोचले. दरवाज्याला कुलूप लावलेले आढळले. व्हिट्टोरियाने

सरळ ऑलिव्हेट्टीच्या सेमि-ऑटोमॅटिकमधून कडीवरच खाडखाड तीन गोळ्या झाडताच ती जुनी कडी निखळून पडली.

दरवाजा उघडताच आत एखाद्या खोलीमधे वगैरे शिरण्याऐवजी सबंध चर्चच त्यांच्या डोळ्यांसमोर आले. समोरचे दृश्य इतके विलक्षण आणि अनपेक्षित होते की आपण बघतो आहोत तो भ्रम नाही याची खात्री करून घेण्यासाठी लँग्डनने एकदा डोळ्यांची उघडझाप केली.

लाकडी नक्षीकाम, सोनेरी मुलामा दिलेल्या भिंती आणि पवित्र अल्टार. चर्चच्या मध्यभागी, घुमटाच्या बरोबर खाली, एकावर एक ठेवलेली लाकडी बाके धडाधड आगीच्या ज्वाळांच्या भक्ष्यस्थानी पडत होती. ज्वाळा मधेच घुमटापर्यंत उफाळत होत्या. त्या ज्वाळांकडे बघत लँग्डनची नजर वर पोचली आणि काय भीषण प्रकार चालू आहे हे त्याच्या ध्यानात आले.

धूप जाळण्याची भांडी फिरवण्यासाठी असलेल्या डाव्या-उजव्या बाजूंच्या साखळ्यांचा आज वेगळाच उपयोग केला होता. एका नग्न माणसाची मनगटे विरुध्द दिशांना खेचून त्याला इतके ताणून वर चढवले होते, की खरे तर त्याचे तुकडेच उडायला हवे होते. त्याचे हात दोन्ही बाजूंना ताठ खेचून बांधले होते. देवाच्याच मंदिरात, न दिसणाऱ्या अशा अदृश्य क्रूसवरच जणू काही त्याला ठोकले होते.

लँग्डनच्या पायातली शक्ती गेली. त्याला हालचालही करता येईना आणि पुढल्या क्षणी त्याच्या अंगावर काटा आला. तो वृध्द माणूस जिवंत होता. त्याने आपले डोके वर केले आणि त्याच्या डोळ्यांतली मदतीची याचना लँग्डनला दिसली. त्याच्या छातीवर भाजून डाग दिला होता. कुठला ब्रॅन्ड हे स्पष्ट दिसत नसले तरी तो काय असणार याबाबत लँग्डनच्या मनात संशयाला जागाच नव्हती. ज्वाळा उफाळत त्याच्या पायांपर्यंत पोहोचल्या आणि तो वेदनांनी किंचाळला. त्याचे शरीर थरथरायला लागले.

त्याच्या अंगात कुठून ताकद आली हे लँग्डनला सांगता आले नसते, पण तो धावतच जळणाऱ्या लाकडांजवळ जायला निघाला. त्याच्या फुप्फुसात धूरच धूर शिरायला लागला आणि दहाएक फुटांवर असताना भयानक उष्णतेने खाडकन भिंतीवर आदळल्यासारखा तो उभा राहिला. त्याची त्वचाही भाजल्यासारखी झाली. डोळ्यांवर हात ठेवत तो मागच्या मागे कोसळला. पुन्हा उभे राहून, हात पुढे धरून, जवळ पोहोचायचा प्रयत्न करताना आगीची धग त्याला जाणवली. जवळ पोहोचणे अशक्य होते.

मागे येऊन त्याने चॅपेलच्या भिंतींवर नजर फिरवली. *एखादा पडदा ... आग कमी करता आली तर ...* पण इथे पडदे मिळालेच नसते. *नक्षीकाम केलेला चॅपेल*

आहे हा रॉबर्ट, एखादा जर्मन कॅसल नव्हे. विचार कर! विचार कर!! त्याने कष्टानेच आपली नजर पुन्हा त्या टांगलेल्या माणसाकडे वळवली.

घुमटामधे धूर आणि ज्वाळा यांचे थैमान चालू होते. अचानक ज्वाळा उफाळल्या आणि लँग्डनला किंकाळी ऐकू आली. त्या वृध्द माणसाच्या पायाच्या कातडीवर फोड यायला लागले. तो जिवंतपणी भाजला जात होता.

त्याच्या हाताला बांधलेल्या केबल्स पुलींमधून जाऊन भिंतींमधे ठोकलेल्या छोट्या पट्ट्यांपर्यंत पोहोचत होत्या. तिथून त्या सैल करता आल्या, तर त्याला ज्वाळांपासून दूर करता येण्याची शक्यता होती. लँग्डन त्यांच्या दिशेने धावत सुटला.

चर्चच्या मागच्या बाजूला एक बाक पकडून व्हिट्टोरिया मन शांत करायचा प्रयत्न करत होती. तिला ते भीषण दृश्य बघवत नव्हते. तिने कशीबशी नजर दुसरीकडे वळवली. *काहीतरी कर तू.* ऑलिव्हेट्टी कुठे आहे? त्याने हॅसासिन्‌ला बघितले होते? पकडले असेल? आहेत कुठे ते दोघे? लँग्डनला मदत करायला तिने पाऊल पुढे टाकले आणि भलताच आवाज तिच्या कानांवर पडला.

ज्वाळांची तडतड वाढत होती. तरी तिला पुन्हा पुन्हा सुरू होणारा, थांबणारा असा आवाज स्पष्ट ऐकू आला. जवळच. डावीकडल्या बाकांमागून. एखादा फोन वाजत असल्याप्रमाणे. जमिनीवर घासला गेल्याप्रमाणे. पिस्तूल समोर धरून ती पुढे गेली. आवाज मोठा होत होता. एकदा यायचा, एकदा बंद व्हायचा.

ती बाके पार करत शेवटच्या ओळीपर्यंत पोहोचली. शेवटच्या बाकाच्या पलीकडल्या कोपऱ्यातून, जमिनीवरून तो आवाज येत असावा. तिच्या उजव्या हातात पिस्तूल होते आणि आपल्या डाव्या हातातही काहीतरी धरलेले आहे हे तिच्या लक्षात आले. तिचा सेलफोन. तिने कमांडरला फोन करायला तो वापरला होता हे ती विसरली होती. व्हिट्टोरियाने फोन कानाला लावला. कमांडरचा फोन अजून खणखणत होता. त्याने तो उचलला नव्हता. जबरदस्त भीतीचा तिच्या मनावर पगडा बसला. येणारा आवाज कसला आहे याची तिला कल्पना आली आणि ती थरथरतच पुढे सरकली.

जमिनीवरचे प्रेत बघताच सर्व चर्चच अवतीभोवती कोसळते आहे असा तिला भास झाला. प्रेतावर कसलीही खूण नव्हती. रक्त वाहत नव्हते. कमांडरचे डोकेच फक्त संपूर्ण उलट्या बाजूला फिरवलेले होते. तिच्या पपांच्या मृत शरीराची चित्रे तिच्या डोळ्यांसमोरून सरकायला लागली.

कमांडरच्या कंबरेच्या पट्ट्यावरचा फोन संगमरवरी फरशीला चिकटून थरथरत होता. तिने स्वत:चा फोन बंद करताच तो वाजायचा थांबला. त्या शांततेत दुसरा

वेगळा आवाज तिच्या कानांवर पडला. मागच्या काळोखातून. कुणाच्या तरी श्वासोच्छ्वासाचा.

"आता माझीच आहेस तू." तिच्या कानांवर शब्द पडले.

नंतर सर्व काळोखीच पसरली.

लँग्डन एका बाकावर उभा राहून भिंतीतली पट्टी पकडायचा प्रयत्न करत होता. अजूनही केबल त्याच्या डोक्यापासून सहा फूट तरी उंच होती. तिथे पोहोचायला लाकडी शिड्या वापरत. *पण मग शिडी कुठे आहे?* त्याने सगळीकडे नजर टाकली. कुठेतरी शिडी बघितल्यासारखे त्याला आठवत होते. *पण कुठे?* आणि त्याला आठवण झाली. त्याने ज्वाळांकडे बघितले. सर्वांत वर शिडीच तर जळून खाक होत होती.

सर्व आशा मावळत असतानाच त्याने पुन्हा चर्चवर दृष्टी फिरवली. त्या पट्टीपर्यंत पोहोचण्यासाठी कशाचाही उपयोग झाला तरी चालले असते. नजर चर्चभर भिरभिरत असताना त्याच्या दुसरेच काही लक्षात आले.

व्हिट्टोरिया! व्हिट्टोरिया कुठे आहे? ती जशी काही नाहीशीच झाली होती. *मदत आणण्यासाठी गेली नसेल ना?* लँग्डनने मोठ्याने हाका मारल्या. उत्तर नाही. *आणि ऑलिव्हेट्टी तरी कुठे आहे?*

वरून पुन्हा भयानक वेदनांनी कळवळून मारलेली किंचाळी आली. चर्चच्या वरपर्यंत पोहोचायला आपल्याला उशीरच झाला आहे याची लँग्डनला खात्री पटली. वरचा माणूस पूर्णत: जिवंत जाळला जात होता. *पाणी! पाणी पाहिजे खूप! आग विझवली पाहिजे. निदान ज्वाळा कमी करता यायला हव्यात.* "पाणी पाहिजे मला." तो मोठ्याने ओरडला.

"ते पुढल्या वेळी." चर्चच्या मागच्या भागातून कुणाचा तरी गुरगुरल्यासारखा आवाज आला.

लँग्डन इतक्या झटकन वळला की बाकावरून कोसळणारच होता.

बाजूने त्याच्याच दिशेने एक अत्यंत दणकट माणूस चालत येत होता. ज्वाळांच्या उजेडात त्याचे काळे डोळे चमकत होते. त्याच्या हातामधले पिस्तूल तर ओळखीचेच होते. त्याच्याच खिशातून व्हिट्टोरियाने काढलेले.

तो भयंकर घाबरला. अनेक गोष्टी त्याच्या मनात येऊन गेल्या. पहिला विचार व्हिट्टोरियाचा आला. व्हिट्टोरिया! या प्राण्याने काय केले तिचे? ती जखमी झाली आहे? की आणि काही वाईट झाले आहे? टांगलेल्या माणसाचे ओरडणे वाढत होते. कार्डिनलचा मृत्यू अटळ होता. त्याला मदत करणेच शक्य नव्हते. हॅसासिन्ने लँग्डनच्या छातीवर नेम धरला आणि गोळी झाडल्याचा आवाज येत असतानाच लँग्डनने हात पुढे करून खाली उडी मारली.

कल्पनेपेक्षा जास्ती जोराने तो बाकांवर आदळला. तरीही त्याने तात्काळ

जमिनीवर लोळण घेतली. उजवीकडून पावलांचा आवाज येताच जीव घेऊन त्याने बाकाखाली घुसायला सुरुवात केली.

चॅपेलच्या जमिनीपासून उंचावर कार्डिनल गिदेरा शुध्द हरपण्यापूर्वीच्या शेवटच्या भयानक वेदना सहन करत होता. त्याच्या सर्व शरीरावर फोड उमटायला लागले. कातडी लोंबायला लागली. *मी नक्कीच नरकात आहे,* त्याची खात्री पटली. *देवा, तू का मला असे सोडून दिलेस?* आपण नरकात आहोत याची त्याला खात्री पटत होती कारण तो उलट्या बाजूने छातीवर उमटवलेल्या ठशाकडे बघत होता. सैतानानेच घडवलेला जादूटोणा असणार. शब्द अगदी योग्य होता.

१२

तीन वेळा मतदान. पोपची निवड नाहीच.

सिस्टीन चॅपेलमधे कार्डिनल मेस्ताती चमत्कार घडावा म्हणून प्रार्थना करायला लागला. *आमचे कार्डिनल्स परत पाठव देवा.* खूपच वेळ जातो आहे. *एकच* कार्डिनल नाहीसा होणे एक वेळ ठीक होते. पण चौघे जण? काही पर्यायच शिल्लक राहात नव्हता. अशा परिस्थितीत कुणालाही दोन तृतीयांश मते मिळायची तर देवाचीच कृपा हवी.

चॅपेलच्या दरवाज्यावरच्या बाहेरच्या कड्या सरकवल्याचे आवाज कानांवर पडताच मेस्ताती आणि कॉलेज ऑफ कार्डिनल्स खाडकन वळून बघायला लागले. मेस्तातीला ठाऊक होते की, कायद्याप्रमाणे फक्त दोन गोष्टींमुळेच हे दरवाजे उघडले जाऊ शकत होते. एक तर अत्यवस्थ झालेल्या कुणाला तरी बाहेर न्यायचे किंवा उशीर झालेल्या कार्डिनल्सना आत प्रवेश द्यायचा.

प्रेफरीती येत आहेत.

मेस्तातीला आनंद झाला. गुप्त बैठक निर्णय घेऊ शकणार होती.

पण दरवाजे उघडताच सर्वांच्या तोंडून निसटलेला आणि बंद चॅपेलमधे घुमलेला आवाज आनंदाचा नव्हता. आत शिरणाऱ्या माणसाकडे बघताच मेस्तातीला जबरदस्त धक्का बसला. एकदा पवित्र अशा बैठकीसाठी दरवाजे सील केल्यावर ते उघडून कामेरलेंगो आत शिरत होता.

काय मनात तरी काय आहे याच्या?

सरळ अल्टारकडे जाऊन, आ वासून बघणाऱ्या कार्डिनल्सकडे बघत, कामेरलेंगोने बोलायला सुरुवात केली. ''सिन्योरी, शक्य होते तितका वेळ मी थांबलो होतो. पण काय घडते आहे हे समजण्याचा हक्क आहे तुम्हाला.''

१३

आपण कुठे पोहोचणार आहोत याचा लँग्डनला अंदाज नव्हता. त्याला फक्त धोक्यापासून दूर पळायचे होते. बाकांखालून सरकताना त्याची कोपरे आणि ढोपरेही खरचटत होती. डावीकडे वळ असे आपल्याला कोणीतरी सांगते आहे असे त्याला वाटत होते. बाकांच्या मधल्या वाटेवर पोहोचलास तर प्रवेशद्वारापर्यंत धाव घेता येईल. पण ते शक्य दिसत नव्हते. मनात वेगवेगळे विचार घोळवत तो पुढे जात होता. पावलांचे आवाज उजव्या बाजूने जवळ येत होते.

नंतर जे घडले ते लँग्डनला पूर्ण अनपेक्षित होते. चर्चच्या पुढल्या बाजूला पोहोचेपर्यंत बाकांखालून अजून निदान दहा फूट अंतर आहे असे त्याला वाटत होते. चुकीचीच समजूत. अचानक बाकच संपले. तो घाबरून क्षणभर थबकला. डावीकडल्या कोनाड्यात बर्निनीची *'एक्स्टसी ऑफ सेन्ट तेरेसा'* ही शिल्पाकृती त्याच्या नजरेत भरली. आनंदात, उन्मादक अवस्थेत पाठीवर उताणी पडलेली सेन्ट तेरेसा आणि वरती जळता भाला घेतलेला देवदूत.

त्याच्या डोक्यावरच्या बाकावरच गोळी आदळली. तो डोके खाली घालून आणि वाकून चर्चच्या उजव्या बाजूला धावत सुटला. मागे पुढे सटासट गोळ्या सुटत असताना त्याने पुन्हा जमिनीवर सूर मारला आणि तो जो घसरला तो उजव्या बाजूच्या भिंतीवरच्या कोनाड्याच्या रेलिंगवर जाऊन आदळला.

आणि त्याला मुटकुळे करून पडलेली व्हिट्टोरिया दिसली. *व्हिट्टोरिया!* तिचे पाय तिच्या शरीराखाली होते. पण तिचा श्वास चालू दिसत होता. तिला मदत

करायला त्याला वेळच मिळाला नाही.

डावीकडची बाके ओलांडून खुनी जवळ येत होता. आपली घटका भरत आल्याची लँग्डनला खात्री पटली. खुन्याने पिस्तूल वर करत त्याच्या रोखाने नेम धरताच त्याला शक्य होती ती एकच गोष्ट त्याने केली. रेलिंगवरून स्वत:ला आतल्या बाजूला फेकून दिले. त्याच क्षणी रेलिंगच्या संगमरवरी खांबांवर गोळ्याच गोळ्या आदळल्या.

त्या अर्धवर्तुळाकृती कोनाड्यात आत आत जाताना एखाद्या सापळ्यात अडकल्यासारखे त्याला वाटत होते. समोरच एक दगडी शवपेटी होती. *एखादेवेळी माझीच ठरायची.* तशी साधी संगमरवरी पेटीच वाटत होती. त्याच्या सारख्यासाठी योग्यच. कमी खर्चात दफनविधी पार पडला असता. दोन संगमरवरी ठोकळ्यांवर ती शवपेटी ठेवलेली होती. लँग्डनने मधल्या पोकळीकडे बघितले. तिथून आपल्याला आत घुसता येईल?

मागे पावलांचा आवाज आला.

करण्यासारखे दुसरे काही नव्हते. नाईलाज म्हणून जमिनीला अगदी चिकटून त्याने दगडी शवपेटीखालच्या दोन संगमरवरी दगडांना धरून पाय आत घातले. पुन्हा गोळी घातल्याचा आवाज कानांवर आला.

आयुष्यात जो अनुभव कधीही त्याला आला नव्हता तो त्या क्षणी आला. गोळी सणसणत त्याला लगटूनच आधार देणाऱ्या संगमरवरी दगडावर आदळली. अंगातून रक्ताची धार लागली असताना तो पूर्णत: शवपेटीखाली सरकला आणि दुसऱ्या बाजूने वर आला.

मागे फक्त भिंतच. कुठे सरकायला जागाच नाही. हीच छोटीशी जागा बहुधा आपली कबर ठरणार याच्याबद्दल त्याच्या मनात शंका उरली नाही. आणि तीही लौकरच. दगडी शवपेटीखालून पिस्तुलाची नळी दिसायला लागली. हॅसासिन्ने त्याच्या पोटावरच नेम धरला होता.

नेम चुकणेच शक्य नव्हते.

स्वत:चा जीव वाचवणे या एकाच इच्छेने त्याने आपोआप स्वत:च्या पोटावर झोपून शरीर आखडते घेतले. हात दोन्ही बाजूंना पालथे ठेवले. आर्काइव्ह्ज्मधे काच घुसून झालेली जखम पुन्हा उघडली आणि वेदनेची दु:खद जाणीव झाली. त्याकडे दुर्लक्ष करून त्याने आपले पोट वर उचलत शवपेटीला टेकवले. गोळ्या सुटल्या आणि पोटाखालून सणसणत जात भिंतीवर आदळल्या. डोळे मिटून तो बंद जागेत होणारा हा गडगडाट थांबावा अशी प्रार्थना करायला लागला.

गोळ्या सुटणे थांबले.

पिस्तुलातल्या गोळ्या संपल्याचा आवाज आला.

पटकन डोळे उघडले तर पापण्यांचा आवाज येईल या भीतीने त्याने अगदी हळूच डोळे उघडले. वेदनांनी तो कळवळत होता. मोठ्याने श्वास घ्यायलाही घाबरत होता. त्याच्या कानात दडे बसले होते. खुनी गेल्याचा आवाज यावा म्हणून तो कान टवकारून होता. व्हिट्टोरिया! तिला मदतीची आवश्यकता आहे.

आणि नंतरच्या अमानवी आवाजाने त्याची हालचालच थंडावली.

त्याच्या डोक्यावरची ती दगडी शवपेटी खालच्या आधारांवरून निसटून बाजूवर उभी राहिली. घासल्याचा भीतिदायक आवाज यायला लागला आणि शेकडो पौंड वजनाची शवपेटी त्याच्याच दिशेने सरकायला लागली. वरचे झाकण प्रथम सरकले आणि त्याच्या शेजारी आदळले. शवपेटी उलटी होऊन त्याच्या दिशेने पडायला लागली. तो त्या शवपेटीच्या आत गाडला जाण्याची किंवा वजनदार बाजूखाली ठेचला जाण्याची शक्यता दिसताच त्याने शरीराचे मुटकुळे केले, पाय आणि डोके जवळ घेतले आणि डोळे मिटून घेतले.

आणि ती कोसळली तेव्हा जमीनही हादरली. वरची कडा डोक्यापासून काही मिलिमीटर अंतरावर आदळली. शवपेटीची एक बाजू पूर्णपणे जमिनीवर कोसळली नव्हती. थोडीफार संगमरवरी आधारावरच पडली होती. त्याने हळूच डोळे उघडले तेव्हा त्याला प्रकाशाची तिरीप दिसली. बघितले मात्र आणि साक्षात मृत्यूच त्याला डोळ्यांसमोर दिसला.

शवपेटीतल्या मूळच्या रहिवाशाचा तळाला चिकटून राहिलेला सांगाडा सुटला आणि विचित्र आवाज करत त्याने लँग्डनला मिठी मारली. कुजलेली हाडे आणि धूळ त्याच्या नाका-तोंडा-डोळ्यांत शिरायला लागली आणि दुसरे काही करण्याच्या आतच एक हात फटीतून आत शिरला आणि त्या सांगाड्यामधून फिरत त्याने लँग्डनची मानगूट पकडली. त्याच्या एका हाताची बाही शवपेटीच्या कडेखाली अडकली होती. एकच हात मोकळा होता. पण मानेवरची पकड अशी बळकट होती की ती जीवघेणी ठरणार असे वाटायला लागले. त्याने पाय हलवले आणि पेटीचा तळ शोधला. त्याचा गळा आवळला जाताजाता त्याने डोळे मिटून धाडकन पाय त्या शवपेटीच्या तळावर आदळले. शवपेटी अगदी थोडी सरकली, आधारांवरून निसटली आणि खुन्याच्या दंडावर तिची बाजू कोसळली. तो दुःखाने कळवळून ओरडला आणि लँग्डनच्या मानेवरची पकड ढिली झाली. इकडेतिकडे हालवत खुन्याने त्याचा हात बाहेर खेचताच शवपेटी पूर्णपणे जमिनीवर कोसळली.

पूर्ण काळोख.

आणि शांतता.

पुन्हा हात आत घालायचा प्रयत्न झाला नाही. त्या तुटक्या हाडांच्या सांगाड्यात बेशुध्द पडणार असे वाटत असताना त्याने फक्त व्हिट्टोरियाचा विचार मनात आणला.

व्हिट्टोरिया! जिवंत आहेस ना तू?

लॅंग्डनला सत्य कळले असते – व्हिट्टोरिया कुठल्या भीषण स्थितीत शुध्दीवर येणार याची पुसटशीसुध्दा कल्पना आली असती – तर ती जिवंत राहायलाच नको अशीच इच्छा त्याने केली असती.

१४

सिस्टीन चॅपेलमधे कार्डिनल मेस्ताती आणि इतर सर्व कार्डिनल्स अवाक होऊन ऐकत होते. कुणाच्या तोंडातून शब्द बाहेर पडत नव्हता. नक्की काय ऐकत आहोत ते कळून घेणेही त्यांना जमत नव्हते. मेणबत्त्यांच्या प्रकाशात कामेरलेंगोने त्यांना द्वेष आणि विश्वासघात यांनी भरलेली अशी कहाणी ऐकवली होती की मेस्ताती तर थरथरायला लागला. अपहरण झालेले कार्डिनल्स, *खून झालेले* कार्डिनल्स, छातीवर भाजून डाग देऊन ठसे उमटवलेले कार्डिनल्स, प्राचीन इल्युमिनाटी, त्यांची विसरलेली, थरकाप उडवणारी भयानक दहशत. चर्चचा सूड उगवण्याची त्यांची घोर प्रतिज्ञा. त्या नंतर दु:खद आवाजात कामेरलेंगोने इल्युमिनाटींनी पोपवर केलेल्या विषप्रयोगाबद्दल सांगितले. शेवटी जवळजवळ कुजबुजत्या स्वरात प्रतिवस्तू या नवीनच अत्याधुनिक अस्त्राबद्दल माहिती दिली. दोन, फक्त दोन तासांत व्हॅटिकन शहराचा संपूर्ण विध्वंस होण्याच्या शक्यतेबद्दलही सांगितले.

सैतानानेच चॅपेलमधली सर्व हवा काढून घेतली आहे असे त्याचे बोलणे संपल्यावर इतरांना वाटले. कोणाच्याही अंगात हालचाल करायची शक्ती राहिली नव्हती. कामेरलेंगोचे शब्द त्या अंधाऱ्या चॅपेलमधे अजूनही तरंगत होते.

मेस्तातीला मागच्या टेलिव्हिजन कॅमेऱ्याची घरघर फक्त ऐकू येत होती. इतिहासामधल्या कुठल्याही गुप्त बैठकीत नसलेली गोष्ट कामेरलेंगोने स्वत: आणवली होती. बी.बी.सी.च्या एक स्त्री आणि एक पुरुष अशा दोन वार्ताहरांना घेऊन कामेरलेंगो सिस्टीन चॅपेलमधे शिरला तेव्हा सर्व आश्चर्यानेच थक्क झाले होते. आपले निवेदन जगभर थेट प्रसारित करणार असे त्याने म्हटल्यावर कुणालाच काय बोलावे ते सुचले नव्हते.

आता सरळ कॅमेऱ्याकडे बघत तो स्वच्छ आणि गंभीर शब्दांत म्हणाला, "इल्युमिनाटी आणि फक्त विज्ञानावर श्रद्धा असणाऱ्यांना मी एकच सांगेन..." तो क्षणभर थांबला. "तुम्ही युद्ध जिंकले आहे."

सिस्टीन चॅपेलच्या अंधाऱ्या कानाकोपऱ्यातही भयानक शांतता पसरली. स्वत:च्या हृदयाच्या ठोक्यांचा आवाजच मेस्तातीच्या कानात घुमायला लागला.

"याची तयारी निश्चितच कित्येक वर्षं चालू आहे. अंतिम विजय तुमचाच होणार; ही गोष्ट या क्षणाला जेवढी स्पष्ट दिसते आहे, तेवढी पूर्वी कधीच दिसली नव्हती. आजचा नवीन देव आहे विज्ञान."

काय बडबडतो आहे हा! मेस्तातीच्या मनात विचार आला. *वेड लागले आहे का त्याला? सगळे जग ऐकते आहे.*

"औषधं, इलेक्ट्रॉनिक कम्युनिकेशन, अंतराळ प्रवास, जेनेटिक इंजिनिअरिंग घडवून आणत असलेल्या चमत्कारांबद्दल आज आपण आपल्या मुलांना सांगतो. विज्ञान सर्व प्रश्नांची उत्तरं देईल याचा पुरावा म्हणून हे शोध सर्वांपुढे नाचवतो. मानव निर्मितीच्या प्राचीन कल्पना, जळणारी झुडपं आणि दुभंगणारा सागर यांचा आजच्या युगाशी संबंध राहिलेला नाही. देव ही कल्पनाच मोडीत निघाली आहे. विज्ञानाने युद्ध जिंकले आहे. मान्य आहे हे आम्हाला."

चॅपेलमधे सर्वांच्याच मनात गोंधळ निर्माण झाला असावा. वेगळीच कुजबूज सुरू झाली.

"पण विज्ञानाच्या या विजयाची किंमत आपल्यापैकी प्रत्येकाला चुकवावी लागणार आहे. त्याचे परिणाम भोगावे लागणार आहेत." कामेरलेंगोच्या आवाजाला आता वेगळीच धार प्राप्त होत होती.

चॅपेलमधे शांतता होती.

"नाना रोगांमुळे होणारी दु:खं आणि वेदना विज्ञानाने सुसह्य केल्या असतील, कष्ट हलके केले असतील, अत्याधुनिक सुविधांनी सोयी वाढवल्या असतील, मनोरंजनाची साधनंही उपलब्ध केली असतील, पण या जगात मनामधे कुतूहल आणि आश्चर्य निर्माण करणारी प्रत्येक गोष्ट विज्ञानाने नष्ट केली आहे. विस्मयकारक सूर्यास्त म्हणजे केवळ लहरलांबी आणि स्पंदनसंख्या यांची माहिती बनली आहे. विश्वाच्या अफाट पसाऱ्याबद्दलचं कुतूहल म्हणजे फक्त गणितातली समीकरणं झाली आहेत. मानवी जीवनाचं मोल नाहीसं झालं आहे. आपला ग्रह आणि त्यावरची जीवनिर्मिती हा अफाट विश्वातला एक अपघात आहे असं विज्ञान ओरडून सांगतं आहे. अथांग विश्वामधली अर्थशून्य घटना म्हणे! ज्या तंत्रज्ञानाने आपण एकत्र येऊ वाटत होते तेच तंत्रज्ञान आपल्यात फक्त दुरावा निर्माण करते आहे. आपल्यापैकी प्रत्येकजण जर विश्वामधल्या प्रत्येकाशी इलेक्ट्रॉनिक्सच्या माध्यमातून संपर्क साधू शकतो तर मग प्रत्येकाला एकाकी पडल्यासारखे का वाटावं? हिंसा आणि विश्वासघात यांच्या सततच्या माऱ्याने प्रत्येक गोष्टीबद्दलचा संशय हाच मोठा गुण समजला जायला लागला आहे. उपहास आणि पुरावे सादर करण्याची मागणी,

हेच बुद्धिमत्तेचे लक्षण समजले जायला लागले आहे. मग मानवी इतिहासात कधी नव्हता इतका माणूस निराशेने ग्रासला असेल, स्वत:ला पराभूत समजत असेल, तर त्यात आश्चर्य वाटण्यासारखं काय आहे? अशी एक तरी गोष्ट आहे, की जी विज्ञानाला पवित्र वाटते? न जन्मलेल्या गर्भाचा अभ्यास करून विज्ञान उत्तरं मिळवण्याचा प्रयत्न करते. स्वत:च्या डी.एन.ए. रेणूंमधेही बदल करता येतील असा विज्ञानाला विश्वास आहे. अर्थ शोधण्याच्या प्रयत्नात विज्ञान देवाने निर्माण केलेल्या विश्वाचेच छोटे छोटे तुकडे उडवत आहे – आणि शेवटी घडतं काय? नवीन प्रश्नच निर्माण होतात.''

मेस्ताती आदरानेच ऐकायला लागला. प्रत्येकजणच कामेरलेंगोचे बोलणे मंत्रमुग्ध होऊन ऐकत होता. हलताना, बोलताना त्याच्यामधल्या वेगळ्याच सामर्थ्याची प्रचिती यायला लागली होती. आणि त्याचा आवाज? तसा आवाज व्हॅटिकनच्या कुठल्याही व्यासपीठावर मेस्तातीने कधी ऐकला नव्हता. स्वत:च्या मतांबद्दलचा संपूर्ण विश्वास आणि अतीव दु:ख यांनी भारावलेला आवाज!

''विज्ञान आणि धर्म यांच्यामधले प्राचीन युद्ध संपलं आहे. तुम्ही जिंकलाच आहात. पण हा विजय तुम्ही प्रामाणिकपणे मिळवलेला नाही. कोणत्याही प्रश्नांची उत्तरं देऊन नाही. विज्ञानाने सबंध समाजाची घडीच अशी पार बिघडवून टाकली आहे, की जी सत्यं मार्गदर्शक चिन्हं म्हणून आपण बघत होतो त्यांचा अर्थच बदलून गेला आहे. विज्ञानाच्या अफाट घोडदौडीसमोर धर्म नाही स्पर्धा करू शकत. दिपवून टाकणारा विज्ञानाचा प्रत्येक नवीन शोध दुसऱ्या तशाच देदिप्यमान शोधाकडे नेतो आहे. चाकापासून मोटारीपर्यंत पोहोचायला मानव जातीला हजारो वर्षं लागली. मोटारीपासून अंतराळप्रवासाची झेप घ्यायला फक्त काही दशकं पुरली. आता तर विज्ञानाची प्रगती फक्त आठवड्यांमधे मोजली जायला लागली आहे. या अफाट वेगावर आपलं काही नियंत्रणच राहिलेलं नाही. आणि माणसामाणसांतली दरी वाढतच चालली आहे. धर्म मागे राहिल्याबरोबर एक जबरदस्त आध्यात्मिक पोकळी निर्माण झाली आहे. अर्थ कळावा म्हणून मानवजात आक्रोश करते आहे. आपल्याला अज्ञात उडत्या वस्तू दिसतात, आत्म्यांशी संपर्क साधायचे प्रयत्न होतात, आत्मप्रक्षेपणाचे (out of body experience) अनुभव येतात आणि या सर्व चमत्कारिक गोष्टींना एक खोटा, शास्त्रीय समजला जाणारा चकचकीत मुलामा चढवलेला आहे. खरं तर माणसाचा विवेक नष्ट होत चालल्याची ही स्पष्ट चिन्हे आहेत. आधुनिक तंत्रज्ञानाशी संबंध नसलेल्या कुठल्याही गोष्टीचा अर्थ लावायची शक्तीच नाहीशी झालेल्या एकाकी, दु:खी अशा आधुनिक मनाने निराशेने मारलेल्या या हाका कुणाला ऐकू जात नाहीत.''

ऐकण्यात गुंतलेला मेस्ताती पुढे वाकून बसला. तो, इतर सर्व कार्डिनल्स

आणि जगातला प्रत्येक माणूस कामेरलेंगोचा एक एक शब्द कान देऊन ऐकत होता. कामेरलेंगोच्या बोलण्यात शब्दांचे अवडंबर नव्हते, कुणाबद्दल द्वेष नव्हता, बायबलमधले उतारे नव्हते की जीझस ख्राईस्टचा उल्लेख नव्हता. तो साध्या, शुद्ध, आधुनिक भाषेत विचार मांडत होता. जणू काही प्रत्येक शब्द देवाच्याच तोंडून येत होता, प्राचीन संदेशच हल्लीच्या भाषेत मांडत होता. मृत पोपला हा तरुण माणूस इतका प्रिय का वाटत होता याचे एक कारण तरी या क्षणी मेस्तातीच्या लक्षात आले. देवत्व प्राप्त झालेले आधुनिक तंत्रज्ञान आणि जोडीला भावनाशून्यता, निराशा, मरगळ, उपहास यांनी भरलेले जग यांच्या कात्रीत सापडलेल्या साध्यासुध्या माणसांच्या थेट हृदयाला भिडणारे शब्द बोलू शकणारी कामेरलेंगोसारखी माणसेच फक्त आज चर्चला आशेचा किरण दाखवू शकत होती.

कामेरलेंगो आता जास्तीच प्रखर भावनांनी बोलायला लागला होता. ''विज्ञान, विज्ञान म्हणे तुमचे रक्षण करेल. चूक! विज्ञानानेच आपला विनाश घडवायला सुरुवात केली आहे. गॅलिलिओच्या काळापासून विज्ञानाची अफाट घौडदौड थांबवायचा चर्चने प्रयत्न केला. शक्य आहे की काही वेळा त्यासाठी चुकीचेच मार्ग वापरले गेले, पण त्यामागे उद्देश दयाळूपणाचाच होता. पण माणसालाही शेवटी मोह होतो, भुरळ पडते. जरा आजूबाजूला शांतपणे नजर टाकली तर लक्षात येईल की विज्ञानाने दिलेली वचनं खोटी ठरली आहेत. प्रत्येक गोष्ट कार्यक्षमतेने होईल, सोपी होईल असे विज्ञानाने वचन दिले असताना निर्माण झाला तो फक्त गोंधळ आणि प्रदूषण. जमात म्हणून एकत्रित न राहता मानव वंशाचे तुकडेच उडायला लागले आहेत आणि तो विनाशाच्या मार्गाने निघाला आहे.''

क्षणभर थांबून त्याने आपली तीक्ष्ण दृष्टी कॅमेऱ्याकडे वळवली. ''विज्ञान म्हणवणारा कोण आहे हा देव? जो माणसाला अफाट सामर्थ्य देतो, पण ते कधी आणि कसं वापरायचं याचे नियम घालून देऊ शकत नाही? असा कसा हा देव जो बालकाच्या हातात अग्नी देतो, पण त्याच्या धोक्यांबद्दल त्याला काहीच सांगत नाही? विज्ञानाच्या भाषेला चांगल्या किंवा वाईट अशा मार्गदर्शक खुणाच नाहीत. विज्ञानाची पुस्तकं अणुप्रक्रिया कशी सुरू करायची ते सांगतात, पण ती कल्पना मुळात चांगली आहे की वाईट याबद्दल त्या पुस्तकात एकही धडा दिसत नाही.

''तेव्हा विज्ञानाला उद्देशून मी एवढंच म्हणेन, की तुम्हाला बरंवाईट सांगता सांगता चर्च पार थकून गेलं आहे. छोट्यात छोट्या चिप्स बनवायच्या आणि जास्तीत जास्ती फायदा कमवायचा या एकाच उद्देशाने आंधळेपणाने विज्ञान दणक्यात पुढे जात असताना सारासार विचार करून मार्ग दाखवण्याचा प्रयत्न करणाऱ्या चर्चचा पैसा संपत आला आहे. तुम्ही स्वतःवर कसं नियंत्रण राखणार हे आता आम्ही विचारणार नाही. पण ते शक्य आहे तुम्हाला? तुमचं जग इतक्या

बेफाम वेगाने पुढे जातं आहे, की आपल्या कृत्यांचे खरोखर काय परिणाम होतील हा विचार करण्यासाठी क्षणभर जरी कोणी थांबलं तर त्या क्षणात कार्यक्षम असा दुसरा कोणी वाऱ्याच्या वेगाने, दिसतो न दिसतो वाटेपर्यंत तुमच्या पुढे निघून जाईल. तेव्हा तुम्हाला अनियंत्रित वेग राखण्याशिवाय पर्यायच राहिलेला नाही. सर्व संहारक अस्त्रांचा सुकाळ होत असताना, जागतिक नेत्यांना संयम बाळगण्याचा संदेश देण्यासाठी फक्त पोपनेच जगभर प्रवास केला. जिवंत प्राण्यांच्या तुम्ही प्रतिकृती बनवताना फक्त चर्चच त्याच्या नैतिक परिणामांबद्दल आवाज उठवतं आहे. फोन, संगणक, व्हिडिओ स्क्रीन्सवरून एकमेकांशी संपर्क ठेवायला तुम्ही सर्वांना उद्युक्त करताना, फक्त चर्चच आपले दरवाजे सताड उघडून तुम्ही स्वत: येऊन भेटा असा संदेश देत आहे. समोरासमोर आलात तरच जिव्हाळ्याचे संबंध निर्माण होतात. संशोधनाच्या नावाखाली न जन्मलेल्या जिवांची हत्या करत ते संशोधन अनेकांचे जीव वाचवायला कारणीभूत ठरेल या तुमच्या हाकाटीतला विरोधाभास फक्त चर्चच सर्वांसमोर मांडतं आहे.

"आणि पुन्हा चर्च हे अज्ञानी आहे असा डंका पिटायला तुम्ही मोकळेच असता. पण खरं तर जास्ती अज्ञानी कोण आहे? चमकणाऱ्या विजेची व्याख्या सांगू न शकणारा माणूस, का तिच्या ताकदीबद्दल आदर न दाखवणारा माणूस? चर्च स्वत:हून प्रत्येकापर्यंत पोहोचायचा प्रयत्न करते आहे. पण ते जितका जास्ती जास्ती तसा प्रयत्न करते, तसे तुम्ही चर्चला लांब ढकलून द्यायचा प्रयत्न करता. तुम्ही म्हणता *देवाच्या अस्तित्वाचा पुरावा द्या.* मी म्हणेन तुम्हीच तुमच्या टेलिस्कोपमधून आकाशात नजर टाका आणि मग सांगा की *देव नसणं कसं शक्य आहे म्हणून!*" कामेरलेंगोच्या डोळ्यांत आता अश्रू उभे राहिले. "तुम्ही विचारता देव कसा दिसतो. मी म्हणेन हा प्रश्नच कसा निर्माण होतो? उत्तर एकच आहे. तुम्हाला तुमच्या विज्ञानात खरेच देव दिसत नाही? कसं शक्य आहे ते? गुरुत्वाकर्षणाच्या शक्तीमधे किंवा अणूच्या वजनामधे अगदी नगण्य फरक असता तर धुक्याने वेढलेलं मृतप्राय विश्वच दिसलं असतं, हे तुम्हीच ओरडून सांगत असता. आज या अद्‌भुत आणि अलौकिक विश्वाकडे नजर टाकत असताना, त्यामागे देवाचा हात असलाच पाहिजे हा विचारही तुमच्या मनात कसा येत नाही? अब्जावधी पत्त्यांपैकी एक अगदी बरोबर असा पत्ता आपण उचलला यावरच विश्वास ठेवणं सोपं का वाटावं? गणिताच्या दृष्टीने हे अशक्य आहे यावर विश्वास बसतो, पण आपल्यापेक्षा श्रेष्ठ अशी कुठली तरी ताकद अस्तित्वात आहे यावर नाही, ही बाब आपण आध्यात्मिकदृष्ट्या किती खालच्या पातळीवर पोहोचलो आहोत याचेच द्योतक नाही का?

"तुमचा देवावर विश्वास असो की नसो," विचारपूर्वक शब्द शोधत कामेरलेंगो

पुढे म्हणाला, ''एका गोष्टीवर तरी तुम्हाला विश्वास ठेवायलाच हवा. एक समाज म्हणून आपल्यापेक्षा कुठली तरी श्रेष्ठ ताकद अस्तित्वात आहे यावरची श्रद्धा डळमळीत झाली, तर त्याचा अर्थ आपण कशाचीच जबाबदारी स्वीकारत नाही. श्रद्धा – *कुठल्याही धर्मावरची श्रद्धा* – सांगते की आपण समजू शकत नाही अशा कुठल्या तरी शक्तीला आपल्याला जाब द्यावा लागतो. श्रद्धेमुळे आपण एकमेकांबद्दल, आपल्या सर्वांबद्दल, सर्वश्रेष्ठ अशा कुठल्या तरी सत्याला जबाबदार राहतो. कोणताच धर्म निर्दोष असू शकत नाही, कारण माणसामधेच वैगुण्यं असतात. मी ज्याप्रमाणे चर्चकडे बघतो त्याप्रमाणे बाहेरचं जग फक्त संस्कार सोडून या भिंतींच्या पलीकडे बघेल तर त्यांनाही एका आधुनिक चमत्काराची साक्ष पटेल – थोडे फार दोष असणाऱ्या पण साध्या निर्मळ आत्म्यांचे ब्रदरहुड – काहीच नियंत्रण न राहिलेल्या जगात सहानुभूती आणि दयेचा आवाज असणारे ब्रदरहुड.''

कामेरलेंगोने बोलताबोलता कॉलेज ऑफ कार्डिनल्सकडे बोट दाखवताच कॅमेरा धरलेल्या बी.बी.सी.च्या स्त्रीने अभावितपणे कॅमेऱ्याची दिशा वळवली. ''हे लोक काय डायनोसोर आहेत? टाकाऊ बनले आहेत? मी तसा आहे? गरीब-दुर्बलांसाठी, अत्याचारांनी दबलेल्यांसाठी, न जन्मलेल्या अर्भकांसाठी कुणालाच बोलायची आवश्यकता कशी वाटत नाही? फक्त नैतिकतेची बंधने पाळण्याची याचना करणाऱ्या या साध्यासुध्या लोकांची गरजच नाही आपल्याला?''

मेस्तातीच्या लक्षात आले की कामेरलेंगो एक हुशार खेळी खेळत होता. कळून-सवरून किंवा नकळतही असेल; कार्डिनल्सना जगापुढे आणत तो जगाचे लक्ष चर्चकडे वळवत होता. *चर्च म्हणजे काही व्हॅटिकन शहरातल्या इमारती नाहीत, माणसे आहेत तिथली,* जगाच्या भल्यासाठी आयुष्य वेचणारी कामेरलेंगोसारखी माणसे.

''आज आपण एका कड्याच्या काठावर पोहोचलो आहोत. कुणालाही दुर्लक्ष करून चालणार नाही – या विनाशकारी गोष्टीला तुम्ही कुठलंही नाव द्या – सैतान म्हणा – अनैतिकता म्हणा – आणि काही म्हणा – पण या सैतानी शक्ती जिवंत आहेत. दर दिवशी त्यांची ताकद वाढते आहे. तिच्याकडे काणाडोळा करू नका.'' कामेरलेंगोचा आवाज खाली आला. कॅमेऱ्यात आता फक्त त्याचाच चेहरा दिसायला लागला. ''ही ताकद सैतानी असली तरी अजिंक्य नाही. या दुष्ट प्रवृत्तींवर सुष्ट प्रवृत्ती नक्की मात करू शकतील. तुम्ही तुमच्या अंतर्मनाचा आवाज ऐका – देवाचा आवाज ऐका – आपण सर्व मिळून या विनाशकारी कड्याच्या काठावरून परत फिरू शकतो.''

आता मेस्तातीला उलगडा होत होता. गुप्त बैठक संपवण्याचे हे कारण होते तर. दुसरा मार्ग नव्हताच. मदतीसाठी आर्ततेने मारलेली ही हाक अत्यंत थरारक

होती. कामेरलेंगो त्याच्या शत्रूंशी बोलत होता आणि मित्रांशीही. हा वेडेपणा थांबवा असे तो प्रत्येकाला बजावत होता. या कारस्थानामागचे खरे कपटनाट्य, ऐकणाऱ्यांपैकी कुणाच्या तरी लक्षात येऊन तो पुढे सरसावेल.

कामेरलेंगोने गुडघे टेकले. "माझ्याबरोबर सर्वांनीच प्रार्थना करा."

सर्व कार्डिनल्सनी गुडघे टेकून त्याच्याबरोबर प्रार्थनेला सुरुवात केली. बाहेर सेन्ट पीटर्स चौकात आणि सबंध जगभर धक्का बसलेल्या सर्व जणांनीही गुडघे टेकले.

९५

बेशुद्धावस्थेमधली आपली 'ट्रॉफी' हॅसासिन्‌ने व्हॅनच्या मागच्या बाजूला नीट ठेवली. तिच्याकडे बघत क्षणभर घालवलाही. तो नेहमी विकत घ्यायचा तेवढी ही स्त्री सुंदर नसली, तरी तिच्यात एखाद्या देखण्या चपळ जनावरासारखी ताकद होती. चमकणाऱ्या शरीरावर घामाचे थेंब आणि कस्तुरीसारखा सुगंध.

आपले हे बक्षीस न्याहाळताना आपल्या दुखऱ्या दंडाकडेही त्याने दुर्लक्ष केले. कोसळलेल्या दगडी शवपेटीने झालेली जखम नक्कीच एवढी महत्त्वाची नव्हती. त्याची सर्व भरपाई ही स्त्री सहज करणार होती. पण ज्या अमेरिकन माणसामुळे ही आपत्ती ओढवली होती तो तरी नक्की जिवंत नसणार, याचे त्याला समाधान होते.

हालचालही करू न शकणाऱ्या आपल्या कैद्याकडे बघताना पुढे मिळणाऱ्या सुखाच्या नुसत्या कल्पनेने तो चाळवला गेला. त्याने आपल्या हाताचा तळवा तिच्या शर्टमधून आत घातला. काही क्षणांनी तो हसला. अप्रतिम बक्षिसी होती खरी. मोह टाळून त्याने व्हॅनचा दरवाजा बंद केला आणि ती सुरू केली.

या खुनाबद्दल वर्तमानपत्रांना काही कळवायची आवश्यकता नव्हती. उफाळणाऱ्या ज्वाळा त्याचे काम करणार होत्या.

कामेरलेंगोचे भाषण ऐकल्यावर सिल्वीच्या तोंडातून शब्द फुटेना. आजपर्यंत कधीही तिला आपण कॅथलिक असल्याचा एवढा अभिमान वाटला नव्हता आणि सर्नमधे काम करत असल्याबद्दल लाजही. रिक्रिएशनल विंगमधून जाताना प्रत्येक खोलीमधे शांतताच पसरलेली दिसली. प्रत्येकाचा चेहरा गंभीर होता. ती कोहलरच्या केबिनमधे परतली तेव्हा तिथले सातही फोन खणखणत होते. प्रसिद्धी माध्यमांचा

कुठलाही फोन कोहलरच्या ऑफिसमधे पोहोचायचा नाही. तेव्हा या सर्व फोन्सचा अर्थ एकच होता.

पैसा!

प्रतिवस्तूचे तंत्रज्ञान आता अनेकांना हवे होते.

व्हॅटिकनमधे सिस्टीन चॅपेलमधून कामेरलेंगो मागोमाग बाहेर येणारा गुन्थार ग्लिक हवेतच तरंगत होता. ग्लिक आणि माक्री यांनी दशक गाजवून सोडेल असे थेट प्रक्षेपण केले होते. कामेरलेंगोने जगावर काय मोहिनी पाडली असेल.

हॉलमधून जाताना त्यांच्याकडे वळून कामेरलेंगो म्हणाला, ''स्विस गार्डना तुमच्यासाठी काही फोटो गोळा करायला सांगितले आहे. ब्रॅन्ड उमटवलेल्या कार्डिनल्सचे आणि मृत पोपचेही. हे खूप बघण्यासारखे नाहीत हे आधीच सांगून ठेवतो. भाजल्याच्या भीषण खुणा, काळी पडलेली जीभ. पण तुम्ही ते जगभर प्रसारित करावेत अशी माझी इच्छा आहे.''

व्हॅटिकन शहरामधे कायम ख्रिसमसच असतो की काय? *मृत पोपचे फोटो फक्त मी प्रक्षेपित करावेत म्हणतो आहे हा!* ''खात्री आहे ना तुम्हाला?'' आवाजात अधीरतेची छटा उमटणार नाही याची काळजी घेत ग्लिकने विचारले.

कामेरलेंगोने मान डोलावली. ''आणि प्रतिवस्तूच्या कुपीची फिल्महीी गार्ड्स तुम्हाला देतील. सेकंदा सेकंदाने त्यावरचा वेळ कमी होतो आहे.''

ग्लिक नुसता बघतच राहिला.

ख्रिसमस! ख्रिसमस!! ख्रिसमस!!!

''अतिरेक करण्यात आपण फार मोठी चूक केली आहे हे इल्युमिनाटींच्या लक्षात येईल आता.'' कामेरलेंगो आत्मविश्वासाने म्हणाला.

९६

गुदमरून टाकणारा अंधार. पुन्हापुन्हा पडणाऱ्या भीषण स्वप्नासारखाच अंधार पाठ सोडत नव्हता.

प्रकाश नाही, हवा नाही, बाहेर पडायला मार्ग नाही.

उलटलेल्या दगडी शवपेटीखाली अडकलेल्या लँग्डनची मन:स्थिती अत्यंत बिघडत होती. हालचाल करायला जागा नाही हा विचार त्याला मनात यायला नको होता. त्याने आपले मन दुसऱ्या कुठल्या तरी विचारात गुंतवायचा प्रयत्न सुरू

केला. गणित–संगीत–कोणताही विषय. पण मनात शांतता निर्माण होणारच कशी? *मला हालचाल करता येत नाही! धड श्वासही घेता येत नाही.*

पण त्याची अडकलेली बाही तरी सुटली होती. त्याचे दोन्ही हात मोकळे होते. त्याने आपल्या छोट्या तुरुंगाच्या छतावर हात टेकले. जोर लावला. छे! शवपेटी थोडीशीही हलली नाही. बाही अडकूनच राहिली असती, तर थोडीशी हवा आली असती की!

त्याने पुन्हा एकदा प्रयत्न केला. बाही हातावरून खाली सरकली. जुना मित्र चमकताना दिसला. घड्याळावरचा मिकी! वेडावून दाखवत होता बहुधा.

शवपेटीची कडा जमिनीवर पूर्ण टेकली होती. अंधुकसा प्रकाशही कुठून येत नव्हता. आजपर्यंत विद्यार्थ्यांना शिकवताना इटलीच्या कसबी कारागिरीचे तो काय कौतुक करायचा. उत्कृष्ट कडा, रेषा आणि वापरला जाणारा संगमरवरही तसाच. आणि आता उत्कृष्ट बनावटीच्या शवपेटीमुळे त्याचा जीव जायची पाळी आली होती.

"उचल, उचल ती." तो स्वत:शीच मोठ्याने बोलला. पाव इंच तरी वर हलली. क्षणभर बाहेरचा प्रकाश दिसला. पुन्हा धाडकन ती जमिनीवर आदळली. अंधारातच तो धापा टाकायला लागला. त्याने पायांनी ती वर करायचे ठरवले तर आता पाय सरळ करायलाही जागा नव्हती.

आपल्याभोवती ती दगडी शवपेटी लहानलहान होत जाते आहे, असे भीषण दृश्य त्याच्या मनासमोरून तरळून गेले आणि त्याचा थरकाप उडाला. डोके फिरण्याच्या भीतीनेच त्याने पुन्हा बुद्धी वापरायला सुरुवात केली.

वर्गात बोलावे तशा सहज आवाजात तो बोलायला लागला, "शवपेटी – *Sarcophagus* – ग्रीक *शब्दांपासून बनला आहे. Sarx म्हणजे मांस – Phagein म्हणजे खाणे. मी अशा पेटीखाली अडकलो आहे की जी मांस खाण्यासाठीच डिझाइन केली आहे."*

हाडांवरच्या खाल्लेल्या मांसाचा संबंध येताच त्याला आठवण झाली की, एका सांगाड्याची हाडेच तर त्याच्यावर कोसळली आहेत. त्याच्या पोटात ढवळायला लागले. तो क्षणभर थरथरला. आणि तरीही त्याला एक कल्पना सुचली.

त्याने आसपास हात फिरवत हाडाचा एक तुकडा धरला. बरगडीचे असेल? कुठले का असेना. त्याला जमीन आणि ती पेटी यांच्यामधे घुसवायला एक पाचर हवी होती. थोडी जरी पेटी उचलता आली आणि मधे हाड सरकवता आले तर हवा मिळेल.

जमीन आणि शवपेटीच्या खाचेत हाड धरून त्याने दुसऱ्या हाताने पेटी वर उचलायचा प्रयत्न केला. ती ढिम्म हलली नाही. दुसऱ्यांदा प्रयत्न केल्यावर थोडी थरथर झाली एवढेच.

घाणेरडा दर्प, संपत चाललेला प्राणवायू आणि नाहीशी होत चाललेली ताकद यांचा विचार करताकरता त्याला एक गोष्ट स्पष्ट कळली. एक, फक्त एकच प्रयत्न करण्याइतकी शक्ती आपल्या अंगात आहे आणि त्यासाठीही दोन्ही हात मोकळे हवेत.

हाडाचे निमुळते टोक खाचेशी धरून त्याने आपला खांदा हाडाच्या दुसऱ्या टोकाशी धरला. काहीही झाले तरी हाड तिथून निसटणार नाही याची काळजी घेत त्याने दोन्ही हात वर केले. तो घुसमटायला लागला होता आणि भीतीने त्याची गाळण उडाली होती. हवेशिवाय अडकायची आजच्या दिवसामधली ही त्याची दुसरी वेळ होती. मोठ्याने ओरडत, दोन्ही हातांचा जोर लावत त्याने शवपेटी वर उचलायचा निकराचा प्रयत्न केला. क्षणभरच ती वर उचलली गेली. पण खांद्यामागचे हाड मागे सरकवण्यासाठी तेवढा वेळ पुरेसा ठरला. हाडाचे तुकडे उडाले तरी छोटीशी फट शिल्लक राहिली होती. प्रकाशाची तिरीप दिसत होती.

लँग्डन दमून कोसळला. घुसमटण्याची भावना नाहीशी होईल या अपेक्षेने तो थांबला. पण सेकंदा सेकंदाला त्याचा श्वास कोंडायला लागला. फटीतून हवा येत असलीच तर ती पुरेशी नव्हती. तो जिवंत राहाण्याइतकी हवा मिळेल असे त्याला वाटेना. आणि जिवंत राहिलाच तर किती वेळ राहील? आणि तो बेशुद्धच पडला, तर तो इथे अडकला आहे हे तरी कसे कुणाला कळणार?

त्याला हात हलवायचीही ताकद नव्हती. कष्टानेच त्याने घड्याळाकडे नजर टाकली. रात्रीचे १०:१२ वाजले होते. बोटे थरथरत असतानाच त्याने घड्याळाची एक छोटी डायल फिरवली. बटण दाबले.

त्याची शुद्ध हरपत चालली. शवपेटी त्याला दाबून टाकते आहे असा भास व्हायला लागला. अनेक वेळा प्रयत्न केला होता तसाच विचार त्याने मनात आणला. तो एका मोठ्या मोकळ्या पठारावर आहे. पण मनासमोर उभी केलेली प्रतिमा जास्ती वेळ राहिली नाही. लहानपणापासून पडणाऱ्या भीषण स्वप्नांनी त्याच्या मनाचा ताबा घेतला.

अगदी चित्रात दाखवतात तशी फुले आहेत इथली, *हिरव्यागार कुरणातून धावताना मुलाच्या मनात विचार आला. त्याच्याबरोबर आता ममी डॅडी हवे होते. पण ते तंबू उभारण्यात दंग होते.*

"उगीच खूप लांब जाऊ नकोस." ममी म्हणाली.

पण उड्या मारत झाडीत जाताना आपल्याला काही ऐकूच आले नाही असे त्याने दर्शविले.

आणि आता तो एका दगडांच्या राशीजवळ पोहोचला. एखाद्या जुन्या घराचा पाया असणार. तो मुळीच त्यांच्या जवळपास जाणार नव्हता. तेवढे त्याला कळत होते. इतक्यात त्याचे लक्ष दुसरीकडेच वेधले गेले – चमकदार *लेडीज स्लीपरकडे*

– न्यू हॅम्पशायरमधल्या अप्रतिम आणि क्वचित आढळणाऱ्या एका फुलाकडे. त्याने फक्त पुस्तकातच चित्र पाहिले होते.

त्याची पावले फुलाच्या दिशेने वळली. तो गुडघ्यांवर बसला. आजूबाजूची जमीन ओलसर वाटत होती. कुजणाऱ्या लाकडांमधून ते फूल उगवले होते.

हे फूल घरी न्यायच्या उत्सुकतेनेच त्याने फुलाच्या देठाच्या दिशेने हात लांब केला.

पण तो हात फुलापर्यंत पोहोचलाच नाही.

काडकन आवाज करत जमीनच दुभंगली.

तीन सेकंद खाली कोसळताना त्याच्या मनाचा एकाच भीषण विचाराने थरकाप उडाला. मरणार आपण. कुठेतरी धाडकन आदळणार आता. त्याने मनाची तयारी केली. तो धाडकन आदळला खरा, पण कुठलीही वेदना झाली नाही. स्पर्श मऊ वाटत होता.

आणि थंडगारही.

प्रथम त्याचे तोंडच खोल पाण्यात गेले. दिशा न कळल्याने तो गटांगळ्या खायला लागला. सर्व बाजूंच्या भिंतींमधून केवळ अंत:प्रेरणेनेच पाण्यावरती पोचला.

प्रकाश.

अगदी थोडासा. डोक्यावरती. खूप मैल उंचावर असावा तसा.

कशाला तरी धरण्यासाठी तो आजूबाजूला चाचपडायला लागला. गुळगुळीत दगडच हाताला लागत होता. एका ओसाड विहिरीच्या झाकणातून तो आत विहिरीत कोसळला होता. तो मदतीसाठी किंचाळला. त्याच्या आवाजाचे प्रतिध्वनीच फक्त त्याच्या कानांवर पडले. वरचा प्रकाश अंधूक व्हायला लागला.

रात्र पडली.

अंधारात वेळेचे भान राहिले नाही. त्याचे हातपाय थंड पडत असतानाही तो तरंगत राहिला, ओरडत राहिला. आजूबाजूच्या भिंती कोसळून आपण जिवंत गाडले जाणार या भीतीनेच त्याच्या मनाचा थरकाप उडत होता. त्याचे दंड अत्यंत दुखत होते. कधीकधी आवाज ऐकल्याचे त्याला भास झाले. तो मोठ्याने ओरडला. पण त्याचा आवाजही आता उमटेनासा झाला होता.

रात्र जात चालली तशा भिंती जवळ येत चालल्या. तो सारखा त्या दूर सारायचा प्रयत्न करत होता. किती वेळा त्याला भयानक थकव्याने सर्व थांबवावेसे वाटत होते. पण त्या थंडगार पाण्यानेच जणू त्याची भीती कमी होत होती.

त्याची सुटका करण्यासाठी रेस्क्यू टीम पोहोचली तेव्हा त्याची शुद्ध जवळजवळ हरपली होती. पाच तास तो पाण्यावर तरंगत होता. दोन दिवसांनी 'दि बोस्टन ग्लोब' मधे पहिल्या पानावर त्याची कथा झळकली. ''दि लिटल स्वीमर दॅट कुड.''

१७

टायबर नदीकाठावरच्या प्रचंड दगडी इमारतीच्या आतल्या बाजूला व्हॅन उभी करताना हॅसासिन् हसला. त्याने गोल गोल वर चढणाऱ्या दगडी भुयारातून त्याची 'ट्रॉफी' वरती नेली. ती वजनदार नाही म्हणून त्याला बरे वाटले.

तो दरवाज्याजवळ पोहोचला.

चर्च ऑफ इल्युमिनेशन! तो अभिमानाने नजर फिरवत होता. *इल्युमिनाटी भेटत ती प्राचीन जागा! ती जागा या ठिकाणी असेल असे कुणाच्या मनात आले असते?*

त्याने तिला एका गुबगुबीत सोफ्यावर ठेवून तज्ज्ञाप्रमाणे तिचे हात मागे बांधले. पायही बांधून टाकले. पण शेवटचे काम होईपर्यंत तो तिची मजा चाखू शकत नव्हता. *जल!*

पण काही क्षण तरी होते की त्याला. त्याने तिच्या मांडीवरून हात फिरवत वर वर नेला. थांबला. *धीर धर. अजून काम शिल्लक आहे.*

तो खोलीबाहेरच्या दगडी बाल्कनीत गेला. गार वाऱ्याने जरा शांत झाला. खाली टायबर नदी खळखळत होती. त्याने पाऊण मैलावरच्या सेन्ट पीटर्सच्या घुमटावर नजर टाकली. प्रसिद्धी माध्यमांच्या शेकडो दिव्यांनी तो उजळून निघाला होता.

"शेवटचा तास राहिला तुझा," तो मोठ्याने म्हणाला. धर्मयुद्धात कत्तल झालेल्या हजारो मुस्लिमांची त्याला आठवण येत होती. "आज मध्यरात्री तू तुझ्या देवाजवळ पोहोचशील."

मागे त्या स्त्रीची हालचाल त्याला जाणवली. हॅसासिन् मागे वळला. तिला उठवावे का? स्त्रीच्या नजरेत उमटलेली भयानक भीती बघायला आवडे त्याला.

पण तो नसताना ती बेशुद्ध असणेच ठीक, त्याने सूज्ञपणे विचार केला. तिला बांधून ठेवले असले आणि तिची सुटका होणे शक्य नसले तरी सुटकेचा प्रयत्न करून त्याला ती थकलेली नको होती. *त्याला तिची ताकद टिकायला हवी होती. त्याच्यासाठी.*

त्याने तिचे डोके उचलून मानेखालचा भाग अंगठ्याने दाबताच तिची हालचाल थंडावली. आजपर्यंत त्याने शेकडो वेळा ते केले होते. *वीस मिनिटे तरी काळजी नाही.* आजच्या सुवर्णदिनाचा शेवट काय सुरेख असणार होता. त्याच्या सुखासाठी विविध गोष्टी करता करता तिचा जीव गेल्यावर बाल्कनीत उभे राहून मध्यरात्री सुरू

होणारी व्हॅटिकनमधली आतषबाजी बघता येईल.

फक्त मशालींच्या उजेडात प्रकाशणाऱ्या खालच्या एका कोठडीमधे तो पोचला. त्याच्यासाठीच तिथे ठेवलेले धातूचे ब्रॅन्ड त्याने पुन्हा बघितले.

आता फक्त पाणीच! शेवटचा ठसा!

त्याने भिंतीवरची मशाल खाली घेतली. आत्तापर्यंत तीन वेळेला त्याने तीच गोष्ट केली होती. त्याने ठसा मशालीवर धरला. तापून लाल पडल्यावर तो घेऊन कोठडीत शिरला.

आतमधे एक वृद्ध माणूस शांतपणे उभा होता. वृद्ध आणि एकटाही.

''कार्डिनल बाग्गिया,'' तो फूत्कारला. ''प्रार्थना केलीस की नाही?''

त्या इटालिअनच्या डोळ्यांत थोडीही भीती नव्हती. ''तुझ्या आत्म्याला शांती लाभावी म्हणून केली आहे.''

९८

सहा *पॉम्पिएरि* – रोमन पोलीस – फायरमननी चर्च ऑफ सान्ता मारिया देल्ला व्हिट्टोरियाची आग हॅलोन गॅसच्या फवाऱ्यांनी विझवली. पाण्याने आग विझवणे स्वस्त होते, पण वाफेमुळे चॅपेलमधली भित्तीचित्रे नष्ट व्हायची भीती असे. व्हॅटिकनच्या मालकीच्या इमारतींच्या बाबतीत योग्य ती काळजी घेण्यासाठी व्हॅटिकन रोमन *पॉम्पिएरिंना* भरपूर पैसा देत असे.

पॉम्पिएरींचे कामच असे होते की दररोजच त्यांना दु:खद घटना बघाव्या लागत. पण या चर्चमधे अत्यंत क्रूरपणे केलेली ही हत्या त्यांच्यापैकी कोणीच कधी विसरू शकणार नव्हते. फाशी, क्रूसवर ठोकणे, जाळणे – भीषण स्वप्ने पडतील असा प्रकार होता.

दुर्दैवाने प्रसिद्धी माध्यमे नेहमीप्रमाणेच अग्निशामक दलाच्या आधी पोहोचली होती आणि त्यांना बाहेर काढण्यापूर्वी त्यांनी भरपूर व्हिडिओ शूटिंग केले होते. शेवटी एकदा त्या माणसाला कसेबसे खाली घेऊन जमिनीवर ठेवल्यावर तो कोण होता याबद्दल कुणाच्याच मनात संशय नव्हता.

''बार्सिलोनाचा कार्डिनल गिदेरा,'' एक जण कुजबुजला.

मृत कार्डिनलच्या अंगावर एक कपडा नव्हता. शरीराचा खालचा भाग जळून लाल काळा पडला होता. मांडीला पडलेल्या भेगांमधून रक्त वाहत होते. नडग्यांची

हाडे उघडी पडली होती. एक फायरमन भडाभडा ओकला. दुसरा एक श्वास कोंडला म्हणून सरळ चर्चबाहेर गेला.

सर्वांत भयानक प्रकार म्हणजे छातीवर उमटवलेला ठसा होता. त्याच्याभोवती फेरी घालत फायरचीफ स्वत:शीच पुटपुटला, *''प्रत्यक्ष सैतानाने स्वत: केलेले कृत्य आहे हे.''* लहानपणानंतर आज प्रथमच त्याने स्वत:च्या शरीरावर क्रॉसचे चिन्ह केले.

''आणखी एक प्रेत.'' एक फायरमन ओरडला.

त्या माणसाला तर फायर ब्रिगेडच्या मुख्याने ताबडतोब ओळखले. स्विस गार्ड्सच्या या कडक कमांडरबद्दल इतरांना कधीच विशेष आस्था वाटली नव्हती. त्याने व्हॅटिकनला फोन करायचा प्रयत्न केला. लागला नाही. विशेष बिघडणार नव्हतेच म्हणा. टेलिव्हिजनवर सर्वच फिल्म थोड्या वेळात दाखवली गेली असती. स्विस गार्ड्सना कळणारच होते.

सगळीकडे नजर टाकत या ठिकाणी नक्की काय प्रकार घडला असावा असा तो मनात विचार करत असताना, एका कोपऱ्यामधे त्याला अनेक गोळ्या झाडल्या गेल्या आहेत हे लक्षात आले. एक दगडी शवपेटीही उलटी होऊन पडलेली दिसत होती. *पोलीस आणि होलि सी बघतील तिकडे* असा विचार करून तो वळला आणि थबकला. शवपेटीमधून त्याला काहीतरी आवाज ऐकू येत होता. कोणत्याही फायरमनला तसा आवाज कानांवर पडलेला आवडत नाही.

''बॉम्ब,'' तो ओरडला. *''पळा.''*

बॉम्ब स्क्वॉडने नंतर शवपेटी उलथल्यावर इलेक्ट्रॉनिक बीप्स कुठून येत आहेत याचा पत्ता लागला. ते गोंधळून बघतच राहिले.

''मेडिको!'' शेवटी एकजण किंचाळला. *''मेडिको!''*

११

''ऑलिव्हेट्टीकडून काही कळले?'' थकलेल्या कामेरलेंगोने विचारले. रॉचरने त्याला सिस्टीन चॅपेलमधून पोपच्या कार्यालयात आणून सोडले होते.

''काहीच नाही. मला काळजीच वाटते आहे.''

''कॅप्टन! आज रात्री मी याहून जास्ती काही करू शकेन असं मला वाटत नाही. मी आता आत जाऊन प्रार्थना करणार आहे. मला कुणीही त्रास देऊ नका.

बाकी सर्व आता देवाच्याच हातात आहे.''

''हो सिन्योर.''

''आणि ती कुपी शोधा. खूप उशीर झाला आहे.''

''शोध चालू आहे, पण...'' थोडे अडखळतच रॉचर म्हणाला. ''पण ती कुठे दडवली आहे काही कळत नाही.''

कामेरलेंगोच्या अंगावर शहारे आल्यासारखे वाटले. काय बोलावे त्याला सुचत नसावे. ''सव्वाअकरा वाजेपर्यंतही चर्चचा धोका टळला नसेल तर सर्व कार्डिनल्सना बाहेर काढा. त्यांच्या सुरक्षिततेची जबाबदारी मी तुझ्यावर सोपवतो आहे. माझी एकच इच्छा आहे. त्यांना धीरगंभीरपणे बाहेर पडू दे. पुढल्या दाराने सेन्ट पीटर्स चौकात येऊ दे. इतरांबरोबर उभे राहू दे. घाबरलेली वृद्ध माणसे मागच्या दाराने बाहेर पडत आहेत अशी या चर्चची शेवटची प्रतिमा नसावी, अशी माझी इच्छा आहे.''

''ठीक आहे सिन्योर. आणि तुमचे काय? तुमच्यासाठीही सव्वाअकराला येऊ?''

''त्याची गरज नाही.''

''सिन्योर?''

''मला जेव्हा प्रेरणा मिळेल तेव्हा निघेन मी.''

बुडत्या जहाजाबरोबर स्वेच्छेने खाली जाणाऱ्या कॅप्टनप्रमाणे कामेरलेंगो वागणार आहे की काय? पण रॉचर काही बोलला नाही.

पोपच्या कार्यालयाचा दरवाजा उघडता उघडता कामेरलेंगो थांबला आणि म्हणाला, ''आणि एक गोष्ट आहे खरी म्हणजे.''

''सिन्योर?''

''कापरं भरण्याइतकी थंडी वाजते आहे मला इथे.''

''इलेक्ट्रिक हीटर नाही. तेव्हा आज मी शेकोटी पेटवून देतो तुम्हाला.''

''थॅन्क यू! थॅन्क यू व्हेरी मच!''

शेकोटीसमोर मेरी मातेच्या छोट्या मूर्तीसमोर कामेरलेंगोने प्रार्थना सुरू केल्यावर रॉचर बाहेर पडला. ज्वाळांच्या उजेडात गुडघ्यांवर बसून प्रार्थना करणारी एक सावलीसारखी आकृती हे दृश्य त्याला फार भीतिदायक वाटले होते. हॉलमधून पुढे निघताना एक गार्ड धावतच पुढे झाला. मेणबत्त्यांच्या प्रकाशातही या नवीन, तरुण आणि उत्साही गार्डला रॉचरने ओळखले. लेफ्टनंट शारत्राँ.

हातातला सेल्युलर फोन पुढे करत तो म्हणाला, ''कॅप्टन, कामेरलेंगोच्या भाषणाचा काहीतरी परिणाम झाला असावा. फोनवरचा माणूस म्हणतो आहे की आपल्याला उपयोग होईल अशी माहिती त्याच्याकडे आहे. व्हॅटिकनच्या खाजगी

एक्स्टेन्शनवर त्याचा फोन आला. तो नंबर त्याला कसा काय मिळाला याची मला कल्पना नाही.''

''काय?''

''आणि तो फक्त वरच्या दर्जाच्या अधिकाऱ्याशीच बोलणार म्हणतो.''

''ऑलिव्हेट्टीकडून काही कळले?''

''नाही सर.''

त्याने रिसीव्हर कानाला लावला. ''कॅप्टन रॉचर बोलतो आहे. मीच आता इथला अधिकारी आहे.''

''रॉचर.'' आवाज आला. ''मी कोण आहे ते आधी सांगतो. आणि नंतर तू काय करायला हवंस, तेही.''

फोनवरच्या माणसाने बोलणे संपवून फोन खाली ठेवला तेव्हा रॉचर थक्क होऊन खिळल्यासारखा उभा राहिला. तो कुणाकडून आज्ञा घेत होता हे त्याला आता कळले होते.

सर्नमधे कोहरलच्या व्हॉईसमेलवर क्षणाक्षणाला येणाऱ्या शोधाच्या वापराबद्दलच्या चौकशा लक्षात ठेवताठेवता सिल्वी बॉदलोकचा दम निघाला होता. डायरेक्टरच्या डेस्कवरचा खाजगी फोन खणखणताच ती दचकली. तो नंबर दुसऱ्या कुणाकडे नव्हता. तिने फोन उचलला.

''मिसेस बॉदलोक? डायरेक्टर कोहलर. माझ्या पायलटला पाच मिनिटांत माझे जेट तयार ठेव म्हणून सांग.''

१००

डोळे उघडताना रॉबर्ट लँग्डनला आपण कुठे आहोत, किती काळ शुद्धीत नव्हतो याची कल्पना नव्हती. तो एका नक्षीकाम केलेल्या, चित्रे रंगवलेल्या घुमटाकडे बघत होता. धूर वर जात होता. तोंडावर काहीतरी होते. ऑक्सिजन मास्क. त्याने तो काढून टाकला. खोलीत घाणेरडा दर्प पसरला होता. जळक्या मांसासारखा.

त्याचे डोके जबरदस्त ठणकत होते. त्याने उठायचा प्रयत्न केला. पांढऱ्या कपड्यांमधला एक माणूस शेजारी गुडघ्यांवर बसला होता.

"उठू नकोस." लँग्डनला हळूच पुन्हा पाठीवर निजवत तो म्हणाला. "मी पॅरामेडिक आहे."

लँग्डनने ऐकले त्याचे. वर गोल गोल जाणाऱ्या धुराप्रमाणे त्याचे डोकेही गरगरत होते. तो एकदम खूप घाबरला.

"उंदरानेच वाचवले." पॅरामेडिक म्हणाला.

लँग्डनला काही उलगडा होईना. *उंदराने वाचवले?*

त्याने लँग्डनच्या मनगटावरल्या मिकी-माऊस घड्याळाकडे बोट दाखवले. लँग्डनच्या मनावरले मळभ दूर व्हायला लागले. त्याला अलार्म लावल्याची आठवण झाली. त्याने सहजच किती वाजले बघितले. १०:२८ वाजले होते.

तो खाडकन उठून बसला.

आणि त्याला सर्व आठवले.

मुख्य अल्टारसमोर फायरचीफ आणि काही फायरमेन यांच्याबरोबर लँग्डन उभा होता. ते त्याच्यावर प्रश्नांची सरबत्ती करत होते. लँग्डनचे त्यांच्याकडे अजिबात लक्ष नव्हते. *त्याला स्वत:चेच प्रश्न विचारायचे होते.* त्याचे सर्व अंग ठणकत होते. पण त्याला फुकट घालवायला वेळच नव्हता.

चर्चमधून चालत एक *पॉम्पिएरि* लँग्डनजवळ पोहोचला. "मी पुन्हा चौकशी केली सर. कार्डिनल गिदेरा आणि स्विस गार्ड कमांडर यांचीच फक्त प्रेतं सापडली आहेत. कोणतीही स्त्री कुठे दिसली नाही."

"थँक यू," लँग्डन म्हणाला. त्याची काळजी दूर झाली, की तो घाबरला होता हे त्याला सांगता आले नसते. व्हिट्टोरियाला बेशुद्धावस्थेत जमिनीवर पडलेले त्याने नक्की पाहिले होते. आता ती तिथे नव्हती. एकच स्पष्टीकरण होते. खुन्याचे फोनवरचे हलकट हसणे आणि व्हिट्टोरियाला उद्देशून बोललेले शब्द त्याला आठवले. *"बरीच मस्ती दिसते. मला आवडलीस तू. ही रात्र संपायच्या आधी एखादेवेळी मीच तुला शोधेन आणि तू माझ्या तावडीत सापडलीस ना..."*

असह्य विचार होता खराच.

"स्विस गार्ड्स कुठे आहेत?"

"अजून संपर्क साधता आलेला नाही. व्हॅटिकनच्या सर्व लाईन्स जाम झाल्या आहेत."

लँग्डनच्या मनावर भयानक दडपण आले. तो आता अगदी एकटा होता. ऑलिव्हेट्टी जिवंत नव्हता. कार्डिनलचा खून झाला होता. व्हिट्टोरियाचा पत्ता नव्हता. त्याच्या आयुष्यातला अर्धा तास एकदा पापण्यांची उघडझाप करावी तसा नाहीसा झाला होता.

बाहेर गोंधळ चालला असावा. कार्डिनलच्या भीषण खुनाची टेप अजून

प्रसारित झाली नसली तरी काही वेळातच होईल, याबद्दल त्याच्या मनात संशय नव्हता. दुर्घटनांची मालिका संपणार नाही हे लक्षात घेऊन कामेरलेंगो वागत असेल अशी त्याची अपेक्षा होती. *खेळ पुरेत आता. हरलो आपण. व्हॅटिकन खाली करा आधी.*

ज्या गोष्टींचा ध्यास घेऊन तो आतापर्यंत धडपड करत होता, त्या सर्व गोष्टी आता त्याच्या मनातून नाहीशा होत चालल्या होत्या. व्हॅटिकन शहर वाचवणे, चार कार्डिनल्सची सुटका, ज्या ब्रदरहुडचा अभ्यास करण्यात त्याने अनेक वर्षे घालवली होती त्यांच्याशी प्रत्यक्ष भेट. हे युद्ध हरल्यातच जमा होते. आता त्याच्यापुढे एकच ध्येय होते. साधे, सरळ, स्पष्ट.

व्हिट्टोरियाला शोधून काढायचे.

त्याला भयंकर एकटेपणा जाणवत होता. ज्या दोन माणसांमधे वर्षानुवर्षे जवळीक निर्माण होत नाही, तीच दोन माणसे वेगळ्याच, मनावर दडपण आणणाऱ्या परिस्थितीत फार झटकन जवळ येतात असे त्याने ऐकले होते. आज त्याचा विश्वास बसत होता. व्हिट्टोरिया जवळ नाही म्हटल्यावर प्रथमच त्याच्या मनात पोकळी निर्माण झाली होती. एकटेपणा! त्या एकटेपणाची दु:खद भावनाच आता त्याला ताकद देत होती.

मनातले इतर सर्व विचार झटकून त्याने एकाच गोष्टीवर मन केन्द्रित केले. हॅसासिन् स्वत:च्या सुखाचा विचार करण्यापूर्वी, त्याचे काम पूर्ण करण्यावर प्रथम लक्ष देईल एवढीच त्याची आशा होती. नाहीतर लँग्डनला फार उशीर झालाच होता. *नाही! ते शक्य नाही! तुला नक्की वेळ मिळणार आहे.* व्हिट्टोरियाला पळवणाऱ्या खुन्याचे काम अजून शिल्लक होते. कायमचे नाहीसे होण्यापूर्वी त्याला शेवटचे एकदा पुढे येणे भाग होते.

विज्ञानाची शेवटची पवित्र वेदी. खुन्याचे शेवटचे काम शिल्लक होते.

पृथ्वी – वायू – अग्नी – जल.

त्याने घड्याळ बघितले. तीस मिनिटे. फायरमेनच्या जवळून तो बर्निनीच्या *'एक्स्टसी ऑफ सेन्ट तेरेसा'* जवळ पोहोचला. या वेळी बर्निनीच्या खुणेकडे बघताना आपण काय शोधतो आहोत याबद्दल त्याच्या मनात थोडाही संशय नव्हता.

तुज मार्ग दाविती नीट, ही किमया देवदूतांची.

पहुडलेल्या सेन्टच्या वरच्या बाजूला, उफाळणाऱ्या, भडकत्या ज्वाळांसमोर बर्निनीचा देवदूत होता. टोकामधून ज्वाळा येणारा भाला त्याने हातात धरला होता. भाल्याची दिशा चर्चच्या उजव्या बाजूला होती. त्या भिंतीवर काही नव्हते. नसणारच. भाला भिंतीपलीकडे अंधाऱ्या रोममधे काहीतरी दाखवत होता.

"ती दिशा कुठली?" त्याने फायरचीफला विचारले.

"दिशा?" त्याने गोंधळूनच लँग्डनच्या हाताच्या दिशेने बघितले. "माहीत नाही. पण... पश्चिम बहुधा."

"त्या दिशेला कुठली चर्चेस आहेत?"

फायरचीफ जास्तीच गडबडला. "डझनवारी. का?"

अर्थातच, असणारच तशी. "मला शहराचा नकाशा हवा आहे. ताबडतोब!"

त्याने एका फायरमनला धावतच एका फायर ट्रककडे पाठवले. लँग्डन पुन्हा शिल्पाकडे बघत बसला. *पृथ्वी – वायू – अग्नी – व्हिक्टोरिया!*

शेवटची खूण पाणी आहे, त्याने स्वत:ला बजावले. *बर्निनीचे पाणी!* बाहेर कुठल्या तरी चर्चमधे असायलाच हवे ते. गवताच्या गंजीमधली सुई. त्याने मनातल्या मनात बर्निनीच्या सर्व कलाकृतींची उजळणी केली. *पाण्याला आदरांजली वाहणारी शिल्पाकृती हवी.*

बर्निनीचा *ट्रायटन* हा पुतळा? ग्रीकांचा समुद्रदेव? पण तो तर या चर्चच्याच बाहेरच्या चौकात आहे आणि अगदी चुकीच्या दिशेला. *विचार कर नीट. बर्निनीने पाण्याचा गौरव करण्यासाठी कशा तऱ्हेची शिल्पाकृती बनवली असेल? नेपच्यून आणि अपोलो?* पण तो पुतळा तर लंडनच्या आल्बर्ट म्यूझियममधे आहे.

"सिन्योर." एक फायरमन नकाशा घेऊन धावत आत आला.

त्याचे आभार मानत लँग्डनने अल्टारवर नकाशा पसरला. त्याने अगदी योग्य माणसांना विचारले होते. रोमचा इतका तपशीलवार नकाशा दुसरीकडे मिळाला नसता.

"आता कुठे आहोत आपण?"

त्याने बोट दाखवले. "पियाझ्झा बार्बेरीनिजवळ."

लँग्डनने दिशेची खात्री करून घेण्यासाठी पुन्हा देवदूताच्या भाल्याकडे बघितले. फायरचीफचा अंदाज बरोबर होता. भाला पश्चिमेच्या दिशेनेच रोखलेला होता, त्याने त्यांच्या आताच्या जागेपासून पश्चिम दिशेने एक रेघ मारली. तात्काळ तो निराश झाला. इंचा इंचावर एकेका इमारतीवर क्रॉस मारलेला दिसत होता. चर्चची खूण. शेवटी चर्चेस संपली आणि रेषा रोमच्या उपनगरांमधे पोहोचली.

रोमवर नजर टाकत त्याने ज्या तीन चर्चेसमधे आधीच्या तीन कार्डिनल्सची हत्या झाली होती ती चर्चेस बघितली.

किगी चॅपेल – सेन्ट पीटर्स – इथे.

आणि आता ती चर्चेस कुठे आहेत ते नीट बघताना त्यांची स्थाने त्याच्या डोळ्यांत भरली. ती रोममधे कशीही, कुठे तरी असणार अशी त्याची उगीचच कल्पना होती. पण तसा भाग नक्की नव्हता. आश्चर्य म्हणजे तीन चर्चेसच्या जागा तरी पद्धतशीरपणे विचार करून शोधल्यासारख्या वाटत होत्या. एका मोठ्या

त्रिकोणात. त्याने पुन्हा खात्री करून घेतली. वर न बघता तो ओरडला, "पेन."

कुणीतरी त्याच्या हातात बॉलपेन ठेवले.

लँग्डनने तीनही चर्चेसभोवती छोटी वर्तुळे काढली. त्याच्या छातीची धडधड वाढली. तीन वेळा त्याने ती बघितली. शंकाच नव्हती. एक प्रमाणबद्ध त्रिकोण.

लँग्डनच्या मनात पहिला विचार आला तो एक डॉलरच्या नोटेवरच्या सीलचा. त्रिकोण आणि आत सर्व काही बघणारा डोळा. पण त्याने अर्थ लागत नव्हता. त्याने तीन खुणांवर वर्तुळे केली होती. चार असायला हवी होती.

मग पाणी कुठे आहे?

चौथी खूण कुठेही धरली तर त्रिकोण नष्ट झाला असता. प्रमाणबद्धता राखायची तर त्रिकोणाच्या आत मध्यभागी चौथी खूण हवी. त्या ठिकाणी तर काहीच नव्हते आणि ही कल्पना त्यालाही खरेतर पटत नव्हती. विज्ञानाची चारही मूलद्रव्ये *सारखीच महत्त्वाची* होती. इतरांच्या *मध्यभागी* खास जागा देण्याइतके महत्त्व 'जल' या मूलद्रव्याला का असावे?

पण त्याने वर्तुळ केलेल्या खुणांमधे पद्धत नक्कीच होती. ती अपघाताने घडलेली गोष्ट नव्हती. कशाकडे तरी त्याचे दुर्लक्ष होत होते. *पूर्ण चित्र डोळ्यांसमोर येत नव्हते.*

चार खुणा त्रिकोणात बसत नसतील तर दुसरा कुठला आकार असेल?

चौरस? चौरस प्रमाणबद्ध असतो एवढेच. त्रिकाणाचा चौकोन करता येईल अशा बिंदूवर त्याने बोट ठेवले. पण चौरस बनणे शक्य नव्हते हे तात्काळ त्याच्या ध्यानात आले. मूळ त्रिकोणाचा कोन विशाल कोन होता. ती एक चार बाजू असलेली आकृती झाली असती एवढेच.

त्रिकोणाभोवतालची चौथी खूण असण्याची शक्यता असलेले बिंदू तो बघायला लागला आणि एक गोष्ट त्याच्या नजरेत भरली. देवदूताच्या भाल्याची दिशा दाखवणारी जी रेघ त्याने आधी काढली होती, ती अशाच एका बिंदूमधून जात होती. धक्का बसल्याप्रमाणे त्याने त्या बिन्दूभोवती वर्तुळ काढले. नकाशावर आता वर्तुळ केलेले चार बिंदू होते. पतंगासारख्या, हिऱ्याच्या, आकारात.

पण हिरा हा काही इल्युमिनाटींचे प्रतीक नव्हता.

सुप्रसिद्ध इल्युमिनाटी डायमंडचा संबंध असेल? अशक्य! प्रमाणबद्धतेसाठीच इल्युमिनाटी डायमंड प्रसिद्ध होता. एक बिंदू असा खेचल्यासारखा नव्हता.

त्याने त्याचा चौथा बिंदू कुठे धरला होता हे बघितले. तो रोमच्या प्रसिद्ध पियाइझा नावोनाच्या बरोबर मध्यभागी होता. तिथे एक मोठे चर्चही होते. पण त्याच्या माहितीप्रमाणे त्या चर्चमधे बर्निनीचे कुठलेही शिल्प नव्हते. चर्चचे नाव होते 'सेन्ट ॲग्नेस इन ॲगनी.' ॲग्नेस ही एक सुंदर तरुणी होती. तिची श्रद्धा

सोडायला तिने कबुली दिली नव्हती म्हणून आयुष्यभर दुसऱ्यांना सुख देणे तिला भाग पाडले होते.

छे! त्या चर्चमधेच दुसरे काहीतरी असायला हवे होते. लँग्डन विचार करत त्या चर्चचा अंतर्भाग डोळ्यांसमोर आणत होता. आतमधे नक्कीच बर्निनीचे कुठलेही शिल्प नव्हते आणि पाण्याचा संबंध असणारे तर काहीही नव्हते. नकाशावरले चार बिंदूही त्याच्या डोक्याला ताप देत होते. हिरा! तो आकार चुकून झालेला नव्हता. मग समाधान का होत नव्हते? *कुठली गोष्ट नजरेआड होत होती?*

उत्तर मिळायला तीस सेकंद लागले. त्याला अत्यानंद झाला. इतका आनंद त्याला अनेक वर्षांच्या अभ्यासाच्या काळातही झाला नव्हता.

इल्युमिनाटींची बुद्धिमत्ता अतुलनीय होती खरी.

तो बघत असलेला आकार हिऱ्याचा म्हणून बघायचा नव्हताच मुळी. त्याने जवळजवळचे बिंदू जोडल्याने चित्र तसे दिसत होते. *इल्युमिनाटींचा परस्पर विरोधी गोष्टींवर विश्वास होता.* आता समोरासमोरचे बिंदू जोडताना त्याचा हात थरथरायला लागला. त्याच्या डोळ्यांसमोर नकाशावर एक प्रचंड क्रॉस दिसत होता. विज्ञानाची चार मूलद्रव्ये रोमवर एखाद्या क्रॉससारखी पसरली होती.

चकित होऊन बघताना कवितेची ओळ त्याला आठवली. जुनाच मित्र, पण नवीन चेहरा घेऊन आलेला.

चौफेर रोमच्या उभी मुक्याने, गूढतत्त्वं ही चार.

विज्ञानाच्या चार पवित्र वेदींनी बनवलेला क्रॉस. हे एक धार्मिक चिन्ह तर होतेच, पण गॅलिलिओचा पाथ ऑफ इल्युमिनेशन म्हणजे, देव आणि विज्ञान या दोघांनाही केलेले वंदन होते.

मग कोडे सुटायला वेळच लागला नाही.

पियाझ्झा नावोना!

त्या चौकाच्या मध्यभागी बर्निनीचे एक गाजलेले शिल्प होते. रोममधे येणारा प्रत्येकजण ते शिल्प बघितल्याशिवाय परत जात नसे.

दि फाऊन्टन ऑफ दि फोर रिव्हर्स!

बर्निनीची *'दि फाऊन्टन ऑफ दि फोर रिव्हर्स'* ही शिल्पाकृती जुन्या जगामधल्या चार महान नद्यांची थोरवी गात होते. नाईल, गंगा, डॅन्यूब आणि रिओ प्लाटा.

जल – शेवटची *खूण.* उत्कृष्ट. लँग्डन विचार करत होता.

आणि कारंज्यावर आकाशात पोचणारा एक ओबेलिस्कही होता.

आणखी काय हवे मग?

आश्चर्याने बघणाऱ्या फायरमेनकडे दुर्लक्ष करत लँग्डन धावत मृतावस्थेतील

ऑलिव्हेट्टीजवळ पोहोचला.

रात्रीचे १०:३१. *अजून वेळ आहे.* दिवसात प्रथमच तो या धावपळीच्या खेळात पुढे आहे याची लँग्डनला खात्री पटली.

त्याने इतरांना दिसणार नाही याची काळजी घेऊन बाकांमागे खाली पडलेल्या कमांडर ऑलिव्हेट्टीच्या कंबरेचे सेमि-ऑटोमॅटिक उचलले. वॉकी-टॉकीही घेतला. त्याला मदत मागावी लागणारच होती. पण या ठिकाणाहून नको. विज्ञानाची शेवटची पवित्र वेदी या क्षणी तरी गुप्तच राहायला हवी. प्रसिद्धीमाध्यमांच्या गाड्या आणि सायरन्स वाजवणाऱ्या फायर डिपार्टमेन्टच्या गाड्या अफाट वेगाने पियाझ्झा नावोनाला आत्ताच निघाल्या तर गोंधळ उडाला असता. चर्चमधे वार्ताहर गर्दी करून शिरत असताना तो दरवाज्याबाहेर पडला. पियाझ्झा बार्बेरीनि मागे टाकून सावलीत दडून त्याने वॉकी-टॉकीचे बटण दाबले. काही आवाज नाही. एक तर तो व्हॅटिकनच्या रेन्जबाहेर होता, नाहीतर प्रथम काहीतरी कोड दाबायचे असणार. त्याने डायल्स फिरवल्या, पुन्हा पुन्हा बटणे दाबली. उपयोग झाला नाही. म्हणजे तो कुणाचीही मदत मागू शकणार नव्हता. त्याने आजूबाजूला कुठे पे फोन दिसतो का बघितले. तोही दिसला नाही.

त्याला एकट्यानेच काम करावे लागणार होते.

स्वत:च्या केविलवाण्या परिस्थितीकडे बघताच त्याचा आत्मविश्वास ढासळायला लागला. अंगावरच्या कपड्यांवर हाडांची धूळ उडालेली, शरीरावर कुठे कुठे जखमा झालेल्या, अत्यंत थकला भागलेला आणि भुकेने कासावीस झालेला.

लँग्डनने मागे वळून चर्चकडे नजर टाकली. घुमटावरून धूर वर चढत होता. मागे जाऊन मदत मागायची? पण योग्य प्रशिक्षण न मिळालेल्या माणसांची मदत मागणे मूर्खपणाच ठरला असता. *आम्हाला येताना जर हॅसासिन्‌ने बघितले...* व्हिट्टोरियाचा विचार मनात आला. तिला पळवणाऱ्या खुन्याला पकडण्याची ही शेवटची संधी होती.

पियाझ्झा नावोना... तो नक्की वेळेपूर्वी तिथे पोहोचून, लपून राहून, नजर ठेवू शकणार होता. त्याने आजूबाजूला टॅक्सी मिळते का बघितले. रस्ते रिकामे होते. टॅक्सी ड्रायव्हरही टॅक्सीज सोडून कुठेतरी टी.व्ही. बघत बसले असणार. पियाझ्झा नावोना एक मैलावर होता. पण धावपळ करून त्याला स्वत:ची ताकद फुकट घालवायची नव्हती. त्याने पुन्हा चर्चकडे बघितले. कुठले वाहन मिळू शकेल?

एखादा आगीचा बंबच? प्रसिद्धी माध्यमांची व्हॅन? गंभीरपणे विचार कर, त्याने स्वत:ला बजावले. वेळ जात होता. लँग्डनने स्वत:शीच निर्णय घेतला. पिस्तूल हातात घेऊन अशी एक कृती केली, की त्याची खात्री पटली; की सैतानानेच त्याच्या मनावर कब्जा मिळवला आहे.

एका दिव्याखाली इंजिन सुरू ठेवून उभ्या असलेल्या गाडीतल्या ड्रायव्हरवर त्याने पिस्तूल रोखले. "बाहेर," तो ओरडला.

ड्रायव्हर थरथरतच बाहेर पडला.

आत उडी घेऊन लँग्डनने गाडी भरधाव हाणायला सुरुवात केली.

१०१

गुन्थार ग्लिक स्विस गार्ड्सच्या ऑफिसमधल्या बाकावर बसून आठवेल त्या प्रत्येक देवाचे नाव घेऊन प्रार्थना करत होता, पुटपुटत होता, *देवा हे स्वप्न नसू दे! देवा हे स्वप्न नसू दे!!* त्याच्या आयुष्यातली ही सर्वांत मोठी बातमी होती. कुणाच्याही आयुष्यात ती तशीच ठरली असती. जगातल्या प्रत्येक वार्ताहराला या क्षणी वाटत होते की तो ग्लिक असायला हवा होता. *तू जागा आहेस,* तो स्वत:ला बजावत होता. *आणि स्टार बनला आहेस.* सुप्रसिद्ध टी.व्ही. अँन्करमन डॅन रादरसुद्धा आता रडत असेल.

शेजारी बसलेल्या माक्रीच्या तोंडातून शब्द फुटत नव्हता. कामेरलेंगोच्या भाषणाचे थेट ब्रॉडकास्टिंग त्यांनी केले होते. कार्डिनल्सचे भीषण फोटो आणि पोपचे फोटो त्यांनी जगासमोर आणले होते. *पोपची जीभ काय भयानक...!* प्रतिवस्तूची कुपी, त्यावरचा कमी होत जाणारा वेळ यांची व्हिडिओ फिल्मही त्यांनी थेट प्रक्षेपित केली होती. थोडक्यात *त्यांनी कमाल केली होती.*

अर्थात या सर्व गोष्टी कामेरलेंगोने सांगितल्यामुळेच झाल्या होत्या. पण ग्लिक आणि माक्री आता स्विस गार्ड्सच्या ऑफिसात असण्याचे ते कारण नव्हते. ग्लिकची कॉमेंट्री स्विस गार्ड्सना खपली नव्हती. ज्या संभाषणाबद्दल त्याने टिपणी जोडली होती ते त्याच्या कानांवर पडायलाच नको होते. पण आता तो कशाची पर्वा करायच्या मन:स्थितीत होताच कुठे? त्याला पुन्हा इतरांच्या आधी ती बातमी द्यायची होती.

"शेवटच्या घटकेला पोचणारा रक्षणकर्ता?" शेजारी बसलेली माक्री कुरकुरली.

"अप्रतिम होती ना कॉमेंट्री?"

"गाढवपणा होता तो. उच्च प्रतीचा असला तरी गाढवपणाच!"

हेवा वाटतो आहे तिला माझा. माहीत आहे मला. कामेरलेंगोच्या भाषणानंतर, खरे तर चुकूनच, ग्लिक पुन्हा योग्य वेळी योग्य ठिकाणी होता. रॉचर आपल्या

गार्ड्सना नवीन आज्ञा देताना त्याने ऐकले. आत्ताच्या धोकादायक परिस्थितीबद्दल महत्त्वाची बातमी असणाऱ्या एका रहस्यमय माणसाचा रॉचरला फोन आला होता. तो माणूस त्यांना मदत करू शकेल असे रॉचरच्या बोलण्यावरून तरी वाटत होते. त्या माणसाच्या आगमनाची व्यवस्था करायला तो गार्ड्सना सांगत होता.

ही माहिती त्याच्यासाठी नव्हती, खाजगी होती, हे ठाऊक असतानासुद्धा स्वत:ला कामात झोकून देणाऱ्या एखाद्या हाडाच्या वार्ताहराप्रमाणे ग्लिक वागला होता – नीतिमत्तेची वगैरे चाड न बाळगता. एका अंधाऱ्या कोपऱ्यातून माक्रीला आपला रिमोट कॅमेरा सुरू करायला सांगून त्याने बातमी जगजाहीर केली होती.

''देवाच्या शहरात नवीन धक्कादायक घटना,'' त्याने प्रक्षेपण परिणामकारक ठरावे म्हणून मुद्दामच डोळे बारीक करून सुरुवात केली होती. पेचप्रसंग सोडवण्यासाठी एक रहस्यमय पाहुणा व्हॅटिकन शहरात येणार आहे असे सांगून त्याने त्याचे नामकरणही केले – *शेवटच्या घटकेला पोहोचणारा रक्षणकर्ता* – अगदी योग्य नाव. शेवटच्या क्षणाला संकटातून मुक्तता करण्यासाठी येणारा, चेहराही माहीत नसलेला माणूस. इतर नेटवर्क्सनीही हे प्रक्षेपण सादर केले. ग्लिक बहुधा अजरामरच ठरणार होता.

आहेच मी हुशार, ग्लिक स्वत:शीच विचार करत होता. *पीटर्स जेनिंग्जने ब्रिजवरून उडी मारली असावी.*

आणि ग्लिक तेवढ्यावरच थांबला नाही. सगळ्या जगाचे लक्ष आपल्यावर आहे याची खात्री असल्याने त्याने स्वत:चीच कट-कारस्थानाची कथा रचून सांगितली.

कमाल, कमाल केली आहे मी आज.

''गोंधळ, सगळा गोंधळ केला आहेस.''

''काय म्हणते आहेस तू? मला तरी वाटते मी उत्कृष्ट...''

माक्री आश्चर्याने त्याच्याकडे बघत म्हणाली, ''भूतपूर्व अध्यक्ष जॉर्ज बुश इल्युमिनाटस?''

ग्लिक हसला. स्पष्टच नव्हते का ते? जॉर्ज बुश मेसन होताच. तशी कागदपत्रे होती. पुरावे सापडत नाहीत म्हणून सी.आय.ए.कडून इल्युमिनाटींची चौकशी थांबवली गेली, तेव्हा तो सी.आय.ए. या एजन्सीचा प्रमुख होता आणि त्याची ती भाषणे – प्रकाशाचे हजारो बिंदू वगैरे? – नवीन जागतिक व्यवस्था – तो नक्कीच इल्युमिनाटस होता.

''आणि *सर्न* बद्दल बडबडलास ते? उद्या तुझ्या दरवाज्याबाहेर वकिलांचीच गर्दी झालेली असेल.''

''*सर्न?* ते तर फारच सरळ आहे. विचार कर. १९५० च्या सुमारास इल्युमिनाटींचे नावही *नाहीसे झाले* आणि साधारण त्याच वेळेला *सर्न*ची स्थापना

झाली. जगामधली अत्यंत बुद्धिमान माणसे तिथे काम करतात. खाजगीरीत्या संस्थेला अफाट पैसा मिळतो. चर्चचे अस्तित्वच नाहीसे होईल असे अस्त्र ते बनवतात – आणि *गमावतातही.''*

''आणि म्हणून तू म्हणतोस की *सर्न* हा इल्युमिनाटींचा नवीन तळ आहे?''

''अर्थातच कोणतीही ब्रदरहुड अशी अचानक नाहीशी होत नाही. इल्युमिनाटींना लपायला नवीन कुठली तरी जागा हवी होती. *सर्न* पेक्षा दुसरी चांगली जागा कुठली असणार? सर्नमधला प्रत्येक माणूस इल्युमिनाटस आहे असे मीही म्हणणार नाही. ती संस्था म्हणजे मोठे मेसॉनिक लॉज आहे. बहुतेक सर्वजण इल्युमिनाटी नसणार. पण उच्च दर्जाचे...''

''बदनामी वगैरे शब्द कधीतरी कानांवर पडले आहेत ग्लिक? जबाबदारीही?''

''आणि खऱ्याखुऱ्या पत्रकारितेबद्दल ऐकलं आहेस तू?''

''पत्रकारिता? तू हवेतूनच गाढवासारख्या गोष्टी बनवत होतास. आणि सर्नच्या लोगोबद्दल काय म्हणत होतास? सैतानाचे प्रतीक? तुझे डोके जागेवर आहे ना ग्लिक?''

ग्लिक हसला. खरेच तिला हेवा वाटतो आहे माझा. सर्नच्या लोगोबद्दलची कथा तर सर्वोत्कृष्ट होती. कामेरलेंगोच्या भाषणानंतर सर्व नेटवर्क्स फक्त सर्न आणि प्रतिवस्तूबद्दल बोलत आहेत. सर्नचा कॉर्पोरेट लोगो मागे दाखवतच कितीतरी नेटवर्क्स प्रक्षेपण करत आहेत. एकमेकात अडकलेली दोन वर्तुळे – पार्टिकल ॲक्सिलरेटर्सची प्रतीके – आणि पाच स्पर्शरेषा – पार्टिकल इन्जेक्शन ट्यूब्ज दाखवणारी. सर्व जग हा लोगो बघत होते. पण त्यामधे दडवलेली इल्युमिनाटींची प्रतीके लक्षात येणारा पहिला ग्लिकच. प्रतीकांबद्दल त्याचाही अभ्यास आहे.

''तू सिम्बॉलॉजिस्ट वगैरे नाहीस. फक्त एक नशीबवान वार्ताहर आहेस. सिम्बॉलॉजि वगैरे तू त्या हार्वर्डच्या तज्ज्ञावर सोपवून द्यायला हवी होतीस.''

''पण अर्थ त्या हार्वर्डच्या तज्ज्ञाच्याही लक्षात आला नव्हता.''

त्याला मनातून गुदगुल्या होत होत्या. *या लोगोमधला इल्युमिनाटींचा हात किती सरळ दिसतो आहे.*

सर्नकडे कितीतरी ॲक्सिलरेटर्स आहेत. मग लोगोमधे दोनच का दाखवले? *कारण तो इल्युमिनाटींचा आकडा आहे. इल्युमिनाटींचा ड्युॲलिटीचा नंबर.* बहुतेक ॲक्सिलरेटर्सना फक्त एकच इन्जेक्शन ट्यूब असते. लोगोत पाच का? *कारण पाच हा इल्युमिनाटींचा पेन्टाग्रामचा आकडा आहे.* लोगोमधे रेषा आणि वर्तुळे यांनी एक सहाचा आकडा तयार होतो. लोगो फिरवला की दुसरा सहाचा आकडा दिसतो — आणि नंतर तिसराही. ६६६. सैतानाचाच आकडा.

ग्लिक हुशारच आहे.

त्याला दोन दणके हाणायचा मोह माक्रीला अनावर होत होता.

हेव्याची भावना जाईल तिची. ग्लिकच्या मनात आता वेगळाच विचार आला. सर्न हे जर इल्युमिनाटींचे हेडक्वार्टर्स असेल तर त्यांचा सुप्रसिद्ध इल्युमिनाटी डायमंड त्यांनी तिथेच ठेवला असेल. इन्टरनेटवर ग्लिकने त्याच्याबद्दल ऐकले होते. *प्राचीन मूलद्रव्यांपासून बनवलेला एक अप्रतिम निष्कलंक हिरा – इतका उत्कृष्ट की बघणारा प्रत्येकजण जमिनीला खिळून नुसता बघत राहील.*

आता इल्युमिनाटी डायमंडची रहस्यमय गुप्त जागाही आज रात्री त्यालाच कळेल का?

१०२

पियाझ्झा नावोना. *फाऊन्टन ऑफ दि फोर रिव्हर्स.*

दिवसभर उष्मा वाटला तरी रोममधल्या रात्री, वाळवंटातल्या रात्रींसारख्या आश्चर्यकारकरीत्या खूप थंडगार असू शकतात. लँग्डन पियाझ्झाच्या कडेला जाकीट अंगाला वेढून बसला होता. लांबच्या रहदारीच्या वर्दळीबरोबर टी.व्ही. वरच्या बातम्यांचे पडसाद कानांवर पडत होते. त्याने घड्याळ बघितले. पंधरा मिनिटे. तेवढीच विश्रांती. तो खूप थकला होता.

पियाझ्झा रिकामा होता. बर्निनीचे कारंजे उफाळत होते. खालच्या पाण्यामधून वर उडणारे धुके जादूसारखे पाण्यात ठेवलेल्या फ्लडलाईट्समधे चमकत होते.

कारंजे बघताच प्रथम नजरेत भरे ती कारंज्याची उंची. मधला भागच वीस फुटांहून जास्ती उंच होता. या संगमरवरी डोंगरामधे, कोरलेल्या गुहा आणि विवरांमधून पाणी खळखळून घुसळत बाहेर पडे. त्यावर अनेक मूर्ती कोरलेल्या होत्या. अगदी वर चाळीस फूट इंचीचा ओबेलिस्क आकाशात वर चढलेला होता. वर वर बघताबघता टोकावर बसलेला पारवाही त्याला दिसला.

क्रॉस! रोममधे ज्या तऱ्हेने खुणा सोडलेल्या होत्या त्याचे आश्चर्य अजूनही मनातून ओसरत नव्हते. बर्निनीचे *फाऊन्टन ऑफ दि फोर रिव्हर्स* ही विज्ञानाची शेवटची पवित्र वेदी होती. तो पॅन्थिऑनमधे उभा राहून विचार करत होता की, पाथ ऑफ इल्युमिनेशन नष्ट झाला आहे, तो शेवटपर्यंत कधीच पोहोचणार नाही. काय भयंकर चूक करत होता तो. सबंध मार्ग अजूनही स्वच्छ होता. *पृथ्वी – वायू – अग्नी – जल.* आणि लँग्डन पहिल्यापासून शेवटपर्यंत तो मार्ग शोधत आला होता.

अगदी शेवटपर्यंत नाही म्हणा, त्याने मनाला आठवण करून दिली. चौथी खूण असणारे हे कारंजे त्याला शेवटच्या गोष्टीकडे घेऊन जाणार होते – चर्च ऑफ इल्युमिनेशन – इल्युमिनाटींची अत्यंत पवित्र आणि गुप्त अशी बैठकीची जागा. हॅसासिन् व्हिट्टोरियाला घेऊन तिथेच तर गेला नसेल ना?

कुठे असेल ती जागा? तो कारंज्यामधली प्रत्येक आकृती निरखून बघायला लागला. त्या अत्यंत गुप्त जागेची दिशा कोणता पुतळा दाखवेल? *तुज मार्ग दाविती नीट, ही किमया देवदूतांची.* पण या आकृत्यांमधे कुठेही देवदूत नव्हता. तो जिथे उभा होता तिथून तरी त्याला दिसला नव्हता – पूर्वीही कधी बघितला नव्हता. *दि फाऊन्टन ऑफ दि फोर रिव्हर्स* ही धार्मिक कलाकृती नव्हती – मानवी आकृत्या, जनावरे, एक अर्माडिलोसुद्धा (खवलेवाले मांजर) कोरलेला होता. देवदूत कसा असणार?

ही चुकीची जागा आहे का? त्याने चार ओबेलिस्क कशा तऱ्हेने उभारले आहेत त्याचा विचार केला. मुठी आवळल्या. कारंजे ही अगदी योग्य जागा होती.

पियाझ्झाच्या पलीकडल्या गल्लीतून एक काळी व्हॅन बाहेर पडली. लँग्डनने घड्याळ बघितले. १०:४६. इतर कुठल्या वेळी लँग्डनने त्या व्हॅनकडे दुसऱ्यांदा बघितलेही नसते. पण तिचे हेडलाईट्स लावलेले नाहीत हे लक्षात आले म्हणूनच त्याचे लक्ष पुन्हा त्या व्हॅनकडे गेले. चन्द्रप्रकाशातल्या रात्री एक शार्क भक्ष्याच्या शोधात फिरत असावा तशी त्या व्हॅनने पियाझ्झाभोवती एक फेरी घातली.

'चर्च ऑफ सेन्ट ॲग्नेस इन ॲगनी'च्या पायऱ्यांखाली अंधारामधे बसलेला लँग्डन आणखी मुटकुळे करून धडधडत्या छातीने पियाझ्झाकडे बघत बसला. दोन फेऱ्या घालून व्हॅन कारंज्याच्या दिशेने येऊन अगदी जवळ उभी राहिली. खळाळणाऱ्या पाण्यापासून फक्त काही इंच अंतरावर व्हॅनचे सरकते दरवाजे होते.

धुक्याचे लोट पाण्यातून वर येत होते.

लँग्डनच्या मनात भीतीची पाल चुकचुकली. हॅसासिन् वेळेआधीच पोहोचला होता की काय? व्हॅनमधूनच आला होता? सेन्ट पीटर्स चौकाप्रमाणेच त्याचा शेवटचा बळी हॅसासिन् प्लाझ्झामधून आधार देत चालवत घेऊन येईल असे त्याला वाटले होते. वेळ आली तर सरळ गोळी घालता येईल अशी त्याची कल्पना होती. पण हॅसासिन् व्हॅनमधून आला असेल तर सर्व परिस्थितीच पालटणार होती.

अचानक व्हॅनच्या बाजूचा दरवाजा सरकून उघडला.

व्हॅनमधे वेदनांनी कळवळणारा एक नग्न माणूस पडला होता. त्याच्या शरीराभोवती वजनदार साखळदंड गुंडाळले होते. एक साखळी त्याच्या तोंडामधूनही घातली होती. तोंड उघडे पडले होते. पण मदतीसाठी ओरडता येत नव्हते. तो

स्वत:ला सोडवण्याचा व्यर्थ प्रयत्न करत होता. त्याच्यामागे अंधारात फिरणारी दुसरी आकृती लँग्डनला दिसली. खुनी शेवटची तयारी करत होता?

आपल्याला काही सेकंदांचाच अवधी आहे हे लँग्डनच्या लक्षात आले.

त्याने पिस्तूल हातात घेतले. ट्वीड जॅकेटचा अडथळा येऊ नये म्हणून ते काढून जमिनीवर ठेवले. गॅलिलिओचा *दियाग्रामा* पाण्याजवळ न्यायची त्याची इच्छा नव्हती. तो कागद तिथेच सुरक्षित राहिला असता.

वळसा घेऊन तो कारंज्याच्या दुसऱ्या बाजूला, व्हॅनच्या उघड्या दरवाज्यासमोर पोहोचला. कारंज्याच्या मधल्या भव्य भागाने त्याला व्हॅनमधे नीट बघता येईना. तो सरळ कारंज्यामधे पाऊल टाकून पुढे धावला. पाण्याचाच आवाज इतका होता, की त्याच्या धावपळीचा आवाज कुणाला ऐकू जाणे शक्य नव्हते. कंबरेइतके तरी पाणी होते आणि तेही बर्फासारखे थंडगार. चांगल्या नशिबासाठी टाकलेल्या नाण्यांचा खाली इतका खच होता की त्यांच्यावरूनच पाय सरकत होते. पण फक्त नशिबाची साथ आपल्याला पुरेशी ठरणार नाही याची त्याला जाणीव होती. त्याने कष्टानेच धुक्यातून पुढे पाऊले टाकायला सुरुवात केली. आपला पिस्तूल धरलेला हात बर्फासारख्या थंडगार पाण्याचा परिणाम म्हणून थरथरतो आहे का भीतीने हे त्याला सांगता आले नसते. एका मोठ्या घोड्याच्या पुतळ्याआडून त्याने वळून बघितले. व्हॅन फक्त पंधरा फुटांवर होती. हॅसासिन् व्हॅनमधे कार्डिनलच्या शरीरावरचे साखळदंड पकडून त्याला व्हॅनमधून गडगडत खाली फेकण्याच्या तयारीत होता.

पिस्तूल रोखत कंबरेएवढ्या पाण्यातून लँग्डनने धुक्याबाहेर पाऊल टाकले. ''हलू नकोस.'' तो म्हणाला. त्याचा आवाज तरी पिस्तुलापेक्षा स्थिर होता.

हॅसासिन्ने वर बघितले. आपण एखाद्या भुताकडे बघतो आहोत तसा तो क्षणभर बावचळला. पुढल्या क्षणाला त्याच्या चेहऱ्यावर क्रूर हसू उमटले. त्याने हात वर केले.

''व्हॅनबाहेर पड.''

''तू पार ओला झाला आहेस की.''

''आणि तू वेळेआधीच पोहोचलास की.''

''कारण माझे बक्षीस माझी वाट पाहते आहे.''

लँग्डनने पिस्तूल रोखले. ''मी गोळी घालायला मागे पुढे करणार नाही.''

''ते तर तू आधीच केले आहेस.''

त्याची बोटे चाप खेचायला लागली. कार्डिनलची हालचाल नव्हती. तो पार थकला असावा.

''त्याचे साखळदंड सोड.''

''त्याची काळजी सोड. तू त्या स्त्रीसाठी आलेला आहेस.''

त्या खुन्याला सरळ गोळी घालण्याचा मोह लँग्डनने कसाबसा टाळला.

"कुठे आहे ती?"

"सुरक्षित. माझ्यासाठी खोळंबली आहे."

म्हणजे निदान जिवंत होती. लँग्डनला आशा वाटली. "चर्च ऑफ इल्युमिनेशनमधे?"

"तू कधीही ती जागा शोधू शकणार नाहीस."

लँग्डनला आश्चर्याचा धक्का बसला. *इल्युमिनाटींची गुप्त जागा अजूनही अस्तित्वात होती?*

"कुठे आहे ती?" पिस्तूल रोखत त्याने विचारले.

"शेकडो वर्षं ती जागा गुप्तच राहिली आहे. मला सुद्धा ती आत्ताच कुठे आहे ते सांगितले. मी जीव गेला तरी विश्वासघात करून ती जागा कुठे आहे ते तुला सांगणार नाही."

"ती शोधायला मला तुझी एवढी गरज नाही."

"स्वत:बद्दल जरा जादाच आत्मविश्वास दिसतो."

"मी इथपर्यंत पोहोचलोच आहे ना!"

"तसे इथपर्यंत अनेकजण पोहोचले होते. शेवटचा टप्पाच कठीण आहे."

हॅसासिन् अत्यंत शांतपणे व्हॅनच्या आतल्या बाजूला हात वर करून बसला होता. लँग्डनने त्याच्या छातीवर नेम धरला. एक गोळी घालावी की मिटेल सर्वच. *पण व्हिट्टोरिया कुठे आहे हे त्यालाच माहिती आहे आणि प्रतिवस्तूची कुपीही. प्रथम ती माहिती मिळवायलाच हवी.*

अंधाऱ्या व्हॅनमधून हॅसासिन् लँग्डनकडे बघत त्याची कीव करत होता. हा अमेरिकन शूर होता यात शंकाच नव्हती. पण तो तज्ज्ञ नव्हता. जिवंत राहायचे तर प्राचीन काळापासून चालत आलेले अनेक नियम पाळावे लागतात. या अमेरिकनने प्रत्येक नियम मोडला होता. *तू मला बेसावध पकडले होतेस, आश्चर्याचा धक्का दिला होतास,* पण *संधी दवडलीस तू.*

महत्त्वाच्या क्षणी अमेरिकन निर्णय घेऊ शकला नव्हता. मदतीची वाट बघत बसला बहुधा, किंवा माझ्याकडून चुकून माहितीचा शब्द निसटेल याची.

आपला बळी काही करू शकणार नाही याची खात्री पटेपर्यंत त्याची उलट तपासणी करता कामा नये. ज्याला सुटकेचा मार्गच शिल्लक राहिलेला नसतो असा शत्रू सर्वांत धोकादायक आणि घातकी ठरू शकतो.

अमेरिकन पुन्हा बोलायला लागला.

हॅसासिन् मोठ्याने हसणारच होता. *हा काय तुमचा हॉलीवुडचा सिनेमा आहे? शेवटच्या गोळीबारापूर्वी इथे काही चर्चा वगैरे होणार नाही. आणि शेवटचा क्षण*

आलाच आहे आता.

अमेरिकनवर रोखलेली दृष्टी बाजूला न करता हॅसासिन्ने इंचाइंचाने हात वर नेले. व्हॅनच्या छताला त्याला हवे होते ते सापडले.

हालचाल इतकी अनपेक्षित होती की, फिजिक्सचे सर्व नियम बहुधा काम करायचे थांबले असावेत असे लँग्डनच्या मनात आले. अधांतरी तरंगणाऱ्या हॅसासिन्च्या पायांनी कार्डिनलचे शरीर ढकलताच ते पाण्यात कोसळले आणि पाणी लँग्डनच्या तोंडावर उडाले. काय घडले ते कळायला लँग्डनला फार उशीर झाला होता. गोल बार पकडून हॅसासिन्ने पाय पुढे करूनच व्हॅनमधून त्याच्यावर झेप घेतली.

लँग्डनने झाडलेली गोळी हॅसासिन्च्या डाव्या पायात घुसेपर्यंत हॅसासिन्च्या पायांनी लँग्डनच्या छातीवर धडक दिली आणि दोघेही रक्ताळलेल्या पाण्यात कोसळले. थंडगार पाण्यात प्रथम लँग्डनलाच वेदनांची जाणीव झाली. नंतर त्याच्या लक्षात आले की प्रथम जीव वाचवायला हवा. पिस्तूल हातामधून उडाले होते. त्याने पाण्यामधे बुडी मारून तळ चाचपायला सुरुवात केली. तळाशी नाणीच हाताला लागत होती. त्याने डोळे उघडले तर पाणी नुसते घुसळत होते.

भीतीमुळेच तो सारखा पाण्याखाली राहात होता. इकडून तिकडे फिरत असताना पुढला हल्ला कुठून होईल त्याला कळत नव्हते. पिस्तूल मिळवायलाच हवे होते. त्याचे हात सारखे तळ चाचपडत होते.

पाणी! भिजलेल्या टर्टलनेकमधेही त्याला कळत होते की *पाण्यात तो माशासारखा वावरू शकतो.*

दुसऱ्या वेळेला धातू हाताला लागल्याची जाणीव होताच नशीब साथ देते आहे असे त्याला वाटले. त्याने खेचायला सुरुवात केली, तर तोच पाण्यातून पुढे सरकला. पिस्तूल नव्हते. कार्डिनलच्या तडफडणाऱ्या शरीरावरून पुढे जायच्या आधीच त्याला कळले की त्याच्या हाताला साखळदंड लागला होता. कार्डिनलचा चेहरा घाबरलेला होता, नजर त्याच्यावरच रोखलेली होती. कार्डिनल अजून जिवंत आहे या धक्क्यानेच त्याने साखळदंड पकडून त्याला पाण्यावर खेचायचा प्रयत्न केला. कार्डिनलचा चेहरा एकदा पाण्यावर आला आणि त्याने कष्टाने दोन तीन वेळेला श्वास घ्यायचा प्रयत्न केला. दुसऱ्या क्षणी कार्डिनलच्या शरीराने पलटी घेतली आणि बुळबुळीत झालेल्या साखळ्या लँग्डनच्या हातातून निसटल्या. कार्डिनल दगडासारखा पाण्याच्या तळाशी गेला.

लँग्डनने बुडी मारली आणि पुन्हा कार्डिनलला शोधले. यावेळी साखळदंड पकडताच त्याच्या छातीवरच्या साखळ्या बाजूला सरकल्या आणि क्रूरपणाने मांस

जाळून त्याच्या छातीवर उमटवलेला ठसा त्याला दिसला.

पुढल्या क्षणी दोन बूट समोर दिसले. एका बुटातून रक्त वाहात होते.

१०३

रॉबर्ट लँग्डन वॉटर-पोलो खेळत असे. रेफरीच्या नजरेआड पाण्यात होणाऱ्या हाणामाऱ्या त्याला नवीन नव्हत्या. त्याने पाण्याखाली लाथा खाल्ल्या होत्या, ओरबाडून घेतले होते, दाबून धरला गेला होता. एकदा तर ज्याच्या हातामधून लँग्डन पुन्हा पुन्हा निसटला होता असा विरुद्ध बाजूचा एक खवळलेला संरक्षक त्याला चावलासुद्धा होता.

पण हा हार्वर्डचा पूल नव्हता. बर्निनीचे कारंजे होते. आणि तो मॅच जिंकण्यासाठी खेळत नव्हता, स्वतःचा जीव वाचवण्यासाठी झगडत होता. इथे रिमॅच नव्हती. रेफरी नव्हता. जे हात जोर लावून त्याला खाली दाबत होते ते फक्त त्याचा प्राण घ्यायचा प्रयत्न करत होते.

एखाद्या टॉर्पिडोप्रमाणे लँग्डनने पलटी घेतली. *काहीही करून ही जीवघेणी पकड सोडवायला हवी.* हल्ला करणाऱ्याचे दोन्ही पाय पाण्यात उभेच्या उभे होते. त्याचा तोल त्याने सांभाळून धरला होता.

लँग्डनच्या लक्षात आले की पाण्यावर येणे त्याला जमणारच नव्हते. त्याने मनात आलेली पहिली गोष्ट केली. वरती यायचा प्रयत्नच थांबवला. *उत्तरेला जाता येत नसेल तर पूर्वेला जा.* त्याच्या शरीराने एक बटरफ्लाय स्ट्रोक घेतला.

त्याच्या या अनपेक्षित हालचालीने हॅसासिन् बावचळला असावा. लँग्डनचे शरीर बाजूला सरकायला लागताच त्याचे हात बाजूला सरकले, त्याचा तोल गेला आणि त्याची पकड सैल झाली. लँग्डनने लाथ झाडली. तो सुटला आणि पाण्यावर आला. त्याने एक श्वास घेतला असेल नसेल तर हॅसासिन्ने सर्व ताकदीने त्याचे

खांदे दाबून त्याला पाण्याखाली दाबायला सुरुवात केली. लँग्डनने स्वत:च्या पायांवर उभे राहायचा प्रयत्न करताच हॅसासिन्‌ने आपला पाय फिरवला. लँग्डन पाण्याखाली गेला.

खाली जाता जाता त्याच्या डोळ्यांत प्रखर प्रकाश गेला. कारंज्याखाली स्पॉट-लाईट लावलेले होते. त्याने तो गरम स्पॉटलाईट खेचायचा प्रयत्न केला तर तो स्पॉटलाईटच फिरला.

हॅसासिन्‌ने त्याला आणखी खाली दाबले.

आणि त्या क्षणी नाण्यांखाली लँग्डनला गोल लांबुडकी नळी दिसली. *पिस्तुलाचा सायलेन्सर?* त्याने ती पकडायचा प्रयत्न केला तर ती प्लॅस्टिकची निघाली. पाण्याचा पाईप. दोन फूट लांब. एका बाजूने बुडबुडे बाहेर येत होते. ऑलिव्हेट्टीच्या पिस्तुलाऐवजी एक बबलमेकरच त्याच्या हाताला लागला होता.

काही फूट अंतरावर कार्डिनल बाग्गियाला वाटत होते की, त्याचा आत्मा कुडीला सोडून जाण्याचा प्रयत्न करत आहे. आयुष्यभर त्याने या क्षणाला तोंड द्यायची तयारी केली असली, तरी शेवट असा होईल असे त्याला कधीच वाटले नव्हते. त्याच्या जळलेल्या, जखमा झालेल्या शरीरात वेदनांचा कल्लोळ उठला होता. साखळदंडांच्या वजनाने त्याला पाण्याखाली दाबून धरले होते. जीझसने जे सहन केले त्याच्यापुढे या वेदना काहीच नाहीत याची त्याने मनाला आठवण करून दिली.

तो माझ्या पापांसाठी मरण पावला.

त्याला जवळ चाललेल्या झटापटीचे आवाज येत होते. तो विचार त्याला सहन होत नव्हता. त्याचा खुनी आणखी एकाचा जीव घेणार होता – दयाळू डोळ्यांच्या माणसाचा, त्याला मदत करण्याचा प्रयत्न करणाऱ्या माणसाचा.

वेदना सहनशक्तीच्या पलीकडे जाताना बाग्गिया पाठीवर पडून पाण्यामधून वर आकाशाकडे बघायला लागला. क्षणभर त्याला तारे दिसल्याचा भास झाला.

वेळ झाली होती.

सर्व शंका, भीती सोडून देऊन त्याने तोंड उघडले. शेवटचाच ठरणार हे माहीत असलेला श्वास सोडला. दुसऱ्या क्षणी आवंढा गिळताच आपोआपच थंडगार पाणी तोंडातून आत घुसले. काही सेकंद शरीरभर सुऱ्या टोचल्यासारख्या वेदना जाणवल्या.

आणि मग शांतता – मुक्ती!

आपल्या पायामधल्या वेदनांकडे दुर्लक्ष करत हॅसासिन्‌ने फक्त त्या अमेरिकन

माणसाला खाली दाबून धरण्यावर लक्ष केन्द्रित केले. *संपवून टाक त्याला.* या वेळेला तो सुटू शकणार नव्हता. त्याने आपली पकड घट्ट केली. लँग्डनच्या शरीराची हालचाल मंदावली.

आणि एकाएकी लँग्डनचे शरीर ताठरले, झटके द्यायला लागले.

हा! पाणी फुफ्फुसात शिरायला लागले आहे. पाच सहा सेकंदात खेळ संपेल.

सहा सेकंद लागले.

हॅसासिन्च्या अपेक्षेप्रमाणे एखादा फुगा फुटावा तशी लँग्डनच्या शरीराची अवस्था झाली. तो मेल्याची खात्री पटली असली तरी त्याने त्याला तसेच तीस सेकंद तरी पकडून ठेवले. लँग्डनचे शरीर आपोआप बुडायला लागले. हॅसासिन्ने आपली पकड सोडली. प्रसिद्धी माध्यमांना आश्चर्याचे दोन धक्के या कारंज्यात मिळणार होते तर.

लँग्डनला सोडून तो वर आला. त्याच्या बुटाचे टोक उडाले होते. त्याबरोबर अंगठ्याचा मोठा तुकडाही. स्वत:च्या निष्काळजीपणावर तो चडफडला. त्याने पॅन्टचा तुकडा फाडला. अंगठ्यामधे दाबून बसवला. सबंध पायात भयानक वेदना पसरल्या. मूठ वळवून त्याने कपडा आणखी आत घुसवला. हळूहळू रक्ताची धार थांबली.

त्याचे रोममधले काम संपले होते. वेदना महत्त्वाच्या नव्हत्या. आता आनंदोत्सव साजरा करायची वेळ होती. व्हिट्टोरिया वेत्रा बांधलेली होती. तो ओला झाला होता, थंडगार पडला होता, पण तिच्या आठवणीनेच उत्तेजित बनत होता.

हे बक्षीस त्याने खूप कष्ट करून कमावलेले होते.

व्हिट्टोरिया जागी झाली. ती उताणी पडली होती. सर्व शरीर दगडासारखे झाले होते. दंड दुखत होते. हात हलवायचा प्रयत्न करताच खांद्यांमधून कळ आली. आपले हात मागे बांधलेले आहेत हे कळायलाही तिला थोडा वेळ लागला. प्रथम ती गोंधळली. *मी स्वप्नात तर नाही ना?* तिने डोके उचलायचा प्रयत्न करताच मानेखाली भयंकर कळ आली. ती नक्की जागी होती.

भीतीनेच तिने आसपास नजर टाकली. कुठल्या तरी मोठ्या दगडी खोलीत ती होती. मशालींच्या उजेडात उजळलेला कुठला तरी प्राचीन हॉल. भेटीगाठींची जागा. जुनी बाके आजूबाजूला गोलाकार ठेवली होती.

थंडगार वाऱ्याची झुळूक जाणवली. समोर उघडलेले दरवाजे होते. पलीकडे बाल्कनी. कठड्यांमधून तिला नक्की व्हॅटिकन शहरच दिसत होते. तशी शपथ घ्यायची तयारी होती तिची.

१०४

***फा**ऊन्टन ऑफ दि फोर रिव्हर्स* या कारंज्यामधे, खाली टाकलेल्या नाण्यांवरती, तोंडामधे प्लॅस्टिकचा पाईप धरून, रॉबर्ट लँग्डन आडवा पडला होता. या ट्यूबमधून पंपाद्वारे येणारी हवा खराब होती. त्याचा घसा जळजळत होता. पण याबद्दल त्याची अजिबात तक्रार नव्हती. तो जिवंत होता.

बुडणाऱ्या माणसाची त्याची नक्कल किती चांगली झाली होती हे त्याला ठाऊक नव्हते. पण आयुष्यभर पाण्यात खेळल्यावर वेगवेगळ्या गोष्टी त्याच्या कानांवर पडल्या होत्या. त्याने त्याच्याकडून सर्वतोपरी प्रयत्न केले होते. त्याचे शरीर आपोआप पाण्याखाली बुडते आहे अशी हॅसासिन्‌ची खात्री पटावी म्हणून शेवटी तर सर्व हवा बाहेर सोडून त्याने श्वास घेण्याचे थांबवले होते.

नशिबाने हॅसासिन्‌ची तशीच समजूत झाली आणि लँग्डनला सोडून तो निघून गेला.

जितका वेळ शक्य होते तितका वेळ लँग्डन पाण्याखाली राहिला. हॅसासिन् बाहेर वाट बघत असेल अशी त्याला भीती वाटत होती. ट्यूबमधून हवा घेऊन त्याने ती फेकून दिली. पोहत कारंज्याच्या मधे पोचून, संगमरवरी पुतळ्यांच्या आडोशाने, आवाज न करता तो पाण्यावर आला.

व्हॅन निघून गेली होती.

तेवढी खात्री पटल्यावर शुद्ध हवेचा एक मोठा श्वास घेऊन तो धडपडत ज्या ठिकाणी कार्डिनल बाग्गिया पाण्याखाली बुडाला होता त्या ठिकाणी पोहोचला. तो आत्तापर्यंत बेशुद्ध झाला असणार याबद्दल त्याची खात्री होती. त्याला शुद्धीवर आणण्याचा प्रयत्न तरी तो नक्की करणार होता. त्याने कार्डिनलच्या शरीराच्या दोन बाजूंना पाय टेकले, साखळ्या पकडल्या आणि त्याला पाण्यावर खेचले. कार्डिनलचे डोळे पार वरती गेले होते. वाईट चिन्हच. ठोके लागत नव्हते, तो श्वास घेतो आहे असेही वाटत नव्हते.

कारंज्याच्या कठड्यावरून त्याला आपण बाहेर काढू शकत नाही याची लँग्डनला खात्री होती. त्याने कार्डिनलला खेचत कारंज्याच्या मध्यभागाच्या उंचवट्यावर शक्य तेवढे वर चढवले. पाच मिनिटांच्या कृत्रिम श्वासोच्छ्वास देण्याच्या प्रयत्नांनंतर त्याची खात्री पटली की कार्डिनल जिवंत नाही.

इल प्रेफरीतो. पोप बनणार होता असा कार्डिनल त्याच्यासमोर मृतावस्थेत पडला होता.

आतासुद्धा कार्डिनल बाग्गियाचा चेहरा शांत, गंभीर वाटत होता. पाणी हळू हळू त्याच्या छातीवर खेळत होते. त्याच्या मृत्यूला कारणीभूत ठरल्याबद्दल पश्चात्तापाने जणू त्याची क्षमा मागत होते. आपलेच नाव लिहिलेली जखम साफ करत होते.

हळूवारपणे कार्डिनलच्या चेहऱ्यावरून हात फिरवून लँग्डनने त्याचे डोळे बंद केले. लँग्डनच्या डोळ्यांतून अश्रू वाहायला लागल्यावर तो स्वत:च चमकला. कित्येक वर्षांनी त्याला रडू कोसळले होते.

१०५

कार्डिनलपासून पाण्यातून दूर जाताना आपण कोसळणार असेच लँग्डनला वाटत होते. पण तो वेदना विसरला, जे घडून गेले ते विसरला. त्याच्या मनासमोर व्हिट्टोरिया उभी राहिली.

इल्युमिनाटींची गुप्त जागा शोध. व्हिट्टोरियाला मदत कर.

बर्निनीच्या कारंज्याच्या मधल्या प्रचंड भागावर नजर रोखून त्याने इल्युमिनाटींची शेवटची खूण शोधायचा प्रयत्न सुरू केला. या सर्व आकृत्यांमधेच अशी एक खूण असायला हवी होती की जी त्याला इल्युमिनाटींच्या गुप्त जागेकडे घेऊन जाईल. पण आशेचा अंधुकसा किरणही दिसेना. पाण्याच्या खळखळाटातून सेगनोचे शब्दच जणू त्याची टर उडवायला लागले. *तुज मार्ग दाविती नीट, ही किमया देवदूतांची. ही कलाकृतीच धार्मिक नव्हती, तर देवदूत येणार कुठून?*

मध्यभागी असलेल्या सर्व आकृत्या बघितल्यावर त्याची नजर सहजच मधल्या उंचच उंच दगडी स्तंभावरून वर चढली. *क्रॉसच्या आकृतीत रोमभर पसरलेल्या चार खुणा,* त्याच्या मनात विचार आला.

त्याने ओबेलिस्कवरची चित्रलिपी बघितली. इजिप्शिअन चित्रांमधेच कुठे खूण दडवलेली नाही ना? ती कल्पना त्याने तात्काळ मनातून काढून टाकली. ते शक्य नव्हते. इजिप्शिअन चित्रलिपी बर्निनीच्या काळातच शेकडो वर्षे पुरातन होती. रोझेट्टा स्टोन सापडेपर्यंत ती वाचताही आली नव्हती. काही सांगता येत नाही म्हणा. या सर्व इजिप्शिअन चित्रातच बर्निनीने एखादी नवीनच खूण घुसवली असली तर? लक्षातसुद्धा यायचे नाही.

त्याने चारी बाजूंनी फिरून ओबेलिस्क बघितला. कुठेही एखादे जास्तीचे चिन्ह

कोरले नव्हते. देवदूताचा तर पत्ताच नव्हता.

घड्याळात सव्वा अकरा वाजलेले दिसले. वेळ भराभर निघून चालला होता. की सावकाश? त्याला कळत नव्हते. कारंज्यामधल्या आकृत्या पुन्हा पुन्हा बघताना हॅसासिन् आणि व्हिट्टोरिया यांच्या प्रतिमाच डोळ्यांसमोर फेर धरायला लागल्या. तो थकला होता. बहुतेक हरलाही होता. तो इतका निराश झाला की उगीचच आरोळी ठोकावी म्हणून त्याने मान मागे केली.

आवाज घशातच विरला.

ओबेलिस्कच्या कडेने तो सरळ वर बघत होता. अगदी वरची आकृती त्याने एकदा बघितली होती आणि दुर्लक्ष करून सोडून दिली होती. ती देवदूताची नव्हती. बर्निनीच्या कारंज्याचाच ती एक भाग आहे असा विचारही त्याच्या मनाला शिवला नव्हता. वरती बसलेला तो एक जिवंत पक्षी आहे असे त्याला वाटले होते.

पारवा!

पारवाच होता ना नक्की? आजूबाजूच्या धुक्यातून त्याला नीट दिसत नव्हते. डोके आणि चोच दिसत होती. पण तो इथे पोहोचल्यानंतर, खाली कारंज्यामधे जीवघेणी मारामारी झाल्यानंतरसुद्धा तो उडाला नव्हता. प्रथम त्याला जसा बसलेला दिसला होता तसाच तो अजूनही बसला होता. ओबेलिस्कच्या अगदी टोकावर बसून शांतपणे पश्चिम दिशेला बघणारा.

लँग्डनने क्षणभर त्या पक्ष्याकडे रोखून बघितले, पाण्यात हात घालून मूठभर नाणी उचलली आणि त्या पक्ष्याच्या दिशेने भिरकावली. ती वरती आपटल्याचे आवाज झाले. पक्षी हललाही नाही. दुसऱ्यांदा तसाच प्रयत्न केल्यावर एक नाणे तरी नक्की त्या पक्ष्याला लागले होते याची त्याला खात्री होती. धातूवर धातू आपटल्याचा अस्पष्ट आवाज आला होता.

तो पक्षी ब्रॉन्झचा होता.

तुला देवदूत हवा आहे, पारवा नाही, हा विचार मनात यायच्या आधीच डोक्यात विचारचक्रे फिरली. तो पारवा नसणार.

आपण काय करत आहोत याची जाणीव होण्यापूर्वीच तो वेगवेगळ्या आकृत्यांच्या हातांवरून, डोक्यांवरून वर चढायला लागला. ओबेलिस्कच्या प्लॅटफॉर्मच्या उंचीच्या अर्ध्याएवढे अंतर चढल्यावर तो खालच्या पाण्यात निर्माण होणाऱ्या धुक्याच्या लोटांवर पोहोचला. आता त्या पक्ष्याचे डोके त्याला अगदी स्पष्ट दिसले.

शंकाच नाही. तो पारवा नव्हता. तो पक्षी म्हणजे पांढरे शुभ्र कबुतरच होते. ब्रॉन्झचा रंग रोममधल्या प्रदूषणामुळे पालटला होता. खाडकन त्याच्या डोक्यात प्रकाश पडला. आज त्याने पॅन्थिऑनवरही दोन शुभ्र कबुतरे पाहिली होती. *दोन शुभ्र*

कबुतरांना अर्थ नव्हता. पण हे *एकच* शुभ्र कबुतर होते – शांतीदूताचे *प्रतीक – एन्जल ऑफ पीस.*

हे सत्य ध्यानात येताच तो वेगात ओबेलिस्कच्या दिशेने निघाला. हे कारंजे म्हणजे धार्मिक कलाकृती नव्हती. तेव्हा बर्निनीने देवदूतासाठी अशी प्रतिमा निवडली होती की जी या कारंज्यामधल्या इतर मूर्तींमधे सहज खपून जाईल. *तुज मार्ग दाविती नीट, ही किमया देवदूतांची. पांढरे शुभ्र कबुतर म्हणजेच देवदूत.* इल्युमिनाटींच्या शेवटच्या खुणेसाठी ओबेलिस्कच्या टोकापेक्षा आणखी उच्च जागा कुठली असणार?

शुभ्र कबुतर पश्चिमेला बघत होते. लँग्डनने त्याच दिशेला नजर वळवली. पण मधल्या इमारतींमुळे पलीकडचे काही दिसत नव्हते. अवचितपणे सेन्ट ग्रेगरीचे वाक्य त्याला आठवले. *आत्मा हलका हलका व्हायला लागला की तो सुंदर कबुतराचे रूप धारण करतो.*

लँग्डन कबुतराच्या दिशेने जसा काही उडतच निघाला. ज्या प्लॅटफॉर्मवरून ओबेलिस्क आकाशात चढला होता त्या प्लॅटफॉर्मपर्यंत पोहोचला. त्याहून वर चढणे शक्यच नव्हते. त्याने आजूबाजूला नजर टाकली. आणखी वर चढायची आवश्यकता तरी कुठे होती?

डावीकडे सेन्ट पीटर्समधले प्रसिद्धी माध्यमांचे दिवे दिसत होते. उजवीकडे सान्ता मारिया देल्ला व्हिक्टोरियाचा घुमट, जिथून अजूनही धूर वर चढत होता. समोर दूर अंतरावर पियाझ्झा देल पोपोलो आणि खाली चौथी आणि शेवटची खूण. चार ओबेलिस्क्सनी बनवलेला क्रॉस.

थरथरत त्याने डोक्यावर दिसणाऱ्या कबुतराकडे बघितले. तो नजर ठेवून असलेल्या दिशेने मान वळवली.

त्याला हवे ते दिसले.

अगदी सरळ आणि स्पष्ट.

इतके उघड, की म्हणूनच मती गुंग व्हावी.

बघताना त्याचा विश्वास बसेना की इल्युमिनाटींच्या गुप्त जागेचा शेकडो वर्षे कुणाला पत्ता लागला नव्हता. त्याला आता रोम शहर दिसत नव्हते. दिसत होती ती टायबर नदीच्या काठावरची राक्षसी आकाराची दगडी वास्तू. रोममधल्या इतर इमारतींएवढीच प्रसिद्ध. टायबरच्या काठावरची गढी. चौकोनी किल्ल्यामधली वर्तुळाकृती गढी. भिंतीबाहेरच्या बाजूला सबंध वास्तूला वेढा घालणारा पंचकोनी पार्क.

जुन्या दगडी तटबंदी मंद फ्लडलाईट्सच्या प्रकाशात चमकत होत्या. गढीवरती ब्रॉन्झचा एक प्रचंड देवदूत होता. त्याच्या हातामधली तलवार बरोबर गढीच्या

मध्यावरती रोखलेली होती. गढीच्या मुख्य दरवाज्यापर्यंत पोहोचणारा सुप्रसिद्ध 'ब्रिज ऑफ एन्जल्स.' ब्रिजच्या दोन्ही बाजूंचे बारा अवाढव्य देवदूतांचे पुतळे स्वत: बर्निनीने कोरलेले होते. आणखी काय हवे आता?

शेवटचे रहस्य उलगडले होते. बर्निनीचा रोमभर पसरलेला ओबेलिस्क्सचा क्रॉस इल्युमिनाटींच्या पद्धतीप्रमाणे तो किल्ला दाखवत होता. क्रॉसचा मधला हात गढीच्या ब्रिजचे दोन सारखे भाग करत होता.

लँग्डनने आपले ट्वीड जॅकेट उचलले. ओल्या शरीरापासून लांब धरून तो चोरलेल्या गाडीत बसला आणि भरभाव निघाला.

१०६

रात्रीचे ११:०७. नदीला समांतर लुंगोतेवेरो तोर दि नोनावरून जाताना लँग्डनला उजवीकडे आपले ठिकाण डोंगरासारखे वर येताना दिसले.

कास्तेल सान आन्जलो – कॅसल ऑफ दि एन्जल.

अचानक अरुंद अशा ब्रिज ऑफ एन्जल्सचे वळण समोर आले आणि ब्रेक दाबतच लँग्डनने गाडी वळवली. पण ब्रिजवर अडथळे उभे केले होते. दहा फूट सरकतच गाडी सिमेंट काँक्रिटच्या छोट्या छोट्या खांबांवर आदळली. ब्रिज ऑफ एन्जल्स सुरक्षित राहावा म्हणून त्यावरून वाहने न्यायला बंदी होती आणि तो फक्त पायी चालणाऱ्यांसाठीच खुला होता हे तो विसरला होता.

धडधडत्या छातीने तो गाडीतून खाली उतरला. खरे तर दुसरा मार्गच शोधायला हवा होता. तो थंडीने काकडायला लागला आणि भिजलेल्या शर्टवर त्याने जॅकेट चढवले. *दियाग्रामाचा* कागद कोरडा ठेवायला हवा. धावत तो दगडी किल्ल्याच्या दिशेने निघाला.

दोन्ही बाजूंनी बर्निनीचे देवदूत मागे जात होते. *तुज मार्ग दाविती नीट, ही किमया देवदूतांची. धार्मिक* सेन्ट पीटर्सपेक्षा जास्ती दडपण आणणारा अभेद्य असा किल्ला समोर येत होता. तटाच्या वर्तुळाकृती भिंतींवरून तलवार धरलेला महाप्रचंड देवदूत नजरेत भरत होता.

गढीमधे एकही माणूस दिसत नव्हता.

शतकानुशतके या इमारतीचा उपयोग व्हॅटिकनने कधी कबर म्हणून, कधी किल्ला म्हणून, कधी पोपची लपायची गुप्त जागा म्हणून, कधी चर्चच्या शत्रूंसाठी

तुरुंग म्हणून तर कधी म्यूझियम म्हणून केला होता. आणि चर्चला कल्पनाच नसणाऱ्या रहिवाशांनीही या गढीचा उपयोग केला होता. इल्युमिनाटी! ही व्हॅटिकनच्या मालकीची इमारत असली तरी व्हॅटिकनने तिचा उपयोग अधून-मधूनच केला होता. अनेक वर्षांच्या कालावधीत बर्निनीने इमारतीमधे अनेक बदल केले होते. आता तर अफवा होत्या की इमारतीमधे अनेक गुप्त वाटा, भुयारे, चेम्बर्स, दरवाजे आहेत. गढीवरचा देवदूत आणि आजूबाजूचा पार्क यांचा आराखडा बर्निनीनेच बनवला असणार याबद्दल लँग्डनच्या मनात संशय नव्हता.

गढीचे प्रचंड दरवाजे लँग्डनने ढकलले. हललेही नाहीत. डोळ्यांसमोरचे लोखंडी नॉकर्स ठोकून फायदा होणार नाही याची त्याला खात्री होती. त्याने मागे पाऊल टाकून वर बघितले. या तटांनी बर्बर, मूर यांच्या सैन्यांना दाद दिली नव्हती. तो काय करू शकणार मग?

व्हिट्टोरिया, आत आहेस ना तू?

छे! दुसरा मार्ग असायलाच हवा.

घाईघाईनेच तो तटाशेजारून निघाला. तटाचा दुसरा बुरुज पार करताच एका छोट्या पार्किंग एरिआजवळ पोहोचला. इथे दुसरे प्रवेशद्वार होते. वर ओढून घेण्यासारखा पूल. तो उचललेला होता. दरवाज्याला कुलपे होती. लँग्डनने पुन्हा वर बघितले.

बाहेरून टाकलेल्या फ्लडलाईट्सचा प्रकाश फक्त पुढल्या भागावर पडला होता. छोट्याछोट्या खिडक्यांमधे अंधार होता. शंभरएक फुटांवर, मधल्या टॉवरच्या अगदी वरच्या बाजूला, देवदूताच्या तलवारीखाली एक बाल्कनी पुढे आली होती. संगमरवरी छपरावर मधेमधेच प्रकाश पडल्यासारखा वाटत होता. मागच्या खोलीत मशाल वगैरे तेवत नव्हती ना? एकाएकी त्याच्या अंगावर शहारा आला. सावली? तो रोखून बघायला लागला. पुन्हा तोच भास झाला. *नक्की कुणीतरी आहे त्या खोलीत.*

"व्हिट्टोरिया!" स्वतःच्या नकळतच त्याने मोठ्याने हाक मारली. टायबर नदीच्या खळखळत्या पाण्याच्या आवाजात तो आवाज विरून गेला. तो चडफडत अस्वस्थपणे तिथे घिरट्या घालत होता. स्विस गार्ड्स कुठे आहेत? त्याचे ट्रान्समीशन त्यांनी ऐकले तरी होते की नाही?

पार्किंग लॉटपलीकडे एक मीडिया ट्रक उभा दिसल्यावर लँग्डन धावतच तिथे पोहोचला. पोट सुटलेला एक माणूस कानाला हेडफोन्स लावून बटणे फिरवत बसला होता. लँग्डनने ट्रकवर थापा मारताच तो दचकला. भिजलेल्या लँग्डनवर नजर पडताच त्याने हेडफोन्स काढले.

"काय झाले मित्रा?" बोलण्याच्या ढबीवरून तरी ऑस्ट्रेलियन वाटत होता.

"फोन." लँग्डन अधीरपणे म्हणाला.

"डायल टोन नाही." तो खांदे उडवत म्हणाला. "रात्रभर प्रयत्न करतो आहे. सर्व सर्किट्स जाम आहेत."

ड्रॉ ब्रिजकडे बोट दाखवत लँग्डनने विचारले, "तिथून कुणाला आत जाताना पाहिलंस तू?"

"हो. एक काळी व्हॅन रात्रभर आतबाहेर करताना बघितली आहे."

लँग्डनच्या पोटात गोळा आला.

"नशिबवान आहे तो." टॉवरकडे बघत, कपाळावर आठ्या चढवत, ऑस्ट्रेलियन म्हणाला. व्हॅटिकनचे दृश्य त्याला इथून दिसत नव्हते. वरून काय छान दिसत असेल सर्व. सेन्ट पीटर्सच्या ट्रॅफिकमधून मला जाताच आले नाही, म्हणून मी इथूनच कॅमेरा लावला आहे."

लँग्डनचे त्याच्या बोलण्याकडे लक्ष नव्हते. दुसरे काय करता येईल या विचारात तो गढला होता.

"तुला काय वाटतं? हा 'शेवटच्या क्षणाला पोहोचणारा रक्षणकर्ता' खरा असेल?"

"काय?" लँग्डनने गर्रकन वळून विचारले.

"ऐकलं नाहीस तू? स्विस गार्ड्सच्या कॅप्टनला फोन करून कुणीतरी सांगितले आहे की त्याच्याकडे फार महत्त्वाची माहिती आहे. तो विमानाने पोहोचतो आहे. त्याने जर आजचा दिवस निभावून नेला तर... तर सर्व रेटिंग्जचा निकाल लागेल." तो जोराने हसला.

लँग्डन पार गोंधळला. विमानाने येऊन व्हॅटिकन वाचवणार आहे? प्रतिवस्तू कुठे आहे याची माहिती त्याला कुठून मिळाली? मग स्विस गार्ड्सना का सांगितले नाही? स्वत: यायची काय गरज? काहीतरी गडबड आहे. पण जास्ती विचार करायला लँग्डनला सवड नव्हती.

आता कुठे ऑस्ट्रेलियनने लँग्डनकडे नीट बघितले. "सेन्ट पीटर्स चौकात कार्डिनलला वाचवायचा प्रयत्न करताना मी टी.व्ही.वर पाहिले आहे तुला. तूच होतास ना?"

लँग्डनने उत्तर दिले नाही. त्याचे लक्ष ट्रकवरच्या सॅटेलाईट डिशकडे गेले. आणि त्या वर खाली करता येण्यासारख्या कसल्या तरी शिडीसारख्या गोष्टीकडे. लँग्डनने पुन्हा गढीकडे बघितले. बाहेरचा तट पन्नास फूट तरी उंच होता. आतला किल्ला तर त्याहून उंच. पण तट पार करता आला तर?

लँग्डन त्या वार्ताहराकडे वळला. "ती किती उंच करता येते?" त्याने बोट दाखवत विचारले.

तो गोंधळला. ''पंधरा मीटर तरी. का?''

''तो ट्रक तटाजवळ उभा कर. मला मदत हवी आहे.''

''कशाबद्दल बोलतो आहेस तू?''

लँग्डनने त्याला समजावले.

ऑस्ट्रेलियन डोळे मोठे करून बघत राहिला. ''डोकं जागेवर आहे ना तुझं? ते दोन लाख डॉलर्सचं टेलिस्कोपिंग एक्स्टेन्शन आहे. शिडी नाही.''

''तुला रेटिंग्जची चिंता होती ना? माझ्याकडे अशी माहिती आहे की आजचा दिवस जन्मभर तुझ्या स्मरणात राहील.''

''दोन लाख डॉलर्स किमतीची?''

लँग्डनने त्याच्या मदतीच्या मोबदल्यात तो काय माहिती देऊ शकतो ते सांगितले.

नव्वद सेकंदांनी रॉबर्ट लँग्डन पन्नास फूट उंचीवर सॅटेलाइट आर्म धरून हवेत तरंगत होता. त्याने वाकून बुरुज पकडून भिंतीवर उडी मारली आणि तो खालच्या वाटेवर उतरला.

''आता बोल. कुठे आहे तो?'' ऑस्ट्रेलियन ओरडला.

माहिती सांगताना लँग्डनला उगीचच अपराधी वाटत होते. पण त्याने शब्द दिला होता. आणि नाहीतरी हॅसासिन्ने ती माहिती वार्ताहरांना पुरवलीच असती. ''पियाझ्झा नावोना.'' लँग्डन ओरडला. ''कारंज्यामधे आहे तो.''

ऑस्ट्रेलियनने सॅटेलाईट डिश खाली घेतली आणि त्याचे आयुष्य बदलून टाकू शकणारी बातमी मिळवण्यासाठी तो घाईनेच निघाला.

शहरापासून खूप उंचीवरच्या दगडी चेम्बरमधे हॅसासिन्ने आपले भिजलेले बूट काढले आणि तुकडा उडालेल्या पायावर बॅन्डेज बांधले. दुःख आणि वेदना असल्या तरी सुख मिळवण्याआड येण्याएवढ्या त्या तीव्र नव्हत्या.

तो त्या स्त्रीकडे वळला.

खोलीतल्या एका कोपऱ्यातल्या सोफ्यावर ती पाठीवर पडलेली होती. हात मागे बांधलेले. तोंडात बोळा कोंबलेला. हॅसासिन् तिच्या रोखाने निघाला. ती जागी बघून तो खूष झाला. आश्चर्य म्हणजे तिच्या डोळ्यांत भीती नव्हती तर संताप होता.

उमटेल! भीती उमटेल नंतर!

१०७

फ्लडलाईट्सच्या प्रकाशात, गढी बाहेरच्या गोलाकार वाटेवरून धावताना लँग्डनची नजर खालच्या कोर्टयार्डकडे गेली. प्राचीन युध्दात वापरण्यात येणाऱ्या शस्त्रांचे म्यूझियम वाटत होते. गोफणी, संगमरवरी तोफगोळे आणि भयानक भासणाऱ्या अनेक गोष्टींचा खजिना. दिवसा गढीचे काही भाग टूरिस्ट्सना उघडे असत. कोर्टयार्ड जुन्या काळात जसे दिसत असेल तसेच बनवण्याचा प्रयत्न चालू होता.

कोर्टयार्डवरून लँग्डनची नजर किल्ल्याच्या मध्यभागी पोहोचली. वर्तुळाकार गढी, आकाशात १०७ फूट उंचीवरच्या ब्रॉन्झच्या देवदूतापर्यंत पोहोचली होती. वरच्या बाल्कनीत अजूनही आतल्या बाजूने प्रकाश येत होता. ओरडून हाक मारावी असे लँग्डनला वाटत होते. पण त्यातला धोका त्याच्या लक्षात येत होता. आत जाण्यासाठी मार्ग शोधायला हवा.

त्याने घड्याळ बघितले.

रात्रीचे ११:१२.

तटाच्या आतल्या अंगाच्या गोलाकार रॅम्पवरून, तो कोर्टयार्डमधे उतरला. आतल्या भिंतीजवळून अंधाऱ्या जागांतून फेरी घ्यायला लागला. तीन ठिकाणी आत शिरायला प्रवेशद्वारे दिसली. पण कायमची सील केलेली. *मग हॅसासिन् कसा आत गेला?* बाहेरून बंद केली असणारी, हल्लीच्या काळातली दोन प्रवेशद्वारेही त्याच्या नजरेत आली. *इथून नाही.* सबंध इमारतीला फेरी पुरी व्हायची वेळ आली आणि कोर्टयार्डमधून जाणारा एक खडीचा रस्ता त्याला दिसला. एका बाजूला खेचून घेतलेला ड्रॉ ब्रिज होता. तो खडीचा रस्ता पुढे एका बोगद्यातून किल्ल्यात नाहीसा होत होता. *इल त्राफोरो.* गढीतल्या या गोलाकार रॅम्पबद्दलही त्याने ऐकले होते. वर पासून खालपर्यंत घोड्यावरून दौडत यायला कमांडर्स त्याचा उपयोग करत. मग *हॅसासिन् व्हॅन वर घेऊन जाऊ शकणार नाही?* बोगद्याचा दरवाजा उघडा होता, पण आत दृष्टी टाकताच त्याचा उत्साह मावळला.

बोगदा वर चढत नव्हता. *खाली* उतरत होता. चुकीचा मार्ग. खालच्या कोठड्यांकडे घेऊन जाणारा. वर नेणारा नाही.

आत जावे की नाही याबद्दल लँग्डनचा निर्णय होईना. त्याची नजर वरती बाल्कनीवर गेली. नक्की आत हालचाल होती. *ठरव काय ते.* दुसरा पर्यायच नव्हता. त्याने बोगद्यामधून आत धाव घेतली.

हॅसासिन्‌ने तिच्या दंडावरून हात फिरवला. काय मऊ मुलायम त्वचा होती. किती तऱ्हेने तो तिच्या शरीराच्या कानाकोपऱ्याचा उपभोग घेऊ शकेल?

त्याने जानसचे काम उत्कृष्टपणे केले होते. ही युध्दात मिळालेली लूट होती. तिच्यावर त्याचा हक्कच होता. सर्वतोपरी तिचा उपभोग घेऊन झाल्यावर शेवटी तो तिला सोफ्यावरून खेचून गुडघ्यांवर बसवणार होता. उरलासुरला अभिमान धुळीला मिळवणारी लाजिरवाणी मानखंडना करून घ्यायला भाग पाडणार होता आणि त्याच्या सुखाच्या परमोच्च क्षणीच तिचा गळा चिरणार होता.

नंतर बाल्कनीत हवा खात इल्युमिनाटींच्या अंतिम विजयाच्या क्षणाचा आनंद घेणार होता. या सुडासाठी किती जणांनी किती काळ वाट बघितली होती.

बोगद्यात अंधार वाढत होता. लँग्डन उतरतच होता.

एक पूर्ण फेरी होईपर्यंत प्रकाश जवळजवळ नाहीसा झाला. उतार संपला. लँग्डनची चाल मंदावली. त्याच्या पायांच्या आवाजावरून त्याच्या लक्षात आले की तो एका मोठ्या खोलीमधे पोचला होता. समोरच्या अंधारात मधूनमधून प्रकाश चमकत होता का? हात पुढे करून तो हळूहळू पुढे झाला. हाताला काहीतरी गुळगुळीत लागले. क्रोम आणि ग्लास. वाहन होते कुठले तरी. चाचपडत त्याने दरवाजा शोधला, उघडला.

दरवाजा उघडताच गाडीतला डोमलाईट लागला. काळी व्हॅन, ओळखीची. घृणा वाटली त्याला. त्याने आतमधे कुठले शस्त्र हाताला लागते का बघितले. त्याचे पिस्तूल त्याने गमावले होते. काहीही मिळाले नाही. व्हिट्टोरियाचा फुटलेला, निरुपयोगी सेलफोन बघताच लँग्डनच्या मनात पुन्हा भीतीने घर केले. आपल्याला उशीर होऊ नये अशी त्याने देवाची प्रार्थना केली.

त्याने व्हॅनचे हेडलाईट्स लावताच खोली उजळून निघाली. साधी मोठी खोली. घोडे ठेवण्यासाठी आणि दारूगोळा साठवण्यासाठी उपयोग केलेली. पण मार्गही खुंटलेला.

चुकीच्या मार्गानेच आलो शेवटी.

लँग्डनने व्हॅनबाहेर पडून खोलीच्या भिंती तपासायला सुरुवात केली. कुठेही दरवाजा दिसत नव्हता. बोगद्यावरचा देवदूत म्हणजे केवळ योगायोग असेल? *अशक्य!* त्याला बर्निनीच्या कारंज्याजवळ खुन्याने उच्चारलेल्या शब्दांची आठवण आली. *ती चर्च ऑफ इल्युमिनेशनमधे आहे. – माझीच वाट बघते आहे.* लँग्डनही इथपर्यंत पोहोचला होता. आता हार मानणार नव्हता. निराशा, द्वेष यांनी त्याला सरळ विचार करता येईनासा झाला होता. हृदयाची धडधड वाढली होती.

जमिनीवरचे रक्ताचे डाग दिसताच लँग्डनच्या मनात व्हिट्टोरियाचा विचार

प्रथम आला. पण पुढे पुढे जाणारे डाग नीट बघताच ते रक्ताळलेल्या पायामुळे उमटलेले डाग आहेत हे त्याच्या ध्यानात आले. फक्त डावा पायच रक्ताळलेला होता. *हॅसासिन्!*

ते डाग त्याला खोलीच्या कोपऱ्यापर्यंत पोहोचलेले दिसले. प्रत्येक पाऊल पुढे टाकताना तो जास्ती जास्ती कोड्यात पडत होता. खोलीच्या कोपऱ्यापर्यंत पोहोचून डाग अचानक नाहीसे कसे झाले?

लँग्डन कोपऱ्यापर्यंत पोहोचला आणि त्याचा स्वत:च्या नजरेवर विश्वास बसेना. जमिनीवरची ग्रॅनाईटची फरशी इतर फरशांसारखी चौकोनी नव्हती. ती पंचकोनी आकारात होती. एक टोक कोपऱ्याकडे. मार्गदर्शक खूण. एकापुढे एक बांधलेल्या भिंतींनी कोपऱ्यामधली फट प्रथम लक्षातच आली नव्हती. माणूस जाऊ शकेल अशा त्या फटीमधून लँग्डन आत घुसला. एका पॅसेजमधे पोहोचला. पूर्वी मार्ग बंद ठेवण्यासाठी बांधलेल्या लाकडी भिंतींचे तुकडे जमिनीवर पडले होते.

आणि पुढे प्रकाश दिसत होता.

लँग्डन धावतच प्रकाशाच्या रोखाने निघाला. पॅसेजपुढे एका मोठ्या खोलीमधे पोहोचला. भिंतीवर एक पेटती मशाल होती. लँग्डन गढीच्या अशा भागात पोहोचला होता की जिथे वीज नव्हती. टूरिस्ट या ठिकाणी कधीच येणार नव्हते. दिवसासुध्दा हा सर्व भाग भीतिदायक वाटला असता. मशालीच्या उजेडात तर तो जास्तीच भयाण वाटत होता.

ला प्रिगिओने.

डझनभर तरी छोट्या छोट्या अंधारकोठड्या होत्या. लोखंडाचे गज झिजून गेले होते. एक मोठी अंधारकोठडी मात्र व्यवस्थित वाटत होती. जमिनीवर पडलेल्या वस्तू बघताच लँग्डनला धक्का बसला. काळे झगे, लाल कंबरपट्टे. *याच ठिकाणी हॅसासिन्ने कार्डिनल्सना अडकवून ठेवले होते तर!*

कोठडीजवळच्या भिंतीत एक लोखंडी दरवाजा होता. त्यातून पुढे जायला पॅसेज दिसत होता. लँग्डन पुढे धावताधावता थबकला. रक्ताचे डाग पॅसेजमधे दिसत नव्हते. पॅसेजवरच्या कमानीवर कोरलेले शब्द बघताच त्याला कारण कळले.

इल पास्सेतो.

आजपर्यंत किती वेळा त्याने या बोगद्याबद्दल ऐकले होते. पण तो आहे कुठे हे कधी कळले नव्हते. *इल पास्सेतो* – छोटा पॅसेज – एक छोटा, पाऊण मैल लांबीचा, कॅसल सेन्ट अ‍ॅन्जलो आणि व्हॅटिकन यांना जोडणारा बोगदा. व्हॅटिकनला वेढा पडला की सुरक्षित पळून जाण्यासाठी अनेक पोपनी या बोगद्याचा वापर केला होता – आणि थोड्या वेळा इतर कारणांसाठीही – त्यांच्या मिस्ट्रेसेसना भेटण्यासाठी

किंवा त्यांच्या शत्रूंचे करण्यात येणारे हाल बघण्यासाठी. हल्ली या बोगद्याचे दोन्ही बाजूंचे दरवाजे, न फोडता येण्यासारख्या, कुलपांनी बंद करून किल्ल्या कुठल्या तरी व्हॅटिकन व्हॉल्टमधे ठेवल्या आहेत अशी समजूत होती. इल्युमिनाटी व्हॅटिकनच्या आतबाहेर कसे काय जात होते, हे आता आपल्याला कळले आहे अशी लँग्डनला भीती वाटली. पण व्हॅटिकनमधल्या कुठल्या *फितूर* माणसाने चर्चचा विश्वासघात केला होता? किल्ल्या शोधून हातात दिल्या होत्या? *ऑलिव्हेट्टी? स्विस गार्ड्‌पैकी कुणी?* आता कळून तरी काय अर्थ होता म्हणा.

रक्ताचे ठसे कोठडीच्या विरुध्द बाजूला पोचत होते. एक गंजलेले गेट आणि साखळदंड. गेटचे कुलूप काढलेले. गेटच्या पलीकडे पायऱ्या गोलाकार वर चढत होत्या. इथेही पंचकोनी आकाराचा दगड होता. बर्निनीने स्वत: हे दगड कोरले असतील? असतीलही. वरती कमानीवर छोटा देवदूत कोरला होता. हाच मार्ग! अगदी नक्की!

पायऱ्यांवर रक्ताचे ठसे होते.

वर चढण्यापूर्वी आपल्याजवळ काहीतरी शस्त्र असायलाच हवे अशी लँग्डनला पुन्हा जाणीव झाली. त्याला चार फूट लांबीचा एक लोखंडी गज सापडला. एक टोक तुटलेले आणि धारदार टोके आलेली. फारच वजनदार असला, तरी त्याने तो उचलला. हॅसासिन्च्या नकळत अचानक त्याच्याजवळ पोहोचता आले तर... नाहीतरी तो जखमी झालाच होता – या गजाने उरलेले काम करता येईल. त्याला उशीर झालेला नसला म्हणजे मिळवली.

काही आवाज कानांवर पडत नाहीत ना असा कानोसा घेत, गुळगुळीत पडलेल्या पायऱ्यांवरून लँग्डन वर चढायला लागला. खालच्या कोठड्यांमधला प्रकाश नाहीसा झाला. भिंतीवर हात ठेवून पूर्ण काळोखात चढताना लँग्डनच्या मनात आले, की गॅलिलिओचे भूतही त्याची विश्वाबद्दलची मते इतर शास्त्रज्ञांना सांगण्यासाठी असेच आत चढत असेल म्हणून.

इल्युमिनाटींची शेकडो वर्षे गुप्त राहिलेली रहस्यमय जागा कुठे आहे ते लक्षात आल्यापासून लँग्डनला बसलेला जबरदस्त धक्का अजून ओसरला नव्हता. इल्युमिनाटींची गुप्त बैठकीची जागा व्हॅटिकनच्या मालकीच्या इमारतीतच होती. बाहेर प्रसिध्द शास्त्रज्ञांच्या घरांमधे, तळघरांमधे व्हॅटिकन गार्ड्स त्यांचा शोध घेत असताना इल्युमिनाटी व्हॅटिकनच्या नाकावर टिच्चून *इथे* भेटत होते. काय उत्कृष्ट कल्पना! बर्निनी सर्व दुरुस्त्या आणि नूतनीकरणांच्या कामाचा मुख्य आर्किटेक्ट होता. तो कधीही इथे येऊ शकत होता. त्याच्या इच्छेप्रमाणे हवे ते बदल करून घेऊ शकत होता. त्याला प्रश्न विचारणारे कोणी नव्हते. किती गुप्त गोष्टी बर्निनीने बनवल्या असतील? उघडउघड मार्गदर्शक खुणा सोडल्या असतील?

चर्च ऑफ इल्युमिनेशन! तो वादातीतपणे अगदी जवळ पोहोचला होता.

पायऱ्या अरुंद व्हायला लागल्या. बोगदाही. पण तो पुढे चालत राहिला. इतिहासाच्या सावल्या इथे अंधारात कुजबूज करत असाव्यात. प्रकाशाची तिरीप आडवी आली. समोरच्या दरवाज्याच्या फटीतून प्रकाश बाहेर येत होता.

तो गढीच्या नक्की कुठल्या भागात आहे याचा त्याला अंदाज येत नव्हता. पण तो खूप वर चढला आहे याची त्याला खात्री होती. गढीवरचा महाप्रचंड देवदूत बहुधा आपल्या डोक्यावरच असेल आता.

हे देवदूता, लक्ष ठेव माझ्यावर. लोखंडी गज हातात घट्ट पकडून लँग्डन पुटपुटला आणि दरवाज्यात पोहोचला.

व्हिट्टोरियाचे दंड दुखत होते. जागी झाल्यावर, आपले हात मागे बांधलेले आहेत कळल्यावरही, प्रथम तिला वाटले होते की मन शांत ठेवता आले तर सुटका करून घेता येईल. पण तिला वेळच मिळाला नाही. नरपशू परतला होता. आता तिच्याजवळ उभा होता. उघड्या छातीवर पूर्वीच्या झटापटींच्या निशाण्या दाखवणारे अनेक व्रण होते. पण फार ताकदवान भासत होता. तिच्या शरीरावरून त्याची नजर फिरत असताना, आता आपण काय काय करणार आहोत याचाच जणू तो विचार करतो आहे असे व्हिट्टोरियाला वाटले.

अत्यंत उपहासाने, तिला खिजवल्याप्रमाणे तिच्याकडे बघत, त्याने आपला पट्टा काढला आणि बाजूला फेकला.

भयानक भीतीने आणि घृणेने तिने आपले डोळे मिटले. पुन्हा उघडले तेव्हा त्याच्या हातातला चाकू त्याने खाडकन तिच्या चेहऱ्यासमोरच उघडला.

स्वत:च्याच घाबरलेल्या चेहऱ्याचे प्रतिबिंब तिला त्या स्विचब्लेडच्या पात्यावर दिसले.

त्याने पाते उलटे धरून हळूहळू तिच्या पोटावर फिरवले. त्या थंडगार स्पर्शाने तिच्या अंगावर शहारे आले. तिरस्काराने बघत त्याने ते खाली सरकवले. मागे पुढे करत तो तिच्यावर ओणवा झाला, तिला कानावर उष्ण श्वास जाणवला आणि तो हळूच म्हणाला,

''याच पात्याने तुझ्या बापाचा डोळा काढला होता मी.''

त्या क्षणाला व्हिट्टोरियाची खात्री पटली की ती कुणाचा तरी खून पाडू शकेल. त्याने तिची खाकी शॉर्ट कापायला सुरुवात केली आणि तो थबकला. त्याने नजर वर केली. खोलीत दुसरे कोणीतरी होते.

''दूर हो तिच्यापासून.'' दरवाज्यातून गुरगुरल्यासारखे शब्द आले.

कोण बोलत होते ते व्हिट्टोरियाला दिसले नाही. पण तिने आवाज ओळखला.

रॉबर्ट! जिवंत आहे तो!

हॅसासिन् लॅंग्डनकडे बघतच राहिला. ''मिस्टर लॅंग्डन! खरोखर कोणता तरी देवदूतच तुझे रक्षण करत असला पाहिजे.''

१०८

खोलीत शिरताच, सेकंदभरात इकडेतिकडे बघताना लॅंग्डनच्या मनाला जाणीव झाली होती, की तो एका पवित्र जागेत पोहोचलेला आहे. हो, त्या लांबलचक खोलीतली सजावट जुनी असली, भिंतींचा रंग उडालेला असला, तरी तिच्यात अनेक प्रतीकांची रेलचेल होती. पंचकोनी टाईल्स, ग्रहांची भित्तिचित्रे, पिरॅमिड्स, कबुतरे.

दि चर्च ऑफ इल्युमिनेशन! नि:संशय तो पोहोचला होता.

समोर हॅसासिन्च्या मागेच बाल्कनी दिसत होती. उघड्या छातीने तो व्हिट्टोरियाजवळ उभा होता. तिला जखडून टाकले असले तरी ती जिवंत होती. तिला बघताच त्याला काय समाधान झाले. क्षणभर त्यांची नजरानजर झाली. निराशा, दु:ख, कृतज्ञता – काय नव्हते त्या नजरेत?

''पुन्हा भेट झाली तर आपली,'' हॅसासिन् उद्गारला. त्याचे लक्ष लॅंग्डनच्या हातामधल्या लोखंडी गजाकडे गेले आणि तो खदखदा हसला. ''आणि यावेळी *ते खेळणे* घेऊन माझ्यामागे आला आहेस तू?''

''दोऱ्या सोड तिच्या.''

हॅसासिन्ने व्हिट्टोरियाच्या गळ्याखाली चाकू लावला. ''तिला ठार करेन मी.''

हॅसासिन् बोललेला शब्द खरा करेल याबद्दल लॅंग्डनच्या मनात थोडाही संशय नव्हता. ''पर्याय लक्षात घेतला तर बहुतेक त्याचा आनंदच वाटेल तिला.'' अत्यंत शांत आवाजात बोलायचा प्रयत्न करत लॅंग्डन म्हणाला.

या अपमानकारक शब्दांचा हॅसासिन्वर काहीच परिणाम झाला नाही. तो हसत म्हणाला, ''बरोबर आहे. तिच्याकडे बरंच काही आहे. सर्वच फुकट जाईल नाहीतर.''

गंजलेला लोखंडी गज घट्ट पकडत लॅंग्डनने पाऊल पुढे टाकले. तुटके टोकदार टोक हॅसासिन्पुढे नाचवत तो म्हणाला, ''जाऊ दे तिला.''

हॅसानिनने क्षणभर विचार केल्यासारखे दाखवत खांदे खाली केले. पण त्याच क्षणी हात झटक्यात मागे पुढे करत चाकू लॅंग्डनच्या दिशेने फेकला. असे काहीतरी

घडणार याची जाणीव असल्याने किंवा भयानक थकव्यानेही असतील, पण त्याच क्षणी लँग्डनचे गुडघे वाकले आणि चाकू कानाजवळून मागे जाऊन पडला. हॅसासिन्‌ला त्याची चिंता वाटलेली दिसली नाही. सिंहाने आपल्या भक्ष्याच्या दिशेने पाऊल टाकावे, त्याप्रमाणे लोखंडी गज धरून गुडघ्यांवर बसलेल्या लँग्डनच्या दिशेने त्याने पाऊल पुढे टाकले.

गज घट्ट पकडून धडपडत उभे राहाताना भिजलेली पॅन्ट आणि टर्टलनेकही आपल्या हालचालीत अडथळा आणत आहेत असे लँग्डनला वाटले. हॅसासिन्‌च्या अंगावर विशेष कपडे नव्हते. त्याची जखमही त्याला त्रास देत नसावी. या माणसात जीवघेण्या वेदना सहन करायची ताकद आहे असे लँग्डनच्या लक्षात येताच आपल्या हातात मोठे पिस्तूल असायला हवे होते, असा विचार आयुष्यात प्रथमच लँग्डनच्या मनात येऊन गेला.

हॅसासिन्‌ने त्याच्याभोवती फिरत जमिनीवरचा चाकू उचलायचा प्रयत्न करताच लँग्डनने त्याला अडवले. तो व्हिट्टोरियाच्या दिशेने वळत असतानाही अडवले.

''अजूनही वेळ गेलेली नाही.'' लँग्डन म्हणाला. ''ती कुपी कुठे आहे ते सांग मला. इल्युमिनाटीपेक्षा कितीतरी पटीने जास्ती पैसे व्हॅटिकन तुला देईल.''

''फार भाबडा आहेस तू लँग्डन.''

त्या मोठ्या खोलीत हॅसासिन्‌ला कुठल्या कोपऱ्यात पकडावे म्हटले तर त्या अंडाकृती *खोलीला कुठे कोपरेच नव्हते.* आश्चर्य म्हणजे हॅसासिन्‌ला लँग्डनवर हल्ला करायची इच्छा दिसत नव्हती की पळून जायचीही. तोच लँग्डनला शांतपणे खेळवतो आहे आणि वाट बघतो आहे असे वाटत होते.

वाट बघतो आहे? कशाची? हॅसासिन् गोल गोल फिरत होता. लँग्डनला हातामधला गजही वजनदार होतो आहे वाटायला लागले आणि हॅसासिन् कशाची वाट बघतो आहे कळले. *तो लँग्डनचा दम काढत होता.* लँग्डन खराच थकत चालला होता. जे काय करायचे ते आताच करायला हवे.

हॅसासिन्‌ला जसे काही लँग्डनच्या मनातले विचार कळत होते. तो हालचाल करत, अगदी ठरवून, लँग्डनला त्या खोलीच्या मध्यभागी असलेल्या टेबलाच्या दिशेने घेऊन जात होता. लँग्डनला त्या टेबलावर काहीतरी दिसत होते. मशालीच्या उजेडात काहीतरी चमकलेही. *शस्त्र?* हॅसासिन्‌वरची नजर न ढळवता लँग्डनही टेबलाच्या दिशेने सरकला. हॅसासिन्‌ने उघड उघड त्या टेबलाकडे बघितले. शेवटी लँग्डनला राहवले नाही. त्याने त्या टेबलाकडे बघितले आणि तोच खिळल्यासारखा झाला.

शस्त्र वगैरे काही नव्हते. तिथे एक जुनी ब्रॉन्झची पेटी होती. मधे मधे हिरवा रंग पकडलेला. पंचकोनी. झाकण उघडे. आतमधे पॅडिंग लावलेली पाच कम्पार्टमेन्ट्स

होती. आणि पाच ब्रॅन्ड. लोखंडापासून बनवलेली, दणकट, लाकडी दांड्याची ठसे उमटवणारी पाच साधने. ती काय होती याबद्दल संशय असायचे कारणच नव्हते.

इल्युमिनाटी – पृथ्वी – वायू – अग्नी – जल.

हॅसासिन् आपल्यावर उडी घेणार या भीतीने लँग्डनने खाडकन मान वळवली. पण तो खुनी शांतपणे उभा होता. ताजातवाना. कशाची वाट पाहात होता? कसला खेळ खेळत होता? लँग्डनने पुन्हा त्याच्या नजरेला नजर दिली. पण ती पेटीच आता त्याच्या डोळ्यांसमोर यायला लागली. त्या ब्रॅन्ड्सची मोहिनी तर त्याच्यावर पडली होतीच – असे ब्रॅन्ड, की जे अस्तित्वात आहेत यावर इल्युमिनाटी स्कॉलर्सचाही विश्वास नव्हता – पण दुसरेही काही होते – नाहीतर पेटीकडे बघताच त्याला अनामिक धोक्याचीही जाणीव का व्हावी? हॅसासिन् हालचाल करायला लागला असतानाच लँग्डनने पुन्हा हळूच त्या पेटीवर एक नजर टाकली.

अरे देवा!

पेटीमधे पाच ब्रॅन्ड्स एका बाजूला असलेल्या वेगवेगळ्या कप्प्यात ठेवले होते. पण *मध्यभागी* आणि एक कप्पा होता. त्यात आता तरी कुठलाच ब्रॅन्ड नव्हता. पण इतरांपेक्षा मोठा आणि चौकोनी आकाराचा ब्रॅन्ड ठेवायला जागा होती.

लँग्डनचे लक्ष जाणीवपूर्वक दुसरीकडे वेधून हॅसासिन्ने जलद हालचाल केली आणि त्याच्या हातातला गज पकडला. हॅसासिन्च्या अंगात जबरदस्त ताकद होती. दुसऱ्या क्षणी लँग्डनच हॅसासिन्च्या हातातल्या लोखंडी गजाच्या तीक्ष्ण टोकांकडे बघत होता.

एखाद्या वावटळीत सापडावे असे लँग्डनला वाटले. लँग्डनला भीती दाखवत पाठीमागे भिंतीकडे ढकलत हॅसासिन् हसत होता. "मांजर आणि कुतूहल याबद्दलची कुठली तरी अमेरिकन म्हण आहे ना?"

लँग्डन स्वत:वरच चरफडत होता. त्याचाच निष्काळजीपणा त्याला भोवला होता. एका गोष्टीचा अर्थही लागत नव्हता. *सहावा इल्युमिनाटी ब्रॅन्ड?* निराशेनेच तो म्हणाला, "सहाव्या इल्युमिनाटी ब्रॅन्डबद्दल मी वाचलेही नाही कधी."

"असणार." त्याला त्या गोलाकार भिंतीशेजारून फिरायला लावत हॅसासिन् म्हणाला.

लँग्डनला काही कळेनासे झाले. त्याने नक्की ऐकले नव्हते. पाचच ब्रॅन्ड होते. तो दुसरी कुठली गोष्ट हाताला लागते का याचाही विचार करत होता.

"प्राचीन मूलद्रव्यांचे रहस्यमय एकत्रीकरण. शेवटचा ब्रॅन्ड तर सर्वांत अप्रतिम आहे. पण तो तू कधीच बघू शकणार नाहीस म्हणा. मला वाईट वाटतं त्याबद्दल."

तो ब्रॅन्डच काय, क्षणभराने तो या आयुष्यात काहीही बघू शकेल याची लँग्डनला खात्री वाटेनाशी झाली. तो हॅसासिन्पासून दूर राहायचा प्रयत्न करत होता.

त्याला काहीतरी शस्त्र हवे होते. "तू बघितला आहेस उरलेला ब्रॅन्ड?" वेळ काढायचा प्रयत्न करत लँग्डनने विचारले.

"मी माझी पात्रता सिध्द केली की एखादेवेळी ते मला दाखवतील तो." खसकन लोखंडी गज पुढे होताच लँग्डन मागे सरकला. हॅसासिन् त्याला खेळवत होता. तो नक्की आपल्याला त्याने ठरवलेल्या कुठल्यातरी ठिकाणी जायला भाग पाडतो आहे. *पण कुठे?* मागे दृष्टी टाकायला वेळच कुठे मिळत होता?

"पण तो ब्रॅन्ड आहे कुठे?"

"इथे नाही. फक्त जानसलाच ठाऊक आहे."

"जानस?" लँग्डनला नवीनच नाव वाटत होते.

"इल्युमिनाटींचा प्रमुख. तो येणार आहे लौकरच."

"इथे येणार आहे?"

"शेवटचा ब्रॅन्ड उठवायला."

लँग्डनने धसक्यानेच व्हिट्टोरियाकडे नजर टाकली. तीच शेवटची बळी नाही ना? ती डोळे मिटून शांतपणे दीर्घ श्वास घेत बसली होती. का *तोच* शेवटचा बळी आहे?

त्याच्या मनातले विचार वाचावेत तसा हॅसासिन् म्हणाला, "तुम्ही चिलटांसारखे आहात. क्षुद्र. तुम्ही मरणार आहातच. पण शेवटचा बळी हा खरा धोकादायक शत्रू आहे."

धोकादायक शत्रू? लँग्डनला हॅसासिन्च्या बोलण्याचा अर्थ लागेना. चारही कार्डिनल्स मेले होते. पोपसुध्दा. इल्युमिनाटींनी त्या सर्वांचा काटा काढला होता. लँग्डनला त्याच्या प्रश्नाचे उत्तर हॅसासिन्च्या खोल डोळ्यांत बघताच मिळाले.

कामेरलेंगो!

आज उद्‌भवलेल्या भीषण संकटात सर्व जगाचे डोळे आशेने केवळ एकाच व्यक्तीवर खिळले होते. कामेरलेंगो व्हेन्त्रेस्का! वर्षानुवर्षे इल्युमिनाटींच्या कटकारस्थानां-बद्दल केवळ सिध्दान्त मांडणाऱ्या लोकांना न जमलेली गोष्ट कामेरलेंगोने काही मिनिटांत केली होती. इल्युमिनाटींना पार बदनाम करून टाकले होते. त्याची किंमत त्याला चुकवायला लागणार होती.

"तू त्याच्याजवळ पोहोचू शकणार नाहीस."

"मी नाही." लँग्डनला पुन्हा मागे मागे फिरणे भाग पाडत हॅसासिन् म्हणाला. "तो मान जानससाठी राखून ठेवला आहे."

"इल्युमिनाटींचा प्रमुख स्वत: कामेरलेंगोच्या छातीवर ठसा उमटवणार आहे? पण आता व्हॅटिकन शहरात कुणी शिरूच शकत नाही."

"पण आधीच भेट ठरवलेली असली तर?" हॅसासिन्ला अजिबात काळजी दिसत नव्हती.

आणि लँग्डनच्या मनात पूर्ण गोंधळ माजला. या क्षणाला प्रसिध्दी माध्यमे ज्याला शेवटच्या घटकेला पोहोचणारा रक्षणकर्ता म्हणत होती तो एकच माणूस व्हॅटिकनमधे येणार होता – ज्याच्याकडली माहिती व्हॅटिकनला वाचवू...

त्याचे विचार खाडकन थांबले. *अरे देवा!*

लँग्डनच्या सर्व ध्यानात येते आहे हे लक्षात आल्यावर हॅसासिन्च्या चेहऱ्यावर समाधान उमटले. ''मीसुध्दा विचार करत होतो की जानस व्हॅटिकनमधे कसा शिरणार म्हणून. पण व्हॅनमधे असताना रेडिओवर शेवटच्या घटकेला पोहोचणाऱ्या माणसाबद्दल ऐकले आणि...'' हॅसासिन् हसला. ''व्हॅटिकन प्रेमाने हात पुढे करून जानसचे स्वागत करणार आहे.''

जानसलाच सर्वजण रक्षणकर्ता समजत आहेत या विचाराने लँग्डन धडपडणार होता. जगाची काय भयानक फसवणूक होणार होती. इल्युमिनाटींच्या प्रमुखालाच राजासारख्या सन्मानाने कामेरलेंगोच्या चेम्बर्समधे पोहोचवणार होते. *पण मग रॉचरची फसवणूक कशी झाली? का त्याचाही यात कुठे संबंध आहे?* व्हॅटिकनच्या गुप्त आर्काइव्ह्ज्मधे घुसमटून मरायची पाळी आली होती त्या क्षणापासून लँग्डनचा रॉचरवर पूर्ण विश्वास बसत नव्हता.

हॅसासिन्ने झटक्यात पुढे केलेला गज त्याला घासूनच गेला. मागे उडी घेत रागानेच लँग्डन म्हणाला, ''जानस जिवंत बाहेर पडणेच शक्य नाही.''

''ध्येय साध्य करायचं तर कधी कधी मरण पत्करायला लागतंच.'' खांदे उडवत हॅसासिन् उद्गारला.

आणि तो खरेच गंभीरपणे बोलतो आहे याची लँग्डनला खात्री पटली. जानस व्हॅटिकनला आत्मघातकी कामगिरीवर येत होता? मानाचा प्रश्न? भीषण घटनाक्रम क्षणार्धात त्याच्या मनासमोरून तरळून गेला. इल्युमिनाटींच्या कारस्थानाने वर्तुळच पूर्ण केले होते. पोपला ठार करून ज्या प्रीस्टच्या हातात इल्युमिनाटींनी नकळत सत्ता दिली होती तोच त्यांचा मोठा शत्रू ठरला होता. इल्युमिनाटींना त्याचा नाश करण्याशिवाय गत्यंतर उरले नव्हते.

आपल्या मागे भिंतच नाही याची लँग्डनला जाणीव झाली. गार वारा पाठीवर येत होता. *बाल्कनी!* हॅसासिन् इतका वेळ कशासाठी थांबला होता हे लँग्डनच्या लक्षात आले. कोर्टयार्ड शंभर फूट तरी खोल होते हे त्याने आत येताना बघितले होते. हॅसासिन्ने वेळ घालवणे थांबवले. भाल्यासारखा त्याने लोखंडी गज त्याच्या पोटाच्या दिशेने घुसवला. सरकून मागे जाताजाता लँग्डनचा शर्ट त्यात अडकला. पुन्हा गज पुढे येताच लँग्डन बाल्कनीच्या कठड्यापर्यंत पोहोचला. आपला जीव जाणार हे कळताच पटकन बाजूला उडी घेत त्याने गजच पकडला. पण झटापटीला तसा अर्थ नव्हता. हॅसासिन्पुढे लँग्डनची ताकद नगण्य होती. त्याने हॅसासिन्च्या

दुखऱ्या पायावर पाय हाणायचा प्रयत्न केला.

पण हॅसासिन् हा तज्ज्ञ खुनी होता. स्वत:ची काळजी घ्यायला पूर्ण समर्थ होता. लँग्डनच बाल्कनीच्या कठड्यावर आदळला. आपली शेवटची घटका जवळ आल्याची त्याला खात्री पटली. छातीच्या दिशेने येणारा गज बघताच लँग्डनने दोन्ही पाय उचलून उडी मारली आणि तो कठड्याला लोंबकळला. त्याचा डाव हात सुटला आणि त्याने फक्त उजव्या हाताने कठडा पकडून धरला.

"गुडबाय." म्हणत आपल्या हातातला गज दोन्ही हातांनी हॅसासिन्ने डोक्यावर उचलला. तो धाडकन आदळायच्या आधीच हॅसासिन्भोवती प्रकाशाचे वलय पसरते आहे असा काहीतरी भास लँग्डनला झाला. प्रकाश वाढला आणि त्याच्या हातातला गज खण्ण करत बाल्कनीतून खाली पडला. हॅसासिन् वेदनेने किंचाळला आणि वळला. हॅसासिन्च्या पाठीवरच व्हिट्टोरियाने मशाल टेकवून ठेवली होती. आता हॅसासिन्च्या नजरेला नजर भिडवून ती उभी होती.

तिच्या मनातली सुडाची भावना ती हॅसासिन्समोर नाचवत असलेल्या मशालीच्या उजेडात स्पष्ट कळत होती. तिने आपल्या बंधनातून स्वत:ची सुटका कशी करून घेतली होती हे लँग्डनला कळत नव्हते. या क्षणी त्याची पर्वाही नव्हती. तो घाईघाईने प्रथम कठडा चढून वर आला.

संतापाने आरोळी ठोकत हॅसासिन्ने तिच्यावर झेप घेतली आणि तो तिच्या हातातून मशाल खेचणार एवढ्यात लँग्डनने हॅसासिन्च्या पाठीवर जळलेल्या ठिकाणीच जीव खाऊन ठोसा हाणला.

त्याची किंकाळी व्हॅटिकनपर्यंत ऐकू गेली असावी.

हॅसासिन् क्षणभर तरी थबकला. त्याची मशालीवरची पकड सुटली आणि जीवघेण्या वेदनांनी तो मागे कलला. तत्क्षणी व्हिट्टोरियाने ती मशाल त्याच्या चेहऱ्यावरच टेकवून धरली. त्याच्या डाव्या डोळ्यातून जळक्या मांसाचा वास आला. पुन्हा एक मोठी किंकाळी फोडून त्याने दोन्ही हात चेहऱ्यासमोर धरले.

"डोळ्याचा बदला डोळ्यानेच." व्हिट्टोरिया धुसफुसली. तिने एखाद्या बॅटप्रमाणे पेटती मशाल फिरवताच हॅसासिन् बाल्कनीच्या कठड्यावर जाऊन आदळला. दोघांनी एकाच वेळी त्याच्याकडे धाव घेतली आणि त्याला कठड्यावरून मागे ढकलून दिले. किंचाळीचा आवाज आला नाही, पण खाली संगमरवरी गोळ्यांवर तो कोसळल्याचा आवाज मात्र आला.

लँग्डन आश्चर्याने व्हिट्टोरियाकडे बघत बसला. तिच्या पोटावर, खांद्यावर सैल पडलेल्या दोऱ्या अजूनही होत्या. सुडाच्या आगीने तिचे डोळे अजूनही धगधगत होते.

"हौदिनीला योगविद्या येत होती."

१०९

त्याच वेळी सेन्ट पीटर्स चौकात खांद्याला खांदा लावून स्विस गार्ड्स तिथल्या गर्दीला मागे रेटायचा प्रयत्न करत होते. पण गर्दीच इतकी अफाट होती की काही उपयोग होत नव्हता. स्वत:च्या सुरक्षिततेपेक्षा व्हॅटिकनचा विनाश कसा होतो हे बघण्याचीच जणू सर्वांना उत्सुकता होती. चौकात उभ्या केलेल्या टी.व्ही.च्या प्रचंड पडद्यांवर प्रतिवस्तूची कुपी आणि घड्याळ यांचे कामेरलेंगोच्या इच्छेप्रमाणे स्विस गार्ड्सच्या सिक्युरिटी मॉनिटरवरूनच थेट प्रक्षेपण होत होते. पण दुर्दैवाने त्यामुळे गर्दी हटत नव्हती. कुपीमधला तरंगणारा एक थेंब कितीसा संहारक असणार? आणि घड्याळाप्रमाणे अजून पंचेचाळीस मिनिटे होती. थांबून मजा बघत बसायलाही खूप वेळ होता.

पण स्विस गार्ड्सची खात्री होती की पूर्ण सत्य सांगायच्या कामेरलेंगोच्या धाडसी निर्णयाने, इल्युमिनाटींच्या सर्व कारवाया उघड करण्याने, त्यांच्या विश्वासघाताची परिसीमा असणारी कुपीही सर्वांना दाखवण्याच्या आज्ञेने, आलेल्या संकटाला व्हॅटिकन कसे तोंड देत आहे हे सर्व जगाच्या लक्षात येत होते. कामेरलेंगो कार्लो व्हेन्त्रेस्का हा तुल्यबळ प्रतिस्पर्धी ठरला होता.

सिस्टीन चॅपेलमधे कार्डिनल मेस्ताती अत्यंत अस्वस्थ होता. ११:१५ वाजले होते. अनेक कार्डिनल्स प्रार्थनेत दंग असले तरी वेळ भरत चाललेली दिसल्यावर अनेक जण बाहेर पडण्याच्या दरवाज्यासमोर गर्दी करून उभे राहिले. काही जणांनी तर दरवाजाही ठोकायला सुरुवात केली.

बाहेर उभ्या असणाऱ्या लेफ्टनंट शारत्राँला आतून दरवाजा ठोकल्याचे आवाज येत असले तरी काय करावे सुचत नव्हते. कॅप्टन रॉचरने सक्त ताकीद दिली होती, की त्याने आज्ञा दिल्याशिवाय दरवाजा उघडायचा नाही. शारत्राँही बेचैन होता. कॅप्टन रॉचर विसरून गेला नसेल ना? त्या रहस्यमय माणसाचा फोन आल्या क्षणापासून कॅप्टन जरा चमत्कारिकपणेच वागत होता.

शारत्राँने वॉकी-टॉकी काढला. "कॅप्टन? शारत्राँ. वेळ होऊन गेली आहे. सिस्टीन चॅपेलचे दरवाजे उघडू?"

"तो दरवाजा बंदच राहील. मी मला वाटतं तशी आज्ञा दिली होती."

"हो सर. पण..."

"आपला पाहुणा येईल एवढ्यात. काही जणांना घेऊन वर जा. पोपच्या

कार्यालया-बाहेर उभे राहा. *कामेरलेंगोला कुठेही जाऊ देऊ नका.*"

"सर? काय सर?"

"आता यामधे काही न कळण्यासारखे आहे लेफ्टनंट?"

"नाही सर. निघालो मी."

शेकोटीकडे बघत कामेरलेंगो स्वस्थ बसला होता. *सामर्थ्य दे देवा मला! चमत्कार घडू दे.* त्याने कोळसे हलवले. *आजची रात्र पार पडेल ना?*

११०

अकरा तेवीस.

कॅसल सेन्ट ॲन्जलोच्या बाल्कनीत रोमवर दृष्टी टाकत व्हिट्टोरिया थरथरत उभी होती. तिच्या डोळ्यांत अश्रू होते. रॉबर्ट लँग्डनला घट्ट मिठी मारावी असे कितीदा तिच्या मनात आले होते. पण शक्य होत नव्हते. तिच्या पपांचा खुनी खाली मरून पडला होता. तिचाही खरे तर बळी जाणार होता.

लँग्डनने हळूच तिच्या खांद्यावर हात ठेवताच ती सर्व विसरली. तिच्यापर्यंत पोहोचण्यासाठी त्यानेही अनंत यातना सहन केल्या असाव्यात. काय अवतार दिसत होता त्याचा.

"थँन्क यू." ती पुटपुटली.

थकलेल्या लँग्डनने कसेबसे हसत तिला आठवण करून दिली की आभार मानायचे तर त्यानेच तिचे मानायला हवेत. तिच्यामुळेच दोघेही जिवंत राहिले होते. व्हिट्टोरियाने डोळे पुसले. त्याच्याबरोबर अनंत काळ तसेच उभे राहायची तिची तयारी होती.

"इथून निघायला हवं आपण." लँग्डन म्हणाला.

तिचे लक्ष व्हॅटिकनकडे होते. जगातला सर्वांत छोटा देश किती जवळ होता. प्रखर दिव्यांच्या प्रकाशात उजळून निघाला होता. सेन्ट पीटर्स चौकामधे अजून असलेली गर्दी बघून तिला धक्का बसला. गर्दी शंभर-दीडशे फूट मागे रेटणेच स्विस गार्ड्सना शक्य झाले होते. *ते फार जवळ आहेत अजूनही. फारच जवळ!*

"मी आत जाणार आहे पुन्हा." लँग्डनने स्पष्टपणे सांगितले.

व्हिट्टोरियाने आश्चर्याने वळून त्याच्याकडे बघत विचारले. ''व्हॅटिकनमधे?''

लँग्डनने येणाऱ्या माणसाबद्दल आणि निश्चितपणे होऊ घातलेल्या विश्वासघाताबद्दल सांगितले. जानस हा इल्युमिनाटींचा प्रमुख स्वत:च कामेरलेंगोच्या छातीवर डाग द्यायच्या तयारीने येत होता. वर्चस्व दाखवण्याची इल्युमिनाटींची शेवटची इच्छा.

''व्हॅटिकनमधल्या कुणाला ठाऊक नाही.'' लँग्डन म्हणाला. ''मला त्यांच्याशी संपर्क साधता येत नाही. आणि हा माणूस कुठल्याही क्षणाला येऊन थडकेल. त्याला आत प्रवेश देण्यापूर्वीच स्विस गार्ड्सना सावध करायला हवे.''

''पण तू त्या गर्दीतून जाऊच शकणार नाहीस.''

''जाईन. मार्ग आहे. विश्वास ठेव माझ्यावर.'' लँग्डनच्या आवाजात आत्मविश्वास होता.

तिला माहीत नसलेली कुठली तरी गोष्ट या इतिहासकाराला माहीत आहे याची व्हिट्टोरियाला खात्री पटली. ''मी येणार आहे बरोबर.''

''नको. दोघांचाही जीव धोक्यात...''

''त्या लोकांना तिथून बाहेर काढायचा मार्ग शोधायला हवा. त्यांना ओढवणाऱ्या संकटाची कल्पनाच...''

ते उभे होते ती बाल्कनी थरथरल्यासारखी झाली. प्रचंड गडगडाटासारखा आवाज गढीमधे घुमला. सेन्ट पीटर्सकडून आलेल्या प्रकाशझोताने त्यांचे डोळे दिपले. व्हिट्टोरियाच्या मनात एकच विचार आला. *प्रतिवस्तूचा वेळेआधीच स्फोट झाला की काय? देवच...*

पण स्फोटाच्या आवाजाऐवजी गर्दीतून आनंदाची एक लहर उसळल्यासारखी वाटली. व्हिट्टोरियाने डोळे बारीक करून बघितले. चौकातून सर्व दिवे त्यांच्याच रोखाने वळवले होते. लोक वळून बघत होते. बोटे दाखवत होते.

लँग्डनही चक्रावला.

आणि टॉवरमागून अचानक पोपचे हेलिकॉप्टर केवळ पन्नास फूट उंचीवरून व्हॅटिकनकडे जाताना दिसले. मीडिया लाईट्सच्या प्रकाशात त्यांच्या डोक्यावरून जाताना गढीही थरथरल्यासारखी वाटली. हेलिकॉप्टर पुढे गेले आणि पुन्हा अंधार पसरला.

सेन्ट पीटर्स चौकावर ते पोहोचले. आपल्याला फार उशीर झाला आहे या विचाराने व्हिट्टोरिया बेचैन झाली. धुळीचे लोट उडवत बॅसिलिकाच्या पायऱ्यांजवळ ते उतरले. गर्दी आणि बॅसिलिका यांच्या मधल्या जागेत.

''काय प्रवेश आहे!'' व्हिट्टोरिया उद्‌गारली. व्हॅटिकनमधून एक छोटीशी भासणारी व्यक्ती पुढे झाली आणि हेलिकॉप्टरच्या दिशेने निघाली. तिच्या डोक्यावरची लाल रंगाची बिरेट चमकली.

“शाही इतमामाने स्वागत. रॉचर आहे तो.”

लँग्डनने कठड्यावर मूठ आदळली. “कोणीतरी त्यांना धोक्याची सूचना द्यायला हवी.” तो वळला.

व्हिट्टोरियाने त्याचा दंड पकडला. “थांब जरा.” तिने दुसरे काहीतरी बघितले होते आणि त्यावर तिचा विश्वास बसत नव्हता. थरथरत्या बोटांनी तिने त्याचे लक्ष हेलिकॉप्टरकडे वेधले. अंतर तसे बरेच असले तरी चूक होण्याची शक्यताच नव्हती. विशिष्ट तऱ्हेने हेलिकॉप्टरच्या गॅन्गप्लॅन्कवरून झपाट्याने पुढे येणारी व्यक्ती दुसरी कुणी असूच शकत नव्हती.

इलेक्ट्रिक व्हीलचेअरवरचा सुलतान!

मॅक्सिमिलियन कोहलर!

१११

बेलेवेदेरेच्या हॉलमधले ऐश्वर्य बघूनच कोहलरला घृणा आली. छतावरच्या सोन्याच्या पानाच्या पैशातच कॅन्सरवर वर्षभर संशोधन करता आले असते. रॉचरने वळणावळणाच्या रस्त्याने कोहलरला पुढे घेऊन जायला सुरुवात केली.

“एलेव्हेटर नाही?” कोहलरने रागाने विचारले.

“वीज नाही.” अंधाऱ्या इमारतीत जळणाऱ्या मेणबत्त्यांकडे बोट दाखवत रॉचर उद्‌गारला. “शोधाची एक योजना.”

“अर्थातच फसलेली.”

रॉचरने मान डोलावली.

कोहलरला पुन्हा खोकल्याची उबळ आली. एखादेवेळी आयुष्यातली शेवटचीच ठरायची हे त्याला नक्कीच माहीत होते. आणि तशी वाईट कल्पनाही नव्हती म्हणा.

वरच्या मजल्यावर पोहोचून ते पोपच्या कार्यालयाच्या दिशेने निघाले. चार गार्ड्स धावतच पुढे आले. “कॅप्टन! तुम्ही इथे काय करता आहात? मला वाटले या माणसाकडे अशी माहिती आहे की...”

“तो फक्त कामेरलेंगोशी बोलणार आहे.”

गार्ड्स थबकले. त्यांच्या चेहऱ्यावर संशय होता.

“ताबडतोब कामेरलेंगोला कळवा की सर्नचे डायरेक्टर मॅक्सिमिलियन कोहलर

त्यांना भेटायला आले आहेत.'' कॅप्टन जरबेच्या आवाजात उद्गारला.

''हो सर.'' एक गार्ड धावतच कामेरलेंगोच्या कार्यालयाच्या दिशेने निघाला. इतर रॉचरकडे संशयाने बघत तसेच उभे राहिले. ''एक मिनिट कॅप्टन. आम्ही तुमच्या पाहुण्यांबद्दल प्रथम कळवतो.''

कोहलर त्यांना वळसा घालून पुढे निघाला. तो थोडाही थांबायला तयार नव्हता.

ते त्याच्या व्हीलचेअरशेजारून धावत म्हणाले, ''सर! थांबा सर!''

कोहलरला त्यांच्याबद्दल फक्त तुच्छता वाटत होती. अपंग म्हटले की सर्वोत्कृष्ट सिक्युरिटी फोर्सलाही दया वाटे. तो तसा नसता तर त्यांनी त्याचे नरडेच पकडले असते. *अपंगांच्या अंगात ताकद नसते,* कोहलरच्या मनात विचार आला, *असे जगाला तरी वाटते.*

तो जे काम करायला आला होता त्यासाठी त्याला फारच थोडा वेळ होता. आज तो इथेच मरायची शक्यताही त्याने गृहीत धरली होती. आपल्याला आता कशाचीच पर्वा राहिलेली नाही हे लक्षात येताच त्याला स्वत:बद्दलच आश्चर्य वाटले. त्याने आयुष्यात बरेच काही सहन केले होते. कामेरलेंगो व्हेन्त्रेस्कासारख्या कुणीतरी त्याचे सर्व काम धुळीला मिळवावे ही कल्पना मात्र त्याला असह्य वाटत होती. ते टाळण्यासाठी मृत्यू पत्करायचीही त्याची पूर्ण तयारी होती.

''सिन्योर.'' गार्ड्स ओरडले. त्यांनी पुढे जाऊन त्याचा रस्ता अडवला. ''तुम्हाला थांबायलाच हवे.'' एकाने पिस्तूल काढून कोहलरवर रोखले.

कोहलर थांबला.

रॉचरने पाऊल पुढे टाकले. त्याच्या चेहऱ्यावर नाईलाज झाल्याचे भाव होते. ''मिस्टर कोहलर! प्लीज! फक्त काही क्षणांचा प्रश्न आहे. पण सूचना दिल्याशिवाय पोपच्या ऑफिसात कोणीही प्रवेश करू शकत नाही.''

त्याच्याकडे बघताच कोहलरच्या लक्षात आले की थांबणे भागच आहे. *ठीक आहे,* कोहलरने विचार केला. *थांबतो.*

गार्ड्सनी कोहलरला अजाणतेपणी एका पूर्णाकृती आरशासमोरच थांबवले होते. स्वत:चे प्रतिबिंब आरशात दिसताच कोहलरला किळस वाटली. जुना राग उफाळून वर आला आणि तीच त्याची ताकद होती. तो आता शत्रूच्या गोटात होता. या – *याच लोकांनी* त्याच्या प्रतिष्ठेच्या चिंधड्या उडवल्या होत्या. *याच लोकांमुळे* त्याला स्त्री स्पर्शाचेही सुख कधी लाभले नव्हते. मानसन्मान स्वीकारायला तो कधी ताठ उभा राहू शकला नव्हता. *कुठले सत्य* यांच्याकडे आहे? आणि *कुठले पुरावे?* भाकडकथांनी भरलेले एक *जुने* पुस्तक! आणि घडणार असलेले चमत्कार म्हणे! विज्ञान तर दररोज नवनवीन चमत्कार घडवत होते.

कोहलरने आरशामधे स्वत:च्याच दगडी, भावनारहित डोळ्यांकडे बघितले. *आज रात्री धर्माकडूनच माझा खून होण्याची शक्यता आहे,* त्याच्या मनात विचार तरळून गेला. *पण ही पहिलीच वेळ नव्हती.*

तो क्षणभर पुन्हा अकरा वर्षांचा होता. फ्रॅन्कफर्टच्या त्यांच्या मॅन्शनमधे गादीवर झोपलेला होता. युरोपमधल्या सर्वोत्कृष्ट लिननच्या गादीवरच्या चादरी घामाने पार भिजून गेल्या होत्या. शरीरात भयंकर वेदना होत होत्या. अंगाची काहिली होत होती. आणि शेजारी गुडघे टेकून गेले दोन दिवस त्याचे आई-वडील प्रार्थना करत होते. बाजूला, थोड्याशा अंधाऱ्या कोपऱ्यात, फ्रॅन्कफर्टमधले तीन सर्वोत्कृष्ट डॉक्टर्स उभे होते.

''कृपा करून पुन्हा विचार करा.'' एक डॉक्टर म्हणत होता. ''या मुलाकडे बघा. त्याचा ताप वाढतोच आहे. वेदनाही वाढत आहेत. त्याला खूप धोका आहे.''

आई बोलायच्या आधीच तिचे उत्तर काय असणार ते त्याला ठाऊक होते. *''देव त्याचे रक्षण करेल.''*

हो, मॅक्स विचार करत होता. *देवच माझे रक्षण करेल.* त्याच्या आईच्या आवाजातल्या आत्मविश्वासानेच त्याला उभारी वाटत होती. *देवच माझे रक्षण करेल.*

तासाभराने मॅक्सला आपले शरीर मोटारगाडीखाली चिरडले जात आहे असे वाटायला लागले. त्याला धड श्वास घेता येईना की ओरडता येईना.

''तुमच्या मुलाला असह्य वेदना होत आहेत.'' दुसरा डॉक्टर म्हणाला. ''निदान त्याच्या यातना कमी करायची परवानगी द्या मला. एक साधे इन्जेक्शन आहे...''

डोळे देखील न उघडता मॅक्सच्या वडिलांनी डॉक्टरना गप्प बसवले. ते प्रार्थना करत राहिले.

'डॅडी! प्लीज.' मॅक्सला मोठ्याने ओरडायचे होते. *'त्यांना माझ्या यातना कमी करू द्या हो.'* पण खोकल्याची प्रचंड उबळ आली आणि शब्द घशातच विरले.

तासाभराने यातनांनी परिसीमा गाठली.

''तुमचा मुलगा कायमचा अपंग होईल किंवा मरण पावेल.'' एक डॉक्टर पुन्हा म्हणाला. ''आमच्याकडे त्याला मदत करू शकतील अशी औषधे आहेत.''

फ्राऊ आणि हर कोहलर यांनी शेवटपर्यंत डॉक्टरांचे ऐकले नाही. त्यांचा औषधांवर काडीमात्र विश्वास नव्हता. देवाच्या मनात जे असेल तेच होईल. त्याच्या योजनेत अडथळा आणायचा आपल्याला अधिकार नाही. ते प्रार्थना करत राहिले. देवानेच हा मुलगा त्यांना दिला आहे. मग कशासाठी देव तो परत घेईल?

त्याची आई मॅक्सच्या कानाशी कुजबुजत सांगत होती की धीर धर. देव तुझी परीक्षा बघतो आहे. बायबलमधली अब्राहमची गोष्ट माहिती आहे ना तुला? श्रद्धा सोडू नकोस.

मॅक्स श्रद्धा बाळगायचा प्रयत्न करत होता, पण वेदनाच महाभयंकर होत्या.

''मी हे आता बघूही शकत नाही,'' एक डॉक्टर ओरडला आणि धावत बाहेर गेला.

पहाट होईपर्यंत मॅक्सची शुद्ध हरपत आली होती. वेदना नाहीत अशी शरीरात जागाच नव्हती. *कुठे आहे जीझस?* तो विचार करत होता. *माझ्यावर प्रेम नाही त्याचे?* मॅक्सला आपला जीव जातो आहे असे काहीतरी वाटायला लागले.

त्याची आई पलंगाशेजारी तशीच झोपली होती. त्याचे वडील खिडकीतून बाहेर बघत होते. त्यांना आजूबाजूला काय चालले आहे याची शुद्ध आहे असे वाटत नव्हते. ते देवाकडे दयेची याचना करत होते. पुटपुटत प्रार्थना म्हणत होते.

आणि त्या क्षणी कुणीतरी आपल्या भोवती घुटमळते आहे असा त्याला भास झाला. *देवदूत?* डोळे सुजून बंद झाले होते. मॅक्सला धड काही दिसत नव्हते. कानामधे कुणीतरी हळूच बोलले. पण आवाज देवदूताचा नव्हता. एका डॉक्टरचा होता. दोन दिवस तो नुसता कोपऱ्यात बसून होता. सारखा त्याच्या आईवडिलांना सांगत होता की, इंग्लंडमधून आणलेले एक नवीन औषध वापरायची परवानगी द्या.

''मी कधीच स्वत:ला क्षमा करणार नाही.'' तो पुटपुटत होता. ''हे आता मला करायलाच हवे.'' त्याने हळूच मॅक्सचा दंड धरला. ''खरे तर या आधीच करायला हवे होते.''

दंडावर काहीतरी टोचल्याचा मॅक्सला भास झाला. त्याला होणाऱ्या वेदनांचा विचार करता हे दु:ख कळलेच नाही.

मग त्या डॉक्टरने शांतपणे आपली बॅग उचलली. जाण्यापूर्वी मॅक्सच्या कपाळावर हात ठेवला. ''तू नक्कीच जिवंत राहशील. औषधांच्या ताकदीवर माझा अढळ विश्वास आहे.''

काही मिनिटांतच जादू झाल्याप्रमाणे मॅक्सला आपल्या शरीरातल्या वेदना कमी होत आहेत असा भास झाला. कित्येक दिवसांनी प्रथमच त्याला गाढ झोप लागली.

ताप उतरला. देवाचाच चमत्कार अशी त्याच्या आईवडिलांची खात्री होती. पण तो अपंग राहणार आहे कळताच ते पार निराश झाले. चर्चमधे प्रीस्टकडे त्याला घेऊन गेले.

''केवळ देवाच्याच दयेने हा मुलगा वाचला आहे.'' प्रीस्ट म्हणाला.

मॅक्सने गप्प राहून ऐकले.

"पण तो चालू शकत नाही." फ्राऊ कोहलर रडत म्हणाली.

प्रीस्टने दुःखाने मान हलवली. "हो. त्याची श्रद्धा नव्हती म्हणून देवाने त्याला ही शिक्षा दिली आहे असे दिसते."

"मिस्टर कोहलर!" पुढे धावत गेलेला स्विस गार्ड म्हणत होता. "कामेरलेंगो तुम्हाला भेटायला तयार आहेत."

कोहलरने न बोलता व्हीलचेअर पुढे घ्यायला सुरुवात केली.

"त्याला तुमच्या भेटीबद्दल आश्चर्य वाटते आहे."

"खात्री आहे मला तशी." कोहलर म्हणाला. "मला त्याची एकांतात भेट हवी आहे."

"अशक्य!" गार्ड तात्काळ म्हणाला. "कुणीही..."

"लेफ्टनंट," रॉचर गार्डवर ओरडला. "मिस्टर कोहलर यांच्या इच्छेप्रमाणेच भेट होईल."

गार्ड अविश्वासानेच नुसता बघत राहिला.

कोहलरला आत जाऊ देण्यापूर्वी स्विस गार्ड्सनी नेहमीप्रमाणे तपासणी केली. कोहलरच्या व्हीलचेअरवर इतकी असंख्य इलेक्ट्रॉनिक उपकरणे होती की, त्यांच्या हातामधल्या मेटल डिटेक्टर्सना काही अर्थ नव्हता. त्याची शारीरिक तपासणी तर त्यांनी वरवरच केली. पण लाज वाटत असल्यासारखी. व्हीलचेअरखाली चिकटवलेल्या रिव्हॉल्व्हरचा त्यांना पत्ता लागला नाही आणि दुसऱ्या एका गोष्टीकडेही त्यांचे दुर्लक्षच झाले. आजच्या दिवसातल्या अभूतपूर्व घटनांच्या साखळीचा शेवट त्या वस्तूमुळेच घडणार होता.

कोहलर पोपच्या कार्यालयात शिरला तेव्हा कामेरलेंगो व्हेन्त्रेस्का एकटाच डोळे मिटून शेकोटीसमोर प्रार्थना करत होता. त्याने त्याचे डोळेही उघडले नाहीत.

"मिस्टर कोहलर, तुम्ही मला हुतात्मा बनवायला आला नाहीत ना?"

११२

लँगडन आणि व्हिट्टोरिया व्हॅटिकन शहराच्या दिशेने धावत निघाले खरे, पण *इल पास्सेतो* हा अरुंद बोगदा संपत नव्हता. लँग्डनच्या हातामधली मशाल फक्त

काही यार्ड अंतरापर्यंत प्रकाश टाकत होती. दोन्ही बाजूंच्या भिंती जवळ होत्या. छतही खूप खाली होते. हवा दमट वाटत होती. लँग्डन पुढे धावत होता. मागोमाग व्हिट्टोरिया.

कॅसल सेन्ट अ‍ॅन्जलो सोडल्यावर बोगद्याला चढ लागला. दगडी रोमन अक्वाडक्ट खालून पुढे गेल्यावर चढ संपला आणि पुन्हा ते गुप्त मार्गाने व्हॅटिकनच्या दिशेला लागले.

लँग्डनच्या मनासमोर गोंधळ निर्माण करणारी चित्रे येत होती. कोहलर, जानस, हॅसासिन्, रॉचर... आणि सहावा ब्रॅन्ड? *तू नक्कीच सहाव्या ब्रॅन्डबद्दल ऐकले असणार,* खुनी म्हणाला होता. *सर्व ब्रॅन्ड्समधला अप्रतिम ब्रॅन्ड.* लँग्डनला खात्री होती की याबद्दल त्याने काही ऐकले नव्हते. कटकारस्थानांच्या अनंत आख्यायिकांमधेही त्याने याबद्दल उल्लेख वाचला नव्हता. सोन्याच्या प्रचंड साठ्याबद्दल, अप्रतिम आणि निष्कलंक इल्युमिनाटी हिऱ्याबद्दल अफवा तरी होत्या. पण सहावा ब्रॅन्ड? त्याने नक्कीच कधी काही वाचले नव्हते की ऐकलेही नव्हते.

''कोहलर जानस असू शकत नाही.'' धावताधावता व्हिट्टोरिया उद्‌गारली. ''ते अशक्य आहे.''

आणि *अशक्य* हा एकच शब्द वापरणे लँग्डनने आजच्या रात्री सोडून दिले होते. ''माहीत नाही.'' धावताधावता तो उत्तरला. ''कोहलरला राग आहे आणि त्याच्या हातात अफाट सत्ताही आहे.''

''या सर्व भानगडीत सर्नची नाहकच बदनामी झाली आहे. सर्नच्या प्रतिमेला काळिमा आणणारी कुठलीही गोष्ट *मॅक्स कधीच करणार नाही.''*

प्रत्येक गोष्ट प्रसिद्धीच्या झगमगाटातच करण्याच्या इल्युमिनाटींच्या लालसेने आजच्या रात्री सर्नची प्रतिमा डागाळली होती खरीच. पण सर्नवर याचा *खरोखर* किती परिणाम होईल याबद्दल लँग्डन साशंक होता. चर्चची टीका सर्नला नवीन नव्हती. शक्यता अशी होती की या सर्व भानगडींमुळे सर्नचा *फायदाच* होईल. आजचा खेळ प्रसिद्धीबद्दलचाच असेल, तर प्रतिवस्तू ही जॅकपॉटच ठरणार होती. सर्व ग्रहावर त्यावर चर्चा होती.

''प्रमोटर पी.टी. बार्नम काय म्हणाला होता आठवतं? माझ्याबद्दल तुम्ही काय बोलता याची मला पर्वा नाही. पण माझ्या नावाच्या स्पेलिंगमधे चूक करू नका.'' लँग्डन मागे वळून म्हणाला. ''माझी खात्री आहे की प्रतिवस्तूचे तंत्रज्ञान विकत घेण्यासाठी सर्नमधे लोकांची रीघ लागली असेल. आज रात्री प्रतिवस्तूची विध्वंसक शक्ती दिसली की...''

''चूक.'' व्हिट्टोरिया म्हणाली, ''क्रांतिकारक शास्त्रीय शोधांची प्रसिद्धी म्हणजे त्यांची विध्वंसक शक्ती दाखवणे नव्हे. प्रतिवस्तूच्या बाबतीत ही *अशी प्रसिद्धी*

फारच *भीषण ठरेल.* विश्वास ठेव माझ्यावर.''

लँग्डनच्या हातामधली मशाल हळूहळू विझायला लागली. ''मग बहुतेक सर्वच गोष्टी फारच साध्या असतील. कोहलरला वाटले असेल की प्रतिवस्तूबद्दल व्हॅटिकन गुप्तता राखेल, प्रतिवस्तू या अस्त्राचे अस्तित्व नाकारून इल्युमिनाटींच्या हातात कोलीत पडणार नाही याची खात्री करेल. व्हॅटिकनने प्रत्येक बाबतीत आजपर्यंत जसे तोंड बंद ठेवले होते तसेच या धोक्याबद्दलही घडेल. पण कामेरलेंगोने सर्व नियमच बदलून टाकले.''

पुढली थोडी धावपळ तशी गप्प राहूनच झाली.

पण लँग्डनला आता सर्व उलगडा होत असावा. ''कामेरलेंगोची प्रतिक्रिया काय असेल याची कोहलरला कल्पनाच आली नाही. व्हॅटिकनची गुप्ततेची परंपरा मोडून कामेरलेंगोने धोक्याला प्रसिद्धी दिली. अत्यंत प्रामाणिकपणे टी.व्ही.वरही प्रतिवस्तूची कुपी दाखवायला संमती दिली. उत्कृष्ट चाल. कोहलरने स्वप्नातही तशी कल्पना केली नसेल. या सर्वांमुळे इल्युमिनाटींचा बारच फुसका ठरला. त्यांनी चर्चच्या नवीन नेत्यालाच जगासमोर आणले. कामेरलेंगो! आणि त्यालाच ठार करायला आता कोहलर आला आहे.''

''मॅक्स अत्यंत खुनशी माणूस असला तरी खुनी नाही.'' व्हिट्टोरिया आत्मविश्वासाने म्हणाली. ''आणि माझ्या पपांच्या खुनाशी त्याचा संबंध असणे शक्य नाही.''

सर्नमधेही लिओनार्दो वेत्राला अनेक शत्रू होते. अनेकजण त्याचा तिरस्कार करत. धार्मिक तत्त्वांचा पाठपुरावा करण्यासाठी ॲनॅलिटिकल फिजिक्स वापरणे म्हणजे शास्त्रीय भंपकपणा आहे असे त्यांचे मत होते. लँग्डनला कोहलरच्या शब्दांची आठवण येत होती. ''शक्य आहे की प्रतिवस्तूच्या शोधाबद्दल कोहलरला बरेच आठवडे आधी कळले होते आणि धर्माच्या शिकवणुकीशी येणारा त्याचा संदर्भ त्याला पसंत नव्हता.''

''आणि म्हणून त्याने पपांचा खून केला? विचारही मूर्खपणाचा आहे. प्रतिवस्तूच्या प्रयोगांबद्दल कोहलरला माहिती असणेच शक्य नाही.''

''शक्य आहे की तू नसताना तुझ्या पपांच्या मनावर ताण पडला असेल आणि त्यांनी कोहलरशी विचारविनिमय केला असेल. त्याचा सल्ला मागितला असेल. इतक्या विनाशकारी अस्त्राच्या निर्मितीमुळे तुझ्या पपांची सदसद्विवेकबुद्धी त्यांना गप्प बसू देत नसेल. तूच तर तसं म्हणाली होतीस.''

''मॅक्सिमिलियन कोहलरकडून नीतिमत्तेबद्दल सल्ला? विश्वासच बसणार नाही माझा.'' लँग्डनचे म्हणणे उडवून टाकत व्हिट्टोरिया उद्गारली.

ते जोरजोराने धावत होते आणि मशालीचा प्रकाश कमी कमी होत होता. आता मशालच विझली तर या बोगद्यात किती अंधार असेल या कल्पनेनेच लँग्डनच्या

मनात धडकी भरायला लागली.

"आणि या सर्वांमागे कोहलरचा हात असता तर सकाळी तुला फोन करून मदत मागायची तरी त्याला काय गरज होती?"

लँग्डनच्या मनात हा विचार आधीच येऊन गेला होता. "स्वत:बद्दल संशय येऊ नये म्हणून. धडधडीत धोका दिसत असताना त्याने काहीही केलं नाही असं इतरांना वाटायला नको म्हणून. आपण इतकी प्रगती करू असंही त्याला वाटलं नसेल."

कोहलरने *आपला उपयोग करून घेतला असेल* ही कल्पनाच लँग्डनला असह्य होत होती. लँग्डनच्या सहभागामुळे इल्युमिनाटी या संघटनेच्या अस्तित्वाबद्दल शंका राहिली नव्हती. त्याच्या पुस्तकांबद्दल, संशोधनाबद्दल प्रसारमाध्यमे रात्रभर बोलत होती. या हार्वर्ड प्रोफेसरच्या व्हॅटिकनमधल्या उपस्थितीमुळे इल्युमिनाटी ब्रदरहुड हे ऐतिहासिक सत्य आहे आणि आजही तिच्याकडची ताकद विचारात घेण्याइतकी मोठी आहे याबद्दल सर्वांची खात्री पटत होती.

"बी.बी.सी.च्या त्या वार्ताहराला वाटतं, की सर्न ही इल्युमिनाटींची भेटायची नवीन गुप्त जागा असं म्हणून."

"काय?" मागून येणारी व्हिट्टोरिया धडपडली आणि मग स्वत:ला सावरत धावत पुढे झाली. "तो असं म्हणाला?"

"त्याने सर्नची तुलना मेसॉनिक लॉजेसशी केली –नकळत इल्युमिनाटी ब्रदरहुडला आसरा देणारी निरपराध संस्था."

"अरे देवा! आता मात्र सर्नचा सत्यानाश होणार बहुधा."

लँग्डनला तशी खात्री वाटत नव्हती. पण त्या वार्ताहराचे म्हणणे खरे असेलही. शास्त्रज्ञांच्या दृष्टीने सर्न म्हणजे स्वर्ग होता. डझनावारी देशांमधले शास्त्रज्ञ सर्नमधे काम करत होते. संशोधनासाठी त्यांना कधीही पैशाची कमतरता पडत नव्हती आणि मॅक्सिमिलियन कोहलर सर्नचा डायरेक्टर होता.

कोहलर हा जानस होता.

"पण कोहलरचा संबंध नसेल तर तो इथे काय करतो आहे?"

"हा सर्व वेडेपणा थांबवायचा प्रयत्न करत असेल. खरोखरच तो रक्षणकर्ता असेलही. प्रतिवस्तूच्या प्रोजेक्टबद्दल कुणाला माहिती आहे हे कळल्यानेही तो इथे आला असेल."

"तो खुनी तर म्हणत होता की कामेरलेंगोच्या छातीवरच ब्रॅन्ड उठवण्यासाठी तो येणार आहे म्हणून."

"आणि ती आत्मघातकी योजना ठरेल आणि मॅक्स जिवंत परत जाणार नाही असं तूच तर बोलला होतास ना?"

तोच तर मुद्दा आहे, लँग्डनच्या मनात विचार आला.

बोगद्यापुढे बंद पोलादी दरवाजा दिसायला लागताच क्षणभर लँग्डन धास्तावला. पण जवळ आले तर प्राचीन कुलूप उघडलेले होते. दरवाजा सहजच उघडला गेला.

हा प्राचीन बोगदा उपयोगात आणला आहे असा लँग्डनच्या मनात संशय होताच. हल्ली हल्ली, म्हणजे आजच खरे तर, चार घाबरलेल्या कार्डिनल्सना याच दरवाज्यातून बाहेर काढले होते.

ते धावत पुढे झाले. डावीकडून सेन्ट पीटर्स चौकातल्या आवाजाचा कोलाहल ऐकू येत होता. ते जवळ पोहोचत होते.

पुढे लागलेला दुसरा दरवाजाही भक्कम होता. पण तोही उघडा होता. सेन्ट पीटर्स चौकातला कोलाहल मागे पडला. व्हॅटिकन शहराच्या बाहेरच्या भिंतीखालून ते बहुतेक आत पोहोचले असणार. व्हॅटिकनमधे नक्की कुठे हा प्राचीन बोगदा संपत असेल? *बागेमधे? बॅसिलिकामधे? पोपच्या निवासस्थानातच?*

आणि अचानक बोगदा संपला.

पुढला दरवाजा म्हणजे लोखंडाची भिंतच होती. अगदी गुळगुळीत. धरायला हॅन्डल्स नाहीत, मुठी नाहीत, कुलपाची भोके नाहीत, बिजागऱ्या नाहीत. म्हणजे प्रवेश नाही. आर्किटेक्ट अशा दरवाज्यांना *सेन्सा कियावे* म्हणत. सुरक्षिततेसाठी फक्त एकाच बाजूने उघडता येण्यासारखा दरवाजा. म्हणजे या ठिकाणी, पलीकडल्या बाजूने. लँग्डन निराश झाला. त्याच्या हातातली मशालही विझत आली होती. हातातल्या घड्याळावर त्याने नजर टाकली. मिकी चमकत होता.

रात्रीचे ११:२९

डोके फिरल्यासारखा तो एकदा ओरडला आणि मशालीने दार ठोकायला लागला.

११३

काहीतरी गडबड होती.

पोपच्या कार्यालयाबाहेर लेफ्टनंट शारत्राँ उभा होता. दुसऱ्या स्विस गार्डच्या मनातही तसेच काहीतरी विचार घोळत असावेत. कारण तोही अस्वस्थ होता. ज्या खाजगी भेटीवर ते पहारा देत होते ती व्हॅटिकन शहराचा विनाश टाळणार आहे असे रॉचर म्हणाला होता. मग तरीही त्याची सुरक्षिततेची चिंता वाढत का होती? आणि

रॉचर तरी इतका विचित्र का वागत होता?

नक्कीच काहीतरी गडबड होती.

कॅप्टन रॉचर हा शारत्राँच्या उजव्या बाजूला उभा होता. नजर सरळ, पण तीक्ष्ण दृष्टी दूरवर कुठे तरी शून्यात बघत असल्यासारखी. शारत्राँला गेल्या तासाभरात रॉचरमधे खूप बदल झाल्यासारखा वाटत होता. त्याचा नेहमीचा कॅप्टन वाटत नव्हता तो. त्याच्या आज्ञांचा तर अर्थच लागत नव्हता.

शारत्राँच्या मनात सारखे येत होते की, *आतल्या भेटीच्या वेळी कोणीतरी नक्की आत हजर असायला हवे होते.* मॅक्सिमिलियन कोहलरने आत गेल्यावर कडी लावून घेतल्याचा आवाज त्याच्या कानांवर पडला होता. *रॉचरने तरी या प्रकाराला संमती कशी दिली?*

इतरही अनेक गोष्टींचा शारत्राँच्या डोक्याला ताप होता. *कार्डिनल्स!* ते अजूनही सिस्टीन चॅपेलमधे अडकलेले होते. हा शुद्ध वेडेपणा होता. कामेरलेंगोने स्पष्ट सांगितल्याप्रमाणे पंधरा मिनिटांपूर्वी त्यांना बाहेर काढायला हवे होते. रॉचरने कामेरलेंगोचा निर्णय धुडकावला होता. कामेरलेंगोला काही सांगितलेही नव्हते. शारत्राँने विचारल्यावर तो त्याच्यावरच घसरला होता. पण स्विस गार्ड्समधे या क्षणाला तो सर्वांत उच्च दर्जाचा अधिकारी होता. त्याची आज्ञा पाळणे भाग होते.

रॉचरने हळूच स्वत:च्या घड्याळावर नजर टाकली. *अर्धा तास. घाई करा.*

दरवाज्यापलीकडे काय बोलणे चालले असेल याबद्दल शारत्राँला उत्सुकता वाटत होती. पण उद्भवलेल्या भीषण परिस्थितीला कामेरलेंगोच तोंड देतो आहे याबद्दल तो समाधानी होता. कामेरलेंगोची कल्पनातीत कठीण कसोटी घेतली जात होती आणि तो प्रत्येक गोष्टीला सरळपणे, धडाडीने तोंड देत होता. आपण कॅथलिक आहोत याचा या क्षणी तरी शारत्राँला अभिमान वाटला. कामेरलेंगो व्हेन्त्रेस्काला आव्हान देण्यात इल्युमिनाटींनी घोडचूक केली होती.

वेगळाच आवाज कानांवर पडला आणि शारत्राँ आपल्या विचार-समाधीतून बाहेर आला. हॉलच्या दुसऱ्या टोकाला दरवाजा ठोकल्यासारखा आवाज येत होता. न थांबता कुणीतरी दरवाजा ठोकत होते. रॉचरने शारत्राँला खूण केली. फ्लॅशलाईट घेऊन शारत्राँ आवाजाच्या रोखाने तपास करायला निघाला.

तीस यार्ड धावल्यानंतर एका वळणामागून तो आवाज येतो आहे असे त्याला वाटले. *साला क्लेमेंतिना* पलीकडून. तिथे फक्त एकच खोली होती. पोपची खाजगी लायब्ररी. ती त्याच्या मृत्यूपासून बंदच होती. आत कुणी असणे कसे शक्य होते? पण तो तिथपर्यंत गेला. तो कधीही या खाजगी लायब्ररीत डोकावला नव्हता. फारच थोडे लोक तिथे गेले असतील. पोप स्वत: कुणाला आत घेऊन गेले तरच.

त्याने हळूच मुठीला हात घातला. त्याच्या अपेक्षेप्रमाणे दरवाज्याला कुलूप

होते. त्याने दरवाज्याला कान लावला. त्या दरवाज्यामागूनच कुठून तरी ठोकल्याचा आवाज येत होता. *आता इतर आवाजही कानांवर पडले. बोलण्याचे. हाका मारल्याचे.* शब्द कळत नसले तरी आवाजातली भीती जाणवत होती. लायब्ररीत कुणी अडकले होते का? इमारतीतल्या सर्वांना स्विस गार्ड्सनी नक्की बाहेर काढले होते ना? मागे जाऊन पुन्हा रॉचरचा सल्ला घ्यावा असा मनात डोकावणारा विचार झटकून टाकून त्याने पिस्तूल काढून कुलपात गोळी हाणली. कठीण परिस्थितीत निर्णय घ्यायचे शिक्षण त्यालाही मिळाले होते. ही तशीच एक वेळ होती. लाकडाचे तुकडे उडाले. दारही उघडले.

आत काळाकुट्ट अंधार होता. त्याने आपल्या फ्लॅशलाईटचा प्रकाश आत टाकला. चौकोनी खोली. खाली पौर्वात्य रग अंथरलेले. पुस्तकांनी भरलेली ओकच्या लाकडाची शेल्फ्स. शेकोटी पेटवण्यासाठी संगमरवरी फायरप्लेस. या लायब्ररीबद्दल त्याने ऐकले होते. तीन हजार तरी प्राचीन खंड होते. आजकालचीही शेकडो मासिके, नियतकालिके. पोप मागेल ते कुठलेही प्रकाशन. कॉफीच्या टेबलवर वैज्ञानिक आणि राजकीय जर्नल्स.

ठोकण्याचे आवाज आता स्पष्ट येत होते. त्याने आवाजाच्या रोखाने प्रकाशझोत टाकला. पलीकडल्या भिंतीमधे एक लोखंडी दरवाजा होता. उघडता येईल असे वाटतही नव्हते. बँकेच्या व्हॉल्टसारखा. चार भली मोठी कुलपे. दरवाज्याच्या मध्यावर कोरलेली अक्षरे वाचताच शारत्राँ थरथरला.

इल पास्सेतो

तो बघतच राहिला. *पोपचा पळण्याचा गुप्त मार्ग!* त्याने याबद्दलही अर्थातच ऐकले होते. लायब्ररीमधेच त्याचा दरवाजा उघडतो अशी अफवाही कानावर होती. पण कित्येक वर्षांत हा मार्ग म्हणे वापरलेला नव्हता. *मग पलीकडल्या बाजूने कोण दरवाजा ठोकत असेल?*

त्याने आपला फ्लॅशलाईट दरवाज्यावर आपटला. दुसऱ्या बाजूने सुटकेचा आनंदोद्‌गार ऐकू आला. दार ठोकणे थांबले. पण आरडाओरडा वाढला. शब्द मात्र स्पष्टपणे कळत नव्हते.

"कोहलर... खोटेच... कामेरलेंगो."

"कोण आहे?" शारत्राँ ओरडला.

"... र्ट लँग्डन... व्हिट्टोरिया वे..."

शारत्राँ गोंधळला. *हे दोघे तर मेले होते ना?*

"... दरवाजा... उघडा."

शारत्राँने दरवाज्यावर नजर टाकली. हा दरवाजा उघडायचा तर डायनामाईटच हवा. ''अशक्य...'' तो ओरडला. ''खूपच भक्कम आहे.''

''भेट... थांबव... लेंगो... धोका.''

संकटकाळात सरळ विचार करता आला नाही तर किती धोका असतो याचे शिक्षण मिळालेले असले तरीही शारत्राँच्या कानांवर हे शब्द पडताच तो भीतीने थरथरला. त्याने बरोबर ऐकले आहे ना? धडधडत्या हृदयाने पोपच्या कार्यालयाकडे धाव घेण्यासाठी मागे वळतावळता तो थांबला. त्याची नजर दरवाज्यावरच्या दुसऱ्याच गोष्टीवर पडली – बंद दरवाज्यापलीकडून येणाऱ्या शब्दांहूनही जास्ती मोठा धक्का त्याला बसला. त्या प्रचंड दरवाज्याच्या प्रत्येक मोठ्या कुलपामधे *चावी* अडकवली होती. शारत्राँ आ वासून नुसता बघत राहिला. कुलपांमधे *चाव्या?* त्याने डोळ्यांची उघडझाप केली. या चाव्या कुठल्या तरी व्हॉल्टमधे असायला हव्या होत्या. हा मार्ग वापरलाच नव्हता – कित्येक शतके तरी!

फ्लॅशलाईट जमिनीवर फेकून त्याने पहिली चावी धरली आणि फिरवली. कुलपामधे गंज चढला असणार. पण जोर लावून का होईना, चावी फिरली. कडी सरकली. हल्लीच कुणीतरी कुलूप उघडले असावे. पुढली चावी. मग पुढली. त्याने सर्व कुलपे उघडली. कड्या सरकल्या. ढकलताच लोखंडाचा तो वजनदार दरवाजा करकरत उघडला. त्याने फ्लॅशलाईट उचलून समोर धरला.

भुतासारखे भासणारे रॉबर्ट लँग्डन आणि व्हिट्टोरिया वेत्रा धडपडत लायब्ररीत शिरले. दोघांच्याही अंगावरचे कपडे पार फाटले होते. फार थकलेले वाटत होते. पण जिवंत होते.

''काय चालवलं आहे? हा प्रकार तरी काय आहे? कुठून आलात तुम्ही?'' शारत्राँने प्रश्नांची सरबत्ती केली.

''मॅक्स कोहलर कुठे आहे?'' लँग्डनने एकच प्रश्न विचारला.

''कामेरलेंगो बरोबर. खाजगी भेटीत.''

लँग्डन आणि व्हिट्टोरिया त्याला ढकलूनच अंधाऱ्या खोलीतून, हॉलमधून धावत निघाले. शारत्राँ वळला आणि नकळतच त्याने आपले पिस्तूल काढून त्यांच्या पाठीवर रोखले, खाली घेतले आणि तोही त्यांच्या मागोमाग धावत सुटला. ही धावपळ पोपच्या कार्यालयाबाहेर उभ्या असलेल्या रॉचरच्या कानांवर पोहोचताच तो पाय फाकवून, पवित्रा घेऊनच आपले पिस्तूल यांच्या दिशेने रोखून उभा राहिला. ''थांबा!''

हात वर करत, थांबूनच लँग्डन ओरडला, ''कामेरलेंगोचा जीव धोक्यात आहे. दरवाजा उघडा. मॅक्स कोहलर ठार मारणार आहे त्याला.''

रॉचरच्या चेहऱ्यावर संताप दिसला.

“दरवाजा उघडा.” व्हिट्टोरियाही ओरडली. “लौकर.”

पण फार उशीर झाला होता.

पोपच्या कार्यालयामधून रक्त गोठवणारी किंचाळी ऐकू आली. आवाज कामेरलेंगोचा होता.

११४

झटापट काही सेकंदच चालली असेल.

रॉचर शेजारून धावत पुढे जाऊन गोळ्या झाडतच शारत्राँने दरवाजा उघडला तरी कामेरलेंगो व्हेन्त्रेस्का किंचाळतच होता. गार्ड्सही आत घुसले. मागोमाग लँग्डन आणि व्हिट्टोरियाही.

समोरचे दृश्य भयानक होते. विझत आलेल्या शेकोटीच्या आणि मेणबत्त्यांच्या प्रकाशात व्हीलचेअरसमोर कोहलर कसाबसा उभा होता. त्याच्या पायांशी जमिनीवर पडलेला कामेरलेंगो वेदनांनी कळवळत होता आणि कोहलरचे पिस्तूल त्याच्यावरच रोखलेले होते. कामेरलेंगोचा झगा फाटला होता आणि छाती जळून काळी पडली होती. त्याच्यावर कुठले चिन्ह उमटवले होते ते लँग्डनला लांबून कळले नाही. अजूनही तापून लाल दिसणारा एक मोठा चौकोनी ब्रॅन्ड कोहलरजवळ जमिनीवर पडला होता.

दोन स्विस गार्ड्सनी न घुटमळता झाडलेल्या गोळ्या कोहलरच्या छातीत घुसताच तो त्याच्या व्हीलचेअरमधेच कोसळला. त्याच्या छातीतून रक्ताच्या धारा लागल्या. हातातले पिस्तूल लांब उडाले.

लँग्डन खिळल्यासारखा दरवाज्याच्या आतच उभा होता. व्हिट्टोरियाही तशीच उभी होती. “मॅक्स...” ती कुजबुजली.

जमिनीवर तडफडणारा कामेरलेंगो रॉचरकडे वळला आणि चेटक्यांच्या शोधाच्या जुन्या आठवणींना उजाळा देत त्याने रॉचरकडे बोट दाखवत एकच शब्द उच्चारला “इल्युमिनाटस!”

“हरामखोर! भोंदू हरामखोर...” ओरडत कामेरलेंगोकडे धावणाऱ्या रॉचरच्या पाठीत शारत्राँने झाडलेल्या तीन गोळ्या घुसताच स्वत:च्या रक्ताच्या थारोळ्यातच घसरत जाऊन तो मरून पडला. शारत्राँ आणि इतर गार्ड्स वेदनांनी कळवळणाऱ्या कामेरलेंगोजवळ पोहोचले.

कामेरलेंगोची छाती जाळून उमटवलेला ठसा बघताच गार्ड्स घाबरूनच ओरडले. दुसऱ्या गार्डने उलट्या बाजूने तो ठसा बघितला होता. त्याच्या डोळ्यांत भीतीची छाया उमटली आणि पाऊल मागे टाकता टाकता तो धडपडला. शास्त्रॉंने फाटका झगा कामेरलेंगोच्या छातीवर ओढून तो भीषण प्रकार इतरांच्या नजरेस पडू नये असा प्रयत्न केला.

लँग्डनची बुद्धी काम करत नव्हती. वेडेपणा आणि हिंसा यांच्या धुक्यातून तो काहीतरी अर्थ लावायचा प्रयत्न करत होता. आपल्या वर्चस्वाची शेवटची चुणूक दाखवण्यासाठी एक अपंग शास्त्रज्ञ व्हॅटिकन शहरात आला होता आणि चर्चच्या सर्वोच्च अधिकारी व्यक्तीची छाती जाळूनच त्याने ठसा उमटवला होता. हॅसासिन् काय म्हणाला होता? *ध्येय साध्य करायचे तर कधीकधी मरण पत्करायला लागतेच.* पण या पांगळ्या माणसाने कामेरलेंगोसारख्या माणसाला कसे काय नमवले असेल? पण कोहलरकडे पिस्तूल होते म्हणा. *कसे कळत नसले तरी कोहलरने आपले काम पुरे केले होते.*

काहीजण कामेरलेंगोकडे लक्ष देत होते. लँग्डनची पावले आपोआपच कोहलरच्या व्हीलचेअरजवळ जमिनीवर पडलेल्या ब्रॅन्डकडेच ओढली गेली. *सहावा ब्रॅन्ड?* पावलागणिक त्याच्या मनातला गोंधळ वाढत होता. ब्रॅन्ड अगदी चौरस आकारात होता. मोठा होता. नक्कीच इल्युमिनाटींच्या गुप्त बैठकीच्या जागी त्याने बघितलेल्या पेटीमधल्या रिकाम्या कप्प्यातूनच आला होता. *"सहावा आणि शेवटचा ब्रॅन्ड,"* हॅसासिन् म्हणाला होता. *"सर्वांत अप्रतिम आहे."*

कोहरलजवळ बसून त्याने ब्रॅन्डच्या दिशेने हात पुढे केला. धातूमधून अजूनही उष्णता बाहेर फेकली जात होती. लाकडी दांडा पकडून त्याने तो उचलला. त्याच्या नजरेला काय पडणार आहे हे त्याला माहीत नसले तरी जे दिसले ते बघायचीही त्याची अपेक्षा नव्हती.

तो बावचळून नुसताच बघत बसला. त्याला कशाचाच अर्थ लागेना. पण हा ठसा दृष्टीला पडताच गार्ड्सची भीतीने बोबडी का वळली होती? चौरस आहे. आत

गोल गोल डिझाइन आहे. *हा ठसा सर्वोत्कृष्ट?* सिमेट्रिकल आहे, पण बाकी काही कळत नाही, तो गोल गोल फिरवत बघताना लँग्डनच्या मनात विचार आले.

खांद्यावर हात पडताच व्हिट्टोरिया असणार या अपेक्षेने तो वळला. पण हात रक्ताळलेला होता. मॅक्सिमिलियन कोहलरने व्हीलचेअरमधून हात लांब करून त्याच्या खांद्यावर ठेवला होता.

ब्रॅन्ड टाकून लँग्डन धडपडतच उठला. *कोहलर अजून जिवंत आहे!*

व्हीलचेअरमधे शेवटचे क्षण मोजणाऱ्या डायरेक्टरला धाप लागली होती. कोहलरने लँग्डनच्या डोळ्यांत बघितले. आज सकाळी लँग्डनचे स्वागत करताना भिडवलेली तीच भावनारहित, दगडी नजर. मृत्यूच्या क्षणी तर नजरेतला तिरस्कार आणि द्वेष स्पष्ट दिसत होता.

कोहलरचे शरीर एकदा थरथरले. तो हालचाल करायचा प्रयत्न करत होता असे लँग्डनला वाटले. खोलीमधल्या इतर सर्वांचे लक्ष फक्त कामेरलेंगोकडे लागलेले होते. लँग्डनला कुणाला तरी बोलवावेसे वाटत होते, पण या शेवटच्या क्षणात कोहलरची नजर विलक्षण धारदार होती. डायरेक्टरने अत्यंत कष्टाने कसाबसा आपला हात वर केला आणि व्हीलचेअरला जोडलेले काड्यापेटीच्या आकाराएवढे काहीतरी खेचले. थरथरत लँग्डनसमोर धरले. त्याच्या हातात कुठले तरी शस्त्र आहे की काय असा विचार क्षणभर लँग्डनच्या मनात येऊन गेला. पण दुसरेच काहीतरी होते.

"दे... प्रसिद्धी... माध्यमांना... दे." कोहलर कसाबसा कुजबुजला. त्याची हालचाल थंडावली. लँग्डनच्या मांडीवर काहीतरी पडले.

धक्का बसून लँग्डन नुसता बघत राहिला. इलेक्ट्रॉनिक उपकरण दिसत होते. SONY RUVI असे शब्द पुढल्या बाजूला छापलेले होते. एकदम नवीन अल्ट्रामिनिएचर, हाताच्या पंजामधे मावणारा कॅमकॉर्डर. *कमाल आहे या माणसाच्या धाडसाची.* या माणसाने प्रसिद्धी माध्यमांनी ब्रॉडकास्ट करावा म्हणून शेवटचा सन्देशही दिलेला दिसतो आहे – विज्ञानाची थोरवी गाणारा, धर्माचा द्वेष करणारा, असा काही तरी. या माणसासाठी एका दिवसात त्याने केले ते खूप झाले आता. शारत्राँचे लक्ष या कॅमकॉर्डरवर जाण्यापूर्वी लँग्डनने तो जॅकेटच्या आतल्या खिशात टाकून दिला. *कोहलरचा शेवटचा सन्देश खड्ड्यात गेला तरी चालेल.*

शांततेचा भंग कामेरलेंगोच्या आवाजाने झाला. बसायचा प्रयत्न करत तो शारत्राँला म्हणाला "कार्डिनल्स?"

"अजूनही सिस्टीन चॅपेलमधे आहेत." शारत्राँला एकदम आठवण झाली. "कॅप्टन रॉचरने आज्ञा..."

"बाहेर काढ... आता... सर्वांना."

एका गार्डला त्याने धावतच कार्डिनल्सची सुटका करण्यासाठी पाठवले.

वेदनेने कळवळत कामेरलेंगो उद्‌गारला, "हेलिकॉप्टर... पुढल्या बाजूला... मला हॉस्पिटलमधे..."

११५

सेन्ट पीटर्स चौकामधे हेलिकॉप्टरच्या कॉकपिटमधे बसलेला स्विस गार्ड वैमानिक आपले कपाळ दाबत बसला होता. चौकामधला कोलाहल इतका प्रचंड होता, की इंजिन सुरू ठेवल्याने फिरत राहणाऱ्या पंख्यांचा आवाजही त्याला येत नव्हता. शांततेने, मेणबत्त्या घेऊन रात्रभर बसणारी ही गर्दी नव्हती. अजून दंगा कसा माजला नाही याचेच त्याला आश्चर्य वाटत होते.

मध्यरात्रीला फक्त पंचवीस मिनिटे राहिली असली तरी चौक माणसांनी गच्च भरलेला होता. काही प्रार्थना करत होते, काही त्यांच्या चर्चसाठी रडत होते, काही जण चर्चचा उद्धार करत होते, असेच व्हायला हवे असे ओरडत होते. काहीजण पृथ्वीचा अंत जवळ आला आहे सांगणारी बायबलमधली कवने म्हणत होते.

हेलिकॉप्टरच्या विन्डशील्डवरून चमकणाऱ्या प्रकाशातून डोळे बारीक करून तो फडफडणारे बॅनर्स बघत होता.

प्रतिवस्तू प्रतिख्राईस्ट!
वैज्ञानिक सैतान
कुठे आहे तुमचा देव आता?

पायलटचे डोके जास्तीच भणभणायला लागले. विन्डशील्डवर कव्हर खेचून घ्यावे असा विचारही त्याच्या मनात येऊन गेला. म्हणजे काही बघायला तरी लागणार नाही. पण काही मिनिटांत उड्डाण करावे लागणार होते. लेफ्टनंट शारत्राँने रेडिओवरून भयानक बातमी दिली होती. मॅक्सिमिलियन कोहलरने केलेल्या हल्ल्यात कामेरलेंगो जबर जखमी झाला होता. शारत्राँ, तो अमेरिकन आणि ती स्त्री त्याला हॉस्पिटलमधे पोहोचवण्यासाठी आणत होते.

याबद्दल पायलट स्वत:लाच दोष देत होता. मनात येऊनही आपण काळजी

घेतली नाही अशी रुखरुख त्याला लागली होती. विमानतळावरून कोहलरला आणतानाच त्या शास्त्रज्ञाच्या डोळ्यांत त्याने जे पाहिले होते त्याचा अर्थ त्याला कळला नसला तरी त्याला ते आवडले नव्हते. पण सर्व गोष्टी रॉचरच्या अधिकारात होत्या. हाच तो माणूस अशी त्याने खात्री दिली होती. अर्थातच रॉचरकडून चूक झाली होती.

पुन्हा एकदा कोलाहल वाढला. पायलटने बाहेर नजर टाकली. व्हॅटिकनमधून कार्डिनल्स सेन्ट पीटर्स चौकात येत होते. चर्चबाहेरचा गोंधळ बघताच ग्राऊन्ड झिरो सोडून निघाल्याचे सुटकेचे भाव पालटायला लागले. मनात उडणारा गोंधळ चेहऱ्यावर स्पष्ट दिसायला लागला.

कोलाहल थांबत नव्हता. पायलटला एखादी ॲस्पिरीन हवी होती. तीन सुद्धा चालल्या असत्या. कुठलीही औषधे घेऊन उड्डाण करायला त्याला आवडत नसे. पण भयानक डोकेदुखीशी तुलना करता तेच योग्य ठरले असते. वेगवेगळे नकाशे, मॅन्युअल्स यांच्याबरोबर कार्गोबॉक्समधे नेहमी एक फर्स्ट-एड किटही असे. पण त्या बॉक्सला कुलूप होते. किल्लीही सापडेना. तेव्हा त्याने नाद सोडला. आजची रात्र आपल्या मनासारखी एकही गोष्ट घडणार नसावी. तो पुन्हा कपाळ दाबत बसला.

अंधाऱ्या बॅसिलिकामधे लँग्डन, व्हिट्टोरिया आणि दोन गार्ड्स कामेरलेंगोला बाहेर आणत होते. दुसरे काहीच न मिळाल्याने एका छोट्या अरुंद टेबलचाच स्ट्रेचर म्हणून उपयोग करत त्याला घेऊन येताना त्यांची दमछाक झाली होती. दरवाजा बाहेरचा गोंधळ कानावर पडायला लागला. कामेरलेंगोची शुद्ध हरपायला आली होती.

वेळ झपाट्याने संपत होती.

११६

सेन्ट पीटर्स बॅसिलिकामधून इतरांबरोबर लँग्डनने बाहेर पाऊल टाकले तेव्हा ११:३९ वाजले होते. पांढऱ्या संगमरवरी दगडावरून चमकणारे प्रखर प्रकाशझोत डोळ्यांवर पडताच त्यांची आग व्हायला लागली. समोरच्या मोठ्या स्तंभाआड दडण्याचा त्याचा प्रयत्न व्यर्थ होता. सर्व दिशांनी प्रखर प्रकाशझोत टाकलेले होते. समोर प्रचंड व्हिडिओ स्क्रीन्सही उभारलेले होते.

खाली चौकात पोहोचणाऱ्या भव्य संगमरवरी पायऱ्यांवर उभे असताना जगातल्या महान स्टेजवर इच्छा नसताना ढकललेल्या कलाकारासारखे त्याला वाटायला लागले. डोळे दिपवून टाकणाऱ्या प्रकाशझोतांमागे कुठेतरी हेलिकॉप्टरचा आवाज येत होता आणि एक लाख तरी लोकांच्या बडबडण्याचा. डावीकडे सिस्टीन चॅपेलमधून बाहेर काढलेले कार्डिनल्स चौकात पोहोचत होते. यांच्याकडे बघताच सर्वच कार्डिनल्स दु:खी मनाने थबकले.

पायऱ्या उतरून हेलिकॉप्टर गाठण्यावरच शारत्राँचे लक्ष होते. टेबल आणि कामेरलेंगोच्या वजनाने लँग्डनचे हात फार दुखत होते. बी.बी.सी.चे दोन वार्ताहर चौकातून प्रेसच्या राखीव जागेत जायला निघालेले असताना, वाढणारा कोलाहल त्यांच्या लक्षात आला. ग्लिक आणि माक्री मागे वळले आणि यांच्या दिशेने धावत सुटले. माक्रीने धरलेला कॅमेरा सुरूच होताच. *आलीच गिधाडे,* लँग्डनच्या मनात विचार आला.

''मागे – मागे.'' शारत्राँ ओरडला.

पण वार्ताहर ऐकणार नव्हतेच. सहा सेकंदात इतर नेटवर्क्सही यांची फिल्म दाखवायला सुरुवात करतील असा लँग्डनचा अंदाज होता. त्याची चूकच झाली. दोनच सेकंद पुरले.

सगळ्यांच्या एकदमच लक्षात आल्याप्रमाणे चौकातल्या प्रत्येक पडद्यावर पायऱ्यांवरून खाली आणण्यात येणाऱ्या कामेरलेंगोचे टेक्निकलर शरीरच लँग्डनला दिसायला लागले.

चूक आहे हे. धावत पायऱ्या उतरून अडवावे यांना. पण ते शक्य नव्हते. धावणेही आणि वार्ताहरांना अडवणेही. काही उपयोग झाला नसता म्हणा आणि अकल्पित गोष्ट घडली. बाहेरच्या कोलाहलामुळे का रात्रीच्या थंडाव्याने हे लँग्डनला कधीच कळणार नव्हते.

एखाद्या भयानक स्वप्नातून जागे झाल्याप्रमाणे कामेरलेंगोने डोळे उघडले आणि तो ताठ उठून बसला. अगदी अचानक. लँग्डन आणि इतरांना टेबलावरच्या कामेरलेंगोच्या सरकत्या वजनाचा अंदाज यायच्या आधीच टेबल पुढल्या बाजूने तिरके झाले. कामेरलेंगो खाली घसरायला लागला. टेबल खाली ठेवायचा प्रयत्न करेपर्यंत उशीरच झाला. कामेरलेंगो खाली घसरलाच. पण तो पडला नाही. त्याचे पाय जमिनीवर टेकले. त्याला कशाचाच अंदाज आला नाही आणि तो माक्रीच्या दिशेने धडपडत जायला लागला.

''नको.'' लँग्डन ओरडला.

शारत्राँ कामेरलेंगोला सावरायला धावला. पण त्याच्याकडे वळून वेड्यासारखे डोळे फिरवत कामेरलेंगो ओरडला. ''सोड मला.''

शारत्राँने मागे उडी मारली.

परिस्थिती बिघडायलाच लागली. शारत्राँने कामेरलेंगोच्या छातीवर ओढून घेतलेला झगा घसरून खांद्यावरून कंबरेपर्यंत आला.

सगळ्या गर्दीने गिळलेला आवंढा जगभर प्रवास करून क्षणार्धात परत आला. कॅमेरे सुरू झाले. फ्लॅशबल्ब उडायला लागले. सगळीकडल्या प्रचंड स्क्रीन्सवर कामेरलेंगोची भाजून ठसा उमटवलेली छातीच नजरेत यायला लागली. काही पडदे ते चित्र १८० अंशात फिरवून दाखवत होते.

इल्युमिनाटींचा अंतिम विजय.

पडद्यावरच्या ब्रॅन्डकडे लँग्डन बघायला लागला. तो त्याने आधी हातात धरलेला चौकोनी ब्रॅन्डच असला तरीही *आता* त्याचा अर्थ त्याच्या ध्यानात आला. त्याची अफाट ताकद त्याला भेडसावून गेली.

सिम्बॉलॉजिचा पहिला नियमच तो कसा विसरला? *चौरस हा चौरस कधी नसतो?* आणि रबर स्टॅम्पप्रमाणे लोखंडी ठसेही त्यांच्या उमटवलेल्या ठशांप्रमाणे कधीच दिसत नसतात. त्या ठशाच्या निगेटिव्हकडे त्याने आधी बघितले होते.

चौकातला गोंधळ आणि कोलाहल पराकोटीला पोहोचत असताना इल्युमिनाटींच्या एका वाक्याचा नवीन अर्थ त्याला स्पष्टपणे कळायला लागला. प्राचीन मूलद्रव्यांपासून बनवलेला एक अप्रतिम निष्कलंक हिरा – इतका उत्कृष्ट की बघणारा प्रत्येकजण जमिनीला खिळून नुसता आश्चर्याने बघत राहील.

आख्यायिका खरी होती.

पृथ्वी – वायू – अग्नी – जल.

इल्युमिनाटी डायमंड.

११७

लढाई नाही, क्रूसवर चढवणे नाही. कुठली यात्रा नाही की चमत्कार नाही, पण दोन हजार वर्षांच्या इतिहासात आज जे नाटक सेन्ट पीटर्स चौकात उलगडत होते त्याचा आवाका आणि त्यातले नाट्य कल्पनातीत होते. या क्षणी चालू असलेली अंदाधुंदी आणि भावनांचा उद्रेक व्हॅटिकनने आजपर्यंतच्या इतिहासात अनुभवला नसणार याबद्दल लँग्डनच्या मनात शंकाच नव्हती.

डोळ्यांसमोर शोकनाट्य सुरू होते आणि लँग्डन आणि व्हिट्टोरिया वरच्या पायरीवरून त्यांचा काही संबंध न राहिल्यासारखे अलिप्तपणे बघत होते. प्रत्येक गोष्ट कुठल्या तरी वेगळ्याच कालचक्रात अडकल्याप्रमाणे हळूहळू घडते आहे असे त्यांना वाटत होते.

छातीवर भाजून ठसा उमटवलेला कामेरलेंगो सर्व जगासमोर वेड्यासारखा उभा होता.

इल्युमिनाटी डायमंड – प्रथमच दिसलेला, अलौकिक बुद्धिमत्तेने बनवलेला.

व्हॅटिकनच्या ऐतिहासिक अस्तित्वाची केवळ वीस मिनिटे शिल्लक आहेत दर्शवणारे घड्याळ.

आणि नाटक आता तर कुठे सुरू होत होते.

जबरदस्त आघातांनी कामेरलेंगोची मन:स्थिती बिघडलेली असावी. एकाएकी सैतानानेच ताबा घेतल्याप्रमाणे त्याच्या अंगात सामर्थ्य आले. तो इतरांना अदृश्य अशा शक्तीशीच जणू काही बडबड करायला लागला. आकाशातल्या देवाच्या दिशेने हात वर करून ओरडला. "बोल, ऐकू येते आहे मला."

आणि लँग्डनला उलगडा झाला. त्याच्या पोटात प्रचंड खड्डा पडला.

व्हिट्टोरियालाही कळले असावे. तिचा चेहरा पांढराफटक पडला. "त्याला भयंकर मानसिक धक्का बसला आहे. भ्रम झाला आहे त्याला. त्याला वाटते आहे तो देवाशीच बोलतो आहे."

कुणीतरी थांबवायला हवे हे, लँग्डनच्या मनात विचार आला. किती दु:खद आणि लाजिरवाणा शेवट आहे हा. *या माणसाला ताबडतोब हॉस्पिटलमधे पोहोचवायला हवे.*

खालच्या पायऱ्यांवर किनिता माक्रीला हवी तशी योग्य जागा मिळालेली दिसत होती. ती काढत असलेली फिल्म तात्काळ मागच्या चौकातल्या प्रचंड टी.व्ही. पडद्यांवर प्रक्षेपित होत होती – सर्व ड्राइव्ह इन मूव्हीजमधे एकच भीषण शोकनाट्य चालू असावे तशी. एखाद्या महाकाव्यामधले दृश्य असावे छातीवर

भाजून ठसा उमटवलेला फाटक्या झग्यातला कामेरलेंगो नरकयातना सहन करून परत आलेल्या योद्ध्याप्रमाणे आकाशातल्या देवाकडे बघत ओरडत होता. *"ऐकू येते आहे देवा!"*

हादरल्यासारखा शारत्राँ मागे सरकला.

चौकात नि:स्तब्ध शांतता पसरली – सर्व ग्रहावरच पसरली – प्रत्येक जण आपल्या टीव्हीकडे, हालचाल न करता, डोळ्यांची पापणीही न लववता, श्वास रोखून बघत होता.

सर्व जगासमोर पायऱ्यांवर हात पसरून उभा असलेला कामेरलेंगो ख्रिस्तासारखाच दिसत होता. उघडा, रक्ताळलेला. आकाशाकडे बघत तो पुन्हा उद्गारला. "आभारी आहे! आभारी आहे देवा!"

शांतताभंग कुठेही झाला नाही.

"आभारी आहे देवा!" पुन्हा कामेरलेंगो मोठ्याने ओरडला. ढगांआडून सूर्य बाहेर यावा तसा त्याच्या चेहऱ्यावर आनंद पसरला. *"आभारी आहे देवा!"*

आभारी आहे देवा? लँग्डन आश्चर्याने बघत राहिला.

कामेरलेंगोचा संपूर्ण कायापालट झाला असावा. त्याच्या चेहऱ्यावर तेज दिसायला लागले. जोराजोराने मान डोलावत तो आकाशाकडे बघत ओरडला, "या खडकावरच मी माझे चर्च उभारेन."

लँग्डनला शब्द ठाऊक होते. पण कामेरलेंगो तेच शब्द मोठ्याने का ओरडत होता याची त्याला कल्पना नव्हती.

चौकातल्या गर्दीच्या दिशेने वळून त्या रात्री कामेरलेंगो पुन्हा मोठ्याने ओरडला, "या खडकावरच मी माझे चर्च उभारेन." हात वर करून पुन्हा आकाशाकडे बघून मोठ्याने हसत तो ओरडला. *"आभारी आहे देवा! आभारी आहे!"*

हा माणूस नक्कीच ठार वेडा झाला होता.

आणि जग मंत्रमुग्ध होऊन बघत होते.

शेवट मात्र सर्वांनाच अनपेक्षित होता.

आनंदाने आरोळी ठोकून कामेरलेंगो वळला आणि धावत परत सेन्ट पीटर्स बॅसिलिकामधेच घुसला.

११८

रात्रीचे अकरा बेचाळीस.

कामेरलेंगोला परत आणण्यासाठी वेड्यासारख्या त्याच्या मागे धावणाऱ्या घोळक्यात आपण असू असे लँग्डनच्या स्वप्नातही आले नसते आणि तेही सर्वांच्या पुढे? पण दरवाज्याच्या सर्वांत जवळ तोच होता आणि कृतीही नकळत, न ठरवता घडलेली.

आत कुठेतरी मरणार हा, अंधारात कामेरलेंगोच्या मागे लागताना लँग्डनला वाटले. "कामेरलेंगो! थांब!"

बाहेरच्या दिव्यांच्या प्रखर प्रकाशामधून आत आलेल्या लँग्डनला काळ्याकुट्ट काळोखात काही दिसेना. चेहऱ्यासमोर काही फूट अंतरापर्यंतच त्याला दिसत होते. तो खाडकन थांबला. पुढल्या काळोखात धावत सुटलेल्या कामेरलेंगोच्या फाटक्या झग्याची सळसळ त्याला ऐकू आली.

मागोमाग व्हिट्टोरिया आणि गार्ड्स पोहोचले. फ्लॅशलाईट्स लागले. पण बॅसिलिकामधला अंधार काळामिट्ट होता. प्रकाशाच्या झोतात उभे स्तंभ आणि जमीन दिसत होती. कामेरलेंगो कुठे दिसत नव्हता.

"कामेरलेंगो," शारत्राँ ओरडला. त्याच्या आवाजात भीती होती. "थांबा सिन्योर."

मागे दरवाज्यात गडबडीचे आवाज आले. सर्वांच्या नजरा मागे वळल्या. किनिता माक्री खांद्यावर कॅमेरा ठेऊन आत घुसली होती. कॅमेऱ्यावरचा लाल दिवा चमकत होता. म्हणजे प्रक्षेपण चालू होते. मागोमाग मायक्रोफोन घेतलेला ग्लिकही तिला हळूहळू असे सांगत धावत होता.

लँग्डन आश्चर्यानेच त्या दोघांकडे बघत बसला. *ही वेळ नव्हती त्यांनी यायची.*

"बाहेर." शारत्राँ संतापाने ओरडला. "हे तुमच्यासाठी नाही."

पण माक्री आणि ग्लिक पुढे येतच राहिले.

"किनिता!" ग्लिकचा घाबरलेला आवाज आला. "आत्महत्या ठरेल ही. मी नाही येत."

माक्रीने त्याच्याकडे दुर्लक्ष करत कॅमेऱ्यावरचा स्विच ओढताच प्रखर प्रकाशाने सर्वांचेच डोळे दिपले.

डोळे झाकतच लँग्डन वळला. डोळे उघडताच तीस यार्ड अंतरापर्यंतचा चर्चचा भाग उजळून निघालेला त्याला दिसला.

पुढून कुठून तरी कामेरलेंगोचा आवाज घुमला, ''या खडकावरच मी माझे चर्च उभारेन.''

माक्रीने आवाजाच्या रोखाने कॅमेरा वळवताच लांबवर कुठेतरी काळा झगा उडवत धावणारी कामेरलेंगोची आकृती सर्वांना दिसली.

क्षणभरच प्रत्येक जण ते विचित्र दृश्य बघत थबकला. दुसऱ्या क्षणी शारत्राँ लँग्डनला धक्का देऊन कामेरलेंगोमागे धावत सुटला. त्याच्या मागोमाग लँग्डन, गार्ड्स आणि व्हिट्टोरिया यांनी धाव घेतली.

लांब अंतरापर्यंत प्रकाश फेकत या पाठलागाचे जगाला प्रक्षेपण करत माक्री सर्वांमागून येत होती. इच्छा नव्हती तरी ग्लिकही कॉमेंट्री करत तिच्यामागून धडपड करत धावत होता.

सेन्ट पीटर्स बॅसिलिकामधली मुख्य वाट ऑलिम्पिकच्या फुटबॉलच्या मैदानापेक्षा लांब आहे असे गणित एकदा लेफ्टनंट शारत्राँने मांडले होते. आज तरी ती दुप्पट लांब वाटत होती. कामेरलेंगो मागोमाग धावताना शारत्राँला वाटत होते की पोपच्या ऑफिसमधल्या त्याच्या नजरेसमोर घडलेल्या भीषण प्रकारानंतर जबरदस्त मानसिक धक्का बसून नक्की कामेरलेंगोचे डोके कामातून गेले असावे.

बी.बी.सी.च्या स्पॉटलाईटच्या प्रकाशझोतापलीकडे पुढे कुठेतरी कामेरलेंगो आनंदी आवाजात पुन्हा ओरडला, ''या खडकावरच मी माझे चर्च उभारेन.'' शारत्राँला ठाऊक होते तो बायबलमधलेच वाक्य ओरडत होता. आठवण योग्य असेल तर मॅथ्यू १६:१८ असणार. *या खडकावरच मी माझे चर्च उभारेन.* चर्च नाहीसे व्हायची पाळी आली होती आणि याच्या अंगात काय संचारले होते आता? तो नक्कीच वेडा झाला आहे.

शारत्राँच्या हृदयाची धडधड वाढली. ईश्वरी सन्देश आणि साक्षात्कार यासारख्या गोष्टी त्याला नेहमीच भ्रामक कल्पना वाटल्या होत्या. दांडगी कल्पनाशक्ती असणाऱ्या मनाचे खेळ. इच्छा असेल तेच ऐकू येण्याचा प्रकार. *देवाशी सरळसरळ संबंध अशी गोष्ट तर शक्यच नाही.*

पण पुढल्या क्षणालाच आपल्या सामर्थ्याचा प्रत्यय आणून देत एक दैवी आकृती साक्षात्कार देतच शारत्राँपुढे प्रकट झाली.

पन्नास यार्ड पुढे, चर्चच्या मध्यभागीच, एका भुतासारख्या चमकदार आकृतीची रूपरेषा त्याच्या डोळ्यांसमोर साकार व्हायला लागली. अर्धवट कपडे चढवलेल्या कामेरलेंगोचाच आकार असणारी. त्या आकृतीतून आरपार नजर जात होती. ती प्रकाश बाहेर फेकत होती. शारत्राँ धडपडतच उभा राहिला. त्याला हालचाल करता येईना. ती आकृती जास्तीच चमकदार झाली आणि जमिनीत खोल खोल शिरत नाहीशी झाली.

लँग्डनलाही हे भूत दिसले होते. त्यालाही वाटले की आपण चमत्कारच बघत आहोत. पण जमिनीला खिळून असलेल्या शारत्राँशेजारून तो धावतच कामेरलेंगो अदृश्य झाला होता त्या ठिकाणी पोहोचला आणि काय घडले होते ते त्याच्या ध्यानात आले. कायमच नव्व्याण्णव तेलाच्या दिव्यांनी प्रकाशमान होणाऱ्या जमिनीखालच्या चेम्बरमधे कामेरलेंगो पोहोचला होता. खाली तेवणाऱ्या दिव्यांच्या प्रकाशात प्रथम तोच भुतासारखा चमकायला लागला होता आणि पायऱ्यांवरून उतरून खाली गेल्यावर जमिनीमधे नाहीसा झाल्याचा आभास निर्माण झाला होता.

धापा टाकतच लँग्डन जमिनीमधे खोदलेल्या चेम्बरच्या काठावर पोहोचला. पायऱ्यांवरून खाली तळाशी पोहोचणारा आणि दिव्यांच्या प्रकाशात चमकणारा कामेरलेंगो संगमरवरी चेम्बरमधून काचेच्या दरवाज्याच्या दिशेने धाव घेत होता. पलीकडल्या खोलीमधे सुप्रसिद्ध सोनेरी पेटी होती.

काय करतो आहे हा? लँग्डन आश्चर्याने विचार करत होता. *त्या सोनेरी पेटीतच...*

दरवाजे उघडत कामेरलेंगो आतमधे धावला. सोनेरी पेटीकडे पूर्ण दुर्लक्ष करून पाच फूट पलीकडे गुडघ्यांवर बसला आणि जमिनीवरची लोखंडी जाळी उचलायचा प्रयत्न करायला लागला.

कामेरलेंगो कुठे निघाला आहे याची जाणीव होताच लँग्डन भीतीने थरथरतच बघायला लागला. *अरे देवा! तिथे नको.* भराभर पायऱ्या उतरत तो ओरडला, ''फादर, नको!''

काचेचे दरवाजे उघडून कामेरलेंगोजवळ पोहोचेपर्यंत कामेरलेंगोने जमिनीवरची बिजागऱ्या असलेली जाळी उचलली. खणकन ती बाजूला आदळताच त्या बंद जागेत कानांमधे दडे बसण्यासारखा आवाज आला. खालच्या अंधाऱ्या विवरात अरुंद पायऱ्या उतरत होत्या. त्या विवराच्या दिशेने कामेरलेंगो निघताच लँग्डनने त्याचे खांदे पकडून त्याला बाहेर खेचले. कामेरलेंगो घामाने थबथबलेला होता. पण लँग्डन त्याला घट्ट धरून राहिला.

चकित होऊनच कामेरलेंगो वळला आणि म्हणाला, ''काय चालवलं आहेस काय तू?''

त्याच्या नजरेला नजर देताच आता लँग्डनलाच अतोनात आश्चर्य वाटले. कामेरलेंगोच्या चमकदार डोळ्यांत अजिबात दुसरी कुठली झाक नव्हती. शोधक डोळ्यांत दृढनिश्चय दिसत होता. छातीवर डागल्यामुळे होणारे दुःख आणि यातना तो कशा सहन करत होता?

''फादर,'' जास्तीत जास्ती शांतपणे बोलायचा प्रयत्न करत लँग्डन म्हणाला. ''तुम्ही खाली जाण्यात अर्थ नाही. व्हॅटिकनपासून जास्तीत जास्ती दूर जायला हवं.''

"माझ्या मुला," कामेरलेंगोचा आवाजही तेवढाच मृदू होता. बोलण्यात थोडीशी सुद्धा वेडसरपणाची झाक नव्हती. "मला आत्ताच *देवाकडून सन्देश* मिळाला आहे. मला माहिती..."

"कामेरलेंगो." शारत्राँची हाक आली. तो आणि इतरजण धावतच पायऱ्या उतरत खोलीत पोहोचले. माक्रीच्या कॅमेऱ्यामुळे खोलीत स्वच्छ प्रकाश पडला.

जमिनीवरची वर उचललेली लोखंडी जाळी बघताच शारत्राँच्या डोळ्यांत भीती उमटली. त्याने शरीरावर क्रॉसचे चिन्ह केले. लँग्डनकडे कृतज्ञतेने बघितले. लँग्डनने कामेरलेंगोला खाली जाऊ दिले नाही याबद्दल तो आभार मानत असावा. व्हॅटिकनच्या आर्किटेक्चरबद्दल लँग्डनने बरेच काही वाचले होते. या जाळीखाली काय आहे याची त्याला पूर्ण कल्पना होती. ख्रिश्चन धर्माचे सर्वांत पवित्र स्थान. *तेर्रा सान्ता! पवित्र भूमी!* काहीजण नेक्रोपोलिस म्हणत, तर काही कॅटकुम्बज. ज्या काही अगदी थोड्या धर्मगुरूंनी या जाळीखाली पाय ठेवला होता, त्यांच्या माहितीप्रमाणे नेक्रोपोलिस म्हणजे जमिनीखाली गाडलेल्या दफनभूमीचा, काळाकुट्ट अंधार असलेला चक्रव्यूह होता. कुठे जातो आहोत कळले नाही तर एखादा माणूस कायमचा नाहीसा व्हायचा. अशा कुठल्या तरी धोकादायक जागेमधून कामेरलेंगोचा पाठलाग करत धावायची कुणाचीही इच्छा नव्हती.

"सिन्योर." शारत्राँ कामेरलेंगोला विनंती करत होता. "तुम्हाला खूप धक्का बसलेला आहे. आपल्याला ही जागा सोडून ताबडतोब दूर जायलाच हवं. कृपा करून खाली जाऊ नका. ती आत्महत्या ठरेल."

पण कामेरलेंगोचा निश्चय पक्का होता. त्याने प्रेमाने शारत्राँच्या खांद्यावर हात ठेवत म्हटले, "तुझ्या काळजीबद्दल, आजपर्यंत केलेल्या सेवेबद्दल मी तुझा खूप आभारी आहे. किती ते मला स्वत:लाच नीट सांगता येत नाही. कळतही नाही. पण मला *ईश्वरी साक्षात्कार* झाला आहे. प्रतिवस्तूची कुपी कुठे आहे ते मला कळलं आहे."

प्रत्येकजण आ वासून कामेरलेंगोकडे बघत राहिला.

"या खडकावरच मी माझे चर्च उभारेन, हाच तो सन्देश होता. मला वाटतं अर्थ सरळ आहे त्याचा."

तो देवाशी बोलला होता, त्याचा सन्देश त्याला उलगडला होता, याबद्दल कामेरलेंगोला स्वत:ला शंका नसली तरी लँग्डनला ते अजिबात पटत नव्हते. खरे तर लँग्डनला काहीच कळेनासे झाले होते. *या खडकावरच मी माझे चर्च उभारेन?* पीटर्सला आपला पहिला शिष्य म्हणून निवडल्यावर जीझसने उच्चारलेले हे शब्द होते. त्यांचा संबंध इथे कुठे येत होता?

जवळून फोटो घेण्यासाठी माक्री पुढे सरकली. ग्लिकच्या तोंडातून एक शब्द फुटत नव्हता. त्याला स्वत:लाच जबरदस्त धक्का बसला होता.

कामेरलेंगो आता घाईने बोलायला लागला. ''इल्युमिनाटींनी त्यांचं संहारक अस्त्र या चर्चच्या पायाच्या तळाशीच ठेवलं आहे.'' त्याने खाली जाणाऱ्या पायऱ्यांकडे बोट दाखवले. ''ज्या खडकावर हे चर्च उभारलं गेलं आहे त्या खडकावर. आणि तो खडक कुठे आहे ते मला ठाऊक आहे.''

कामेरलेंगोला पकडूनच घेऊन जाण्याची वेळ आली आहे याची लँग्डनला खात्री पटली. हा प्रीस्ट व्यवस्थित बोलतो आहे असे वाटत असले तरी तो भलतीच बडबड करत होता. *खडक? पायाभरणीचा खडक?* त्या पायऱ्या काही चर्चच्या पायाजवळ नेत नव्हत्या. नेक्रोपोलिसला पोहोचवत होत्या. ''फादर! असा खराखुरा *खडक* अस्तित्वात नाही फादर.''

कामेरलेंगोच्या चेहऱ्यावर दुःख दाटून आल्यासारखे वाटत होते. ''असा खडक खरोखरच आहे माझ्या मुला.'' त्याने खाली बोट दाखविले. *''पिएत्रो ए ला पिएत्रा.''*

लँग्डन ऐकूनच स्तंभित झाला. खरंच सर्व किती साधे सरळ होते आणि किती धोकादायक! त्याची नजर खाली जाणाऱ्या पायऱ्यांकडे वळली. या चर्चखालच्या गडद अंधारात खरोखरच एक खडक पुरला गेला आहे हे त्याच्या ध्यानात आले.

पिएत्रो ए ला पिएत्रा —पीटर्स *हाच खडक आहे.*

पीटर्सची देवावरची श्रद्धा इतकी अचल होती की, जीझसने पीटर्सला खडक हेच नाव दिले होते. या अचल शिष्याच्या खांद्यावर जीझस त्याचे चर्च बांधेल. याच जागेवर – व्हॅटिकन हिलवर – पीटर्सला क्रूसवर चढवून पुरल्याची लँग्डनला आठवण झाली. सुरुवातीच्या ख्रिश्चनांनी त्याच्या कबरीवर एक छोटे देऊळ उभारले. ख्रिश्चन धर्माचा प्रसार व्हायला लागला तसे हळूहळू ते देऊळही मोठे व्हायला लागले. शेवटी प्रचंड बॅसिलिकाच या व्हॅटिकन हिलवर उभा राहिला. कॅथलिकांची श्रद्धाच जणू अक्षरशः सेन्ट पीटर्सवर उभी होती. खडक!

''प्रतिवस्तू सेन्ट पीटर्सच्या कबरीवर ठेवलेली आहे.'' कामेरलेंगो स्वच्छपणे म्हणाला.

सन्देश गूढ आणि अनैसर्गिकरीत्या मिळाला असला तरी प्रतिवस्तू ठेवायला सेन्ट पीटर्सची कबर ही जागा लँग्डनला तर्कशुद्ध वाटली.

इल्युमिनाटींनी आव्हान म्हणून, त्यांच्या *विश्वासघाताचे प्रतीक म्हणून,* प्रतिवस्तूची कुपी अक्षरशः ख्रिश्चन धर्माचा गाभा असलेल्या खडकावरच ठेवून दिली होती.

''आणि या जगातला पुरावा हवा असेल तर या जाळीवरचं कुलूप आधीच उघडलेलं होतं.'' कामेरलेंगोचा स्वतःवरचा ताबा ढळायला लागल्यासारखा वाटला. ''इथलं कुलूप *कधीच* उघडं नसतं. कुणीतरी इथून खाली गेलं होतं – *हल्लीच.''*

प्रत्येकजण बघत असतानाच कामेरलेंगोने वळून झटक्यात एक दिवा उचलला आणि तो खाली उतरायलाही लागला.

११९

पायऱ्या भूगर्भात खाली खाली जात होत्या.

मी खालीच मरणार बहुधा, बाजूला बांधलेली जाडजूड दोरी पकडत इतरांमागे या अरुंद वाटेने पळणाऱ्या व्हिट्टोरियाच्या मनात विचार आला. शेवटच्या क्षणीही लँग्डन कामेरलेंगोला अडवायला निघाला होता, पण शारत्राँनेच लँग्डनला पकडून ठेवले. या तरुण गार्डची तरी कामेरलेंगो जे काय करत होता त्याबद्दल खात्री पटली असावी.

थोड्याशा धडपडीनंतर आपली सुटका करून घेऊन लँग्डन पुन्हा कामेरलेंगोच्या मागे लागला. मागोमाग शारत्राँ आणि व्हिट्टोरियाही.

एक पाय जरी वाकडा पडला तरी चांगलाच दणका बसेल याची व्हिट्टोरियाला खात्री होती. दूरवर खालच्या बाजूला कामेरलेंगोच्या हातातल्या तेलाच्या दिव्याचा सोनेरी प्रकाश दिसत होता. तिच्या मागोमाग घाईघाईने बी.बी.सी.चे वार्ताहर येत होते. कॅमेऱ्याच्या स्पॉटलाईटमुळे भीतिदायक सावल्या पुढे सरकत होत्या. शारत्राँ आणि लँग्डनही दिसत होते. संबंध जग या वेडेपणाला साक्षी आहे ही कल्पना व्हिट्टोरियाला असह्य होत होती. *बंद कर तो कॅमेरा* असे सांगायचा तिला कितीदा मोह झाला होता. पण कॅमेऱ्याचा प्रकाश असल्यानेच तर ते कुठे जात आहेत हे सर्वांना दिसत होते.

आणि हा जगावेगळा पाठलाग चालू असताना व्हिट्टोरियाच्या मनात विचारांचे वादळ उठले होते. प्रतिवस्तूची कुपी मिळाली तरीही कामेरलेंगो नक्की काय करणार आहे खाली? वेळच नाही उरलेला.

कामेरलेंगोचे म्हणणे खरे असावे असे तिचे अंतर्मन ग्वाही द्यायला लागल्यावर तिला खूप आश्चर्य वाटले. प्रतिवस्तूची कुपी जमिनीखाली तीन मजले खोलीवर पुरून ठेवण्याची कृती तरी दयाळूपणाची म्हणायला लागली असती. होणारा विध्वंस एवढ्या खोलीवर थोडा तरी कह्यात राहिला असता. उष्णतेची लाट पसरणार नाही. अणकुचीदार तुकडे उडणार नाहीत. लोकांना धोका पोहोचणार नाही. जमिनीला एक प्रचंड खड्डा पडून बॅसिलिका मात्र त्या खड्ड्यात कोसळेल.

कोहलरने सद्भावनेने केलेली एकुलती एक कृती? कमीत कमी जीवितहानी? डायरेक्टरचा या प्रकारातला सहभाग अजूनही तिला कळत नव्हता. धर्माबद्दलचा त्याचा द्वेष ती समजू शकत होती. पण हे भयानक कट-कारस्थान तो रचू शकला

असता? कोहलरच्या घृणेने, तिरस्काराने ही पातळी गाठली असेल? व्हॅटिकनचा विनाश? भाडोत्री खुनी? पोपचा खून? तिच्या पपांची क्रूर हत्या? चार कार्डिनल्सची भीषण कत्तल? ती हे विचारही मनात आणू शकत नव्हती. आणि व्हॅटिकनच्या चार भिंतींआड तो विश्वासघाताच्या इतक्या गोष्टी घडवून आणू शकला? रॉचर! *रॉचर हाच कोहलरचा व्हॅटिकनच्या आतला माणूस होता* – व्हिट्टोरियाने स्वतःची समजूत घातली. *रॉचर इल्युमिनाटस होता.* त्याच्याकडे सर्व ठिकाणच्या किल्ल्या असणार – पोपचे चेम्बर – इल *पास्सेतो* – नेक्रोपोलिस – सेन्ट पीटर्सची कबर – तशा अगदी थोड्या थोड्या अंतरावरच्या जागा – आणि गार्ड्सना त्याने आज्ञाही दिली होती की जिथे इतर नागरिक, टूरिस्ट जाऊ शकत नाहीत त्या जागांचा शोध घ्यायचा नाही. कोणीही कुपी शोधू शकणार नाही याची मग रॉचरला *खात्रीच होती.*

पण मग कामेरलेंगोला असा आकाशातूनच सन्देश मिळेल याची रॉचरला कधीच कल्पना येणे शक्य नव्हते.

आकाशातून सन्देश! व्हिट्टोरियाला या गोष्टीचा स्वीकार करणे जड जात होते. *देवाने खरोखर कामेरलेंगोशी संपर्क साधला असेल?* शक्यच नाही. पण एनटॅन्गलमेन्ट फिजिक्स हा तिचा विषय होता. परस्परसंबंधांचा अभ्यास. आणि हे चमत्कार ती दररोज बघत होती. समुद्र कासवांची दोन जोडलेली अंडी वेगळी करून हजारो मैल अंतर असणाऱ्या दोन लॅब्जमधे ठेवल्यावरही दोघांमधून एकाच क्षणी जीव बाहेर पडला होता – हजारो जेलीफिश सर्वांना एकच मन असावे तसे एका ठेक्यात नाचताना दिसले होते – *सगळीकडे न दिसू शकणारी अशीही परस्परांशी संपर्क साधणारी साधने आहेत,* तिच्या मनात विचार आला.

पण म्हणून देव आणि माणूस यांच्यामधे सुद्धा?

याचा स्वीकार करणारी श्रद्धा द्यायला पपा इथे असायला हवे होते. एकदा शास्त्रीय परिभाषेत त्यांनी दैवी सन्देशांबद्दल तिला समजावले होते. तिला विश्वास ठेवणे भाग पाडले होते. त्यांना प्रार्थना करताना बघितल्याच्या दिवसाची आठवण तिला आजही होती. तिने त्यांना विचारले, "पपा! तुम्ही प्रार्थना करताच कशाला? देव काही तुम्हाला उत्तर देऊ शकत नाही."

लिओनार्दो वेत्राने हळूच हसत तिच्याकडे बघत म्हटले होते, "माझी मुलगी – संशयी, नास्तिक. देव माणसाशी बोलतो यावर विश्वास नाही तर तुझा. मग तुला कळणाऱ्या भाषेत सांगतो." त्यांनी शेल्फवरून मानवी मेन्दूची प्रतिकृती काढली. तिच्यासमोर ठेवली. "तुला हे तर माहिती आहेच की आपल्या मेन्दूच्या खऱ्या शक्तीचा थोडासाच भाग मानवप्राणी सर्वसाधारणपणे उपयोगात आणतो. पण भावना अनावर होतील, उद्दीपीत होतील अशा परिस्थितीत जर त्याला ठेवले – म्हणजे प्रचंड शारीरिक आघात, अत्यानंद, जबरदस्त दहशत किंवा भीती, किंवा

ध्यान आणि चिंतनही – तर वेगळ्याच गोष्टी मनाला अगदी स्पष्टपणे कळायला लागतात, अगदी स्पष्ट दिसायला लागतात.''

''मग? स्वच्छ विचार करता यायला लागणे याचा अर्थ काय देवाशी बोलत येते?''

''हो. अशक्य वाटणाऱ्या प्रश्नांची उत्तरे अशाच स्वच्छ विचार करता येण्याच्या क्षणात मिळतात. सर्व गुरू या परिस्थितीला काय म्हणतात ठाऊक आहे? अंतर्मनाच्या जाणिवेची परमोच्च पातळी. मानसशास्त्रज्ञ म्हणतात ज्ञानग्रहण शक्तीची अत्युच्च मर्यादा. जीवशास्त्रवेत्ते समजून उमजून बदललेली स्थिती समजतात.'' तो क्षणभर थांबला. ''आणि ख्रिश्चन म्हणतात प्रार्थनांची उत्तरे. ईश्वरी साक्षात्कार याचा अर्थ त्या क्षणी तुमच्या हृदयाला जे आधीच ठाऊक असते, तिथे पोहोचण्याचे सामर्थ्य मनाला आणि बुद्धीला लाभते.''

आता या अंधाऱ्या पॅसेजमधे वेगाने धावत असताना व्हिट्टोरियाला मनापासून वाटले की पपा खरेच सांगत असतील. कामेरलेंगोच्या शरीराने जे सहन केले होते त्यामुळे त्याच्या मनाला प्रतिवस्तूची कुपी कुठे आहे याचे ज्ञान प्राप्त झाले होते.

आपल्यापैकी प्रत्येकजण देव आहे, बुद्ध म्हणाला होता. *प्रत्येकाला सर्व माहीत असते. आपल्या स्वत:चा शहाणपणा कळण्यासाठी मनाची कवाडे उघडता यायला हवीत.*

जमिनीखालच्या बोगद्यामधून आत आत जात असताना, या स्वच्छ विचार करता येत असण्याच्या क्षणी, व्हिट्टोरियाला स्वत:च्या मनाच्या झडपा उघडल्याची जाणीव झाली – कामेरलेंगोच्या मनात काय आहे ते नीट कळले आणि आजपर्यंत कधी वाटली नव्हती इतकी जबरदस्त भीती मनात निर्माण झाली.

''कामेरलेंगो, नको!'' ती ओरडतच धावायला लागली. ''तुमच्या लक्षात येत नाही.'' व्हॅटिकन शहरात गर्दी करून असलेली हजारो माणसे डोळ्यांसमोर उभी राहाताच तिच्या मनात धडकी भरली. अंगावर काटा उभा राहिला. ''प्रतिवस्तूची कुपी वर आणली तर *सर्वांचा मृत्यू अटळ आहे.''*

लांब लांब टांगा टाकत लँग्डनने त्या अरुंद बोगद्यामधून धावायलाच सुरुवात केली. प्रतिवस्तूची कुपी वर नेली तर काय हाहाकार उडेल या विचारामधे अंधाऱ्या आणि बंद जागांची त्याची भीतीही तो पूर्णपणे विसरला.

''कामेरलेंगो!'' तो ओरडला. कामेरलेंगोच्या हातामधल्या दिव्याचा प्रकाश जवळ दिसत होता. ''प्रतिवस्तू आहे तिथेच राहू दे. पर्याय नाही दुसरा.''

तोंडातून शब्द बाहेर पडले तरी त्याचा स्वत:चाच आपल्या शब्दांवर विश्वास नव्हता. प्रतिवस्तू कुठे आहे याबद्दल कामेरलेंगोला साक्षात्कार झाला होता हे त्याने मनोमन मान्य केले होते. पण जगातले महान आश्चर्य समजला जाणारा सेन्ट पीटर्स बॅसिलिका

आणि त्यामधल्या अमूल्य कलाकृती यांचा नाश झाला तर चालणार होते त्याला?

आणि बाहेरचा प्रचंड जनसमुदाय? हा *एकच मार्ग तर आहे.*

लोकांचे जीव वाचवायचे तर चर्चचा नाश होऊ द्यायचा, असा क्रूर पर्यायच फक्त शिल्लक दिसत होता. इल्युमिनाटींना आनंदाने उकळ्या फुटत असतील.

हवा थंड होती. दमटही. इथेच कुठेतरी सेन्ट पीटर्स आणि ख्रिश्चन धर्माच्या सुरुवातीच्या काळातील इतर असंख्य ख्रिश्चनांच्या कबरी असणार. नेक्रोपोलिस! ही आत्मघातकी कामगिरीच ठरणार बहुधा या विचाराने तो धास्तावला.

कामेरलेंगोच्या हातातला हेलकावणारा प्रकाश थांबल्यासारखा वाटला आणि लँग्डनने झपाट्याने उरलेले अंतर कापले. पायऱ्या संपल्या होत्या. तीन कवट्यांचे चिन्ह असलेले एक बंद लोखंडी दार समोर दिसत होते. कामेरलेंगो दरवाजा उघडत असतानाच लँग्डनने तो पुन्हा ढकलून बंद केला आणि तो कामेरलेंगोसमोर उभा राहिला. बी.बी.सी.च्या स्पॉटलाईटच्या प्रकाशात भुतांसारखे भासणारे इतर सर्वही पोचले. ग्लिकची अवस्था सर्वांत वाईट होती.

शारत्राँने लँग्डनला पकडत म्हटले, ''जाऊ दे त्यांना.''

''नाही.'' धापा टाकत व्हिट्टोरिया उद्‌गारली. ''आपण ही जागा खाली करायला हवी. *प्रतिवस्तूची कुपी वर नेली तर बाहेरचे कोणीही जिवंत राहणार नाही.''*

कामेरलेंगोचा शांत आवाज कानांवर आला. ''विश्वास ठेवा तुम्ही सर्वांनी. वेळ फार थोडा आहे.''

''तुमच्या लक्षात येत नाही. जमिनीखालच्या स्फोटामुळे होणाऱ्या विध्वंसापेक्षा जमिनीवर स्फोट झाला तर महाभयंकर विध्वंस होईल.''

''पण जमिनीवर स्फोट घडवून आणण्याबद्दल कोण काय म्हणतं आहे?'' त्याच्या हिरव्या डोळ्यांत थोडीशीही वेडाची झाक नव्हती.

व्हिट्टोरिया नुसतीच बघत राहिली. ''मग तुम्ही ती कुपी *इथेच* सोडून जाणार आहात?''

''आज रात्री यानंतर कुणाचाही मृत्यू ओढवणार नाही.'' कामेरलेंगो शांत आवाजात उद्‌गारला.

''फादर... पण...''

''प्लीज –*श्रद्धा बाळगा.* माझ्याबरोबर कुणीही यायची गरज नाही. आपण सर्व जाऊ शकता. माझी एवढीच इच्छा आहे की तुम्ही देवाच्या कार्यात अडथळा आणू नये. मला जी आज्ञा झाली आहे त्याप्रमाणे मला वागू द्या. मला हे चर्च वाचवायच आहे.'' कामेरलेंगोच्या आवाजात मोहिनी होती. नजर सर्वांवर रोखलेली. ''आणि ते मी *नक्की* करू शकेन. मी शपथ घेतो तशी.''

कुणालाही काही बोलायचे सुचले नाही.

१२०

रात्रीचे अकरा-एक्कावन्न.

नेक्रोपोलिसचा शब्दशः अर्थ आहे *मृतांचे शहर.*

आजपर्यंत अनेकदा त्याबद्दल वाचलेले असूनही दृश्य असे असेल असे लँग्डनला कधीही वाटले नव्हते. जमिनीखालचे हे प्रचंड विवर कुजणाऱ्या, कोसळणाऱ्या कबरींनी भरलेले होते. गुहेतल्या जमिनीवरची छोटी छोटी घरेच. हवेतही जिवंतपणा नव्हता. अरुंद वाटा, खणलेले खड्डे, मातीच्या भिंती, छते, खांब.

मृतांचे शहर! अभ्यासकाची उत्सुकता आणि जीवघेणी भीती.

वळणावळणाच्या पॅसेजेसमधून सर्वजण खाली खाली धावत होते. *अभ्यासासाठी मी चुकीचाच विषय निवडला बहुधा.*

कामेरलेंगोच्या बोलण्यानंतर शारत्राँने पुढे येऊन दरवाजा उघडला. कामेरलेंगोवरची त्याची श्रद्धाच दाखवली. कामेरलेंगोच्या विनंतीप्रमाणे ग्लिक आणि माक्री यांनी प्रकाश पाडला. इथून ते जिवंत परत गेले तर बाहेरच्या जगात त्यांचा जो मानसन्मान होणार होता हे ते विसरले असतील असे म्हणणेही कठीणच होते. व्हिट्टोरियाची खरे तर आत शिरायचीही तयारी नव्हती. ती सर्वांत शेवटी आत शिरली. तिच्याकडे बघताना तिलाच फक्त पुढे घडणाऱ्या गोष्टींची चाहूल लागते आहे असा काहीतरी अस्वस्थ करणारा विचार लँग्डनच्या मनात येऊन गेला.

आता फार उशीर झाला आहे म्हणा, लँग्डनला वाटले. ते दोघे इतरांच्या मागून धावत होते. *पाऊल मागे घेताच येणार नाही.*

व्हिट्टोरिया बोलली नसली तरी तिच्या मनातही तेच विचार येत असणार याची लँग्डनला खात्री होती. *कामेरलेंगोची चूक होत असेल तर व्हॅटिकन शहरातून बाहेर पडायला नऊ मिनिटांचा अवधी पुरेसा नव्हता.*

त्याचे पाय दुखायला लागले. आपण आता चढ चढतो आहोत हे त्याच्या ध्यानात येताच त्याला आश्चर्य वाटले. का हे कळताच तो अंतर्बाह्य थरथरला. त्याच्या पायांखालचा भूप्रदेश ख्रिस्ताच्या काळातला होता. तो मूळ व्हॅटिकन हिलवर धावत होता. पीटर्सची कबर व्हॅटिकन हिलच्या माथ्याजवळ होती याची खात्री देताना त्याने व्हॅटिकन स्कॉलर्सना ऐकले होते. त्यांना हे कसे काय कळले याचेही त्याला नेहमी आश्चर्य वाटे. आता त्याला त्याच्या प्रश्नाचे उत्तर मिळाले होते. *ती टेकडी अजूनही अस्तित्वात होती.*

आपण इतिहासाच्या पानांमधून धावतो आहोत असे काहीतरी त्याला वाटले.

पुढे कुठे तरी सेन्ट पीटर्सची कबर होती – ख्रिश्चन धर्माचा अत्यंत पवित्र अवशेष. मूळ कबरीवर एक छोटेसेच देऊळ होते यावर आज विश्वास ठेवणे कठीण होते. पीटर्सची महती वाढत गेली तशी एकावर एक नवीन देवळे बांधली गेली. आज मूळ कबरीच्या बरोबर वरती चारशे चाळीस फुटांवर मायकल ॲन्जलोचा घुमट होता.

ते वळणावळणाच्या रस्त्याने चढत होते. *आठ मिनिटे.* इथल्या मृतांमधे बहुतेक आपला आणि व्हिट्टोरियाचा समावेश असणार आहे.

''सापांची बिळं,'' मागून ग्लिक ओरडला.

त्यांच्या वाटेवरच अचानक छोटी छोटी भोके दिसताच लँग्डनने उडी मारूनच ती कशीबशी पार केली. व्हिट्टोरियानेही उडी मारली. ती एकदम घाबरली. ''सापांची बिळं?''

''सापांची बिळं... खरं तर... जाऊ दे. तुला माहीत नाही तेच चांगलं आहे. विश्वास ठेव माझ्यावर.'' लँग्डन म्हणाला.

सुरुवातीच्या ख्रिश्चनांचा पुनर्जन्मावर विश्वास असावा. मृतांना जेवण म्हणून कबरींमधे दूध आणि मध ओतण्यासाठी अशी भोके पाडलेली असत.

कामेरलेंगो फारच थकला होता.

पण देव आणि मानव यांच्यासाठीच्या त्याच्या कर्तव्याने त्याचे पाय धावत राहिले. *पोहोचलोच आता.* त्याला असह्य वेदना होत होत्या. आणि *मानसिक वेदना सुरू झाल्या तर त्या शारीरिक वेदनांपेक्षा महाभयंकर असतात.* पण तो थकला होताच. आणि वेळ तर फारच थोडा होता.

''मी तुमच्या चर्चचे रक्षण करेन फादर. मी शपथ घेतो तशी.''

मागून बी.बी.सी.च्या कॅमेऱ्याचा प्रकाशझोत पडत असला तरी स्वत:चा दिवा तो उंच धरून होता. *अंधारातला मी एकमेव प्रकाशबिंदू आहे.* दिव्यामधले तेल डचमळल्याचा आवाज येताच तेल बाहेर पडून आपणच पेटून उठू शकतो याची त्याला भीती वाटली. एका दिवसात आधीच खूप मांस जळलेले होते.

टेकडीच्या माथ्याजवळ पोहोचेपर्यंत त्याची दमछाक झाली. तो घामाने थबथबला. त्याला श्वास घ्यायला त्रास व्हायला लागला.

वाट संपली. इथे तो अनेक वेळा उभा राहिला होता. नेक्रोपोलिसही संपले. समोर मातीची भिंत होती. एक छोटासा मार्कर. *मॉसलिअम एस.*

ला तोम्बा दि सान पिएत्रो.

समोर भिंतीमधे एक खड्डा होता. चमकणारी पाटी नाही की नाव लिहिलेले नाही. पलीकडे एक छोटी गुहा. एक कुजून कोसळलेली शवपेटी. त्या ठिकाणी बघत थकला भागलेला कामेरलेंगो हळूच हसला. मागोमाग इतरजण टेकडीवर पोचत

आहेत हे त्याला कळत होते. त्याने हातातला दिवा खाली ठेवून प्रार्थनेसाठी गुडघे टेकले.

देवा! तुझीच कृपा! संपत आले आहे सर्व.

बाहेर चौकामधे आश्चर्यानेच आ वासून बघणाऱ्या कार्डिनल्सच्या गराड्यात, कार्डिनल मेस्ताती प्रचंड पडद्यांवर, गाडलेल्या दफनभूमीतले चालू असलेले नाट्य बघत होता. कशावर विश्वास ठेवायचा हे त्याला कळेनासे झाले होते. आज त्याने जे बघितले होते तेच सर्व जगाने बघितले होते. देव खरोखर कामेरलेंगोशी बोलला होता? प्रतिवस्तूची कुपी खरोखर सेन्ट पीटर्सच्या...

"बघा." गर्दी एकमुखाने एकच शब्द बोलली.

"तिकडे." प्रत्येक जण पडद्यांकडे बोट दाखवत होता. "हा चमत्कारच आहे."

मेस्तातीची नजर पुन्हा पडद्यावर खिळली. कॅमेऱ्याचा कोन बरोबर नव्हता, तो हलतही होता, पण चित्र स्वच्छ होते. कधीही न विसरता येण्याजोगे.

गुडघे टेकून प्रार्थना करत असणाऱ्या कामेरलेंगोच्या मागे कॅमेरा होता. त्याच्या समोरच्या भिंतीमधे, प्राचीन दगडधोंड्यात एक शवपेटी होती. मेस्तातीने आयुष्यात पहिल्यांदाच ती पाहिली असली तरी त्या शवपेटीत काय आहे याबद्दल त्याच्या मनात संशय नव्हता.

सान पिएत्रो.

ख्रिश्चनांचा एक अत्यंत प्राचीन आणि पवित्र अवशेष बघायला मिळतो आहे म्हणून सर्वजण आनंदाने, आश्चर्याने, ओरडा करत आहेत अशी समजूत करून घेण्याइतका मेस्ताती भोळा नव्हता. सेन्ट पीटर्सची कबर बघायला मिळाली होती म्हणूनही सर्वजण गुडघ्यांवर बसून उत्स्फूर्तपणे प्रार्थना करायला आणि देवाचे आभार मानायला लागले नव्हते. त्या कबरीवर जे काही ठेवले होते त्याचा प्रताप होता हा.

प्रतिवस्तूची कुपी तिथे होती – जिथे ती दिवसभर होती – नेक्रोपोलिसच्या अंधारात दडवलेली – कशाचीही पर्वा न करता टिक् टिक् करणारी. कामेरलेंगोला घडलेला साक्षात्कार अगदी खरा होता.

मेस्ताती आश्चर्याने त्या पारदर्शक कुपीकडे बघत राहिला. कुपीच्या मध्यावर तो थेंब अजूनही तरंगत होता. एल.ई.डी.चे घड्याळ शेवटची पाच मिनिटे मोजत होते. कुपीभोवतालची गुहेसारखी जागा लाल रंगाने चमकत होती.

कुपीपासून काही इंच अंतरावर कबरीवरतीच कुपीवर रोखलेला आणि प्रक्षेपण करत राहिलेला स्विसगार्ड्सचा वायरलेस सिक्युरिटी कॅमेराही होता.

इतके भीतिदायक दृश्य आपण आपल्या आयुष्यात कधीही बघितले नव्हते याची मेस्तातीला खात्री होती. त्याने स्वत:च्या शरीरावर क्रॉसची खूण केली. पुढल्या क्षणाला त्याची खात्री पटली की हे दृश्य याहून भयानक बनणार होते.

कामेरलेंगो अचानक खाडकन उभा राहिला. कुपी उचलून वळला. त्याच्या चेहऱ्यावर दृढनिश्चय दिसत होता. इतरांना बाजूला सारत तो आल्या वाटेने टेकडी उतरत नेक्रोपोलिसमधून धावत सुटला.

व्हिट्टोरिया वेत्राच्या चेहऱ्यावर उमटलेली भीषण भीतीची छाया कॅमेऱ्याने बरोबर पकडली. "कुठे निघाला आहात तुम्ही कामेरलेंगो? मला वाटले तुम्ही म्हणाला होतात..."

"श्रध्दा बाळग." धावता धावताच तो म्हणाला.

व्हिट्टोरिया गर्रकन लँग्डनकडे वळली. "आपण काय करायचं आता?"

रॉबर्ट लँग्डन कामेरलेंगोला अडवायचा प्रयत्न करत असताना शारत्राँ पुन्हा मधे आला. त्याचा कामेरलेंगो जे काही करत होता त्यावर संपूर्ण विश्वास होता.

बी.बी.सी. कॅमेऱ्यावरून येणारी चित्रे एखाद्या रोलर-कोस्टरवरच्या स्वारीसारखी होती. नेक्रोपोलिसच्या प्रवेशद्वाराकडे वळत, अडखळत, धावणारे भेदरलेले चेहरे कॅमेरा बरोबर टिपत होता.

वर चौकात घाबरूनच मेस्तातीने म्हटले, *"तो इथे आणणार की काय ती कुपी?"*

जगभरच्या टेलिव्हिजन्सवर कुपी पकडून धावत निघालेल्या कामेरलेंगोची चित्रे पडद्यावरून सरकत होती. *आज रात्री यानंतर कुणाचाही मृत्यू ओढवणार नाही.*

पण कामेरलेंगोची चूकच होत होती.

१२१

सेन्ट पीटर्स बॅसिलिकामधून कामेरलेंगो धाडकन बाहेर पडला तेव्हा बरोबर ११:५६ वाजले होते. एखादी स्वर्गीय देणगी असावी त्याप्रमाणे प्रतिवस्तूची कुपी समोर धरून तो बाहेरच्या स्पॉटलाईट्ससमोर आला. जळजळणाऱ्या डोळ्यांनी त्याने आपली स्वत:चीच अर्धनग्न, जखमी अशी प्रचंड आकृती पडद्यांवर बघितली. सेन्ट पीटर्स चौकातून गडगडाटासारखा येणारा गोंगाटाचा आवाज त्याने पूर्वी कधी ऐकला नव्हता– रडारड, किंचाळ्या, प्रार्थना, भीती, आदरभाव यांचे मिश्रण.

सैतानांपासून आमचे रक्षण कर, तो कुजबुजला.

नेक्रोपोलिसमधल्या धावपळीने त्याची दमछाक झाली. खरा म्हणजे सर्व गोंधळच होणार होता. रॉबर्ट लॅंग्डन आणि व्हिट्टोरिया वेत्रा यांनी त्याला थांबवायचा प्रयत्न केला होता. त्यांना ती कुपी त्या अंधाऱ्या जागीच पुन्हा फेकून द्यायची होती. *मूर्ख कुठले!*

दुसऱ्या कुठल्याही रात्री त्याने ही शर्यत जिंकली नसती. त्याला स्वच्छ दिसत होते की आज त्याला देवाचीच साथ होती. कामेरलेंगोला अडथळा आणू बघणाऱ्या रॉबर्ट लॅंग्डनला शारत्रॉने धरून ठेवले होते. विश्वासू, कर्तव्यदक्ष, त्याच्यावर पूर्ण श्रध्दा असणारा. बी.बी.सी.च्या वार्ताहरांना काही करता येण्यासारखे नव्हते. त्यांच्याकडे आधीच काय काय सामुग्री होती.

देव रहस्यमय मार्गांनी काम करत असतो.

मागे धावणारी पावले त्याला ऐकू येत होती आणि जवळ पोहोचणारे चेहरे त्याला समोर पडद्यावर दिसत होते. शेवटची सर्व ताकद गोळा करून त्याने प्रतिवस्तूची कुपी डोक्यावर उंच धरली. छातीवरच्या इल्युमिनाटी ब्रॅन्डची तमा न बाळगता त्याने खांदे सरसावून पायऱ्यांवरून खाली धाव घेतली.

आता शेवटचा अंकच राहिला होता.

चार मिनिटे...

बॅसिलिकामधून बाहेर पडलेल्या लॅंग्डनला पायऱ्यांवरच रोखलेल्या प्रकाशझोतांनी काही दिसेना. पुढे पायऱ्या उतरत धावणारी कामेरलेंगोची धूसर आकृती त्याला दिसली. क्षणभर त्या प्रकाशात धावणारा कामेरलेंगो त्याला ईश्वरी अवतारच वाटला. आधुनिक श्रध्दास्थान! झगा कमरेखाली, शरीर शत्रूच्या हातांनी जखमी केलेले, रक्ताळलेले आणि तो सर्व सहन करत होता. हातामधे विनाशकारी अस्त्र धरून श्रध्दा ठेवा असे जगाला ओरडून सांगत धावणारा कामेरलेंगो उंचच उंच भासायला लागला.

लॅंग्डन पायऱ्या उतरून त्याच्यामागे धावत सुटला. *काय करतो आहे हा! सर्वांनाच मारून टाकेल की!*

"सैतानाच्या करणीला देवाच्या घरात स्थान नाही." असे किंचाळत धावणाऱ्या कामेरलेंगोला पाहून गर्दी करून उभे असलेले लोकही घाबरले.

"फादर!" लॅंग्डन जिवाच्या आकांताने किंचाळला. "पळायला जागा नाही फादर."

"आकाशाकडे बघ! आपण आकाशाकडे बघायचंच विसरतो."

त्या क्षणाला कामेरलेंगो कुठल्या दिशेने धावत सुटला आहे हे लॅंग्डनच्या लक्षात आले. झगझगीत सत्य. यातून मुक्ती आकाशामधेच आहे.

चांदण्यात चमकणारे इटालिअन आकाश! *सुटकेचा मार्ग!*

कामेरलेंगोला हॉस्पिटलमधे पोहोचवण्यासाठी म्हणून तयार ठेवलेल्या हेलिकॉप्टरचे इंजिन सुरू होते. हेलिकॉप्टरच्या दिशेने धावणाऱ्या कामेरलेंगोला बघताच लँग्डनच्या मनात आनंदाच्या लहरी उसळायला लागल्या आणि मग विचारांचा ओघ सुरू झाला. भूमध्य समुद्र? किती लांब आहे? पाच मैल? दहा? *फ्युमोचिनो बीच* आगगाडीने फक्त सात मिनिटांवर आहे एवढे त्याला ठाऊक होते. २०० मैल वेगाने न थांबता उडणाऱ्या हेलिकॉप्टरने... समुद्रावर खूप आत जाऊन कुपी फेकली तर – इतरही पर्याय होते म्हणा. आता धावताना त्याला हलकेहलके वाटायला लागले. *ला कावा रोमाना.* संगमरवराच्या खाणी शहराच्या उत्तरेला तीनएक मैलांवर होत्या. किती मोठ्या होत्या या खाणी? दोन चौरस मैल? यावेळी तरी कुणी नसणार तिथे. *तिथे* कुपी टाकली तर...

"मागे व्हा," कामेरलेंगो ओरडला. त्याची छाती दुखत होती. "बाजूला व्हा."

गार्ड्सही मागे सरकले.

सर्व जग बघत असताना कामेरलेंगोने पायलटच्या बाजूचा दरवाजा उघडला. "बाहेर ये मुला! ताबडतोब!"

गार्डने बाहेर उडी मारली. उंचावरचे कॉकपिट बघताच त्याला आपण किती थकलो आहोत याची जाणीव झाली. वर चढायचे तर दोन्ही हात मोकळे हवेत. त्याने थरथरणाऱ्या पायलटच्या हातात कुपी ठेवली. "धर जरा. मी वर चढलो की दे परत."

वर चढताच त्याला ओरडत जवळ पोहोचणारा लँग्डन दिसला. *कळले तर आता तुला,* कामेरलेंगोच्या मनात विचार आला. *आता विश्वास बसतो आहे तुझा.*

कॉकपिटमधे शिरल्यावर त्याने सवयीने लिव्हर्स ॲडजस्ट केले आणि तो कुपी घेण्यासाठी वळला.

पण ज्या गार्डच्या हातात त्याने कुपी दिली होती तो रिकाम्या हातांनी उभा होता. "त्याने माझ्याकडून घेतली." तो ओरडून म्हणाला.

कामेरलेंगोला क्षणभर आपले हृदयच बंद पडणार वाटले. "कोणी?"

गार्डने बोट दाखवले. "त्याने."

कुपी वजनदार होती याचेच रॉबर्ट लँग्डनला आश्चर्य वाटले. दुसऱ्या बाजूने जाऊन काही तासांपूर्वी तो आणि व्हिट्टोरिया ज्या ठिकाणी बसले होते त्या कम्पार्टमेन्टमधे तो चढला. दरवाजा उघडाच ठेवून त्याने स्वतःचा पट्टा बांधला आणि पुढल्या सीटमधल्या कामेरलेंगोकडे बघत तो ओरडला, "निघू या फादर."

लँग्डनकडे वळून बघणाऱ्या कामेरलेंगोचा चेहरा भीतीने पांढरा पडला होता.

"तू इथे काय करतो आहेस?"

"तुम्ही हेलिकॉप्टर चालवा. मी कुपी फेकतो." लँग्डन ओरडला. "वेळ उरलेला नाही. चला."

कामेरलेंगोची हालचाल करायची शक्तीच नष्ट झाली असावी. "मी एकटाच करू शकतो हे आणि *एकट्यालाच* करायला हवे." तो कुजबुजला.

लँग्डनच्या कानात काही शिरले नाही. *"चला निघू या!"* स्वत:चेच ओरडणे त्याच्या कानावर पडले. *"ताबडतोब! मी तुमच्या मदतीला आहे."* लँग्डनने कुपीकडे बघितले आणि त्याचा श्वास कोंडला. *"तीनच मिनिटे राहिली आहेत फादर! फक्त तीन!"*

तीन मिनिटे हे शब्द ऐकताच कामेरलेंगो भानावर आला. तो वळला आणि क्षणार्धात हेलिकॉप्टर उडालेही.

धुळीच्या वावटळीतून हेलिकॉप्टरच्या दिशेने धावणाऱ्या व्हिट्टोरियाशी लँग्डनची नजरानजर झाली आणि दुसऱ्या क्षणी ती दगडासारखी खाली जायला लागली.

१२२

हेलिकॉप्टरच्या इंजिनांची घरघर आणि उघड्या दरवाज्यातून शिरणाऱ्या वाऱ्याने लँग्डनचे डोके भणभणत होते. कामेरलेंगो सरळ वर जात असताना लँग्डनने स्वत:ला सावरले. प्रकाशझोतामधे चमकणारा सेन्ट पीटर्स चौक खाली खाली जायला लागला. थोड्या वेळाने शहरातल्या दिव्यांमधे एक अंडाकृती प्रकाशमान चौक दिसत होता.

लँग्डनला हातामधल्या प्रतिवस्तूच्या कुपीचे वजन जाणवत होते. घाम आणि रक्तामुळे ओलसर झालेल्या हातांमधे त्याने ती कुपी घट्ट पकडून ठेवली होती. पारदर्शक कुपीच्या मध्यभागी एल.इ.डी. घड्याळाच्या लाल रंगामधे प्रतिवस्तूचा थेंब चमकत होता.

"दोन मिनिटं!" लँग्डन ओरडला. कामेरलेंगो कधी कुपी टाकायला सांगणार आहे?

शहराचे दिवे सर्व बाजूंनी पसरत होते. पश्चिमेला लांबवर भूमध्य समुद्राचा किनारा दिसत होता. समुद्राच्या कडेने वाकड्यातिकड्या रेषांमधे चमकणारे दिवे आणि पुढे अंधार. लँग्डनच्या कल्पनेपेक्षा समुद्र लांबच होता. किनाऱ्यावरचे

दाटीवाटीने चमकणारे दिवे आठवण करून देत होते की समुद्रात खूप लांब झालेला स्फोटही अनर्थ घडवू शकेल. दहा किलोटनची लाट किनाऱ्यावर आदळली तर काय प्रलय घडवून आणेल याचा विचार त्याने केला नव्हता.

कॉकपिटच्या खिडकीतून सरळ बघताना त्याला थोडी आशा वाटली. समोर रोमच्या टेकड्या. टेकड्यांवर अतिश्रीमंतांचे चमकणारे राजवाडे. पण मैलभर पुढे फक्त अंधारच. कुठलाही प्रकाश नाही. अगदी काळाकुट्ट अंधार.

खाणी! ला कावा रोमाना!

खूप मोठा भाग असावा. अंतरही कमी. समुद्राच्या मानाने खूपच जवळ. नक्की कामेरलेंगो इथेच प्रतिवस्तूची कुपी घेऊन जात असणार. त्याला उत्साह वाटायला लागला. हेलिकॉप्टरचे नाक त्याच दिशेला होते. खाणी! इंजिनांची घरघर वाढत होती. हेलिकॉप्टरही वेगात होते. मग खाणी जवळ का येत नव्हत्या? त्याने गोंधळून स्वतःच्या खिडकीतून खाली बघितले आणि तो भयंकर धास्तावला. हजारो फूट सरळ खाली, मीडियाच्या प्रखर प्रकाशात, सेन्ट पीटर्स चौक चमकतच होता.

बाप रे! आपण अजूनही व्हॅटिकनवरच आहोत.

''कामेरलेंगो,'' लँग्डनच्या तोंडातून आवाजही फुटेना. ''पुढे जा. आता आपण *खूप उंचावर* पोहोचलो आहोत. पुढे जायलाच हवे. आपण प्रतिवस्तूची कुपी व्हॅटिकन शहरावर टाकू शकत नाही.''

कामेरलेंगोने उत्तर दिले नाही. त्याचे सर्व लक्ष जणू हेलिकॉप्टर उडवण्यावर होते.

''दोन मिनिटेही राहिलेली नाहीत,'' कुपी वर करत लँग्डन पुन्हा ओरडला. ''उत्तरेला दोन एक मैलांवरच मला *खाणी* दिसत आहेत. आपल्याला...''

''नाही. ते फार धोकादायक आहे. सॉरी!'' हेलिकॉप्टर अजूनही सरळ वर चढत होते. कामेरलेंगोने वळून लँग्डनकडे बघितले. त्याच्या चेहऱ्यावर दुःखाची झाक होती. ''तू आला नसतास तर बरं झालं असतं मित्रा. तू तर स्वार्थत्यागाची परिसीमा गाठणार आहेस.''

लँग्डनने कामेरलेंगोच्या थकलेल्या डोळ्यांत पाहिले. सर्व लक्षात येताच त्याच्या रक्ताचे पाणी पाणी झाले. ''पण... आपल्याला जाण्यासारखी *कुठली तरी जागा* असायलाच हवी.''

''वर-वर.'' कामेरलेंगोच्या आवाजात परिस्थितीची पूर्ण जाणीव होती. ''त्याचीच फक्त खात्री आहे मला.''

लँग्डनची विचारशक्ती खुंटली. कामेरलेंगोची योजना त्याला कळलीच नव्हती. *आकाशाकडे बघ!*

आकाश! तो खरोखर तिकडेच निघाला होता. प्रतिवस्तूची कुपी कामेरलेंगो

टाकणारच नव्हता. तो फक्त ती व्हॅटिकन शहरापासून जितकी लांब नेता येईल तितकी लांब नेणार होता.

या प्रवासाला परतीचे तिकीटच नव्हते.

१२३

सेन्ट पीटर्स चौकात व्हिट्टोरिया वेत्रा वर डोळे लावून बसली होती. हेलिकॉप्टर आता छोट्याशा ठिपक्यासारखे दिसायला लागले. प्रसिध्दी माध्यमांच्या प्रखर दिव्यांचा प्रकाश हेलिकॉप्टरपर्यंत पोहोचू शकत नव्हता. फिरणाऱ्या पात्यांचा आवाजही गुणगुणण्यासारखा येत होता. सर्व जगच जणू आकाशात नजर लावून बसले होते. सर्व धर्मांचे, सर्व श्रध्दांचे लोक काय होणार याची प्रतीक्षा करत होते.

व्हिट्टोरियाच्या मनात दुःखद भावनांचा कल्लोळ उठला होता. हे हेलिकॉप्टर दिसेनासे होताना ती वर वर जाणाऱ्या हेलिकॉप्टरमधला रॉबर्टचा चेहरा डोळ्यांसमोर आणत होती. *का धजावला असेल तो हे करायला? कळायला नको होते का त्याला?*

टेलिव्हिजन कॅमेरे अंधाऱ्या आकाशाकडे रोखलेले होते. वाट बघत होते. अफाट मानवी सागर मनातल्या मनात आकडे मोजत आकाशाकडे नजर लावून बसला होता. प्रसिध्दी माध्यमांच्या सर्व पडद्यांवर चांदण्यात चमकणारे रोमन आकाश दिसत होते. व्हिट्टोरियाच्या डोळ्यांत अश्रू गोळा व्हायला लागले.

तिच्यामागे संगमरवरी पायऱ्यांवर १६१ कार्डिनल्स धसक्यानेच वर बघत होते. काहीजण हातांची घडी घालून प्रार्थना करत होते. बहुतेक जण निश्चल उभे होते. काही रडत होते. एक एक सेकंदाने वेळ जात होता.

घरी, बारमधे, ऑफिसेसमधे, विमानतळांवर, हॉस्पिटल्समधे लाखो लोक एकच जीव असल्याप्रमाणे नजर लावून होते. स्त्री पुरुष हातात हात घालून उभे होते. मुलांना धरून उभे होते.

आणि एका क्षणी क्रूरपणे सेन्ट पीटर्सच्या घंटा वाजायला लागल्या.

व्हिट्टोरियाने डोळ्यांतून वाहणाऱ्या अश्रूधारांना वाट करून दिली.

आणि नंतर सर्व जग डोळे लावून बसले असताना – वेळच संपला.

आणि ती शांतताच अंगावर काटा आणणारी, सर्वांत भीतिदायक गोष्ट होती.

व्हॅटिकन शहरापासून खूप उंचावर प्रकाशाचा एक प्रखर बिंदू चमकला. त्या

क्षणाला नवीन स्वर्गीय ताऱ्यानेच जणू जन्म घेतला – प्रकाशाचा प्रखर बिंदू – कोणी कधी न बघितलेला प्रकाशबिंदू – अत्यंत स्वच्छ आणि अत्यंत शुभ्र असा प्रकाश.

मग श्वास रोखून धरणारी घटना घडली.

तो प्रखर प्रकाशबिंदू चमकला. आकाशभर सर्व दिशांनी कल्पनाही करता येणार नाही इतक्या वेगाने प्रकाश पसरत गेला. अंधार नष्ट करत तो शुभ्र प्रकाश साऱ्या आकाशाचा घास घेणार असे वाटायला लागलेले असतानाच अफाट वेगाने तो खाली यायला लागला.

प्रकाश सहन न होणाऱ्या चमकणाऱ्या चेहऱ्यांनी डोळे झाकून घेतले. भीतीने सर्वांच्या तोंडातून एक चीत्कार उमटला.

आणि मग एक अकल्पित गोष्ट घडली. देवाचीच इच्छा जणू. सर्व दिशांनी पसरत जाणारा प्रकाशाचा लोळ भिंतीवर आदळावा तसा थांबला. अफाट अशा गोलाकार काचेच्या गोळ्यामधे जणू तो अडकला. ठरवलेल्या व्यासामधेच तो जणू पसरला होता. त्या एका क्षणी रोमच्या आकाशात प्रखर प्रकाशाचा शांत गोळा रात्रीचा दिवस करत चमकत राहिला.

गडगडाटासारखी एक शॉक वेव्ह सैतानी शक्तीने व्हॅटिकन शहरावर आदळली. सर्व शहर पायापासून हादरले. कुणाला श्वासही घेता येईना. अनेक जण मागे कोलमडून खाली कोसळले. गडगडाटामागोमाग गरम हवेचा झोत सगळीकडून फिरत निघून गेला. सर्व चौक, आजूबाजूचे स्तंभ, भिंती, वादळी वाऱ्याने गदगदल्या. धूळच धूळ उडाली. सर्व लोक एकमेकांना मिठ्या मारून हा प्रलय बघत होते.

आणि पुढल्या क्षणी ज्या वेगाने तो प्रखर प्रकाश एकाच बिंदूतून सर्व दिशांनी पसरला होता, तसाच तो अफाट वेगाने बिंदूच्या रोखाने नाहीसा होत गेला.

१२४

इतके असंख्य लोक आणि इतकी शांतता! अघटितच घटना!

सेन्ट पीटर्स चौकामधले वर बघणारे चेहरे एक एक करत अंधाऱ्या आकाशातून हळूहळू खाली वळले. प्रत्येक जण स्वत:शीच विचार करत आश्चर्य करत होता. प्रसिध्दी माध्यमांचे प्रखर प्रकाशझोतही आकाशामधल्या अंधारावरून पुन्हा चौकात रोखले गेले. सर्व जगानेच आपली मान त्या क्षणी जणू झुकवली होती.

कार्डिनल मेस्ताती प्रार्थना करायला गुडघ्यांवर बसला. इतर कार्डिनल्सनी त्याचेच अनुकरण केले. स्विस गार्ड्स आपले भाले खाली घेऊन ठोकळ्यासारखे उभे राहिले. कुणाच्या तोंडून शब्द फुटत नव्हता. कुणी हलतही नव्हते. दु:ख, भीती, आश्चर्य, श्रध्दा आणि नवीन संहारक अस्त्राच्या शक्तीबद्दलची दहशत आणि आदरही.

बॅसिलिकाच्या पायऱ्यांखाली व्हिट्टोरिया वेत्रा थरथरत उभी होती. तिने तिचे डोळे मिटून घेतले. वादळी भावनांच्या हल्लकल्लोळात एकच शब्द घंटेसारखा ठण् ठण् करत होता. साधा! पण किती दुष्ट! तिने तो बाजूला सारायचा प्रयत्न केला. पण प्रतिध्वनीसारखा तो पुन्हा पुन्हा उमटत होता. सारखा प्रयत्न करूनही विसरला जात नव्हता. तिने इतरांच्या मनात उठलेल्या प्रतिमांच्या गर्दीमधे स्वत:ला झोकून देण्याचा प्रयत्न केला – प्रतिवस्तू – प्रतिवस्तूची संहारक शक्ती – अटळ विनाशापासून व्हॅटिकनची सुटका – कामेरलेंगो – त्याचे अतुलनीय साहस – चमत्कार – स्वार्थत्याग – आणि तरीही तो शब्द खणखणतच होता – सर्व गोंधळातही पुन्हा पुन्हा बोचत होता.

रॉबर्ट! रॉबर्ट!

तिच्यासाठीच तो कॅसल सेन्ट ॲन्जलोला आला होता.

त्यानेच तिला वाचवले होते.

आणि आता *तिने निर्माण केलेल्या अस्त्राने* त्याचा नाश केला होता.

प्रार्थना करणारा कार्डिनल मेस्ताती विचार करत होता की, कामेरलेंगोप्रमाणे त्यालाही देवाचा आवाज ऐकू येईल? *चमत्कारांचा अनुभव घेण्यासाठी चमत्कारांवर विश्वास असण्याची आवश्यकता आहे?* मेस्ताती हा प्राचीन श्रध्दांवर विश्वास बाळगणारा आधुनिक माणूस होता. चमत्कारांचा त्याच्या श्रध्देशी काहीही संबंध नव्हता. अर्थात त्या श्रध्देत चमत्कारांबद्दल गोष्टी होत्या – रक्त वाहणारे पंजे, पुन्हा जिवंत होणारी मृत माणसे, प्रेतवस्त्रावर उमटणाऱ्या प्रतिमा. तर्कशुध्द विचार करणाऱ्या मेस्तातीने अशा गोष्टींकडे आख्यायिका म्हणूनच बघितले होते. माणसांमधे एक मोठा वाईट गुण आहे – त्यांना पुरावा हवा असतो – त्याची गरज असते. चमत्कार, चमत्कार म्हणजे ज्या गोष्टी खऱ्या असाव्यात अशी आपली इच्छा असते त्या कथा.

आणि तरीही...

मी इतका का आधुनिक आहे की आत्ता माझ्या डोळ्यांनी बघितलेल्या गोष्टीचाही मला स्वीकार करता येत नाही? तो चमत्कारच होता ना? हो! देवच कामेरलेंगोच्या कानात कुजबुजला होता आणि त्यामुळेच या चर्चचे रक्षण झाले होते. मग त्यावर विश्वास ठेवणे इतके कठीण का वाटावे? समजा देवाने काही केलेच नसते तर देवाबद्दल काय वाटले असते? सर्वशक्तिमान देवाला पर्वाच नाही

का? का हे सर्व थांबवायची शक्तीच नाही? *छे! चमत्कारच असणार. चमत्काराशिवाय दुसरा पर्यायच असू शकत नव्हता.*

मेस्ताती आश्चर्य करत गुडघ्यांवर बसला. त्याने कामेरलेंगोच्या आत्म्यासाठी प्रार्थना केली. इतक्या तरुण वयात या म्हाताऱ्याचे डोळे उघडणाऱ्या, अढळ श्रध्देने घडवून आणलेल्या चमत्काराबद्दल त्या चेम्बरलेनचे आभारही मानले.

पण मेस्तातीच्या श्रध्देचाही कस लागावा असा चमत्कार तर अजून घडायचाच होता.

सेन्ट पीटर्स चौकात हळूहळू गडबड सुरू झाली, मग कोलाहल आणि बघता बघता गर्जनेसारखा आवाज सुरू झाला.

बघा! बघा!!

मेस्तातीने डोळे उघडले. गर्दीकडे बघितले. सर्वजण त्याच्या मागच्या बॅसिलिकाकडे बोट दाखवत होते. त्यांचे चेहरे पांढरेफटक पडले होते. काहीजण पुन्हा गुडघ्यांवर बसले. काही ओक्साबोक्शी रडायला लागले आणि काही बेशुध्द पडले.

बघा! बघा!!

मेस्ताती गोंधळून सर्वजण बोटे दाखवत असलेल्या दिशेने वळला. बॅसिलिकाच्या अगदी वरच्या भागाकडे, रूफ-टॉप टेरेसकडे. जीझस आणि त्याच्या शिष्यांचे प्रचंड पुतळे तिथून लोकांकडे बघत होते आणि जीझसच्या उजव्या हाताला, हात लांब करून, कामेरलेंगो कार्लो व्हेन्त्रेस्का उभा होता.

१२५

रॉबर्ट लँग्डन आता खाली पडत नव्हता.

भीती आणि दहशत नाहीशी झाली होती. वेदनाही. कानांशेजारून घोंघावणारा वाराही नव्हता. किनाऱ्यावर आदळणाऱ्या छोट्या लाटांसारखा आवाज येत होता. तो जसा काही किनाऱ्यावर शांतपणे झोपला होता.

ज्याला मृत्यू, मृत्यू म्हणतात तो हाच असणार. त्याला आनंदच वाटला. नाहीशा होणाऱ्या संवेदना त्याचा पूर्ण ताबा घेत होत्या. नेऊ देत त्यांना कुठे न्यायचे आहे तिथे. वेदना आणि भीती या गोष्टी तर पार विसरल्या होत्या. पुन्हा नकोत त्या उद्भवायला. त्याची शेवटची आठवण मात्र खरोखर नरकातच निर्माण झाली असावी.

प्लीज... घेऊन जा मला.

पण शांतपणे फुटणाऱ्या लाटांचा आवाजच त्याला पुन्हा स्वप्नातून सत्याकडे खेचत असावा. त्याच्या स्वप्नामधून त्याला जागे करत असावा. *नको! आहे तसाच बरा आहे मी.* त्याला मुळीच जागे व्हायचे नव्हते. किती सुखात होता तो. पलीकडे राक्षसच गोळा होत होते. त्याची सुखसमाधी भंग करायचा प्रयत्न करत होते. विचित्र प्रतिमा फिरत होत्या. आवाज ओरडत होते. धुवाधार वारा वाहत होता. *नको, प्लीज नको.* तो जितके टाळायला बघत होता तितक्याच वेगाने सर्व प्रतिमा मनात घुसून फेर धरत होत्या.

आणि तो जागा झालाच...

हेलिकॉप्टर दणदणत वर वर जात होते. तो आत अडकला होता. प्रत्येक सेकंदाला रोमचे दिवे लांब लांब चालले होते. स्वत:चा जीव वाचवायचा असेल तर फेक ती कुपी खाली. वीस सेकंदात ती कुपी अर्धा मैल तरी खाली पोहोचली असती. पण ती दाट लोकवस्तीच्या शहरावर पडली असती.

उंच! उंच!!

किती उंचीवर असतील ते आता? प्रॉपेलरवाली लहान विमाने चारएक मैल उंचीवरून उडतात हे त्याला माहीत होते. हे हेलिकॉप्टर आत्ता नक्की किती उंचीवर असेल? *दोन मैल? तीन?* अजून संधी होती. कुपी फेकण्यासाठी योग्य वेळ गाठली तर ती थोडीशीच खाली पडेल. हेलिकॉप्टरपासून दूर आणि जमिनीपासून खूप उंचीवर स्फोट होईल. लँग्डनने खालच्या शहराकडे बघितले.

"आणि आकडेमोड करण्यात चूक झाली तर?" कामेरलेंगोने विचारले.

दचकूनच लँग्डन वळला. कामेरलेंगो त्याच्याकडे बघतसुध्दा नव्हता. विन्डशील्डमधल्या लँग्डनच्या प्रतिबिंबाकडे बघत त्याने त्याच्या मनातले विचार वाचले असावेत. दुसरे आश्चर्य म्हणजे हेलिकॉप्टरच्या कन्ट्रोल्सकडे बघण्यात तो दंगला नव्हता. त्याचे हातही थ्रॉटलवर नव्हते. हेलिकॉप्टर कसल्या तरी ऑटोपायलट मोडवर असावे. उंच चढतच राहणार होते. केबल्सच्या जाळ्यामागून कामेरलेंगोने तिथे चिकटवलेली किल्ली काढली. लँग्डन गोंधळून त्याच्याकडे बघत होता. दोन सीट्समधल्या धातूच्या कार्गो बॉक्सचे कुलूप उघडून त्याने एक मोठा, काळा, नायलॉनचा पॅक काढला. तो पॅक शेजारच्या सीटवर ठेवला. कामेरलेंगोला आपण काय करत आहोत हे नक्की ठाऊक होते. तो शांतपणे सर्व गोष्टी करत होता आणि लँग्डनला काय चालले आहे कळेनासे झाले होते.

"ती कुपी दे मला." शांतपणे कामेरलेंगो म्हणाला.

त्याने कुपी कामेरलेंगोसमोर धरली. "नव्वद सेकंद."

नंतर मात्र कामेरलेंगोने जे काही केले त्यामुळे लँग्डन पार चक्रावून गेला.

प्रतिवस्तूची कुपी काळजीपूर्वक दोन्ही हातांनी धरून कामेरलेंगोने धातूच्या पेटीत ठेवली आणि कुलूप लावून टाकले.

"काय करता आहात तुम्ही?"

"मोह नको." किल्ली उघड्या खिडकीतून बाहेर फेकत कामेरलेंगो म्हणाला.

आपला जीवही त्या किल्लीबरोबर उलटासुलटा खाली पडतो आहे असे लॅंग्डनच्या मनात येऊन गेले.

कामेरलेंगोने नायलॉनचा पॅक घेऊन पट्ट्यांमधे हात सरकवले. बॅकपॅकसारखा तो पॅक खांद्यांवर चढवला. ठोकळ्याप्रमाणे बघणाऱ्या लॅंग्डनकडे वळून तो म्हणाला, "सॉरी! असे व्हावे अशी इच्छा नव्हती माझी." त्याने त्याच्या बाजूचा दरवाजा उघडला आणि खाली अंधारात उडी घेतली.

लॅंग्डनच्या अंतर्मनाला हे दृश्य जाळून टाकत होते आणि त्याला खऱ्या वेदना सुरू झाल्या. शारीरिक वेदना, दु:ख, जळजळ. हे सर्व संपू दे. घेऊन जा मला. पण कानांमधे लाटांचा आवाज वाढला तशा वेगळ्याच प्रतिमा मनासमोर नाचायला लागल्या. नरकयातना आत्ता कुठे सुरू होत होत्या. तुकडेतुकडे समोर दिसत होते. भयानक स्वप्ने आणि मृत्यू यांच्यामधे कुठेतरी तो अडकला होता. मुक्तता व्हावी अशी प्रार्थना करत होता. धूसर चित्रे स्पष्ट व्हायला लागली.

प्रतिवस्तूची कुपी त्याच्या हाताला लागणार नव्हती. हेलिकॉप्टर वर वर चढत होते. वेळ कमी कमी होत होता. *पन्नास सेकंद.* उंच. उंच. तो केबिन धुंडाळत होता. आत्ताच त्याने जे बघितले होते त्याचा अर्थ लावायचा प्रयत्न करत होता. *पंचेचाळीस सेकंद.* सीटखाली दुसरा पॅराशूट आहे का? *चाळीस सेकंद.* नव्हते. मग काय करता येईल? *पस्तीस सेकंद.* तो हेलिकॉप्टरच्या उघड्या दरवाज्यात पोहोचला. तुफानी वारा. खाली रोममधले चमकणारे दिवे. *बत्तीस सेकंद.*

त्याने काय करायचे ते ठरवले.

अविश्वसनीय असा पर्याय...

पॅराशूट नसतानाच रॉबर्ट लॅंग्डनने हेलिकॉप्टरच्या दरवाज्यातून बाहेर उडी ठोकली. तो अंधारातून खाली नाहीसा होत असताना हेलिकॉप्टर रॉकेटप्रमाणे वर चढते आहे असे त्याला वाटले.

दगडासारखे पृथ्वीकडे झेपावताना कित्येक वर्षांनी त्याने हाय डायव्हिंगचा अनुभव घेतला. पडताना जाणवणारी गुरुत्वाकर्षणाची ओढ तो जसा वेगाने खाली जात होता तशी त्याला जास्तीच ताकदीने खेचत होती. पण आता तो पन्नास फूट उंचीवरून पोहण्याच्या तलावात उडी घेत नव्हता. तो हजारो फूट उंचीवरून

कोसळत होता आणि खाली शहर होते – अफाट मोठे शहर. न संपणारे सिमेंट कॉंक्रीटचे रस्ते आणि...

आणि निराश मनाने, घोंघावणाऱ्या हवेतून कोसळताना, कोहलरचे शब्द जणू कबरीतूनच त्याच्या कानांवर पडले. *गती अवरोध. एक चौरस यार्डाचा तुकडा खाली पडणाऱ्या गोष्टीचा वेग निदान वीस टक्के तरी कमी करतो.* तो आत्ता ज्या वेगाने कोसळत होता त्यात वीस टक्के वेग कमी झाला तरी त्यामुळे का त्याचा जीव वाचणार होता? आशेमुळे नाही, तर काहीतरी करायचे म्हणून त्याने हेलिकॉप्टरमधून उडी घेता घेता खेचलेली वस्तू हातांमधे घट्ट पकडली. एक वेगळेच स्मृतिचिन्ह, पण क्षणभर तरी त्याची आशा पालवली.

विन्डशील्डवर सरकवायचे ताडपत्रीचे कव्हर हेलिकॉप्टरच्या मागच्या बाजूला टाकलेले होते. चार यार्ड X दोन यार्डचा ताडपत्रीचा वक्र गोलाकार चौकोनी तुकडा होता तो. कल्पनाही करता येणार नाही असा पॅराशूटचा भलताच अवतार. त्याला पट्टे वगैरे काही नव्हते. झोळी नव्हती. विन्डशील्डच्या दोन्ही बाजूंना अडकवण्यासाठी त्यावर दोन बन्गी लूप्स होते. लँग्डनने आपले हात लूप्समधे सरकवून हेलिकॉप्टरमधून उडी घेतली होती.

तरुणपणाच्या जोशात दणकून केलेली शेवटची गोष्ट.

आयुष्याबद्दल या क्षणापलीकडच्या कुठल्याही भ्रामक कल्पना त्याच्या मनात नव्हत्या.

लँग्डन दगडासारखा उभाच्या उभा कोसळत होता. पाय खाली, हात डोक्यावर उभे. हातांनी लूप्स पकडलेले. ताडपत्री एखाद्या छत्रीसारखी फुगलेली. तुफान वारा घासूनच जात होता.

आणि पडतापडता त्याच्या डोक्यावर कुठेतरी गडगडाटासारखा स्फोट झाला. त्याच्या अपेक्षेपेक्षा दूरवरच. पण शॉक वेव्हने तात्काळ दणका दिला. अंगातली सर्व हवा कुणीतरी काढली असावी असा त्याला भास झाला. मग तप्त हवा आजूबाजूला पसरली. वरून आलेली उष्णतेची लाट अंगावरून खाली निघून गेली. त्याने धडपड करून ताडपत्रीवरची पकड सुटणार नाही याची काळजी मात्र घेतली. ताडपत्री क्षणभर धुमसायला लागली. पण शाबूत राहिली.

रॉकेटप्रमाणे खाली खाली जात असताना तो प्रकाशाच्या काठाकाठावरच राहिला. हजारो फुटांच्या लाटेपासून पळणाऱ्या सर्फरसारखाच. आणि अचानक उष्णतेची लाट नाहीशी झाली.

काळ्याकुट्ट अंधारात, गारव्यातून तो पुन्हा कोसळत राहिला.

क्षणभर त्याला आशा वाटली. पण नाहीशा होत जाणाऱ्या उष्णतेच्या लाटेसारखीच नाहीशी झाली. त्याचे हात खेचल्यासारखे होत होते, म्हणजे ताडपत्रीचा तुकडा

नक्की त्याचा वेग कमी करत होता. पण वारा अजूनही अफाट वेगाने त्याच्या बाजूने घोंघावत जात होता. आपण खूपच वेगाने कोसळतो आहोत आणि पडताच ठेचले जाऊ याची त्याला खात्री पटत चालली. वाचायची आशाच नव्हती.

त्याच्या डोक्यामधे गणिताची समीकरणे घोळायला लागली. पण त्याला त्यांचा अर्थबोध होईना. *एक चौरस यार्ड तुकड्याने निर्माण होणारा गती अवरोध – वीस टक्क्यांनी कमी होणारा वेग* – डोक्यावरची ताडपत्री नक्की एक चौरस यार्डाहून मोठी होती. तेव्हा त्याचा कोसळण्याचा वेगही नक्कीच वीस टक्क्यांपेक्षा जास्तीच कमी झाला होता. पण तरीही... छे! या वेगानेही खाली कॉंक्रीटच्या समुद्रावरच कुठेतरी आपटल्यावर काय वाचणार आहोत आपण?

खाली रोमचा झगमगाट सर्व दिशांनी पसरला होता. चांदण्यांनी भरलेल्या आकाशासारख्या रोम शहरावर तो कोसळत होता. मधे त्या शहराचे दोन भाग करणारी एक रुंद रेषा दिसत होती. चमचमणाऱ्या दिव्यांमधून जाणारी सापासारखी रुंद, अंधारी रेषा. लँग्डनचे लक्ष तिच्यावरच खिळले.

आणि पुन्हा मनामधे आशेने घर केले. वेड्याच्या ताकदीने त्याने उजव्या हाताने डोक्यावर तरंगणारी ताडपत्री खेचली. ताडपत्री फडफडत तो बाजूला सरकत जायला लागला. हाताच्या पंजामधल्या वेदनांकडे दुर्लक्ष करत त्याने पुन्हा ताडपत्री खेचली. त्याचे लक्ष खालच्या काळ्या सर्पासारख्या दिसणाऱ्या रेषेवर होते ती उजवीकडे दिसत होती. पण तो अजूनही खूप उंचावर होता. त्याने उशीर केला नव्हता ना? त्याने पुन्हा जीव खाऊन ताडपत्री खेचली. आता मात्र सर्व काही देवाच्याच हातात आहे हे मनोमन मान्य केले. खालच्या काळसर सर्पाच्या जास्तीत जास्त रुंद दिसणाऱ्या भागावर त्याने लक्ष केन्द्रित केले. चमत्कार घडू दे अशी आयुष्यात प्रथमच देवाची प्रार्थना केली.

नंतरचे फारच झपाट्याने घडले.

काळाकुट्ट अंधार – डायव्हिंगच्या सवयीमुळे विचारही न करता आपोआप घडलेल्या गोष्टी – ताठ पाय – त्यांची बोटे खाली – फुप्फुसात भरून घेतलेली हवा – ओसंडून वाहणारी टायबर नदी – फेसाळते, हवा असलेले पाणी – संथ पाण्यापेक्षा अशा पाण्यात बसणारा दणका निदान खूपच कमी असणार याचा आनंद. मग दणका... आणि काळोखी.

फडफड आवाज करणाऱ्या ताडपत्रीच्या आवाजानेच त्यांचे लक्ष आकाशामधल्या चकचकाटानंतर तिकडे वेधले गेले. रोमवरच्या आकाशात आज काय काय घडत होते – रॉकेटप्रमाणे दणदणत वर वर चढणारे हेलिकॉप्टर, महाभयंकर स्फोट – आणि आता टायबर नदीच्या फेसाळत वाहणाऱ्या पाण्यात आकाशातून पडणारी

काहीतरी वस्तू, नदीतल्या छोट्या इसोला तिबेरनिया बेटाच्या किनाऱ्याजवळच.

१६५६ मधल्या रोमन प्लेगच्या काळात या बेटाचा क्वारन्टाईन म्हणून आजाऱ्यांसाठी उपयोग केला होता आणि त्या वेळेपासूनच त्या बेटावरच्या रहस्यमय शक्तींनी आजारी माणूस बरा होतो अशी एक समजूत पसरलेली होती. याच कारणामुळे नंतर तिथे रोमचे 'हॉस्पिटल तिबेरनिया' बांधले गेले.

त्यांनी त्या माणसाला किनाऱ्यावर ओढून आणले. बरेच दणके त्याने खाल्ले असले, तरी अगदी हळू का होईना, नाडी लागत होती. महान आश्चर्यच – इसोला तिबेरनियाची रहस्यमय शक्तीची आख्यायिका खरी होती बहुधा आणि म्हणूनच त्याचे हृदय अजून काम करत होते. नाहीतर हा माणूस जिवंत असायलाच नको होता. काही मिनिटांत खोकतच तो शुध्दीवर आला. खरेच जादूचे बेट आहे हे, असे त्यांनी मनोमन ठरवून टाकले.

१२६

सर्व प्रकारच इतका रहस्यमय होता की जगामधल्या कुठल्याही भाषेत या क्षणाचे वर्णन करायला शब्द असणे शक्य नाही, याची कार्डिनल मेस्तातीला पूर्ण खात्री होती. सर्व देवदूतांनी मोठ्या आवाजात गायलेल्या स्तुतीपेक्षा या दृश्याने सेन्ट पीटर्स चौकात पसरलेली संपूर्ण शांतताच जास्ती मोठ्याने गात असावी.

कामेरलेंगो व्हेन्त्रेस्काकडे बघताना त्याचे हृदय आणि मन हालचालच बंद करणाऱ्या टकरा घ्यायला लागले. दृश्य तर खरे वाटत होते, पण ... पण ते कसे शक्य आहे? सर्वांनीच कामेरलेंगोला हेलिकॉप्टरमधे चढताना बघितले होते, स्फोटाने निर्माण झालेला प्रकाशाचा देदिप्यमान गोळा आकाशात बघितला होता आणि तरीही आता कामेरलेंगो रूफ-टॉप टेरेसवर उभा होता. देवदूतांनीच उचलून आणले? का देवानेच पुनर्जन्म दिला?

हे शक्य नाही! अजिबात शक्य नाही!

मेस्तातीच्या हृदयात उठणाऱ्या ऊर्मींना यावर विश्वास ठेवायचा होता. त्याची बुध्दी हे कसे शक्य आहे विचारत होती आणि आजूबाजूला सर्व कार्डिनल्स देहभान विसरून नुसते बघत होते. त्याला दिसले होते तेच ते बघत होते. हालचालही न करता. आ वासूनच.

तो कामेरलेंगोच होता. शंकाच नाही. पण आता तो, कसा कोण जाणे, फार

वेगळा भासत होता. दैवी! ईश्वरी! भूत? का माणूसच? स्पॉटलाईट्समधला देहहीन, जडत्व नसलेला आत्मा?

चौकात जल्लोष चालला होता. लोक रडत होते, ओरडत होते. नन्सचा एक गट रडतभेकत प्रार्थना म्हणत होता. गर्दीमधे एक अनामिक भावना निर्माण झाली. चौकामधले सर्व लोक कामेरलेंगोच्या नावाचा जयघोष करायला लागले. कार्डिनल्सही त्या जयघोषात सामील झाले. काही कार्डिनल्सच्या डोळ्यांमधून अश्रुधारा वाहत होत्या. मेस्ताती सेन्ट पीटर्स चौकातला हा अभूतपूर्व प्रकार बघत त्याचा अर्थ कळून घ्यायचा प्रयत्न करत होता.

हे सर्व खरोखर घडते आहे ना?

बॅसिलिकाच्या उंचावरच्या टेरेसवरून कामेरलेंगो कार्लो व्हेन्त्रेस्काने चौकात त्याच्याकडे नजर लावून बसलेल्या अफाट गर्दीकडे बघितले. तो जागा आहे का स्वप्नात? याच जगात आहे का दुसऱ्याच? हे आपलेच शरीर आहे ना? की आत्माच आकाशातून व्हॅटिकन शहराच्या बागेत एखाद्या देवदूतासारखा हळूहळू उतरला? सेन्ट पीटर्स बॅसिलिकामुळे त्याचा काळा पॅराशूट खालच्या चौकात गोंधळ माजवणाऱ्या कुणाच्याही नजरेत आला नव्हता. प्राचीन स्टेअरवे ऑफ मेडॅलिअन्सच्या पायऱ्या चढून रूफ-टॉप टेरेसवर पोहोचायची शक्ती आपल्या शरीरात होती, की आत्म्यामधे याचे तो आश्चर्य करत होता.

आपण भुतासारखे तरंगत आहोत असा त्याला भास होत होता.

चौकामधले लोक पुन्हा पुन्हा त्याचेच नाव घेत असले तरी, खरे तर *तो जयघोष आपल्यासाठी नाही* हे त्याला ठाऊक होते. दररोज देवाचे नाव घेताना त्याला जो अपरिमित आनंद लाभत असे, त्याच उत्स्फूर्त आनंदाने ते ओरडत होते. आजन्म जो अनुभव एकदा तरी मिळावा अशी इच्छा असते, तो अनुभव त्यातल्या प्रत्येकाला येत होता, दुसऱ्याच जगातून मिळणारा, या विश्वाच्या निर्मात्याच्या सामर्थ्याचा पुरावा.

या – या क्षणासाठी कामेरलेंगो व्हेन्त्रेस्काने आयुष्यभर प्रार्थना केली होती आणि देवाने तो प्रत्यक्षात आणण्यासाठी मार्ग शोधला होता. *तुमचा देव हा जिवंत देव आहे, तुमच्या आजूबाजूला त्याचेच चमत्कार बघा,* असे त्याला ओरडून सांगावेसे वाटत होते.

तो बराच काळ तसाच उभा राहिला. मग डोके खाली करून त्याने पाऊल मागे घेतले. गुडघ्यांवर बसून प्रार्थना म्हणायला लागला.

१२७

आजूबाजूला फिरणाऱ्या प्रतिमा हळूहळू धूसर होत गेल्या. लँग्डनची दृष्टी स्थिरावली. त्याचे पाय भयंकर दुखत होते. अंगामधे तर अंगावरून ट्रक गेला असावा अशा वेदना होत्या. तो जमिनीवर कुशीवर पडलेला होता. घाण वास येत होता. किनाऱ्यावर फुटणाऱ्या लाटांचा आवाज तर कानांमधून नाहीसाच होत नव्हता. तो आवाज मन शांत करणारा वाटत नव्हता. इतरही आवाज होते, जवळच कुणीतरी बोलत असल्यासारखे. काहीतरी पांढुरक्या आकृत्याही अस्पष्टपणे दिसत होत्या. सर्वांचेच कपडे पांढरे? तो एक तर वेड्यांच्या हॉस्पिटलमधे आहे, नाही तर स्वर्गात तरी. स्वर्ग नसणार. घशात आग आग होत होती.

''त्याचे ओकणे थांबले आहे.'' इटालिअन भाषेत कुणीतरी बोलले. *''वळवा त्याला.''* शब्द पूर्ण आत्मविश्वासाने उच्चारलेले.

कोणाच्या तरी हातांनी त्याला पाठीवर झोपवले. त्याचे डोके गरगरत होते. त्याने उठून बसायचा प्रयत्न केला. पण इतर हातांनी अगदी हळुवारपणे त्याला तसेच झोपवले. त्याने प्रतिकार थांबवला. कोणीतरी खिशातल्या वस्तू काढायला लागले.

आणि त्याची शुध्द हरपली.

डॉ. जेकोबस हा काही धार्मिक प्रवृत्तीचा माणूस नव्हता. वैद्यकीय शास्त्रामुळेही तो तसा बनला असेल. पण व्हॅटिकन शहरात घडलेल्या आज रात्रीच्या घटनांमुळे त्याची तर्कशुध्द विचार करायची क्षमता पणाला लागली होती. *आणि आता तर आकाशामधून माणसेही कोसळायला लागली होती.*

टायबर नदीतून इतक्यातच ओढून काढलेल्या फाटक्या तुटक्या कपड्यामधल्या माणसाची तो नाडी बघत होता. नक्की देवाने स्वत:च्या हातांनीच या माणसाला सुरक्षित पोहोचवले असावे. पाण्यावर कोसळताच त्या दणक्याने तो बेशुध्द झाला होता. आकाशात नजर लावून बसलेला डॉ. जेकोबस आणि त्याची माणसे जवळ नसती आणि त्यांनी पाहिले नसते, तर याच्याकडे दुसऱ्या कुणाचेही लक्ष गेले नसते. बुडालाच असता तो.

''अमेरिकन.'' त्याच्या पाकिटामधल्या वस्तू बघत नर्स उद्‌गारली. त्यांनी त्याला कोरड्या जमिनीवर ठेवले होते.

अमेरिकन? रोममधले इटालिअन्स हल्ली विनोदाने म्हणत, की रोममधे इतके अमेरिकन झाले आहेत की हॅम्बर्गर्सचा अधिकृत इटालिअन अन्नामधे समावेश

करावा. *पण आकाशातून कोसळणारे अमेरिकन?* जेकोबसने पेनलाईटने त्याचे डोळे बघितले.

"सर! माझं बोलणं ऐकू येतं आहे का? तुम्ही कुठे आहात माहीत आहे?"

तोपर्यंत तो पुन्हा बेशुध्द पडला. जेकोबसला आश्चर्य वाटले नाही. त्याने कृत्रिम श्वासोच्छ्वास दिल्यावर त्या माणसाच्या पोटातून बरेच पाणी बाहेर आले होते.

"त्याचे नाव रॉबर्ट लँग्डन आहे." त्याच्या ड्रायव्हिंग लायसन्सवरचे नाव वाचत नर्स म्हणाली.

आजूबाजूचे लोक हातामधले काम थांबवून बघायला लागले.

"शक्य नाही." जेकोबस ताबडतोब म्हणाला. रॉबर्ट लँग्डन – टेलिव्हिजनवर बघितलेला माणूस – व्हॅटिकनला मदत करणारा अमेरिकन प्रोफेसर. काही मिनिटांपूर्वी तर जेकोबसने त्याला सेन्ट पीटर्स चौकात हेलिकॉप्टरमधे चढताना पाहिले होते आणि नंतर ते कितीतरी मैल आकाशात उंच उंच चढले होते. जेकोबस आणि इतर जण धावतच बंदरावर प्रतिवस्तूचा स्फोट बघायला पोहोचले होते – कधीही बघितला नसेल असा प्रकाशाचा प्रचंड गोळा त्यांनी बघितला होता. *मग हा माणूस तोच असणार तरी कसा?*

"तोच आहे." लँग्डनच्या चेहऱ्यावरचे केस मागे सारत नर्स उद्गारली. "त्याचा ट्वीड कोटही मी ओळखला आहे."

एवढ्यात हॉस्पिटलच्या प्रवेशद्वाराजवळून आरडाओरडा ऐकू आला. एक पेशन्ट आकाशाच्या दिशेने आपला पोर्टेबल रेडिओ धरून किंचाळत होती. तिचे डोके बहुधा फिरले असावे. पण कामेरलेंगो व्हेन्त्रेस्का म्हणे आश्चर्यकारकरीत्या एकाएकी व्हॅटिकनच्या टेरेस गार्डनवर अवतीर्ण झाला होता.

डॉ. जेकोबसने ठरवून टाकले की सकाळी आठ वाजता त्याची शिफ्ट संपली की सरळ चर्चमधे जायचे.

लँग्डनच्या डोक्यावरचे दिवे जास्तीच प्रखर झाले. तो कुठल्या तरी तपासणीच्या टेबलावर पडलेला होता. त्याच्या नाकात वेगवेगळ्या रसायनांचे वास घुसत होते. कुणीतरी आत्ताच त्याला इन्जेक्शन दिले होते आणि त्याचे कपडेही काढून घेतले होते.

जिप्सी तरी नक्की नाहीत, अर्धवट गुंगीमधे त्याने ठरवून टाकले. *परग्रहांवरचे नसतील ना?* अशा गोष्टी त्याच्या कानांवर पडल्या होत्या. पण ते त्याला अपाय तरी करणार नाहीत. त्यांना फक्त त्याचे...

"अजिबात देणार नाही." खाडकन डोळे उघडत लँग्डन ताडकन उठून बसला.

"लक्ष दे." त्याला आधार देत एक प्राणी ओरडला. त्याच्या बॅजवर डॉ.

जेकोबस नाव होते. तो चक्क माणसासारखाच दिसत होता.

"मला वाटलं..." लँग्डन बोलताना अडखळायला लागला.

"सावकाश मिस्टर लँग्डन, तुम्ही हॉस्पिटलमधे आहात." त्याचे डोके ताळ्यावर यायला लागले. त्याने सुटकेचा एक नि:श्वास टाकला. त्याला हॉस्पिटल्सचाही तिटकारा होता. पण परग्रहांवरील माणसांप्रमाणे इथे त्याचे भलतेच अवयव तरी कोणी काढणार नव्हते.

"मी डॉ. जेकोबस." आपली ओळख देत त्या माणसाने काय घडले होते ते सांगितले. "तुम्ही नशिबानेच जिवंत आहात."

लँग्डनला त्याचे नशीब खूप चांगले आहे वाटत नव्हते. त्याला आठवणाऱ्या गोष्टींचा तर त्याला अर्थच लागत नव्हता – हेलिकॉप्टर – कामेरलेंगो – सर्व शरीर ठणकत होते. त्यांनी दिलेल्या पाण्याने लँग्डनने तोंड धुतले. त्यांनी त्याच्या हातावर नवीन बॅन्डेज बांधले.

"माझे कपडे?" तो एका कागदी झग्यात होता.

तुकडे उडालेल्या आणि भिजलेल्या कपड्यांकडे आणि जॅकेटकडे एका नर्सने बोट दाखवले. "ते पार भिजले होते. कापूनच काढायला लागले आम्हाला. जॅकेटमधे क्लिनेक्स होते बहुधा."

जॅकेटच्या लायनिंगवर कागदाच्या लगद्याचे तुकडे चिकटले होते. गॅलिलिओचा *दियाग्रामा.* या भूतलावरची शेवटची प्रत विरघळून गेली होती. कोणतीही प्रतिक्रिया व्यक्त करण्यासारखी त्याची परिस्थिती नव्हती.

"तुमच्या वैयक्तिक गोष्टी." नर्सने एक प्लॅस्टिकचा डबा पुढे केला. "पाकीट, कॅमकॉर्डर, पेन. कॅमकॉर्डर सुकवायचा मी जास्तीत जास्ती प्रयत्न केला आहे."

"पण माझ्याकडे कॅमकॉर्डर नाही."

नर्सने प्लॅस्टिकचा डबा त्याच्यापुढे धरला. पाकीट आणि पेनबरोबर एक छोटासा सोनीचा RUVI कॅमकॉर्डर होता खरा! त्याला आठवण झाली, कोहलरने हातात देऊन प्रसिध्दी-माध्यमांना द्यायला सांगितले होते.

"तुमच्या खिशातच होता. पण नवा घ्यावा लागणार बहुधा." नर्सने मागच्या दोन इंची पडद्यावरचे झाकण बाजूला केले. "जिथून बघायचे ती काच फुटली आहे. पण थोडाफार आवाज येतो आहे अजून," तिने उपकरण कानाशी धरले. काही वेळ ऐकल्यावर तिच्या कपाळावर आठ्या चढल्या. "दोन माणसं वाद घालत असावीत."

कोड्यात पडल्याप्रमाणे लँग्डनने तो हातात घेऊन कानाशी धरला. आवाज बरोबर नसला तरी बोलणे कळत होते. एक आवाज जवळचा. दुसरा लांबून आल्यासारखा. दोन्ही ओळखीचे.

आणि लँग्डन काय घडते आहे ते दिसत नसले तरी आश्चर्याने थक्क होऊन

संभाषण ऐकतच राहिला. शेवट ऐकताच काही दिसत नव्हते याचाच त्याला आनंद वाटला.

अरे देवा!

संभाषण पुन्हा पहिल्यापासून सुरू झाल्यावर कॅमकॉर्डर खाली घेऊन तो घाबरूनच त्या रहस्याचा विचार करायला लागला. प्रतिवस्तू – हेलिकॉप्टर – लॅंग्डनची बुध्दी काम करायला लागली.

पण याचा अर्थ...

अत्यंत संतापानेच लॅंग्डन टेबलावरून उतरला. लडखडत्या पायांवर उभा राहिला.

"मिस्टर लॅंग्डन!" डॉक्टरांनी त्याला थांबवायचा प्रयत्न केला.

"मला काही कपडे हवे आहेत."

"पण तुम्हाला विश्रांतीची गरज आहे."

"मी हॉस्पिटलमधून बाहेर पडणार आहे. मला कपडे हवे आहेत."

"पण सर..."

"ताबडतोब."

सर्वजण एकमेकांकडे गोंधळून बघायला लागले. "आमच्याकडे कपडे नाहीत. उद्या एखादेवेळी मित्र आणून देऊ शकेल."

डॉक्टरांच्या नजरेला नजर भिडवत शांत आवाजात लॅंग्डन म्हणाला,"डॉ. जेकोबस, या क्षणी मी तुमच्या दरवाज्यातून बाहेर पडणार आहे. मला कपड्यांची गरज आहे. मी व्हॅटिकनमधे जाणार आहे. तिथे अशा अवस्थेत जाता येत नाही. लक्षात येतंय आहे मी काय म्हणतो आहे ते?"

डॉ. जेकोबसने आवंढा गिळत म्हटले, "अरे कोणीतरी या माणसाला घालण्या-सारखे काहीतरी कपडे आणा आधी."

जरा लंगडतच हॉस्पिटल तिबेरनियामधून बाहेर पडताना त्याने पॅरामेडिक्स घालतात तसा निळा जंपसूट घातला होता. त्याच्यावर त्याची पात्रता दाखवणारे असंख्य वेगवेगळे कापडी बॅजेसही होते.

त्याच्या बरोबरच्या स्त्रीचा पोषाख तसाच होता. ती कमीत कमी वेळात त्याला व्हॅटिकन शहरामधे घेऊन जाऊ शकेल अशी डॉक्टरांनी खात्री दिली होती.

व्हॅटिकनच्या आसपास गाड्या आणि माणसांची अफाट गर्दी आहे याची लॅंग्डनला आठवण झाली. *"मोत्तो त्राफिको."*

त्या स्त्रीला काही काळजी वाटत नसावी. तिने अभिमानाने आपल्या एका बॅजकडे बोट दाखवले. "मी ॲम्ब्युलन्स बोलावली आहे."

ॲम्ब्युलन्स? मग प्रश्नच नव्हता. ॲम्ब्युलन्स तर ॲम्ब्युलन्स! नाही तरी

त्याला ॲम्ब्युलन्समधून जाण्याचीच आवश्यकता होती.

इमारतीच्या बाजूने पुढे जाऊन तिने उभे असलेले वाहन दाखवताच लँग्डन आ वासून बघत बसला. ते एक जुने मेडेवॅक हेलिकॉप्टर होते. वरती शब्द होते *'एअरो आम्बुलान्सा.'*

लँग्डनची मान खाली गेली.

ती स्त्री हसली. ''व्हॅटिकनला उडत जाऊ. खूप वेगाने.''

१२८

परत सिस्टीन चॅपेलमधे शिरताना कॉलेज ऑफ कार्डिनल्समधे वेगळेच चैतन्य निर्माण झाले होते आणि मेस्तातीच्या मनातला गोंधळ वाढत होता. इतका गोंधळ की त्यामुळेच त्याचे पाय जमीन सोडून त्याला दुसरीकडे नेऊन पोहोचवतील असे त्याला वाटत होते. धार्मिक ग्रंथांमधे लिहिलेल्या प्राचीन चमत्कारांवर त्याचा विश्वास होता, पण आता त्याने प्रत्यक्ष *स्वत:च्या डोळ्यांनी पाहिलेल्या* घटनांचा अर्थ त्याच्या लक्षात येत नव्हता. आयुष्यभराच्या देवाच्या भक्तीनंतर, पुरी एकोणऐंशी वर्षे, मेस्तातीला कळत होते की त्याच्या मनात धार्मिक श्रध्दा उचंबळून यायला हव्या होत्या. पण तसे घडत नव्हते. त्याच्या मनाची अस्वस्थता वाढतच होती. कुठेतरी, काहीतरी, बरोबर वाटत नव्हते.

''सिन्योर मेस्ताती,'' हॉलमधून एक स्विस गार्ड ओरडतच पुढे आला. ''तुम्ही सांगितल्याप्रमाणे आम्ही छपरावर गेलो होतो – ते कामेरलेंगोच आहेत – त्यांचे भूत नाही. आम्ही ज्यांना ओळखत होतो तेच *रक्तामांसाचे* कामेरलेंगो.''

''तो *बोलला* तुमच्याशी?''

''ते गुडघ्यांवर बसून प्रार्थना करत आहेत. आम्हाला त्यांना स्पर्श करायचीसुध्दा भीती वाटते.''

''सांगा त्याला कार्डिनल्स खोळंबले आहेत.''

''सिन्योर, ते... ते तेच असतील तर...''

''तर काय?''

''त्यांची छाती जळली आहे. आम्ही जखमा बांधू त्यांच्या? त्यांना वेदना होत असणार.''

त्याने विचार केला. आयुष्यभर चर्चची सेवा करूनही या प्रसंगाला कसे तोंड

द्यायचे हे त्याला कळेना. ''तो माणूस आहे तर त्याची माणसाप्रमाणे सेवा करा. त्याला अंघोळ घाला, त्याच्या जखमा बांधा, नवीन झगा घालायला द्या. सिस्टीन चॅपेलमधे आम्ही त्याची वाट पाहात आहोत.''

गार्ड धावत नाहीसा झाला.

मेस्ताती चॅपेलकडे निघाला. इतर सर्व कार्डिनल्स चॅपेलमधे पोचले होते. हॉलमधून जाताना एकटीच मान खाली घालून बसलेली व्हिट्टोरिया वेत्रा त्याला दिसली. दुःखी. एकाकी. तिचे सांत्वन करायची त्याला इच्छा होती. पण या क्षणी ते शक्य नव्हते. त्याला खूप काम होते. पण कुठले याची त्यालाही स्पष्ट कल्पना येत नव्हती.

मेस्तातीने चॅपेलमधे पाऊल टाकले. आतमधे उत्साहाचे वातावरण होते. त्याने दरवाजा बंद केला.

देवा, मदत कर मला.

व्हॅटिकन शहराच्या मागच्या बाजूने हेलिकॉप्टर येत असताना ओठ घट्ट दाबून लँग्डन शपथ घेत होता, की आयुष्यात पुन्हा कधी हेलिकॉप्टरमधे म्हणून बसायचे नाही. व्हॅटिकनच्या हवाई सीमेबद्दल या क्षणाला चिंता करायचे काहीही कारण नाही, अशी त्याने पायलटची खात्री पटवली होती. व्हॅटिकनला सध्या इतर अनेक काळज्या होत्या. त्याच्या सांगण्याप्रमाणे, कुणाच्याही नजरेस न पडता, शहराच्या मागच्या भिंतीवरून तिने हेलिकॉप्टर आतमधे नेऊन व्हॅटिकनच्या हेलिपॅडवर उतरवले. कसेबसे खाली उतरत तो म्हणाला, ''थॅन्क यू.'' तिने ताबडतोब पुन्हा हेलिकॉप्टर उडवले आणि भिंत पार करून ते अंधारात नाहीसेही झाले.

लँग्डनने एक मोठा श्वास घेतला, डोके जरा ठिकाणावर आणण्याचा प्रयत्न केला. नक्की काय करायचे ते ठरवले. हातात कॅमकॉर्डर घेऊन तो आधीच्याच गोल्फकार्टमधे बसला. बॅटरी रिचार्ज केली नव्हती, म्हणून तो हेडलाईट्स न लावताच निघाला.

आणि दुसऱ्या कुणी आपल्याला बघू नये अशी त्याची इच्छा होतीच.

सिस्टीन चॅपेलमधे मागे उभा राहून मेस्ताती समोरचा गोंधळ थक्क होऊन बघत होता.

''चमत्कार होता तो.'' एक कार्डिनल ओरडला.

''हो. देवाने आपली इच्छा स्पष्टपणे दर्शवली आहे.''

''कामेरलेंगोच आपला पोप आहे.'' एकजण ओरडला.

''तो कार्डिनल नसला तरी देवाने तशी आश्चर्यकारक खूण पाठवली आहे.''

''बरोबर.'' दुसऱ्या एकाने संमती दर्शविली. ''गुप्त बैठकीचे कायदे शेवटी

माणसाने बनवले आहेत. आता देवानेच त्याची इच्छा व्यक्त केली आहे. तात्काळ मतदान घ्यायला हवे.''

''मतदान?'' त्यांच्या दिशेने पाऊल टाकत मेस्ताती उद्गारला. ''माझी कल्पना होती की ते *माझं काम* आहे म्हणून.''

प्रत्येकजण मेस्तातीच्या दिशेने वळला.

सर्व कार्डिनल्स त्याच्याकडे निरखूनच बघत होते. तो इतका शांत राहू शकतो हेच त्यांना पटत नसावे. इतरांचे चेहरे बघताना या चमत्काराने आपल्याही हृदयात अशा आनंदाच्या ऊर्मी का उसळत नाहीत हे त्यालाही कळत नव्हते. पण तसे नव्हते खरे. उलट त्याच्या मनात खूप दु:ख दाटले होते. आणि का ते त्याला सांगता येत नव्हते. अत्यंत शुध्द आणि पवित्र मनाने त्याने त्याचे काम करायचे ठरवले होते आणि त्याची मन:स्थिती द्विधा झाली होती. ते तर तो नाकबूल करूच शकत नव्हता. अल्टारवर चढून तो म्हणाला, ''मित्रांनो, आज मी जे बघितले आहे त्याचा अर्थ कळून घेण्यातच माझे उरलेले दिवस जाणार आहेत. पण तरीही कामेरलेंगोच्या बाबतीत तुम्ही जे सुचवता आहात ती देवाची इच्छा आहे; अशी शक्यता मला वाटत नाही.''

चॅपेलमधे संपूर्ण शांतता पसरली.

''आपण हे कसं म्हणू शकता?'' शेवटी एका कार्डिनलने विचारले. ''कामेरलेंगोने *चर्च वाचवलं.* देव सरळ त्याच्याशी बोलला. मृत्यूच्या मुखातूनही तो परतला. आता कुठली खूण हवी तुम्हाला?''

''कामेरलेंगो स्वत:च इथे येतो आहे. तेव्हा थोडं थांबू या आपण. मतदान सुरू करण्यापूर्वी त्याचं म्हणणं ऐकू या. काहीतरी खुलासा मिळेलही.''

''खुलासा?''

''तुमचा ग्रेट इलेक्टर म्हणून बैठकीचे नियम अमलात राहतील अशी मी शपथ घेतली आहे. पवित्र अशा कायद्यांप्रमाणे पोप म्हणून निवड व्हायला कामेरलेंगो अपात्र आहे. तुम्हाला माहिती आहे हे. तो कार्डिनल नाही. एक प्रीस्ट आहे – चेम्बरलेन. त्याच्या वयाचा प्रश्नही आहेच.'' इतरजण कठोर नजरेनेच आपल्याकडे बघायला लागले आहेत हे मेस्तातीला दिसत होते. ''मी नुसती मतदान घ्यायला अनुमती दिली, तरी त्याचा अर्थ जो माणूस व्हॅटिकनच्या कायद्यांप्रमाणे पोप म्हणून निवड व्हायला अपात्र आहे, त्याचीच पोप म्हणून नेमणूक करा अशी विनंती करणे ठरेल. तुमच्यापैकी प्रत्येकाने घेतलेली पवित्र शपथ मोडा असे मी सांगितल्याप्रमाणे होईल.''

''पण आज रात्री इथे जे घडले आहे,'' एकाने अडखळत बोलायला सुरुवात केली, ''ते *नक्कीच* आपल्या कायद्यांपेक्षा श्रेष्ठ आहे.''

“खरंच?” मेस्तातीने गंभीर आवाजात विचारले. पुढले शब्द तर कुठून आले हे त्याचे त्यालाच कळले नाही. “चर्चचे नियम गुंडाळून ठेवावेत ही देवाची इच्छा आहे? स्पष्ट विचार न करता वाहवत जावे ही देवाची इच्छा आहे?”

“पण *आम्ही* जे बघितले तेच *तुम्हीही* बघितले ना?” एका कार्डिनलने रागानेच विचारले. “त्या तऱ्हेच्या शक्तीबद्दल तुम्ही प्रश्न तरी कसे विचारू शकता?”

आपला आवाज इतका घुमेल याची मेस्तातीलाही कल्पना नव्हती. “मला देवाच्या सामर्थ्याबद्दल शंकाच नाही. पण *त्यानेच* आपल्याला मागचा पुढचा विचार करायची शक्ती दिली आहे. तेव्हा सारासार विचार करून निर्णय घेणे ही देवाचीच सेवा आहे.”

१२१

सिस्टीन चॅपेलच्या बाहेर, रॉयल स्टेअरकेसखालच्या एका बाकावर, व्हिट्टोरिया वेत्रा बसली होती. मागच्या दरवाज्याने येणारी मूर्ती बघितल्यावर आपण नक्की आणखी एखादे भूतच बघतो आहोत याबद्दल तिच्या मनात संशय उरला नाही. तो माणूस लंगडत होता, त्याने बॅन्डेजेस बांधली होती, अंगावर कसला तरी मेडिकल सूट चढवला होता.

ती उभी राहिली. नक्की तिला भास व्हायला लागले होते. “रॉ...बर्ट?”

त्याने उत्तर न देता तिच्याजवळ येऊन तिला घट्ट मिठी मारली, तिच्या ओठांवर ओठ टेकवले आणि तो तसाच उभा राहिला.

“देवा!... आभार देवा... तुझीच कृपा.” व्हिट्टोरियाच्या डोळ्यांतून अश्रुधारा वाहायला लागल्या.

ते जणू एकमेकांना कित्येक वर्षे ओळखत होते. सर्व भीती, दु:ख व्हिट्टोरिया पार विसरून गेली.

“देवाचीच तशी इच्छा आहे.” एकजण ओरडला. त्या शब्दांचे सिस्टीन चॅपेलमधे प्रतिध्वनी उमटले. *“देवाने निवड केलेल्या* माणसाशिवाय दुसरा कोण त्या भयानक स्फोटातून वाचला असता?”

“मी!” चॅपेलच्या मागच्या बाजूने शब्द घुमला.

मेस्ताती आणि इतर, आश्चर्याने मळक्या वस्त्रातल्या, मधल्या वाटेने पुढे येणाऱ्या माणसाकडे वळले. *"मिस्टर... लँग्डन?"*

लँग्डन सावकाश पावले टाकत चॅपेलच्या पुढल्या भागात पोहोचला. मागोमाग व्हिट्टोरिया वेत्राही. त्या दोघांमागून मोठा टेलिव्हिजन ठेवलेली एक गाडी ढकलत दोन गार्ड्सही घाईघाईने आत शिरले. त्यांनी प्लग आत घालेपर्यंत लँग्डन कार्डिनल्ससमोर उभा होता. त्याने खूण करताच गार्ड्स बाहेर गेले. त्यांनी बाहेर पडल्यावर दरवाजाही लावून घेतला.

आता फक्त लँग्डन, व्हिट्टोरिया आणि कार्डिनल्सच चॅपेलमधे होते. सोनीचा कॅमकॉर्डर प्लग करून लँग्डनने 'प्ले' बटण दाबले.

टेलिव्हिजनवर चित्र दिसायला लागले. आवाजही सुरू झाला. पोपचे कार्यालय. लपवलेल्या कॅमेऱ्याने शूटिंग करावे तसा व्हिडिओ दिसत होता. एका बाजूला शेकोटीसमोर थोड्या मंद प्रकाशातच कामेरलेंगो दिसला. तो कॅमेऱ्याकडे बघूनच बोलतो आहे असे भासत असले, तरी तो दुसऱ्या कुणाशी तरी, जो कोणी व्हिडिओ शूटिंग करत होता त्याच्याशी, बोलतो आहे हे लौकरच ध्यानात आले. लँग्डनने सांगितले की या फिल्मचे शूटिंग सर्नचे डायरेक्टर मॅक्सिमिलियन कोहलर यांनी केले आहे. तासापूर्वीच त्यांची कामेरलेंगोशी भेट झाली होती. हा छोटासा कॅमकॉर्डर त्यांच्या व्हीलचेअरच्या हाताखाली दडवलेला होता.

मेस्ताती आणि इतर कार्डिनल्स बावचळूनच बघत होते. फिल्म मधेच कुठेतरी सुरू झाली असली तरी लँग्डनने फिल्म रिवाईन्ड केली नाही. कार्डिनल्सनी जो भाग बघावा अशी लँग्डनची इच्छा होती तो यानंतरच व्हिडिओवर येणार असावा.

"लिओनार्दो वेत्रा डायरी लिहायचा?" कामेरलेंगो विचारत होता. "मग सर्नसाठी चांगली बातमी आहे. प्रतिवस्तूच्या निर्मितीच्या पध्दती या डायरीमधे असतील तर..."

"नाहीत." कोहलर म्हणाला. "प्रतिवस्तूचे तंत्रज्ञान लिओनार्दो वेत्राबरोबरच नाहीसे झालेले आहे. पण डायरीमधे दुसरा उल्लेख आहे. *तुझा!*"

कामेरलेंगोच्या चेहऱ्यावर चिंता दिसली. "मला कळत नाही काही."

"डायरीमधे त्याच्या गेल्या महिन्याच्या भेटीबद्दल उल्लेख आहे. *तुझ्याबरोबरच्या.*"

कामेरलेंगो क्षणभर घुटमळला. मग त्याने दरवाज्याकडे बघितले. "मला विचारल्याशिवाय रॉचरने तुला आत सोडायला नको होते. तू आत तरी कसा आलास?"

"रॉचरला सत्य माहीत आहे. यायच्या आधी मी त्याला फोन करून *तू काय केले आहेस* याची कल्पना दिली होती."

"मी काय केले त्याची? तू त्याला कुठलीही गोष्ट सांगितलीस तरी रॉचर स्विस गार्ड आहे. चर्चशी इमानी. त्याच्या कामेरलेंगोपेक्षा तो एखाद्या कडवट शास्त्रज्ञावर जास्ती विश्वास ठेवणार नाही."

"तो खरोखरच इमानी आहे, म्हणूनच विश्वास *न ठेवणे* त्याला अशक्य झाले. तो इतका इमानी आहे की त्याच्या एका गार्डने चर्चचा विश्वासघात केला आहे याचा पुरावा मिळूनही त्याने तो स्वीकारायचे नाकारले. दिवसभर तो दुसरे काही स्पष्टीकरण मिळते का याचा शोध घेतो आहे."

"आणि ते तू त्याला दिलेस."

"मी *सत्य* सांगितले. धक्कादायक वाटले तरी सत्यच."

"रॉचरचा तुझ्यावर विश्वास बसला असता तर त्याने मला अटक केली असती."

"मीच त्याला ते करू दिलं नाही. तुझी भेट घालून दिली तर मी माझं तोंड बंद ठेवीन असं सांगितलं."

कामेरलेंगो विचित्रपणे हसला. "ज्या भाकड कथेवर बहुधा कुणीही विश्वास ठेवणार नाही तिच्या जोरावर *चर्चला धमक्या* द्यायचा विचार आहे तुझा?"

"मला धमक्या द्यायची गरज नाही. मला फक्त तुझ्या तोंडातून सत्य जाणून घ्यायचे आहे. लिओनार्दो वेत्रा माझा मित्र होता."

काहीही न बोलता कामेरलेंगो कोहलरकडे बघत बसला.

"ऐक तर मग," कोहलर म्हणाला. "साधारण महिन्यापूर्वी लिओनार्दो वेत्राने पोपची तातडीने गाठ मिळावी म्हणून तुला विनंती केली. तू त्याची विनंती मान्य केलीस कारण पोपना लिओनार्दोच्या कामाबद्दल आदर होता आणि लिओनार्दोने निकडीने भेट हवी असे सांगितले होते."

कामेरलेंगोने वळून शेकोटीकडे बघायला सुरुवात केली.

"लिओनार्दो अत्यंत गुप्तपणे व्हॅटिकनला आला. इथे येण्यात त्याने स्वत:च्या मुलीलाच दिलेले वचन मोडले होते. त्यामुळे तो बेचैन होता. पण त्याला खात्री होती की दुसरा पर्यायच नाही. त्याच्या संशोधनामुळे त्याची पार द्विधा मन:स्थिती झाली होती. त्याला चर्चकडून आध्यात्मिक सल्ल्याची खरीखुरी गरज होती. तुझ्या आणि पोपबरोबरच्या खाजगी भेटीत त्याने सांगितले; त्याने असा शोध लावला आहे की ज्याचे धर्माच्या शिकवणुकीवर खूप खोलवर परिणाम होणार आहेत. त्याने सिध्द केले होते की पदार्थविज्ञान शास्त्राच्या दृष्टीने उत्पत्ती (Genesis) अगदी शक्य कोटीतली गोष्ट आहे. ऊर्जेचा एकाच बिंदूत एकवटलेला अत्यंत प्रखर स्त्रोत – ज्याला वेत्राने देव हे नाव दिले होते – विश्वनिर्मितीचा क्षण पुन्हा निर्माण करू शकतो."

कामेरलेंगो अजूनही गप्पच होता.

पोपना आश्चर्याचा धक्का बसला. त्याने लिओनार्दो वेत्राला त्याचे संशोधन सरळ प्रसिध्द करायला सांगितले. धर्म आणि विज्ञान यांच्यामधे निर्माण झालेला दुरावा या संशोधनाने कमी व्हायला लागेल असे हिज होलिनेस यांना वाटत होते. ते त्यांनी आयुष्यभर बघितलेले स्वप्न होते. मग लिओनार्दोने या संशोधनाची दुसरी बाजू सांगितली. चर्चच्या सल्ल्याची त्याला त्याच कारणामुळे तर गरज भासत होती. या निर्मितीच्या प्रयोगात, बायबलमधे सांगितल्याप्रमाणे, प्रत्येक गोष्ट जोडीने निर्माण होत होती. परस्परविरोधी. प्रकाश आणि काळोखासारखी. आणि वेत्राला वस्तूबरोबर प्रतिवस्तूही मिळत होती. पुढे बोलू अजून?''

कामेरलेंगोने वाकून शेकोटीतले कोळसे फक्त हलवले.

''लिओनार्दो वेत्रा इथे येऊन गेल्यानंतर तू सर्नमधे त्याचं काम बघायला आलास. लिओनार्दोच्या डायरीप्रमाणे तू स्वत: त्याची लॅबही बघितलीस.''

कामेरलेंगोची मान वर झाली.

''प्रसिध्दी माध्यमांना टाळून पोपना कुठे प्रवास करणं शक्य नसतं, म्हणून त्यांनी तुला पाठवलं होतं. लिओनार्दोने गुप्तपणे त्याची लॅब तुला दाखवली. प्रतिवस्तूची विध्वंसक शक्ती – महास्फोट – विश्वनिर्मितीचा ऊर्जेचा स्त्रोत दाखवला. त्याने विकसित केलेल्या तंत्रज्ञानाने मोठ्या प्रमाणात प्रतिवस्तू बनवता येते याचा पुरावा म्हणून कुलूप लावून लपवून ठेवलेला मोठा नमुनाही दाखवला. तुला मोठाच धक्का बसला होता. व्हॅटिकनला परत येऊन तू जे जे पाहिलं होतंस ते सर्व पोपना सांगितलंस.''

कामेरलेंगोने मोठा नि:श्वास टाकत विचारले, ''तुला नक्की काय खटकतं आहे? लिओनार्दोच्या विनंतीचा आदर करून आज रात्री जगाला मला प्रतिवस्तूची काही माहिती नाही असंच दाखवू?''

''नाही. मला खटकतं आहे की लिओनार्दो वेत्राने *तुमच्या देवाच्या अस्तित्वाचा पुरावा* दिला असताना तू त्याचा खून घडवून आणलास हे.''

कामेरलेंगोच्या चेहऱ्यावरची रेषाही हलली नाही.

शेकोटीतल्या ज्वाळांचा तडतड आवाज येत होता.

एकाएकी कॅमेरा हलला. कोहलरचा हात पुढे झाला. व्हीलचेअरखाली तो काहीतरी खुडबुड करत होता. तो पुन्हा व्हीलचेअरमधे नीट बसला तेव्हा त्याच्या हातात पिस्तूल होते. कॅमेऱ्याचा कोन मनाचा थरकाप उडवणारा होता. पिस्तूल सरळ कामेरलेंगोवर रोखलेले दिसत होते.

''तुझ्या पापाची कबुली दे फादर. आत्ताच्या आत्ता.'' कोहलर म्हणाला.

कामेरलेंगो चमकलेला दिसला. ''तू इथून जिवंत बाहेर पडू शकणार नाहीस.''

''तुमच्या त्या श्रध्देने लहान मुलगा असल्यापासून मला ज्या यातना सहन

करायला लावल्या आहेत, मृत्यूने त्यातून सुटका झाल्यासारखेच वाटेल मला.'' कोहलरने आता पिस्तूल दोन हातात स्थिर धरले. ''मी तुला दोन पर्याय देतो आहे. एक तर पापाची कबुली दे नाहीतर मरायला तयार हो.''

कामेरलेंगोने दरवाज्याकडे बघितले.

''रॉचर बाहेरच आहे. पण तोही तुला ठार करायला तयार आहे.'' कोहलरने धमकावले.

''रॉचरने शपथ घेतली आहे की...''

''त्यानेच मला आत सोडलं. *पिस्तूल घेऊन.* तुझ्या दांभिक वागण्याचा त्यालाही कंटाळा आला आहे. खरं तर तुला एकच पर्याय आहे. तुझ्या पापाची कबुली दे. तुझ्याकडून मला कबुलीजबाब ऐकायचा आहे.''

कामेरलेंगो घुटमळला.

कोहलरने पिस्तुलाचा घोडा मागे खेचला. ''तुला अजूनही संशय वाटतो की मी तुला ठार करणार नाही म्हणून?''

''मी तुला काहीही सांगितले तरी तुझ्यासारख्या माणसाला त्याचा अर्थ कळणे शक्य नाही.'' कामेरलेंगो म्हणाला.

''प्रयत्न तर करून बघ.''

शेकोटीच्या प्रकाशात क्षणभर कामेरलेंगो ताठ उभा राहिला. त्याचे शब्द त्याने केलेल्या पापाच्या कबुलीजबाबापेक्षा त्याने जसे काही फार मोठे सत्कृत्य केले आहे अशा थाटात उच्चारलेले वाटत होते.

''अगदी प्रथमपासूनच चर्चला शत्रूंशी सामना करावा लागला आहे. कधी शब्दांनी तर कधी तलवारीने आणि तरीही चर्चचं अस्तित्व टिकून राहिलं आहे.''

कामेरलेंगो अत्यंत आत्मविश्वासाने बोलत होता.

''पूर्वीचे शत्रू क्रूर आणि *भीती निर्माण करणारे* असले तरी चर्चला त्यांच्याशी मुकाबला करता येत होता. पण सैतान फारच पाताळयंत्री आहे. काळ जात चालला तसा त्याचा क्रूर मुखवटा गळून पडला. त्याने नवीनच मुखवटा चढवला. तर्कशुध्दतेचा. अगदी पारदर्शक आणि तरीही कपटी आणि कावेबाज. चांगुलपणाचा स्पर्श नसलेला.'' कामेरलेंगो अचानक संतापला, त्याचा चेहराही पार बदलला. ''आपल्या मनाला जे तर्कशुध्द वाटते त्याचा चर्च धिक्कार तरी कसा करणार मिस्टर कोहलर? आता तर तीच गोष्ट आजच्या समाजव्यवस्थेचा गाभा बनली आहे. धोका आहे असं जेव्हा जेव्हा चर्चने पटवायचा प्रयत्न केला तेव्हा *तुम्ही* ओरडून चर्च अज्ञानी आहे, चर्चची मनोवृत्ती विकृत आहे असा डंका पिटायला सुरुवात केली. बुध्दिमत्ता आणि तर्कशुध्दता यांच्या आवरणाखालील तुमचा दुष्टपणा कॅन्सरसारखा पसरतो आहे. तंत्रज्ञानाच्या चमत्कारांनी त्यांनाच देवत्व प्राप्त होते आहे. सर्व चांगल्या हेतूनेच

चालले आहे असा सर्वांना विश्वास वाटायला लागला आहे. आजार, भूक, दुःख, वेदना यांच्यापासून विज्ञान तुमची सुटका करेल. विज्ञान – नवनवीन चमत्कार करणारा आधुनिक देव – सर्वशक्तिमान आणि परोपकारी. विध्वंसक अस्त्रे विसरा आणि गोंधळही. एकाकीपणा विसरा आणि धोकेही. विज्ञान आहे की!'' कामेरलेंगोने पिस्तुलाच्या दिशेनेच पाऊल टाकले. ''पण मला विज्ञानामागे दडलेला सैतानाचा चेहरा दिसत होता – धोका लक्षात येत होता.''

''काय बडबडतो आहेस तू? वेत्राच्या संशोधनाने *तुमच्याच देवाचे अस्तित्व* तर *सिध्द केले होते.* तुमचा *मित्र* होता तो.''

''मित्र? यामधे विज्ञान आणि धर्म एकत्र नाहीत. तुम्ही आणि मी शोधत असलेला देवही एक नाही. तुमचा देव कुठला आहे? प्रोटॉन्स आणि चार्जड् पार्टिकल्स? तुमचा देव कुणाला आणि कशी *स्फूर्ती* देणार? माणसाच्या हृदयात पोहोचून त्याला कशी आठवण देणार की उच्च दर्जाच्या कुठल्या तरी शक्तीला त्याला त्याच्या कृत्यांचा जाब द्यावा लागणार आहे, त्याच्या बरोबरच्या माणसांबद्दलही त्याला विचार करावा लागणार आहे? वेत्रा चुकीच्या मार्गाने जात होता. त्याचे काम पवित्र नव्हते आणि धार्मिकही नव्हते. ते *अपवित्रच* होते. देवाची निर्मिती माणूस टेस्ट ट्यूबमधे ठेवून ती हलवत जगाला दाखवूच शकत नाही. त्यामुळे देवाचा गौरव होत नाही. देवाची *नालस्ती* होते.'' कामेरलेंगो आता स्वत:च्या कपड्यांशी चाळे करायला लागला होता. त्याच्या आवाजात वेडसरपणाची झाक यायला लागली.

''आणि म्हणून तू वेत्राचा खून घडवून आणलास?''

''चर्चसाठी! सर्व मानवजातीसाठी! सर्व वेडेपणा होता! निर्मितीची शक्ती माणसाच्या हातात येण्याएवढा माणूस प्रगल्भ नाही. टेस्ट ट्यूबमधे देव? शहराचे वाफेत रूपांतर करणारा थेंब? वेत्राला थांबवायलाच हवे होते.'' कामेरलेंगो अचानक बोलायचा थांबला. त्याची नजर शेकोटीकडे वळली. पुढे काय करावे याचा तो विचार करत असावा.

कोहलरचे पिस्तूल वर आले. ''तू कबुलीजबाब दिला आहेस. आता तुझी सुटका नाही.''

कामेरलेंगो खेदानेच हसल्यासारखा वाटला. ''तुझ्या लक्षात येत नाही? ही कबुली म्हणजे *सुटकाच* आहे.'' त्याने दरवाज्याकडे बघितले. ''देव तुमच्या बाजूचा असेल तर त्याला असे पर्याय असतात, की त्यांचा अर्थही तुझ्यासारख्या माणसाच्या ध्यानात येणार नाही. ''बोलताबोलता कामेरलेंगोने गळ्याशी धरून आपला झगा फाडून काढला. त्याची छाती उघडी झाली.

''काय चालवलं आहेस तू?'' कोहलरला खरोखरच धक्का बसला असावा.

उत्तर न देता कामेरलेंगोने शेकोटीमधून काहीतरी उचलले.

"थांब! काय करतो आहेस तू?"

कामेरलेंगो वळला तेव्हा त्याच्या हातात तापून लाल झालेला ब्रॅन्ड होता. इल्युमिनाटी डायमंड. त्याच्या डोळ्यांत झपाटल्यासारखी झाक होती. "मी एकटा असताना हे करायचं ठरवलं होतं." त्याच्या आवाजात रासवटपणा होता. "पण आता... तू इथे असावास अशी देवाचीच इच्छा होती... तू माझा *मुक्तिदाता* ठरणार आहेस."

कोहलरच्या काही लक्षात यायच्या आतच कामेरलेंगोने डोळे घट्ट मिटले, पाठ पार मागे नेली आणि तो तापून लालबुंद झालेला ब्रॅन्ड स्वत:च्याच छातीवर हाणला. तिथले मांस चरचरून जळायला लागले. *"माता मेरी!* आपल्या *मुलाकडे लक्ष असू दे!"* वेदनांनी किंचाळतच तो ओरडला.

कोहलर कसाबसा आपल्या पायांवर उभा राहायला लागला. त्याच्या हातामधले पिस्तूल इकडेतिकडे हलायला लागले.

कामेरलेंगोने पुन्हा मोठ्याने किंकाळी मारली. त्या भीषण प्रकाराने लटपटत असतानाच त्याने तो ब्रॅन्ड कोहलरच्या पायांशी फेकला. नंतर तो खाली कोसळला आणि वेदनांनी तडफडायला लागला.

मग पडद्यावर गोंधळ माजल्यासारखा झाला.

स्विस गार्ड्स खोलीत घुसले. गोळीबाराचे आवाज घुमले. छातीवर हात दाबत रक्ताळलेला कोहलर व्हीलचेअरमधे कोसळला.

"नको." कोहरलवर गोळ्या झाडू नये म्हणून रॉचरने स्विस गार्ड्सना थांबवण्याचा प्रयत्न केला होता.

अजूनही जमिनीवर तडफडणारा कामेरलेंगो वळला. घाईघाईने रॉचरकडे बोट दाखवत ओरडला, *"इल्युमिनाटस."*

"हरामखोर!" रॉचर ओरडला. "भोंदू, हरामखोर!" शिव्या घालत कामेरलेंगोकडे धावणाऱ्या रॉचरवर शारत्रॉंने तीन गोळ्या झाडल्या आणि तो मरून खाली पडला.

गार्ड्स कामेरलेंगोभोवती गोळा झाले. व्हिडिओवर स्तंभित झालेल्या रॉबर्ट लँग्डनचा चेहरा दिसला. तो गुडघ्यांवर बसून व्हीलचेअरशेजारी पडलेला ब्रॅन्ड बघत होता. एकाएकी कॅमेरा हलायला लागला. कोहलर थोडा शुद्धीत आला होता आणि व्हीलचेअरच्या हाताखाली जोडलेला छोटा कॅमकॉर्डर काढत होता. मग त्याने तो लँग्डनच्या हातात द्यायचा प्रयत्न केला.

"दे... प्रसिद्धी... माध्यमांना... दे." कोहलर कसाबसा कुजबुजला.

टी.व्ही.चा पडदा काळा पडला.

१३०

विस्मय आणि वेदना यांच्या धुक्यातून कामेरलेंगो शुद्धीवर यायला लागला. त्याच्या अंगातली ताकद नष्ट व्हायला आली होती. त्याला आधार देत रॉयल स्टेअरकेसवरून उतरवत स्विस गार्ड्स सिस्टीन चॅपेलकडे नेत असताना सेन्ट पीटर्स चौकामधून गाण्याचे आवाज त्याच्या कानांवर पडले. पर्वतसुद्धा हलवले गेले होते याची त्याला खात्री पटली.

आभारी आहे देवा!

त्याने शक्ती द्यावी अशी देवाची प्रार्थना केल्यावर देवाने ती त्याला दिली होती. मनात शंका निर्माण झाल्यावर देवानेच त्या दूर केल्या होत्या. *तुझे कार्य हे पवित्र कार्य आहे,* देव म्हणाला होता. *मी तुला सामर्थ्य देईन.* आणि देवाने सामर्थ्य दिले होते. तरी त्याला भीती वाटली होती. आपला मार्ग बरोबर आहे ना अशी शंका आली होती.

तू नाहीस, देवाने दरडावूनच विचारले होते, *तर मग कोण?*

आत्ता नाही, तर कधी?

या मार्गाने नाही, तर कोणत्या?

जीझसने सर्व मानवजातीला वाचवले होते, देवाने आठवण करून दिली. स्वत:च्याच औदासीन्यातून बाहेर काढले होते. दोन गोष्टींनी जीझसने त्यांचे डोळे उघडले होते. क्रौर्य आणि आशा. क्रूसवर चढणे आणि पुन्हा जिवंत होणे. त्याने जगच बदलून टाकले.

पण त्याला खूप काळ लोटला आहे. काळाबरोबर त्या चमत्कारांची महतीही नाहीशी झाली. लोकांना विसर पडला. ते खोट्या देवांच्या भजनी लागले. तंत्रज्ञानाचे देव आणि बुद्धीचे चमत्कार. *हृदयाच्या चमत्कारांचे काय?*

पुन्हा लोकांची श्रद्धा देवाकडे कशी वळवता येईल यासाठी अनेकदा कामेरलेंगोने देवाची प्रार्थना केली होती. पण देव गप्प राहिला होता. निराशेच्या गर्तेमधे कामेरलेंगो चाचपडत असताना देव त्याच्याकडे आला होता. *काय भयानक रात्र होती ती!*

कामेरलेंगो काहीही विसरला नव्हता. स्वत:चे कपडे फाडत, स्वत:चे शरीर ओरबाडत तो खाली पडला होता. काय भीषण सत्य त्याला कळले होते. *शक्य नाही! शक्य नाही!!* तो ओरडला होता. पण ते खरेच आहे हे त्याला ठाऊक होते. त्या फसवणुकीनेच त्याचे हृदय जळत होते, नरकयातना सहन कराव्या लागत

होत्या. ज्या बिशपने त्याला आसरा दिला होता, जो त्याला पित्यासमान होता, जो पोप बनेपर्यंत कामेरलेंगो त्याच्या बाजूला उभा राहिला होता, तो फसवा होता. पापी होता. त्याने घोर पाप केले होते आणि त्या विश्वासघातकी कृत्याला देवदेखील क्षमा करणे शक्य नव्हते. *"शपथ!"* कामेरलेंगो किंचाळूनच पोपवर ओरडला होता. "तुम्ही देवाची शपथ मोडली! *तुम्ही!* इतर कोणी नाही तर *तुम्ही!"*

पोपने समजावण्याचा प्रयत्न केला होता पण कामेरलेंगो काहीही ऐकू शकत नव्हता. तो आंधळ्यासारखा धडपडत, अडखळत, ओकत, स्वतःला बोचकारे काढत पळत सुटला होता आणि शेवटी सेन्ट पीटर्सच्या कबरीजवळ कोसळला होता. *मेरी माते, काय करू मी आता?* विश्वासघाताच्या असह्य वेदनांनी तळमळत तो नेक्रोपोलिसमधे पडलेला असताना, या पापी जगातून मला घेऊन जा अशी देवाची प्रार्थना करत असताना, देवाने भेट दिली होती.

त्याच्या डोक्यात गडगडाटासारखा आवाज आला.

"तू देवाची सेवा करायची शपथ घेतली आहेस ना?"

"हो." कामेरलेंगोने ओरडूनच उत्तर दिले.

"देवासाठी मरण पत्करशील?"

"अवश्य! आताच घेऊन जा मला."

"आणि चर्चसाठी?"

"हो. मुक्त कर मला."

"पण मानवजातीसाठी मरण पत्करशील?"

नंतरच्या शांततेतच त्याला ताबा न राहिलेल्या वेगाने खोल खोल कोसळल्याचा भास झाला होता. पण उत्तर त्याला माहीत होते. नेहमीच माहीत होते.

"हो! हो!" तो वेड्यासारखा ओरडला. "मी मानवजातीसाठी मरण पत्करेन. अगदी तुझ्या पुत्रासारखे."

कित्येक तासांनी त्याच्या लक्षात आले की तो थंडीने कुडकुडत जमिनीवर पडला आहे. त्याला त्याच्या आईचा चेहरा दिसला. *देवाने तुझ्यासाठी मोठ्या मोठ्या योजना आखल्या आहेत कार्लो,* ती म्हणत होती. कामेरलेंगोचे डोके पार कामातून गेले. आणि पुन्हा देव त्याच्याशी बोलला. गप्प राहूनच बोलला. पण कामेरलेंगोला तरीही सर्व कळले. *त्यांच्यात पुन्हा श्रद्धा निर्माण कर.*

मी नाही – तर कोण?

आत्ता नाही – तर कधी?

सिस्टीन चॅपेलचे दरवाजे गार्ड्सनी उघडताच कामेरलेंगो कार्लो व्हेन्त्रेस्काला आपल्या नसानसांत नवचैतन्य निर्माण झाल्यासारखे वाटायला लागले – तो अगदी

लहान मुलगा असताना वाटायचे तसेच. देवाने त्याची निवड केली होती. खूप वर्षांपूर्वीच.

देवाची इच्छा पुरी करणारच.

कामेरलेंगोला आपला पुनर्जन्म झाल्यासारखे वाटत होते. स्विस गार्ड्सनी त्याच्या छातीवर बॅन्डेजेस बांधली होती, त्याला पुसून काढले होते, नवीन पांढरा स्वच्छ झगा चढवला होता. त्याच्या यातना कमी करण्यासाठी त्याला मॉर्फिनचे इन्जेक्शनही दिले होते. ते दिले नसते तरी चालले असते. *जीझसने स्वर्गारोहण करण्यापूर्वी तीन दिवस यातना सहन केल्या होत्या.*

चॅपेलमधून त्याने पुढे जायला सुरुवात केल्यावर सर्व कार्डिनल्स त्याच्याकडे नुसते बघत होते. बघणारच! त्याला नवल वाटले नाही. *त्यांना देवाबद्दल आदरयुक्त भीती वाटत आहे,* त्याने स्वत:लाच आठवण करून दिली. *माझी नाही, पण देव माझ्याकडून काम करवून घेतो आहे याची.* पुढे मध्यापर्यंत पोचल्यावर त्याला वाटायला लागले की त्यांच्या चेहऱ्यावर आश्चर्याचे भाव नव्हते, तर गोंधळाचे होते. नंतर प्रत्येक नवीन चेहरा न्याहाळताना त्याला वाटायला लागले की त्यांच्या नजरेत आणखी कुठली तरी वेगळीच भावना होती. कुठली? आज रात्री ते त्याचे कशा तऱ्हेने स्वागत करतील याची त्याने कल्पना केली होती. आनंदभराने, उत्साहाने, भक्तिभावाने? पण त्यांच्या नजरेत तरी यापैकी कुठलीच भावना दिसत नव्हती.

आणि मग त्याचे लक्ष अल्टारकडे गेले. *तिथे रॉबर्ट लँग्डन उभा होता.*

१३१

कामेरलेंगो कार्लो व्हेन्त्रेस्का थांबला. सर्व कार्डिनल्स चर्चच्या पुढल्या भागातून त्याच्याकडे रोखून बघत होते. रॉबर्ट लँग्डनच्या शेजारी टेलिव्हिजन होता. त्याच्यावर फिल्मचा एकच भाग पुन्हा पुन्हा चालू होता. त्याने तो भाग ओळखला. पण हे कसे काय घडले याचा उलगडा मात्र त्याला होत नव्हता. लँग्डन शेजारीच, ओढलेल्या चेहऱ्याने व्हिट्टोरिया वेत्रा उभी होती.

क्षणभर कामेरलेंगोने आपले डोळे मिटून घेतले. नक्की मॉर्फिनचा परिणाम. त्याला भास व्हायला लागले असावेत. त्याने पुन्हा डोळे उघडले तर सर्व वेगळेच दिसेल. त्याने डोळे उघडले. कशातच बदल नव्हता.

त्यांना कळले होते तर.

आश्चर्याची गोष्ट म्हणजे त्याला भीती वाटली नाही. *मला मार्ग दाखवा फादर, शब्द द्या म्हणजे मी त्यांना तुमचे स्वप्न दाखवू शकेन.*

पण कामेरलेंगोने उत्तरादाखल कुठलेच शब्द ऐकले नाहीत.

फादर, आपण जोडीने खूप दूरचा पल्ला गाठला आहे. आता अपयश नको.

तरी शब्द कानांवर पडले नाहीत.

आपण काय केले आहे त्यांच्या लक्षात येत नाही.

आपल्या स्वत:च्या मनात कुणाचा आवाज आला ते कामेरलेंगोला कळले नाही, पण सन्देश अत्यंत स्वच्छ होता.

सत्य सांगितल्यानेच तू मुक्त होशील.

आणि म्हणूनच कामेरलेंगो कार्लो व्हेन्त्रेस्का ताठ मानेने सिस्टीन चॅपेलच्या पुढल्या भागाकडे निघाला. मेणबत्त्यांच्या प्रकाशात कार्डिनल्सजवळ पोहोचत असतानाही त्यांच्या रोखलेल्या नजरा ढळल्या नव्हत्या. *बोल तुला काय बोलायचे आहे ते,* त्यांचे चेहरे सांगत होते. *या वेडेपणाचा अर्थ सांग. खात्री पटव, की आमची भीती निराधार आहे.*

सत्य, कामेरलेंगोने स्वत:ला बजावले. *फक्त सत्यच.* या भिंतींआड फारच रहस्ये दडली आहेत – त्यातल्या एकामुळेच तर त्याचे डोके फिरले होते. *पण त्यामुळेच तर त्याला साक्षात्कार घडला होता.*

चालता चालताच कामेरलेंगो म्हणाला, ''लाखो लोकांची श्रद्धा बळकट करण्यासाठी तुम्हाला स्वत:चे प्राण अर्पण करावे लागले तर ते कराल तुम्ही?''

चॅपेलमधले चेहरे तसेच रोखून बघत राहिले. कुणी हलले नाही की बोलले नाही. चॅपेलबाहेर चौकात आनंदाने चाललेला जल्लोष कानावर पडत होता.

''मोठं पाप कुठलं? स्वत:च्या शत्रूला ठार मारणं? का तुमच्या खऱ्याखुऱ्या प्रेमाचा गळा आवळला जात असताना नुसतं बघत राहणं?'' *सेन्ट पीटर्स चौकात ते आनंदाने गात आहेत.* क्षणभर थांबून कामेरलेंगोने सिस्टीन चॅपेलच्या अंधाऱ्या छतावर नजर टाकली. मायकल अॅन्जलोचा देव खाली बघत होता – तो तरी आनंदी दिसत होता.

''मला नुसतं बघत राहणं शक्य झालं नाही.'' कुणाच्याच डोळ्यांत काही कळल्याचे भाव कसे उमटत नाहीत? कळत कसे नाही, त्याच्याशिवाय पर्यायच नव्हता म्हणून?

सर्व किती अगदी साधे सरळ आहे.

इल्युमिनाटी! विज्ञान आणि सैतान यांचे एकच रूप.

क्रौर्य आणि आशा. पुन्हा त्यांची श्रद्धा बळकट कर.

आजच्या रात्री इल्युमिनाटींची ताकद पुन्हा थैमान घालत होती. पण परिणाम किती

संस्मरणीय होते. सगळी उदासीनता झटक्यात उडून गेली होती. एखाद्या विजेप्रमाणे भयानक भीतीची लहर जगभर सळसळत गेली होती आणि भीतीमुळे सर्व जग एकत्र आले होते. देवाच्या दिव्यत्वाची प्रचिती आली होती. अंध:कार दूर झाला होता.

मला नुसते बघत राहणे शक्यच नव्हते.

आणि देवानेच तर स्फूर्ती दिली होती. त्या दु:खद रात्री एखाद्या प्रकाशबिंदूप्रमाणे तो चमकून उठला होता. *सर्व जगाची श्रद्धा नाहीशी होत चालली आहे. कोणीतरी त्यांना मार्ग दाखवायला हवा. तू नाहीस तर मग कोण? त्याने तुझ्यासाठी मोठ्या योजना आखल्या आहेत, कार्लो! जुन्याच सैतानी शक्ती दाखव त्यांना. त्यांच्या दहशतीची आठवण करून दे. उदासीनता म्हणजे मृत्यूच असतो. अंधाराशिवाय प्रकाश पसरत नाही. क्रौर्य नसेल तर चांगुलपणा कळत नाही. त्यांनाच निवड करू दे. अंधार का प्रकाश. कुठे आहे भीती? कुठे आहेत शूर नायक? आत्ता नाही, तर कधी?*

तो कार्डिनल्सजवळ पोहोचत असताना ते बाजूला सरकायला लागले. लाल कंबरपट्ट्याचा समुद्र दुभागत जाताना त्याला अगदी मोझेससारखे वाटले. अल्टारवर रॉबर्ट लँग्डनने टी.व्ही. बंद केला आणि व्हिट्टोरियाचा हात पकडून तो बाजूला झाला. रॉबर्ट लँग्डनचा जीव नक्की देवाच्याच इच्छेने वाचला होता याची कामेरलेंगोला खात्री होती. पण कशासाठी?

सिस्टीन चॅपेलमधल्या शांततेचा भंग चॅपेलमधल्या एकुलत्या एका स्त्रीच्या आवाजाने केला. *"तू – तू माझ्या पपांचा खून केलास."*

कामेरलेंगो व्हिट्टोरिया वेत्राकडे वळला. तिच्या चेहऱ्यावर दु:ख का होते, हे त्याला कळू शकत होते. *पण राग?* तिला तरी निश्चित कळायला हवे. तिच्या बापाची प्रगल्भ बुद्धिमत्ता घातक होती. मानवजातीच्या कल्याणासाठी त्याला थांबवायलाच हवे होते.

"ते देवाचं काम करत होते." व्हिट्टोरिया म्हणाली.

"देवाचे काम प्रयोगशाळेत करत नाहीत. हृदयात करतात."

"पपांचं मन अगदी शुद्ध होतं. त्यांच्या संशोधनाने सिद्ध केलं होतं की..."

"त्यांच्या संशोधनाने सिद्ध केलं होतं, की माणसाच्या मनाची झेप त्याच्या हृदयाच्या झेपेच्या मानाने खूप मोठी आहे." आपला स्वर फार तिखट येतो आहे अशी जाणीव होताच कामेरलेंगोने आवाज खाली आणला. "तुझ्या बापासारखा धार्मिक माणूस आज रात्री आपण बघितले तसे अस्त्र निर्माण करत असेल तर दुसरा कुठलाही सामान्य माणूस त्याच्या तंत्रज्ञानाचा कसा उपयोग करेल? कल्पना कर जरा."

"म्हणजे *तुझ्यासारखा* माणूस."

कामेरलेंगोने एक दीर्घ श्वास घेतला. कसे कळत नाही हिला? माणसाची नीतिमत्ता विज्ञानाच्या वेगाने प्रगत होत नव्हती. या शस्त्राची ताकद सांभाळण्याइतकी

मानवजात सुसंस्कृत बनलेली नाही. *आपण निर्माण केलेले अस्त्र वापरले नाही असे कधी घडलेले नाही.* माणसाच्या शस्त्रसंभारात भर घालणारे प्रतिवस्तू हे असेच एक अस्त्र आहे. माणूस विनाश घडवून आणायला कधीच शिकला आहे. इतरांचा जीव घ्यायला तर फार पूर्वीच शिकला आहे. *आणि त्याच्या आईच्या रक्ताचा सडा पडला.* लिओनार्दो वेत्राची प्रगल्भ बुद्धिमत्ता दुसऱ्या एका कारणामुळे धोकादायकच होती.

''शतकानुशतके विज्ञान धार्मिक श्रद्धेच्या चिरफळ्या उडवत असताना चर्चने दुर्लक्ष केलं. विज्ञानाने सर्व चमत्कारांची टर उडवली. हृदयाशी संबंध टाळून बुद्धीचा वापर सुरू केला. धर्म म्हणजे अफूची गोळी आहे आणि देव हा फक्त एक आभास आहे असे कंठरवाने ओरडून सांगायला सुरुवात केली. आयुष्याला काही अर्थ नाही हे सत्य स्वीकारण्याची ताकद नसलेल्या दुर्बलांच्या कुबड्या म्हणजे देव म्हणे. विज्ञानाने देवाच्याच सामर्थ्याचा वापर करायला सुरुवात केल्यावर नुसते बघत राहाणे मला शक्य नव्हते. *पुरावा?* विज्ञानाच्या अज्ञानाचा पुरावा? आपल्या कळण्यापलीकडे काहीतरी अस्तित्वात आहे या कबुलीत काय चूक आहे? ज्या दिवशी विज्ञान देवाचे अस्तित्व प्रयोगशाळेत सिद्ध करेल त्या दिवसापासून माणसाला श्रद्धेची आवश्यकता राहाणार नाही.''

''म्हणजे *चर्चची* आवश्यकता राहाणार नाही तो दिवस, बरोबर?'' व्हिट्टोरिया त्याच्याकडे जात म्हणाली. ''फक्त एकाच गोष्टीमुळे तुमचा लोकांवर ताबा राहिला आहे. *संशय!* केवळ त्याचमुळे लोक चर्चकडे वळतात. जीवनाला काहीतरी अर्थ आहे हे समजण्याची आपली गरज, आपल्याला वाटणारी असुरक्षितता, सर्व काही एका मास्टरप्लॅनप्रमाणे घडतं आहे हा दिलासा. पण विचारशक्ती या ग्रहावर फक्त चर्चलाच दिलेली आहे? आपल्यापैकी प्रत्येकजण वेगवेगळ्या मार्गाने देवाचा शोध घेत असतो. तुम्हाला कसली भीती वाटते एवढी? *चर्चच्या भिंतींबाहेरच* कुठेतरी देव आपले अस्तित्व प्रकट करेल याची? का त्यांच्या आयुष्यातच माणसं देवाचा शोध घेतील आणि तुमच्या पुराणकालीन परंपरा सोडून देतील याची? नवीन धर्म जन्माला येतात. अंतर्मने प्रश्नांची उत्तरं शोधायचा प्रयत्न करताना, हृदयं नवीन सत्यं पचवायचा प्रयत्न करतात. पपा *तुमच्यासारख्यांच्या शोधातच* सामील होते. समांतर मार्गाने. तुमच्या का हे ध्यानात येऊ नये? देव काही आकाशातून नजर ठेवणारी सर्वशक्तिमान अधिकारी व्यक्ती नाही की जिची आज्ञा मोडली तर ती आपल्याला भडकत्या ज्वाळांमधे फेकून द्यायची धमकी देईल. देव हा अशा ऊर्जेचा स्त्रोत आहे की जो सर्वच प्राणीमात्रांच्या नसानसांतून खेळतो आहे. त्यांच्या हृदयात वास्तव्य करतो आहे. देव प्रत्येक गोष्टीत आहे.''

''फक्त विज्ञान सोडून!'' कामेरलेंगो संतापाने उद्गारला. त्याच्या डोळ्यांत कीव दिसत होती. ''व्याख्येप्रमाणेच विज्ञानाला आत्मा नसतो. विज्ञानाचा हृदयाशी संबंध

नसतो. बुद्धीने निर्माण केलेले प्रतिवस्तू सारखे चमत्कार जगामधे चांगले-वाईट असा विचार न करता प्रकट होतात. अत्यंत धोकादायक गोष्ट आहे ही. आणि सैतानी गोष्टीच अज्ञानाचा अंध:कार दूर करतील असे विज्ञान सांगायला लागल्यावर म्हणायचे तरी काय? काही काही प्रश्नांना उत्तरंच नसतात हे खरोखर किती सुंदर आहे. पण विज्ञानाने त्यांचीही उत्तरं द्यायचं वचन द्यावे?'' त्याने मान हलवली. "नाही.''

क्षणभर शांतता पसरली. व्हिट्टोरियाची संतापाने त्याच्यावर रोखलेली नजर ढळली नव्हती. त्याला थकल्यासारखे वाटायला लागले. हे असे घडायला नको होते. *ही देवाची शेवटची कसोटी नाही ना?*

कुणालाच काय बोलायचे सुचत नव्हते अशा शांततेचा भंग मेस्तातीने केला. *"प्रेफरीती,''* तो घाबरल्यासारखा कसाबसा कुजबुजला. "बाग्गिया आणि इतर. सांग, प्लीज सांग की तूच...''

कामेरलेंगो मेस्तातीकडे वळला. त्याच्या आवाजातल्या दु:खाचेच त्याला आश्चर्य वाटले होते. निदान मेस्तातीला कळायला नको? विज्ञानाचे चमत्कार दररोज मोठ्या मथळ्याखाली प्रसिद्ध होत होते. धर्माचे काय? धार्मिक चमत्कारांना गेल्या किती शतकात अशी प्रसिद्धी मिळाली होती? झोपलेल्या जगाला जागे करण्यासाठी, मानवजातीला योग्य मार्गावर आणण्यासाठी, त्यांची श्रद्धा पुन्हा देवाकडे वळवण्यासाठी, धार्मिक चमत्काराची गरज निर्माण झाली होती. *प्रेफरीती* म्हणजे काही धार्मिक नेते नव्हते. आधुनिक जगाचा स्वीकार करायला निघालेले, जुन्या परंपरांचा त्याग करायला तयार असणारे उदारमतवादी होते. माझा मार्गच फक्त बरोबर होता. नवा नेता हवा. तरुण, शक्तिमान, चमत्कार दाखवणारा. क्रौर्य आणि आशा. *चार जणांच्या बदल्यात लाखो जीवांची श्रद्धा!* हुतात्मे म्हणून ते अजरामर होणार होते. चर्च त्यांचा गौरव करणार होते. *देवाची कीर्ती दिगंत फडकवण्यासाठी आजपर्यंत हजारो जणांनी मरण पत्करले नव्हते? हे तर फक्त चारच होते.*

"प्रेफरीती.'' मेस्ताती पुन्हा म्हणाला.

"मीही त्यांच्यासारख्याच यातना सहन केल्या आहेत.'' आपल्या छातीकडे बोट दाखवत कामेरलेंगोने स्वत:च्या कृत्याचे समर्थन केले. "आणि मीही देवासाठी मरण पत्करेन. पण माझे काम आता कुठे सुरू झाले आहे. सेन्ट पीटर्स चौकात सर्व आनंदाने गात आहेत.''

मेस्तातीच्या डोळ्यांत घृणा दिसली आणि तो पुन्हा गोंधळात पडला. माझ्यावर मॉर्फिनचा परिणाम होतो आहे की काय? मेस्ताती तर असा बघत होता की जणू काही कामेरलेंगोने स्वत:च्या हातांनी त्या कार्डिनल्सना ठार केले होते. *अर्थात देवासाठी मी तेही करेन*, कामेरलेंगोच्या मनात विचार आला. पण त्याने त्यांचा जीव घेतला नव्हता. ते हॅसासिन्चे कृत्य होते. तो इल्युमिनाटींचे काम करतो आहे अशी फसवणूक करून

त्या रानटी माणसाकडून त्याने ते काम करवून घेतले होते. *मी जानस,* कामेरलेंगोने त्याला सांगितले. *मी माझे सामर्थ्य सिद्ध करेन.* त्याने तसे सिद्ध करून दाखवले. हॅसासिन्च्या द्वेषामुळेच तो देवाच्या हातातले एक प्यादे बनला होता.

"गाणी ऐका." कामेरलेंगो हसऱ्या चेहऱ्याने म्हणाला. त्याच्या हृदयात तर आनंदाची कारंजी उडत होती. "क्रूर कर्मांमुळे मनं जुळतात. एखादं चर्च जाळलं तर सर्व समाज एकत्र येतो, हातात हात घालत आणि देवाची गाणी गातच नवीन चर्च बांधतो. आज कसे सर्व एकत्र आले आहेत ते बघा. भीतीने ते स्वगृही परतले आहेत. आधुनिक माणसासाठी आधुनिक सैतान निर्माण करा. त्यांना क्रौर्याचा नवीन चेहरा दाखवा. सर्व उदासीनता नष्ट होईल. सरकार चालवणारे, बँका, शाळा चालवणारे, देवाचे घरच विज्ञानाने उद्ध्वस्त करायला निघालेले असे आपल्यातच दडलेले सैतान त्यांना दाखवा. विकृती खूप खोलवर दडलेली असते. माणसाने कायम सावध राहायला हवे. चांगुलपणा शोधा. चांगले बना."

कुणीही काही बोलले नाही. आता तरी कळले असेल त्यांना. इल्युमिनाटी पुन्हा निर्माण झाले नव्हते. ते कधीच नाहीसे झाले होते. त्यांच्या आख्यायिकाच फक्त शिल्लक होत्या. कामेरलेंगोने त्यांची फक्त आठवण करून दिली होती. ज्यांना इल्युमिनाटींचा इतिहास माहिती होता, त्यांनी ती दहशत पुन्हा अनुभवली. ज्यांना ती दहशत माहीत नव्हती त्यांना ती कळली आणि त्यांच्या लक्षात आले की ते किती आंधळेपणाने वागत होते. औदासीन्याने पछाडलेल्या जगाला जागे करण्यासाठी प्राचीन सैतानी दहशतच पुन्हा उभी करणे भाग होते.

"आणि... आणि ते ब्रॅन्ड्स?" मेस्तातीच्या आवाजात संताप होता.

कामेरलेंगोने उत्तर दिले नाही. ते शंभरएक वर्षांपूर्वीच व्हॅटिकनने जप्त केले होते, हे मेस्तातीला माहीत असण्याची शक्यता नव्हती. सर्वांना त्यांचा विसर पडला होता. पोपच्या व्हॉल्ट्समधे ते धूळ खात पडले होते. चर्चच्या मताप्रमाणे ज्या वस्तू पोपशिवाय इतरांच्या दृष्टीस पडणे धोकादायक वाटत असे अशा सर्व वस्तू पोपच्या खाजगी बॉरगिया अपार्टमेन्टमधल्या व्हॉल्ट्समधे बंद असत.

भीती निर्माण करणाऱ्या वस्तू कशासाठी लपवून ठेवायच्या? भीतीमुळे तर लोक देवाकडे वळतात.

व्हॉल्टच्या किल्ल्या एका पोपकडून दुसऱ्या पोपकडे जात. कामेरलेंगो कार्लो व्हेन्त्रेस्काने किल्ल्या चोरूनच आत प्रवेश केला होता. व्हॉल्ट्समधे काय काय गोष्टी दडवून ठेवल्या आहेत त्यांच्या आख्यायिका ऐकूनच त्याला मोह पडला होता. *अपोक्रिफा* नावाने ओळखली जाणारी बायबलची अप्रसिद्ध अशी चौदा हस्तलिखिते. फातिमाने वर्तवलेली तीन भविष्ये – ज्यातली दोन खरी ठरली आहेत आणि तिसरे इतके भयानक आहे की चर्च ते कधीच उघड करणार नव्हते.

याशिवाय कामेरलेंगोला 'इल्युमिनाटी कलेक्शन' सापडले होते. रोममधून त्या संघटनेची हकालपट्टी केल्यानंतर सापडलेल्या सर्व गुप्त गोष्टी – त्यांचा तो पाथ ऑफ इल्युमिनेशन – व्हॅटिकनचा प्रमुख आर्टिस्ट बर्निनी याने कावेबाजपणे केलेली फसवणूक – व्हॅटिकनच्याच कॅसल सेन्ट ॲन्जलोमधे गोळा होऊन युरोपमधल्या उच्च शास्त्रज्ञांनी केलेली धर्माची टवाळकी. त्या कलेक्शनमधे एक पंचकोनी आकाराची पेटी होती. त्यात लोखंडाचे ब्रॅन्ड होते. त्यातल्या एकाबद्दल तर अनंत आख्यायिका होत्या – इल्युमिनाटी डायमंड. व्हॅटिकनच्या या इतिहासाची आठवणसुद्धा व्हॅटिकनमधे कुणाला नको होती. पण कामेरलेंगोला असे वाटले नव्हते.

"पण प्रतिवस्तू..." व्हिट्टोरिया उद्गारली. "तू व्हॅटिकन शहराचाच विनाश घडवून आणला असतास."

"हे देवाचं कार्य होतं. देव तुमच्या बाजूने असेल तर काही धोकाबिका नसतो."

"तुझं डोकं पार फिरलेलं आहे." व्हिट्टोरिया संतापानेच उद्गारली.

"लाखो लोक वाचले आहेत."

"पण काहींचे खून पडले आहेत."

"आणि देवावरची श्रद्धाही बळकट झाली आहे."

"ते माझ्या पपांना आणि मॅक्स कोहलरला सांग."

"सर्नचा वेडेपणा आणि उद्धटपणा जगासमोर मांडायलाच हवा होता. अर्धा मैल परिघातले सर्व नष्ट करणारा एवढासा थेंब? आणि तू *माझे* डोके फिरले आहे म्हणतेस?" कामेरलेगोच्या मनात खदखदत असलेला संताप उफाळून वर यायला लागला. त्याच्यावर काय साधी जबाबदारी होती? *"ज्यांचा विश्वास असतो* त्यांना कठीण दिव्यांना तोंड द्यावेच लागते. अब्राहमकडून देवाने त्याच्या स्वत:च्याच मुलाचा बळी मागितला होता. जीझसला क्रूसवर यातना भोगायला लावल्या होत्या. दुष्ट शक्तींची आठवण विसरू नये म्हणून रक्ताळलेला, अनंत यातना देणारा तोच क्रूस तेव्हापासून आपण डोळ्यांसमोर ठेवतो. जीझसच्या शरीरावरल्या खुणा दुष्ट काळ्या शक्तींची कायम आठवण ठेवायला लावतात. माझ्या शरीरावरल्या खुणाही तशाच आहेत. दुष्ट शक्ती असतातच! पण देवाच्या सामर्थ्यासमोर त्यांचा निभाव लागत नाही."

त्याच्या आरडाओरड्याचे प्रतिध्वनी सिस्टीन चॅपेलच्या भिंतीवरून उमटले आणि नंतर भयानक शांतता पसरली. काळच थांबला असावा. मायकल ॲन्जलोचे *'लास्ट जजमेंट'* मनात धडकी निर्माण करत होते – जीझस पाप्यांना नरकात फेकून देत होता.

"काय करून बसला आहेस तू कार्लो?" मेस्ताती कुजबुजला आणि त्याने डोळे मिटून घेतले. तरीही एक अश्रू बाहेर ओघळलाच. "हिज होलिनेस?"

या क्षणापर्यंत पोपबद्दल सर्वजण विसरूनच गेले होते. *पोप!* विषप्रयोगाने मृत्यू पावलेला पोप!

"खोटारडा! पापी!" कामेरलेंगो म्हणाला.

मेस्तातीच्या अंगातली सर्व शक्तीच गेली. "तू काय बोलतो आहेस कार्लो! तो अत्यंत प्रामाणिक होता आणि तुझ्यावर त्याचं अतोनात प्रेम होतं."

"माझंसुद्धा होतं." *अरे देवा! काय प्रेम होते माझे त्यांच्यावर! आणि काय फसवणूक केली त्यांनी! देवाला दिलेली शपथही मोडली.*

आत्ता त्यांना माहीत नाही, पण कळेल. मी सांगितले की समजेल. चर्चच्या इतिहासात या पोपइतका लबाड आणि नीच पोप पूर्वी कधी झालेला नसेल. ती भयानक रात्र आजही कामेरलेंगोला स्पष्टपणे आठवत होती. उत्पत्तीबद्दलच्या वेत्राच्या सिद्धान्ताबद्दलची आणि प्रतिवस्तूच्या विध्वंसक शक्तीबद्दलची माहिती घेऊन तो सर्नमधून परत आला होता. यातले धोके पोपच्या तात्काळ लक्षात येतील याची कामेरलेंगोला पूर्ण खात्री होती. झाले उलटेच. वेत्राच्या संशोधनामुळे पोपची आशा जागृत झाली. आध्यात्मिक पाया असलेल्या या शास्त्रीय संशोधनासाठी, चर्चची सद्भावना दर्शवण्यासाठी म्हणून, व्हॅटिकनने वेत्राला पैसा पुरवावा अशी पोपने सूचना केली.

काय वेडेपणा हा! चर्चचे अस्तित्व कालबाह्य ठरवणाऱ्या संशोधनासाठी चर्चनेच पैसा पुरवायचा? सर्व संहारक अस्त्राची निर्मिती करणाऱ्या संशोधनासाठी? ज्या बॉम्बमुळे त्याच्या आईचा मृत्यू...

"पण तुम्ही हे करता कामा नये." कामेरलेंगो म्हणाला होता.

"विज्ञानाने माझ्यावर खूप उपकार केले आहेत," पोप उत्तरला. "आणि आयुष्यभर ते मी लपवून ठेवले आहेत. मी तरुण असताना विज्ञानाने मला दिलेली देणगी मी कधीही विसरलेलो नाही."

"मला कळत नाही. *देवाच्या माणसाला देण्यासारखे विज्ञानाकडे काय आहे?"*

"जरा गुंतागुंतीचं आहे. तुला समजवायला वेळ लागेल. पण माझ्याबद्दलची एक सत्य गोष्ट तुला माहीत असणं आवश्यक आहे. इतकी वर्षं मी ती गुप्त ठेवली होती. मला वाटतं की ती तुला सांगायची वेळ आता आली आहे."

आणि पोपने एक धक्कादायक सत्य सांगितले.

१३२

सेन्ट पीटर्सच्या कबरीसमोर मातीमधे पाय पोटाशी घेऊन कामेरलेंगो पडला होता. नेक्रोपोलिसमधे खूप थंडी वाजत होती. पण थंडीमुळेच त्याच्या शरीरावर

झालेल्या जखमांतून रक्त वाहणे थांबले होते. तो इथे असताना पोपला सापडणारच नाही. कुणालाच नाही.

जरा गुंतागुंतीचे आहे, पोपच्या आवाजाचे त्याच्या मनात प्रतिध्वनी उमटत होते. *तुला समजवायला वेळ लागेल.*

पण कितीही वेळ गेला तरी त्याला समजणे शक्यच नव्हते, हे कामेरलेंगोला कळले होते.

''खोटारडे! मी विश्वास ठेवला तुमच्यावर! *देवानेही विश्वास ठेवला तुमच्यावर!*'' पोपच्या एकाच वाक्याने कामेरलेंगोचे सर्व जगच त्याच्याभोवती कोसळले होते. त्याचा पालनकर्ता कसा आहे याबद्दलचा त्याचा संपूर्ण विश्वास ढासळला होता. ते सत्य त्याच्या हृदयात असे काही घुसले की तो मागच्या मागे कोलमडला, पोपच्या कार्यालयाबाहेर पडला आणि हॉलमधे भडाभडा ओकला.

''थांब,'' त्याच्यामागे धावत येत पोप ओरडला होता. ''मी सांगतो ते नीट ऐक तरी.''

कामेरलेंगो पळून गेला होता. त्याला आणखी काही सहन करता येणे शक्य नव्हते. काय दुराचरण तरी! आणि दुसऱ्या कुणाला कळले तर? चर्चचे पावित्र्यच भ्रष्ट होईल. पोपच्या पवित्र शपथांनाही काही अर्थ नाही म्हणजे काय?

त्याच्या कानांमधे ओरडतच वेडेपणाने त्याच्या डोक्यात ठाण मांडले. तो भानावर आला तेव्हा पीटर्सच्या कबरीसमोर होता आणि त्या क्षणाला अत्यंत संतापलेला, उग्र रूपातला देव त्याच्यासमोर आला.

तुझा देव सूडबुद्धीचा आहे.

त्याने देवाबरोबर योजना आखल्या. ते दोघे मिळून चर्चचे रक्षण करणार होते. सगळीकडे दुष्टपणा भरला होता आणि सर्व जग दुर्लक्ष करत होते. पण ते दोघे मिळून या पाखंडी जगात श्रद्धा निर्माण करतील. जगाला प्राचीन दहशत पुन्हा दाखवतील आणि ती ठेचून काढतील! क्रौर्य आणि आशा! देवाचे सामर्थ्य लक्षात आल्यावर सर्वजण श्रद्धा बाळगतील.

देवाने घेतलेली पहिली परीक्षा कामेरलेंगोच्या कल्पनेपेक्षा कमी त्रासाची ठरली. पोपच्या बेडरूममधे चोरून घुसणे – त्याची सिरिंज भरणे – मृत्यूच्या वेळी धडपड करत असताना, तो झटके देत असताना त्याचे तोंड दाबून ठेवणे. पोपच्या भिरभिरणाऱ्या नजरेवरून कामेरलेंगोला कळत होते की त्याला काहीतरी सांगायचे होते.

पण त्याला आता फार उशीर झाला होता.

तो आधी बोलला होता तेच खूप होते.

१३३

"**पो**पने मुलाला जन्म दिला होता."

सिस्टीन चॅपेलमधे कामेरलेंगो ताठ उभा राहून सांगत होता. त्याच्या मनाची थोडीशीही चलबिचल दिसली नाही. पाच शब्दांनी काय भलतेच रहस्य उघडे केले होते. सर्वजण चरकले. कामेरलेंगोकडे बघणाऱ्या, त्याला गुन्हेगार समजणाऱ्या दृष्टीत बदल झाला. ते भयचकित नजरेने बघायला लागले. त्याची नक्की चूक असू दे म्हणून ते मनातून प्रार्थना करत असावेत.

पोपने मुलाला जन्म दिला होता.

लँग्डनच्या कानांवरही शॉकवेव्हप्रमाणे हे शब्द आदळले. व्हिट्टोरियाचा त्याच्या हातामधला हातही थरथरला. लँग्डनच्या मनात आधीच उत्तरे न मिळालेल्या प्रश्नांनी गर्दी केली होती. आता ते थाऱ्यावर राहिना.

कामेरलेंगोचे शब्द तसेच सिस्टीन चॅपेलमधे तरंगत राहतील असे वाटायला लागले. त्याच्या वेडसर नजरेतही लँग्डनला पूर्ण खात्री दिसत होती. लँग्डनला याच्याशी काहीही संबंध नकोसा झाला. आपण कुठले तरी भीषण स्वप्न बघतो आहोत, त्यातून बाहेर पडलो की सर्व गोष्टी साध्या सरळ असतील अशी काहीतरी कल्पना लँग्डनच्या मनात येऊन गेली.

"खोटे असणार हे." एक कार्डिनल ओरडला.

"मी यावर मुळीच विश्वास ठेवणार नाही." दुसरा ओरडला. "देवावरती पोपएवढी श्रद्धा ठेवणारा दुसरा माणूस मी कधी बघितलेला नाही."

यानंतर मेस्तातीचे व्यथित अंत:करणाने बोललेले शब्द सर्वांच्या कानांवर आले. "मित्रांनो, कामेरलेंगो म्हणतो आहे ते सत्य आहे." मेस्तातीने काहीतरी अर्वाच्य शब्द उच्चारले असावेत अशा तऱ्हेने सर्वांनी त्याच्याकडे नजर वळवली. "पोपनी खरोखरच मुलाला जन्म दिला होता."

अनामिक भीतीने सर्व कार्डिनल्सचे चेहरे पांढरेफटक पडले.

कामेरलेंगोला तर जबरदस्त धक्का बसला. "तुम्हाला माहीत होतं? पण... पण ते कसं कळलं?"

"हिज होलिनेसची निवड झाली तेव्हा... तेव्हा... मी *डेव्हिल्स ॲडव्होकेट* होतो."

लँग्डनच्याही लक्षात आले, म्हणजे माहिती बहुधा खरी आहे. व्हॅटिकनमधली लफडी कुलंगडी बाहेर काढायची, तर कुप्रसिद्ध डेव्हिल्स ॲडव्होकेट एवढी

अमर्याद सत्ता कुणाजवळही नसते. पोपच्या बाबतीत तर अशी लफडी नंतर उघडकीला आली तर खूपच धोकादायक ठरू शकतात. म्हणून पोपच्या निवडीपूर्वी सर्व उमेदवारांची गुप्त चौकशी करून माहिती मिळवण्यासाठी एका कार्डिनलची नेमणूक होते – डेव्हिल्स ॲडव्होकेट – पोप म्हणून निवड व्हायची शक्यता असलेले कार्डिनल्स *पोप का बनू नयेत* हे शोधून काढण्याची जबाबदारी त्याच्यावर असते. स्वत:च्या मृत्यूच्या आधीपासूनच गादीवर असलेला पोप डेव्हिल्स ॲडव्होकेटची नेमणूक करतो. पण अशी नेमणूक झालेल्या कार्डिनलने आपली ओळख द्यायची नाही असाही अलिखित नियम असतो. *कधीही नाही.*

''मी डेव्हिल्स ॲडव्होकेट होतो.'' मेस्ताती पुन्हा स्पष्टपणे म्हणाला. ''म्हणून तर मला शोधून काढता आले.''

सर्व कार्डिनल्स आ वासून बघत राहिले. आजची रात्र बहुधा सर्व नियम गुंडाळून ठेवून खिडकीबाहेर फेकून द्यायची होती.

संतापाने फूत्कारतच कामेरलेंगो म्हणाला, ''आणि तुम्ही... तुम्ही कोणालाही सांगितले नाही?''

''मी त्यालाच स्पष्टपणे विचारलं आणि त्याने कबूलही केलं. त्याने खरं तर सर्व कथाच सांगितली आणि सुचविलं की ही गुप्त बातमी बाहेर फोडायची की नाही याबाबत माझी सदसद्विवेकबुद्धी जे सांगत असेल तोच निर्णय मी घ्यावा.''

''आणि तुमच्या हृदयाने ही माहिती *दाबून टाकायला सांगितली?''*

''पोप म्हणून निवडून येण्यासाठी त्याला अभूतपूर्व पाठिंबा होता. लोकांचं प्रेम होतं त्याच्यावर. ही गुप्त बातमी बाहेर पडली असती तर चर्चला मोठा धक्का पोहोचला असता.''

''पण त्यांनी *मुलाला जन्म दिला होता.* ब्रह्मचर्याची पवित्र शपथ मोडली होती.'' कामेरलेंगो किंचाळतच बोलायला लागला. त्याला त्याच्या आईचा आवाज येत होता. *देवाला दिलेल्या वचनाइतके पवित्र वचन दुसरे नाही. देवाला दिलेले वचन कधी मोडू नकोस.* ''पोपने वचन मोडलं.''

मेस्तातीने अत्यंत अस्वस्थ होऊन म्हटले. ''कार्लो – त्यांचं प्रेम... *पवित्र* होतं. त्यांनी कुठलीही शपथ मोडली नव्हती. त्यांनी समजावून सांगितलं नव्हतं तुला?''

''मला काय समजावून सांगणार?'' पोप हाका मारत असताना पोपच्या ऑफिसमधून धावत बाहेर पडल्याची कामेरलेंगोला आठवण झाली. पोप म्हणत होते, *थांब, मी सांगतो आहे ते नीट ऐक तरी.*

हळूहळू, दु:खी अंत:करणाने मेस्तातीने सर्व गोष्ट सांगितली. ''खूप वर्षांपूर्वी पोप हा जेव्हा साधा प्रीस्ट होता तेव्हा तो एका तरुण ननच्या प्रेमात पडला. दोघांनीही अविवाहित राहाण्याची शपथ घेतली होती आणि देवाला दिलेले वचन

मोडायची दोघांचीही तयारी नव्हती, पण हळूहळू गाढ प्रेमात पडल्यावर; त्यांनी शारीरिक आकर्षणावर मात केली असली तरी, दुसऱ्याच एका अनपेक्षित गोष्टीसाठी ते मनामधे झुरायला लागले. देवाच्या अंतिम चमत्कारात त्यांना सहभाग हवासा वाटला – एक मूल – त्यांचे *स्वतःचे मूल.* तिला तर याचा ध्यासच लागला. पण तरीही देवाची सेवा प्रथम! वर्षभरात दोघेही अत्यंत निराश झाले असतानाच ती एक दिवस अत्यंत उत्साहाने धावतच त्याच्याकडे आली. विज्ञानाच्या एका नवीन चमत्काराबद्दलचा लेख तिच्या वाचनात आला होता. शारीरिक संबंध न ठेवताही मूल जन्माला घालता येईल अशी पद्धत म्हणे विज्ञानाने शोधून काढली होती. नक्की देवानेच मार्ग दाखवला अशी तिची खात्री होती. तिच्या डोळ्यांतला न मावणारा आनंद बघून प्रीस्टनेही संमती दिली. वर्षभराने कृत्रिम गर्भधारणेने तिने एका मुलाला जन्म दिला.''

कामेरलेंगो हादरला. नक्की मॉर्फिनमुळेच आपली विचारशक्ती काम करेनाशी झाली असावी. भलत्याच गोष्टी ऐकल्यासारखे वाटत असावे. हे... छे! हे खरे असणे शक्य नाही.

अश्रूभरल्या डोळ्यांनी मेस्ताती पुढे म्हणाला, ''कार्लो, म्हणून तर विज्ञानाबद्दल पोपना कायम आस्था वाटे. विज्ञानाचं आपण काही देणं लागतो अशी भावना मनात असे. ब्रह्मचर्याची शपथ न मोडता विज्ञानाने त्यांना पित्याच्या सुखाचा अनुभव दिला होता. ते मला म्हणत की त्यांना एकाच गोष्टीचं नेहमी वाईट वाटतं. चर्चमधल्या उच्च स्थानांवरच्या जबाबदाऱ्या पार पाडता पाडता त्यांना त्यांचं प्रेम असलेल्या स्त्रीला भेटणं किंवा स्वतःचं मूल मोठं होताना बघण्याचा आनंद घेता येणं शक्य होत नव्हतं.''

आपले डोके पुन्हा भणभणायला लागल्याची कामेरलेंगोला जाणीव झाली.

स्वतःचे शरीर ओरबाडून काढायची इच्छा प्रबळ व्हायला लागली. *पण मला तरी ते कसे कळणार?*

''नाही. पोपने कुठलंही पाप केलं नव्हतं कार्लो. तो शुद्ध आणि पवित्र होता.''

''पण... त्यांच्या कृत्याने किती संकटं ओढवू शकतात याचा काही विचार?'' कामेरलेंगोच्या आवाजात आता तेवढा जोर नव्हता. ''समजा ती चवचाल स्त्री पुढे झाली तर? आणि – देव करो आणि तसे न होवो – समजा ते *मूलच* पुढे आलं तर? चर्चला लाजेने मान खाली घालावी लागणार नाही?''

''मूल तर *आधीच* सर्वांपुढे आलं आहे.'' थरथरत्या आवाजात मेस्ताती म्हणाला.

सिस्टीने चॅपेलमधे असह्य शांतता पसरली.

''कार्लो...'' मेस्तातीच्या तोंडातून शब्द फुटेनात. *''तूच त्या पोपचा मुलगा आहेस रे.''*

त्या क्षणाला आपल्या हृदयामधली सर्व श्रद्धा नाहीशी होते आहे असा कामेरलेंगोला भास झाला. अल्टारवर तो थरथरायला लागला. त्याच्या मागेच मायकल अँन्जलोची महान कलाकृती *'लास्ट जजमेन्ट'* होती. बोलण्यासाठी त्याने तोंड उघडले. पण ओठातून शब्द बाहेर फुटेनात.

''अजून लक्षात येत नाही तुझ्या?'' एक आवंढा गिळत मेस्तानीने विचारले. ''*म्हणून तर* हिज होलिनेस पालेर्मो इथल्या हॉस्पिटलमधे तुला भेटायला आले होते. त्यांनी तुला वाढवले. त्यांचे प्रेम असलेली नन – तुझी आई मारिया – तुझा संभाळ करण्यासाठी तिने ननरी सोडली. पण तिच्या देवावरच्या भक्तीमधे कधीही फरक पडला नाही. बॉम्बस्फोटामधे ती मृत्युमुखी पडली असून तू आश्चर्यकारकरीत्या बचावला आहेस कळल्यावर त्यांनी देवापुढे शपथ घेतली की, ते पुन्हा कधी तुला एकटे सोडणार नाहीत. कार्लो, तुझे मातापिता शुद्ध होते, पवित्र होते. त्यांनी देवाची सेवा तर केलीच, पण शपथ न मोडता तुलाही या जगात आणण्याचा मार्ग शोधला. तू त्यांचा मुलगा होतास – एक चमत्कार.''

कामेरलेंगोने कानांवर हात ठेवले. त्याला काहीही ऐकायची इच्छा नव्हती. त्याचे हातपाय हलेनात. त्याचे सर्व जगच उलटेपालटे झाले होते. तो धाडकन गुडघ्यांवर पडला आणि त्याने एक करुण किंकाळी फोडली.

सेकंद, मिनिटे, तास. सिस्टीन चॅपेलच्या चार भिंतींआड वेळेला अर्थ उरला नाही. सर्वजण नुसतेच ठोकळ्यासारखे उभे होते. प्रथम यातून सावरली ती व्हिट्टोरिया. लँग्डनचा हात सोडून ती कार्डिनल्सच्या गर्दीतून पुढे निघाली. चॅपेलचा दरवाजा कित्येक मैल लांब आहे आणि आपण पाण्यामधून चालावे तसे हळूहळू चालतो आहोत असे तिला वाटत होते.

तिच्या हालचालीनेच इतरजण भानावर यायला लागले. काही कार्डिनल्स प्रार्थना करायला लागले तर काही रडायला लागले. काही जण प्रथम भकास नजरेने तिच्याकडे बघत बसले तरी काही वेळातच त्यांच्या नजरेत भीती दाटून यायला लागली. ती या गर्दीतून पुढे होते न होते एवढ्यात कुणीतरी तिचा दंड पकडला. वृद्ध कार्डिनलच्या हातात जोर नसला तरी त्याने तिला घट्ट पकडले होते. ती वळली. त्या वृद्ध आणि ज्ञानी कार्डिनलच्या चेहऱ्यावर भीतीची दाट छाया पसरली होती.

''नाही. तू तसं नाही करू शकणार.''

व्हिट्टोरिया आश्चर्यानेच त्याच्याकडे बघत राहिली.

दुसरा एक कार्डिनल तिच्या बाजूला येऊन उभा राहिला. ''काही करण्यापूर्वी विचार करायला हवा आपल्याला.''

''आणि यामुळे किती यातना...'' तिसराच बोलायला लागला.

आणि बघताबघता ती कार्डिनल्सच्या गराड्यात सापडली. त्या सर्वांकडे थक्क

होऊन बघत राहिली. ''पण आज रात्री घडलेली भयानक कृत्यं... जगाला नक्कीच सत्य काय आहे ते समजायला हवं.''

''तू म्हणते आहेस ते मला मनोमन पटतं.'' त्या वृद्ध कार्डिनलने अजून तिचा दंड पकडून ठेवला होता. ''पण त्या मार्गाने एकदा पुढे पाऊल टाकलं तर ते मागे घेता येणार नाही. सर्वांच्या आशांचा चक्काचूर होईल. त्याचाही विचार करायला हवा. आणि उपहास! पुन्हा लोक *कधी तरी विश्वास ठेवतील आमच्यावर?''*

आणखी कार्डिनल्स पुढे झाले. काळ्या झग्यांची भिंतच जणू तिचा मार्ग अडवून उभी राहिली. ''सेन्ट पीटर्स चौकामधली गाणी ऐक. सत्य बाहेर कळलं तर त्यांच्या हृदयावर काय आघात होईल याचा विचार कर. आपण सारासार बुद्धीने, दूरदर्शीपणाने विचार करायला हवा.''

''विचार करायला, प्रार्थना करायला, वेळ हवा आहे आम्हाला.'' दुसराच एक कार्डिनल म्हणाला. ''आम्हाला भविष्याचा विचार करून वागायला हवं. आज जे घडलं त्याचे परिणाम...''

''त्याने माझ्या पपांचा खून पाडला. *स्वत:च्या वडिलांनाही* ठार केलं.''

''त्याच्या पापांची शिक्षा तो भोगेलच.'' तिचा दंड धरून उभ्या असलेल्या कार्डिनलच्या आवाजात विलक्षण दु:ख दाटून आले होते.

अर्थातच. त्याच्या पापांची सजा त्याला मिळेल याची *ती तर खात्रीच करून घेणार होती.* तिने पुन्हा दरवाज्याच्या दिशेने पाऊल टाकले. पण घाबरलेल्या चेहऱ्यांचे कार्डिनल्स तिला पुढे जाणे अशक्य करून टाकत होते.

''तुम्ही काय आता *मला ठार मारणार आहात?''* तिच्या तोंडातून शब्द निघून गेले.

वृद्ध कार्डिनल्सचे चेहरे पांढरेफटक पडले. व्हिट्टोरियालाही आपल्या शब्दांचा तात्काळ पश्चात्ताप झाला. दयाळू माणसे होती ती. आजच्या रात्रीत त्यांनी फारच भयानक रक्तपात बघितला होता. त्यांच्याकडून तिला कसलाच धोका नव्हता. ते विचित्र परिस्थितीत अडकले होते. घाबरले होते. काय करावे हे त्यांना सुचत नव्हते.

''जे योग्य आहे तेच मलाही करायचं आहे.'' वृद्ध कार्डिनल म्हणाला.

''मग जाऊ दे तिला.'' तिच्यामागून गंभीर स्वरात शब्द उमटले. शांत स्वरात उच्चारलेले पण निश्चयी. रॉबर्ट लँग्डन तिच्या शेजारी येऊन उभा राहिला. तिचा हात त्याने पुन्हा हातात घेतला, ''मी आणि मिस वेत्रा आत्ता या चॅपेलमधून निघून जाणार आहोत.''

''थांबा!'' पराभूत कामेरलेंगोला एकट्यालाच अल्टारवर सोडून मेस्ताती त्यांच्याकडे येता येता म्हणाला. थोड्याशाच वेळेत तो फार वृद्ध झाल्यासारखा, थकल्यासारखा भासत होता. माणुसकीला काळिमा आणणाऱ्या लांच्छनास्पद कृत्यांचा

भार जणू त्याच्या खांद्यांवर पडला होता. जवळ पोहोचताच त्याने एक हात लँग्डनच्या खांद्यावर टाकला, दुसरा व्हिट्टोरियाच्या खांद्यावर. त्याच्या स्पर्शामधला प्रामाणिकपणा व्हिट्टोरियाला जाणवला. त्याच्या डोळ्यांमधून वाहणारे अश्रू तर थांबतच नव्हते.

"तुम्ही *निश्चितच* कधीही बाहेर पडू शकता." मेस्ताती थांबला. त्याला होत असलेले दु:ख कुणाच्याही लक्षात आले असते. "माझी एकच विनंती आहे." तो बराच वेळ स्वत:च्या पायांकडेच बघत बसला. मग मान वर करून त्याने लँग्डन आणि व्हिट्टोरियाकडे बघितले. "हे *मलाच* करू द्या. मी सेन्ट पीटर्स चौकात जातो आणि काहीतरी मार्ग काढतो. मी सांगतो त्यांना. कोणत्या शब्दांत सांगणार ते मलाही कळत नाही. चर्चचा कबुलीजबाब हा चर्चकडूनच दिला गेला पाहिजे. आम्ही कुठे कमी पडलो असलो तर ते आम्हीच सांगायला हवं."

मेस्तानीने दु:खानेच मागे अल्टारकडे नजर वळवत म्हटले, "कार्लो, तू चर्चला किती भयंकर संकटात टाकले आहेस..." तो बोलायचा थांबला. आसपास बघायला लागला. अल्टारवर कुणीही नव्हते.

बाजूच्या वाटेवर कपड्यांची सळसळ ऐकू आली. खाडकन दरवाजा बंद झाला.

कामेरलेंगो नाहीसा झाला होता.

१३४

चॅपेलमधून कामेरलेंगो व्हेन्त्रेस्का एकटाच बाहेर पडलेला बघितल्यावर स्विस गार्ड्स गोंधळले. मला थोडा वेळ एकांत पाहिजे असे त्याने म्हटल्यावर त्यांनी त्याची आज्ञा पाळली आणि त्याला जाऊ दिले.

कोपऱ्यावरून त्यांच्या दृष्टिआड होताच त्याच्या मनात भावनांचे वादळ उठले. कोणत्याही माणसाच्या मनात इतका कल्लोळ उठू शकेल असे त्याला कधीही वाटले नव्हते. ज्या माणसाला तो 'होलि फादर' म्हणत असे आणि जो त्याला 'माझ्या मुला' अशी हाक मारत असे त्याच्यावरच त्याने विषप्रयोग केला होता. पिता आणि पुत्र या शब्दांच्या अशा वापरात काहीतरी धार्मिक परंपरा असावी असा त्याचा समज होता. पण आज त्या शब्दांमागचे भयंकर सत्य त्याला उमगले होते. त्या शब्दांचा अक्षरश: तोच अर्थ होता.

काही दिवसांपूर्वी तो जसा अंधारातून वेड्यासारखा धावत सुटला होता तसाच तो आजही धावत निघाला.

व्हॅटिकनमधल्या प्रीस्ट्सनी अर्धवट झोपेत असलेल्या कामेरलेंगोच्या खोलीचा दरवाजा सकाळी ठोकला तेव्हा पाऊस पडत होता. पोप त्यांचा दरवाजा उघडत नव्हते की फोनही उचलत नव्हते. त्यामुळे ते घाबरले होते. फक्त कामेरलेंगोच पोपच्या चेम्बरमधे कधीही जाऊ शकत असे म्हणून ते त्याच्याकडे आले होते.

एकट्यानेच पोपच्या चेम्बरमधे शिरल्यावर पोप बेडवर वाकडे तिकडे मृतावस्थेत पडलेले त्याला दिसले. आदल्या रात्रीप्रमाणेच. चेहरा तर सैतानासारखाच दिसत होता. जीभ काळीठिक्कर पडली होती. पोपच्या बेडवर जणू सैतानच झोपला होता.

आपण केलेल्या कृत्याचा कामेरलेंगोला मुळीच पश्चाताप होत नव्हता. देवच तर बोलला होता.

विश्वासघात तर कुणाला कळणारच नव्हता. निदान आत्ता तरी.

त्याने हृदयक्रिया बंद पडून पोप मरण पावल्याची भयानक बातमी जाहीर करून गुप्त बैठक बोलावण्याची तयारी सुरू केली.

मारियाचा आवाज त्याच्या कानात कुजबुजत होता. ''देवाला दिलेले वचन कधी मोडू नकोस.''

''ऐकू येते आहे मला आई. जगात श्रद्धाच नाहीशी होते आहे. सर्वांना पुन्हा योग्य मार्गावर आणायला हवे. क्रौर्य आणि आशा! फक्त तोच मार्ग आहे.''

''हो.'' ती म्हणाली. ''तू नाही... तर कोण? चर्चला या अंध:कारातून कोण बाहेर काढणार?''

प्रेफरीती? त्यांच्यापैकी तर नक्कीच कोणी नाही. सर्व म्हातारी माणसे. आत्ताच्या पोपच्या मार्गानेच जाणारी. उदारमतवादी. त्याची आठवण बाळगून शास्त्रीय संशोधनालासुद्धा मदत करतील. प्राचीन परंपरांचा त्याग करून आधुनिक पाठीराखे मिळवण्याचा प्रयत्न करतील. काळाच्या खूप मागे पडलेली असूनही आम्ही तसे नाही असे दाखवायचा केविलवाणा प्रयत्न करणारी म्हातारी माणसे आणि यात त्यांना यशही येणार नाही. चर्चची ताकद चर्चच्या परंपरेत होती. काळाप्रमाणे बदलण्यात नव्हती. सर्व जगच क्षणभंगुर असताना चर्चला कुठल्याही परंपरांमधे बदल करायचे कारण नव्हते, तर चर्चची अजूनही जगाला गरज आहे याची फक्त आठवण करून द्यायची आवश्यकता होती. दुष्ट सैतानी शक्ती अस्तित्वात आहेत, पण देव त्यांचा पाडाव करेल.

आणि त्यासाठी चर्चला नवा नेता हवा. म्हातारी माणसे कसली स्फूर्ती देणार? ते जीझसच करू जाणे. तरुण, सळसळत्या रक्ताचा, सामर्थ्यवान – *चमत्कार घडवू शकणारा नेता.*

''घ्या! आपला चहा घ्या!'' गुप्त बैठकीपूर्वी पोपच्या खाजगी लायब्ररीत त्यांना

सोडून जाताना कामेरलेंगोने चार *प्रेफरीतीं*ना सांगितले. "तुमचा वाटाड्या येईलच एवढ्यात."

त्यांनी खुषीने त्याचे आभार मानले. सुप्रसिद्ध पास्सेतोमधे प्रवेश करण्याची त्यांना संधी मिळणार होती. आजपर्यंत कधीही न घडलेली गोष्ट. जाण्यापूर्वी कामेरलेंगोने पास्सेतोच्या दरवाज्याची कुलपे उघडून ठेवली. अगदी सांगितलेल्या वेळेला दरवाजा उघडला गेला. एका परकीय भासणाऱ्या प्रीस्टने उत्साहाने बडबड करणाऱ्या चार *प्रेफरीतींना* मशालीच्या प्रकाशात आत नेले.

तिथून ते पुन्हा कधीच बाहेर पडले नव्हते.

ते क्रौर्य असणार होते. आणि मी आशा.

नाही — मीच क्रौर्य आहे.

सेन्ट पीटर्स बॅसिलिकाच्या अंधारातून कामेरलेंगो धडपडत पुढे निघाला. वेडेपणा, अपराधाची टोचणी, डोळ्यांसमोर तरळणारी पित्याची चित्रे, वेदना, मॉर्फिनचा परिणाम या सर्वांना तोंड देत असतानाही त्याला काय करायचे ते स्पष्ट कळत होते. विधिलिखित माहीत झाले होते. *कर्तव्याची पूर्ण जाणीव होती.*

आज रात्री पहिल्यापासूनच कुठलीही गोष्ट त्याने ठरवल्याप्रमाणे झाली नव्हती. कल्पनातीत अडथळे निर्माण झाले होते. पण प्रत्येक कठीण क्षणाला कामेरलेंगोने धाडसाने योजनेमधे बदल केले होते. पण तरीही आजच्या रात्रीचा शेवट असा होईल असे त्याला स्वप्नातही वाटले नव्हते.

पण दुसऱ्या कुठल्याही तऱ्हेने शेवट होऊच शकत नव्हता.

सिस्टीन चॅपेलमधे काय धडकी भरली होती त्याला. देवाने आपल्याला वाऱ्यावर सोडून दिले नाही ना? *बाप रे! काय योजना आखल्या होत्या देवाने त्याच्यासाठी.* तो गुडघ्यांवर कोसळला तेव्हा नाना शंकांनी त्याला घेरले होते. देवाचा आवाज कानांवर पडण्याची वाटत बघत असताना फक्त शांतताच होती. काहीतरी खूण दे म्हणून तो देवाची करुणा भाकत होता. सल्ला दे! मार्ग दाखव! घृणास्पद कृत्यांमुळे चर्चचा विनाश व्हावा ही देवाची इच्छा होती? शक्य नाही. *त्यानेच तर* सर्व गोष्टी कामेरलेंगोकडून करून घेतल्या होत्या. *नव्हत्या का?*

आणि त्याला देवाची खूण दिसली. ईश्वरी सन्देशच! साधी गोष्टच असाधारण प्रकाशात चमकून उठली. क्रॉस! अगदी साधासुधा लाकडी क्रूसवरचा जीझस. आणि सर्वच काय स्वच्छ दिसले – कामेरलेंगो एकटा नव्हता – कधीही एकटा असणार नव्हता.

ही देवाची इच्छा होती – अर्थ होता त्यात.

देवाचे ज्यांच्यावर सर्वांत जास्ती प्रेम असे त्यांच्याकडून फार मोठा त्याग त्याला अपेक्षित असे. कामेरलेंगोला हे कळायला इतका उशीर का लागला? त्याला

भीती वाटली होती? आपली तेवढी लायकी... नाही...? त्याने काही फरक पडत नव्हता. देवाने मार्ग शोधला होता, रॉबर्ट लँग्डनसुद्धा का बचावला होता हे त्याला उमगले. सत्य बाहेर येण्यासाठी. अगदी *हाच* शेवट घडवून आणण्यासाठी.

चर्च वाचवायचे तर हाच एकमेव मार्ग होता.

बॅसिलिकाच्या मध्यभागच्या जमिनीखालच्या मोठ्या चेम्बरपाशी येईपर्यंत त्याला आपण तरंगतो आहोत असेच वाटायला लागले. मॉर्फिनचा परिणाम चांगलाच जाणवायला लागला होता. पण आता चिंता नव्हती. देवाचे मार्गदर्शन होते.

लांबवर सिस्टीन चॅपेलमधून गोंधळलेले कार्डिनल्स गडबड करत बाहेर येत असल्याचे, स्विस गार्ड्सना ओरडून आज्ञा करत असल्याचे आवाज कानांवर पडत होते.

पण ते त्याला कधीच शोधू शकणार नव्हते. वेळेत तर नाहीच.

आता त्याला फारच घाई झाली. नव्व्याण्णव दिवे तेवत असलेल्या ठिकाणी तो धडाधड पायऱ्या उतरत पोहोचला. देवच त्याला पवित्र भूमीवर परत घेऊन येत होता. पुढे जाऊन नेक्रोपोलिसमधे पोहोचवणाऱ्या, जमिनीवरच्या बिजागऱ्या असलेल्या लोखंडी जाळीजवळ पोहोचला. नेक्रोपोलिस! ही रात्र तिथेच संपणार होती. त्याने एक दिवा उचलला. खाली उतरायची तयारी केली.

आणि तो थबकला. काहीतरी चूक घडते आहे. एकाकी आणि शांतपणे घडलेला शेवट? याने देवाची सेवा कशी घडणार? जीझसने सर्व जगासमोर यातना भोगल्या होत्या. नाही! एकाकी आणि शांतपणे शेवट ही नक्कीच देवाची इच्छा असू शकत नाही. कामेरलेंगो देवाचा आवाज कानांवर पडायची वाट बघत राहिला.

आवाज आला तो आईचा. *"कार्लो! देवाने तुझ्यासाठी मोठ्या योजना आखल्या आहेत कार्लो!"*

गोंधळून तो पुढे निघाला.

आणि अचानक देवच प्रकटला.

तो बघत राहिला. नव्व्याण्णव तेवणाऱ्या दिव्यांनी कामेरलेंगोची सावली संगमरवरी भिंतीवर पाडली होती. मनात धडकी उत्पन्न करणारी प्रचंड आणि विचित्र सावली. एका अर्धवट मानवी भासणाऱ्या आकृतीभोवती उफाळणाऱ्या ज्वाळा आणि सोनेरी प्रकाश. कामेरलेंगो स्वर्गामधे निघालेल्या देवदूतासारखा वाटत होता. स्वतःच्या सावलीकडे बघत त्याने आपले दोन्ही हात बाजूंना सरळ केले. मागे वळून पायऱ्यांकडे बघितले.

देवाला काय सुचवायचे होते ते त्याच्या बरोबर ध्यानात आले.

सर्व जण सिस्टीन चॅपेलबाहेर पडून तीन मिनिटे झाली होती. पण कामेरलेंगोचा कुठे पत्ता लागत नव्हता. अंधाराने त्याला जणू गिळून टाकले

होते. व्हॅटिकन शहरामधे पूर्ण शोध घ्या असे गार्ड्सना सांगायचे मेस्तातीच्या मनात येत होते, एवढ्यात सेन्ट पीटर्स चौकात पुन्हा आनंदाचे उधाण आले. उत्सवाची गडबड असावी तसा गोंगाट वाढला. कार्डिनल्स चमकून एकमेकांकडे बघत बसले.

मेस्ताती डोळे मिटत उद्‌गारला, ''देवा! आता तूच वाचव रे आम्हाला.''

त्या रात्री दुसऱ्यांदा कॉलेज ऑफ कार्डिनल्स सेन्ट पीटर्स चौकात पोहोचले. त्यांच्या रेट्यामुळे लँग्डन आणि व्हिट्टोरियाही तसेच गर्दीमधे ढकलले गेले. प्रसिद्धी माध्यमांचे प्रकाशझोत आणि कॅमेरे पुन्हा बॅसिलिकावर रोखले गेले. पोपच्या बाल्कनीत पाय ठेवणारा कामेरलेंगो कार्लो व्हेन्त्रेस्का हात सरळ बाजूला करून आकाशाकडे बघत होता. पांढऱ्या झग्यामधली, दिव्यांच्या प्रखर प्रकाशात चमकून उठलेली शुभ्र आणि पवित्र आकृती.

एखाद्या प्रचंड लाटेप्रमाणे चौकात उत्साहाला भरती आली आणि स्विस गार्ड्सचे अडथळे नाहीसे झाले. सर्व गर्दी बॅसिलिकाच्या दिशेने लोटली. लोक रडत होते, ओरडत होते, गात होते. कॅमेऱ्यांचे फ्लॅशलाईट्स चमकत होते. इतका गोंधळ माजला की तो कुणालाही आवरणे शक्य नाही असे वाटायला लागले.

पण तो कशामुळे तरी खाडकन थांबला.

उंचावरच्या बाल्कनीत कामेरलेंगोने थोडी हालचाल केली. हात समोर दुमडून त्याने प्रार्थनेसाठी डोके खाली वाकवले. एक एक, डझन डझन, शंभर शंभरजण चौकामधे तसेच वाकले.

अभूतपूर्व शांतता पसरली. मोहिनी मंत्राचा वापर केल्यासारखी.

मनाच्या कुठल्या तरी खोल कप्प्यात दडलेली कामेरलेंगोची प्रार्थना म्हणजे आशा निराशेचा खेळ होता. *क्षमा करा फादर* – आई – *चर्च म्हणजे तूच आहेस* – तुमच्या *या एकुलत्या एक पुत्राचा त्याग तरी समजून घे...*

ओ जीझस... नरकामधल्या अग्निकांडातून तू आम्हाला वाचव, सर्व आत्म्यांना स्वर्गामधे जागा करून दे, ज्यांची दयेची पात्रता आहे त्यांना तरी नक्कीच.

चौकामधली गर्दी, टी.व्ही. कॅमेरे बघण्यासाठीही कामेरलेंगोने डोळे उघडले नाहीत. सर्व जग बघते आहे हे त्याला मनोमन ठाऊक होते. त्याच्या यातनांमधेही या क्षणाला घडलेली एकजूट त्याला अत्यानंदाने बेहोशी आणत होती – सर्व जग जोडणारे जाळे जणू काही सर्व दिशांनी फैलावत होते. टेलिव्हिजन्ससमोर, घरी, गाड्यांमधे, सर्व जग एकदिलाने प्रार्थना करत होते. डझनवारी भाषांमधे शेकडो देशांत लोक देवाची प्रार्थना करत होते. ते उच्चारत असलेले शब्द नवीन होते, पण स्वतःच्या आवाजाएवढे माहितीचे – हृदयावर कोरलेली प्राचीन सत्ये.

हा सुसंवाद अनंतकाळ राहाणार होता.

आणि मग पुन्हा गाण्याचे आनंदी सूर चौकामधे घुमायला लागले.

अतिपवित्र त्रिमूर्ती – मी *माझे शरीर, रक्त, आत्मा तुला अर्पण करतो* – दुष्ट *कृत्ये, पवित्र गोष्टींचा अनादर, मतभिन्नता यांच्या मोबदल्यात...*

कामेरलेंगोला शारीरिक वेदना जाणवायला लागल्या. प्लेगसारख्या शरीरात पसरायला लागल्या. काही आठवड्यांपूर्वी देव प्रथम आला होता तेव्हाप्रमाणे शरीराचे टवके उडवावे असे त्याला वाटायला लागले. *जीझसने सहन केलेल्या यातना विसरू नकोस.* त्याच्या घशामधे धुराची चव यायला लागली. मॉर्फिनसुद्धा या वेदना शमवण्यास असमर्थ होते.

माझे इथले काम संपले आहे.

क्रौर्य त्याचे होते – आशा त्यांची.

देवाच्या इच्छेप्रमाणेच कामेरलेंगोने आपले शरीर, केस, चेहरा, लिननचा रोब सर्व तेलात भिजवले होते. दिव्यांमधल्या पवित्र तेलाने तो पार ओलाचिंब झाला होता. गोड वास होता. आईसारखाच. पण ते जळू शकत होते. त्याचे स्वर्गारोहण दयाळू असणार होते. अत्यंत शीघ्र आणि चमत्कारासारखे. आणि तो मागे कोणतीही भानगड सोडून जाणार नव्हता – फक्त नवीन सामर्थ्य आणि महान आश्चर्य!

त्याने झग्याच्या खिशात हात घालून आतमधून आणलेला सोनेरी लायटर काढला.

जजमेन्ट्समधले एक कवन त्याने स्वगत म्हटले. *आणि ज्वाळा जेव्हा स्वर्गाकडे निघाली तेव्हा देवाचा दूतही ज्वाळेमधून वर पोचला.*

त्याने लायटरच्या बटणावर अंगठा दाबून धरला.

सेन्ट पीटर्स चौकात सर्वजण आनंदाने गात होते...

सर्व जगाने ते दृश्य बघितले होते आणि कोणीच कधी ते विसरणार नव्हते.

बाल्कनीच्या मध्यावर, शारीरिक बंधनांमधून मुक्त झालेल्या आत्म्याप्रमाणे कामेरलेंगोच्या शरीराच्या मध्यभागापासून एक चमकदार ज्वाळा उफाळली आणि क्षणार्धात तिने त्याचे शरीर वेढून टाकले. त्याने किंकाळीही फोडली नाही. दोन्ही हात डोक्यावर उंच धरून तो आकाशाकडे बघत राहिला. धडाधडा पेटणारा एक प्रकाशाचा स्तंभच! सारे जग साक्षी असताना ज्वाळा उफाळत राहिल्या. किती काळ ते कुणास ठाऊक. शेवटी हळूहळू ज्वाळा विझल्या. कामेरलेंगो दिसेनासा झाला होता. आता तो बाल्कनीत कोसळला होता की हवेतच विरून नाहीसा झाला होता हे सांगणे अशक्य होते. व्हॅटिकन शहरावर धुराचा एक ढग गोल गोल वरती जात राहिला.

१३५

रोममधे दिवस उशिराच उजाडला.

पहाटे जोरदार पावसाची सर येऊन गेली आणि सेन्ट पीटर्स चौक रिकामा झाला. छत्र्यांखाली, व्हॅन्समधे, प्रसिद्धी माध्यमांचे लोक आदल्या रात्रीच्या घटनांबद्दल बोलत बसले होते. जगामधल्या सर्व चर्चेसमधे अभूतपूर्व गर्दी होती. चर्चा करण्याचा आणि चिंतन करण्याचाच काळ होता – सर्वच धर्मांमधे प्रश्नांना अंत नव्हता आणि उत्तरे नवीनच गंभीर प्रश्न निर्माण करत होते. व्हॅटिकनने आत्तापर्यंत तरी आजच्या घटनांबद्दल कुठलेही भाष्य केले नव्हते.

व्हॅटिकनमधे जमिनीखालच्या खोल गुहेमधे कार्डिनल मेस्ताती एकटाच एका उघड्या शवपेटीसमोर गुडघे टेकून बसला होता. त्याने शवपेटीमधल्या वृद्धाचे काळे पडलेले तोंड बंद केले. मृत पोप आता अगदी शांत झोपल्यासारखा दिसत होता. अनंतकाळ तसाच राहाणार होता.

मेस्तातीच्या पायाशी एक सोन्याचे, रक्षेने भरलेले भांडे होते. मेस्तातीने स्वत:च्या हातांनी रक्षा गोळा करून इथे आणली होती. "क्षमेची एक संधी," तो पोपना म्हणाला. त्याने ते रक्षापात्र शवपेटीमधे पोपच्या मृत शरीराजवळ ठेवले. "कुठलेही प्रेम पित्याला पुत्राबद्दल वाटणाऱ्या प्रेमाहून मोठे असूच शकत नाही." त्याने ते रक्षापात्र कुणाच्या नजरेस पडणार नाही अशा बेताने पोपच्या झग्याखाली सरकवले. ही पवित्र गुहा फक्त मृत पोपच्या अवशेषांसाठी राखून ठेवलेली आहे हे त्याला माहीत होते. पण तरी त्याने योग्य गोष्टच केली आहे अशी त्याला खात्री होती.

"सिन्योर." आतमधे येऊन कुणीतरी म्हटले. तो लेफ्टनंट शारत्राँ होता. बरोबर तीन स्विस गार्ड्स होते. "गुप्त बैठकीच्या जागी ते तुमची वाट पाहात आहेत."

"आलोच." मेस्ताती म्हणाला. त्याने शवपेटीमधे शेवटची नजर टाकली आणि तो उभा राहिला. त्याने गार्ड्सकडे बघितले. "आता तरी हिज होलिनेसना शांतता लाभेल."

गार्ड्स पुढे झाले. मोठ्या कष्टाने शवपेटीचे झाकण त्यांनी सरकवताच खाडकन शवपेटी बंद झाली – कायमची.

बॉरगिया कोर्टयार्ड पार करून सिस्टीन चॅपेलकडे जात असताना मेस्ताती एकटाच होता. एक कार्डिनल अपोस्टोलिक पॅलेसमधून बाहेर पडून त्यांच्या शेजारून चालायला लागला.

“आपल्याला बैठकीच्या जागी घेऊन जाण्याचा मान आपण मला द्याल अशी आशा करतो.” कार्डिनल म्हणाला.

“तुमच्याबरोबर राहाणे हा खरा तर माझा सन्मान आहे असे वाटते मला.”

“काल घडलेल्या प्रकाराबद्दल कॉलेज ऑफ कार्डिनल्स आपली क्षमा मागते आहे. आम्ही आंधळे झालो...”

“प्लीज.” मेस्ताती उत्तरला. “कधी कधी हृदयाला जी गोष्ट खरी असावी असे वाटते, तीच मनाला दिसते.”

कार्डिनल बराच वेळ गप्प होता. “तुम्हाला बोलले कोणी? तुम्ही आता आमचे ग्रेट इलेक्टर राहिला नाहीत.”

मेस्ताती हळूच हसला. “हो. देवाच्या या कृपेबद्दल मी सर्वकाळ त्याचा ऋणी आहे.”

“कॉलेजने आपण पात्र ठरावे असा आग्रह धरला आहे.”

“या चर्चमधे अजूनही औदार्य शिल्लक आहे.”

“आपण शहाणे आहात. आम्हाला चांगला मार्ग दाखवाल.”

“मी वृद्ध आहे. थोडा काळच सेवा करू शकेन.”

दोघेही हसले.

बॉरगिया कम्पाऊन्ड संपतासंपता कार्डिनल घुटमळला. त्याच्या चेहऱ्यावर चक्रावून गेल्याची चिन्हे होती. काल रात्रीच्या गूढ प्रकाराची आठवण पुन्हा त्याच्या हृदयात उफाळून आली असावी.

“बाल्कनीमधे आम्हाला काहीही अवशेष सापडले नाहीत हे कळलं तुम्हाला?” त्याने मेस्तातीला विचारले.

“पावसाने धुऊन टाकले असतील.” मेस्ताती हळूच हसत म्हणाला.

कार्डिनलने ढगाळ आकाशाकडे बघितले. “शक्य आहे.” तो उद्‌गारला.

१३६

सकाळ संपत आली. आकाशात ढगांची दाटी होती. सिस्टीन चॅपेलच्या चिमणीमधून पांढऱ्या धुराचे छोटे छोटे गोळे विरळ होत होत आकाशात नाहीसे झाले.

सेन्ट पीटर्स चौकात तो धूर बघत गुन्थार ग्लिक विचार करत होता. शेवटचे प्रकरण...

किनिता माक्री त्याच्यामागून जवळ आली. तिने कॅमेरा खांद्यावर टाकला.

"वेळ झाली." ती म्हणाली.

ग्लिकने जरा खिन्न मनानेच मान डोलावली. त्याने केस सारखे केले. एक मोठा श्वास घेतला. *माझे बहुधा शेवटचेच प्रक्षेपण असणार हे.* त्याच्याभोवती छोटीशी गर्दी जमली.

"साठ सेकंद." माक्रीने सूचना दिली.

ग्लिकने सिस्टीन चॅपेलच्या छपरावर नजर टाकली. "तो धूर दाखवता येईल ना?"

"गुन्थार, ते ठाऊक आहे मला." तिने संयम ठेऊन उत्तर दिले.

ग्लिकला कुठून बोललो असे झाले. अर्थातच ते कळत होते तिला. काल रात्रीचा विचार करायचा तर तिची कामगिरी तिला बहुतेक पुलित्झर मिळवून देईल. या उलट... त्याला स्वत:बद्दल विचार करायचा नव्हता. बी.बी.सी. आपल्याला सोडचिठ्ठी देणार याबद्दल त्याच्या मनात शंका नव्हती. वेगवगळ्या क्षेत्रातल्या मातब्बर मान्यवरांकडून बी.बी.सी.ला कायदेशीर त्रास होणार याबद्दलही त्याला खात्री होती. सर्न आणि जॉर्ज बुश त्यांच्यात असणारच.

"चांगला दिसतो आहेस." कॅमेऱ्यामागून बघत किनिता म्हणाली. चेहऱ्यावर चिंता होती. "मी तुला..." ती घुटमळली, बोलायची थांबली.

"एक *सल्ला* देऊ? असंच विचारणार होतीस ना?"

तिने सुस्कारा सोडत म्हटले. "मला एवढंच म्हणायचं होतं की शेवटही दणक्यात करायची आवश्यकता नाही."

"आलं लक्षात. साधी सरळ समाप्ती."

"इतिहासात सरळ ठरेल अशी. मी विश्वास टाकते आहे तुझ्यावर."

ग्लिक हसला. *साधी सरळ समाप्ती? डोके जाग्यावर आहे ना हिचे?* गेल्या रात्रीच्या घटनांसारख्या कथेचा शेवट साधा आणि सरळ? अशक्य! शेवटचा बॉम्बशेल हवाच. कल्पना येणार नाही असे एखादे धक्कादायक सत्य!

त्याच्या नशिबाने तशी व्यक्ती तयार होती.

"तयार – पाच – चार – तीन..."

कॅमेऱ्याच्या लेन्समधून ग्लिककडे बघताना त्याच्या डोळ्यांत तिला वेगळाच भाव दिसला. हा पुन्हा काहीतरी भानगड करणार बहुधा. *मी त्याला हे करायला द्यायलाच नको होते,* तिच्या डोक्यात आले.

पण पुनर्विचार करण्याची वेळ निघून गेली होती.

"व्हॅटिकन शहरातून थेट प्रक्षेपण." योग्य क्षणाची वाट बघणाऱ्या ग्लिकने सुरुवात केली. "गुन्थार ग्लिक बोलतो आहे." सिस्टीन चॅपेलमधून वर चढणाऱ्या पांढऱ्या धुराच्या लोटाकडे त्याने क्षणभर बघितले. "एकोणऐंशी वर्षांच्या पुरोगामी विचारांच्या कार्डिनल साविएरा मेस्ताती यांची व्हॅटिकन शहराचा पुढला पोप म्हणून

अधिकृतपणे निवड झाली आहे. उमेदवार म्हणून अनपेक्षित असला, तरी कॉलेज ऑफ कार्डिनल्सने *एकमताने मेस्तातीची निवड केली आहे.* आजपर्यंत कधीच न घडलेली घटना.''

त्याच्याकडे बघणाऱ्या माक्रीने सुटकेचा नि:श्वास टाकला. आज अगदी कुशल वृत्तनिवेदकाप्रमाणे वागणे होते त्याचे. दिसतही तसाच होता. आणि आवाजही शोभेसा.

''आणि आधीच सांगितल्याप्रमाणे,'' आवाजात अगदी योग्य चढ. ''व्हॅटिकनने काल रात्रीच्या चमत्कृतीजनक घटनांबद्दल अजून तरी काहीही स्पष्टीकरण दिलेले नाही.''

छान! किनिताची काळजी थोडी कमी झाली. *अजूनपर्यंत ठीक आहे सर्व.*

ग्लिकचा चेहरा आता थोडा दु:खी बनला. ''कालची रात्र आश्चर्यकारक घटनांची असली तरी ती दु:खदही ठरली. कालच्या घटनांमधे चार कार्डिनल्स, स्विस गार्डचा कमांडर ऑलिव्हेट्टी, कॅप्टन रॉचर यांचे मृत्यू घडून आले. इतर मृतांमधे सर्नमधले सुप्रसिद्ध शास्त्रज्ञ आणि प्रतिवस्तू बनवण्याच्या तंत्रज्ञानाचे संशोधक लिओनार्दो वेत्रा, व्हॅटिकन शहरामधे मदतीसाठी म्हणून आलेले डायरेक्टर मॅक्सिमिलियन कोहलर यांचा समावेश आहे. कोहलर यांच्या मृत्यूबद्दल काही कळलेले नाही. पण बराच काळ ते आजारी होते आणि त्यात गुंतागुंत निर्माण झाल्याने ते मरण पावले अशी शक्यता इथे वर्तवली जात आहे.''

माक्रीने मान डोलावली. आधी ठरवल्याप्रमाणे सर्व काही चालू होते.

''आणि काल रात्री व्हॅटिकन शहरावरच्या अंधारात घडलेल्या स्फोटाच्या चकचकाटानंतर सर्नच्या प्रतिवस्तूच्या तंत्रज्ञानाशिवाय जगभरच्या शास्त्रज्ञांना बोलायला दुसरा विषय राहिलेला नाही. उत्सुकता आहे आणि विवादही. मॅक्सिमिलियन कोहलर यांची असिस्टंट सिल्वी बॉदलोक हिने जिनेवामधे वाचून दाखवलेल्या निवेदनाप्रमाणे प्रतिवस्तूच्या सुप्त शक्तीबद्दल सर्नचे बोर्ड ऑफ डायरेक्टर्स उत्साही असले, तरीही सुरक्षिततेच्या पूर्ण चाचण्या होईपर्यंत याबद्दलचे संशोधन आणि लायसेन्सिंग पूर्णपणे थांबवण्याचा त्यांनी निर्णय घेतला आहे.''

उत्कृष्ट! माक्री विचार करत होती. *आता नेहमीचेच.*

''टी.व्ही.वर हार्वर्ड प्रोफेसर रॉबर्ट लँग्डन यांचा चेहरा मात्र आज तुम्हाला दिसणार नाही. इल्युमिनाटीबद्दलचा हा तज्ज्ञ काल मदतीसाठी व्हॅटिकन शहरात पोहोचला होता. प्रतिवस्तूच्या स्फोटात तो नाहीसा झाला असावा अशी प्रथम कल्पना होती. पण स्फोटानंतर सेन्ट पीटर्स चौकात तो दिसला होता, असे आता आम्हाला कळले आहे. तो तिथे पोहोचला कसा हे एक गूढच आहे. हॉस्पिटल तिबेरनियाच्या एका प्रवक्त्याने सांगितले, की स्फोटानंतर तो मध्यरात्रीच्या सुमाराला आकाशातून टायबर नदीत कोसळला होता. त्याच्यावर उपचार करून त्यांनी त्याला

सोडले होते. *हे* जर *खरे असेल* तर... कालची रात्र खरोखर चमत्कारांचीच होती.''

सुरेख शेवट! माक्री आता हसत होती. *आता निरोप घे.*

क्षणभर थांबून ग्लिकने कॅमेऱ्यापुढे पाऊल टाकत म्हटले. ''आणि शेवटी आजच्या आमच्या पाहुण्यांना मी बोलावतो.''

अरे देवा! किनिताचे कॅमेऱ्यावरचे हात थबकले. *पाहुणे? काय चालवले आहे काय याने? कोण पाहुणा? कुठला पाहुणा? थांबव सर्व.* पण आता फार उशीर झाला होता.

''हा पाहुणा अमेरिकन स्कॉलर आहे.''

आपल्या समोरच्या घोळक्यामधून ग्लिकने एकाला खूण केली. माक्रीने स्वत:शीच देवाची प्रार्थना केली. *त्याने कसातरी रॉबर्ट लँग्डनचा शोध लावलेला आहे सांगू दे* – इल्युमिनाटींच्या *आणखी कुठल्या कटकारस्थानांबद्दल नको.*

ग्लिकच्या पाहुण्याने पाऊल पुढे टाकले. माक्री निराश झाली. तो रॉबर्ट लँग्डन नव्हता. निळ्या जीन्स, फ्लॅनेलचा पांढरा शर्ट घातलेला, टक्कल पडलेला, जाड्या भिंगांचा चष्मा असलेला, काठी घेतलेला माणूस होता तो. माक्री घाबरली. *आता हा कुठला वेडा आणला आहे याने?*

''शिकागोमधल्या डी. पॉल युनिव्हर्सिटीमधला सुप्रसिद्ध व्हॅटिकन स्कॉलर डॉ. जोसेफ व्हॅनेक.''

ग्लिकशेजारी येऊन उभ्या राहिलेल्या माणसाबद्दल तिने चक्क खरोखर *ऐकले* होते. कटकारस्थानांमधे रस घेणारा माणूस नव्हता हा.

''डॉ. व्हॅनेक, कालच्या गुप्त बैठकीच्या बाबतीत तुमच्याकडे काहीतरी आश्चर्यकारक माहिती आहे म्हणे?''

''खरंच आहे. अनेक चमत्कारांनी भरलेल्या कालच्या रात्रीनंतर आणि काही आश्चर्ये शिल्लक असतील यावर विश्वास ठेवणे तसे कठीणच आहे. तरीही...'' तो थांबला.

ग्लिक हसला. ''तरीही शेवटी एक अनपेक्षित झटका आहे तर.''

व्हॅनेकने मान डोलावली. ''हो. मनात जरा गोंधळ निर्माण करणारी गोष्ट असली तरी कॉलेज ऑफ कार्डिनल्सने काल नकळत *दोन* पोप्सची निवड केली होती.''

माक्रीच्या हातातून कॅमेरा खालीच पडणार होता.

ग्लिकने हळूच हसून विचारले, ''दोन पोप?''

तज्ज्ञाने पुन्हा मान डोलावली. ''प्रथमच सांगतो, की मी माझे आयुष्य पोपच्या निवडीबद्दलच्या कायद्यांचा अभ्यास करण्यात घालवले आहे. पोपची निवड हे फार गुंतागुंतीचे प्रकरण आहे. कायदेशीर तरतुदींबद्दलचा बराचसा भाग आता विस्मृतीत गेला आहे किंवा कालबाह्य झाला आहे आणि म्हणून त्याकडे दुर्लक्ष होते. मी आता

जी बाब उघड करणार आहे ती बहुधा ग्रेट इलेक्टरनाही माहीत नसावी. *रोमानो पॉन्टिफिची एलिगेंदो, क्रमांक* ६ ३ च्या आता विसर पडलेल्या प्राचीन कायद्यांप्रमाणे, पोपच्या निवडीची *मतदान ही एकुलती एक पद्धत नाही.* दुसरी, *दैवी* म्हणता येईल अशीही एक पद्धत आहे. तिला म्हणतात 'पूज्य भावाने केलेली निवड.' '' तो थांबला.

ग्लिक अगदी देहभान विसरल्यासारखा बघत म्हणाला, ''प्लीज. पुढे,''

''तुम्हाला आठवत असेल तर काल रात्री जेव्हा कामेरलेंगो कार्लो व्हेन्त्रेस्का बॅसिलिकामधे उभा होता तेव्हा सर्व कार्डिनल्स एकमुखाने त्याचे नाव घेऊन ओरडत होते.''

''आठवते.''

''आता ते चित्र डोळ्यांसमोर ठेवून पोपच्या निवडीबद्दलचे प्राचीन नियम मी वाचूनच दाखवतो.'' त्याने खिशातून काही कागदपत्रं काढली, घसा साफ केला आणि वाचायला सुरुवात केली. ''सर्व कार्डिनल्स जणू देवाच्याच प्रेरणेने, स्वत:हून, उत्स्फूर्तपणे, एकत्रितपणे, मोठ्याने एखाद्याच्या नावाचा घोष करतात तेव्हा पूज्य भावाने (Acclamation by Adoration) त्याची पोप म्हणून निवड झाली आहे असे समजतात.''

ग्लिक पुन्हा हसला. ''तेव्हा तुमच्या मते काल जेव्हा सर्व कार्डिनल्स कार्लो व्हेन्त्रेस्काचे नाव पुन्हा पुन्हा घेत होते, तेव्हा त्यांनी खरोखर *त्याचीच पोप म्हणून निवड केली होती?''*

''अगदी निश्चितपणे. कायद्याप्रमाणे अशा निवडीबाबत पात्रतेचा प्रश्न येत नाही आणि *कोणाचीही* – क्लर्जीमन, प्रीस्ट, बिशप, कार्डिनल – पोप म्हणून निवड करता येते. या पद्धतीनुसार कामेरलेंगो नक्कीच पोप बनू शकला असता.'' सरळ कॅमेऱ्याकडे बघत डॉ. व्हॅनेक पुढे म्हणाला, ''तेव्हा कार्लो व्हेन्त्रेस्का हा काल पोप म्हणून निवडला गेला होता ही सत्य गोष्ट आहे. अर्थात तो केवळ सतरा मिनिटेच पोप होता. अत्यंत विस्मयकारकरीत्या अग्निच्या स्तंभामधून तो स्वर्गाला गेला नसता, तर इतर पोपबरोबर व्हॅटिकनच्या खालच्या ग्रॉटोमधेच त्याची कबर असती.''

''थॅन्क यू डॉक्टर.'' ग्लिकने आभार मानले.

१३७

रोमन कलोझिअमच्या अगदी वरच्या पायरीवरून व्हिट्टोरियाने हसत हाक मारली. ''रॉबर्ट! लौकर ये! तरी मला माहीतच होतं की मी एखाद्या तरुण माणसाशीच लग्न करायला हवं होतं.'' काय जादू होती तिच्या हसण्यात.

तिच्याबरोबर राहायचा प्रयत्न करताकरता त्याचे पाय मात्र दगडासारखे जड झाले. ''थांब जरा... प्लीज.''

त्याला डोक्यात घणाचे घाव पडल्यासारखे झाले.

रॉबर्ट लँग्डन दचकूनच जागा झाला.

अंधार होता.

गादी तर अपरिचित, अत्यंत मृदू मुलायम होती. बराच वेळ आपण कुठे आहोत याचा विचार करत तो तसाच शांत पडून राहिला. समोर काचेच्या दरवाज्यांपलीकडे बाल्कनी होती. आकाशात चन्द्र दिसत होता, ढगही दिसत होते. तो इथे कसा काय आला हे तो आठवायचा प्रयत्न करत होता – आणि इथे म्हणजे तरी कुठे?

हळूहळू त्याच्या आठवणी चाळवायला लागल्या.

अग्निचा रहस्यमय स्तंभ – गर्दीतूनच *एक देवता पुढे झाली – आपल्या मऊ हातात त्याचा हात धरून अंधारात निघाली – थकलेल्या, मार खाल्लेल्या त्याच्या शरीराला आधार देत रस्त्यांमधून निघाली* – या *ठिकाणी आणून सोडले* – अर्धवट *झोपेत त्याला गरम शॉवरखाली धरून उभी राहिली – या बेडवर आणून झोपवले* – आणि *तो मेल्यासारखा झोपेपर्यंत त्याच्याकडे बघत राहिली.*

थोड्याशा अस्पष्ट उजेडात दुसरी गादी दिसली – चादर विस्कटलेली – पण आता कुणीच झोपलेले नव्हते. शेजारच्या खोलीतून शॉवरसारखा आवाज येत होता.

शेजारच्या उशीवर त्याला मोठे सील दिसले. *हॉटेल बर्निनी.* लँग्डनला हसू आले. व्हिट्टोरियाने चांगले हॉटेल शोधले होते – बर्निनीच्या ट्रायटन कारंज्यासमोरच – याहून दुसरे चांगले हॉटेल रोममधे कुठले असणार?

तो तसाच पडून राहिला. दार जोराजोराने ठोकल्याचा आवाज आला. आपण कशामुळे जागे झालो ते त्याला आठवले. कुणीतरी दारच ठोठावत होते. आता तर मोठाच आवाज येत होता.

गोंधळूनच तो उभा राहिला. *आम्ही इथे आहोत ते कुणालाही ठाऊक नाही.* तो

विचारात पडला. थोडा धास्तावलाही. तरीही बेडरूमबाहेर पडून त्याने दार उघडले.

पिवळ्या, जांभळ्या चकचकीत उभ्या पट्ट्यांचा युनिफॉर्म घातलेला एक दणकट माणूस त्याच्याकडे बघत होता. ''मी लेफ्टनंट शारत्राँ. व्हॅटिकन स्विस गार्ड.''

लँग्डन त्याला चांगला ओळखत होता. ''तू... तू आम्हाला कसं शोधून काढलंस?''

''तुम्ही सेन्ट पीटर्स चौकातून निघालेले दिसल्यावर मी तुमच्या मागे आलो होतो. तुम्ही अजून इथेच आहात हे बघून बरं वाटलं.''

लँग्डन एकाएकी काळजीत पडला. आपल्या दोघांना परत व्हॅटिकन शहरात नेण्यासाठी कार्डिनल्सनी याला पाठवले नसेल ना? शेवटी कॉलेज ऑफ कार्डिनल्स सोडले तर या दोघांनाच *सत्य* काय ते *ठाऊक होते*. भविष्यकाळात ते त्यांना अडचणीचे ठरू शकले असते.

''हिज होलिनेस यांनी तुम्हाला हे द्यायला सांगितलं आहे.'' व्हॅटिकनचे सील असलेले एक पाकीट लँग्डनच्या हातात देत शारत्राँ म्हणाला. पाकीट उघडल्यावर हाताने लिहिलेली एक चिठ्ठी लँग्डनला आढळली.

मिस्टर लँग्डन आणि मिस वेत्रा,

गेल्या चोवीस तासांत घडलेल्या घटनांबद्दल आपण विवेकबुद्धी बाळगावी अशी माझी मनापासून विनंती आहे. पण त्या काळात आपण आधीच जे जे काही केले आहे ते लक्षात घेता, मी तुमच्याकडून आणखी कशाची अपेक्षा करणेही अत्यंत अयोग्य आहे. सर्व प्रकाराबाबत आपल्या हृदयाच्या सल्ल्याप्रमाणेच आपण वागाल एवढीच माझी आशा आहे. आज तरी जग खूपच चांगले वाटते आहे. शक्य आहे की उत्तरांपेक्षा प्रश्न फार मोठे आहेत.

माझे दरवाजे आपल्यासाठी सदैव उघडे आहेत.

हिज होलिनेस साविएरो मेस्ताती

लँग्डनने दोन वेळा ती चिठ्ठी वाचली. कॉलेज ऑफ कार्डिनल्सने नक्कीच एक मोठ्या मनाचा, दयाळू नेता निवडला होता.

लँग्डनने काही बोलायच्या आत शारत्राँने एक छोटे पार्सल त्याच्या हातात दिले. ''हिज होलिनेस यांनी आभारदर्शक एक छोटे प्रतीकही पाठवले आहे.''

चांगले वजनदार होते. ब्राऊन पेपरमधे गुंडाळलेले.

"पोप यांच्या आज्ञेप्रमाणे पोपच्या पवित्र व्हॉल्टमधली ही वस्तू आपल्याला अमर्यादित काळपर्यंत ठेवायची मुभा आहे. त्यांची एवढीच इच्छा आहे की, आपल्या मृत्युपत्राप्रमाणे ती स्वगृही परत येईल याची आपण काळजी घ्यावी." शारत्राँने सांगितले.

लँग्डनने पार्सल उघडले आणि त्याच्या तोंडातून शब्द फुटेना. तो ब्रॅन्ड होता. *इल्युमिनाटी डायमंड!*

शारत्राँ हसला. "देव आपल्याला सुखी आणि समाधानी ठेवो." तो जाण्यासाठी वळला.

"थँन्क यू." ती मौल्यवान भेट धरून ठेवलेले लँग्डनचे हातही थरथरत होते.

गार्ड हॉलमधे घुटमळला. "मिस्टर लँग्डन, एक गोष्ट विचारू आपल्याला?"

"अर्थातच."

"मी आणि माझ्या सहकाऱ्यांना कुतूहल आहे म्हणून विचारतो. ती शेवटची मिनिटे – *हेलिकॉप्टरमधे* नक्की *काय घडले?*"

हा क्षण कधी तरी येणार याची कल्पना होती तरी लँग्डन बावरला. सेन्ट पीटर्स चौकामधून निघाल्यावर तो आणि व्हिट्टोरिया याबद्दलच बोलत होते आणि त्यांनी त्याबद्दल ठरवूनही टाकले होते. पोपची चिठ्ठी मिळायच्या आधीच.

प्रतिवस्तूचा शोध आध्यात्मिक जागृती घडवून आणेल असे व्हिट्टोरियाच्या पपांचे स्वप्न होते. काल रात्री घडलेल्या घटना नक्कीच त्यांच्या मनातही आल्या नव्हत्या. पण एक गोष्ट अगदी सत्य होती. या क्षणी जगभरामधले लोक देवाबद्दल फार वेगळ्याच तऱ्हेने विचार करत होते. आता ही जादू किती काळ राहील याची कल्पना रॉबर्ट आणि व्हिट्टोरियाला नसली, तरी नवीन शंकाकुशंका आणि भानगडी निर्माण करून त्यांना ही मोहिनी मुळीच नष्ट करायची नव्हती. *देव रहस्यमय मार्गांनी काम करतो,* लँग्डनने स्वत:लाच बजावले. काल घडलेल्या घटनाही त्याच्याच इच्छेमुळे कशावरून घडल्या नसतील?

"मिस्टर लँग्डन?" शारत्राँने लँग्डनच्या समाधीचा भंग करत पुन्हा म्हटले. "मी हेलिकॉप्टरबद्दल विचारत होतो."

लँग्डनने हसायचा प्रयत्न करत म्हटले. "आलं लक्षात." शब्द अगदी हृदयापासून आले. "शक्य आहे की कोसळण्याच्या धक्क्यामुळे तसं घडलं असेल, पण माझी स्मृती, काही आठवतच नाही."

"काहीही नाही?" शारत्राँने निराशेनेच विचारले.

"आयुष्यभर ते एक गूढच राहाणार आहे बहुधा."

रॉबर्ट लँग्डन बेडरूममधे परतला आणि समोरचे दृश्य बघताच थबकला. बाल्कनीमधे, कठड्याला पाठ टेकून, ती एकटक त्याच्याकडे बघत होती. एखाद्या

स्वर्गीय देवतेसारखीच त्याला ती वाटली. पांढऱ्या टेरीक्लॉथ रोबमधली रोमन देवताही असू शकली असती. रोब घट्ट बांधल्याने तिची कमनीय आकृती डोळ्यांत भरत होती. तिच्या चेहऱ्याभोवती धुक्याचे वलय पसरले होते. बर्निनीच्या ट्रायटन कारंज्याभोवतालचे धुके असावे आणि मागे आकाशातला चन्द्र.

त्या क्षणाला त्याला तिच्याबद्दल जेवढे आकर्षण वाटले तेवढे आयुष्यात कधीही दुसऱ्या स्त्रीबद्दल वाटले नव्हते.

त्याने हळूच इल्युमिनाटी डायमंड आणि पोपचे पत्र टेबलवर ठेवले. त्यांच्याबद्दल नंतर कधीही सांगता आले असते. तो बाल्कनीत तिच्याजवळ पोहोचला.

त्याला बघून तिला आनंद झालेला दिसला. ''शेवटी *एकदाचा* उठलास तर.'' ती हळूच म्हणाली.

लँग्डन हसला. ''मोठा दिवस होता.''

तिने आपल्या दाट केसांतून हात फिरवला. गळ्यापासून रोब जरा उघडा पडला. ''आणि आता तुला तुझे बक्षीस हवे असणार.''

लँग्डन चमकला. ''सॉरी! काय?''

''आपण काही आता लहान नाही रॉबर्ट. तुला माझ्याबद्दल ओढ वाटते हे कबूल करायला काय हरकत आहे? तुझ्या डोळ्यांत मला दिसते आहे ती भूक.'' ती हसली आणि पुढे म्हणाली ''मलाही तसंच वाटतं. आणि ती भूक आता पूर्ण समाधान होईपर्यंत भागणार आहे.''

त्याने तिच्या दिशेने पाऊल टाकले. ''खरंच?''

''संपूर्ण.'' तिने रूम सर्व्हिस मेनू हातात घेतला आणि म्हटले ''यातली प्रत्येक गोष्ट मी मागवली आहे.''

बाल्कनीत बसून त्यांनी चन्द्रप्रकाशात भरपूर खाणे आणि पिणे केले. खूप गप्पाही मारल्या.

व्हिट्टोरिया काय सुचवते आहे याचा अर्थ कळण्यासाठी सिम्बॉलॉजिस्ट असायची गरज नव्हती. शेवटी तिने टेबलाखालून आपले पाय त्याच्या पायांखाली सरकवत त्याच्याकडे वेगळ्याच नजरेने बघितले. ती जशी काही त्याला हातातला काटा चमचा टाकून तिला उचलूनच बेडरूममधे न्यायला उद्युक्त करत होती.

पण लँग्डनने तसे काहीही केले नाही. तो अगदी सभ्य माणसासारखा वागत राहिला. *दोघेजण असा खेळ खेळू शकतात,* हसू दाबत तो विचार करत होता.

खाणेपिणे संपल्यावर हातात इल्युमिनाटी डायमंड फिरवत तो एकटाच आत जाऊन बेडच्या काठावर बसला. प्रमाणबद्धतेच्या चमत्काराबद्दल पुन्हा पुन्हा बडबडत राहिला. व्हिट्टोरिया त्याच्याकडे बघत राहिली. तिच्या मनात खूप गोंधळ निर्माण

होत होता. ती निराश व्हायला लागली.

"तो... तो ॲम्बिग्रामच तुला खूप आवडतो आहे ना?" तिने रागानेच विचारले.

त्याने मान डोलावली. "दृष्टी ढळत नाही त्यावरून."

"या खोलीत तुला आवडणारी ती एकच गोष्ट आहे?"

विचार करत असल्याप्रमाणे त्याने आपले डोके खाजवले.

"तसाच विचार केला तर मला दुसरी एक गोष्टही जास्तीच आवडेल."

हसतच पुढे पाऊल टाकत व्हिट्टोरिया म्हणाली "ती कुठली?"

"तू ट्युना माशांचा अभ्यास करून आईनस्टाईनचा सिद्धान्त कसा खोटा ठरवलास हे सांगितलेस तर..."

"अरे देवा! ट्युना मासे विसर आता. माझ्याबरोबर नसते खेळ खेळू नकोस. महागात पडेल."

लँग्डन हसला आणि म्हणाला, "तू बहुतेक तुझ्या पुढल्या प्रयोगासाठी फ्लाऊन्डर माशांचा अभ्यास करून पृथ्वी सपाट आहे असं सिद्ध करणार असशील."

व्हिट्टोरिया धुमसायला लागली. "तुझ्या माहितीसाठी म्हणून सांगते प्रोफेसर, माझा पुढला प्रयोग तर विज्ञानामधे इतिहास घडवेल. अतिलघुकणांनाही MASS (वस्तुमान) असतं हे मी सिद्ध करणार आहे."

"अतिलघुकण आणि MASS? कमाल आहे." थक्क झाल्याप्रमाणे बघत लँग्डन म्हणाला. "मला कल्पनाच नव्हती ते कॅथलिक असतात."

व्हिट्टोरियाची सहनशक्ती संपली. एका झेपेत तिने त्याला आडवे केले आणि आपल्याखाली दाबून मोठ्याने हसत म्हटले, "तुझा मृत्यूनंतरच्या आयुष्यावर विश्वास असेल अशी आशा आहे माझी, रॉबर्ट लँग्डन." तिचे डोळे खट्याळपणे चमकत होते.

हसायचा प्रयत्न करत रॉबर्ट कसाबसा उद्गारला, "खरं तर या जगापलीकडे दुसरं काही आहे याचा विचारही मला करता येत नाही."

"खरंच? कधी कुठला धार्मिक अनुभव नाही? सर्व काही विसरायला लावणारा? आनंदात डुंबवणारा?"

लँग्डनने नकारार्थी मान हलवली. "मला कधी तसा अनुभव मिळेल असं वाटत नाही. मी तशा तऱ्हेचा माणूस नाही बहुधा."

व्हिट्टोरियाने आपला रोब काढून बाजूला फेकला. "तू कधी योगविद्या विशारद स्त्रीबरोबर..."

Printed in the USA
CPSIA information can be obtained
at www.ICGtesting.com
CBHW031941250724
12179CB00028B/79

9 788184 980455